अभिप्राय

**बाँडप्रेमीसाठी उत्कंठावर्धक**

जेम्स बाँड स्मर्शच्या या जाळ्यात स्वत:हून कसा गुरफटतो आणि का आणि या खेळाचा शेवट काय? बाँडप्रेमींसाठी ही कादंबरी उत्कंठावर्धक आहे.

**दैनिक लोकसत्ता २८-८-२००५**

# फ्रॉम रशिया विथ् लव्ह

लेखक
## इयान फ्लेमिंग

अनुवाद
**विजय देवधर**

मेहता पब्लिशिंग हाऊस

Please contact us at **Mehta Publishing House,** Pune.
Email : production@mehtapublishinghouse.com
Website : www.mehtapublishinghouse.com

- *या पुस्तकातील लेखकाची मते, घटना, वर्णने ही त्या लेखकाची असून त्याच्याशी प्रकाशक सहमत असतीलच असे नाही.*

**From Russia with Love**

by Ian Fleming

Copyright © Glidrose Productions Ltd., 1957

**फ्रॉम रशिया विथ् लव्ह / अनुवादित कादंबरी**

**TBC**

अनुवाद : विजय देवधर
Email : author@mehtapublishinghouse.com

मराठी अनुवादाचे व प्रकाशनाचे हक्क मेहता पब्लिशिंग हाऊस, पुणे

प्रकाशक : सुनील अनिल मेहता, मेहता पब्लिशिंग हाऊस,
१९४१ सदाशिव पेठ, माडीवाले कॉलनी, पुणे - ४११ ०३०

अक्षरजुळणी : इफेक्ट्स, २१/६ब, आयडियल कॉलनी, कोथरूड, पुणे ३८

मुखपृष्ठ : चंद्रमोहन कुलकर्णी
इयान फ्लेमिंग यांचे छायाचित्र इयान फ्लेमिंग प्रॉडक्शन्स लि. यांच्या सौजन्याने

प्रकाशनकाल: ऑक्टोबर, २००४ / पुनर्मुद्रण : डिसेंबर, २००९

P Book ISBN 9788177664799

E Books available on : play.google.com/store/books
www.amazon.in/b?node=15513892031

## मूळ लेखकाचं निवेदन

या कादंबरीमधल्या कथानकासाठी जी भव्य पार्श्वभूमी मी वापरली आहे ती अगदी अचूक आहे. सोवियत रशियामधलं स्मेर्श हे गुप्तचर खातं खरोखरच अस्तित्वात असून सोवियत शासनामधलं हे अत्यंत गुप्त असं खातं आहे. स्मेर्श- रशियन उच्चार 'स्मेर्त स्पायोनम' याचा अर्थ 'गुप्तहेरांना मृत्युदंड' असा होतो.

या कादंबरीचं लेखन मी करत होतो त्या सुमारास म्हणजे १९५६सालच्या प्रारंभी सोवियत युनियनमध्ये आणि परदेशात मिळून या गुप्तचरखात्यामध्ये सुमारे ४०,००० माणसं कामाला होती. जनरल ग्रुबोझाबोयस्कीकोव हा या गुप्तचरखात्याचा सर्वप्रमुख अधिकारी होता. या पात्राचं जे वर्णन माझ्या या कादंबरीत मी केलेलं आहे ते अगदी हुबेहूब आहे.

'स्मेर्श' या रशियन गुप्तचरखात्याचं मुख्य कार्यालय कादंबरीत वर्णन केल्याप्रमाणे १३ श्रेतेन्का उलित्सा या ठिकाणी मॉस्कोमध्ये आजही अस्तित्वात आहे. या कार्यालयामधल्या गुप्त खलबतांच्या 'कॉन्फरन्स रुम'चं मी केलेलं वर्णन अगदी तंतोतंत आहे. या गुप्तदालनाची रचना वर्णनाबरहुकुम अगदी अचूक आहे. या दालनामध्ये गुप्त खलबतांनिमित्त एकत्र येणारे, स्मर्श हेरखात्यात कामाला असलेले, विविध गुप्तचर विभागांचे प्रमुख हे पण खरोखरचे आहेत. या दालनातल्या टेबलासभोवती बसून ते पाताळयंत्री असे कट रचतात.

या कादंबरीमध्ये वर्णन केलेल्या धूर्त कटासारख्या-अशाच स्वरूपाच्या- गुप्त कटांची आखणी करण्याकरता या अधिकाऱ्यांना स्मेर्शच्या या गुप्तदालनात वारंवार पाचारण करण्यात येतं.

# भाग पहिला

---

## हत्येचा कट

## १. गुलाबांचा प्रदेश

स्विमिंग पूलच्या काठाजवळ असलेल्या मुलायम हिरवळीवर, तोंडावर पालथा पडलेला, नग्नावस्थेतला तो माणूस बहुधा मेला असावा.

तो बहुतेक पाण्यामध्ये बुडून मरण पावला असावा. स्विमिंग पूलमधून, पाण्यातून बाहेर काढून, कुणीतरी त्याचा देह काठावर आणून ठेवला असावा. त्यानंतर पोलिसांना किंवा त्याच्या जवळच्या कुणा नातेवाईकाला बोलावणं गेलं असावं. विविध वस्तूंचा एक छोटासा ढीग त्या माणसाच्या डोक्याजवळ, गवतात पडलेला होता. त्या त्याच्याच खासगी वस्तू असाव्यात. ज्यानं कुणी त्याला पाण्यातून बाहेर काढलं, त्यानंच बहुधा एकेक वस्तू बाजूला काढून त्या सगळ्या वस्तूंची नीट दिसेल अशी रास करून ठेवली असावी. हे काम त्यानं अत्यंत काळजीपूर्वक नि काटेकोरपणे केलं असावं. मेलेल्या माणसाची काही चीजवस्तू आपण चोरली असा उगीचच कुणाचा गैरसमज व्हायला नको असा विचार त्या व्यक्तीनं केला असावा.

मौल्यवान नि चकाकणाऱ्या ज्या निरनिराळ्या वस्तूंची रास त्या माणसाच्या डोक्याजवळ पडलेली होती ती पाहता तो माणूस खूप श्रीमंत असावा, हे अगदी उघडच दिसत होतं. उच्चभ्रू, धनिक लोक ज्या उंची क्लब्जमध्ये खेळायला जातात, अशा क्लबांच्या सभासदत्वाचे चमकदार बिल्ले त्या राशीत होते, पन्नास डॉलरच्या मेक्सिकन नाण्यांपासून तयार केलेली पैशांची एक क्लीप नि तिच्यामध्ये अडकवलेलं चलनी नोटांचं एक जाड पुडकं होतं, नेहमीच्या वापरात असलेला सोन्याचा 'डनहिल' सिगरेट लाईटर होता, सोन्याचीच अंडाकृती आकाराची, अतिशय आकर्षक नि नक्षीदार सिगरेट-केस होती. ती उघडण्याकरिता, तिला वैदूर्य रत्न जडवलेलं एक सुबक बटण होतं. या वस्तूंखेरीज, श्रीमंत माणसं आपल्या बुक शेल्फमधून बाहेर बागेत वाचायला म्हणून घेऊन जातात, तशी एक कादंबरीही त्या छोट्या राशीपाशी पडलेली होती. त्या जुन्या कादंबरीचं नाव होतं 'द लिटल् नगट' आणि ती पी. जी. वुडहाऊस या लेखकानं लिहिलेली होती. आकारानं मोठं नि जड असं सोन्याचं एक सुंदर घड्याळ सुद्धा तिथे पडलेलं होतं. त्याला मगरीच्या कातड्याचा, तपकिरी रंगाचा पट्टा होता. अनेक प्रकारच्या यांत्रिक खुब्या नि सोयी ज्यांना आवडतात, अशा लोकांसाठी बनविलेलं खास मॉडेलचं ते मनगटी घड्याळ 'जीरार्ड पेरीगाँ' कंपनीचं होतं. त्याच्या डायलवर गोलाकार फिरणारा नाजूक नि लांब सेकंदकाटा होता. डायलवर दोन आयताकृती छोट्या खिडक्या होत्या. त्यांच्यात तारीख, चालू महिना आणि चंद्राच्या कलांनुसार बदलणारी तिथी दिसण्याची सोय होती. त्यावेळी घड्याळात

दुपारचे अडीच वाजले होते. जून महिन्याची दहा तारीख आणि त्या दिवशीची तिथी द्वादशी असल्याचं ते दर्शवीत होतं.

अतिशय प्रशस्त अशा सुंदर बागेमध्ये तो स्विमिंगपूल होता. बागेच्या एका टोकाशी सुंदर गुलाबांचे ताटवे असलेले वाफे होते. त्या ताटव्यांमधून निळसर काळ्या रंगाचा एक चमकदार तुकतुकीत भुंगा गुंजारव करीत बाहेर पडला. हवेतून अलगद तरंगत तो त्या पालथ्या पडलेल्या माणसापाशी आला आणि त्याच्या कण्यापासून काही इंचांवर भुंगावत काही क्षण स्थिर झाला. त्या माणसाच्या माकडहाडावरील सोनेरी लव जून महिन्याच्या लख्ख सूर्यप्रकाशात चमकत होती. त्या सोनेरी चकाकीनं तो भुंगा त्या माणसाकडे आकर्षित झाला होता. तेवढ्यात समुद्रावरून वाऱ्याची एक जोराची झुळूक आली. त्या वाऱ्यानं त्या माणसाच्या देहावरील सोनेरी लव मृदूपणे हलली. शेतामध्ये डोलणाऱ्या पिकाप्रमाणे वाकून थरथरू लागली. त्या प्रकारानं गोंधळून नर्व्हस होत तो भुंगा सट्‌कन हलला आणि गूंऽऽगूंऽऽ असा मोठ्यानं गुंजारव करीत त्या माणसाच्या डाव्या खांद्यावर येऊन तरंगू लागला. अलगद तरंगत तो खाली बघू लागला. त्या माणसाच्या उघड्या तोंडाजवळचं कोवळं गवत वाऱ्यामुळे थरथरलं. घामाचा एक मोठा थेंब त्याच्या मांसल नाकाच्या एका बाजूवरून ओघळला आणि चमचमत खालच्या गवतात टपकला. आधीच गोंधळलेल्या त्या भुंग्याला आणखी भिववण्यास हे एवढंसं कारण सुद्धा पुरेसं झालं. तो एकदम सट्‌कन हलला आणि वेगानं तरंगत पुन्हा गुलाबांच्या ताटव्यांमध्ये शिरून दुसऱ्या बाजूनं बाहेर पडला. त्यानं हवेत उंच उसळी घेतली. बागे सभोवती कंपौंडची उंच भिंत होती. त्या भिंतीच्या वरच्या पृष्ठभागावर सुरक्षिततेसाठी टोकदार तीक्ष्ण काचांची पखरण सिमेंटमध्ये जडवलेली होती. वेगानं भुंगावत, तो भुंगा त्या काचांवरून भिंतीपलीकडे गेला नि त्या क्षेत्रातून पसार झाला. बिचाऱ्याचा अपेक्षाभंग झाला होता! सोनरी लव असलेल्या, पालथ्या पडलेल्या त्या माणसावर तरंगत असताना ते काहीतरी चविष्ट खाद्य असेल, अशी त्याची समजूत झाली होती; पण त्या 'खाद्यानं' चक्क थोडीशी हालचाल केली होती!

ज्या बागेत तो माणूस पालथा पडलेला होता, तिचा विस्तार सुमारे एक एकरात पसरलेला होता. बागेमध्ये चौफेर उत्तम निगा राखलेली हिरवळ होती. बागेच्या तीन बाजूंवर, कडेकडेनं गुलाबाच्या दाट ताटव्यांनी गच्च भरलेले वाफे होते. उत्तमोत्तम जातीच्या गुलाबपुष्पांनी ते बहरलेले होते. फुलांमधला मध गोळा करण्यासाठी येणाऱ्या मधमाशांचा मंद गुणगुणाट त्या ताटव्यांमधून स्थिरपणे एका विशिष्ट लयीत कायम ऐकू येत असे. बागेच्या चौथ्या टोकाशी एक मोठा कडा सरळ खाली गेलेला होता. त्या कड्याच्या तळाशी, समोर समुद्र पसरलेला होता. समुद्राच्या मुलायम लाटा कड्याच्या पायथ्याशी येत आणि त्यावर मृदूपणे आदळत मंद

खळाळता आवाज करीत.

बागेमधून कड्यापलीकडे असलेल्या समुद्राचं दृश्य दिसत नसे. खरं तर बागेतून बाहेरच्या जगातल्या कोणत्याच गोष्टीचं दर्शन होत नसे. बारा फूट उंचीच्या कंपौंड भिंतीवरलं आकाश नि त्यात असलेले ढगच तेवढे काय ते बागेतून दिसत असत. अतिशय खासगी स्वरुपाच्या त्या स्थावरीच्या चौथ्या बाजूला एक टुमदार बंगला बांधलेला होता. त्या बंगल्याच्या दुसऱ्या मजल्यावर असलेल्या दोन बेडरुम्समधूनच फक्त बाहेरचं जग दिसू शकत असे. त्या प्रशस्त खोल्यांमधून, कड्यापलीकडे पसरलेल्या अथांग सागराच्या निळ्यानिळ्या पाण्याचं विलोभनीय दृश्य दिसत असे. शेजारच्या बंगल्यांच्या वरच्या मजल्यावरच्या खोल्यांच्या खिडक्या नि त्यांच्या सभोवतालच्या बागांमधल्या झाडांचे शेंडे दिसत असत. त्या बंगल्याच्या दुहीबाजूंना असलेल्या इतर घरांसभोवतालच्या बागांमध्ये सदाहरित असे भूमध्य प्रदेशांमध्ये आढळणारे ओक वृक्ष, देवदार आणि ताडवृक्ष आणि सूचिपर्ण वृक्ष होते. क्वचित कुठे नारळाचं एखादं डौलदार झाड होतं.

खासगी स्थावरीत असलेला तो टुमदार बंगला अगदी अत्याधुनिक बांधणीचा होता. दागिन्यांच्या सुबक लांबट पेटीसारखी त्याची रचना होती. मात्र अलंकारविरहित, रिकाम्या रत्नमंजुषेसारखी त्याची अवस्था होती. बंगल्याचा दर्शनी भाग बागेकडे तोंड करून असा होता. तो गुलाबी रंगानं रंगवलेला होता. मध्यभागी भल्यामोठ्या काचा असलेलं प्रवेशद्वार होतं. त्याच्या दुतर्फा काचेच्या जाळ्या लावलेल्या दोन दोन खिडक्या होत्या. प्रवेशद्वाराच्या बाहेर फिकट हिरव्या रंगाच्या चकचकीत ग्लेझ्ड टाईल्स बसवलेल्या होत्या. या टाईल्सनीच तयार केलेला एक अरुंद रस्ता बंगल्याच्या प्रवेशद्वारापासून निघून बाहेरच्या बागेतल्या हिरवळीपर्यंत जात तिच्याशी एकरूप झालेला होता. प्रवेशद्वारातून आत प्रवेश केल्यावर एक मोठा चौरस हॉल होता. बंगल्याची मागची बाजू थेट दर्शनी बाजूसारखीच होती. धुळीनं भरलेल्या एका कच्च्या रस्त्यापासून काही यार्डस् आत अशी बंगल्याची पिछाडी होती. मात्र पाठीमागच्या भागात असलेल्या चार खिडक्यांना जाड लोखंडी गज बसविलेले होते आणि त्यांच्या मध्यभागी असलेला जाड नि मजबूत दरवाजा ओक वृक्षाच्या टणक लाकडापासून बनविलेला होता. तळमजल्याच्या बैठकीच्या हॉलला लागून एक आटोपशीर किचन होतं. त्याच्या एका बाजूच्या भिंतीपलीकडे टॉयलेट होतं. तिथं बाथरूम मात्र नव्हती. बंगल्याच्या वरच्या मजल्यावर मध्यम आकाराच्या दोन बेडरूम्स होत्या. असं एकंदर त्या बंगल्याच्या अंतर्भागाचं स्वरुप होतं.

पाठीमागच्या कच्च्या रस्त्यावरून धूळ उडवीत आलेल्या एका मोटारीच्या इंजिनाच्या आवाजानं त्या दुपारी वातावरणात असलेल्या सुस्त शांततेचा भंग केला. ती मोटार त्या बंगल्याच्या समोर येऊन थांबली. मोटारीचं दार उघडल्याचा नि

धाडकन् बंद झाल्याचा मंद आवाज आला. मग घरघराट करीत मोटार पुढे निघून गेली. काही क्षणांनी बंगल्यामधली डोअरबेल दोनदा वाजली. स्विमिंगपूलच्या काठाजवळ पडलेल्या त्या नग्न माणसानं थोडी सुद्धा हालचाल केली नाही; पण निघून गेलेल्या मोटारीच्या आवाजानं आणि बंगल्याच्या अंतर्भागात दोन वेळा घुमलेल्या घंटीमुळे क्षणभरच त्यानं आपले डोळे ताठ उघडले. वन्य श्वापदाच्या तिखट कानांनी टिपावेत तद्वत् त्याच्या पापण्यांनी ते आवाज जणू टिपले होते आणि आपण कुठे आहोत, आठवड्यातला तो कोणता वार आहे, तारीख कोणती आहे नि त्यावेळी किती वाजले आहेत, या सगळ्या गोष्टींची त्या माणसाला तात्काळ जाणीव झाली. त्यानं ऐकलेले आवाज त्याच्या नित्य परिचयाचे होते. त्यांची ओळख पटताच बारीक करडे केस असलेल्या त्याच्या पापण्या गुंगीत पुन्हा मिटल्या गेल्या. फिकट निळ्या छटेचे, पारदर्शी नि अंतर्मुख वाटणारे त्याचे डोळे त्यांच्याखाली झाकले गेले. आपले पातळ, कठोरसे दिसणारे ओठ विलग करीत, जबडा वासत त्यानं एक मोठी जांभई दिली. त्यामुळे त्याच्या तोंडात लाळ आली. ती त्यानं गवतात थुंकली आणि तो वाट पाहू लागला.

बंगल्याचं बागेकडे असलेलं काचेचं दार उघडलं गेलं आणि एक तरुण मुलगी बाहेर आली. तिच्या खांद्यावर एक छोटी स्ट्रिंग बॅग लटकत होती. त्या तरुणीनं अंगात पांढरा सुती शर्ट आणि निळ्या रंगाचा आखूड स्कर्ट घातलेला होता. हिरवळीकडे गेलेल्या फिकट हिरव्या रंगाच्या टाईल्सच्या अरुंद रस्त्यावरून दमदार पावलं टाकत त्या रस्त्याच्या टोकाला असलेल्या हिरव्या लॉनवर ती पोहोचली. खालच्या मऊमुलायम गवतातून चालत स्विमिंगपूलच्या काठाशी पडलेल्या त्या नग्न माणसाच्या दिशेनं ती निघाली. त्याच्यापासून काही यार्डांवर पोहोचताच ती थांबली. खांद्यावरची स्ट्रिंग बॅग खालच्या गवतात टाकत तिनं खाली बसकण मारली. धुळीनं माखलेले, पायातले हलक्या प्रतीचे बूट तिनं काढले. मग उठून शर्टची बटणं काढत तो तिनं अंगातून काढला. त्याची नीट घडी घातली नि तो स्ट्रिंग बॅगजवळ ठेवला.

शर्टखाली त्या तरुणीनं कोणतंही अंतर्वस्त्र घातलेलं नव्हतं. तिची त्वचा रापलेली असली, तरी तिच्यावर एकप्रकारची तकाकी होती. तिचे खांदे रुंद होते आणि स्तन उन्नत, भरीव नि पुष्ट होते. उत्तम आरोग्याची सारी लक्षणं तिच्या देहावर दिसत होती. आपल्या स्कर्टच्या बाजूवर असलेली बटणं काढण्यासाठी ती खाली वाकली, तेव्हा तिच्या खाकेतले मऊ, पिंगट केस क्षणभर दृश्यमान झाले. बटणं काढून तिनं स्कर्ट काढून गवतात टाकला. आत तिनं निळ्या रंगाची, तोकडी विरविरीत स्विमिंग पँटी घातलेली होती. अंगातले कपडे उतरवल्यामुळे तिचा घाटदार देह उघडा झाला. ती शेतकऱ्याची मुलगी होती. शेतांमध्ये उघड्या हवेत

कष्ट केल्यामुळे तिचं शरीर कणखर बनलं होतं. तिचे नितंब पृथुल होते, मांड्या नि पोटऱ्यांचे स्नायू बळकट होते. अंगमेहनत करीत असल्यानं तिचा बांधा सौष्ठवपूर्ण झालेला होता नि तिच्या देहावर उत्तम आरोग्याचं तेज तळपत होतं.

खाली वाकून बरोबर आणलेल्या स्ट्रिंग बॅगमधून सोडावॉटरची एक जुनी बाटली त्या तरुणीनं बाहेर काढली. तिच्यात कसलातरी दाट, रंगहीन द्रव होता. ती बाटली घेऊन ती तरुणी त्या माणसाजवळ गेली आणि गुडघे टेकून गवतात त्याच्याजवळ बसली. बाटलीतलं गुलाबाच्या सुगंधाचं ऑलिव्ह तेल तिनं त्या माणसाच्या खांद्यांच्या मध्यभागी असलेल्या खळगीत ओतलं आणि बाटली बाजूला ठेवून, एखाद्या पियानोवादकाप्रमाणे आपल्या लांबसडक बोटांनी तेल पसरवत, त्याच्या मानेचे स्नायू चोळण्यास तिनं सुरुवात केली. ते चोळून झाल्यावर त्याचे फुगीर नि बलिष्ट खांदे ती चोळू लागली. त्याच्या उघड्या अंगावरून तिची बोटं सफाईनं फिरू लागली. खांदे चोळल्यावर त्याची कणखर पाठ ती चोळू लागली. आपल्या अंगठ्यांच्या नि बोटांच्या दाबाखाली त्याच्या पाठीचे स्नायू मोकळे करीत ती मसाज करू लागली.

मालिश करायचं ते काम अतिशय कष्टाचं होतं. त्यात खाली पसरलेला तो माणूस कमालीचा आडदांड नि ताकदवान होता. त्याच्या देहातले स्नायू पिळदार, भरीव नि लोखंडाच्या कांबीसारखे बळकट होते. आपल्या अंगातली सारी शक्ती पणाला लावून आडमाप देहाच्या त्या माणसाचं मालिश ती करीत असे; पण सगळा जोर लावून सुद्धा त्याचे कणखर स्नायू तिच्या बोटांच्या दाबाखाली हवे तसे फिरत नसत. त्यासाठी तिला भरपूर मेहनत घ्यावी लागे. त्याचा टणक देह चोळता चोळता ती घामानं निथळू लागे. त्याच्या सबंध शरीराचं मालिश संपवल्यावर तिला इतका प्रचंड थकवा येई, दमछाक होऊन ती इतकी घामाघूम होऊन जाई, की तो सारा शीण घालविण्याकरिता स्विमिंग पूलच्या पाण्यात उडी घेऊन जरा वेळ पोहून आपलं अंग ती मोकळं करीत असे. मग पाण्याबाहेर येऊन एखाद्या वृक्षाच्या अगर आडोशाच्या सावलीत विसावा घेत, तिला घेऊन जाण्यासाठी येणाऱ्या मोटारीची वाट पाहात श्लांतक्लांत अवस्थेत ती पडून राहात असे. ती इतकी थकून जात असे, की तिला झोप लागून जाई. मालिश करण्याचं ते काम इतकं कष्टप्रद नि दमवणारं होतं.

ती व्यावसायिक मसाजिस्ट म्हणजे मालिश करणारी होती. कुस्ती खेळणारे पेहलवान, फुटबॉल खेळणारे खेळाडू आणि व्यायामाची आवड असणारे शौकीन अशा अनेक प्रकारच्या माणसांचं मालिश करताना तिचं मन का कुणास ठाऊक, पण तऱ्हेतऱ्हेच्या विचित्र भयानं ग्रासून जात असे. मालिश करताना त्याच्या भल्यामोठ्या पाठीवरून तिची बोटं यांत्रिकपणे फिरत असत. त्याच्या आडमाप

देहाबद्दल नि कसलेल्या बळकट स्नायूंबद्दल तिला नवलपूर्ण भीती वाटे. प्रचंड ताकद असलेलं इतकं कमावलेलं पिळदार शरीर तिनं त्यापूर्वी कधी पाहिलं नव्हतं. त्या माणसाच्या रुंद खांद्याचे, त्याच्या मानेखालचे स्नायू तिला एखाद्या प्रचंड रानगव्यासारखे किंवा दुसऱ्या बलिष्ट, हिंस्त्र श्वापदासारखे वाटत. एवढा आडमाप, प्रचंड देह या माणसानं कसा कमावला असेल? तिच्या मनात येई. आणि कशासाठी?

मात्र त्याच्याबद्दल वाटणारी भीती तिच्या निर्विकार नि गंभीर चेहऱ्यावर किंवा दाट पापण्यांखाली असलेल्या काळ्याभोर डोळ्यांमध्ये कधीच दिसून येत नसे; पण त्याचे असाधारण फुगीर स्नायू बोटांनी रगडताना, प्राणभयानं दडून बसलेल्या नि थरथर कापणाऱ्या एखाद्या असहाय्य वन्य प्राण्याप्रमाणे तिच्या मनाची अवस्था होऊन जाई. तिच्या हृदयाची धडधड अचानक वाढे नि नाडीचे ठोके जलद पडू लागत...

गेली दोन वर्षं या आडदांड देहाच्या माणसाचं मालिश ती करीत होती. ते करताना आपल्याला या माणसाबद्दल भय नि तिटकारा का वाटतो, याबद्दल तिला नेहमीच नवल वाटून राहिलं होतं. त्याच्याबद्दल मनात येणाऱ्या उलटसुलट विचारांचं विश्लेषण करण्याचा प्रयत्नही ती करीत असे. वास्तविक, या गोष्टीचा तिच्या व्यवसायाशी काहीही संबंध नव्हता. वेळीच झटकून त्या तिला सहज मनावेगळ्या करता आल्या असत्या; पण आपल्या ग्राहकांचं मालिश करीत असताना तिच्या मनात विचारांचे विविध तरंग उठत असत. काही ग्राहकांचं मालिश करताना तिची कामवासना उफाळून येई. त्याचे वेगवेगळे अवयव चोळताना ती कामोद्दीपित होऊन जात असे. मात्र या माणसाच्या बाबतीत तिच्या मनात तसे विचार कधीही आले नव्हते; कारण या माणसाचा सारा नूरच पार वेगळा होता. सर्वसामान्य माणसापेक्षा हा माणूस सर्वस्वी निराळा होता.

चोळता चोळता तिचं लक्ष त्याच्या डोक्याकडे गेलं. बळकट स्नायू असलेल्या गर्दनीवरल्या त्या गोलाकार डोक्यावरले तांबूस सोनेरी केस दाट नि कुरळे होते. मात्र ते मस्तकाशी अगदी सपाट होते– एखाद्या उत्तम कारागिरी केलेल्या पुतळ्याच्या किंवा गाजलेल्या शिल्पाकृतीच्या डोक्यावर असतात, तसे! केसांच्या कुरळ्या बटा जणु एकमेकींशी विणून घट्ट बसवाव्यात तशा होत्या. डोक्याच्या पुढच्या भागात मोठे नि दाट असलेले केस मानेच्या पाचव्या मणक्यापर्यंत पोहोचेस्तोवर बारीक झालेले नि शेवटास एका सरळ रेषेत कापलेले होते.

चोळता चोळता ती मुलगी थांबली आणि थोडा विसावा घेण्याकरिता बूड टेकून गवतात बसली. तिच्या देखण्या स्तनांवर घामाचे थेंब डंवरून आले होते नि सूर्यप्रकाशात ते चमकत होते. तिची भरीव वक्षस्थळं त्यामुळे अधिकच तुकतुकीत दिसत होती. आपला उजवा हात कपाळाशी नेत, त्याची मनगटापासून कोपरापर्यंतची

मागची बाजू, त्यावरून फिरवत तिनं कपाळावरला घाम निपटला. मग तेलाची बाटली उचलून त्यातलं अंदाजे मोठा चमचाभर तेल तिनं त्या माणसाच्या माकडहाडावर ओतलं. बाटली बाजूला ठेवून आपल्या दोन्ही हातांची बोटं तिनं त्याच्या कमरेखालच्या भागावर रोवली आणि दाब देऊन मसाज करीत ती हळूहळू खाली जाऊ लागली. कमरेवरून धावणारी, बारीक सोनेरी केसांच्या लवीची एक रेघ त्याच्या पार्श्वभागाच्या दोन्ही जबरदस्त नि फुगीर उंचवट्यांच्यामधून खालच्या पोकळीत गेली होती. दुसऱ्या एखाद्या सामान्य आणि देखण्या माणसाच्या बाबतीत अशा भागाचं मालिश करताना तिच्यामध्ये एक अननुभूत उत्तेजना येत असे. त्यात तिला एक प्रकारचं अपूर्व समाधान नि आनंद वाटत असे; पण या माणसाच्या बाबतीत मात्र तो भाग चोळताना तिला पशुतुल्य घृणा वाटे; कारण हा माणूस एखाद्या हिंस्त्र नि माजलेल्या वन्य जनावरासारखा रासवट होता. नव्हे, थंडपणे सरपटत जाणाऱ्या एखाद्या जहाल विषारी सापासारखा तो घातकीच भासत असे... पण सापाच्या अंगावर कधी केस नसतात. तिच्या मनात आलं. काहीही असो, पण हा माणूस तिला सापाइतकाच भयंकर वाटत होता. याला अर्थातच तिचा काही इलाज नव्हता. त्याच्या पार्श्वभागाच्या दोन्ही फुगीर नि गलेलठ्ठ उंचवट्यांवर तिनं आपले हात सरकवले आणि ते मांसल भाग चोळण्यास तिनं सुरुवात केली. चोळताना शरीराच्या या भागापर्यंत ती पोहोचली, की तिच्या इतर गिऱ्हाईकांच्या बाबतीत बरेच वेळा तिला निराळा अनुभव येत असे. विशेषत: अगदी तरुण नि त्यातल्या त्यात फुटबॉल खेळाडूंच्या बाबतीत तर असा अनुभव तिला हमखास येईच. अशा एखाद्या तरुणाची मालिश करता करता ती त्याच्या पार्श्वभागापर्यंत पोहोचली, की तो तिच्याशी सलगी साधण्याचा प्रयत्न करीत असे. तिची चेष्टामस्करी करण्यास तो सुरुवात करी. तिला चावट विनोद सांगे. तिने त्याच्याकडे दुर्लक्ष केलं, तरी तो तिचा पाठपुरावा करीत राही. आणि एखाद्या गाफील क्षणी तिला रतिक्रीडेचं आव्हान देऊन टाकी. मात्र तो प्रस्ताव जर तिला आवडला नाही, तर आपल्या ताकदवान अंगठ्यांनी त्याच्या सायटिक शिरा ती इतक्या जोरानं दाबी, की त्याला ब्रह्मांडच आठवत असे. सगळी ताकद लावून ती त्या शिरांवर असा काही दाब देत असे, की त्या वेदनेनं तो पुरता हतबल होऊन जाई. मग उरलेलं मालिश निमूटपणे करून घेऊन आल्या वाटेनं तो मुकाट निघून जाई...! पण कधी कधी एखादा देखणा तरुण तिचं गिऱ्हाईक असला, नि तो तिला मनापासून आवडला, तर त्याच्या सूचक आवाहनाला ती प्रतिसाद देत असे. अशा वेळी सुरुवातीला त्या दोघांमध्ये प्रथम चेष्टामस्करी नि हास्यविनोद होत. मग तो पुढाकार घेई नि थोडीशी मजेदार दंगामस्ती दोघांमध्ये होई. त्या दंगामस्ती दरम्यान त्याच्या हातांचा तिच्या शरीरावर जागोजाग स्पर्श होत असे.

तिच्या देहाच्या मांसल भागांवर तो गुदगुल्या करी. नंतर दोघांमध्ये उत्तेजक छेडछाड होई नि सरतेशेवटी आपला देह ती खुषीनं त्या तरुणाच्या स्वाधीन करीत असे आणि मग दोघंही शरीरसुखाचा आनंद मनमुरादपणे उपभोगत असत. मात्र असे प्रसंग तिच्या आवडीनं नि संमतीनंच साजरे होत असत...!

तथापि, या माणसाच्या बाबतीत मात्र सगळाच मामला अगदी वेगळा होता. केवळ वेगळाच नव्हे, तर पार उलटा होता. मालिशच्या अगदी पहिल्या दिवसापासूनच त्याचा देह तिला अचेतन मांसाच्या एखाद्या भल्या मोठ्या ढिगासारखा भासला होता. त्याच्या हालचालींमध्येही एक प्रकारचा थंड निर्बुद्धपणा होता. गेल्या दोन वर्षांमध्ये तो तिच्याशी एक शब्दही बोलला नव्हता. त्याची मान, पाठ नि शरीराचा बाकीचा पार्श्वभाग चोळल्यानंतर कुशीवरून वळत तो जेव्हा उताणा होई, तेव्हा त्याच्या डोळ्यांनी अथवा शारीरिक हालचालींनी त्यानं कधीही तिच्यात थोडं सुद्धा स्वारस्य दाखवलं नव्हतं. त्याच्या देहाचा पाठीमागचा भाग चोळून झाल्यावर त्याच्या खांद्यावर आपली बोटं टकटकवत ती त्याला खूण करीत असे. तिनं तशी खूण केली, की कुशीवर वळत तो उताणा होत असे आणि डोळे अर्धवट उघडून वर दिसणाऱ्या आकाशाकडे बघत राहात असे. क्वचित केव्हा तरी आपला रुंद जबडा उघडून एखादी दीर्घ जांभई तो देत असे. बस्स! त्याच्याकडून फक्त एवढ्याच मानवी प्रतिक्रिया व्यक्त होत असत. तो जिवंत असल्याच्या त्या त्रोटक खुणा होत्या.

ती तरुणी जागची थोडी हलली आणि त्याचा उजवा पाय चोळत चोळत तळपायापर्यंत पोहोचली. मग त्याच क्रमानं तिनं त्याचा डावा पाय चोळला. डाव्या पायाच्या तळव्यापर्यंत पोहोचल्यावर तिनं नजर वर करीत त्या माणसाच्या कमावलेल्या देहाकडे पाहिलं. रापलेली तांबूस त्वचा, रुंद खांद्यावर दिसणारे वांगाचे तांबूस नारिंगी ठिपके आणि फुगीर पीळदार स्नायू असलेल्या या मर्दानी शरीराचं बाह्य स्वरुप आकर्षक असलं, तरी या सुंदर शरीराच्या आत एक सैतान तर दडलेला नसेल? तिच्या मनात आलं...

त्याच्या देहाच्या मागल्या भागाचा मसाज संपवल्यावर ती तरुणी उठून उभी राहिली. दोन-तीन वेळा आपलं डोकं डावी उजवीकडे वळवून आपले खांदे तिनं ताणले. मग हात लांब पसरत त्यांना ताण दिला नि ते डोक्यावर उभे धरले. रक्तप्रवाह उलट दिशेनं खाली येऊन हातांना थोडा आराम वाटावा म्हणून काही क्षण तिनं ते तसेच उभे ताणून धरले. मग जराशानं खाली आणले. नंतर आपल्या स्ट्रिंग बॅगपाशी जात तिच्यातून एक लहान टॉवेल काढून आपल्या चेहऱ्यावरचा घाम तिनं पुसला. घामानं निथळणारी वक्षस्थळं टिपली आणि हलके हलके आपलं सबंध शरीर पुसून काढलं. आपल्या देहावरचा घाम पुसून ती पुन्हा त्या माणसाकडे वळली तोवर

तो उताणा झाला होता. एका हाताच्या तळव्यावर आपलं मस्तक ठेवून तो आकाशाकडे शून्यपणे बघत होता. आपला दुसरा हात त्यानं हिरवळीवर लांब पसरला होता नि पुढल्या मालिशची तो वाट पाहात होता. त्याच्याजवळ जात ती तरुणी गुडघ्यांवर बसली. बाटलीतलं थोडं तेल घेऊन तिनं आपल्या हातांच्या तळव्यांना फासलं आणि मग त्या माणसाचा लांब पसरलेला हात उचलून त्याची जाडजूड बोटं ती चोळू लागली.

सोनेरी कुरळ्या, दाट केसांच्या मस्तकाखाली असलेल्या त्याच्या तांबूस करड्या चेहऱ्यावरून तिनं नर्व्हसपणे नजर फिरवली. तांबूस फुगीर गाल, थोडंसं वरच्या बाजूला वळलेलं नाक, गोलाकार हनुवटी असं त्या चेहऱ्याचं वरवरचं स्वरुप तसं आकर्षक होतं; पण अधिक जवळून निरीक्षण केलं, तर तोच चेहरा क्रूर नि भीतिदायक वाटायचा. हीच त्याची विचित्र खुबी होती. वर वळलेलं नाक रानडुकराच्या फेंदारलेल्या नाकपुड्यांसारखं भासायचं. शून्यात बुडालेले फिकट निळे डोळे प्रेतागारातल्या प्रेतासारखे भेसूर दिसायचे आणि घट्ट मिटलेले पातळ ओठ अधिकच क्रूर वाटायचे. एखादी सुंदर चिनी बाहुली कुणीतरी घ्यावी आणि विचित्र रंगांनी ती रंगवून तिचं रूप भीतीदायक करून टाकावं, असं काहीसं या माणसाचं स्वरुप होतं. त्याच्या फुगीर, पीळदार शरीराच्या त्याच्या आकर्षक देहाच्या मागे एखादा राक्षस दडलेला असावा तसं!

मसाज करणाऱ्या त्या तरुणीनं त्याचे दोन्ही हात नि भलेथोरले बलिष्ट दंड चोळले. एवढा आडदांड देह, इतके पोलादी स्नायू आणि इतकी प्रचंड ताकद या माणसानं कशासाठी कमावली असेल?– मालिश करताना तिच्या मनात येत होतं. मुष्टियुद्ध खेळणारा बॉक्सर किंवा कुस्ती खेळणारा मल्ल होता का तो? एवढ्या आडमाप देहाचा नि अफाट शक्तीचा उपयोग तो कशासाठी करीत होता?... ज्या बंगल्यामध्ये तो राहात होता, तो पोलिसांचा आहे, अशी वदंता तिनं ऐकली होती. बंगल्यामध्ये असलेले दोन पुरुष नोकर बंगल्याची देखभाल नि स्वयंपाक करायचं काम करीत असत; पण बहुधा ते नक्कीच तिथले रक्षक होते. ज्याचं मालिश ती करीत होती, तो माणूस प्रत्येक महिन्यातले काही दिवस अगदी नियमितपणे कुठेतरी बाहेर जात असे. त्या विशिष्ट दिवसांमध्ये तिनं तिथं येऊ नये, अशी पूर्वसूचना तिला नेहमी दिली जात असे. कधी एखादा आठवडा, दोन आठवडे किंवा कधी कधी एखादा महिनाभर सुद्धा तिला त्या ठिकाणी यावं लागत नसे. असाच एकदा काही दिवस बाहेर राहिल्यानंतर तो माणूस जेव्हा परतला होता, तेव्हा त्याच्या मानेवर आणि देहाच्या वरच्या भागावर बऱ्याच ठिकाणी ओरखाडे नि लहान लहान जखमा झालेल्या तिला आढळल्या होत्या. आणखी दुसऱ्या एका प्रसंगी त्याच्या छातीवर, हृदयाच्या वर असलेल्या फासळीवर, लावलेल्या सर्जिकल प्लॅस्टरखाली भरत

आलेल्या जखमेचा एक मोठा व्रण तिला दिसला होता. त्याबद्दल त्याला विचारण्याची किंवा गावात अथवा हॉस्पिटलमध्ये त्यासंबंधी चौकशी करण्याची तिची हिंमत झाली नव्हती. त्या माणसाची मालिश करण्याच्या कामासाठी तिला या बंगल्यात अगदी पहिल्या वेळी आणण्यात आलं होतं, तेव्हा तिथल्या नोकरानं तिला ताकीदवजा सूचना दिली होती, ''इथे तुला जे काही दिसेल किंवा पाहशील, त्याबद्दल बाहेर कुठेही वाच्यता केलीस, तर लक्षात ठेव. तुरुंगाची हवाच खावी लागेल.'' मसाज करण्याच्या कामाव्यतिरिक्त ती एका हॉस्पिटलमध्ये काम करीत असे. तिथल्या चीफ सुपरिंटेंडेंटनं– ज्यानं तिला पूर्वी कधीही पाहिलं सुद्धा नव्हतं, तिला आपल्या ऑफिसमध्ये बोलावून घेतलं होतं आणि त्यानं सुद्धा तिला हेच सांगितलं होतं– कुठे काही बोललीस, तर सरळ तुरुंगात जावं लागेल. त्यामुळे या माणसाचा मसाज करण्यासाठी ती जेव्हा जेव्हा या बंगल्यावर येत असे, तेव्हा तिचं मन भयभीत होऊन जाई नि ती नर्व्हस होत असे. या सगळ्या मामल्याचा संबंध स्टेट सिक्युरिटीशी आहे नि म्हणूनच त्याबद्दल एवढी गुप्तता पाळली जाते, याची तिला जाणीव होती. ते काहीतरी सरकारी गुपित होतं आणि या माणसाच्या आडमाप देहाआड जणु ते दडलेलं होतं. या अवाढव्य नि प्रचंड शरीराच्या माणसाचा आपल्याला मनोमन जो तिरस्कार वाटतो, त्याच्याविषयी आपल्याला जे भय वाटतं, त्याचं कारण बहुधा हेच असावं. कधी कधी तिच्या मनात येई...

मनात उलट सुलट विचारांची आवर्तनं उठत असताना त्या तरुणीची ताकदवान बोटं त्या माणसाचे अतिरुंद नि भलेभक्कम असे खांदे चोळत होती. ते चोळत असताना अस्वस्थ करणारं भयाचं सावट पुन्हा एकदा तिच्या मनावर आलं. अचाट शक्ती असलेला हा आडदांड माणूस ज्या गुप्तखात्याच्या अखत्यारीखाली काम करीत असेल, त्याचा प्रमुख कोण असेल? त्यानं जर या माणसाला हुकूम दिला, तर कुणी सांगावं, हा आपलं सुद्धा काही बरंवाईट करून टाकेल!... उरात धडकी भरवणारा हा विचार मनात येताच भयामुळे आपले डोळे तिनं गच्च मिटून घेतले. आणि पुन्हा चटकन उघडले. याच्या ते लक्षात तर आलं नाही? डोळे घट्ट मिटून घेताना यानं आपल्याला पाहिलं तर नाही? तिच्या मनात आलं; पण तो आपल्या थंड डोळ्यांनी आकाशाकडे शून्यपणे बघत होता. ते बघून तिला हायसं वाटलं. त्याचं लक्ष तिच्याकडे नव्हतंच.

आणखी थोड्या वेळातच त्याच्या देहाच्या पुढल्या भागाचं मालिश तिनं संपवलं. आता फक्त तोंडाची, चेहऱ्याची मालिश तेवढी बाकी राहिली होती. म्हणून बाटली उचलून थोडंसं तेल तिनं आपल्या तळहातावर ओतून घेतलं. हाताच्या तळव्यांना ते फासत त्याच्या बंद डोळ्यांच्या खोबण्यांवर तिनं हात ठेवले. त्याचवेळी–

बंगल्याच्या आतून घणघणणाऱ्या टेलिफोनच्या घंटीचा आवाज ऐकू येऊ

लागला. त्यासरशी तिचा हात झिडकारून तो माणूस तट्कन उठून एका गुडघ्यावर– पिस्तुलाच्या इशाऱ्याची वाट पाहणाऱ्या धावपटूसारखा– ओणावून बसला. मात्र तो जागचा हलला नाही. कानोसा घेत तसाच बसून राहिला. काही क्षणांनी टेलिफोनच्या घंटीचा आवाज बंद झाला. कुणीतरी फोन उचलला होता. मग बंगल्यामधून काहीतरी संभाषण चालू असावं, तसे कुणाचे तरी अस्पष्ट शब्द बाहेर बागेपर्यंत ऐकू येऊ लागले. ते संभाषण नेमकं काय चाललं आहे, हे त्या तरुणीला नीट ऐकू येत नव्हतं; पण बंगल्यामध्ये फोन उचलणारा कुणाकडून तरी सूचना घ्याव्यात, तसा अगदी अदबीनं, मृदू आवाजात बोलत होता. काहीच क्षणांमध्ये ते बोलणंही थांबलं. नंतर बागेकडे उघडणारं काचेचं दार लोटून एक नोकर बाहेर आला. बोटांनी खूण करून– मालिश करून घेत असलेल्या त्या माणसाला– त्यानं बंगल्यात बोलावलं आणि वळून तो परत आत निघून गेला. त्या नोकरानं खूण करता क्षणीच तो नग्न माणूस उठून बंगल्याच्या दिशेनं धावायला सुद्धा लागला होता. काचेच्या दारातून झप्कन आत गेलेली त्याची पाठमोरी तांबूस आकृती त्या तरुणीला क्षणार्धात दिसत नाहीशी झाली. तो पुन्हा बाहेर येईस्तोवर आपण काहीही न करता इथे नुसते बसून आहोत– बहुधा, आतला कानोसा घेण्याचा प्रयत्न करीत आहोत– असं त्याला आढळलं तर ते चांगलं होणार नाही, असा विचार त्या मालिशवाल्या तरुणीच्या मनात आला. त्या विचारासरशी ती उठली. स्विमिंग पूलच्या काठाशी गेली. आणि आपला देह पुढे झोकून देत सफाईदारपणे तिनं पाण्यात देखणा सूर मारला. आडमाप शरीराच्या ज्या माणसाचा मसाज ती करीत होती, त्याच्या भीतीदायक व्यक्तिमत्त्वाबद्दल तिच्यामधल्या उपजत प्रवृत्तींनी तिला जाणीव करून दिलेली असली, तरी तो नेमका कोण आहे, हे तिला न कळणं हे तिच्या मन:शांतीच्या दृष्टीनं एक प्रकारे हितावहच होतं. कारण–

त्याचं खरं नाव होतं डोनोव्हन ग्रँट किंवा 'रेड ग्रँट'. (त्याच्या तांबूस सोनेरी केसांमुळे हे टोपण नाव त्याला मिळालं असावं.) पण गेली दहा वर्षे तो क्रान्सो ग्रॅनिट्स्की या नावानं वावरत होता. त्याचं 'कोड नेम' म्हणजे गुप्त टोपणनाव 'ग्रॅनिट' असं होतं.

रशियाच्या एम. जी. बी. या गुप्तचर खात्याच्या स्मेर्श (SMERSH) या शाखेचा तो 'चीफ एक्झिक्यूशनर' म्हणजे प्रमुख मारेकरी किंवा खुनी होता. स्मेर्श ही रशियन हेरखात्याची घातपात नि हत्या घडवून आणणारी एक तिखट संघटना होती. आणि आता या नेमक्या क्षणी मॉस्कोमधल्या 'एम. जी. बी.'च्या थेट टेलिफोन लाईनवरून त्याला काही महत्त्वाच्या सूचना दिल्या जात होत्या...

□

## २. मारेकरी

ग्रँटनं टेलिफोनचा रिसीव्हर क्रॅडलवर अगदी हळूच ठेवला आणि त्याच्याकडे शून्य नजरेनं तो पाहात बसला.

"तुम्ही आता ताबडतोब निघालेलं बरं!" त्याच्याजवळ उभा असलेला– बंदुकीच्या बुलेटसारखं तुळतुळीत डोकं असलेला– रक्षक त्याला म्हणाला.

"कामाचं स्वरूप काय आहे, याची काही कल्पना त्यांनी तुम्हाला दिली का?" रशियन भाषेत ग्रँटनं त्याला विचारलं. रशियन भाषा त्याला आता उत्तम बोलता येऊ लागली होती. फक्त त्याचे उच्चार थोडे जड येत असत. एरवी सोवियत रशियाच्या कोणत्याही बाल्टिक प्रांतामध्ये तिथला नागरिक म्हणून तो अगदी सहज खपून गेला असता. त्याचा आवाज मोठा असला, तरी बोलण्यात एक प्रकारचा शुष्कपणा होता. तो बोलू लागला, की एखाद्या पुस्तकामधला उतारा तो कोरडेपणानं वाचत आहे, असं वाटे.

"नाही." रक्षक उत्तरला, "मॉस्कोमध्ये तुमची तातडीनं गरज आहे, एवढंच फक्त त्यांनी फोनवर सांगितलं. तुम्हाला घेऊन जाण्यासाठी येणारं विमान तिकडून निघालंय. आणखी तासाभरात ते इथे पोहोचेल. साधारण अर्धा तास विमानात पेट्रोल भरायला लागेल. नंतर तुम्ही जर मधे खार्कोवला उतरलात, तर तीन किंवा चार तास लागतील. ते अर्थातच तुमच्या प्रवासाच्या कार्यक्रमावर अवलंबून राहील; पण मध्यरात्रीच्या सुमारास तुम्ही मॉस्कोला पोहोचाल. तेव्हा तुम्ही आता तुमचं आवरा आणि बॅग भरा. दरम्यान मी मोटार मागवून घेतो."

"हो, बरोबर आहे, तुझं म्हणणं." नर्व्हसपणे उठून उभा राहात ग्रँट म्हणाला, "पण एखादी महत्त्वाची मोहीम वगैरे आहे का याबद्दलदेखील त्यांनी काही सांगितलं नाही? हे समजलेलं असलं, की जरा बरं असतं. शिवाय, आपली ही टेलिफोन लाईन गुप्त आहे. कामगिरीची ओझरती सूचना त्यांना देता आली असती. नेहमी तसं करतात ते."

"पण यावेळी त्यांनी नाही काही सांगितलं." रक्षक उत्तरला.

हॉलमधून चालत, काचेचं दार लोटून ग्रँट बाहेर पडला आणि बागेतल्या हिरवळीवरून स्विमिंगपूलच्या दिशेनं निघाला. मालिश करणारी ती तरुणी त्याच्या काठावर, पाण्यात पाय सोडून बसलेली त्याला दिसली; पण तिच्याकडे पाहून न पाहिल्यासारखं त्यानं केलं. गवतात त्याच्या खासगी वस्तूंची रास करून ठेवलेली होती त्या ठिकाणी तो पोहोचला. खाली वाकून तिथे पडलेली कादंबरी त्यानं उचलली. त्याच्या व्यवसायामध्ये त्याला मिळालेली गौरवचिन्हं– सोन्याच्या भारी वस्तू, पदकं, बिल्ले– इत्यादी साऱ्या गोष्टी त्यानं उचलून घेतल्या आणि तो

बंगल्यात परतला. वरच्या मजल्याकडे जाणाऱ्या पायऱ्या चढून तो आपल्या बेडरूममध्ये पोहोचला. ती सुमारच होती.

त्या खोलीत फारसं सामान नव्हतं. तिथे एक लोखंडी पलंग होता. त्यावरल्या गादीवर घातलेली, चुरगळलेली चादर पलंगाच्या एका कडेवरून खाली लोंबकळत जमिनीवर लोळत होती. वेताची एक साधी खुर्ची, बिन रंगवलेलं कपडे ठेवायचं एक कपाट आणि पत्र्याचं बेसिन असलेला हलक्या प्रतीचा 'वॉश स्टँड' खोलीच्या एका कोपऱ्यात ठेवलेला होता. खोलीमधल्या जमिनीवर इंग्लिश आणि अमेरिकन मासिकांचे अंक जिकडे तिकडे पसरलेले होते. चकचकीत मुखपृष्ठं असलेली अश्लील सामुग्रीनं भरलेली पुस्तकं आणि हाणामारीच्या थरारक कथानकांनी ओतप्रोत भरलेल्या कादंबऱ्यांचे ढीग एका भिंतीपाशी, खिडकीखाली रचून ठेवलेले होते.

खाली वाकून ग्रँटनं पलंगाखालून एक जुनाट, डबडी, इटालियन फायबरची सूटकेस ओढून बाहेर काढली नि पलंगावर ठेवली. मग कपाट उघडून त्यातून साधेच; पण लाँड्रीतून नीट धुवून इस्त्री करून आणलेले, कपड्यांचे जोड काढून ते त्यानं सूटकेसमध्ये भरले. नंतर बाथरूममधे जाऊन गुलाबाच्या वासाचा, अटळ असलेला साबण लावून थंड पाण्यानं त्यानं घाईघाईनं आपलं अंग धुतलं. मग बाहेर येऊन पलंगावरली एक चादर ओढून तिनंच ते पुसून कोरडं केलं.

बाहेर रस्त्यावर एक मोटार येऊन थांबल्याचा आवाज आला. भुऱ्या रंगाचा, विटक्या कापडाचा, सूटकेसमध्ये भरलेल्या कपड्यांसारखाच, एक पोशाख काढून तो ग्रँटनं घाईघाईनं अंगावर चढवला. मनगटी घड्याळ पटकन बांधलं. जरूरीच्या काही इतर वस्तू पँटच्या खिशांमध्ये कोंबल्या आणि सूटकेस उचलून जिन्याच्या पायऱ्या भरभर उतरून तो तळमजल्यावर पोहोचला.

बंगल्याचं मागच्या बाजूचं दार सताड उघडं होतं. बाहेर रस्त्यावर एक जुनी डबडी 'झिस् सलून' मोटार उभी होती. तिच्या ड्रायव्हरशी, बंगल्यातले दोघं रक्षक हळू आवाजात, काहीतरी बोलत असल्याचं ग्रँटला दिसलं. 'ब्लडी फूल्स' त्यानं मनातल्या मनात त्यांना उद्देशून शिवी हासडली. (अजूनही तो आपल्या मूळ इंग्लिश भाषेमधूनच विचार करीत असे.) 'मी विमानामध्ये नीट बसतो की नाही, याची खात्री करून घ्यायला ते साले त्याला सांगत असावेत. मूर्ख साले! एखाद्या परदेशी माणसाला त्यांच्या या भुक्कड देशात रहावंसं तरी कसं वाटेल, एवढी साधी गोष्ट देखील यांच्या मथ्थड डोक्यांमध्ये शिरत नाही...' ग्रँटनं सूटकेस दाराबाहेरच्या पायरीवर ठेवली, तेव्हा त्या दोघा रक्षकांनी थंड, भेदक नजरांनी त्याच्याकडे तिरस्कारयुक्त दृष्टिक्षेप टाकले. किचनच्या दरवाजावर असलेल्या खुंटाळ्यावर काही कोट ओळीनं टांगलेले होते. त्यांच्यामधला एक निवडून ग्रँटनं तो अंगात घातला. नंतर दुसऱ्या एका खुंटाळ्यावरून त्यानं आपला 'गणवेश' काढला. तो सोवियत

सरकारी गणवेश होता. एक जुना विरलेला रेनकोट आणि काळ्या रंगाची सुती टोपी. तो गणवेश त्यानं अंगावर चढवला. मग दारात ठेवलेली सूटकेस उचलून, बंगल्याच्या दर्शनी पायऱ्या उतरून बाहेर रस्त्यावर थांबलेल्या मोटारीपाशी तो पोहोचला. मोटारीच्या दारापाशी ओठंगून उभ्या असलेल्या एका रक्षकाला मुद्दामच एक जोराची ढुशी मारून त्यानं बाजूला सारलं. आणि मोटारीचं दार उघडून आत शिरत ड्रायव्हरच्या लगत असलेल्या सीटवर तो बसला. मोटारीचं दार त्यानं खाड्कन लावून घेतलं.

दोघं रक्षक काही न बोलता दोन पावलं मागे सरकून उभे राहिले आणि जळजळत्या नजरांनी ग्रँटकडे पाहू लागले. साध्या पोशाखात असलेल्या ड्रायव्हरनं क्लचवरला पाय काढला, त्याबरोबर इंजिन धडधडत असलेली ती मोटार एकदम हलली आणि रस्त्यावरली धूळ उडवत वेगानं निघून गेली.

ग्रँटला राहण्यासाठी देण्यात आलेला टुमदार बंगला फेदोसिया आणि याल्टा यांच्यापासून साधारण निम्म्या अंतरावर, क्रिमिआच्या आग्नेय समुद्रतटावर वसलेला होता. रशियनांच्या एका आवडत्या पर्वतश्रेणीचा एक मोठा भाग या समुद्रतटावर गेलेला होता. या डोंगराळ पर्वतशृंखलेवर सोवियत सरकारची बरीच सुंदर निवासगृहं (म्हणजे रशियन भाषेत 'डाचा') होती. हा बंगला अशा विश्रामनिवासांपैकीच एक होता. आरामासाठी सुट्टीवर जाणाऱ्या सरकारी रशियन अधिकाऱ्यांना ही निवासगृहं दिली जात असत. मॉस्को शहराच्या सीमेवरल्या एखाद्या सुनसान नि उदासवाण्या घरात न ठेवता आपली राहण्याची व्यवस्था त्या सुंदर समुद्रकिनारपट्टीवरल्या खास निवासगृहात केली गेली आहे, याची रेड ग्रँटला जाणीव होती. रशियनांकडून त्याला मिळालेली ही एक विशेष अशी सवलतच होती. 'त्या लोकांनी आपल्याला खरोखरच जास्तीत जास्त आरामात ठेवण्याचा प्रयत्न केला आहे.' मोटार डोंगराळ प्रदेशातल्या चढणीच्या रस्त्यानं धावत असताना ग्रँटच्या मनात विचार तरंगत होता. मात्र सुंदर हवेच्या अशा ठिकाणावर त्याला ठेवण्यामागे रशियनांचा दुसराही एक अंतस्थ हेतू आहे, हे पण त्याला ठाऊक होतं. या कावेबाज रशियनांचं धोरण दुटप्पी होतं. चेहरा एक नि मुखवटा एक!

सिम्फेरोपोल इथं असलेल्या विमानतळापर्यंतचं पंचेचाळीस मैलांचं अंतर कापायला त्या मोटारीला एक तासाचा अवधी लागला. त्या रस्त्यावर इतर दुसऱ्या मोटारींची किंवा वाहनांची रहदारी अशी नव्हतीच. आसपासच्या द्राक्षांच्या मळ्यांवरली एखाद दुसरी बैलगाडी अधूनमधून दिसत होती; पण लांबून वेगानं येत असलेल्या मोटारीचा हॉर्न ऐकू येताच ती पट्दिशी रस्त्याच्या कडेच्या खाचखळग्यांमध्ये उतरून मोटारीला वाट करून देत होती. मोटार म्हटली, की ती सरकारीच असणार, आणि तिच्यामधून जाणारा सरकारी अधिकारी म्हणजे तर मूर्तिमंत धोकाच असतो,

ही वस्तुस्थिती सबंध रशियाभरातल्या नागरिकांना अगदी पक्की ठाऊक होती.

रस्त्याच्या दुतर्फा सगळीकडे गुलाबांच्या ताटव्यांचे लांबच्या लांब पसरलेले पट्टे होते. एक मळा द्राक्षवेलींचा, तर एक गुलाबाच्या फुलांचा! असं दृश्य सबंध रस्ताभर दिसत होतं. मळ्यांची कुंपणं सुद्धा गुलाबाच्या ताटव्यांपासूनच बनविलेली होती. विमानतळ जवळ आला, तेव्हा तर गुलाबांनी व्यापलेलं प्रचंड मोठं वर्तुळाकार असं चक्क एक शेतच्या शेतच दिसू लागलं. त्या शेतात निरनिराळ्या जातीच्या पांढऱ्या गुलाबांच्या पार्श्वभूमीवर तांबड्या गुलाबांच्या ताटव्यांची लावणी अशा खुबीनं केलेली होती. त्यांचा आकार प्रचंड मोठ्या अशा लाल ताऱ्यासारखा बनला होता. सभोवतालच्या वातावरणात गुलाबाच्या फुलांचा उग्र गंध पसरला होता. जिकडे तिकडे दिसणारे गुलाब पाहून ग्रँट विटला होता. गुलाबफुलांच्या उग्र, तिखटगोड अशा वासामधून आपली सुटका होऊन आपण कधी एकदाचे मॉस्कोला जाऊन पोहोचतो, असं त्याला होऊन गेलं होतं.

नागरी विमानतळाच्या प्रवेश फाटकातून त्यांच्या मोटारीनं आत प्रवेश केला. लष्करी विमानतळ नागरी विमानतळालगतच होता. फक्त ते दोन्ही विमानतळ विभागणारी सुमारे मैलभर लांबीची एक उंच भिंत मधे होती. त्या भिंतीलगतच्या रस्त्यानं त्यांची मोटार पुढे गेली. काही अंतर काटल्यानंतर समोर भक्कम तारांचं एक मोठं फाटक लागलं. लष्करी विमानतळाची हद्द तिथून सुरू होत होती. तारेच्या त्या फाटकापाशी टॉमी गन्स घेतलेले दोन संत्री उभे होते. मोटारीच्या ड्रायव्हरनं त्यांना आपला पास दाखविला. तो पाहिल्यानंतर त्यांनी त्याला फाटकातून आत जाऊ दिलं. आता समोर स्वच्छ, गुळगुळीत सुंदर असा डांबरी रस्ता होता. त्या रस्त्यावरून मोटार पुढे निघाली, तेव्हा लष्करी विमानतळाचा परिसर दिसू लागला. त्या विमानतळावर पुष्कळ विमानं उभी होती. लष्कराची वाहतूक करणारी मोठ्या आकाराची 'कॉमाफ्लॉज' विमानं, शिकाऊ वैमानिकांच्या सरावासाठी दोन इंजिनांची लहान 'ट्रेनर विमानं', नाविक दलाची हेलिकॉप्टर्स अशी विविध प्रकारची विमानं जिकडे तिकडे दिसू लागली. वाटेत एका ठिकाणी थांबून, ओव्हरॉल्स घातलेल्या एका माणसाजवळ, ग्रँटला घेऊन जाणारं विमान कुठे उभं आहे, याची ड्रायव्हरनं चौकशी केली. त्याच क्षणी विमानतळाच्या कंट्रोल टॉवरवरल्या शक्तिमान लाऊडस्पीकरवरून त्यांच्यासाठी करड्या स्वरात एक सूचना मोठ्यानं दुमदुमली:

"डावीकडे वळा. डाव्या बाजूला अगदी पार टोकाला जा. विमानाचा नंबर आहे व्ही-बी-ओ."

त्यासरशी ड्रायव्हरनं आज्ञाधारकपणे मोटार डावीकडे वळवली आणि त्या रस्त्यावरून तो पुढे जाऊ लागला. त्यानं काही अंतर काटलं असेल, नसेल, तोच लाऊड स्पीकरवरला तो पोलादी आवाज मोठ्यानं गरजला : "थांबाऽऽ!"

त्याबरोबर ड्रायव्हरनं एकदम काच्कन् ब्रेक लावून मोटार तत्क्षणी थांबवली. दुसऱ्याच क्षणी त्यांच्या डोक्यावरून कानाचे पडदे हादरवणारा प्रचंड घोंगाणा आला. त्याबरोबर डोकी खाली घालून दोघं एकदमच खाली दुबकले. मावळतीच्या सूर्याकडून– पश्चिम दिशेनं आलेली, चार मिग १७ विमानं आकाश फाडणारा आवाज करीत त्यांच्या डोक्यावरून वेगानं पुढे गेली. काही अंतरावर असलेल्या एका खूप मोठ्या रुंद धावपट्टीवर ती एका मागोमाग एक अशी क्रमाक्रमानं उतरू लागली. लँडिंगसाठी त्या विमानांच्या वैमानिकांनी 'विंडब्रेक्स' लावले होतेच. एकेक विमानाच्या चाकांचा धावपट्टीला स्पर्श होताच टायर्सचा घर्षणध्वनी ऐकू आला नि विमानापाठी नीळसर धुराचे लोट उठले. चारही विमानं धावपट्टीवर उतरल्यानंतर त्यांच्या जेट इंजिनांच्या कर्णकर्कश्श शीळेचा संमिश्र ध्वनी विमानतळावर घुमू लागला. दूरवर असलेल्या हद्दीपर्यंत पोहोचल्यावर ती सगळी विमानं वळली आणि कंट्रोल टॉवरच्या लगत असलेल्या हँगर्सच्या दिशेनं माघारी येऊ लागली.

"पुढे जाऽऽ" लाऊडस्पीकरवरून पुन्हा कडक स्वरात सूचना आली.

तशी ड्रायव्हरनं मोटार पुढे नेली. सुमारे शंभर यार्डस् पुढे गेल्यानंतर समोर धावपट्टीवर उभं असलेलं एक छोटेखानी विमान त्यांच्या दृष्टीस पडलं. त्याच्या अंगावर व्ही-बी-ओ ही मोठी नि ओळखीची अक्षरं होती. दोन इंजिनांचं रशियन बनावटीचं ते विमान इल्यूशिन-१२ या जातीचं होतं. त्याच्या कॅबिनलगत असलेल्या उघड्या दारातून अल्युमिनिअमची एक लहान शिडी खाली सोडलेली होती. त्या शिडीजवळ नेत ड्रायव्हरनं मोटार थांबवली. विमानाच्या वैमानिकांपैकी एकजण ती शिडी उतरून खाली आला. मोटारीच्या ड्रायव्हरनं दाखविलेला पास आणि ग्रँटची ओळख दाखविणारे कागद काळजीपूर्वक नजरेखालून घातल्यानंतर त्यानं हात उडवून ड्रायव्हरला तिथून निघून जायला सांगितलं आणि ग्रँटला आपल्यामागे येण्याची खूण केली. ग्रँटची सूटकेस उचलण्याची तसदी न घेता तो वैमानिक शिडीवरून विमानात निघून गेला. साधी मदत करण्याचं सौजन्य देखील त्यानं दाखविलं नाही. ग्रँट त्याच्या मागोमाग शिडीवरून वर गेला, तेव्हा त्यानं आपली सूटकेस एका हातात अशी धरली, की ते जणू एखादं हलकं पुस्तकंच असावं. तो विमानात शिरल्यावर एका कर्मचाऱ्यानं शिडी वर ओढून घेतली. विमानाचं रुंद 'हॅच डोअर' त्यानं धाडकन् लावून घेतलं आणि तो समोरच्या भागात– विमानाच्या कॉकपिटमध्ये निघून गेला.

त्या विमानात एकूण वीस प्रवासी सीट्स होत्या. त्या सगळ्या रिकाम्या होत्या. त्यातली विमानाच्या दाराजवळची सीट ग्रँटनं निवडली. तिच्यावर बैठक मारत त्यानं तिचा सीट बेल्ट पोटाभोवती बांधला. कंट्रोलटॉवरमधून आलेल्या उड्डाणविषयक सूचना विमानाच्या कॉकपिटमध्ये तुडतुडल्यासारख्या घुमल्या. मधल्या उघड्या

दारातून ते तुडतुडणं ग्रँटला ऐकू आलं. काही क्षणातच विमानाची इंजिनं सुरू झाली नि त्यांचा आवाज मोठ्यानं घुमत वरच्या लयीत चढू लागला. एखादी मोटार वळावी, तसं विमान हळूहळू वळलं. उत्तर-दक्षिण दिशा असलेल्या धावपट्टीवर पोहोचलं आणि हळूहळू धावू लागलं. पाहता पाहता त्यानं वेग घेतला. विमानाच्या इंजिनांचा आवाज मोठ्यानं येऊ लागला. त्याची पट्टी वाढली. आणखी काही क्षणांनीच धावपट्टी सोडून विमान आकाशात झेपावलं. झपाट्यानं वर चढत ते आकाशात तरंगू लागलं. आवश्यक ती उंची गाठल्यानंतर ते नियोजित स्थळाच्या दिशेनं वेगानं निघालं. त्याच्या इंजिनांचा आवाज आता एका संथ लयीत येऊ लागला.

आपल्या पोटावर बांधलेला पट्टा ग्रँटनं सोडला. कोटाच्या खिशातून सिगरेटचं पाकीट काढून त्यातली सोनेरी टोक असलेली 'ट्रोइका' सिगरेट ओठांमध्ये लटकावत त्यानं पेटवली. तिचा एक दीर्घ झुरका घेत तो सीटमध्ये, मागे अगदी आरामात रेलला आणि आपल्या गतायुष्याबद्दल नि निकटच्या भवितव्याबद्दल विचार करू लागला...! त्या विचारांनी त्याच्या मनात फेर धरला...!

एक धंदेवाईक जर्मन 'वेटलिफ्टर' आणि एक दक्षिण-आयरिश वेट्रेस या दोघांमध्ये एका मध्यरात्री अवचितपणे घडून आलेल्या शरीरसंबंधातून डोनोव्हन ग्रँटचा जन्म झालेला होता. बेलफास्ट शहराच्या बाहेर लागलेल्या एका सर्कशीच्या तंबूमागल्या ओलसर गवताळ जमिनीवर साजरी झालेली ती रतिक्रीडा अवघ्या पंधरा मिनीटांमध्ये संपली होती. त्या उपभोगाच्या मोबदल्यात त्या बाबानं त्या वेट्रेसला अर्धा क्राऊन बिदागी दिली. ती घेऊन ती खुशीनं रेल्वेस्टेशनाजवळ असलेल्या आपल्या कॅफेमध्ये परतली होती. कॅफेच्या भटारखान्यामधल्या आपल्या बिछान्यात पाठ टेकल्यानंतर काही वेळापूर्वी घेतलेल्या शरीरसुखामधले आनंददायक क्षण आपल्या मनाशी घोळवत, ती मग झोपी गेली होती.

आपल्याला दिवस गेले आहेत, हे जेव्हा तिला कळलं, तेव्हा ऑघ्मॅक्लॉय नावाच्या एका खेड्यामधल्या आपल्या आत्याकडे जाऊन ती राहिली. सहा महिन्यांनंतर बारा पौंड वजनाच्या प्रमाणाबाहेर गुटगुटीत अशा मुलाला तिनं जन्म दिला. आणि त्यानंतर काहीच दिवसांनी बाळंतपणाच्या तापानं ती मरण पावली. मरण्यापूर्वी आपल्या मुलाचं नाव डोनोव्हन ठेवावं, अशी इच्छा तिनं आत्याजवळ व्यक्त केली. (कारण ज्या वेटलिफ्टरपासून तिला तो झाला होता, तो स्वत:ला गर्वानं 'द माईटी ओ' डोनोव्हन– अर्थात शक्तिमान डोनोव्हन म्हणवत असे.) मुलाचं आडनाव मात्र आपलंच म्हणजे ग्रँट लावलं जावं, असंही तिनं आपल्या आत्याला सांगितलं होतं.

बाळंतपणानंतर ती स्वत: तर मरून सुटली; पण आपल्या गळ्यात आपल्या मुलाची ब्याद मात्र घालून गेली, यामुळे तिची आत्या मनोमन खूप वैतागली होती.

नाखुषीनंच तिनं त्या मुलाचं संगोपन केलं. पोरगं हळूहळू वाढू लागलं. मोठं होऊ लागलं. जात्याच ते सशक्त नि कमालीचं बळकट होतं... आणि एकलकोंडं...! डोनोव्हन थोडा मोठा झाल्यावर आत्यानं त्याला एका स्थानिक शाळेत अडकवलं. त्याच्या एकलकोंड्या स्वभावामुळे त्याची कुणाशी मैत्री जमणं अशक्यच होतं. तो नेहमी एकटा आणि गप्प गप्प राहात असे. दुसऱ्या मुलाची एखादी वस्तू हवी असली, तर सरळ मारामारी, गुद्दागुद्दी करून त्याच्याकडून तो ती जबरदस्तीनं काढून घेत असे. त्यामुळे साहजिकच शाळेमध्ये तो अप्रिय बनला. इतर मुलं त्याची धास्ती घेत. त्याचा तिरस्कार करीत नि त्याला भीत. डोनोव्हन आणखी थोडा मोठा झाल्यावर गावामध्ये भरणाऱ्या जत्रांमध्ये, मेळ्यांमध्ये जाऊ लागला. तिथल्या कुस्तीच्या फडांमध्ये तो कुस्त्या खेळू लागला. बॉक्सिंग करू लागला. अफाट ताकदीची देणगी निसर्गानं त्याला जन्मतःच दिलेली होती. त्यामुळे कुस्तीत किंवा मुष्टियुद्धात आपल्याहून वयानं मोठ्या अशा प्रतिस्पर्धी मुलांना सुद्धा तो अगदी लीलया हरवू लागला. त्याच्या रक्तामध्येच एक प्रकारचा क्रूरपणा, धूर्तपणा भरलेला होता. त्यामुळे कुस्तीत आपल्या प्रतिस्पर्ध्यावर तो चेव खाऊन तुटून पडत असे आणि पाहता पाहता त्याला मातीत लोळवत असे. एक शक्तिमान मल्ल आणि जबरदस्त मुष्टियोद्धा म्हणून डोनोव्हननं लवकरच चांगलं नाव कमावलं.

कुस्त्या, हाणामाऱ्या यामुळे पसरत चाललेल्या त्याच्या या कीर्तिमुळेच 'सीन-फीनर्स' या गुंडाच्या टोळीचं आणि स्थानिक स्मगलरांचं लक्ष त्याच्याकडे गेलं. ऑघमॅक्लॉय हे सरहद्दीवरलं खेडं चोरट्या मालाची ने-आण करण्याच्या दृष्टीनं सोयीचं होतं आणि म्हणूनच ते स्मगलरांचं प्रमुख केंद्रही होतं. उत्तरेकडून या खेड्यात चोरट्या मालाचा ओघ सतत वाहत असे. शाळा सुटेस्तोवर ग्रँटच्या ताकदीचा लौकिक इतका वाढला, की 'सीन-फीनर्स' टोळीनं त्याला आपल्यात सामील करून घेतलं. स्मगलरांची चोरटी कामं पण तो करू लागला. त्यामुळे लवकरच तो या दोहोंचा 'स्ट्राँगआर्म मॅन' अर्थात 'शक्तिमान भाडोत्री गुंड' बनला. टोळीवाले नि स्मगलर्स त्याच्याकडून आपली बेकायदा, चोरटी कामं करून घेत नि त्याच्या मोबदल्यात त्याला भरपूर पैसे देत. मात्र आपल्या कामांव्यतिरिक्त ते त्याला काडीइतकीही किंमत देत नसत.

याच सुमारास ग्रँटला एक अत्यंत विचित्र आणि चमत्कारिक भावना जाणविण्यास सुरुवात झाली. पौर्णिमेला, पूर्ण चंद्र असताना ही विचित्र भावना त्याच्या देहाचा ताबा घेत असे आणि खूप तीव्रतर बनत असे. शरीराचा आणि मनाचा कब्जा घेणाऱ्या त्या विचित्र भावनेमुळे तो कासावीस होऊन जाऊ लागला. त्याला सोळावं वर्षं लागलं, तेव्हा ही विलक्षण बेचैन करून टाकणारी भावना त्याला अगदी प्रथम जाणवली होती. ऑक्टोबरच्या त्या महिन्यात पौर्णिमेला त्या भावनेनं त्याला इतकं पछाडलं,

तो इतका कासावीस होऊन गेला, की त्यामुळे तो तडक घराबाहेर पडला आणि– आणि एका मांजराचा गळा आवळून त्याला त्यानं ठार केलं. या कृत्यामुळे पुढे सबंध महिनाभर त्याला खूप 'बरं' खूप 'छान' वाटलं. पुढे नोव्हेंबर महिन्यातल्या पौर्णिमेला त्या विचित्र भावनेनं त्याचा ताबा घेतला, तेव्हा एका धनगरी कुत्र्याचा त्यानं जीव घेतला. नंतर डिसेंबर महिन्याच्या पौर्णिमेला ती विचित्र भावना त्याला सतावू लागली, तेव्हा ख्रिसमसमधल्या त्या मध्यरात्री एक सुरी घेऊन तो गुपचूप घराबाहेर पडला. आपल्या वस्तीमधल्या एका शेजाऱ्याच्या गुरं बांधायच्या टपरीमध्ये जाऊन तिथल्या एका गाईचा गळा कापून त्यानं तिला ठार मारलं... वेगवेगळ्या प्राण्यांच्या या हत्या त्यानं प्रत्येक महिन्यातल्या पौर्णिमेच्या आसपासच्या दिवसांमध्येच केल्या. या हत्या केल्यामुळे त्याला एक प्रकारचं असुरी समाधान लाभलं नि खूप 'छान' वाटलं. रात्रीच्या प्रहरांमध्ये आजूबाजूला कुणी नसताना नि सगळीकडे शुकशुकाट असताना ही सगळी कृत्यं त्यानं केली होती; पण आपण जर आपल्या वस्तीत, आपल्या गावात हा उद्योग करीत राहिलो, तर रहस्यमयपणे घडून येणाऱ्या अशा हत्यांबद्दल गावात निश्चितपणेच खळबळ माजेल, एवढं कळण्याइतकी बुद्धी त्याला होती. आणि त्यानं केलेल्या हत्यांमुळे तशी ती माजलीही होती. म्हणून मग त्यानं एक सायकल घेतली. पौर्णिमा जवळ आली नि ती विचित्र भावना तीव्र होऊ लागली, की सायकल घेऊन, त्या विशिष्ट रात्री, तो गावाबाहेर दूरदूरच्या खेडोपाड्यांच्या प्रदेशात जाऊ लागला आणि एखाददुसऱ्या प्राण्याला ठार मारून आपली विकृत हौस भागवू लागला. अशा रात्री आपल्याला हवं ते मिळविण्याकरिता त्याला खूप लांबलांबच्या ठिकाणांपर्यंत सायकल दामटावी लागे; पण एकदा का ते 'कृत्य' त्याच्या हातून घडलं, की मग त्याच्या जिवाची तगमग शांत होई. नंतरच्या दोन महिन्यांमध्ये आसपासच्या खेड्यांमधल्या कोंबड्या आणि बदकं ठार मारून त्यावर त्यानं समाधान मानलं; पण त्यानंतरच्या महिन्यात मात्र त्यानं एका मोठ्या सावजाला हात घातला. त्या रात्री दूरवरच्या माळरानात झोपलेल्या एका भटक्या भिकाऱ्याचा गळा त्यानं सुरीनं कापला. ही हत्या केल्यानंतर त्याची धिटाई वाढली. मग तो सायकल घेऊन दुपारी लवकर घराबाहेर पडू लागला आणि दूरवरच्या खेड्यांकडे जाऊ लागला. अशा एखाद्या खेड्याच्या सीमेवर तो संध्याकाळी काळोख पडण्याच्या सुमारास पोहोचे, तेव्हा शेतांमध्ये काम करणारी माणसं आपापल्या घरांकडे परत निघालेली असत. तर तरुण, जवान पोरी आपल्या 'बॉयफ्रेंड्स'ना भेटण्याकरिता घरातून बाहेर पडत नि संकेतस्थळांकडे निघालेल्या असत. अशी संकेतस्थळं अर्थातच एकाकी, निर्जन ठिकाणांवर असत...

नेमक्या याच गोष्टीचा फायदा घेण्यास ग्रँटनं सुरुवात केली. निर्जन ठिकाणी आलेल्या अशा एकट्या दुकट्या मुलीवर हल्ला चढवून तो तिला ठार करू

लागला. अशा एखाद्या पोरीला गाठल्यानंतर तो तिच्यावर बलात्कार वगैरे करत नसे. तिच्या तरुण देहाचा उपभोग घेण्याचं त्याच्या मनात सुद्धा येत नसे. माणसामधल्या कामवासनेबद्दल त्यानं तशा पुष्कळ गोष्टी ऐकलेल्या होत्या; पण त्यात त्याला अजिबात रस नव्हता. आपलं सावज गाठायचं नि त्याला खतम करायचं, बस्स! एवढ्यानंच त्याची विकृत भावना शांत होई. तावडीत सापडलेल्या सावजाला ठार मारणं त्याला आवडे. ठार मारण्याची ती अमानुष क्रिया पार पाडत असताना त्याला आसुरी आनंद वाटे. बस्स, इतकंच. दुसरं काहीही नाही. त्याला सतरावं वर्ष लागलं, तोवर फर्मानाघ, टायरोन आणि अर्माघ या तीन खेड्यांच्या सबंध परिसरात अज्ञात खुन्यासंबंधीच्या खूप वाईट नि भयकारक अफवा पसरल्या होत्या. सतराव्या वर्षी ग्रँट एवढा निर्ढावला, की त्यानं भर दिवसा उजेडी एका बाईचा खून केला. गावकऱ्यांना एका मोठ्या गवताच्या गंजीमध्ये कसंतरी घुसडून ठेवलेलं तिचं प्रेत आढळलं, तेव्हा चौफेर प्रचंड खळबळ उडाली. गळा आवळून तिचा जीव घेण्यात आला होता. दिवसाच्या लख्ख प्रकाशात तो मुडदा आढळल्यामुळे अफवांची जागा आता दहशतीनं घेतली. तो खून उघडकीला आल्यामुळे साऱ्या पंचक्रोशीत प्रचंड घबराट पसरली. आसपासच्या खेड्यांमधले रहिवासी सावध झाले. गस्त घालण्यासाठी त्यांनी गट बनविले. गावकऱ्यांची अशी गस्तपथकं रात्री बेरात्री गस्त घालत चौफेर भटकू लागली. निर्दयपणे खून पाडत सुटलेल्या खुन्याला शोधून काढण्यासाठी पोलिसदलालाही पाचारण करण्यात आलं. पोलिसदलानं वासावरून माग काढण्यात तरबेज असलेली आपली कुत्रीही या कामी लावली. पौर्णिमेच्या सुमारास खून पाडणारा एक 'चांद्रपिसाट खुनी'– मूनकीलर– मोकाट सुटल्याच्या कहाण्या तर सगळीकडे पसरलेल्या होत्याच. त्यामुळे वृत्तपत्रवाल्यांचं लक्ष या खळबळजनक प्रकाराकडे गेलं नि त्यांनी आपले बातमीदार त्या त्या परिसरात पाठविले. आपल्या सायकलीवरून खेडोपाड्यांच्या प्रदेशात वेळीअवेळी भटकणाऱ्या ग्रँटला पोलिसांनी बऱ्याच वेळा अडवलं. त्याला उलटसुलट प्रश्न विचारले. त्याच्या भटकंतीबद्दल त्याची खोदून खोदून चौकशी केली; पण डोकेबाज ग्रँटनं पोलिसांनाही चकवलं. आपलं शरीर तंदुरुस्त राहावं म्हणून आपण रोज दूरदूरपर्यंत सायकलीवरून रपेट करतो, असं कारण त्यानं पोलिसांना सांगितलं. त्याची ही थापेबाजी पचली; कारण एक उत्तम बॉक्सर नि मल्ल म्हणून तो त्या वेळेपर्यंत आपल्या गावाचं भूषण बनला होता. शिवाय, त्याच सुमारास त्यानं आयर्लंडची लाईट हेवी वेट चँपियनशीपही जिंकली होती. त्यामुळे त्याचा लौकिक पार उत्तरेपर्यंत पसरला होता. या सगळ्याचा फायदा मिळून तो पोलिसांच्या तडाख्यातून अगदी सहजपणे बचावला.

पण एव्हाना 'चांद्रपिसाट खुन्या'ची इतकी जबरदस्त दहशत सगळीकडे पसरली होती, की आपण आपलं हत्यासत्र जर असंच चालू ठेवलं, तर एक दिवस

नक्कीच गोत्यात येऊ, याची ग्रँटला जाणीव झाली. त्याच्या 'आतल्या आवाजा'नं दिलेल्या धोक्याच्या इशाऱ्यामुळे वेळ निघून जाण्यापूर्वीच तो सावध झाला. तथापि, मग त्यानं शहाणपणानं आपलं गाव सोडलं. ऑघमक्लॉय हे खेडं सोडून तो बेलफास्ट शहरात गेला. तिथे एका धंदेवाईट प्रमोटरच्या हातात त्यानं स्वत:चं नशीब सोपवलं. ग्रँटनं कमावलेलं मस्त शरीर पाहून मुष्टीयुद्धाची तालीम देणाऱ्या त्या प्रमोटरनं त्याला 'प्रोफेशनल बॉक्सर' म्हणून तयार करण्याचं ठरविलं. तो प्रमोटर सुमार होता नि त्याची व्यायामशाळा देखील बेताचीच होती; पण तिथली शिस्त मात्र अतिशय कडक होती. नव्या तालीममास्तराची ती व्यायामशाळा नि तिथलं जीवन ग्रँटला एखाद्या तुरुंगवासाप्रमाणे वाटलं. दर पौर्णिमेस उसळणाऱ्या विकृत भावना नि खुनाची पिसाट लहर त्या ठिकाणी ग्रँटला पुरी करता येईना. मग या गोष्टीचा वचपा रिंगणात मुष्टीयुद्धाच्या वेळी तो आपल्या प्रतिस्पर्ध्यावर काढू लागला. खुनशी त्वेषानं त्याच्यावर राक्षसी हल्ला चढवून तो त्याला बेदम बुकलून काढू लागला. एका प्रसंगी तर त्याची रक्तपिपासा इतकी शिगेला पोहोचली, की विरुद्ध लढणाऱ्या बॉक्सरवर खुनशी ठोसेबाजी करून त्याला त्यानं जवळजवळ अर्धमेलाच करून टाकला. दुसऱ्या एका सामन्याच्या वेळी पण आपल्या प्रतिस्पर्ध्यावर त्यानं असा काही कजाखी हल्ला चढविला आणि त्याला इतकं बेदम ठोकून काढलं, की त्याचा बचाव करण्यासाठी चक्क चौघा चौघाजणांना ग्रँटला मागे ओढून आवरून धरावं लागलं. ग्रँटच्या धमन्यांमधलं रक्त त्या सामन्यात इतकं उकळलं, की पंचांनी त्याला दोनदा रिंगणाबाहेर घालविला. तथापि, आपल्या राक्षसी शक्तीच्या बळावर त्या सामन्यातली चँपियनशीप ग्रँटनं जिंकली. मुष्टीयुद्धाच्या वेळचा त्याचा त्वेष बघून त्याचा खुनशीपणा बघून खुद्द त्याचा तालीममास्तर सुद्धा हादरून गेला; पण ग्रँटनं ती स्पर्धा जिंकली, तो विजेता ठरला म्हणून त्यानं त्याला आपल्या व्यायामशाळेतून लाथ मारून हाकलून दिलं नाही.

वयाच्या अठराव्या वर्षी ग्रँटनं आणखी एक महत्त्वाची चँपियनशीप जिंकली; पण हा राक्षस आणखी माजून आपल्या उरावर नाचण्याच्या अगोदरच त्याला घालविलेला बरा असा सूज्ञ विचार करून त्या तालीम मास्तरानं ग्रँटला 'नॅशनल सर्व्हिस'कडे नेलं आणि युक्तीनं त्याला सैन्यात अडकवून टाकलं. अशा तऱ्हेनं ब्रिटिश सैन्यात 'रॉयल कोअर ऑफ सिग्नल्स'चा एक ड्रायव्हर म्हणून ग्रँट नोकरीला लागला. इंग्लंडमधल्या सैनिकतळावर त्याला कडक प्रशिक्षण देण्यात आलं. लष्करी खाक्याच्या त्या प्रशिक्षणामुळे तो बराच नरम झाला. कठोर मिलीटरी ट्रेनिंगमुळे त्याच्या अंगात तल्लखपणा आला आणि त्यामुळेच पौर्णिमेला अस्वस्थ करणाऱ्या त्या खुनशी भावनेवर त्याला ताबा मिळविता आला नि तो जास्त सावध बनला. तथापि, महिन्यातल्या त्या ठराविक दिवसांमध्ये त्याचे हात शिवशिवू

लागत. तो कासावीस बने. म्हणून मग आपली खून करण्याची वासना दडपून टाकण्यासाठी त्यानं मद्यपान करण्यास सुरुवात केली. पौर्णिमेच्या जवळपासच्या दिवसांमध्ये तो बेसुमार दारू पिऊ लागला. विशेषत: पौर्णिमेची रात्र आली नि ती 'विकृत भावना' त्याला पछाडू लागली, की अत्यंत कडक व्हिस्कीची बाटली घेऊन ॲल्डरशॉट गावाबाहेरच्या दाट वनराईत तो जात असे. तिथे एकटाच बसून ते जळजळीत मद्य आपल्या घशाखाली उतरवत, मनात उसळणारी खुनशी भावना शमविण्याचा प्रयत्न तो करत राही. बाटलीतली व्हिस्की संपेपर्यंत नि शुद्ध हरपेपर्यंत तो पीत राही नि मग त्या बेहोषीत एखाद्या झाडाखालच्या गवतात रात्रभर तसाच पडून राही. दुसऱ्या दिवशी सकाळ उजाडली, पहाटेच्या गार वाऱ्यानं शुद्ध आली, की उठून झोकांड्या खात तो आपल्या लष्करी तळावर परते. मद्यप्राशनानं त्याला अर्धवट तृप्ती मिळे; पण खून पाडल्यानंतर उद्‌भवणारे धोके यात नव्हते. प्यायलेल्या, झिंगून आलेल्या अवस्थेत तळावरल्या एखाद्या संत्र्यानं त्याला जर पकडलंच, फक्त एक दिवसाची 'सीबी' (लष्करी शिक्षा) त्याला मिळे. त्याचा कमांडिंग ऑफिसर त्याच्या या प्रमादाकडे काणाडोळा करी. याला आणखीही एक कारण होतं. ते म्हणजे ग्रँटचं मुष्टीयुद्धातलं असामान्य कौशल्य! 'आर्मी चँपियनशीप' नेहमी आपल्या तुकडीला मिळावी, म्हणून ग्रँटला शक्य तितकं खूष ठेवण्याचा प्रयत्न त्याचा कमांडिंग ऑफिसर करीत असे, ही ती 'अंदर की बात' होती.

अशातच रशियनांचा काही उपद्रव सुरू झाल्यामुळे ग्रँटचा ट्रान्स्पोर्ट सेक्शन तातडीनं जर्मनीत, बर्लिनला धाडण्यात आला. या बदलीमुळे मुष्टीयुद्धाचे सामने, त्यातली चँपियनशीप या गोष्टींना त्याला मुकावं लागलं. बर्लिनमध्ये रशियन सैन्याच्या जवळपासच्या परिसरात त्याच्या पलटणीचा तळ पडला. या आघाडीवर सदोदित धोक्याचं सावट होतं. तिथल्या धोक्याच्या वासानं तो अधिक सावध बनला. एक प्रकारचा बनेल, धूर्तपणा त्याच्या अंगात मुरला. सभोवतालच्या वातावरणाबद्दल त्याची जिज्ञासा जागृत झाली. दर पौर्णिमेच्या रात्री बेफाम दारू पिऊन बेहोष व्हायचा त्याचा कार्यक्रम तिथेही चालूच राहिला. एरवीच्या दिवसांमध्ये सभोवतालच्या एकंदर परिस्थितीचं निरीक्षण, परीक्षण करण्यास त्यानं सुरुवात केली. आपल्या मनाशी तो काही बेत योजू लागला. रशियनांबद्दल ज्या काही बातम्या, ज्या काही गोष्टी त्याच्या कानांवर पडू लागल्या, त्यात त्याला स्वारस्य वाटू लागलं. रशियनांचा निर्दय दुष्टपणा, मानवी जीवनाबद्दल त्यांना वाटणारी तुच्छता, बेफिकीरी, त्यांची कपटनीती, कावेबाजी, त्यांचा धूर्तपणा, त्यांची क्रूर, रानटी वागणूक या साऱ्याच गोष्टी त्याला फार आवडू लागल्या. हळूहळू रशियन्स त्याला आवडू लागले. इतके, की रशियनांशी हातमिळवणी करण्याचा, ब्रिटिश फौज सोडून त्यांना जाऊन मिळण्याचा निश्चय त्यानं एक दिवस मनोमन करून टाकला; पण ही गोष्ट साधावी कशी? काय

केलं की रशियनांचं लक्ष आपल्याकडे वेधेल? त्यांच्या काय अपेक्षा असतील? ब्रिटिश सेनेतून फुटून आपण त्यांच्याकडे गेलो, तर ते आपल्याकडे काय मागतील? आपल्यासारख्या फुटीर माणसाकडून त्यांना काय हवं असतं? या प्रश्नांवर ग्रँट आपलं डोकं शिणवू लागला.

—आणि एका बी.ए.ओ.आर. सामन्यानं त्याच्या भविष्यकालीन जीवनाची दिशा अगदी अकल्पितपणे ठरवली. योगायोगानं तो सामना नेमका पौर्णिमेच्या दिवशीच झाला. बेफाम बनलेल्या ग्रँटनं आपल्या प्रतिस्पर्ध्यावर खुनशी हल्ला चढविला. रॉयल कोअरतर्फे मुष्टीयुद्धाचा तो सामना तो खेळत होता. सामन्यातले सारे नियम धुडकावून तो ठोसेबाजी करू लागला. प्रतिस्पर्ध्याला राक्षसी ताकदीनं आवळून धरणं, त्याच्या देहावर नको तिथे बुक्क्यांची सरबत्ती करणं ह्या गोष्टींमुळे पंचांनी त्याला दोन वेळा समज दिली; पण ग्रँटनं त्याकडे दुर्लक्ष केलं. तिसऱ्या फेरीच्या वेळीही तो नियमबाह्य ठोसेबाजी करू लागला, तेव्हा पंचांनी त्याला बाद ठरविलं नि त्याला रिंगणाबाहेर हाकललं. रिंगण सोडून तो बाहेर पडला, तेव्हा अख्ख्या स्टेडियममधल्या प्रेक्षकांनी आरडाओरडा करून आपला निषेध व्यक्त केला. त्याच्या नियमबाह्य खेळण्याबद्दल त्याची छी:थू केली. सामना पाहायला आलेल्या खुद्द त्याच्याच रेजिमेंटमधल्या सहकाऱ्यांनी त्याच्या या दुर्वर्तनाबद्दल मोठमोठ्यानं ओरडून त्याची निर्भत्सना केली. दुसऱ्या दिवशी सकाळी ब्रिटिश तळावरल्या त्याच्या कमांडिंग ऑफिसरनं त्याला बोलावून घेतलं आणि तो अगदी थंडपणे त्याला म्हणाला, "कालच्या मुष्टीयुद्धाच्या सामन्यात नियमबाह्य वर्तन करून तू रॉयल कोअरला कमीपणा आणलायस. तुझं हे गैरवर्तन आम्हा सर्वांच्या दृष्टीनं लांच्छनास्पद आहे. त्यामुळे ब्रिटिश सैन्यातून तुला कमी करून तुला घरी– इंग्लंडला परत पाठविण्याचा निर्णय मी घेतलाय. आपल्या पुढल्या टपालाबरोबर तुझी रवानगी आम्ही करणार आहोत. नाऊ, गेट आऊट!''

मान खाली घालून काही न बोलता ग्रँट तिथून बाहेर पडला.

त्याच्या सहकारी ड्रायव्हर्सनी त्याला कव्हिन्ट्रीत पाठविलं; पण तिथला कोणताही ड्रायव्हर त्याला आपल्याबरोबर घेऊन जाण्यास तयार झाला नाही. तेव्हा मग ग्रँटनं एकट्यानंच मोटारसायकलीवरून जावं आणि जाताना आपल्याबरोबर लष्करी टपालही घेऊन जावं, असा हुकूम त्याच्या वरिष्ठानं दिला. त्याप्रमाणे मोटारसायकल डिस्पॅच सर्व्हिसकडे त्याला पाठविण्यात आलं.

इंग्लंडला परत जाणं ग्रँटला अर्थातच मानवणार नव्हतं. रशियनांना जाऊन मिळण्याचा त्याचा गुप्त बेतही पक्का झालेला होताच. त्यामुळे योग्य त्या संधीची वाट पाहात तो काही दिवस थांबला. आणि एक दिवस त्याला हवी तशी संधी मिळाली.

एका संध्याकाळी राईशकांझलरप्लात्झमधल्या मिलीटरी इंटेलिजन्स हेडक्वार्टर्सवरून बाहेर पाठवलं जाणारं सगळं लष्करी टपाल त्यानं गोळा केलं. ते एका मोठ्या कातडी थैल्यामध्ये भरून आपल्या मोटारसायकलीवरून तो सरळ रशियनांच्या तळाकडे निघाला. ब्रिटिश हद्दीच्या फाटकापासून काही अंतर अलीकडे थांबून मोटारसायकलीचं इंजिन सुरू ठेवून तो वाट पाहू लागला. त्या ठिकाणी असलेल्या रक्षकांनी एका टॅक्सीला पलीकडे जाण्याकरिता ते फाटक– ब्रिटिश कंट्रोल गेट जेव्हा उघडलं, तेव्हा ग्रँटनं आपली मोटारसायकल एकदम दामटली. भरधाव वेगानं त्या टॅक्सीपाठोपाठ तो त्या गेटातून बाहेर पडला आणि त्यानं रशियनांच्या तळाच्या दिशेनं मुसंडी मारली. ब्रिटिश रक्षकांनी फाटक बंद करून घ्यायच्या आत त्यांच्या देखतादेखत तो विद्युतवेगानं पलीकडे निसटला. रशियनांच्या छावणीच्या हद्दीपाशी पोहोचताच तिथल्या काँक्रीट पिल्बॉक्सपाशी– रशियन सरहद्द ठाण्यापाशी– आपली मोटारसायकल त्यानं थांबवली.

त्याला आपल्या हद्दीत असा अनाहूतपणे शिरलेला पाहून पहाऱ्यावर उभ्या असलेल्या रशियन रक्षकांनी त्याला पकडलं आणि ढोसलत ढोसलत फाटकाजवळच्या गार्डरूममध्ये नेलं. तिथे एका टेबलापाशी लाकडाच्या ठोकळ्यासारखी कोरी मुद्रा असलेला एक सुरक्षा अधिकारी बसलेला होता. ग्रँटकडे बघत त्यानं त्याला थंड स्वरात विचारलं,

"कोण आहेस तू? आणि इथे कशासाठी आलायस? काय हवंय तुला?"

"मला सोव्हिएट सिक्रेट सर्व्हिसकडे घेऊन चला. तिथल्या प्रमुख अधिकाऱ्याला मला भेटायचंय." ग्रँटनं बेधडकपणे उत्तर दिलं.

त्यावर त्या रशियन अधिकाऱ्यानं निर्विकारपणे त्याच्यावरून दृष्टी फिरविली आणि बाजूला उभ्या असलेल्या रक्षकांना तो रशियन भाषेतून काहीतरी म्हणाला. त्याबरोबर त्या रक्षकांनी ग्रँटला दोन्ही बाजूंनी पकडला आणि त्याला तिथून बाहेर काढण्यासाठी ते त्याला ओढू लागले, तेव्हा एक जोराचा झटका देऊन ग्रँटनं आपली सोडवणूक करून घेतली आणि त्या दोघा रक्षकांना अगदी सहजपणे बाजूला ढकललं. त्यामुळे चिडून एका रक्षकानं आपली टॉमी गन उचलून त्याच्यावर रोखली.

ग्रँटनं निर्भयपणे त्याच्याकडे पाहिलं आणि अगदी शांत, थंड स्वरात एकेक शब्द संथपणे उच्चारत तो म्हणाला,

"लष्करी गुपितं असलेले बरेचसे गुप्त कागदपत्रं मी माझ्याबरोबर आणले आहेत. बाहेर माझ्या मोटारसायकलला लटकावलेल्या लेदर बॅगेमध्ये ते आहेत." अचानक एक कल्पना सुचून तो पुढे म्हणाला, "जर ते कागदपत्रं तुमच्या सिक्रेट सर्व्हिसपर्यंत पोहोचले नाहीत, तर लक्षात ठेवा! तुम्ही मोठ्या बिकट अडचणीत याल."

टेबलामागे बसलेला तो सुरक्षा अधिकारी रक्षकांना उद्देशून काहीतरी म्हणाला. त्याबरोबर ते दोघं एकदम मागे झाले नि दक्ष अवस्थेत उभे राहिले. मग तो अधिकारी मोडक्या तोडक्या इंग्लिश भाषेतून ग्रँटला म्हणाला, "आमची सिक्रेट सर्व्हिस वगैरे काहीही नाही. खाली बस. आणि अगोदर हा फॉर्म भर."

टेबलापाशी असलेल्या एका खुर्चीवर ग्रँट बसला नि तो लांबलचक फॉर्म भरण्यास त्यानं सुरुवात केली. रशियनांच्या हद्दीत असलेल्या 'इस्टर्न झोन'ला भेट द्यायला येणाऱ्यांसाठी तो फॉर्म होता नि त्यात वेगवेगळे प्रश्न विचारलेले होते. उदाहरणार्थ, नाव काय?, पत्ता काय? भेट द्यायला यायचं प्रयोजन काय? कामाचं स्वरुप काय?– वगैरे वगैरे. ग्रँट तो फॉर्म भरत होता, त्या दरम्यान टेबलापलीकडल्या त्या सुरक्षा अधिकाऱ्यानं कुणाला तरी फोन केला आणि अगदी मृदू नि अदबीच्या स्वरात तो थोडक्यात काहीतरी बोलला.

पुढ्यातला लांबलचक फॉर्म ग्रँटनं भरून पूर्ण केला, त्या वेळेपर्यंत दोन आणखी रशियन सोल्जर्स त्या गार्डरूममध्ये हजर झाले. ते दोघे नॉन्‌कमिशंड ऑफिसर होते. त्यांनी हिरव्या रंगाच्या लष्करी कॅप्स डोक्यावर घातलेल्या होत्या. त्यांच्या अंगात खाकी कापडाचे गणवेश होते नि त्यावर त्यांचे लष्करी हुद्दे दर्शविणारे हिरवे बॅजेस् लावलेले होते. टेबलामागे बसलेल्या सुरक्षा अधिकाऱ्यानं, ग्रँटनं भरलेला फॉर्म उचलला नि त्यावर नजर देखील न टाकता त्या दोघांपैकी एकाजवळ दिला. नंतर त्या दोघा अधिकाऱ्यांनी ग्रँटला गार्डरूममधून बाहेर नेलं. बाहेर उभ्या असलेल्या एका बंदिस्त व्हॅनच्या पाठीमागच्या भागात त्यांनी त्याला त्याच्या मोटारसायकलीसकट घातलं. व्हॅनचं पाठीमागचं दार बंद करून त्याला कुलूप घातलं. आणखी काहीच क्षणात ती व्हॅन सुरू होऊन तिथून हलली आणि भरधाव वेगानं निघाली. सुमारे पंधरा मिनीटांचा प्रवास संपविल्यानंतर ती व्हॅन थांबली. ग्रँट तिच्यातून बाहेर पडला, तेव्हा नव्यानं बांधलेल्या एका मोठ्या इमारतीच्या मागच्या भागात असलेल्या पटांगणात आपण उतरलो आहोत, असं त्याला दिसलं. त्या दोघा अधिकाऱ्यांनी त्याला त्या इमारतीच्या अंतर्भागात नेलं. एका लिफ्टमधून ते वरच्या मजल्यावर पोहोचले. तिथल्या एका कोठडीत ग्रँटला कोंडण्यात आलं. त्या कोठडीला एकही खिडकी नव्हती नि तिच्यामध्ये फक्त एक लोखंडी बाक होता. तिथं ग्रँट सुमारे तासभर एकटाच बसून राहिला. त्या वेळादरम्यान आपण बरोबर आणलेल्या सगळ्या गुप्त लष्करी कागदपत्रांची छाननी नि तपासणी चालू असेल, असं त्याच्या मनात आलं. एक तासानंतर दोन रक्षकांनी ग्रँटला त्या कोठडीतून बाहेर काढलं आणि त्या मजल्यावरच्या एका ऑफिसखोलीत नेलं. ती खोली अतिशय सुंदर रीतीनं सजविलेली होती. त्या खोलीच्या मध्यभागी असलेल्या एका प्रशस्त टेबलामागे एक रुबाबदार रशियन अधिकारी बसलेला होता. उत्तम दर्जाचा लष्करी

गणवेश त्याच्या अंगावर होता. त्याच्या रुंद छातीवर चकाकणारी सन्मानपदकं तीन ओळींमध्ये रुळत होती. त्याच्या पोशाखावर असलेल्या रंगीत फिती नि राष्ट्रीय चिन्हं असलेली सोन्याची बटणं तो अधिकारी कर्नल या लष्करी हुद्द्याचा असल्याचं दर्शवीत होती. त्याच्या समोर असलेलं टेबल पूर्णपणे रिकामं होतं. फक्त त्या टेबलाच्या मध्यभागी चिनी मातीचा, नक्षीकाम केलेला एक मोठा बाऊल होता आणि तो गुलाबाच्या फुलांनी खच्चून भरलेला होता.

गुलाब! गुलाबाची फुलं!!... त्या क्षणापासून गुलाबाच्या फुलांनी ग्रँटचं सारं जीवनच व्यापून टाकलं. गुलाब, गुलाब! जिकडे पाहावं तिकडे, नव्हे सगळीकडेच, गुलाबच गुलाब होते त्या प्रदेशात...!!

ग्रँटनं विमानाच्या खिडकीतून खाली पाहिलं. खाली सुमारे वीस हजार फूट खोलीवर त्याला असंख्य दिव्यांचा झगझगाट दिसला. ते खार्कोव शहराचे दिवे असावेत, असा त्यानं अंदाज केला. खिडकीच्या नितळ काचेत दिसणाऱ्या आपल्या प्रतिबिंबाकडे त्याचं लक्ष गेलं. आणि त्यानं क्षीणपणे स्मित केलं. त्या स्मितात आनंदाचा लवलेशही नव्हता. दहा वर्षांपूर्वी त्या रशियन कर्नलशी झालेली आपली पहिली मुलाखत ग्रँटला आठवली. त्याचं मन भूतकाळात गेलं... आणि दहा वर्षांपूर्वी घडलेल्या सगळ्या घटना त्याला क्रमाक्रमानं आठवू लागल्या...

□

## ३. मारेकऱ्याची पूर्वतयारी

"अच्छा, तर सोवियत युनियनमध्ये काम करायची तुमची इच्छा आहे, मिस्टर ग्रँट?" एम.जी.बी.च्या त्या कर्नलनं या प्रश्नानं सुरुवात केली होती.

–आणि अवघ्या अर्ध्या तासानंतर तो कर्नल त्या मुलाखतीला कंटाळला होता. अर्ध्या तासाच्या त्या मुलाखती दरम्यान, प्रथमदर्शनीच अप्रिय वाटलेल्या या ब्रिटिश सोल्जरकडून आपल्या उपयोगाचं एकूण एक लष्करी गुपित आपण काढून घेतलंय, याबद्दल त्याची खात्री झाली होती. त्यानं आपल्याबरोबर आणलेल्या कातडी थैलीमधून लष्करी गुपितांच्या कागदपत्रांचा जो मोठा खजिना रशियनांच्या हवाली केला होता, त्याबद्दल त्याच्याबरोबर आता आणखी थोडा वेळ याच्याशी गोड गप्पा मारायच्या, नंतर त्याची रवानगी तुरुंगाच्या कोठडीत केली जाईल आणि मग थोड्याच कालावधीनंतर व्होरकुता इथल्या किंवा इतर दुसऱ्या कुठल्यातरी रशियन छळछावणीवर त्याची पाठवणी केली जाईल. त्या रशियन कर्नलच्या मनात येत होतं.

“हो! मला तुमच्यासाठी काम करायला फार आवडेल.” ग्रँट उत्तरला.

“असं म्हणता? पण तुम्ही कोणत्या स्वरुपाचं काम करणार मिस्टर ग्रँट? आमच्याकडे अकुशल कामगार चिक्कार आहेत. ट्रक चालवू शकणाऱ्या ड्रायव्हर्सची सुद्धा आम्हाला गरज नाही.” त्या कर्नलनं लाघवी स्मित केलं आणि तो म्हणाला, “बरं! बॉक्सिंगच्या खेळाबद्दल म्हणाल तर आमच्याकडे मुष्टीयुद्ध खेळणारी, त्या खेळात तरबेज असलेली माणसं सुद्धा पुष्कळ आहेत. आत्ता, अगदी अलीकडेच त्यातल्या दोघांनी तर ऑलिंपिकची चँपियनशीप सुद्धा मिळवली आहे.”

“मी माणसं मारण्यात तरबेज आहे. हे काम मी फार चांगल्या तऱ्हेनं आणि सफाईदारपणे करू शकतो. शिवाय, मला ते खूप आवडतं.” ग्रँट बेधडकपणे म्हणाला.

करड्या रंगाच्या दाट पापण्यांमागे असलेल्या ग्रँटच्या फिकट निळ्या डोळ्यांमध्ये क्षणभर ज्वालेसारखी एक तांबूस चमक येऊन गेलेली त्या कर्नलला दिसली. हा माणूस जे सांगतोय ते खरं आहे! त्याच्या मनात आलं. हा केवळ अप्रियच नाही, तर चक्क माथेफिरू आहे. ग्रँटकडे थंडपणे पाहात असताना त्याच्या मनात आलं, की याला व्होरतुका इथे पाठविलं, तर त्याला पोसण्याकरिता अन्नाची मोठी नासाडी करण्यासारखंच ठरेल. नुसता खायला काळ नि भुईला भार असल्यागत दिसतोय हा प्राणी! तेव्हा याला गोळी घालून खतम करून टाकलेलंच उत्तम! नाहीतर जिथून हा पळून आलाय, त्या ब्रिटिश सेक्टरमध्ये नेऊन याला फेकून द्यावा. म्हणजे त्याचेच लोक त्याचं काय करायचं ते बघून घेतील!...

“माझ्या बोलण्यावर तुमचा विश्वास बसलेला दिसत नाही.” ग्रँट त्या कर्नलला म्हणाला. आपण चुकीच्या माणसाकडे आणि चुकीच्या खात्यात आलो, असं त्याला वाटू लागलं. “इथं तुमच्याकडे मुडदे पाडणं, माणसं उडविणं, खून करणं असली अवचट कामं कोण करतं?” त्यानं विचारलं. नको असतील, त्यांचे खून पाडणारं एखादं ‘मर्डर स्क्वाड’ रशियनांकडे असायलाच हवं, याबद्दल त्याला खात्री होती. सगळे लोकच तसं म्हणत असत. “तुमच्या त्या खात्याकडे मला घेऊन चला. मी तिथल्या अधिकाऱ्यांशी बोलतो. ते सांगतील, त्याचा मुडदा मी पाडीन. त्यांना हव्या असलेल्या अगदी कुणाचाही, अगदी आत्ता! या घटकेला.”

त्या कर्नलनं ग्रँटकडे कडवटपणे पाहिलं. वरिष्ठांकडे या प्रकरणाचा रिपोर्ट करावा, हे उत्तम! त्याच्या मनात आलं.

“तुम्ही जरा इथेच थांबा.” तो म्हणाला आणि उठून आपल्या खोलीतून तिचं दार सताड उघडं ठेवून बाहेर पडला. एक रक्षक तत्परतेनं त्या दारात आला आणि आपल्या पिस्तुलावर एक हात ठेवून, पाठमोऱ्या बसलेल्या ग्रँटवर नजर ठेवून उभा राहिला.

तो एम.जी.बी. कर्नल त्याच्या ऑफिसखोली पुढे असलेल्या दुसऱ्या एका खोलीत गेला. ती अगदी रिकामी होती. तिथल्या टेबलावर तीन टेलिफोन होते. त्यातल्या मॉस्कोमधल्या एम.जी.बी. खात्याशी थेट लाइन असलेल्या टेलिफोनचा रिसीव्हर त्यानं उचलला. तिथल्या मिलिटरी ऑपरेटरचा आवाज त्याला ऐकू आला, तेव्हा तो ''स्मेर्श'' एवढंच फक्त म्हणाला. जेव्हा 'स्मेर्श'कडून विचारणा झाली, तेव्हा तो म्हणाला, ''मला चीफ ऑफ ऑपरेशन्सशी बोलायचंय.''

सुमारे दहा मिनिटांनंतर त्यानं फोनचा रिसीव्हर परत जागेवर ठेवून दिला आणि समाधानानं स्मित केलं. काय तरी आपलं सुदैवं! आपल्या समस्येवर किती सोपा आणि अगदी आखीव तोडगा मिळाला. त्याच्या मनात येत होतं. या प्रकरणात काहीही घडलं, तरी ते आपल्या पथ्यावरच पडणार आहे. आपण सांगू ती कामगिरी पार पाडण्यात हा माथेफिरू इंग्लिशमन जर यशस्वी झाला, तर दुधात साखरच पडल्यासारखं होईल. समजा, त्याला अपयश आलं, तरीही देखील ती गोष्ट पण आपल्या पथ्यावरच पडेल; कारण त्यामुळे 'वेस्टर्न सेक्टर'मधेच म्हणजे पश्चिमी विभागामध्येच खळबळ उडणार आहे. त्या भागातल्या साऱ्यांच्या दृष्टीनं त्रासदायक ठरेल ही बाब! ब्रिटिशांना त्रास आणि ताप होईल; कारण ग्रँट हा त्यांचाच माणूस. जर्मनांच्या दृष्टीनं पण त्रासदायक; कारण ज्याच्या जीवावर हल्ला होणार आहे, त्याचा विचार करता जर्मनांच्या हेरांमध्ये कमालीची घबराट पसरेल. आणि अमेरिकनांच्या दृष्टीनंही ही बाब तेवढीच तापदायक ठरेल; कारण 'वेस्टर्न सेक्टर'मधल्या 'बामगार्टन रिंग'च्या सुरक्षेकरिता तेच सर्वांत जास्त पैसा पुरवितात. तिथली सुरक्षा व्यवस्था कुचकामाची आहे, या विचारानं ते पण हैराण होऊन जातील. वाऽऽ! वाऽऽ! ग्रँटसारखा उपयुक्त माणूस आपण होऊन आपल्याकडे चालून यावा, हे आपलं केवढं नशीब! आणि आपल्या समस्येवर दुहेरी फायद्याचा तोडगा निघाला, हे पण केवढं सुदैवं! तो एमजीबी. कर्नल स्वत:वर मनोमन खूश होऊन गेला आणि आपल्या ऑफिसखोलीत परतून, ग्रँटसमोर आपल्या खुर्चीत जाऊन बसला.

''तुम्ही मला जे सांगितलंत, ते तुम्ही खरोखरच करून दाखवाल?''

ग्रँटकडे स्थिर नजरेनं बघत त्यानं विचारलं.

''अर्थातच, करून दाखवीन.'' ग्रँट ठामपणे उत्तरला.

''तुमची स्मरणशक्ती चांगली आहे?''

''हो, आहे.''

''ब्रिटिश सेक्टरमध्ये डॉक्टर बामगार्टन नावाचा एक जर्मन शास्त्रज्ञ आहे. २२ कुफुरस्टेनडामवर तो ५ नंबरच्या फ्लॅटमध्ये राहतो. हा पत्ता कुठेशी येतो, हे तुम्हाला माहिती आहे?''

''हो, माहिती आहे.''

"ठीक आहे. मग आज रात्री तुमच्या मोटारसायकलीसह तुम्हाला ब्रिटिश सेक्टरमध्ये सोडण्यात येईल. तुम्ही इकडे पळून आलात, त्यामुळे तुमचे लोक तुमच्या शोधात असतील. म्हणून तुमच्या मोटारसायकलीची नंबरप्लेट आम्ही बदलू. एक लिफाफा तुम्ही डॉ. बामगार्टन यांना स्वहस्ते नेऊन द्यायचा आहे. त्या लिफाफ्यावर तशी अधिकृत सूचना नि शिक्का असेल. तुमचा गणवेश आणि हा लिफाफा यामुळे ब्रिटिश सेक्टरमध्ये वावरण्यात तुम्हाला काही अडचण येणार नाही. लिफाफ्यामधला लष्करी संदेश इतका महत्त्वाचा नि इतक्या खाजगी स्वरुपाचा आहे, की त्यासाठी डॉ. बामगार्टन यांची भेट आपल्याला पूर्ण एकांतात हवी आहे, असं तुम्ही सांगायचं. तशी संधी तुम्हाला मिळाली, की तुम्ही त्याला ठार मारायचं." कर्नल क्षणभर थांबला आणि भुवया उंचावत त्यानं विचारलं, "जमेल तुम्हाला हे?"

"हो, नक्की जमेल." ग्रँट ठामपणे उत्तरला, "जर तुमचं हे काम मी पार पाडलं, तर अशाच स्वरुपाची दुसरी आणखी इतर कामं तुम्ही मला द्याल?"

"तशी शक्यता आहे." निर्विकार चेहऱ्यानं बेपर्वाईच्या स्वरात तो कर्नल म्हणाला, "पण त्या अगोदर तुम्ही काय करू शकता, हे तुम्ही आम्हाला दाखवलं पाहिजे. त्याबद्दल आमची खात्री पटली पाहिजे. ही कामगिरी पार पाडल्यानंतर तुम्ही जेव्हा पुन्हा सोवियत सेक्टरमध्ये परत याल, तेव्हा तुम्ही कर्नल बोरिस यांना भेटायचं, कळलं?" त्या कर्नलनं एक बटण दाबून बेल वाजवली. तेव्हा साध्या पोशाखातला एक माणूस खोलीत आला. कर्नलनं त्याच्याकडे निर्देश केला आणि तो ग्रँटला म्हणाला, "हा माणूस तुम्हाला आता जेवण देईल. नंतर तो तुम्हाला 'तो' लिफाफा आणि अमेरिकन बनावटीचा, तीक्ष्ण पात्याचा धारदार सुरा देईल. उत्तमच शस्त्र असेल ते...! कामगिरी फत्ते करून या. गुडलक."

पुढे वाकून त्या कर्नलनं टेबलावरल्या बाऊलमधलं गुलाबाचं एक फूल काढून घेतलं आणि खुर्चीत मागे रेलत, त्याचा तो सुखासीनपणे वास घेऊ लागला.

"थँक यू सर." उठून उभा राहात ग्रँट मोठ्या आत्मीयतेनं म्हणाला; पण कर्नलनं गुलाबाच्या फुलावरली आपली नजर हटवली नाही, की प्रत्युत्तरादाखल तो काही बोललाही नाही. साध्या पोशाखातल्या त्या माणसाबरोबर ग्रँट त्या खोलीतून बाहेर पडला.

मोठ्यानं घरघराट करीत ते व्ही.बी.ओ. विमान आता रशियाच्या आंतर्देशीय भागावरून चाललं होतं. दूर पूर्वेकडे, स्टॅलिनोसभोवती असलेल्या, लालपिवळ्या ज्वाला फेकणाऱ्या भट्ट्या आणि पश्चिमेकडे डीनीप्रोपेत्रोवस्कमधून वाहणाऱ्या डीनीपर नदीची वेडीवाकडी वळणं घेणारी चंदेरी रेषा त्यानं मागे टाकली होती. खार्कोव शहराच्या झगझगीत दिव्यांनी युक्रेनची सरहद्द त्याला दाखवली. नंतर पिवळसर,

मंद दिव्यांचा उजेड असलेलं कुर्कस् हे शहर आलं आणि खालून झपकन मागे निघून गेलं. खालच्या भूभागावर परत काळोख दिसू लागला. खालच्या दाट काळोखाखाली रशियाच्या मध्यभागातील अमर्याद सुपीक जमीन पसरलेली आहे आणि त्या जमिनीवर आता कापणीला आलेली पिकं वाऱ्यावर डुलत असतील, हे ग्रँटला माहिती होतं. ही सुपीक भूमी रशियाला लक्षावधी टनांचं अन्नधान्य पिकवून देत होती. आता आणखी तासभर खाली कुठे दिव्यांचा उजेड दिसणार नव्हता आणि त्या तासाभरात शेवटलं तीनशे मैलांचं अंतर पार करून त्याचं विमान मॉस्कोला पोहोचणार होतं...

गेल्या दहा वर्षांच्या कालावधीत ग्रँटला रशियाची बरीच माहिती झाली होती.

त्या एम.जी.बी. कर्नलच्या आदेशावरून ग्रँटला ब्रिटिश सेक्टरमध्ये सोडण्यात आलं होतं. तिथे अत्यंत महत्त्वाच्या अशा त्या पश्चिम जर्मन शास्त्रज्ञ-कम-गुप्तहेराचा त्यानं अगदी पद्धतशीरपणे आणि अत्यंत सफाईनं खून केला होता. झपाट्यानं ती खळबळजनक कामगिरी उरकल्यावर त्वरेने सरहद्दीपलीकडे सटकून तो पुन्हा रशियनांच्या छावणीवर परतला होता आणि मोठ्या मुष्किलीनं कसाबसातरी 'कर्नल बोरिस'पर्यंत पोहोचला होता. त्यानंतर लगोलग त्याचा गणवेश उतरवून त्याला साधे कपडे चढविण्यात आले होते. त्याचे लालसर सोनेरी केस लपविण्यासाठी त्याच्या डोक्यावर एक हवाई हेलमेट घालण्यात आलं होतं. आणि घाईघाईनं त्याला एका रिकाम्या एम.जी.बी. विमानात कोंबून त्याची रवानगी तडक मॉस्कोला केली गेली होती.

नंतर रशियनांच्या कडक निगराणीखाली त्याच्या खास प्रशिक्षणास सुरुवात झाली होती. त्याला रशियन भाषा शिकवली गेली. शरीर तंदुरुस्त राखण्यासाठी नियमितपणे सक्तीचा व्यायाम इत्यादी गोष्टी त्याच्यावर लादल्या गेल्या. रशियन गुप्तचर खात्याची माणसं त्याच्या भोवती भोवती घोटाळू लागली. त्याची चौकशी, उलटतपासणी घेतली जाऊ लागली. डॉक्टर्स, मानसशास्त्रज्ञ त्याची ठराविक दिवसांनी नियमितपणे तपासणी करू लागले. त्याच्या वागणुकीवर बारकाईनं लक्ष ठेवलं गेलं. दरम्यान इंग्लंड आणि उत्तर आयर्लंडमध्ये असलेल्या सोवियत गुप्तहेरांनी त्याचा गतेतिहास, त्याचा भूतकाळ अतिशय कसोशीनं आणि बारकाईनं खणून काढला. प्रशिक्षणाचा तो सगळा सोपस्कार ग्रँटला तुरुंगवासासारखाच अतिशय अप्रिय आणि उबगवाणा वाटला.

अखेर त्या वर्षाच्या शेवटी, कोणत्याही परकीय व्यक्तीला रशियामध्ये मिळतो तसा 'स्वच्छ' असा शेरा ग्रँटला मिळाला. आपल्या गतायुष्याबद्दल, उलटतपासण्यांच्या दरम्यान त्यानं जे जे काही सांगितलं होतं, ते ते सत्य आहे, असा निर्वाळा त्याचा भूतकाळ खणून काढणाऱ्या सोवियत हेरांनी दिला. इंग्लंड आणि अमेरिकेत असलेल्या

रशियन खबऱ्यांनी ग्रँटला जगातल्या कोणत्याही देशामधल्या राजकारणामध्ये किंवा समाजकारणामध्ये, चालीरितींमध्ये अजिबात स्वारस्य नसल्याचं कळविलं. डॉक्टरांनी आणि मनोविश्लेषणतज्ज्ञांनी तो नैराश्यानं ग्रासलेला असून, हत्येतून आनंद मिळविणारा, टोकाला गेलेला पिसाट मनोरुग्ण आहे नि त्याची ही विकृती दर पौर्णिमेला कमालीची बळावते, असा त्याच्याबद्दल वैद्यकीय रिपोर्ट दिला. त्या रिपोर्टात त्यांनी पुढे असंही म्हटलं होतं, की ग्रँटला मादक द्रव्यांचं व्यसन असून तो अतिरिक्त मद्यपान करतो. त्याला स्त्री-देहाचं किंवा रतिक्रिडेचं अजिबात आकर्षण नाही. वेदना सहन करण्याच्या बाबतीत त्याची सहनशक्ती जबरदस्त नि असामान्य आहे. त्याच्यात अफाट शारीरिक शक्ती असली, तरी त्याची बौद्धिक क्षमता नि शैक्षणिक दर्जा अगदी सुमार, खालच्या पातळीचा आहे. मात्र कोल्ह्याची धूर्तता नि कावेबाजपणा हे गुण त्याच्यामध्ये उपजतच आहेत. एका मुद्द्यावर सर्वांचंच एकमत झालेलं होतं; तो हा, की पौर्णिमेच्या पूर्णचंद्राचा विपरीत प्रभाव होणारा नि त्या दिवशी कुणाचा तरी निर्दयपणे जीव घेण्यासाठी आसुसणारा, खुनी प्रवृत्तीचा हा विकृत माणूस समाजाच्या दृष्टीनं अत्यंत धोकादायक आणि घातक आहे. त्यामुळे त्याचा वेळीच निकाल लावावा.

ग्रँटबद्दलचा सगळा साद्यंत रिपोर्ट एम.जी.बी. खातेप्रमुखाच्या– 'हेड ऑफ पर्सोनेल'च्या– पुढ्यात आला आणि त्यानं तो समग्र वाचला, तेव्हा रिपोर्टच्या समासात 'याला ठार करा' असाच शेरा तो जवळजवळ लिहिणार होता; पण त्याच वेळी त्याच्या मनात दुसरा एक विचार आल्यामुळे त्यानं तसं केलं नाही. ग्रँटसारखा खुनशी माणूस आपण होऊन त्याच्या अखत्यारीखाली आला होता. तो विकृत असला, तरी खून पाडण्यात अतिशय तरबेज होता. त्यानं तसं सिद्ध देखील केलं होतं. असा निर्ढावलेला मारेकरी लाभणं कठीणच! त्यामुळे त्याचा आपल्या कामासाठी योग्य तो उपयोग करून घ्यावा आणि नंतर मग...! एम.जी.बी. प्रमुखाचं विचारचक्र गरगरू लागलं.

सोवियत युनियनमध्ये मोठ्या प्रमाणावर लोकांचं शिरकाण करायचं काम बाकी होतं. रशियामधल्या काही विशिष्ट जातींचे लोक जगात सर्वात क्रूर आणि निष्ठूर म्हणून प्रसिद्ध होते. आता सर्वसाधारण रशियन हा क्रूरच असतो, म्हणून नव्हे तर सोवियत शासनाचं धोरण राबविण्यासाठी काही माणसं ठार मारणं आवश्यकच होतं. सोवियत संघराज्याच्या विरोधात असणारे लोक हे शासनाचे शत्रूच असतात. आणि शत्रूंना शासनाकडे थारा नसतो. अशा शत्रूंचा पार नि:पातच करायला हवा. लोकांना सुधारण्याच्या कामी खूप बहुमोल वेळ खर्ची पडणार होता. आणि एवढं करूनही ते सुधारले नाहीत, तर मग त्यांना मरावं लागणारच! वीस कोटी एवढी अफाट लोकसंख्या असलेल्या या देशात वर्षाकाठी काही हजार माणसं मारली

गेली, तर ते समजून सुद्धा येत नव्हतं... मागे दोन मोठ्या उठावांच्या घटनांच्या वेळी एका वर्षात एक लाख माणसं मारली गेली होती. आणि त्यानं काही फारसं मोठं असं नुकसान देखील झालं नव्हतं. सोवियत संघराज्याच्या विरोधकांना यमसदनी धाडणं ही काळाचीच गरज होती; पण त्यासाठी वानवा होती ती फक्त मारेकऱ्यांची! योग्य मारेकऱ्यांचा तुटवडा हाच मोठा गंभीर प्रश्न होता. आता मारेकऱ्यांचं 'आयुष्यही' तसं कमीच असतं. खून पाडण्याच्या कामाला काही काळानंतर ते कंटाळतात. त्या कामाचा त्यांना उबग येतो. कितीही क्रूर नि अमानुष मारेकरी असला, तरी दहा... वीस... किंवा एखादा शेकडा माणसं मारल्यानंतर मृत्यूच्या त्या खेळाचा त्याला वीट हा येतोच. लोकांना यमसदनी पाठविण्याच्या त्या क्रूर प्रक्रियेमध्ये मग खुद्द मृत्यूचाच विषाणू त्याच्या रक्तामध्ये शिरतो आणि त्याला वाळवीप्रमाणे खाऊन टाकतो. असा मारेकरी मग मादक द्रव्यांच्या किंवा मद्याच्या आहारी जातो. त्याचे डोळे कायम तारवटलेले राहतात. त्याच्या हालचालींमध्ये शिथिलता येते आणि साहजिकच त्याच्या कामातला अचूकपणा नाहीसा होतो. अशा मारेकऱ्याला पदरी बाळगणाऱ्या मालकाच्या लक्षात ही सारी लक्षणं येतात, तेव्हा खुद्द त्या मारेकऱ्यालाच ठार मारून त्याला संपविण्याशिवाय दुसरा कोणताही पर्याय मग त्याच्यासमोर उरत नाही. आपल्या कामासाठी मग त्याला दुसरा एखादा नवा मारेकरी शोधावा लागतो.

एम.जी.बी.च्या प्रमुखाला या सगळ्या समस्यांची पूर्ण कल्पना होती. आपल्या कामात निष्णात असलेला मारेकरी मिळविण्याकरिता सतत कसोशीनं शोध घ्यावा लागत होता. केवळ निष्णातच नव्हे, तर वेळप्रसंगी साध्या साध्या कामांसाठी निव्वळ खाटकासारखे सामान्य मारेकरी मिळविणं सुद्धा अवघड जात होतं. अशा या साऱ्या पार्श्वभूमीवर ग्रँटसारखा दुर्लभ मारेकरी केवळ दैवानंच चालून आला होता. तेव्हा त्याला ठार मारण्याचा हुकूम न देता त्याचा योग्य तो उपयोग करून घ्यायचं एम.जी.बी. खातेप्रमुखानं ठरविलं. एक तर डॉक्टरांच्या आणि मानसतज्ज्ञांच्या मतांप्रमाणे लोकांचे जीव घेण्याच्या कामासाठीच या माणसाचा 'जन्म' झालेला होता. आणि दुसरं म्हणजे कुशलतेनं पार पाडायच्या 'खास' आणि खाटकाप्रमाणे उरकायच्या 'सामान्य' अशा दोन्ही प्रकारच्या कामगिऱ्या पार पाडण्यात हा प्राणी पटाईत होता. सोवियत संघराज्याच्या भल्यासाठी, अवचितपणे हाती आलेल्या अशा माणसाचा उपयोग करून घेणं जरूरी नि महत्त्वाचंच होतं. ग्रँटच्या रिपोर्टच्या पहिल्या कागदावर– समासात– त्या एम.जी.बी. प्रमुखानं ग्रँटला अनुकूल पण एक तिखट असा शेरा थोडक्या शब्दांमध्ये लिहिला, तो रिपोर्ट 'स्मेर्श ओत्द्येल' या संघटनेला 'मार्क' केला आणि रिपोर्टाचे ते कागद त्यानं आपल्या टेबलावरल्या 'आऊट ट्रे'मध्ये भिरकावले.

घातपाताच्या मोहिमा आणि हत्येचे कट आखणाऱ्या स्मेर्श संघटनेच्या दोन

नंबरच्या विभागानं डोनोव्हन ग्रँटचा ताबा घेतला. त्याचं मूळ नाव बदलून त्याला 'ग्रॅनिट्स्की' हे नवं नाव दिलं आणि आपल्या दप्तरात त्याची नोंद घेऊन त्याला आपल्या अखत्यारीखाली घेतलं.

त्यानंतरची दोन वर्षं ग्रँटला अतिशय कठीण गेली. 'स्मेर्श'च्या इंटेलिजन्स स्कूलमध्ये म्हणजेच हेरशाळेमध्ये त्याला दाखल करण्यात आलं. तिथे त्याचं हेरगिरीचं प्रशिक्षण सुरू झालं. शाळा, अभ्यास या गोष्टींचा त्याला लहानपणापासूनच अतिशय तिटकारा होता. जुनाट लाकडांचे डेस्क असलेल्या गंजक्या पत्र्याच्या छपराच्या शाळेत लहानपणी त्याला जावं लागलं होतं. तिथे वर्गात घोंगावणाऱ्या, निळ्या पोटाच्या घाणेरड्या माशांची गुणगुण, आसपास दाटीवाटीनं बसणाऱ्या मुलांच्या विटक्या कपड्यांचा वाशेळा, उबगवाणा वास, कोंदट उदासवाणं वातावरण या सगळ्या गोष्टींमुळे त्याच्या मनात शाळेविषयी तिरस्कार भरून राहिला होता. आणि आता त्याला रशियनांच्या हेरशाळेमध्ये सक्तीनं भरती करण्यात आलं होतं. लेनिनग्राडच्या बाहेर वसलेलं स्मेर्शचं हे 'इंटलिजन्स स्कूल' खास परकीय 'उमेदवारांसाठी' होतं. इथे जर्मन्स, झेक्स, पोल्स, बाल्टस्, चिनी आणि निग्रो अशा निरनिराळ्या जातीच्या नि देशांच्या प्रशिक्षार्थींबरोबर ग्रँटचं प्रशिक्षण सुरू झालं. गंभीर चेहऱ्यानं सारे प्रशिक्षणार्थी आपल्या नोटबुकांमधून वर्गात प्रशिक्षक जे काही शिकवत, त्याची भराभरा टिपणं घेत. तिथे शिकवले जाणारे विषय म्हणजे ग्रँटच्या दृष्टीनं 'शुद्ध वैताग' होता.

'जनरल पोलिटिकल नॉलेज' या विषयाशी निगडीत असा इतिहास, कम्युनिस्ट पक्षाच्या कामगार चळवळींची माहिती, जागतिक औद्योगिक शक्ती; मार्क्स, लेनीन, स्टॅलिन या थोर रशियन नेत्यांच्या शिकवणी या साऱ्या गोष्टी ग्रँटच्या पहिलवानी बुद्धीला झेपणं नि मानवणं अर्थातच अवघड होतं. अवघड रशियन नावांचे उच्चार सुद्धा त्याला नीट करता येत नसत. फॅसिझम, भांडवलशाही यावरली लेक्चर्स त्याच्या डोक्यावरून जाऊ लागली. 'टॅक्टीस, ॲजिटेशन आणि प्रॉप्गॅन्डा' या गोष्टी कशाशी खातात, हे त्याला कळेना. ज्यू, निग्रो, अल्पसंख्यांक यांच्या वसाहतींचे प्रश्न या विषयानं त्याला हैराण केलं. दर महिन्याच्या अखेरीस, शिकविल्या गेलेल्या विषयांची एक चाचणी परीक्षा घेतली जात असे. या परीक्षेत ग्रँटचा अर्थातच पार 'निकाल' लागला. त्यानं आपला पेपर अर्धवट रशियन भाषेतून तर लहानपणी शिकविल्या नि विसरल्या गेलेल्या अर्धवट इंग्लिश भाषेतून असा काही धेडगुजरी पद्धतीनं लिहिला; रशियन घोषवाक्यांची अशी काही मोडतोड नि वाट लावली, की त्याच्या प्रशिक्षकानं भर वर्गात, सगळ्या प्रशिक्षणार्थींसमोर तो रागानं टराटरा फाडून टाकला.

ग्रँटनं या गोष्टीकडे दुर्लक्ष केलं. पुढे 'तांत्रिक विषयां'चा कोर्स सुरू झाला, तेव्हा

त्यात मात्र त्यानं बाजी मारली. गुप्त, सांकेतिक लिप्या, सायफर्सची कोडस् या गोष्टी त्यानं चटचट आत्मसात केल्या; कारण त्यात त्याला रस होता नि त्या त्याला शिकून घ्यायच्या होत्या. गुप्त संदेशांचं दळणवळण, सांकेतिक भेटी, गुप्त कागदपत्रांची वाहतूक इत्यादी विषयांमध्ये त्यानं चांगले मार्कस् मिळविले. लेनिनग्राडबाहेरच्या उपनगरांमध्ये प्रत्येक प्रशिक्षणार्थ्याला 'फील्ड वर्क' म्हणून एखाद्या बनावट रितीनं रचलेल्या गुप्त मोहिमेवर पाठविलं जात असे. ग्रँटनं त्यात प्रावीण्य मिळविलं. त्या साऱ्या प्रशिक्षणाच्या अखेरीस सुरक्षितता, सावधानता, तारतम्यभाव, मनाची समयसूचकता, भेदकपणा, धैर्य, थंडपणा इत्यादींची जेव्हा चाचणी घेण्यात आली, तेव्हा सबंध हेरशाळेत ग्रँटनं सर्वात जास्त मार्क्स मिळविले.

त्यानंतरच्या वर्षात मॉस्कोबाहेर, कुचिको इथल्या 'स्कूल ऑफ टेरर अ‍ॅण्ड डायव्हरशन'मध्ये इतर फक्त दोघा परकीय प्रशिक्षणार्थींसह ग्रँटला ज्युडो, कराटे, बॉक्सिंग, अ‍ॅथलेटिक्स वगैरे व्यायामप्रकारांचं नि युद्धडावपेचांचं प्रशिक्षण देण्यात आलं. रेडिओ, दळणवळण, फोटोग्राफी या गोष्टी शिकविल्या गेल्या. तिघा परकीयांव्यतिरिक्त या हेरशाळेत इतर शेकडो रशियन प्रशिक्षणार्थी होते. आधुनिक रशियन हेरगिरीचा जनक सुप्रसिद्ध कर्नल अर्कादी फोतोयेव्हच्या कुशल मार्गदर्शनाखाली इथला अभ्यासक्रम शिकविला जात असे. त्यानंतर 'सोवियत रायफल चँपियन' केंद्रात लेफ्टनंट कर्नल निकोलाय गॉड्लोवस्कीच्या मार्गदर्शनाखाली त्याला 'स्मॉल आर्मस्' अर्थात पिस्तुलं, बंदुका वगैरे चालविण्याचं शिक्षण देण्यात आलं.

दोन वर्षांचा प्रदीर्घ नि कठोर प्रशिक्षण-कालावधी संपल्यानंतर ग्रँटच्या एकूण प्रगतीचा रिपोर्ट 'स्मेर्श'कडे पाठविण्यात आला. त्या रिपोर्टात म्हटलं होतं : राजकीय ज्ञान शून्य. बौद्धिक क्षमता खालच्या दर्जाची. शारीरिक ताकद असामान्य. मोहिमांवर पाठविण्याच्या दृष्टीनं उत्तम. थंड नि निष्ठूर मारेकरी होऊ शकेल. स्मेर्शच्या 'ओतद्येल-२' विभागाला तरी याहून अधिक काय हवं होतं? ग्रँटकडून त्याची एवढीच अपेक्षा होती.

अखेरच्या वर्षात, पौर्णिमेच्या रात्री, दोन वेळा एक एम.जी.बी. कार कोणतीही पूर्वसूचना न देता हेरशाळेत आली होती आणि ग्रँटला मॉस्कोमधल्या एका तुरुंगात घेऊन गेली होती. तिथे त्याच्या डोक्यावर एक काळा बुरखा चढविण्यात आला होता आणि मृत्यूदंडाची शिक्षा झालेल्या कैद्यांना ठार मारण्याचं काम त्याला दिलं गेलं होतं. या कामासाठी त्याला गळफासाची दोरी, कुऱ्हाड, सबमशीनगन अशी वेगवेगळी शस्त्रं देण्यात आली होती. हे काम त्याच्याकडून करून घेण्यापूर्वी, काम चालू असताना आणि ते संपविल्यानंतर त्याचा इलेक्ट्रोकार्डीओग्राम, ब्लडप्रेशर आणि इतर आणखी काही वैद्यकीय चाचण्या घेतल्या गेल्या होत्या. या चाचण्यांचा उद्देश आणि त्यांचे परिणाम मात्र त्याला कळू दिले गेले नाहीत.

ते वर्षं ग्रँटच्या दृष्टीनं खूप छान गेलं होतं. आपण आपलं काम समाधानकारकपणे पार पाडत आहोत, अचूकपणे करत आहोत, असं त्याला मनोमन वाटून राहिलं होतं...

१९४९ आणि ५० सालात ग्रँटला 'मोबाईल ग्रुप्स' (रशियन भाषेत ऑव्हनपोट्स) बरोबर काही लहान मोठ्या मोहिमांवर पाठविण्यात आलं होतं. छोट्या मोठ्या देशांमध्ये जाऊन, तिथे वावरणाऱ्या फितूर नि देशद्रोही रशियन हेरांच्या हत्या करण्याचं, परराष्ट्रात राहून आपली कामं नीट न बजावणाऱ्या रशियन गुप्तवार्ता खात्याच्या कर्मचाऱ्यांना बेदम ठोकून काढण्याचं काम या मोहिमांद्वारे पार पाडलं जात होतं. या मोहिमांदरम्यान ग्रँटनं आपली भूमिका अगदी चोख, अचूक आणि नीटपणे पार पाडली. रशियन गुप्तहेरांची त्याच्यावर सतत पाळत होती. त्याच्या सगळ्या हालचालींवर त्यांचं बारकाईनं लक्ष होतं; पण आपल्या कामात त्यानं कुठे जराही कसूर किंवा निष्काळजीपणा केल्याचं त्यांना आढळलं नाही. आपल्या कौशल्यात तो कुठेही उणा किंवा कमजोर पडला नाही. सगळ्या कामगिऱ्या त्यानं बेमालूमपणे पार पाडल्या. एखाद्या एकांड्या कामगिरीवर त्याला पौर्णिमेच्या रात्री पाठविल्यानंही फारसं काही बिघडलं नसतं; पण अशा रात्री चंद्राच्या परिणामामुळे बेफाम बनल्यामुळे कदाचित त्याचा स्वत:वरला ताबा सुटेल आणि मग तो आपल्या नियंत्रणाखालीही राहणार नाही, अशी भीती त्याच्या रशियन वरिष्ठांना वाटत होती. म्हणून पौर्णिमेचा दिवस सोडून इतर दिवसांमधला सुरक्षित काळ पाहून मगच ते ग्रँटच्या कामगिऱ्यांसाठी सुरक्षित तारखांची निवड करीत असत. पौर्णिमेच्या रात्री ग्रँटसाठी खास राखून ठेवलेल्या होत्या. त्या रात्रींना त्याच्याकडून तुरुंगांमधल्या देहदंडाची शिक्षा झालेल्या कैद्यांना ठार करण्याचं खाटिककाम करवून घेतलं जात असे. ते काम तो थंड, निष्ठूरपणानं पार पाडीत असे. म्हणून त्यानं बाहेरची एखादी कामगिरी यशस्वी केली, की त्याप्रित्यर्थ बक्षीस म्हणून पौर्णिमेला तुरुंगांमधल्या कसाईकामाची तजवीज त्याच्यासाठी केली जात असे.

१९५१ आणि ५२ सालात तर ग्रँटची उपयुक्तता इतक्या पराकोटीला गेली, की सोवियत शासनालाही त्याची दखल घ्यावी लागली. विशेषत: बर्लिनच्या पूर्व विभागात त्यानं फार उत्तम कामगिऱ्या पार पाडल्या. त्याबद्दल त्याला रशियन नागरिकत्व आणि घसघशीत पगारवाढ देण्यात आली. त्यामुळे १९५३ सालापर्यंत त्याचा पगार चांगलाच दणदणीत म्हणजे महिन्याला ५००० रुबल्सइतका झाला. १९५३ साली त्याला 'मेजर'चा हुद्दा देण्यात आला. 'कर्नल बोरिस'शी त्याची प्रथम भेट झाली होती, त्या दिवसापासून पेन्शनचा हक्क त्याला दिला गेला आणि क्रिमिआमध्ये एक शानदार बंगला त्याला राहण्यासाठी दिला गेला. त्याच्या दिमतीला दोन शरीररक्षक दिले गेले. त्याचं रक्षण करणं आणि त्याच्या हालचालींवर सदोदित

बारीक लक्ष ठेवणं, ही दुहेरी कामं त्यांच्यावर सोपविण्यात आली होती. एम.जी.बी.च्या रांगडी भाषेत तो सोवियत युनियनशी 'गद्दारी' तर करीत नाही ना, हे पाहण्याची जबाबदारी त्या दोघा रक्षकांवर टाकण्यात आली होती. महिन्यातून एकदा जवळच्या एखाद्या तुरुंगातल्या जेवढ्या कैद्यांना देहदंडाचं शासन दिलेलं असे, त्यांचा निकाल लावण्यासाठी एका व्हॅनमधून ग्रँटला तिथे नेलं जाई.

या सगळ्या प्रकारामुळे रशियन हेरशाळेमध्ये सुद्धा त्याची कुणाशी मैत्री जमली नाही. त्याच्या एकूण लौकिकामुळे सर्वजण त्याला भीत नि त्याचा तिरस्कार करीत. काहीजणांना त्याच्याबद्दल कमालीचा मत्सर वाटत असे. सोवियत शासनाचा सगळा कारभार अत्यंत गुप्तपणे नि सावधपणे चालत असे. त्यामुळे एम.जी.बी. खात्यामध्ये सुद्धा ग्रँटची कुणाशी खास अशी ओळख झाली नाही, जिचं पुढे मैत्रीत रुपांतर होऊ शकलं असतं. रशियन गुप्तचर खात्याला अशा मैत्रीचं वावडंच होतं. ग्रँटला या सगळ्या गोष्टींची जाणीव होती आणि त्यानं त्याची फिकीर कधी केली नाही. त्याला फक्त आपल्या सावजांमध्ये, बळींमध्ये स्वारस्य होतं. बाकी तो आपल्या स्वत:च्या एकाकी जगात मस्तीत जगत होता आणि त्यात खूश होता. त्याचं हे खासगी जग संपन्न होतं नि उत्तेजक गोष्टींनी भरलेलं होतं.

शिवाय, त्याला आता 'स्मेर्श' या रशियन संघटनेचं पूर्ण संरक्षण होतं. आणि रशियामध्ये 'स्मेर्श' ज्याच्या बाजूला होती, त्याला कुणी मित्र नसले, तरी त्याची किंवा अन्य कोणत्याही गोष्टीची पर्वा करायचं त्याला काही कारणच नव्हतं. एकदा का 'स्मेर्श'नं आपले काळे पंख त्याच्या डोक्यावर पसरले, की त्यांच्या छत्रछायेखाली तो पूर्णपणे सुरक्षित नि सुक्षेम राहू शकत होता...

अनैतिक संबंधांतून ग्रँटचा जन्म झाला होता. त्याची आई मरण पावल्यानंतर तिच्या आत्यानं आपल्या मनाविरुद्ध त्याला वाढविलं होतं. अनौरस मुलाला मिळते, तशी वाईट वागणूक त्याला लहानपणी मिळाली. कुणाचं प्रेम त्याला कधी मिळालं नाही. सगळीकडून त्याच्या वाट्याला कायम उपेक्षाच आली. त्याचं बालपण, किशोरावस्था आणि तरुणपण या सगळ्या अवस्था तो पुढे इतका खुनशी आणि बेफाम का बनला, याचं विदारक दर्शन घडवितात.

ते व्ही.बी.ओ. विमान मॉस्कोच्या जवळ पोहोचलं होतं. मॉस्कोमधल्या दिव्यांचा तांबूस प्रकाश दक्षिणेकडे दिसत होता. विमान हळूहळू खाली जाऊ लागलं. लवकरच तुशिनो विमानतळाच्या 'रडार लहरीं'च्या कक्षेत ते पोहोचलं आणि धावपट्टीच्या दिशेनं निघालं. ग्रँट अजूनही आपल्याच विचारांमध्ये गुंगला होता.

आपल्या रशियन मालकांच्या मनात आपलं नेमकं काय स्थान आहे, याविषयीचे विचार त्याच्या डोक्यात घोळत होते.

यशोशिखराच्या कळसावर तो आता पोहोचला होता. 'स्मेर्श' गुप्तचर संघटनेचा एकमेव नि सर्वोच्च मारेकरी तो बनला होता. आणि म्हणूनच सगळ्या सोवियत युनियनच्या दृष्टीनं त्याचं ते पद सर्वांत वरच्या दर्जाचं झालं होतं. रशियाचा सर्वश्रेष्ठ मारेकरी!

आता आणखी काय हवं आपल्याला? कसली महत्त्वाकांक्षा, कुठलं ध्येय आपल्यासमोर आता बाकी उरलंय? पुढे आणखी बढत्या?.. जास्त पगारवाढी? सोन्याच्या छोट्या मोठ्या भेटवस्तू?... पदकं?... अधिक महत्त्वाची लक्ष्यं असलेल्या मोठ्या कामगिऱ्या? सुधारलेल्या नवनवीन तंत्रांचं अद्ययावत प्रशिक्षण?...

खरं सांगायचं झालं, तर त्याच्या बाबतीत नव्यानं करण्यासारखं, किंवा अधिक काही करून दाखविण्यासारखं आता काहीच उरलं नव्हतं... तरीपण एक विचित्र रुखरुख त्याच्या मनाच्या कुठल्यातरी कोपऱ्यात लागून राहिली होती. ज्याच्याबद्दल आपण पूर्वी कधी काही ऐकलं नाही, जो आपल्याला ठाऊकदेखील नाही, असा दुसऱ्या एखाद्या देशामधला आपल्यासारखाच एखादा फितूर माणूस रशियनांनी आपल्या पदरी नव्यानं बाळगला नसेल ना? आपल्याला दिलं तसं प्रशिक्षण देऊन ते त्याला तयार करीत नसतील ना? आणि... तो परिपूर्णपणे तयार झाला, की आपलं सर्वोच्च मारेकऱ्याचं स्थान तर हिरावून घेणार नाही ना?... आपल्या कष्टसाध्य यशाचा आनंद, अंतिम समाधान आपल्याला मिळायच्या आत आपलं हे सर्वोच्च पद कुणी बळकावणार नाही ना?... ही ती रुखरुख होती. आणि ती त्याला कमालीचं अस्वस्थ करीत होती...!

□

## ४. *मृत्यूदूतांची बैठक*

स्मेर्श ही सोवियत शासनाची अधिकृत खून संघटना होय. देशात आणि परदेशात या संघटनेच्या घातकी कारवाया चालतात. पुरुष आणि स्त्रिया मिळून या संघटनेमध्ये १९५५ साली एकूण ४०,००० लोक कामाला होते. 'स्मिर्त स्पायोनम' या पूर्ण रशियन नावाचं 'स्मेर्श' हे संक्षिप्त स्वरुप. 'हेरांना मृत्यूदंड' असा 'स्मेर्श'चा अर्थ होतो. या संघटनेमध्ये काम करणारे लोक आणि उच्चपदस्थ रशियन अधिकारीच फक्त या नावाचा वापर करतात. कोणताही शहाणा नि सामान्य रशियन नागरिक या नावाचा स्वप्नामध्ये देखील उच्चार करीत नाही. सबंध रशियामध्ये या संघटनेची आणि या नावाची इतकी जबरदस्त दहशत आहे.

स्त्रेतेन्का उलित्सा विभागातल्या एका रुंद रस्त्यावरील १३ नंबरच्या खूप मोठ्या इमारतीमध्ये 'स्मेर्श'चं हेडक्वार्टर आहे. ही इमारत आधुनिक बांधणीची असली, तरी तिचं बाह्य स्वरुप ओंगळवाणं आहे. इमारतीच्या दर्शनी पायऱ्या चढून गेलं, की समोर लोखंडाचं मजबूत प्रवेशद्वार दिसतं. दर्शनी पायऱ्यांच्या दोन्ही बाजूला सबमशीनगन्स घेतलेले दोन रक्षक पहारा देत उभे असतात. त्यामुळे इमारतीच्या समोरच्या उदासवाण्या रस्त्यावरून येणारे जाणारे नागरिक आपल्या नजरा नि माना खाली घालूनच तिथून मुकाट्यानं निघून जातात. एवढी धास्ती त्यांना स्मेर्शविषयी वाटते. कधी कधी तर स्मेर्शची इमारत असलेल्या भागात आपण आलो आहोत, असं पादचाऱ्यांच्या वेळीच ध्यानात आलं, तर रस्ता ओलांडून ते पलीकडल्या बाजूला जातात नि इमारतीसमोरून चूपचाप पुढे निघून जातात. स्मेर्शच्या दहशतीची जरबच तशी आहे.

या इमारतीच्या दुसऱ्या मजल्यावरून 'स्मेर्श' संघटनेचा सारा कारभार चालतो. याच मजल्यावर खूप लांब रुंद नि प्रशस्त असा एक भव्य हॉल आहे. तो फिक्कट हिरव्या रंगानं रंगविलेला आहे. जगभरातल्या शासकीय कचेऱ्यांच्या महत्त्वाच्या खोल्यांना का कुणास ठाऊक पण हाच रंग दिलेला असतो. या हॉलचा प्रवेश दरवाजा अतिशय भक्कम असून ध्वनीरोधक आहे. दरवाजाच्या विरुद्ध बाजूला असलेल्या भिंतींमध्ये दोन मोठ्या नि रुंद खिडक्या आहेत. या खिडक्यांमधून खाली पाहिलं, की इमारतीच्या पाठीमागच्या भागात असलेलं मोठं पटांगण दिसतं. हॉलची संपूर्ण जमीन उत्तम दर्जाच्या कॉकेशिअन कार्पेटनं आच्छादलेली आहे. हॉलच्या डावीकडच्या टोकाच्या कोपऱ्यात ओक लाकडापासून तयार केलेलं एक भलंमोठं टेबल आहे. या टेबलाचा पृष्ठभाग लाल रंगाच्या मखमली कापडाने मढविलेला असून त्यावर एक जाड नि नितळ अशी आयताकृती काच आहे. या टेबलावर डाव्या बाजूला 'इन' आणि 'आऊट' कागदपत्रांचे ट्रे ठेवलेले आहेत आणि उजव्या बाजूला चार टेलिफोन्स आहेत.

या भव्य टेबलाला काटकोनात जोडून ठेवलेलं दुसरं एक खूप लांबलचक टेबल हॉलच्या लांबीइतकं असं आहे. ही दोन्ही टेबलं एकमेकांना जोडल्यामुळे त्यांचा इंग्रजी 'टी' (T) या अक्षरासारखा आकार झाला आहे. या लांब टेबलाशी उंच नि सरळ पाठीच्या लाल रंगाच्या लेदरच्या बैठकी असलेल्या आठ मोठ्या खुर्च्या ठेवलेल्या आहेत. लांब आकाराच्या या कॉन्फरन्स टेबलावर सुद्धा लाल रंगाचं मखमली आच्छादन आहे; मात्र त्यावर संरक्षक काच नाही.टेबलावर सिगारेटची रक्षापात्रं; पाणी भरून ठेवलेले दोन जड काचेचे जार आणि काचेचेच ग्लास मांडून ठेवलेले आहेत.

या भव्य हॉलच्या भिंतींवर रुंद काठाच्या चार सोनेरी फ्रेम्समधे चार भव्य

तैलचित्रं लटकावलेली आहेत. हॉलच्या प्रवेशद्वाराच्या वर स्टॅलिनचं, दोन खिडक्यांच्या मध्यभागी लेनिनचं आणि उरलेल्या आमोरासमोरच्या दोन भिंतींपैकी एकीवर बुल्गानिनचं (जिथे १३ जानेवारी १९५४ पर्यंत बेरियाचं तैलचित्र होतं!) तर दुसरीवर सोवियत युनियनच्या 'राज्य सुरक्षा समिती'चा अर्थात 'स्टेट सिक्युरिटीचा प्रमुख अलेक्सांद्रोविच् सेरोव्ह याचं. १९५५ साली ही चार तैलचित्रं या हॉलमध्ये लावली गेली.

हॉलच्या डाव्या बाजूच्या भिंतीशी, बुल्गानिनच्या तैलचित्राखाली, ओक लाकडाच्या चकचकीत कॅबिनेटमध्ये एक मोठा टेलिव्हिजन सेट ठेवलेला आहे. या सेटच्या आत एक टेपरेकॉर्डर लपविलेला आहे. हॉलमधल्या मुख्य टेबलाला बसविलेला एक छुपा स्विच दाबून, बसल्या जागेवरूनच हा टेपरेकॉर्डर सुरू करता येतो. या टेपरेकॉर्डरशी संबंधित असलेला एक शक्तिशाली मायक्रोफोन कॉन्फरन्स टेबलावर अशा खुबीनं दडविलेला आहे नि अशा जागी बसविलेला आहे, की त्या टेबलासभोवती बसलेल्या कुणाचंही बोलणं स्पष्टपणे पकडलं जावं. या मायक्रोफोनला जोडणारी वायर टेबलाच्या लाकडी पायांमध्ये छपविलेली आहे. टेलिव्हिजनच्या बाजूला भिंतीत एक दार आहे. त्या दारापलीकडे छोटीशी प्रसाधन कम हात तोंड वगैरे धुण्याची खोली आहे. या खोलीला लागूनच एक दुसरी खोली– प्रोजेक्शन रूम आहे. या लहानशा खोलीत असलेल्या प्रोजेक्टरवर अत्यंत गुप्त स्वरुपाच्या फिल्मस् दाखविण्याची सोय आहे.

जनरल सेरोवच्या तैलचित्राखाली एक मोठी नि सुंदर अशी लाकडी बुक-केस आहे. या केसमध्ये सर्वात वरच्या शेल्फात मार्क्स, इंगल्स, लेनिन आणि स्टॅलिन यांचं साहित्य असलेले ग्रंथ आहेत. केसच्या इतर शेल्व्हज्मधून हेरगिरी, प्रतिहेरगिरी, गुन्हेगारी, पोलिसी अवलंबपद्धती अशा विषयांवरली जवळजवळ सर्व भाषांमधली पुस्तकं हारीनं मांडून ठेवली आहेत. बुककेसच्या पुढे भिंतीशी असलेल्या एका लांब पण अरुंद टेबलावर कातडी वेष्टनं असलेले सुमारे डझनभर अल्बम्स् आहेत. मोठ्या आकारांच्या या अल्बम्स्च्या आवरणांवर सोनेरी रंगात तारखा छापलेल्या आहेत. स्मेर्श संघटनेद्वारे ज्यांची हत्या केली गेली, अशा सोवियत नागरिकांचे आणि परकियांचे फोटो या अल्बम्स्मधून लावलेले आहेत.

ग्रँटचं विमान ज्यावेळी तुशिनो विमानतळावर उतरत होतं, जवळजवळ त्याच वेळी म्हणजे रात्रीचे साडेअकरा वाजलेले असताना, 'स्मेर्श'च्या अत्यंत महत्त्वाच्या अशा त्या हॉलमध्ये, जाडजूड व्यक्तिमत्त्वाचा भारदस्त नि अत्यंत दणकट शरीरयष्टीचा सुमारे पन्नाशीचा एक माणूस, त्या टेबलाशी उभा राहून १९५४ सालचा एक व्हॉल्यूम चाळत होता.

या माणसाचं नाव होतं कर्नल जनरल ग्रूबोझाबोयस्कीकोव. हा 'स्मेर्श' संघटनेचा प्रमुख होता नि त्या इमारतीत तो जनरल 'जी' या नावानं ओळखला जात असे. उंच

कॉलरचा, खाकी रंगाचा ट्युनिकचा कोट आणि गडद निळ्या रंगाची, दुही बाजूंना दोन लाल रंगाच्या फिती असलेली पँट असा उत्तम दर्जाचा रशियन गणवेश त्याच्या अंगात होता. त्याच्या पायांमध्ये मऊ चामड्याचे चकचकीत काळं पॉलिश केलेले 'रायडिंग बूट' होते. रुंद छातीवर असलेल्या त्याच्या ट्युनिक कोटावर रंगीत रिबिनींमध्ये गुंफलेल्या सन्मान पदकांच्या तीन ओळी रुळत होत्या. ऑर्डर्स ऑफ लेनिनची दोन, ऑर्डर ऑफ सुवोरोव, ऑर्डर ऑफ अलेक्झांडर नेवस्की आणि ऑर्डर ऑफ रेड बॅनर असं प्रत्येकी एक, ऑर्डर्स ऑफ रेड स्टारची दोन, एक 'वीस वर्षं सेवापदक' आणि युद्धकाळात मॉस्कोचं संरक्षण केल्याबद्दल नि बर्लिन जिंकल्याबद्दल एकेक अशी दोन पदकं अशी ती सगळी सन्मानपदकं होती. या पदकांखाली ब्रिटिश सी.बी.इ.च्या गुलाबी नि करड्या रंगाच्या सन्मानफिती, तांबड्या आणि पांढऱ्या रंगांच्या 'अमेरिकन मेडल ऑफ मेरिट'च्या रेशमी सन्मानफिती लावलेल्या होत्या. या सन्मानफितींच्या वर, मध्यभागी 'हिरो ऑफ द सोवियत युनियन'चा सोन्याचा तारा झळकत होता.

जनरल ग्रूबोझाबोयस्कीकोवचा चेहरा थोडासा उभट नि फताडा होता. त्याच्या भुवया दाट, काळ्याभोर होत्या. डोळ्याखाली गोलसर मांसल फुगवटे वर आलेले होते. त्यांचा वर्ण तुकतुकीत करडा होता. त्यानं डोक्याचा तुळतुळीत गोटा केलेला होता. हॉलच्या मध्यभागी, छताला लोंबकळत असलेल्या, झुंबराच्या प्रकाशमान दिव्यांच्या प्रखर उजेडात चमनगोटा असलेलं त्याचं डोकं चकाकत होतं. रुंद जिवणीखाली त्याची निमुळती टोकदार हनुवटी किंचित पुढे आलेली होती. त्याची मुद्रा कठोर, अधिकारदर्शक होती. कुणासमोरही न झुकणारं अत्यंत करडं असंच हे व्यक्तिमत्त्व होतं.

एकाएकी त्याच्या टेबलावरल्या एका टेलिफोनची घंटा मंद आवाजात घणघणू लागली. तशी लांबलांब, पण शिस्तीत ढांगा टाकत तो टेबलापाशी गेला. टेबलामागच्या उंच पाठीच्या भपकेबाज लेदर खुर्चीत बसत टेलिफोनचा रिसीव्हर उचलून त्यानं कानाला लावला. पांढऱ्या रंगाचा तो खास फोन 'हाय फ्रीक्वेन्सी'चा होता नि त्यावर व्ही.सी.एच. अशी अक्षरं होती. उच्चपदस्थ अशा फक्त पन्नास अधिकाऱ्यांचे टेलिफोन्स उच्च लहरींच्या व्ही.सी.एच. स्वीचबोर्डाशी संबंधित होते. यातले बहुतांशजण 'राज्यमंत्री' होते किंवा मग कोणत्या ना कोणत्यातरी महत्त्वाच्या खात्याचे सर्वप्रमुख होते. क्रेमालिनमध्ये असलेल्या एका लहानशा एक्स्चेंजमधून व्ही.सी.एच. स्वीचबोर्डचं नियंत्रण केलं जात असे आणि धंदेवाईक सुरक्षा अधिकारी ते करीत असत. या स्वीचबोर्डवरून जोडल्या जाणाऱ्या टेलिफोन लाइन्सवर चालणारी गुप्त संभाषणं या सुरक्षा ऑपरेटर्सना ऐकू येत नसत; पण प्रत्येक लाइनवर चालू असलेल्या संभाषणामधला शब्द न् शब्द आपोआप एका गुप्त टेपरेकॉर्डरवर टेप केला जाण्याची व्यवस्था केलेली होती.

"यस्?" जनरल 'जी'नं विचारणा केली.

"मी सेरोव बोलतोय." रिसीव्हरमधून एक आवाज आला, "आज सकाळी प्रेसिडीयमची जी मीटिंग झाली, तिच्यानंतर काय कारवाई करण्यात आलीय?"

"आणखी काही मिनीटांतच मी एक मिटींग बोलावलीय. रुमिड, ग्रू आणि अर्थातच एम.जी.बी.चे काही अधिकारी त्यात आहेत, कॉम्रेड जनरल. या मिटींगमध्ये जर काही कारवाई करण्याचा निर्णय घेण्यात आला, तर माझ्या 'हेड ऑफ ऑपरेशन्स' आणि 'हेड ऑफ प्लॅन्स' यांच्याबरोबर मी लगेच दुसरी मिटींग घेईन. जर काही परिवर्तन करण्याचा निर्णय घेतला गेला, तर मॉस्कोच्या मार्फत आवश्यक त्या हालचाली करविण्याची व्यवस्था मी अगोदरच करून ठेवलेली आहे. यावेळच्या मोहिमेची सगळी तयारी मी स्वत: माझ्या देखरेखीखाली करणार आहे. मागे ते खोक्लोव प्रकरण घडलं होतं, तसली आणखी एखादी दुसरी भानगड व्हायला आम्हाला नको आहे."

"आपल्याला काय घडायला नको, हे त्या सैतानाला सुद्धा ठाऊक आहे. तुमची पहिली मिटींग झाली, की मला लगेच फोन करा; कारण उद्या सकाळी प्रेसिडीयमला मला सगळा रिपोर्ट द्यायचाय."

"नक्कीच, कॉम्रेड जनरल."

जनरल 'जी'नं टेलिफोनचा रिसीव्हर जागेवर ठेवला आणि आपल्या टेबलाखाली असलेलं कॉलबेलचं बटण दाबलं. त्याचवेळी तिथं असलेलं दुसरं बटण दाबून छुपा वायर रेकॉर्डरही त्यानं चालू केला. त्याचा ए.डी.सी.– जो एक एम.जी.बी. कॅप्टन सुद्धा होता– लगतच्या एका खोलीचं दार लोटून हॉलमध्ये आला.

"सगळे मेंबर्स आलेत का?" जनरल 'जी'नं त्याला विचारलं.

"हो, कॉम्रेड जनरल." तो अदबीनं उत्तरला.

"ठीक आहे. त्यांना आत पाठव." जनरल 'जी' म्हणाला.

दारातून आणखी काहीच मिनीटांमध्ये सहा माणसं त्या हॉलमध्ये प्रविष्ट झाली. त्यांच्यापैकी पाचजणांच्या अंगावर त्यांचा गणवेश होता. मुख्य टेबलापाठीमागे बसलेल्या जनरल 'जी'कडे दृष्टीक्षेप देखील न टाकता त्या सहाजणांनी कॉन्फरन्स टेबलाशी असलेल्या खुर्च्यांवर आपल्या जागा घेतल्या. त्यांच्यातील तिघंजण वरिष्ठ अधिकारी नि आपापल्या खात्याचे प्रमुख होते आणि प्रत्येकाबरोबर त्याचा एकेक ए.डी.सी. होता. सोवियत युनियनमध्ये कोणताही माणूस मिटींगला सहसा कधीच एकटा जात नाही. आपल्या स्वत:च्या खात्याच्या आणि त्याबरोबरच आपल्या स्वत:च्या हितरक्षणाच्या दृष्टीनं तो आपल्याबरोबर एखादा साक्षीदार तरी हमखास नेतोच. याचा फायदा असा होतो, की त्या त्या खात्याला आपल्याबद्दल मिटींगमध्ये काय काय बोललं गेलं, याची दोघाजणांकडून माहिती मिळते. मिटींगमध्ये काय

घडलं, याचे दोन स्वतंत्र रिपोर्ट्स मिळतात. एखाद्या मिटींगमधल्या घटनांची चौकशी करण्याची वेळ जर पुढेमागे आलीच, तर त्या दृष्टीनं ही गोष्ट महत्त्वाची ठरते. कोणत्याही कॉन्फरन्समध्ये अथवा मिटींगमध्ये लेखी टिपणं घेतली जात नाहीत. जे काय निर्णय घेतले जातात, ते संबंधित खात्यांना तोंडीच कळविले जातात.

कॉन्फरन्स टेबलाच्या एका टोकाशी लेफ्टनंट जनरल स्लाव्हिन बसलेला होता. रशियन सैन्याच्या 'ग्रू' या गुप्तवार्ता खात्याचा हा प्रमुख होता. त्याच्या बाजूला बसलेला त्याचा ए.डी.सी. हा कर्नलच्या हुद्द्यावर होता. टेबलाच्या पार दुसऱ्या टोकाला लेफ्टनंट जनरल वोज्द्विशेन्स्की बसला होता. हा परराष्ट्र मंत्रालयाच्या 'रुमिड' या गुप्तचरखात्याचा प्रमुख होता. त्याच्याशेजारी बसलेला, मध्यम वयातला त्याचा ए.डी.सी. हा साध्या पोशाखात होता. हॉलच्या बंद प्रवेशद्वाराकडे पाठ करून बसला होता तो 'राज्य सुरक्षा खात्या'चा कर्नल निकितीन होता. सोवियत सिक्रेट सर्व्हिसच्या 'एम्.जी.बी.' या गुप्तचर खात्याचा हा प्रमुख होता. त्याच्या सोबत बसलेला त्याचा ए.डी.सी. हा एक मेजर होता.

"गुड इव्हिनिंग, कॉम्रेडस्!" जनरल 'जी'नं त्या सर्वांचं स्वागत केलं.

त्याबरोबर तीन गुप्तचर खात्याच्या त्या तिघा वरिष्ठ अधिकाऱ्यांनी सावध नि नम्र स्वरात त्याला 'गुड इव्हिनिंग, गुड इव्हिनिंग' अशी हलकी गुणगुण करीत प्रतिसाद दिला. त्या हॉलमध्ये छुपा मायक्रोफोन बसविलेला आहे, हे त्यांच्यापैकी प्रत्येकाला ठाऊक होतं. आणि म्हणूनच अत्यंत शिस्तबद्ध, कामापुरतं आणि कमीत कमी बोलायचं, असं प्रत्येकानं ठरविलेलं होतं.

"कामाला सुरुवात करण्यापूर्वी आधी सिगारेट ओढू." जनरल 'जी' म्हणाला. 'मोस्क्वा– व्होल्गा' सिगारेटस्चं एक पाकीट काढून त्यातील एक सिगारेट त्यानं अमेरिकन बनावटीच्या 'झिप्पो' लाईटरनं पेटविली. त्याच्या पाठोपाठ टेबलासभोवती इतर लाईटर्सचे खट्खट् असे आवाज झाले. मिटींगला आलेल्या अधिकाऱ्यांनी आपापल्या सिगारेटस् पेटविल्या होत्या. जनरल 'जी'नं आपल्या हातामधल्या लांब सिगारेटचं करड्या रंगाचं फिल्टरचं टोक चिमटीत दाबून चपटं केलं नि ती ओठांच्या उजव्या कडेला दातांमध्ये पकडली. तिचा एक झुरका घेऊन अर्धवट धूर सोडत, ओठांच्या कडेशी ती तिरकी लटकावीत, लहान लहान सावध वाक्यांनी त्यानं बोलण्यास सुरुवात केली. सिगारेटच्या धुराबरोबर खसफसते शब्द त्याच्या ओठांमधून बाहेर पडू लागले.

"कॉम्रेडस्! आपण कॉम्रेड जनरल सेरोव यांच्या सूचनेवरून ही मिटींग घेतो आहोत. प्रेसिडियमच्या वतीनं आपल्या राजकीय धोरणांशी संबंधित असलेल्या काही गोष्टी तुम्हाला सांगायचा हुकूम त्यांनी मला दिला आहे. त्या मी तुम्हाला सांगितल्यानंतर आपण सर्वजण त्यावर चर्चा करणार आहोत. नंतर त्या गोष्टींबाबत आपल्या

धोरणाला अनुसरून, काय नि कशी कारवाई करता येईल, याबद्दलचा प्रस्ताव सुचवून तो आपल्याला प्रत्यक्षात अंमलात आणायचा आहे. जो काय निर्णय आपल्याला घ्यायचाय, तो त्वरेनं आणि चटकन घ्यायचाय. आपला निर्णय राज्याच्या दृष्टीनं अत्यंत महत्त्वाचा असा ठरणार आहे, हे ध्यानात घ्या. आणि म्हणून जो निर्णय आपण घेणार आहोत, तो अत्यंत अचूक असायला हवा.''

जनरल 'जी' आपल्या बोलण्याची प्रतिक्रिया आजमावण्यासाठी क्षणभर थांबला. कॉन्फरन्स टेबलापाशी बसलेल्या तिघा वरिष्ठ अधिकाऱ्यांच्या चेहऱ्यांचं त्यानं एकापाठोपाठ संथपणे निरीक्षण केलं. ते तिघं त्याच्याकडे मूढ नजरांनी बघत होते. वरवर त्यांच्या मुद्रा अगदी मख्ख दिसत असल्या तरी अत्यंत महत्त्वाच्या पदांवर असलेले ते तिघेजण मनातून कमालीचे अस्वस्थ झालेले होते. एखादं बंद दार उघडावं आणि त्या पलीकडे अग्नीनं रसरसलेली भयंकर भट्टी अकस्मात दिसावी, तशी त्यांची अवस्था झाली होती. आणखी काही वेळातच त्यांना शासकीय पातळीवरलं काहीतरी अत्यंत महत्त्वाचं गुपित समजणार होतं. त्या गुपिताची माहिती झाल्यामुळे, भविष्यात एखाद् दिवस त्याच्या अतिशय धोकादायक नि घातक परिणामांना त्यांना कदाचित सामोरं जावं लागणार होतं. सोवियत रशियाची सारी शक्ती जिथं एकवटली होती, त्या महान सत्ताकेंद्राकडून– हाय प्रेसिडियमकडून येणारा एक प्रखर उर्जास्रोत जणु आपल्याला भाजून काढतो आहे, असं त्या शांत, स्तब्ध हॉलमध्ये बसलेल्या तिघांना भासत होतं.

जनरल 'जी'च्या संपत आलेल्या सिगारेटची थोडीशी राख त्याच्या ट्युनिक कोटावर सांडली. ती त्यानं टिचकीनं साफ केली. हातातलं थोटुक त्यानं त्याच्या टेबलाच्या पायाशी असलेल्या 'सिक्रेट वेस्ट बास्केट'मध्ये फेकलं. पाकिटातून नवीन सिगारेट काढून शिलगावली आणि तिचा एक झुरका घेऊन तो पुढे बोलू लागला,

''येत्या तीन महिन्यांत आपल्या एखाद्या शत्रूराष्ट्राच्या क्षेत्रामध्ये आपल्याला अत्यंत जबरदस्त अशी दहशतवादी कारवाई गुप्तपणे घडवून आणायची आहे. काहीतरी खळबळजनक कृत्य म्हणा हवं तर! त्यासंबंधी विचारविनिमय करून त्याचा प्रस्ताव आपल्याला मांडायचा आहे. आपली आजची मिटींग त्यासाठीच बोलवायचा आदेश मला वरून आला आहे.''

डोळ्यांच्या सहा जोड्या अगदी निर्विकारपणे 'स्मेर्श'च्या त्या प्रमुखाचं निरीक्षण करू लागल्या.

''कॉम्रेडस्!'' जनरल 'जी' आपल्या खुर्चीत मागे रेलत म्हणाला, ''सोवियत रशियाच्या परराष्ट्र धोरणामध्ये नवीन बदल करण्यात येत आहेत. आपण एका नव्या युगात प्रवेश करणार आहोत. पूर्वी आपलं हे धोरण फार 'कठोर' होतं. अगदी पोलादासारखं कठोर म्हणा ना! (हे वाक्य बोलून त्यानं स्टालिनची थोडी खिल्लीच

उडवली.) पण तसलं कठोर धोरण अवलंबिल्यामुळे पश्चिमेकडल्या राष्ट्रांमध्ये, विशेषत: अमेरिकेत ताण वाढला, जो अर्थातच फार धोकादायक होता. हे अमेरिकन लोक फार आतल्या गाठीचे आहेत. त्यांच्या मनाचा काही थांगपत्ता लागत नाही. त्यांचा काही भरवसा देखील देता येत नाही. सोवियत रशियाविरुद्ध अघोषित अणुयुद्ध करायला आपण अमेरिकेला प्रवृत्त करतो आहोत, असे गुप्त रिपोर्टस् आपल्या गुप्तवार्ताखात्याकडून आले. ते रिपोर्टस् तुम्ही वाचलेलेच आहेत. त्यामुळे मी जे सांगतोय, ते सत्य आहे, याचीही तुम्हाला कल्पना आहेच; पण आपल्याला असलं काही युद्धबिद्ध नकोय. पण समजा, तसं युद्ध व्हायची पाळी आलीच, तर ते केव्हा घडवून आणायचं ती वेळ आपण ठरविणार आहोत. युद्ध झालंच, तर ते आपल्या सोयी-सवडीनं व्हायला हवं. काही सामर्थ्यशाली अमेरिकन्स– विशेषत: ॲडमिरल रॅडफोर्ड यांच्या नेतृत्वाखाली काम करणारा 'पेंटॅगॉन ग्रुप' त्यांच्या 'फायरब्रँड' योजनांमध्ये खूप सफल झाला. तो कशामुळे झाला? आपल्या 'कठोर' धोरणाच्या यशामुळेच! आपल्या 'कठोर' धोरणाचा त्यांना अप्रत्यक्षपणे फायदा झाला. थोडक्यात, त्यांच्या योजना यशस्वी होण्यात आपण त्यांना मदत केली. तेव्हा मग आपल्या देशाच्या श्रेष्ठींनी असा निर्णय घेतला, की आपल्या धोरणांच्या अवलंब पद्धतींमध्ये बदल करण्याची वेळ आता आली आहे. पद्धतींमध्ये बदल करायचा; पण आपली उद्दिष्टं आहेत, तशी ठेवूनच! आपल्या कामाची रीत बदलायची; पण ध्येय मात्र बदलायचं नाही. म्हणून आपलं नवीन धोरण ठरविण्यात आलं– 'कठोर-मृदू'. या धोरणाची सुरुवात आपण जिनेव्हापासून केली– मृदू, मऊ धोरणाचा अवलंब आपण केला; पण जेव्हा चीननं क्वीमॉय आणि मात्सूला धमक्या दिल्या, तेव्हा आपलं धोरण त्याच्या बाबतीत आपण 'कठोर' ठेवलं. परराष्ट्रांमधल्या बऱ्याचशा वृत्तपत्रवाल्यांसाठी, कलाकार नि नटांसाठी आपल्या सरहद्दी आपण मुक्त केल्या. त्यांच्यामधले पुष्कळसे हेर आहेत, हे आपल्याला माहिती होतं; पण तरीही हा धोका आपण पत्करला. मॉस्कोमध्ये भरणाऱ्या परिषदांच्या वेळी आपले नेते खूप मोकळेपणानं, खेळीमेळीनं वागले. त्यांनी पाहुण्यांना खूष करण्यासाठी हास्यविनोद देखील केले. आणि त्या सगळ्या खेळीमेळीच्या, हास्यविनोदांच्या दरम्यानच सर्वात मोठ्या अशा अणुस्फोटाची चाचणी आपण मोठ्या चतुराईनं करून घेतली. आपले कॉम्रेड बुलगानीन, ख्रुश्चेव आणि कॉम्रेड जनरल सेरोव हे थोर नेते भारताला आणि पूर्वेकडल्या देशांना सदिच्छा भेटी देऊन आले. (गुप्तपणे चालू असलेल्या टेपरेकॉर्डरवर नोंद व्हावी म्हणून या नेत्यांच्या नावांचा उच्चार जनरल 'जी'नं मुद्दामच केला, धूर्तपणानं!) इंग्लिश राजदूतांशी त्यांनी मैत्रीच्या लंब्याचवड्या गप्पा मारल्या. लंडनला सदिच्छा भेट द्यायचं गोड वचन त्यांना दिलं... आणि हेच सगळं पुढे नंतर चालत राहिलं. गरज पडेल, तेव्हा काठीचा तडाखा हाणायचा नि मग गाजराचं आमिष

दाखवायचं. कधी चेहऱ्यावर हसू आणायचं, तर कधी कपाळाला आठ्या घालायच्या. आपल्या या बनेल अशा नव्या धोरणामुळे झालं काय, की हे पाश्चिमात्य बुचकळ्यात पडले. भांबावून गेले. याचा परिणाम असा झाला, की सगळे ताणतणाव वाढण्यापूर्वीच निवळले. आपल्या शत्रूंचं धोरण असंघटित आहे. त्यांच्या प्रतिक्रियाही बेकार आहेत. आपल्याकडे अडकवून ठेवलेल्या काही युद्धकैद्यांना आपण मोठ्या उदारपणाचा आव आणून सोडून दिलं. त्यामुळे शत्रूराष्ट्रांमधली सामान्य जनता खूष झाली; पण कैद्यांना सोडून देण्यामागे आपला अंत:स्थ हेतू काय होता, हे कुणालाच समजलं नाही. ते आपल्याला पोसण्याच्या दृष्टीनं जड झाले होते. त्यांच्यावर, त्यांच्या खाण्यापिण्यावर होणारा भरमसाठ खर्च आपल्याला नको होता. तो वाचविण्यासाठी आपण त्यांची मुक्तता केली; पण जगाला उल्लू बनविलं...

कॉन्फरन्स टेबलाभोवती बसलेल्या उच्चपदस्थ अधिकाऱ्यांच्या मुद्रांवर आनंदाचं स्मित झळकलं. त्यांचं अंत:करण गर्वानं, अभिमानानं फुलून गेलं. किती डोकेबाज धोरण वापरलंय आपल्या श्रेष्ठींनी! काय पण बुद्धिमत्ता लढवलीय हे नवं धोरण अवलंबून! पाश्चिमात्यांना आपण किती चतुराईनं बुद्धु बनवितो आहोत... बरे गंडवले जातायत!... मूर्ख साले...!

त्यांच्या मनात येत होतं...

''त्याचवेळी...' मंद स्मित करीत जनरल 'जी'नं पुढे सांगण्यास सुरुवात केली. ''जगातल्या इतर अनेक ठिकाणीही आपली आगेकूच संथगतीनं चालूच राहिली. मोरोक्कोमधली क्रांती, इजिप्तला शस्त्रास्त्रांचा पुरवठा, युगोस्लाव्हियाशी मैत्री, सायप्रसमध्ये अस्वस्थ वातावरण निर्माण करणं, तुर्कस्थानात दंगेधोपे घडवून आणणं, इंग्लंडमध्ये संपांना चालना देणं, आपल्याला राजकीय दृष्टींनी फायदेशीर ठरतील, अशा गोष्टी फ्रान्समध्ये जमवून आणणं... अशा कितीतरी प्रकारांनी आपली घोडदौड सगळीकडे चालूच होती. जगामधली अशी एकही आघाडी शिल्लक राहिली नाही, की जिथे आपली आगेकूच गुप्तपणे चालू नव्हती. अशा तऱ्हेनं सबंध जगभरातल्या राष्ट्रांमध्ये आपण आपले हातपाय अगदी व्यवस्थितपणे पसरून ठेवण्यात यशस्वी झालो आहोत, हे सांगायला मला आनंद वाटतो.

कॉन्फरन्स टेबलाभोवती बसलेल्या अधिकाऱ्यांच्या समाधानानं फुललेल्या मुद्रांकडे जनरल 'जी'नं एकवार आळीपाळीनं पाहिलं. आरंभी त्यांच्यावर आलेला ताण आता नाहीसा झालेला दिसत होता. आपल्या यशाची पुंगी ऐकून ते सगळे स्वस्थचित्त बनले होते. त्यांच्या डोळ्यांमध्ये अभिमानाची, गर्वाची चमक दिसत होती... 'सगळे थारावलेत तेव्हा आता यांना जरा 'कडक डोस' द्यायला काही हरकत नाही. खुशामत बरीच झाली. आता थोडी हजेरी घ्यायची वेळ झालीय!' जनरल 'जी'च्या मनात आलं. नवीन धोरण नेमकं काय आहे, याची जाणीव यांनाही स्वत:ला व्हायला हवी.

गुप्तवार्ताखातं खूप मोठे मोठे खेळ यांच्याच वतीनं खेळत असतं. त्याचा ताणही यांना कळायलाच हवा. जनरल 'जी' अगदी हळूच पुढे झुकला. आपल्या उजव्या हाताचं कोपर टेबलावर टेकवत, त्याची मूठ वळून तो हात त्यानं आवेशानं वर केला आणि मुलायम स्वरात तो बोलू लागला–

"पण कॉम्रेडस्, सगळ्या आघाड्यांवर आपली अशी सरशी होत असताना सोवियत संघराज्याचं धोरण राबविण्याच्या बाबतीत कुणाला अपयश येत होतं? जेव्हा आपल्याला वज्राप्रमाणे कठोर व्हायला हवं होतं, तेव्हा नको तो मृदूपणा कुणी दाखविला? आपल्या देशाच्या यशाचे झेंडे चौफेर लागत असताना, आपली इतर सगळी खाती नेत्रदीपक विजय मिळवीत असताना पराभवाची नामुष्की कुणावर आली? मूर्खासारख्या घोडचुका करून सोवियत युनियनची दुर्बळ नि बावळट प्रतिमा साऱ्या जगासमोर कुणी उभी केली? आपल्या देशाला शरमेनं मान खाली घालायला कुणी लावलं? कुणी केल्या अशा अक्षम्य चुका? कुणीऽऽ? कुणीऽऽ? कोण होतं ते? कोण होतं?..." सुरुवातीला मुलायम असलेला जनरल 'जी'चा स्वर आता टिपेला चढला होता. त्याचे शेवटले शब्द तर किंचाळल्यासारखे आले. प्रेसिडीयमकडून खरडपट्टी काढण्याचा जो आदेश आला, त्याची अंमलबजावणी आपण किती प्रभावीपणे नि परिणामकारकपणे करतो आहोत, असा विचार एकीकडे त्याच्या मनात येत होता. कॉम्रेड जनरल सेरोवसमोर या बैठकीची टेप वाजविली जाईल, तेव्हा आपला हा आवेशपूर्ण गरजता स्वर कसला घुमेल!

कॉन्फरन्स टेबलाशी बसलेल्या अधिकाऱ्यांच्या फिकट चेहऱ्यांवरून त्यानं नजर फिरविली. आता कसल्या तासडम्पट्टीचं ताट पुढे येणार, या धास्तीनं त्यांच्या मुद्रा आता भेदरल्यासारख्या दिसत होत्या. ते सगळे धास्तावून आता काय ऐकायला मिळणार, या अपेक्षेनं त्याच्याकडे बघत होते. त्याच वेळी जनरल 'जी'च्या वर उगारलेल्या हाताची वळलेली मूठ दाणकन् टेबलावर आपटली.

"सोवियत युनियनचं आख्खं गुप्तवार्ताखातंऽऽ!" खवळलेल्या स्वरात जनरल 'जी' मोठ्यानं ओरडला, "होऽऽ! आपलंच गुप्तचर खातं अक्षम्य चुका करीत होतंऽऽ! आपणऽऽ... आपण चुका केल्याऽऽ! आपण सगळे एकजात ऐतखाऊ, आळशी बनलो आहोत. देशाच्या दृष्टीनं आपण घातकी, देशद्रोही ठरलो आहोतऽऽ! सोवियत युनियनचा सबंध जगभर जो महान आणि दैदिप्यमान संघर्ष चालला आहे, त्याला आपण खीळ ठरलो आहोत! आपणऽऽ!" त्यानं आपला हात रागानं सभोवार फिरविला. "आपण सर्वजणऽऽ! आपण केलेल्या घोडचुका आपल्या देशाला भोवल्या." फुत्कारासारखा एक जोराचा उच्छ्वास सोडून काही क्षण तो थांबला. त्याच्या रागाचा पारा खाली आल्यासारखा दिसू लागला. आपला स्वर पुन्हा पूर्वपदावर, खाली आणत, मान हलवीत तो म्हणाला, "कॉम्रेडस्! जरा आपल्या

रेकॉर्डवर एक नजर टाका. म्हणजे आपण काय केलं, ते तुम्हाला समजेल. साल्या, आपल्या त्या भिकार रेकॉर्डवर नुसती एक नजर टाका. आपण केलेल्या चुकीमुळे अगोदर आपण गुझेन्को गमावला. त्यामुळे आपल्या कॅनडातील मोहिमेचा पार बोऱ्या वाजला. मग शास्त्रज्ञ फुश आपण गमावला. परिणामी, अमेरिकेतल्या कामगिऱ्यांचा धुव्वा उडाला. नंतर आपण तोकेवसारखी मोलाची माणसं गमावली. त्यानंतर आपल्या चुकीमुळे उद्भवलेलं खोक्लोवचं ते लज्जास्पद प्रकरण! त्या लफड्यानं तर आपल्या देशाचं प्रचंड नुकसान झालं. त्यानंतर मग ऑस्ट्रेलियामध्ये आपला पेत्रोव आणि त्याची बायको खर्ची पडली. महाभयंकर घोटाळा झाला होता तेव्हा. असला घोटाळा क्वचितच कुठे झाला असेल! आपल्या हलगर्जीपणामुळे आपण पेत्रोव दांपत्याला मुकलो... ही यादी अंतहीन आहे. पराभवामागून पराभव; अपयशामागून अपयश!... हे सगळं आपल्या ढिलाईमुळे झालं. ही ठळक ठळक उदाहरणं मी तुम्हाला सांगितली. सबंध यादी केवढी लांब असेल, हे तो सैतानच जाणे...!''

जनरल 'जी' क्षणभर थांबला. मग अगदी हळुवार, मृदू स्वरात म्हणाला, ''कॉम्रेडस्! मला तुम्हाला हेच सांगायचंय, की आपल्या गुप्तवार्ताखात्याच्या दृष्टीनं मोठी विजयश्री खेचून आणेल, अशी काहीतरी करामत आपण यापुढे करून दाखवली नाही, तर आपलं काही खरं नाही. आज रात्रीच्या या बैठकीतल्या आपल्या निर्णयाला म्हणूनच फार महत्त्व आहे. सगळा साधकबाधक विचार करून आपल्याला एक प्रस्ताव मांडायचा आहे. आपल्या प्रस्तावाला जर वरून मंजुरी मिळाली, तर तो आपल्याला अंमलात आणून दाखवायचा आहे. नुसता अंमलातच आणायचा, असं नाही, तर कामगिरी यशस्वी करून दाखवायची आहे. या खेपी जर आपण अचूक काम करून दाखविलं नाही तर... तर मग मात्र आपल्या सर्वांनाच फार मोठा त्रास होईल... लक्षात घ्या! फार मोठा त्रास!...''

आपल्या बोलण्यामधली गर्भितार्थ धमकी अधिक विशद करावी न लागता तिला स्पष्ट करता येण्याजोगे नेमके कोणते शब्द वापरावेत, याचा विचार तो करू लागला. आघात करणारे परिणामकारक शब्द! आणि ते त्याला अचानक आठवले!!... सुचले...!!!

''या खेपी जर आपल्याला अपयश आलं तर...'' क्षणभर थांबून टेबलाशी बसलेल्या सर्वांवरून अगदी सावकाशपणे नजर फिरवीत, वातावरणात एक प्रकारचा कृत्रिम सौम्यपणा निर्माण करीत, तो अगदी हलक्या स्वरात पुढे म्हणाला, ''तर आपल्या श्रेष्ठींची आपल्यावर खप्पा मर्जी होईल!... त्यांच्या रोषाला आपल्याला बळी पडावं लागेल. आणि ही गोष्ट अर्थातच फार अप्रिय असेल... फारच अप्रिय...!!''

□

## ५. सावजाची निवड

कॉन्फरन्स टेबलाशी बसलेल्या गुप्तचर खात्याच्या तिघा प्रमुखांना आपण बरंच हादरवून सोडलं. सलामीला एवढी हजेरी पुरी झाली. या हादऱ्यातून सावरायला त्यांना आता थोडा वेळ द्यायला हवा... जनरल 'जी'नं विचार केला.

मिटींगच्या सुरुवातीलाच त्यानं इतकी सरबत्ती केली, एवढे ताशेरे झाडले, तरी त्या तिघांपैकी कुणीही आपला बचाव करण्यासाठी तोंडातून शब्द देखील काढला नव्हता. वास्तविक सोवियत गुप्तचरखात्यांनी अगणित नेत्रदीपक नि विजयी कामगिऱ्या पूर्वी केलेल्या होत्या. त्यांच्या समोर या चुका अगदी नगण्य ठरल्या असत्या; तरी पण कुणीही आपल्या खात्याची बाजू घेऊन बोलला नाही, की स्मेर्शच्या त्या प्रमुखाला कुणी प्रतिप्रश्नदेखील विचारले नाहीत. विचारणार कसे? कारण तो स्वत:च अपयशांमधली आपली भागीदारी कबूल करीत होता. सोवियत युनियनच्या राजसिंहासनावरून आदेश सुटला होता. तो आदेश इतर गुप्तचरखात्यांच्या प्रमुखांपर्यंत पोहोचविण्यासाठी जनरल 'जी'ची निवड करण्यात आली होती. रशियन सत्तेचा तो प्रवक्ता बनला होता. हा त्याचा एक प्रकारे मोठा बहुमानच करण्यात आला होता. त्याला मिळणाऱ्या आगामी अधिकारवृद्धीची ही नांदीच होती. स्मेर्शच्या पाठबळावर जनरल 'जी' सोवियत गुप्तवार्ताखात्याच्या सर्वोच्च स्थानावर पोहोचला आहे, याची त्या मिटींगला आलेल्या प्रत्येकानं आपल्या मनाशी काळजीपूर्वक नोंद घेतलेली होती. आणि म्हणूनच त्या सर्व श्रेष्ठ 'स्मेर्श'प्रमुखानं दोषारोपांची एवढी तोफ डागली होती, तरी त्याविरुद्ध कुणीही 'ब्र'देखील काढला नव्हता.

कॉन्फरन्स टेबलाच्या पार दुसऱ्या टोकाशी बसलेला परराष्ट्र मंत्रालयाचा प्रतिनिधी आणि 'रुमिड' गुप्तचरखात्याचा प्रमुख लेफ्टनंट जनरल वोज्द्विशेन्स्की आपल्या हातातल्या लांब काझ्बेक सिगारेटीच्या पेटलेल्या टोकाकडून वर उठणाऱ्या धूम्रवलयांकडे बघत होता. त्या क्षणी मोलोटोवनं पूर्वी एकदा त्याच्याजवळ खासगीत व्यक्त केलेली एक गोष्ट त्याला आठवत होती– 'जेव्हा बेरियाचा अंत होईल, तेव्हा जनरल 'जी' खूप वरच्या पदावर पोहोचेल, बघ!' मोलोटोवनं व्यक्त केलेल्या त्या भाकितात द्रष्टेपणाचा किंवा दूरदर्शीपणाचा फार मोठा भाग होता, असं नव्हे. लेफ्टनंट जनरल वोजद्विशेन्स्कीच्या मनात आलं. बेरियाला जनरल 'जी' अजिबात आवडत नव्हता. त्यामुळे त्याच्या प्रगतीत बाधा आणण्याचा प्रयत्न तो सदोदित करीत असे. सत्तेच्या प्रमुख सोपानापासून त्यानं जनरल 'जी'ला नेहमीच दूर ठेवलं होतं. राज्यसुरक्षा मंत्रालयाच्या खात्यांमधल्या त्या वेळच्या एका अगदी क्षुल्लक विभागात जनरल 'जी'ची नियुक्ती करण्याची व्यवस्था त्यानं गुप्तपणे करवली होती. त्या खात्याच्या नगण्य विभागात जनरल 'जी' कायमचा कुजत राहावा, अशीच बेरियाची इच्छा

होती. स्टालिनच्या मृत्यूनंतर बेरियानं धूर्तपणानं 'राज्यसुरक्षा खात्याचा' मंत्रालयाचा दर्जा अत्यंत त्वरेनं काढून टाकला. १९५२पर्यंत जनरल 'जी' त्या मंत्रालयाच्या एका खात्याच्या प्रमुखाचा 'डेप्युटी' म्हणून काम करीत होता; पण मंत्रालयाचा दर्जाच जेव्हा काढून घेतला गेला आणि त्याबरोबरच त्याचं पदही निकालात निघालं, तेव्हा मग त्यानं आपली सगळी शक्ती बेरियाचं अध:पतन कसं करता येईल, त्याला खाली कसं खेचता येईल, यावर केंद्रित केली. या कामी त्याला भयंकर लौकिकाच्या जनरल सेरोवचा वरदहस्त लाभला. त्याच्या हाताखाली राहून, त्याचे गुप्त हुकूम पाळून बेरियाचा 'अध:पात' करण्याच्या, त्याच्या विरुद्ध कटकारस्थानं करण्याच्या पद्धतशीर उद्योगाला तो लागला. जनरल सेरोवचं सामर्थ्य एवढं जबरदस्त होतं की, त्याच्या हाताखाली काम करणारा जनरल 'जी' त्याच्या छत्रछायेखाली पूर्णपणे सुरक्षित राहिला. खुद्द बेरियाला सुद्धा त्याच्यापर्यंत पोहोचता येणं अशक्य होऊन बसलं!...

जनरल सेरोव हा सोवियत युनियनचा 'हिरो' होता. चेका, ओगपू, एन.के.व्ही.डी. आणि एम.व्ही.डी.– या गुप्तचर शाखा ज्या मुख्य गुप्तवार्ताखात्याच्या अखत्यारीखाली येत होत्या, त्या एम.जी.बी. खात्यामधला तो एक फार जुना, कसलेला नि मुरब्बी असा पूर्वाधिकारी होता. त्यामुळे प्रत्येक बाबतीतच तो बेरियापेक्षा वरचढ नि श्रेष्ठ होता. खूप खूप मोठा माणूस होता. त्याचं सामर्थ्य अफाट होतं. १९३० साली सोवियत युनियनमध्ये झालेल्या एका हत्यासत्रात सुमारे एक लक्ष माणसं मारली गेली होती. या राजकीय हत्यासत्रामागे जनरल सेरोवचा अगदी सरळ सरळ हात नि सहभाग होता. मॉस्कोमध्ये विरोधकांना संपविण्यासाठी जे काही खास खटले चालविण्यात आले, त्यांचा सूत्रधारही हाच भयंकर माणूस होता. १९४४ सालच्या फेब्रुवारी महिन्यात मध्य कॉकेशसमध्ये मोठा रक्तपात घडवून आणण्याची योजना त्यानंच आखली होती. बाल्टीक राज्यातून लोकांची फार मोठ्या प्रमाणावर हकालपट्टी करून त्यांचं स्थलांतर घडवून आणणारा कावेबाज माणूस देखील हाच! जर्मनीमधल्या थोर लौकिकाच्या अणुशास्त्रज्ञांना नि वैज्ञानिकांना पळवून आणण्याचे कारस्थानी कट सेरोवनंच केले नि प्रत्यक्षात आणले. या शास्त्रज्ञांच्या ज्ञानाच्या बळावरच रशियानं दुसऱ्या महायुद्धानंतर तांत्रिक नि वैज्ञानिक क्षेत्रात अपूर्व अशी झेप घेतली.

अखेर बेरिया आणि त्याचे समर्थक सेरोवच्या कटकारस्थानांमुळे फाशीच्या तख्तावर गेले. जनरल सेरोवचा राजकीय मार्ग अगदी निर्वेध बनला. या सगळ्या कटकारस्थानांमध्ये 'जी'नं त्याला फार मोलाची मदत केली होती. म्हणून त्याचं बक्षीस म्हणून सेरोवनं 'स्मेर्श' संघटना 'जी'च्या ताब्यात दिली आणि त्याची त्या खात्याचा प्रमुख म्हणून नियुक्ती करून त्याला कर्नल जनरल हे बडं मानाचं लष्करी पद बहाल केलं. आर्मी जनरल इव्हान सेरोवबद्दल सांगायचं झालं, तर बुल्गानिन

आणि ख्रुश्चेव या सोवियत युनियनच्या दोघा श्रेष्ठ नेत्यांसमवेत तो रशियावर आता अधिसत्ता गाजवू लागला होता. कुणी सांगावं, एक दिवस हा माणूस एकटाच रशियाच्या सर्वोच्च पदावर जाऊन बसेल. जनरल 'जी'च्या बिलियर्डच्या चेंडूसारख्या चकाकणाऱ्या तुळतुळीत डोक्याकडे बघत असताना जनरल वोज्द्विशेन्स्कीच्या मनात येत होतं.

जनरल 'जी'नं आपलं गुळगुळीत मस्तक वर करून कॉन्फरन्स टेबलाच्या पार दुसऱ्या टोकाशी बसलेल्या जनरल वोज्द्विशेन्स्कीच्या नजरेशी नजर भिडवली. त्याचे धूर्त तपकिरी पिंगट डोळे जणू वोज्द्विशेन्स्कीचा आरपार वेध घेऊ लागले. जनरल वोज्द्विशेन्स्कीनं थंडपणे त्याच्या नजरेला नजर दिली आणि तो त्याचं मूल्यमापन करू लागला.

'हे पाणी जरा खोल खोल आहे. तेव्हा पहिला प्रकाशझोत याच्यावरच टाकावा. गुप्त साऊंडट्रॅकवर हा कसा काय उतरतो, ते तरी कळेल... जनरल 'जी'च्या मनात आलं.

''कॉम्रेडस्!'' चेअरमनला शोभेलसं रुंद स्मित करीत जनरल 'जी'नं आपले ओठ विलग केले, तेव्हा त्याच्या तोंडामधले दोन्ही टोकांकडले सोन्याचे दात क्षणभर लकाकले. ''आपल्याला नाउमेद व्हायचं, हताश व्हायचं काही कारण नाही. मोठ्यात मोठा आणि कितीही उंच वृक्ष असला, तरी त्याच्यावर सुद्धा घाव घालायला कुऱ्हाड ही असतेच. आपल्यावर कधी टीकाच होणार नाही, इतके आपले सर्व विभाग यशस्वीपणे कामं करताहेत, असं आपण कधीच मानलेलं नाही. तुम्हाला जे काही सांगायच्या सूचना मला दिल्या गेल्या आहेत, ते ऐकल्यानंतर आपल्यापैकी कुणालाही त्यात फारसं आश्चर्य किंवा नवल वाटेल, अशातलाही भाग नाही. तेव्हा आपल्यावर जी टीका होतेय, तिचा आपण आव्हान म्हणून स्वीकार करू या. हृदयापासून आणि पूर्ण जोमानं आपल्या कामाला लागू या.''

जनरल 'जी'च्या या विधानावर टेबलाभोवती बसलेल्यांपैकी कुणीही साधं प्रतिसादात्मक स्मित देखील केलं नाही. आणि तसं कुणी करेल, ही जनरल 'जी'ची सुद्धा अपेक्षा नव्हती. त्यानं एक नवीन सिगारेट पेटवली आणि तिचा झुरका घेऊन तो पुढे बोलू लागला, ''–तर मला तुम्हा सर्वांना सांगायचंय, ते हे की, आपल्या एखाद्या शत्रुराष्ट्राच्या हेरखात्याला जबरदस्त हादरा बसेल, असा एक दहशतवादी कट आपल्याला आत्ताच्या आत्ता अगदी ताबडतोब आखायचा आहे नि वरिष्ठांकडे त्याची शिफारस करायची आहे. त्यानंतर माझ्या अखत्यारीत असलेल्या आपल्या अनेक खात्यांपैकी एखाद्याला आणि ते निःसंशय माझंच असणार– हा कट पार पाडण्याचा हुकूम दिला जाईल.''

कॉन्फरन्स टेबलाभोवती बसलेल्या अधिकाऱ्यांनी अगदी हळूच ऐकू जाणार

नाही असे– सुटकेचे नि:श्वास सोडले. चला! म्हणजे 'स्मेर्श'कडेच याची जबाबदारी जाणार आहे तर! मग काही हरकत नाही. एक प्रकारे हे बरंच झालं! प्रत्येकाच्या मनात येत होतं.

''आपल्या नियोजित कटासाठी जे लक्ष्य आपल्याला निवडायचं आहे, ते निवडणं म्हणजे सोपं काम नाही. आणि म्हणूनच जी काही निवड आपण करणार आहोत, ती चांगली दणदणीत आणि अगदी अचूक असेल, हे बघण्याची संयुक्त जबाबदारी आपल्या सर्वांवर आहे, हे ध्यानात घ्या.'' जनरल 'जी'नं इशारा दिला.

मृदू, कठोर, नंतर पुन्हा कठोर-मृदू! या धोरणाचा अवलंब करून मोठ्या चतुराईनं त्यानं चेंडू पुन्हा सभासदांच्याच बाजूला टोलावला होता.

''एखाद्या राष्ट्रामध्ये जाऊन तिथली एखादी महत्त्वाची बिल्डिंग उडवून देणं किंवा तिथल्या पंतप्रधानाला गोळ्या घालून खलास करणं एवढ्यापुरताच हा प्रश्न मर्यादित नाहीये. असला मध्यमदर्जाचा खेळ खेळायचा विचार सुद्धा आपल्या मनात आपल्याला आणायचा नाहीये; कारण तो मुळी आपला हेतूच नाही. आपली यावेळेची मोहीम मोठी नाजूक असली पाहिजे. ती अत्यंत काळजीपूर्वक नि अचूक अशी आखली गेली पाहिजे नि तिचा रोख पाश्चिमात्यांच्या गुप्तवार्ताखात्यांच्या हृदयावरच घाव घालण्याकडे असला पाहिजे. हेच वेगळ्या शब्दांमध्ये सांगायचं झालं, तर पश्चिमेकडल्या कोणत्यातरी देशातल्या हेरखात्याच्या अगदी वर्मी बसेल, असा हादरा देणारं काहीतरी अफलातून असं घातपाती कृत्य आपल्याला घडवून आणायचं आहे. आणि ते सुद्धा अतिशय नाजूकपणे आणि कमालीच्या सफाईने. आपल्याला या मोहिमेमुळे शत्रुपक्षाचं प्रचंड असंच नुकसान व्हायला हवं. इतकं, की तिथल्या शासकीय वर्तुळांमध्ये त्याचा भरपूर गाजावाजा झाला पाहिजे. सामान्य जनतेतही त्यामुळे प्रचंड खळबळ माजली पाहिजे. सबंध जगभर त्या घटनेचा बोभाटा झाला पाहिजे. लांच्छनास्पद अशा त्या प्रकरणामुळे त्या देशाची सबंध जगभर छीथू: झाली पाहिजे. बदनामी झाली पाहिजे. साऱ्या जगात ती भानगड मिटक्या मारीत चघळली जायला हवी. शत्रूच्या गलथान कारभाराबद्दल सबंध जगात त्याची नाचक्की नि हसं व्हायला हवं. तर शत्रूराष्ट्राची अब्रू चव्हाट्यावर येईल, असं काहीतरी स्फोटक कारस्थान आपल्याला करायचं आहे. सबंध जगभर खळबळ उडविणाऱ्या त्या प्रकरणाचा कट सोवियत रशियानं केला, ही गोष्ट कालांतरानं पश्चिमी राष्ट्रांच्या शासनकर्त्यांना कळणारच. तसं झालं, तर फारच छान होईल. आपल्या 'कठोर' धोरणाचा तो विजय ठरेल. ज्या देशात असं दहशतवादी कृत्य आपण घडवून आणू, त्या देशाच्या हेरखात्याचा दबदबा त्यामुळे पार नाहीसा होईल. इतर पश्चिमी राष्ट्रांच्या हेरखात्यांवरही आपला वचक बसेल. त्यांचे हेर आपल्या नावानं थरथर कापतील. आपण दाखविलेल्या अक्कलहुशारीमुळे ते दिग्मूढ होऊन

जातील. आपल्या हेरखात्याचा दरारा सबंध जगात इतका वाढेल, की इतर राष्ट्रांचे हेर आपल्या गुप्तहेरांच्या वाटेला जाणार नाहीत. आपल्या गुप्तचरखात्याला ते घाबरतील. आपल्या हेरांचा उत्साह त्यामुळे वाढेल. आपल्या गुप्तवार्ताखात्यात चैतन्य निर्माण होईल. आपल्या बुद्धिमत्तेच्या आणि शक्तीसामर्थ्याच्या जोरावर जी असामान्य करामत आपण घडवून आणू. तिच्या यशामुळे आपल्या हेरांना उत्तेजनच मिळेल. आता एवढी सगळी खळबळजनक उलाढाल करूनही आपल्याला नामानिराळं राहायचंय. जी स्फोटक घटना घडेल, तिची आपल्याला काहीही माहिती नव्हती, म्हणून आपण कानांवर हात ठेवायचे. आपण त्या गावचेच नव्हतो, असा आव आणायचा. हा सगळा मामला आपल्याला इतका गुपचूप नि शिताफीनं उरकायचा आहे, की सर्वसामान्य सोवियत जनतेला त्याची खबर सुद्धा लागता कामा नये. रशियन जनता त्याबद्दल पूर्णपणे अंधारात राहायला हवी. तर अशी ही आपल्या मोहिमेची ढोबळ रूपरेषा आहे.''

बोलता बोलता जनरल 'जी' क्षणभर थांबला. टेबलाच्या विरुद्ध टोकाला बसलेल्या 'रुमिड'च्या प्रमुख अधिकाऱ्याकडे त्यानं पाहिलं आणि तो म्हणाला,

''आता पश्चिमेकडल्या कोणत्या शत्रुराष्ट्राच्या हेरखात्यावर आपल्याला घाव घालायचा आहे, हे आपल्याला अगोदर ठरवायचंय आणि नंतर संघटनेमधल्या नेमक्या कुणाला लक्ष्य बनवायचं याचा निर्णय घ्यायचाय. कॉम्रेड लेफ्टनंट जनरल वोज्द्विशेन्स्की, तुम्ही विदेशांमध्ये बरंच काम केलेलं आहे. शिवाय, परराष्ट्रमंत्रालयाशी तुमचा संबंध आहे. त्यामुळे तुमच्या अनुभवाचा उपयोग आपल्याला इथे निश्चितपणे होऊ शकेल. तुम्ही आम्हाला आपल्या मोहिमेसाठी कोणतं क्षेत्र निवडायचं, याबद्दल मार्गदर्शन करू शकाल. पाश्चिमात्य राष्ट्रांपैकी कुणाचं हेरखातं सर्वात महत्त्वाचं आहे, हे आता आम्हाला नीट विशद करून सांगा. म्हणजे त्यातलं आपल्या दृष्टीनं सर्वात जास्त धोकादायक नि घातकी लक्ष्य आपण निवडू आणि त्याचं जास्तीत जास्त नुकसान करण्याची योजना आखू.'' (सोवियत मिलिटरीचं हेरखातं 'ग्रू' आणि सोवियत सिक्रेट सर्व्हिसचं हेरखातं एम.जी.बी. यांची आपसात तेढ आणि वैमनस्य होतं. ही दोन्ही खाती नेहमीच एकमेकांचा द्वेष करीत असत. त्यांच्यात मत्सर, हेवा असा प्रकार सदोदित चाले. त्यामुळे लेफ्टनंट जनरल वोज्द्विशेन्स्कीला अगोदर बोलायला लावायचा खवचट धूर्तपणा जनरल 'जी'नं मुद्दामच केला होता.) खुर्चीच्या हातांवर आपली कोपरं टेकवून जनरल 'जी'नं दोन्ही तळहातांनी आपल्या हनुवटीला आधार दिला आणि खुर्चीच्या उंच पाठीवर आरामात रेलून एखाद्या शिक्षकाच्या ऐटीत, ऐकण्याच्या तयारीनं तो बसला.

जनरल 'जी'नं आपल्याला प्रथम बोलायला लावलं म्हणून जनरल वोज्द्विशेन्स्की अजिबात नाउमेद झाला नाही. परराष्ट्रांमधील हेरखात्यांमध्ये त्यानं तीस वर्षं काम

केलेलं होतं. त्यामुळे साहजिकच जगभरच्या विविध हेरखात्यांविषयी त्याला इत्थंभूत माहिती होती. लंडनमधल्या सोवियत वकीलातीमध्ये लिट्विनॉफ याच्या हाताखाली त्यानं 'डोअरमन' म्हणून काम केलं होतं. न्यूयॉर्कच्या 'टास एजन्सी'मध्ये त्यानं काही काळ काम केलं होतं आणि नंतर लंडनला पुन्हा परतून तिथल्या 'ॲम्टॉर्ग' या सोवियत ट्रेड ऑर्गनायझेशनमध्ये तो दाखल झाला होता. अत्यंत बुद्धिमान अशा मादाम कोलोन्ताई यांच्या मार्गदर्शनाखाली स्टॉकहोममधल्या सोवियत वकीलातीत त्यानं 'मिलिटरी ॲटॅचे' म्हणून काम केलं होतं. रशियाचा 'मास्टर स्पाय' सोर्ज याला खास प्रशिक्षण देऊन त्यानं तयार केलं होतं. दुसऱ्या महायुद्धात त्यानं स्वित्झर्लंडमध्ये 'रेसिडेंट डायरेक्टर' म्हणून काही काळ पदभार सांभाळला होता. तिथे राहून 'ल्युसी' या सांकेतिक नावाचं अत्यंत कार्यक्षम नि यशस्वी असं गुप्त 'हेरजाळं' तयार केलं होतं– ज्याचा पुढे बराच दुरुपयोग केला गेला होता. तो जर्मनीमध्येही बऱ्याच वेळा जाऊन आला होता. युद्ध संपल्यानंतर सोवियत युनियनच्या परराष्ट्रमंत्रालयात त्याची बदली करण्यात आली होती. तिथे राहून पश्चिमेकडल्या अनेक परराष्ट्रमंत्रालयांना पोखरून काढण्याकरिता त्यानं अगणित कटकारस्थानं केलेली होती. जगभरातल्या निरनिराळ्या गुप्तवार्ताखात्यांमधलं पाणी चाखलेला जनरल वोज्द्विशेन्स्की म्हणूनच स्वत:ही एक निष्णात असा गुप्तहेर बनलेला होता. परराष्ट्रांमधल्या गुप्तवार्ताखात्यांशी त्यानं आयुष्यभर संघर्ष केलेला होता आणि म्हणूनच आपल्या प्रतिस्पर्धी शत्रुंविषयी आपली मतं मांडण्याची संधी आपल्याला प्रथम मिळाली म्हणून त्याला विशेष समाधान जाणवत होतं.

त्याच्याशेजारी बसलेला त्याचा ए.डी.सी. थोडा अस्वस्थ झाला होता– आपल्या वरिष्ठ अधिकाऱ्यावर त्या बैठकीत प्रथम बोलण्याची पाळी आली म्हणून! आपला मेंदू तल्लख करून नि कान टवकारून पुढे बोलला जाणारा प्रत्येक शब्द ऐकण्याच्या तयारीनं तो बसला.

''या विषयाबाबत बोलायचं झालं तर'', जनरल वोज्द्विशेन्स्कीनं अगदी काळजीपूर्वक तोलूनमापून बोलण्यास सुरुवात केली, ''मी असं म्हणेन, की प्रत्येक देशातच चांगले गुप्तहेर असतात. सर्वात मोठ्या नि सामर्थ्यशाली राष्ट्रांमध्येच फक्त मोठ्या प्रमाणावर नि उत्तम हेर असतात, असं नाही; पण 'गुप्तहेरखात्यां'वर होणारा खर्च हा फार प्रचंड असतो. आणि म्हणूनच लहान लहान देशांना हा खर्च परवडत नाही. खोटी, बनावट कागदपत्रं तयार करणारे विभाग, रेडिओ नेटवर्क, रेकॉर्ड डिपार्टमेंट आणि जगभरातल्या आपल्या गुप्तहेरांकडून येणारी माहिती नि रिपोर्टस् एकत्रित करून त्यांचं परिशीलन करून त्याचा योग्य अर्थ लावणाऱ्या तज्ज्ञांचा विभाग अशा अनेक निरनिराळ्या शाखांच्या समन्वयावर कोणत्याही 'गुप्तवार्ताखात्या'चा सारा कारभार चालत असतो. यासाठी कमालीची सुसूत्रता लागते आणि या सुसूत्रतेमधूनच

उत्तम दर्जाची हेरगिरी करता येणं शक्य होत असतं. नॉर्वे, हॉलंड, बेल्जियम आणि फार काय पण पोर्तुगालसाठी हेरगिरी करणारे काही एकांडे गुप्तहेर आहेत. हे हेर जी गुप्त माहिती, जे रिपोर्टस् या देशांना पाठवितात, त्याचं मोल त्यांना कळलं आणि त्यांनी त्याचा योग्य रितीनं उपयोग करून घेतला, तर हे लहान लहान देश सुद्धा आपल्यासाठी बरीच डोकेदुखी निर्माण करू शकतील; पण ते तसं करीत नाहीत. त्यांना कळणारी माहिती जगामधल्या इतर मोठ्या महासत्तांना कळविण्याऐवजी ते ती गुप्त राखतात. अशी महत्त्वाची माहिती आपल्या बुडांखाली दाबून ते गप्प बसतात. त्यातच त्यांना अप्रूप आणि स्वत:चं महत्त्व वाढल्यागत वाटतं. म्हणून या लहान लहान देशांबद्दल काळजी करायचं आपल्याला काही कारण नाही.'' क्षणभर थांबून तो पुढे म्हणाला, ''आता विचारच करायचा झाला, तर माझ्या मते स्वीडनचा करावा. गेली कित्येक शतकं या देशाचे हेर आपल्या विरुद्ध हेरगिरी करीत आले आहेत. बाल्टिक, आणि फार काय पण फिनलंड आणि जर्मनीबद्दल देखील त्यांनी नेहमी फार महत्त्वाची नि उत्तम दर्जाची गुप्त माहिती वेळोवेळी गोळा केलेली आहे. हे हेर आपल्या दृष्टीनं फार धोकादायक ठरू शकतात. तेव्हा त्यांच्या गुप्त कारवाया थांबविल्या जाव्यात नि त्यासाठी आपण प्रयत्न करावेत, असं मला वाटतं.''

''कॉम्रेड!'' जनरल 'जी'नं मधेच हस्तक्षेप केला, ''स्वीडनमध्ये नेहमीच हेरांची काहीतरी खळबळजनक प्रकरणं अधूनमधून उद्‌भवत असतात. त्यांच्या इथे नेहमीच काही ना काही राडे चालू असतात. त्यामुळे त्यांच्याबाबतीत आपण आणखी एखादा राडा केला तर त्यानं काही फारसा फरक पडणार नाही– म्हणजे साऱ्या जगाचं लक्ष वेधण्याच्या दृष्टीनं म्हणतोय मी!– तेव्हा... पुढे सांगा.''

''तसं म्हटलं, तर मग इटलीचाही आपल्याला इथे विचार करण्याची काही आवश्यकता नाही.'' मधे झालेल्या हस्तक्षेपाकडे दुर्लक्ष करून जनरल वोज्‌द्विशेन्स्की पुढे बोलू लागला, ''त्यांचं हेरखातं हुशार आणि तत्पर आहे; पण त्यापासून आपल्याला काही धोका नाही. कारण त्यांना फक्त त्यांच्या पिछाडीला असलेल्या भूमध्य प्रदेशांमध्येच स्वारस्य आहे. स्पेनबाबतही आपल्याला नेमकं हेच म्हणता येईल. फक्त त्यांचं प्रतिहेरखातं मात्र अतिशय सक्षम आहे नि त्याचा पुढे आपल्या पार्टीला कदाचित मोठा उपद्रव होऊ शकतो. या फॅसिस्टांपायी आपण आपली बरीच उत्तम माणसं गमावली आहेत; पण त्यांच्याविरुद्ध आपल्याला एखादी घातपाती मोहीम राबवायची झाली, तर त्यासाठी आपल्याला फार मोठं मनुष्यबळ लागेल. आणि एवढं सगळं करूनही फार थोडं यश आपल्या पदरी पडेल. क्रांती घडवून आणण्याच्या दृष्टीनं ते लोक अजून परिपक्व झालेले नाहीत. फ्रान्सबद्दल बोलायचं झालं, तर त्या देशात आपण बरेच हातपाय पसरले आहेत. त्याचं गुप्तवार्ताखातंही आपण पुष्कळ पोखरलंय; पण त्यांचा दक्झिम ब्यूरो अद्यापिही अतिहुशार नि सक्षम

आहे आणि म्हणूनच आपल्यासाठी धोकादायक आहे. मॅथिस नावाचा एक माणूस या ब्युरोचा प्रमुख आहे. ह्या माणसाचा विचार करायला काही हरकत नाही. तो एक आकर्षक लक्ष्य ठरू शकेल. शिवाय, फ्रान्समध्ये असली घातपाती कारवाई करणं आपल्याला सोपंही जाईल.''

''हुँहऽऽ! फ्रान्स त्या दृष्टीनं काही एवढा महत्त्वाचा नाही. फ्रान्समध्ये जे काय चालतं, ते त्याचं तो– आपलं आपणच– बघून घेईल.'' जनरल 'जी'नं टिप्पणी केली, ''पुढे बोला–''

''तर मग विचार करण्याजोगा एकच देश माझ्या डोळ्यांसमोर येतो, तो म्हणजे इंग्लंड! पण इंग्लंडची गोष्ट जरा वेगळी आहे. त्या देशाच्या हेरखात्याबद्दल आपल्या सर्वांनाच आदर आहे.'' जनरल वोज्द्विशेन्स्की कॉन्फरन्स टेबलावरून चौफेर नजर फिरवत म्हणाला, तेव्हा जनरल 'जी' सकट त्या मिटींगला हजर असलेल्या प्रत्येकानंच संमतीदर्शक मान हलवली. ''इंग्लंडची सिक्युरिटी सर्व्हिस अत्युत्कृष्ट अशीच आहे.'' जनरल वोज्द्विशेन्स्कीनं पुढे बोलण्यास सुरुवात केली, ''इंग्लंड हा देश म्हणजे एक बेट आहे. त्याच्या चहुबाजूला महासागर आहे. त्यामुळे त्याची सुरक्षितता त्याला लाभते. निसर्गत:च हा सर्व बाजूंनी सुरक्षित आहे. हा झाला एक भाग. आता त्याच्या गुप्तवार्ताखात्यासंबंधी सांगायचं झालं, तर त्यांचं 'एम्-१५' हे तथाकथित गुप्तचरखातं आपल्या पदरी उत्तम शिक्षण आणि तल्लख बुद्धिमत्ता असलेली माणसं बाळगतं. त्यांची सिक्रेट सर्व्हिस तर आणखीनच उत्तम आहे. तिनं केलेल्या काही कामगिऱ्या लक्षात घेण्याजोग्या आहेत. आम्हाला सतत असंही आढळून आलं आहे, की काही विशिष्ट मोहिमांच्या वेळी त्यांचे गुप्तहेर आपल्या हेरांच्या कितीतरी अगोदर घटनास्थळी जाऊन पोहोचले होते. त्यांचे 'सिक्रेट एजंट्स' खूप चांगले असतात. कामाच्या मानानं त्यांना खूप कमी पगार मिळतो. महिन्याला फक्त हजार किंवा दोन हजार रुबल्स इतका! पण तरी सुद्धा त्यांची माणसं आपली कामं इमाने इतबारे नि पूर्ण निष्ठेनं करतात. इंग्लंडमध्ये गुप्तहेरांना काही खास सवलती मिळत नाहीत. आपल्याकडे असतात, तशी खरेदीसाठी खास दुकानं त्यांच्यासाठी तिकडे नसतात की जिथून बाजारभावापेक्षा स्वस्त दरानं हवा तो माल त्यांना खरेदी करता येईल. ब्रिटिश गुप्तहेरांना करांमध्ये देखील काही विशिष्ट किंवा खास सूट दिली जात नाही. परदेशांमधून वावरताना त्यांचा सामाजिक दर्जा काही फारसा वरचा नसतो. हेरांच्या बायकांना सुद्धा सेक्रेटरीज्च्या बायकांसारखंच स्थान असतं. निवृत्त होईपर्यंत त्यांना बक्षीसं, सन्मानपदकं वगैरेंसारखे बहुमान दिले जात नाहीत. निवृत्त झाल्यानंतर क्वचित कधीतरी एखाद्याचा सन्मान होतो. आणि तरी सुद्धा त्यांचे स्त्री आणि पुरुष गुप्तहेर आपले जीव धोक्यात घालून आपली कामं अगदी प्रामाणिकपणे करीत राहतात. देशासाठी आयुष्यभर त्यांची माणसं पूर्ण निष्ठेनं

आपली कर्तव्यं बजावीत राहतात. आणि हीच गोष्ट मोठी कुतूहलजनक नि विलक्षण आहे. शाळा-कॉलेजात त्यांना जे शिक्षण दिलं जातं, त्याचा हा बहुधा परिणाम असावा. इंग्लिश माणसं ही मूलत:च साहसप्रिय आहेत. खरं सांगायचं झालं, तर हेरगिरीसारखी कामं त्यांच्या रक्तात नाहीत; पण तरी सुद्धा हेरकामाचा खेळ ते लोक उत्तम प्रकारे खेळू शकतात. ही गोष्ट जरा विचित्रच वाटते.''

बोलण्याच्या भरात इंग्लिश लोकांची आपण जरा जास्तच स्तुती केली. आपले हे शेरे एखादवेळी वेगळ्याच अर्थानं घेतले जातील! जनरल वोज्द्विशेन्स्कीला एकदम जाणीव झाली. आणि त्यानं चटकन आपल्या बोलण्याचा सूर बदलला, ''खरं म्हणजे हेरगिरी ब्रिटिशांच्या गुणधर्मात बसत नाही. त्यांच्या हेरगिरीची सारी ताकद एका दंतकथेत आहे. स्कॉटलंडयार्डच्या, तसंच शेरलॉक होम्सच्या दंतकथेत त्यांची सगळी शक्ती सामावलेली असावी, असं वाटतं. या सभ्य लोकांकडून आपल्याला काही धोका संभवत नाही आणि म्हणूनच त्यांना घाबरण्याचं आपल्याला काही कारण नाही; पण तरी सुद्धा त्यांच्या दंतकथेचं हे विघ्न कधीतरी समूळ उखडून टाकलेलं चांगलं, असं मला वाटतं.''

''बरं! अमेरिकनांविषयी तुमचं काय म्हणणं आहे?'' जनरल 'जी'नं विचारणा केली. वोज्द्विशेन्स्कीनं ब्रिटिश गुप्तचर खात्याची जी प्रशंसा चालवली होती, तिला आवर घालण्यासाठी त्यानं विषय बदलला. हो! आणखी थोड्या वेळानं हा कदाचित असं सुद्धा म्हणेल, की पेंटागॉन हे क्रेमलिनपेक्षा जास्त प्रबळ आहे. त्याच्या मनात येतं होतं. करू दे याला जी काय करायची ती बक्बक्! पुढे कोर्टात जर याच्या चौकशीची वेळ आली, तर टेपवरलं याचं ध्वनिमुद्रण चांगलंच गाजेल!...

''आपल्या शत्रूराष्ट्रांपैकी अमेरिकेजवळ सर्वात मोठी आणि आर्थिक दृष्टीनं अतिशय संपन्न अशी गुप्तचरयंत्रणा आहे. रेडिओ, दळणवळण, अत्याधुनिक शस्त्रास्त्रं आणि अत्यंत प्रगत अशी उपकरण-सामुग्री अशासारख्या तांत्रिक गोष्टींच्या बाबतीत ते लोक सर्वोत्तम आहेत; पण त्यांना आपल्या कामाची पाहिजे तशी जाण नाही. त्यांच्या कामात सुसूत्रताही नाही. समजा, एखाद्या बाल्कन हेरानं त्यांना सांगितलं, की 'युक्रेन'मध्ये त्याची गुप्तपणे काम करणारी सेना आहे आणि ती चालविण्यासाठी आर्थिक मदतीची गरज आहे, तर हे अमेरिकन लोक त्या सेनेसाठी बुटांच्या जोड्या विकत घ्यायला सुद्धा त्या बाल्कन हेराला भरपूर पैसा देतील. अर्थात, तशी रक्कम हाती आली, की तो हेर तडक पॅरिसला पसार होईल आणि तिथे बायकांवर ते पैसे उधळेल, ही गोष्ट वेगळी. हे अमेरिकन्स प्रत्येक गोष्ट पैशाच्या जोरावर पार पाडण्याचा प्रयत्न करतात; पण चांगले, प्रामाणिक हेर फक्त पैशाकरिताच कामं करीत नाहीत. फक्त वाईट तेवढेच करतात. आणि अमेरिकनांजवळ असल्या 'वाईट हेरां'नी भरलेल्या कितीतरी डिव्हिजन्स आहेत.''

''पण त्यांच्या हेरांनी सुद्धा अनेक कामगिऱ्या यशस्वीपणे करून दाखविल्या आहेत, कॉम्रेड!'' जनरल 'जी' खोचकपणे म्हणाला, ''मला वाटतं, तुम्ही त्यांना कमी लेखताय.''

जनरल वोज्द्विशेन्स्कीनं खांदे उडविले आणि तो म्हणाला, ''त्यांनी यश मिळवलं असेलही! नाही असं म्हणत नाही मी; पण ज्या प्रमाणात त्यांचा पैसा आणि मनुष्यबळ खर्ची पडतं, त्या मानानं ते कमीच असतं. लाख बिया पेरून केवळ एखादाच बटाटा उगवावा, इतकं नगण्य! आपल्या या बैठकीत आपण अमेरिकनांवर आपलं लक्ष्य केंद्रित करायची काही गरज नाही, असं माझं व्यक्तिगत मत आहे.'' एवढं बोलून 'रुमिड'चा प्रमुख जनरल वोज्द्विशेन्स्की आपल्या खुर्चीत मागे रेलला आणि त्यानं आपल्या कोटाच्या खिशातून आपली सिगारेट केस बाहेर काढली.

''बरीच इंटरेस्टिंग माहिती सांगितलीत.'' जनरल 'जी' अगदी थंडपणे म्हणाला, ''कॉम्रेड जनरल स्लाविन, तुमचं काय मत आहे?''

'ग्रू' गुप्तचर खात्याचा प्रमुख जनरल स्लाविन याला आपण होऊन स्वत:ला किंवा आपल्या खात्याला कशात गुंतवून घेण्याची अजिबात इच्छा नव्हती. म्हणून तो सावधगिरीनं म्हणाला,

''कॉम्रेड जनरल वोज्द्विशेन्स्की यांनी आत्ता जी काही माहिती सांगितली, ती मी लक्षपूर्वक ऐकलीय. त्यात सगळं काही व्यवस्थित आलंय. तेव्हा मी आता आणखी काही वेगळं सांगायची आवश्यकता आहे, असं मला वाटत नाही.''

स्टेट सिक्युरिटीचा कर्नल आणि 'एम.जी.बी.' हेरखात्याचा प्रमुख निकितीन एकदम तल्लख झाला. 'ग्रू'च्या लोकांना काही सुचविण्याइतकीही अक्कल नाही, ते केवढे मूर्ख आहेत, हे सिद्ध करण्यासाठी हीच वेळ योग्य आहे– त्याच्या मनात आलं. इतरांच्या मनात जे घोळतंय आणि विशेषत: जनरल 'जी'च्या जिभेच्या अगदी टोकाशी आलाय नेमका तोच प्रस्ताव आपण जर आत्ता बोलून दाखविला, तर एका क्षणात आपलं महत्त्व इथे वाढेल. प्रेसिडीयमला आवडेल, अशी शिफारस केल्यास सोवियत सिक्रेट सर्व्हिसचा भक्कम पाठिंबा तर मिळेलच; शिवाय आपल्या बढतीच्या दृष्टीनंही ही गोष्ट फार हितावह होईल!... चालून आलेल्या नामी संधीचा लगोलग फायदा घ्यावा!...

''काहीतरी सनसनाटी दहशतवादी कृत्य घडवून आणण्याच्या दृष्टीनं 'इंग्लिश सिक्रेट सर्व्हिस'लाच लक्ष्य बनवावं, अशी शिफारस मी करतो.'' दृढ आणि निर्णयात्मक स्वरात तो म्हणाला, ''इंग्लिश लोक तसे काही खास आणि वेगळ्या योग्यतेचे आहेत, असं माझ्या खात्याला वाटत नाही; पण बाकीच्या इतर राष्ट्रांचा विचार करता इंग्लिश हेरखातंच आपल्या मोहिमेच्या दृष्टीनं सर्वांत उत्तम आहे, असं मला वाटतं.''

कर्नल निकितीनचा अधिकारदर्शक स्वर, त्याचं ठासून बोलणं ऐकून जनरल 'जी'ला मनोमन संताप आला. एवढा उहापोह झाल्यानंतर आणि एकूण सगळा गोषवारा ऐकल्यानंतर घातपातासाठी ब्रिटिश हेरखातंच निवडायचं, असा निर्णय त्यानंही मनाशी घेतला होता; पण कर्नल निकितीननं त्याचा हा मान हिरावून घेतला होता. निर्णयातला रोमांचक थरारच त्यानं कावेबाजपणे पळविला होता. आपलं श्रेय असं ऐन मोक्याच्या क्षणी निसटल्यामुळे जनरल 'जी' भयंकर वैतागला. मनात उसळणाऱ्या रागावर ताबा मिळविण्यासाठी आणि आपल्या अध्यक्षपणाचं वर्चस्व पुन्हा प्रस्थापित करण्यासाठी टेबलावर असलेल्या आपल्या लाईटरवर बोटांनी हळुवारपणे टकटक करीत, विचारमग्न मुद्रेनं, काही क्षण तो स्तब्ध बसून राहिला. जराशानं कॉन्फरन्स टेबलाभोवती बसलेल्या अधिकाऱ्यांवरून नजर फिरवीत तो म्हणाला, "तर मग ठरलं ना, कॉम्रेडस्! आपल्या मोहिमेसाठी ब्रिटिश हेरखातं निवडायचं, असा निर्णय सर्वानुमते घ्यायचा ना? घातपाताच्या दृष्टीनं ब्रिटिश सिक्रेट सर्व्हिसचीच निवड योग्य ठरेल ना?"

त्यावर सर्वांनी सावधपणे नि अगदी हळूहळू माना हलवून आपली संमती दर्शविली.

"ठीक आहे, मीही या निर्णयाशी सहमत आहे. आता पुढला मुद्दा हा आहे, की त्या गुप्तचरसंघटनेमधल्या कुणाला आपलं लक्ष्य बनवायचं? त्यांच्या संघटनेचं सारं बळ त्यांच्या एका दंतकथेवर आधारित आहे. असं काहीतरी कॉम्रेड जनरल वोज्द्विशेन्स्की यांनी नुकतंच आपल्या सर्वांना सांगितलं. ही दंतकथा आपल्याला समूळ कशी नष्ट करता येईल? ब्रिटिश सिक्रेट सर्व्हिसचा हा जो शक्तीस्रोत आहे, त्यावर आपल्याला कशा तऱ्हेनं घाव घालता येईल? ह्या दंतकथेचं नेमकं मर्मस्थान कशात दडलेलं आहे? केवळ एक आघात करून या संघटनेमधल्या सगळ्या महत्त्वाच्या व्यक्ती काही आपल्याला गारद करता येणार नाहीत. त्यांच्या प्रमुखामध्ये तर या दंतकथेची शक्ती सामावलेली नाही?... ब्रिटिश गुप्तचर खात्याचा सर्वप्रमुख कोण आहे?"

कर्नल निकितीनचा एडीसी पुढे झुकून हळूच त्याच्या कानाशी काहीतरी कुजबुजला. जनरल 'जी'च्या या प्रश्नाचं उत्तर आपण देऊ शकतो. नव्हे, ते आपणच द्यायला हवं, या विचारानं निकितीन म्हणाला,

"तो एक ॲडमिरल आहे. 'एम्' या एकाक्षरानं तो ब्रिटिश सिक्रेट सर्व्हिसमध्ये ओळखला जातो. आपल्याकडे त्याची माहिती असलेली फाईल आहे; पण ही माहिती फार थोडी आहे. आणि आपल्या दृष्टीनं हवी तेवढी अनुकूलही नाही. एकतर हा माणूस बराच वयस्क आहे. तो फारसं मद्यपान करीत नाही. वयोमानामुळे तो बायकांच्या भानगडींमध्ये वगैरेही नसतो. त्यामुळे त्याची बाहेर स्त्रियांची काही लफडी

नाहीत. त्याच्या अस्तित्वाची तिथल्या सामान्य जनतेला तर काही माहिती सुद्धा नाही. त्याचं नाव देखील तिथे कुणाला ठाऊक नाही. थोडक्यात, हा माणूस फक्त आपल्या कामाला वाहिलेला आणि अगदी स्वच्छ चरित्राचा आहे. त्यामुळे त्याला उडवून आपलं फारसं काही साधणार नाही. त्याचा खून करून त्याच्याबद्दल खळबळजनक अफवा उडविणं फार अवघड आहे. शिवाय, त्याचा खून करायचा झाला, तर ती गोष्ट सुद्धा तशी कठीणच आहे; कारण आपला देश सोडून तो फार क्वचितच कुठे बाहेर जातो. लंडनमधल्या एखाद्या रस्त्यावर त्याला गोळी घालून ठार मारण्यानं काही फार मोठा गहजब होणार नाही. आणि म्हणूनच हा माणूस आपल्या घातपाताचं लक्ष्य ठरविण्याला योग्य आहे, महत्त्वाचा आहे असं मला वाटत नाही.''

"तुम्ही म्हणताय, त्यात बरंच तथ्य आहे, कॉम्रेड!'' जनरल 'जी' म्हणाला, "पण आज आपण सर्व इथे जमलो आहोत, ते आपल्या अपेक्षेत बसेल असं एखादं सुयोग्य लक्ष्य शोधून काढण्यासाठी. आपला मुख्य हेतू पुरा करू शकेल, अशा माणसाची निवड करण्यासाठी ही बैठक मी बोलावलीय. आणि त्याच दृष्टीनं विचार करून आपल्याला निर्णय घ्यायचाय. ब्रिटिश हेरखात्यामध्ये सर्वांना अगदी 'हिरो' वाटेल, अशा लौकिकाचा एखादा अगदी विशिष्ट असा माणूस नाहीये का? सगळे ज्याला फार मानतात, सर्वांच्या कौतुकाचा जो विषय आहे, असा एखादा खास माणूस, जो त्यांच्या खात्याचा आधारस्तंभ असेल! ज्याच्या बदनामीकारक मृत्यूनं ब्रिटिश सिक्रेट सर्व्हिसला प्रचंड हादरा बसेल... तो माणूस गमावल्यामुळे त्यांचं कधीही न भरून येण्याजोगं नुकसान होईल, असा एखादा श्रेष्ठ माणूस! कारण अशा श्रेष्ठ लोकांच्या पराक्रमी विक्रमांमुळेच त्यांच्याभोवती दंतकथा निर्माण होत असतात. ब्रिटिश हेरखात्यावर जबरदस्त आघात होईल, असा माणूस आपल्याला आपलं लक्ष्य म्हणून निवडायचाय... नाहीये का त्यांच्या खात्यात असा एखादा खास माणूस?''

कॉन्फरन्स टेबलासभोवती एकदम शांतता पसरली. सगळे एकदम स्तब्ध झाले. प्रत्येकजण आपल्या बुद्धीला ताण देऊन विचार करू लागला. कोण आहे असा माणूस? सर्वांना ज्याचं फार कौतुक वाटतं, जो सर्वांना 'हिरो' वाटतो, असा माणूस?... सबंध जगभर, दररोज हेरगिरीच्या नित्यनवीन कारवाया सतत चालूच असतात. कितीतरी नावं आठवावी लागतील. निरनिराळ्या हेरांच्या माहितीनं सरकारी दप्तरातून किती भरमसाठ कागदपत्रं ठासून भरलेले असतात. त्यातून नेमका माणूस शोधून काढायचा म्हणजे...! ब्रिटिश सिक्रेट सर्व्हिसमध्ये असा एखादा असामान्य माणूस कोण आहे? कोण आहे, जो आपल्या सगळ्या अपेक्षांमध्ये बसू शकेल? जो आपलं अचूक लक्ष्य बनू शकेल? ज्याच्या मृत्यूमुळे सबंध जगात प्रचंड खळबळ माजेल? कोण आहे असा हुकूमी माणूस?... कोण?... कोण?...???

–आणि कॉन्फरन्स हॉलमध्ये निर्माण झालेल्या अत्यंत तणावपूर्ण अशा त्या शांततेचा भंग अखेर कर्नल निकितीन यानंच केला. सर्वांची अस्वस्थता अगदी शिगेला पोहोचलेली असताना अगदी हळू, घुटमळत्या स्वरात तो म्हणाला,

''...एक माणूस आहे बाँड नावाचा! त्याचं पूर्ण नाव मला वाटतं जेम्स बाँड आहे...''

अशा तऱ्हेनं इंग्लंडपासून हजारो मैल अंतरावर मॉस्कोमध्ये 'स्मेर्श' या रशियन गुप्तचर खात्याच्या कॉन्फरन्स टेबलावर ब्रिटिश सिक्रेट एजंट 'जेम्स बाँड' याचं नाव गाजू लागलं.

□

## ६. *वधाज्ञा!*

जनरल 'जी'नं आपल्या उजव्या हाताचा तळवा टेबलावर जोरानं आपटला आणि उत्तेजित होत तो म्हणाला, ''कॉम्रेड, तुम्ही म्हणताय तो 'बाँड नावाचा एक माणूस त्यांच्या हेरखात्यात आहे. नक्कीच आहे.'' काहीशा खोचक स्वरात तो पुढे म्हणाला, ''जेम्स बाँड! (त्यानं जेम्सचा 'शेम्स्' असा उच्चार केला.) त्याचं नाव जेम्स बाँडच आहे. च्या मारी! माझ्यासकट, आपल्यापैकी कुणाच्याही डोक्यात या हेराचं नाव येऊ नये! आता मात्र हद्द झाली आपल्या स्मरणशक्तीची! आपण सगळेच विसराळू होत चाललो आहोत. आपल्या गुप्तवार्ताखात्यावर टीका होते, त्यात काही नवल नाही.''

हा टोमणा आपल्याला उद्देशून आहे, असं जनरल वोज्द्विशेन्स्कीला वाटलं. स्वत:चा आणि आपल्या खात्याचा बचाव करण्यासाठी आपली बाजू मांडत तो म्हणाला, ''आपल्या सोवियत युनियनला तसे असंख्य शत्रू आहेत, कॉम्रेड जनरल! जर मला त्यांच्या नावाची जरूरी भासली, तर आपल्या 'सेंट्रल इंडेक्स'कडून मी ती मागवून घेतो. या बाँडचं नावही मला चांगलंच ठाऊक आहे. आपल्या खात्याला त्यानं बऱ्याच वेळा कमालीचा उपद्रव दिलेला आहे; पण आज, आत्ता या क्षणी माझ्या मनात इतर बऱ्याच नावांची गर्दी झाली आहे. आज, किंवा या आठवड्यात ज्यांच्यामुळे आपल्याला त्रास झाला, अशांची नावं मला आत्ता आठवतायत. आता फुटबॉल हा खेळ मला आवडतो; पण म्हणून आपल्या डायनमोस फुटबॉल टीमविरुद्ध ज्या ज्या परदेशी खेळाडूंनी गोल नोंदविला, त्या प्रत्येक खेळाडूचं नाव मला आत्ता या क्षणी लगेच आठवेलच, असं मात्र नाही.''

''करा चेष्टा आमची, कॉम्रेड!'' त्याच्या अस्थानी बोलण्याची नोंद व्हावी म्हणून जनरल 'जी' मुद्दाम म्हणाला, ''पण हे फार गंभीर प्रकरण आहे. या कुप्रसिद्ध हेराचं

नाव मला आठवू नये, हा माझा दोष आहे, हे मी मान्य करतो. कॉम्रेड कर्नल निकितीन या बाँडबद्दल आपल्याला आणखी सविस्तर माहिती सांगतीलच, यात काही संशय नाही; पण मला आठवतंय, त्याप्रमाणे या बाँडनं 'स्मेर्श'च्या दोन मोठ्या मोहिमांचा पूर्वी नक्कीच आणि चांगलाच धुव्वा उडविलेला आहे. अर्थात या गोष्टी मी स्मेर्श खात्याचा ताबा घेतला, त्यापूर्वीच्या आहेत. (हे जनरल 'जी'नं मुद्दाम नमूद केलं.) फ्रान्समधल्या कॅसिनो शहरात तेव्हा एक प्रकरण घडलं होतं. ल शिफ्र नावाच्या एका माणसाच्या संदर्भात! आपल्या कम्युनिस्ट पार्टीचा, फ्रान्समधला तो एक उत्तम पुढारी होता. काहीतरी मूर्खपणा केल्यामुळे तो पैशाच्या कटकटीत, आर्थिक संकटात सापडला. त्यावेळी हा बाँड जर उपटसुंभासारखा त्याच्या भानगडीत पडला नसता, तर कदाचित त्यातून तो सहीसलामत बाहेर पडलाही असता; पण या बाँडनंच तेव्हा मधे नको ती ढवळाढवळ केल्यामुळे घात झाला. मला आठवतंय, त्याप्रमाणे आपल्या गुप्तचरखात्याला तेव्हा फार तातडीनं कारवाई करावी लागली होती आणि तिथे धाव घेऊन त्या फ्रेंचमनला– ल शिफ्रला– ताबडतोब खलास करावं लागलं होतं. आपल्या ज्या गुप्त हस्तकानं तेव्हा ल शिफ्रला ठार केलं त्याला त्याच वेळी खरं तर मधे कडमडलेल्या त्या इंग्लिशमनला– बाँडला– सुद्धा ठार मारता आलं असतं; पण त्यानं तसं केलं नाही. नंतर दुसरी घटना सांगायची म्हणजे हार्लेममध्ये काम करणाऱ्या आपल्या निग्रोच्या संदर्भातली. हार्लेममध्ये आपल्यासाठी काम करणारा हा एक फार मोठा आणि सक्षम असा एजंट होता. आपण नेमलेल्या अनेक एजंटांपैकी एक फार उत्तम असा एजंट होता तो. हेरगिरीचं आपलं जाळं कुशलतेनं पसरून त्यानं तिथे आपलं बस्तान छान बसविलं होतं नि पसाराही भलताच वाढविला होता. आपल्यामागे त्यानं हार्लेममध्ये भक्कम पाठबळ निर्माण केलं होतं. छान चाललं होतं त्याचं! पण तेव्हाच कॅरीबिअनच्या क्षेत्रात कुठल्यातरी खजिन्याची भानगड उपटली. तिचा सविस्तर तपशील मला आठवत नाही; पण या इंग्लिश हेराला त्याच्या सिक्रेट सर्व्हिसतर्फे तिकडे पाठविण्यात आलं. त्यानं आपल्या निग्रोच्या सगळ्या मेहनतीवर बोळा फिरविला. त्याची सबंध संघटना तर त्यानं पार उद्ध्वस्त केलीच; पण आपल्या दृष्टीनं अत्यंत मोलाच्या अशा त्या निग्रो एजंटलाही त्यानं ठार मारलं. आपल्या खात्याच्या दृष्टीनं फार मोठा धक्का होता तो! माझ्या अगोदर 'स्मेर्श'च्या कारभार सांभाळणाऱ्या अधिकाऱ्यानं खरं तर त्याच वेळी या इंग्लिश हेराविरुद्ध कठोर कारवाई करून त्याला तेव्हाच खलास करायला हवा होता; पण त्यानं दुसऱ्या वेळीही पुन्हा तीच चूक केली.''

''एका जर्मनाच्या केसमध्ये आम्हालाही अशाच स्वरुपाचा अनुभव आला होता.'' कर्नल निकितीन मधेच म्हणाला, ''त्या जर्मनाचं नाव ड्रॅक्स होतं. रॉकेटशी संबंधित काहीतरी प्रकरण होतं ते. तुम्हालाही ते प्रकरण आठवत असेल, कॉम्रेड

जनरल. आत्यंतिक महत्त्वाचं आणि फार मोठं असं कारस्थान होतं ते. आपला जनरल स्टाफ त्यात बराच खोलवर गुंतला होता. 'हाय पॉलिसी मॅटर' या स्वरुपात मोडणारी मोहीम होती ती. ती जर यशस्वी झाली असती, तर तिची फार चांगली फळं आपल्याला चाखायला मिळाली असती. निर्णायक अशी फळं! पण पुन्हा हा बाँड तिथे टपकला आणि त्यानं त्या जंगी मोहिमेचा पुरता बोऱ्या वाजवून तिची पार वाट लावून टाकली. तो जर्मन– ड्रॅक्सदेखील– त्यात मारला गेला. अपयशी ठरलेल्या त्या मोहिमेचे गंभीर दुष्परिणाम आपल्या राज्याला भोगावे लागले होते. त्यानंतरच्या काळात बराच गंभीर असा गोंधळ निर्माण झाला होता, जो निस्तरणं फार जड गेलं होतं.''

आता आपल्यालाही काहीतरी बोललं पाहिजे. आपली बाजू मांडली पाहिजे, असं जनरल स्लाविन याला वाटलं; कारण तो 'ग्रू' हेरशाखेचा प्रमुख होता. वास्तविक, त्या रॉकेटच्या मोहिमेची सगळी जबाबदारी सैन्यदलाची होती; पण तिच्या अपयशाचं खापर मात्र 'ग्रू'च्या माथ्यावर फोडण्यात आलं होतं. निकितीनलाही याची सगळी माहिती होती. अगदी चांगली माहिती होती; पण नेहमीप्रमाणेच 'एम.जी.बी.' जुना इतिहास उकरून 'ग्रू'साठी कटकट उत्पन्न करण्याचा, त्याला त्रास देण्याचा प्रयत्न करीत होतं.

''या माणसाला तुमच्या खात्यानं हाताळावं, असं आम्ही तुम्हाला तेव्हा कळवलं होतं, कॉम्रेड कर्नल.'' जनरल स्लाविन थंड स्वरात म्हणाला, ''पण तुमच्या खात्यानं आमच्या विनंतीला अनुसरून काही कारवाई केल्याचं मला तरी आठवत नाही. जर तशी कारवाई तुम्ही तेव्हा वेळीच केली असती, तर या बाँडनामक उपद्रवाचा विचार आज आपल्याला करावाच लागला नसता.''

कर्नल निकितीनच्या कपाळावरल्या शिरा संतापामुळे टरारून फुगल्या. संतापाची सणक त्याच्या मस्तकात गेली; पण त्यानं स्वत:वर ताबा मिळविला. ''तुमचा मान राखून थोडं स्पष्ट बोलतो, कॉम्रेड जनरल...'' आवाज चढवून खोचकपणानं तो गरजला, ''ग्रू कडून आलेल्या विनंती-प्रस्तावाला आमच्या वरिष्ठांनी मान्यता दिली नव्हती. इंग्लंडबरोबर पुढे आणखी गदारोळ वाढविण्याची त्यांची इच्छा नव्हती. हे सारे तपशील तुमच्या स्मरणातून बहुधा निसटलेले दिसतात. काहीही असो, तुम्ही म्हणता तसा विनंती-प्रस्ताव जर एम.जी.बी.पर्यंत पोहोचला असता, तर कारवाईसाठी आम्ही ताबडतोब स्मेर्शकडे पाठवून दिला असता. अगदी कोणत्याही परिस्थितीत.''

''माझ्या खात्याकडे अशा प्रकारचा कोणताही विनंती-प्रस्ताव आला नव्हता.'' जनरल 'जी' तडकून तीक्ष्ण स्वरात म्हणाला, ''नाहीतर या इंग्लिश हेराच्या हत्येची कारवाई ताबडतोब अंमलात आणली गेली असती. तथापि, ही वेळ इतिहासात घडून गेलेल्या घटनांचं संशोधन करायची, त्या चिवडत बसण्याची नाही. आणि ते

रॉकेटचं प्रकरण घडून गेल्याला आता तीन वर्षं उलटून गेली आहेत. तर आपण आता मुख्य मुद्द्याकडे वळू. या माणसाच्या अगदी अलीकडल्या ताज्या हालचालींबद्दल एम.जी.बी. आपल्याला कदाचित जास्त माहिती सांगू शकेल.''

कर्नल निकितीन आपल्या ए.डी.सी.च्या कानात पटकन काहीतरी कुजबुजला आणि टेबलाकडे वळत म्हणाला, ''या माणसानंतरच्या पुढल्या हालचालींबद्दल आम्हाला फार थोडी माहिती आहे, कॉम्रेड जनरल. हिऱ्यांच्या स्मगलिंगच्या कोणत्यातरी प्रकरणात तो गुंतला होता. एवढं आम्हाला समजलंय. ही गेल्या वर्षीची गोष्ट आहे. आफ्रिका आणि अमेरिका यांच्यामधली काहीतरी भानगड होती ती; पण त्या केसचा आमच्याशी काहीही संबंध नव्हता. त्यानंतर या माणसाबद्दल आम्हाला अधिक काही बातमी कळलेली नाही. आपल्या दप्तरात असलेल्या त्याच्या फाईलमध्ये कदाचित त्याच्याबद्दलची अधिक माहिती आपल्याला मिळू शकेल.''

जनरल 'जी'नं संमतीदर्शक मान हलवली. त्याच्या टेबलावरल्या सगळ्यात जवळच्या टेलिफोनचा रिसीव्हर त्यानं उचलला. तो 'एम.जी.बी.'चा खास 'कोमांडंट टेलिफोन' होता. सगळ्या लाईन्स त्याच्याशी थेट जोडलेल्या असल्यानं त्याला 'सेंट्रल स्वीचबोर्ड'ची काही गरज नव्हती. त्यानं एक नंबर फिरवला. ''सेंट्रल इंडेक्स? मी जनरल ग्रूबोझाबोयस्कीकोव्ह बोलतोय. मला 'बाँड'ची झापिस्का (फाईलला रशियन शब्द) हवी आहे– इंग्लिश गुप्तहेर. तातडीनं पाठवा, इमर्जन्सी.'' तो क्षणभर थांबला, तेव्हा त्याला प्रत्युत्तर ऐकू आलं, ''अगदी लगेच पाठवितो, कॉम्रेड जनरल.'' त्यानं रिसीव्हर जागेवर ठेवला. कॉन्फरन्स टेबलासभोवार त्यानं आपली अधिकारदर्शक नजर फिरविली आणि तो म्हणाला, ''कॉम्रेड! एकंदरीत बऱ्याचशा दृष्टिकोनांमधून हा इंग्लिश हेर आपलं लक्ष्य बनविण्यायोग्य वाटतो. आपल्या राज्याच्या दृष्टीनं हा फार धोकादायक शत्रू असावा, असं दिसून येतं. त्याला जर आपण खतम केलं, तर आपल्या गुप्तवार्ताखात्याच्या सगळ्या विभागांच्या दृष्टीनं ते फायदेशीर ठरेल, असं समजायचं का आपण?''

सर्वांनी संमतीदर्शक हुंकार दिला.

''ब्रिटिश सिक्रेट सर्व्हिसला त्याचा अभाव फार तीव्रतेनं जाणवेल; पण त्यापेक्षाही जास्त असा याचा परिणाम होऊ शकेल का? आपण आत्ता त्यांच्या दंतकथेबद्दल बोललो, ती या हेराच्या मृत्यूनं नष्ट होईल का? हा माणूस त्यांच्या संघटनेचा, त्यांच्या देशाचा 'हिरो' आहे का?''

ह्या प्रश्नाचा रोख आपल्याकडे आहे, असं जनरल वोजूद्विशेन्स्की याला वाटलं आणि तो म्हणाला, ''फुटबॉल खेळणारे, क्रिकेट खेळणारे खेळाडू आणि घोडे पळविणारे जॉकी यांच्याखेरीज इंग्लिश लोकांना कुणी हिरो वाटत नाही. पर्वतारोहण करणारे गिर्यारोहक किंवा वेगानं धावू शकणारे धावपटू पण काही लोकांना हिरो

वाटतात; पण सर्वसामान्य इंग्लिश माणसाला तसं वाटत नाही. इंग्लंडची राणी, विन्स्टन चर्चिल हेही एक प्रकारे त्यांच्या देशाचे 'हिरो'च आहेत; पण इंग्लिश जनतेला अशा राजकीय किंवा लष्करी महत्त्वाच्या 'हिरों'मध्ये फारसं स्वारस्य नसतं. आणि हा बाँड तर तिथल्या सर्वसामान्य माणसाला माहिती सुद्धा नसणार. उघड युद्ध किंवा छुपं युद्ध या गोष्टी इंग्लंडमध्ये शौर्याच्या मानल्या जात नाहीत. युद्धाबद्दल विचार करणं इंग्लिश माणसाला आवडत नाही. त्यामुळे युद्ध संपलं, की त्यात वीरश्री गाजविणाऱ्या वीरांची नावं फार चटकन त्यांच्या स्मरणातून जातात किंवा विसरली जातात. आता या बाँडबद्दल बोलायचं झालं, तर त्याच्या गुप्तचर खात्यात तो हिरो असेलही किंवा नसेलही. तो दिसायला कसा आहे, त्याचा स्वभाव, त्याचं व्यक्तिमत्त्व कसं आहे, यावर हे अवलंबून आहे. मला व्यक्तीश: याबद्दल काहीच माहिती नाही. तो कदाचित जाडजूड, बेढब असेल. त्याची त्वचा तेलकट, निस्तेज असेल. दिसायला तो सामान्य, ओंगळवाणाही असू शकेल. आता असा माणूस, मग तो त्याच्या क्षेत्रात कितीही यशस्वी असला, तरी तो काही 'हिरो' होऊ शकत नाही.''

''–पण आमच्या खात्यानं जे काही इंग्लिश गुप्तहेर पकडले आहेत, ते या बाँडबद्दल खूप आदरानं आणि चांगलं बोलतात.' निकितीन मधेच म्हणाला, ''त्याच्या गुप्तचर खात्यात त्याचा लौकिक खूप वरच्या दर्जाचा आहे. तिथे त्याचं नक्कीच खूप कौतुक होतं. लांडग्यासारखा हा एकांडा राहणारा माणूस आहे. दिसायलाही तो खूप तरतरीत आणि देखणा आहे, असं म्हणतात.''

टेबलावरला 'इंटर्नल ऑफिस फोन' अगदी हळू आवाजात घणघणला. जनरल 'जी'नं रिसीव्हर उचलून कानाला लावला नि क्षणभर ऐकून तो म्हणाला, ''ठीक, आत घेऊन ये.'' काही क्षणांनी कॉन्फरन्स हॉलच्या प्रवेश दारावर टकटक झाली नि दार उघडून एक ए.डी.सी. आत आला. त्याच्या हातात पुठ्ठ्याच्या पाकिटामध्ये असलेली एक जाडजूड फाईल होती. लांबलचक हॉल ओलांडून तो जनरल 'जी'जवळ आला. हातातली फाईल त्यानं अदबीनं त्याच्यासमोर टेबलावर ठेवली आणि वळून तिथून बाहेर पडत हॉलचं दार त्यानं अगदी हळूच बंद केलं.

जनरल 'जी'नं पाकीटातून ती फाईल बाहेर काढली. तिला काळ्या रंगाचं गुळगुळीत कव्हर होतं. त्यावर वरच्या उजव्या कोपऱ्यापासून खालच्या डाव्या कोपऱ्यापर्यंत अशी एक जाड पांढरी फीत तिरकी लावलेली होती. फाईलवरल्या वरच्या डाव्या बाजूच्या मोकळ्या जागेत 'एस.एस' अशी ठळक अक्षरं होती नि त्यांच्याखाली 'सॉव्हर-शेन्नो-सीक्रेन्तो' (म्हणजे 'टॉप सिक्रेट') असे शब्द ठळकपणे छापलेले होते. मध्यभागी पांढऱ्या रंगानं सुबकपणे रंगविलेली अक्षरं होती : जेम्स बाँड. आणि त्या खाली 'अँग्लीस्की स्पायॉन' (म्हणजे इंग्लिश गुप्तहेर) असे रशियन शब्द होते.

ती फाईल उघडून तिच्यात वर ठेवलेला एक मोठा लिफाफा जनरल 'जी'नं बाहेर काढला आणि आपल्या टेबलाच्या काचेवर उपडा केला. त्याबरोबर त्यातून काही फोटो बाहेर पडले. त्यांच्यातील एक एक फोटो उचलून त्याचं जवळून निरीक्षण करण्यास त्यानं सुरुवात केली. मधेच आपल्या टेबलाचा ड्रॉवर उघडून त्यातून एक जाड भिंग त्यानं बाहेर काढलं आणि लहान फोटो त्याच्याखाली धरून न्याहाळले. पाहून झालेले फोटो त्यानं टेबलावरून निकितीनकडे सरकवले. त्या फोटोंवर नजर टाकून निकितीननं ते इतर अधिकाऱ्यांना बघण्यासाठी दिले.

त्या फोटोंमधला पहिला फोटो १९४६ सालातला होता. त्यात एका कॅफेच्या बाहेर स्वच्छ सूर्यप्रकाशामध्ये मांडलेल्या टेबलाशी बसलेला एक स्मार्ट, देखणा तरुण दिसत होता. टेबलावर त्याच्यासमोर मद्याचा एक उभट ग्लास नि सोडा-वॉटर सायफन कंटेनर होता. त्या तरुणाचा उजवा हात कोपरापासून टेबलावर टेकविलेला होता नि त्याच्या बोटांमध्ये एक सिगारेट पकडलेली होती. इंग्लिश माणसं नेहमी बसतात, त्याप्रमाणे उजव्या पायाचा घोटा आपल्या डाव्या पायाच्या गुडघ्यावर ठेवून तो तरुण अगदी आरामात बसला होता नि त्याचा डावा हात वर मुडपलेल्या उजव्या पायाच्या घोट्यावर ठेवलेला होता. सुमारे वीस फूट अंतरावरून कुणीतरी आपला फोटो घेत आहे, हे त्या तरुणाला कळलेलं दिसत नव्हतं.

दुसरा फोटो १९५० साली घेतलेला होता. त्या फोटोतलाही माणूस तोच होता. फोटोत त्याचा चेहरा आणि खांदेच फक्त दिसत होते. काहीसा अस्पष्टसा आलेला तो 'क्लोज-अप्' फोटो होता. त्यातला माणूस– बाँड– डोळे बारीक करून कशाकडे तरी बारकाईनं बघत होता. बहुधा, फोटो घेणाऱ्या फोटोग्राफरच्या चेहऱ्याकडे तो बघत असावा. 'हा फोटो अगदी लहान आकाराच्या 'मिनीएचर बटनहोल कॅमेरानं' घेतलेला असावा,' असा कयास जनरल 'जी'नं केला.

तिसऱ्या फोटोत– जो १९५१ साली काढलेला होता– एका मोकळ्या नि रुंद रस्त्यावरून चाललेला तो माणूस दिसत होता. त्यानं गडद रंगाचा सूट परिधान केलेला होता आणि त्याच्या डोक्यावर हॅट नव्हती. बंद असलेल्या एका दुकानाच्या शटरसमोरून तो माणूस चालला होता नि शटरवर त्या दुकानाच्या नावाची अक्षरं रंगविलेली होती– 'चारकूतेरी'. फोटोतल्या माणसाच्या चालण्याच्या ढंगावरून तो कुठेतरी महत्त्वाच्या कामाकरिता घाईघाईनं चालला असावा, असं दिसत होतं. त्याच्या उजव्या हाताच्या कोपराचं टोक त्याच्या शरीराच्या आडून पाठीमागे आलेलं दिसत होतं, त्यावरून त्यानं आपला उजवा हात बहुधा कोटाच्या खिशामध्ये घातलेला होता. हा फोटो रस्त्यावरल्या एखाद्या मोटारीमधून घेतलेला असावा, असा अंदाज जनरल 'जी'नं केला. जणू काही पुढल्या चौकात काहीतरी घातकी कृत्य

करण्याच्या आवेशानं निघालेला असावा तसा फोटोमधल्या माणसाचा आवेश दिसत होता.

शेवटला चौथा फोटो १९५३ सालात घेतला होता. मूळ लहान फोटोवरून हा फोटो 'कॅबिनेट साईझ'च्या आकाराचा मोठा केलेला होता. त्या फोटोवर भिंग धरून जनरल 'जी' त्यातल्या माणसाचं, त्याच्या– (बाँडच्या) चेहऱ्याचं– निरीक्षण करू लागला.

फोटोतल्या माणसाचा चेहरा अगदी स्वच्छ आणि नितळ होता. त्याच्या उजव्या गालावर तीन इंच लांबीचा, पांढरट ओरखाड्याचा वण अगदी स्पष्ट दिसत होता. डोळे मोठे आणि त्यांच्या कडा रुंद होत्या. भुवया काळ्याभोर, दाट आणि लांबट होत्या. केस काळे होते आणि डाव्या बाजूला भांग पाडलेला होता. उजव्या बाजूच्या केसांची दाट झुलपं कपाळावर रुळत होती. नाक लांब, सरळ आणि धरधरीत होतं. वरचा ओठ पातळ असला, तरी जिवणी रुंद होती आणि तिच्या ठेवणीवरून तो माणूस प्रसंगी अतिशय कठोर नि निष्ठुर बनू शकतो, असं प्रतीत होत होतं. एकूण चेहरा काहीसा पसरट आणि रुंद होता. चेहऱ्यावर एक प्रकारचा धूर्त, बेदरकारपणा दिसत होता. त्या फोटोकडे निरखून पाहात असताना हा माणूस अत्यंत हट्टी आणि अधिकार गाजविणारा असला पाहिजे, असं जनरल 'जी'ला जाणवलं. साधारण हातभर अंतरावर धरून त्यानं फोटोतल्या माणसाकडे– बाँडकडे– अधिक बारकाईनं पाहिलं.

चटकन आणि ठाम निर्णय घेण्याची क्षमता, अधिकार गाजविण्याचा दृढपणा आणि कठोर निष्ठुरता हे गुण त्याच्यात अगदी ठासून भरलेले दिसत होते. कॉन्फरन्स टेबलाभोवती बसलेल्या इतरांना बघण्यासाठी जनरल 'जी'नं तो फोटो सरकवला. सगळ्यांचा पाहून झाल्यावर तो त्याच्याकडे परत आला, तेव्हा टेबलावर तो फोटो ठेवून त्यावर बोट ठेवत, मान वर करून सगळ्यांकडे उग्र मुद्रेनं पाहात जनरल 'जी' म्हणाला, ''एकंदरीत त्रासदायक इसम वाटतो.''

नंतर बाँडची फाईल उघडून तिच्यामधली पानं उलटत, प्रत्येक पानावरील मजकुरावरून त्यानं भरभर नजर फिरविली. सबंध फाईल चाळून झाल्यावर वर बघत तो म्हणाला, ''याची एकूण हकीगत पाहता हा इसम आपल्या दृष्टीनं धोकादायक आणि घातकी वाटतो. त्याच्या फाईलीतले ठळक ठळक मुद्दे मी तुम्हाला वाचून दाखवितो. ते ऐका आणि मग आपण काय तो निर्णय घेऊन टाकू; कारण बराच उशीर झालाय.'' फाईलीतल्या पहिल्या पानावरून बोट फिरवत त्यातल्या महत्त्वाच्या ओळी वाचण्यास त्यानं सुरुवात केली :

''प्रथम नाव : जेम्स, उंची :१८३ सेंटीमीटर्स, वजन : ७६ किलोग्राम्स, बांधा सडसडीत, डोळ्यांचा रंग : निळा, केस : काळे, उजव्या गालावर तिरका ओरखाडा, डाव्या खांद्यावर तसाच लांबट जखमेचा वण, उजव्या तळहाताच्या पाठीमागच्या

बाजूला प्लॅस्टिक सर्जरी केलेली असल्याच्या खुणा (अधिक तपशीलासाठी अपेंडिक्स 'ए' बघा.) सर्व प्रकारच्या तालमींमध्ये तयार, उत्तम पिस्तुलबाज, बॉक्सर, सुरा फेकण्यात निष्णात, कधी वेषांतर वगैरे करीत नाही, भाषा : फ्रेंच आणि जर्मन भाषा येते; अति धूम्रपान करतो (तीन सोनेरी रिंगा असलेल्या स्पेशल सिगारेट्स ओढतो, दुर्गुण : मद्यपान करतो; पण अति घेत नाही. सुंदर स्त्रियांचा मोह आहे, विषयासक्ततेकडे ओढा; कधीही लाच वगैरे घेत नाही, असं म्हणतात.''

जनरल 'जी'नं पान उलटलं आणि तो पुढे वाचू लागला– ''या माणसाकडे सदोदित एक .२५ ऑटोमॅटिक बेरेटा पिस्तुल असतं. आपल्या डाव्या दंडाखाली, बगलेत, एका पातळ चामडी दास्तानात ते तो सतत बाळगतो. पिस्तुलाच्या मॅगेझिनमध्ये आठ गोळ्या असतात, त्याच्या डाव्या हातावर एक तीक्ष्ण चाकू कायम बांधलेला असतो, असं म्हणतात, स्टीलचं आवरण असलेले बूट यानं वापरलेले आहेत, ज्युडोच्या डावपेचांचं प्राथमिक ज्ञान आहे, अतिशय चिवटपणे लढतो, वेदना सहन करण्याची सहनशक्ती फार मोठी आहे. (ॲपेंडिक्स 'बी' बघा.)

फाईलीमधली पुढली पानं जनरल 'जी' उलटू लागला आणि बाँडबद्दल रशियन हेरांनी वेळोवेळी पाठविलेल्या रिपोर्टांमधले महत्त्वाचे मुद्दे वाचून दाखवू लागला. वाचता वाचता तो शेवटल्या पानापर्यंत पोहोचला. त्यावर रशियन हेरांशी बाँडच्या पूर्वी ज्या चकमकी झाल्या होत्या, त्यांचा तपशील होता. त्या पानाच्या अगदी तळाशी असलेल्या मजकुरावरून नजर फिरवीत तो म्हणाला, ''थोडक्यात निष्कर्ष असा : हा माणूस अत्यंत घातकी असा धंदेवाईक दहशतवादी आणि हेर आहे. ब्रिटिश गुप्तचर खात्यात १९३८ सालापासून तो काम करतो आहे आणि आता (डिसेंबर १९५०ची हायस्मिथ फाईल बघा.) त्याच्या खात्यात त्याचा ००७ हा सांकेतिक नंबर आहे. या आकड्यांमधल्या डबल शून्यांचा अर्थ असा, की या माणसाने विशिष्ट कामगिऱ्यांवर किंवा मोहिमांवर असताना शत्रूपक्षाच्या माणसांना ठार मारलं आहे आणि जरूर पडेल, तेव्हा शत्रूच्या हेरांना ठार मारण्याची मुभा त्याच्या खात्यानं याला दिलेली आहे. ब्रिटिश सिक्रेट सर्व्हिसमध्ये हा अधिकार असलेले फक्त दोनच गुप्तहेर आहेत, असं म्हणतात. जे 'सी.एम.जी.' ॲवार्ड ब्रिटिश सिक्रेट सर्व्हिसमधून 'ब्रिटिश सेवा' बजावून निवृत्त होणाऱ्या विशेष अधिकाऱ्यांनाच फक्त दिलं जातं, ते याला हा नोकरीत असतानाच १९५३ साली बहाल करण्यात आलं. यावरून याची असामान्य योग्यता आणि ब्रिटिश सिक्रेट सर्व्हिसमध्ये याचं केवढं महत्त्व आहे, हे कळून येतं. जर याच्याशी कधी कुणाचा आमोरासमोर सामना झाला, तर त्याचा संपूर्ण तपशील ताबडतोब हेडक्वार्टर्सला कळवावा. (१९५१च्या पुढे स्मेर्श, एम.जी.बी. आणि ग्रू खात्यांना ज्या 'स्टँडिंग ऑर्डर्स' दिलेल्या आहेत, त्या बघा.)

जनरल 'जी'नं फटकन फाईल मिटली आणि तिच्या कव्हरवर हाताचा तळवा जोरानं आपटत तो म्हणाला,

"वेल कॉम्रेडस्. मग सर्वांचं यावर एकमत आहे ना? ह्याच माणसाची निवड आपण करायची ना?"

"होऽऽ!" कर्नल निकितीन मोठ्यानं म्हणाला.

"हो." जनरल स्लाविन कंटाळवाण्या स्वरात म्हणाला.

जनरल वोजूद्रिशेन्स्की आपल्या बोटांच्या नखांकडे बघत होता. त्याला या सगळ्या खूनखराब्याचा वीट आला होता. पूर्वी त्यानं इंग्लंडमध्ये काही काळ खूप आनंदात घालविलेला होता... पण... संमत झालेल्या प्रस्तावाला दुजोरा देणं त्याला भागच होतं.

"हो... म्हणजे माझं सुद्धा हेच मत आहे."

जनरल 'जी'चा हात टेबलावरल्या 'इंटर्नल ऑफिस टेलिफोन'कडे गेला. त्याचा रिसीव्हर उचलून कानाला लावत कठोर स्वरात तो आपल्या ए.डीसी.ला म्हणाला, "डेथ वॉरंट!" क्षणभर थांबून तो पुढे म्हणाला, "जेम्स बाँड याच्या नावानं काढायचं!" नावाचं स्पेलिंग त्यानं सांगितलं, "वर्णन : अँग्लीस्की स्पीयॉन (म्हणजे इंग्लिश हेर) गुन्हा : राज्याचा शत्रू." त्यानं रिसीव्हर जागेवर ठेवला. आपल्या खुर्चीत पुढे झुकत तो म्हणाला, "–आणि आता प्रश्न येतो, तो ही कामगिरी कशी पार पाडायची याचा. ती पार पाडण्याकरिता अचूक कारस्थानी कट करायचा. असा जबरदस्त कट, जो कोणत्याही परिस्थितीत फसणार नाही." क्षणभर थांबून कठोर स्वरात तो पुढे म्हणाला, "त्या मागल्या खोक्लोव प्रकरणासारखं आणखी दुसरं अपयशी प्रकरण आता आपल्याला परवडणार नाही."

दार उघडून ए.डी.सी. आत आला. त्याच्या हातामध्ये झगझगीत पिवळ्या रंगाचा एक कागद होता. तो त्यानं जनरल 'जी'समोर टेबलावर ठेवला आणि तो बाहेर निघून गेला. समोरच्या कागदावरून जनरल 'जी'नं नजर फिरविली. मग बाँडच्या वधाज्ञेखाली असलेल्या मोकळ्या जागेत सर्वांत वर त्यानं लिहिलं, "याला ठार मारा– ग्रूबोझाबोयस्कीकोव्ह."

'डेथ वॉरंट'चा तो पिवळा कागद त्यानं 'एम.जी.बी.' प्रमुख कर्नल निकितीन याच्याकडे सरकविला. तो वाचून त्यानं त्यावर लिहिलं– याला ठार मारावा– निकितीन. आणि तो कागद त्यानं 'ग्रू' प्रमुखाकडे सरकविला; ज्यानं त्यावर तेच शब्द लिहिले– याला ठार मारावा– स्लाविन. त्याच्या ए.डी.सी.नं तो कागद 'रुमिड'च्या प्रमुखाशेजारी बसलेल्या– साध्या पोशाखातील माणसाला दिला. त्या माणसानं तो कागद जनरल वोजूद्रिशेन्स्की याच्या समोर ठेवला आणि त्यावर सही करण्यासाठी त्याला एक पेन दिलं.

त्या 'डेथ वॉरंट'वरला टाईप केलेला वधाज्ञेचा मजकूर जनरल वोज्द्विशेन्स्कीनं काळजीपूर्वक वाचला आणि नजर वर करून त्यानं जनरल 'जी'कडं पाहिलं, जो त्याच्याकडे टक लावून बघत होता. खाली न बघता जनरल वोज्द्विशेन्स्कीनं सगळ्यांच्या सह्यांखाली असलेल्या मोकळ्या जागेत– सर्वात खाली शब्द खरडले– ठार मारा आणि त्यापुढे आपली सही केली. त्या कागदावरून हात बाजूला करीत तो उठून उभा राहिला आणि आपली खुर्ची मागे सरकवत त्यानं विचारलं, "आपली मिटींग आता संपली असेल जनरल, तर मी निघू?"

जनरल 'जी' मनातल्या मनात आनंदला. वोज्द्विशेन्स्कीबद्दल जो अंदाज आपण केला होता, तो खरा ठरला. यानं मनापासून सही केलेली नाही... याच्यावर गुप्त पाळत ठेवायला हवी. तसंच, त्याच्याबद्दलचा आपला संशय जनरल सेरोवच्या कानावरही घालायला हवा. त्याच्या मनात येत होतं!...

"जरा क्षणभर थांब, कॉम्रेड जनरल!" तो म्हणाला, "या डेथ वॉरंटवर मला आणखी थोडीशी भर घालायचीय."

वधाज्ञेचा तो पिवळा कागद त्याच्यासमोर पोहोचला, तेव्हा आपलं पेन काढून त्यावर अगोदर लिहिलेले शब्द त्यानं खोडले आणि मग स्वत:शीच अगदी हळूहळू एकेक शब्दाचा उच्चार करीत त्यानं त्यावर नवा मजकूर लिहिला : अब्रू जाईल अशी बदनामीची व्यवस्था करून मगच याला ठार मारा– ग्रूबोझाबोयस्कीकोव्ह.

नजर वर करून स्मित करीत मिटींगला आलेल्या सभासदांकडे त्यानं मोठ्या खुशीनं पाहिलं आणि तो म्हणाला,

"थँक यू, कॉम्रेडस्. आपलं काम संपलं. आपली ही शिफारस, आपला हा प्रस्ताव मी आता प्रेसिडीयमसमोर ठेवेन. त्यांचा जो काय निर्णय होईल, तो मी तुम्हाला नंतर कळवीनच. अच्छा, गुडनाईट."

त्या मिटींगसाठी आलेले सर्व मेंबर्स कॉन्फरन्स हॉलमधून बाहेर पडले, तेव्हा जनरल 'जी' उठून उभा राहिला. हात वर ताणून आळस देत त्यानं एक मोठी जांभई दिली. मग पुन्हा टेबलाशी बसत, त्याखाली असलेलं गुप्त बटण दाबून त्यानं वायर रेकॉर्डर बंद केला आणि ए.डी.सी.ला आत बोलविण्यासाठी घंटा वाजविली. दार उघडून तो माणूस आत आला आणि त्याच्या टेबलापाशी येऊन उभा राहिला.

बाँडच्या वधाज्ञेचा पिवळा कागद जनरल 'जी'नं त्याच्याजवळ दिला आणि तो म्हणाला, "हा आत्ताच्या आत्ता ताबडतोब जनरल सेरोव यांच्याकडे पाठव. क्रोन्स्टीन कुठे आहे, हे शोधून काढ आणि त्याला मोटारीत घालून ताबडतोब इथे आणविण्याची व्यवस्था कर. तो घरी आपल्या बिछान्यात झोपलेला असला, तरी मला त्याची पर्वा नाही. त्याला आत्ताच्या आत्ता इथं आलंच पाहिजे. त्याला कुठे शोधायचा हे ओत्द्येल-२ ला ठाऊक असेल. त्यांना विचार आणि आणखी दहा मिनीटात मी

कर्नल क्लेबना भेटेन, तेव्हा त्यांना माझ्याकडे पाठव, कळलं?''

''हो, कॉम्रेड जनरल.'' तो माणूस अदबीनं म्हणाला आणि त्या हॉलमधून बाहेर पडला.

जनरल 'जी'नं टेबलावरल्या व्ही.सी.एच. टेलिफोनचा रिसीव्हर उचलून ऑपरेटरला जनरल सेरोवशी लाईन जोडून द्यायला सांगितलं. ती लागल्यावर शांतपणे बोलत नुकत्याच झालेल्या मिटींगबद्दलची माहिती त्यानं जनरल सेरोवला थोडक्यात सांगितली आणि तो म्हणाला, ''–आणि आपली ही मोहीम पार पाडण्याकरिता नेमकं काय कारस्थान रचायचं, हे ठरविण्याची जबाबदारी मी आता कर्नल क्लेब आणि क्रोन्स्टीन या दोघांवर सोपविणार आहे. त्यांच्याशी चर्चा करून कटाची प्राथमिक रूपरेषा मी तयार करतो. उद्यापर्यंत कारस्थानाचा सविस्तर तपशील ते मला देतील. ठीक आहे ना, कॉम्रेड जनरल?''

''हो.'' हाय प्रेसिडीयमचा जनरल सेरोव शांत स्वरात म्हणाला, ''त्याला ठार मारा; पण ही कामगिरी अत्यंत सफाईनं आणि फार उत्तम रितीनं पार पाडली गेली पाहिजे. या निर्णयावर प्रेसिडीयम उद्या सकाळी शिक्कामोर्तब करेल आणि नियोजित मोहिमेला मंजुरी देईल.''

–आणि फोन बंद झाला. त्याच वेळी टेबलावरला 'इंटर-ऑफिस' टेलिफोन घणघणू लागला. रिसीव्हर उचलून जनरल 'जी' ''ठीक'' एवढंच म्हणाला आणि त्यानं रिसीव्हर जागेवर ठेवला.

काही क्षणातच हॉलचं मोठं दार उघडलं गेलं आणि ए.डी.सी.नं दारात उभं राहत वर्दी दिली, ''कॉम्रेड कर्नल क्लेब.''

गडद हिरव्या रंगाचा लष्करी गणवेश धारण केलेली, छातीवर 'ऑर्डर ऑफ लेनिन'ची तांबड्या रंगाची एकमेव सन्मान फीत असलेली, बेढब आकाराची एक आकृती दारातून आत आली आणि कोल्ह्यासारखी तुरुतुरु चालत टेबलापाशी पोहोचली.

जनरल 'जी'नं तिच्याकडे पाहात, कॉन्फरन्स टेबलाशी सर्वात जवळ असलेल्या खुर्चीवर बसण्याची खूण तिला केली आणि तो म्हणाला, ''गुड इव्हिनिंग, कॉम्रेड.''

बसकट, चपटा चेहरा असलेल्या त्या व्यक्तीनं मधाळ स्मित करीत प्रत्युत्तर दिलं, ''गुड इव्हिनिंग, कॉम्रेड जनरल.''

ती व्यक्ती म्हणजे एक थोराड स्त्री होती. ओत्द्येल-२ची ती प्रमुख होती आणि 'स्मेर्श'च्या 'ऑपरेशन्स ॲण्ड एक्झीक्युशन्स' (मोहिमा आणि हत्या) विभागाची ती इनचार्ज होती. तिचं नाव होतं रोझा– कर्नल रोझा क्लेब. नितंबांवरून दोन्ही हात फिरवत, आपला स्कर्ट सरसा करीत ती खुर्चीवर बसली.

रोझा क्लेब ही रशियन लोकांच्या तुलनेनं चणीनं तशी बुटकीच होती. तिची

उंची पाच फूट चार इंच होती. तिच्या वयाची अठ्ठेचाळीशी उलटून गेलेली होती. तिचा देह राकट नि पुरुषी थाटाचा होता. मान बसकी जाड, खांदे रुंद, जाडजूड बेढब हात आणि तिची वक्ष:स्थळं प्रमाणाबाहेर मोठी होती. अंगाला अगदी फिट् बसणाऱ्या खाकी वर्दीतल्या चुस्त स्टॉकिंग्जमधून दिसणाऱ्या तिच्या गलेलठ्ठ मांड्या नि पोटऱ्या एका स्त्रीला न शोभणाऱ्या अशाच होत्या. नितंब फुगीर, गरगरीत नि मोठे होते. तिचा एकूण देहच अतिशय कणखर नि बलिष्ट होता आणि कुणाच्याही मनात भय उत्पन्न करणारा होता. आपल्या तांबूस केसांचा तिनं मानेमागे घट्ट अंबाडा बांधलेला होता. चौकोनी आकाराच्या चष्म्याच्या काचांआडून दिसणारे तिचे डोळे पिवळट घारे होते. नजर थंड नि भेदक होती. नाक मोठं नि एखाद्या पाचरीसारखं लांब होतं. आपल्या चेहऱ्यावर पावडरीचा जाड थर तिनं थापडलेला होता. अधुनमधून आपल्या ओलसर तोंडाची उघडमीट करण्याची विचित्र सवय तिला होती, जणू, कळसुत्री बाहुलीला असते, तशी दोरी तिच्या हनुवटीखाली बसविलेली होती नि तिच्या ओढण्यामुळे तिच्या तोंडाची उघडमीट चालली होती. तिला सिगारेटस् ओढण्याचं व्यसन होतं. त्यामुळे बोलताना दिसणारे, निकोटीनचं पिवळट किटण असलेले तिचे चपट, पसरट दात फार भयंकर वाटत असत.

रोझा क्लेबमध्ये अर्थातच जबरदस्त आत्मविश्वास आणि आपलं जीवन जगण्याची एक जबर इच्छाशक्ती होती. ती नसती, तर ती सोवियत राज्यातील एक सर्वात सामर्थ्यशाली नि दहशत उत्पन्न करणारी स्त्री कधीच बनू शकली नसती. तिचा कठोर, उग्र चेहरा आणि एकूणच राकट असलेलं तिचं व्यक्तिमत्त्व यामुळे सर्वजण तिला कमालीचे भीत असत. तिच्या खात्यामध्ये तर तिची इतकी जरब होती, की ती नुसती इकडे तिकडे वावरू लागली, की इतर लोक तिला टरकून एकदम गप्प बसत असत. सगळीकडे अगदी स्मशानशांतता पसरत असे...!

तिच्या साऱ्या यशाचं गुपित तिच्यामधल्या एका विशिष्ट नि अनैसर्गिक प्रवृत्तीमध्ये दडलेलं होतं आणि ती म्हणजे तिची चमत्कारिक कामप्रवृत्ती! रोझा क्लेब ही सहसा कधीही न आढळणाऱ्या अत्यंत विरळ अशा कामप्रवृत्तीची स्त्री होती. दुर्मिळ प्रकारात मोडणाऱ्या 'उदासीन कामप्रवृत्ती'ची ती होती. शरीरसुखाच्या प्रक्रियेतून मिळणारा आनंद ती कदाचित घेतही असावी; पण त्याचं जे नैसर्गिक महत्त्व असतं, ते मात्र तिच्या ठिकाणी थोडं सुद्धा नव्हतं. शरीरसुख हा प्रकार तिच्याकरिता वेदनादायक खरुजेइतका तिटकाऱ्याचा होता. तिच्यामधल्या या उदासीन मनोकायिक प्रवृत्तीमुळेच सर्वसामान्य माणसामध्ये असणाऱ्या भावनाप्रवणतेला तिच्यापाशी अजिबात स्थान नव्हतं. चांगल्या इच्छा, आकांक्षा, हळवेपणा, हळुवारपणा, भावनाप्रधानता, उत्कटता या सगळ्या सर्वसामान्य मानवी गुणांपासून तिच्या 'उदासीन मनोकायिक प्रवृत्ती'नं जणू तिला पार मुक्त केलं होतं. सर्वांपेक्षा पार वेगळं बनविलं होतं. आणि या उदासीन

कामप्रवृत्तीमुळेच तिच्या अंगात एक प्रकारचा थंड निष्ठुरपणा आला होता. नव्हे! निष्ठुरपणाचा सारा अर्कच तिच्या रोमारोमांत अगदी ठासून भरलेला होता. मुरलेला होता. आणि स्वत:मध्ये असलेला हा असामान्य निष्ठुरपणा अंगी बाणवणं नि मिरवणं, वागवणं तिला फार आवडत असे. त्याचा तिला मोठा गर्व होता.

सामर्थ्यवान बनण्याच्या तीव्र लालसेनं तिला एखाद्या लांडग्यासारखं क्रूर बनविलं होतं. एकांडेपणानं काम करणं तिला आवडे; पण तरीही ती एकाकी नव्हती. थोडक्यात, रोझा क्लेब हे शीतप्रवृत्तीचं, कशानंही विचलित किंवा अस्वस्थ न होणारं, थंड नि निष्ठुर असं अजब नि विचित्र रसायन होतं. एक आळशी, सुस्त, जड नि भेदक व्यक्तिमत्त्व!

रोझा क्लेबच्या राजकीय उत्कर्षाला 'स्पॅनिश सिव्हिल वॉर'पासून सुरुवात झाली होती. तेव्हा 'पोऊम्' (POUM) संघटनेत ती एक 'डबल एजंट' होती आणि मॉस्कोत 'ओग्पू' या खात्याकरिता काम करीत होती. स्पेनमधल्या कम्युनिस्ट गुप्तवार्ताखात्यामध्ये सुद्धा तिनं काही काळ काम केलेलं होतं. तिथं आन्द्रेआस निन या आपल्या 'चीफ'चा ती उजवा हात होती. ती त्याची खास रखेलीही होती, अशी बोलवा होती. १९३५ ते १९३७ या कालखंडात तिनं त्याच्याबरोबर काम केलं. नंतर मॉस्कोमधून सुटलेल्या हुकूमावरून आन्द्रेआस निनचा खून करण्यात आला आणि तो खून रोझा क्लेबनंच केला होता, अशीही एक अफवा होती. आता हे खरं होतं, का खोटं देव जाणे; पण तेव्हापासून 'शक्तीसामर्थ्याच्या शिडी'वरून अगदी हळूहळू, पण स्थिरपणे ती वर चढत गेली. दुसऱ्या महायुद्धाच्या काळात आलेल्या सगळ्या आपत्तींना तिनं धैर्यानं तोंड दिलं आणि सर्व संकटांमधून निभावून प्रतिकूल परिस्थितीमधेही ती पुरून उरली. राजनिष्ठा, राजकीय गटबाजी, झुंडशाही या सगळ्यापासून अलिप्त राहून तिनं आपला उत्कर्ष मोठ्या कावेबाजपणानं साधून घेतला. १९५३ साली, बेरियाला मृत्यूदंड दिला गेल्यानंतर सगळ्या रक्तरंजित कारस्थानांदरम्यान तिनं आपल्या कारकिर्दीची अत्युच्च पायरी गाठली आणि अखेर स्मेर्शच्या 'ऑपरेशन्स डिपार्टमेंट'ची ती प्रमुख बनली.

अशी ही सामर्थ्यशाली, थंड, निष्ठुर नि भयावह स्त्री आता 'स्मेर्श'च्या खास कॉन्फरन्स हॉलमध्ये त्या खात्याचा प्रमुख जनरल ग्रूबोझाबोयस्कीकोव्ह याच्या बाजूला बसून तो आता आपल्यावर कोणती कामगिरी सोपवितो, याची उत्सुकतेनं वाट पाहात होती.

नुकत्याच झडलेल्या मिटींगच्या अनुषंगानं जनरल 'जी'नं तिला आगामी मोहिमेची रूपरेषा थोडक्यात सांगितली. नंतर त्या दोघांनी सिगारेटस् पेटविल्या आणि क्रोन्स्टीन केव्हा येतो, याची वाट बघत ती दोघं धूम्रपान करू लागली.

□

## ७. कटाची आखणी

जेम्स बाँडच्या हत्येचा जो बेत 'स्मेर्श'नं मुक्रर केला होता, त्याची पूर्वतयारी करून तो अंमलात आणण्याच्या दृष्टीनं ज्या दोन व्यक्ती महत्त्वाच्या होत्या, त्यातली पहिली होती कर्नल रोझा क्लेब आणि दुसरा होता क्रोन्स्टीन! हत्येचं कारस्थान कसं घडवून आणायचं हे ठरविण्याचं काम त्याचं होतं; कारण असले कारस्थानी कट रचण्यात त्याचा हातखंडा होता. अत्यंत कुशलतेनं तो हे काम करीत असे आणि म्हणूनच 'स्मेर्श'ला त्याचं फार महत्त्व होतं. क्रोन्स्टीन हा फार बुद्धिमान होता. त्याला बुद्धिबळाचा खेळ खेळायचा शौक होता आणि रशियामधल्या आघाडीच्या दोन उत्कृष्ट बुद्धिबळपटूंपैकी तो एक होता. या खेळावर त्याचं फार उत्तम प्रभुत्व होतं.

त्याला शोधून आणण्याचा हुकूम जनरल 'जी'नं आपल्या 'ए.डी.सी.'ला दिला, तेव्हा त्यानं ताबडतोब साध्या कपड्यांमधला आपला एक जासूद त्या कामगिरीवर रवाना केला.

क्रोन्स्टीन त्या नेमक्या वेळेला आपल्या आयुष्यातील एक अत्यंत महत्त्वपूर्ण असा बुद्धिबळाचा सामना खेळण्यात गढलेला होता. त्याचा प्रतिस्पर्धी माखारोव त्याच्यासमोर पटाच्या विरुद्ध बाजूला, टेबलाशी बसलेला होता. घुमटाच्या आकाराची, चकचकीत केस असलेली दोन घड्याळं टेबलावर, पटापाशी आमोरासमोरच्या दोन्ही खेळाडूंच्या उजव्या हातांना ठेवलेली होती. एखाद्या अजस्र सागरी प्राण्यानं टेबलाच्या कडेवरून डोकं वर करून आपल्या मोठाल्या गोल गटगटीत डोळ्यांनी पटावर चाललेल्या खेळाकडे बघावं तद्वत् ती दोन घड्याळं (त्याच्या डोळ्यांसारखी) दिसत होती. ती दोन्ही घड्याळं वेगवेगळ्या वेळा दाखवीत होती. क्रोन्स्टीनचं घड्याळ एक वाजायला वीस मिनीटं कमी असल्याची वेळ दर्शवीत होतं. त्या घड्याळाच्या खालच्या भागात असलेला तांबड्या रंगाचा लांबट लंबक टक्टक् असा आवाज करीत एका नियमित लयीत हलत होता. प्रतिस्पर्ध्याचा– माखारोवच्या– घड्याळ्याचा लंबक एकाच जागी स्थिर होता आणि त्याचं घड्याळ एकाला पाच मिनीटं कमी असल्याची वेळ दर्शवीत होतं. खेळाच्या ऐन मध्यावर त्यानं अत्यंत मोलाचा असा वेळ गमावला होता आणि आता त्याच्याजवळ फक्त पाचच मिनीटं होती. तो 'वेळाच्या वांध्या'त फार वाईट प्रकारे फसला होता. आणि आता क्रोन्स्टीनच्या हातून खेळताना अनवधानानं काहीतरी वेड्यासारखी चूक जोपर्यंत घडणार नव्हती, तोपर्यंतच त्याला जिंकण्याची थोडीबहुत आशा होती; पण ही गोष्ट देखील आता विचार करण्यापलीकडलीच होती; कारण खेळ आता चरमसीमेवर पोहोचलेला होता. क्रोन्स्टीनच्या हातून काही चूक घडण्याची सुतराम शक्यता नव्हती आणि आपला

पराजय आता जवळजवळ अटळ आहे, ही जाणीव माखारोवचं अंत:करण पोखरत होती. आपण मार खाणार हे त्याला कळून चुकलं होतं...

पिंजऱ्यामधल्या दांडीवर एखादा पोपट काही वेळा जसा अगदी स्तब्धपणे बसलेला असतो, तद्वतच क्रोन्स्टीन अगदी ताठ नि स्तब्धपणे बसलेला होता. त्यानं आपली दोन्ही कोपरं टेबलावर टेकविलेली होती. त्याचं भव्य मस्तक घट्ट वळलेल्या मुठींमध्ये विसावलेलं होतं नि मुठी गालांमध्ये रुतलेल्या होत्या. ओठ तिरस्कारानं, तुच्छतेनं मुरडलेले होते. चेहऱ्यावर एक प्रकारचा उद्धटपणाचा भाव होता. किंचित खाली लोंबलेल्या, दाट केसांच्या भुवयांखाली असलेले त्याचे काळे डोळे त्यानं जिंकत आणलेल्या पटाकडे अतिशय थंडपणानं, शांतपणानं पाहात होते.

वरकरणी त्यानं असा मुखवटा धारण केलेला असला, तरी त्या फसव्या मुखवट्यामागे असलेल्या त्याच्या मेंदूमध्ये रक्त जणू उसळ्या मारीत होतं. त्याच्या कपाळाच्या उजव्या बाजूला असलेली एक शीर एखाद्या जंतासारखी टरटरून फुगली होती नि उडत होती. तिचे ठोके नव्वदच्या वर गेले होते. त्याचं हृदय विलक्षण वेगानं धडधडत होतं. गेल्या दोन तास नि दहा मिनीटांच्या कालावधीमध्ये त्याच्या मनाची जी विलक्षण उलघाल झाली होती, तिनं त्याचं वजन एक पौंडानं घटविलं होतं. आपल्या हातून अनवधानानं एखादी चुकीची खेळी खेळली जाईल, या धास्तीच्या भुताचा एक हात त्याच्या नरड्यावर अजून कायम होता; पण माखारोवच्या आणि तो सामना पाहण्यासाठी सभोवताली उत्कंठेनं जमलेल्या प्रेक्षकांच्या दृष्टीनं मात्र तो अलौकिक बुद्धीसामर्थ्य असलेला, बर्फाप्रमाणे थंड वृत्तीनं खेळणारा एक असामान्य असा 'बुद्धिबळाचा जादुगार' होता. असा थंड माणूस, की ज्याची तुलना मासा खाणाऱ्या माणसाशी व्हावी. तो प्रथम त्याच्या पुढ्यात ठेवलेल्या डिशमधल्या माश्याची अगदी वरची त्वचा सुरीनं तासून साफ करतो, मग बारकाईनं त्याच्या अंगातील काटे नि टोकदार हाडं बाहेर काढून टाकतो नि मगच स्वच्छ झालेला तो मासा शांतपणे अगदी चवीनं खातो. त्याच्या मऊ शिजलेल्या लुसलुशीत मांसाचा आस्वाद घेतो. क्रोन्स्टीनचं खेळणं तसंच होतं. काळजीपूर्वक बारकाईनं, सावधपणानं नि अगदी थंडपणे! गेली दोन वर्षं तो बुद्धिबळाच्या सामन्यात मॉस्कोचा चँपियन ठरला होता. आणि या खेपी लागोपाठ तिसऱ्यांदा हा खेळ जर त्यानं जिंकला, तर त्याला 'ग्रँडमास्टरशीप'चा बहुमान मिळणार होता. आणि म्हणूनच या अंतिम सामन्याला त्याच्या दृष्टीनं कमालीचं महत्त्व होतं.

खेळाडूंच्या टेबलाभोवती– चारही बाजूंना किंचित ढील दिलेले जाड दोरखंड बांधून, संरक्षक-बंदोबस्त केलेला होता. सभोवतालच्या वातावरणात संपूर्ण शांतता होती. त्या शांततेत फक्त क्रोन्स्टीनच्या घड्याळाच्या लंबकाची टिक्‌टिक्‌च अगदी स्पष्टपणे ऐकू येत होती. टेबलाच्या उरलेल्या दोन्ही बाजूंना, उंच खुर्च्यांवर बसलेले

अंपायर्स अगदी निश्चलपणे खेळ बघत होते. माखारोवप्रमाणेच त्यांच्याही हे ध्यानात आलं होतं, की क्रोन्स्टीन आता शेवटचा दणका देणार! विजयाची अखेरची नि निर्णायक चाल खेळणार! पुढे डाव साधावा म्हणून खेळाच्या अगदी आरंभी क्रोन्स्टीननं मोठ्या बुद्धिमत्तेनं, हुशारीनं आपली राणी मारणी टाकली होती. २८व्या खेळीपर्यंत माखारोव त्याच्या तोडीस तोड खेळला होता; पण ती चाल खेळायला त्याला बराच वेळ लागला होता. त्यामुळे त्याच्या बहुमोल वेळाचा अपव्ययही झाला होता. आणि त्या खेळीलाच बहुधा त्याची चूक झाली होती. ३१व्या आणि ३३व्या खेळीलाही त्याच्या हातून पुन्हा नको त्याच चुका घडल्या होत्या. खेळ आता अगदी अटीतटीच्या, चुरशीच्या टोकावर आला होता. कुणी सांगावं– पुढले कित्येक आठवडे सबंध रशियाभर त्या चुरशीनं खेळल्या गेलेल्या सामन्याची चर्चा होणार होती.

खेळाडूंच्या टेबलासमोर– पायऱ्या पायऱ्यांनी वर चढत गेलेल्या ओट्यांवरल्या बैठकींवर– प्रेक्षकांनी खच्चून गर्दी केली होती. क्रोन्स्टीननं गालापाशी असलेला आपला उजवा हात अगदी हळूच बाजूला केला, तेव्हा प्रेक्षकांमधून आता काय घडतं या उत्कंठेनं, एक संमिश्र उसासा घुमला. क्रोन्स्टीननं उजवा हात पटापाशी नेला, एखादा गुलाबी खेकडा जसा आपले आकडे अगदी अलगदपणे उलगडतो, तद्वत् त्याच्या हाताची बोटं विलग झाली. तर्जनी आणि अंगठ्याच्या चिमटीत त्यानं पटावरलं एक प्यादं अगदी हलकेच उचललं. त्याचा हात समोर, उजवी-डावीकडे असा क्षणभर हलला आणि मग हातामधलं प्यादं त्यानं पटावरल्या विवक्षित चौकोनात अगदी हळुवारपणे ठेवलं.

समोरच्या भिंतीवर असलेल्या पटाच्या मोठ्या प्रतिकृतीवरली एक तीन फुटी फळी हलवून क्रोन्स्टीननं नुकतीच खेळलेली ४१वी चाल त्यावर दाखविण्यात आली. ती पाहाताच प्रेक्षकांमध्ये काही क्षण एकदम जोराची कुजबूज नि गुणगुण झाली! आर.के.टी.-८ हीच ती शेवटली नि निर्णायक खेळी होती! शेवटचा भीमटोला!...

क्रोन्स्टीननं नाटकीपणाचा आविर्भाव करीत, हात लांबवून आपल्या घड्याळाखाली असलेली एक लीव्हर खाली दाबली. त्याबरोबर टकटकणारं त्याचं घड्याळ तत्क्षणी थांबलं आणि त्याचा तांबडा लंबक एकदम स्थिर झाला. बंद झालेलं त्याचं घड्याळ पाऊण वाजल्याची वेळ दाखवीत होतं. बरोबर त्याच क्षणी माखारोवच्या घड्याळाचा लंबक हलू लागला नि त्याची कठोर टक्टक् सभोवतालच्या शांत वातावरणात ऐकू येऊ लागली.

क्रोन्स्टीन आपल्या खुर्चीत मागे टेकून बसला आणि आपल्या दोन्ही हातांचे तळवे त्यानं टेबलावर ठेवले. घामानं डवरून आलेल्या आपल्या प्रतिस्पर्ध्याच्या

तकाकणाऱ्या अधोमुखाकडे तो थंडपणे पाहू लागला. त्याच्या मनात त्याक्षणी काय कालवाकालव चालली असेल, याची क्रोन्स्टीनला पूर्ण कल्पना होती; कारण अगदी प्रारंभीच्या काळात एक बुद्धिबळ खेळाडू म्हणून हरतानाच्या क्षणी जाणविणारं दुःख नि मनोवेदना त्यानं सुद्धा सोसलेल्या होत्या. एखाद्या 'इल' माशाच्या शरीरात तीक्ष्ण बरछी घुसल्यावर वेदनेनं तो जसा फडफडाट करतो, तशीच माखारोवच्या मनाची तडफड आत्ता या क्षणी होत असेल! क्रोन्स्टीनच्या मनात येत होतं. माखारोव, जॉर्जियाचा चँपियन! वेल्, कॉम्रेड माखारोवजी उद्या तुम्हाला जॉर्जियाला परत जावं लागणार नि तिथेच राहावं लागणार! किमान यावर्षी तरी तुम्हाला कोणत्याही परिस्थितीत आपलं कुटुंब घेऊन मॉस्कोमध्ये येऊन राहता येणार नाही.

त्याच वेळी साध्या पोशाखातला एक माणूस सामन्याच्या ठिकाणी अकस्मात उगवला. भोवतालच्या संरक्षक दोराच्या खालून खुशाल आत जाऊन एका अंपायरच्या कानाशी लागून तो काहीतरी कुजबुजला. आणि त्याच्या हातात त्यानं पांढऱ्या रंगाचा एक बंद लिफाफा दिला. अंपायरनं नकारार्थी मान हलवीत माखारोवच्या घड्याळाकडे बोटानं निर्देश केला, ज्यात आता एक वाजायला फक्त तीन मिनीटं उरली होती. साध्या कपड्यांमधला तो माणूस अंपायरच्या कानाशी लागून पुनःपुन्हा पटकन काहीतरी पुटपुटला. त्याबरोबर निरुपायानं खाली घालावं, तसं आपलं मस्तक खाली झुकवीत त्यानं आपल्या समोर असलेल्या हँडबेलचं बटण दाबून ती वाजवली. तिचा घणघणाट मोठ्यानं घुमला.

''कॉम्रेड क्रोन्स्टीन यांच्यासाठी एक तातडीचा व्यक्तिगत संदेश आलाय!'' समोर असलेल्या मायक्रोफोनमधून त्यानं घोषणा केली, ''–आणि म्हणून खेळ तीन मिनीटांसाठी बंद राहील.''

ती घोषणा ऐकल्यावर हॉलमध्ये एकदम जोराची कुजबूज सुरू झाली. सामना तन्मयतेनं पाहात असलेल्या प्रेक्षकांमध्ये अस्वस्थतेची एक लाट काही क्षण हेलकावत राहिली. पटावरली नजर बाजूला करून माखारोव हॉलच्या उंच छताकडे बघत अगदी निश्चलपणे बसला होता. पटावरला डाव त्याच्या मनःपटलावर पूर्णपणे अंकित झालेला आहे, हे प्रेक्षकांना ठाऊक होतं. तीन मिनीटांसाठी खेळामध्ये खोळंबा उत्पन्न होणं, याचाच अगदी उघड अर्थ हा होता, की माखारोवला विचार करण्यासाठी आणखी तीन मिनीटं जास्त मिळणार होती.

खेळ निर्णायक अवस्थेला येऊन पोहोचलेला असताना अगदी ऐन मोक्याच्या क्षणी मधे नको तो व्यत्यय आल्यामुळे क्रोन्स्टीनला मनातून अतिशय संताप आला होता. माखारोवला विचार करायला तीन जादा मिनीटं मिळाली, या विचारानंही तो अस्वस्थ बनला होता; पण त्यानं आपल्या चेहऱ्यावर मनातली चलबिचल, राग दिसू दिला नाही. त्याची मुद्रा अगदी निर्विकार होती. अंपायर आपल्या खुर्चीवरून खाली

उतरला आणि बिन नाव पत्ता असलेला तो कोरा लिफाफा त्यानं क्रोन्स्टीनला दिला. क्रोन्स्टीननं अंगठ्यानं लिफाफ्याचं एक टोक टर्रकन फाडलं नि आत असलेला कागद बाहेर काढला. त्याची अपेक्षा होती, त्याप्रमाणेच त्या कागदावर मोठ्या ठळक अक्षरात एक ओळ टाईप केलेली होती.

'या क्षणी तुमची तातडीनं गरज आहे, लगेच निघून यावे.' कागदावर खाली कुणाचीही सही नव्हती, की तो संदेश कुठून आला, हे दर्शविणारा पत्ता सुद्धा नव्हता. 'स्मेर्श'ची ही पद्धती क्रोन्स्टीनच्या चांगल्या परिचयाची होती.

त्यानं त्या कागदाची काळजीपूर्वक घडी घातली नि तो आपल्या कोटाच्या आतल्या खिशात ठेवून दिला. त्याच्याकडून तो नंतर परत घेतला जाऊन नष्टच केला जाणार होता. नजर वर करून अंपायरजवळ उभ्या असलेल्या साध्या पोशाखातल्या माणसाकडे त्यानं पाहिलं. तो माणूस उतावीळपणानं क्रोन्स्टीनकडे बघत होता. मिळालेल्या संदेशाचं क्रोन्स्टीननं तात्काळ पालन करावं, अशी आज्ञा देणारे भाव त्याच्या मुद्रेवर अगदी स्पष्ट दिसत होते. हल्या खात गेली 'स्मेर्श' नि तिचे अधिकारी!... क्रोन्स्टीनच्या मनात आलं. सामना संपायला अवघी तीन मिनीटं उरलेली असताना आपण खेळ सोडून इथून उठायचं नाही. त्यानं तत्क्षणी मनाशी निर्णय घेतला. विचार करण्यापलीकडलीच गोष्ट होती ती. निर्णायक स्थितीत खेळ आलेला असताना तो सोडून निघून जाणं, म्हणजे बुद्धिबळावर प्रेम करणाऱ्या प्रेक्षकांचा चक्क अपमानच होता. हा जनतेचा खेळ होता... त्याचा अवमान? छे! शक्यच नाही. आलेला तातडीचा संदेश धुडकावून क्रोन्स्टीननं अंपायरला खेळ पुन्हा सुरू करण्याची खूण केली. तसं करताना त्याच्या मनाचा क्षणभर थरकाप झाला. बाजूला उभं राहून वाट बघत असलेल्या साध्या कपड्यातील त्या माणसाशी नजर मिळविण्याचं त्यानं टाळलं. संरक्षक दोरांच्या आत थांबून तो क्रोन्स्टीनकडे अपेक्षेनं बघत होता. खड्ड्यात गेला साला!... क्रोन्स्टीनच्या मनात आलं.

अंपायरसमोर असलेली हँडबेल पुन्हा मोठ्यानं घणघणली. मायक्रोफोनमधून त्याचा आवाज घुमला, "खेळ पुढे सुरू होतोय."

वर केलेलं मस्तक खाली करून माखारोवनं आपली नजर पुन्हा पटाकडे वळवली. त्याच्या घड्याळामधला मिनीटकाटा तास उलटून पुढे सरकला होता नि एक वाजल्याचं दर्शवीत होता. आणि माखारोवला खेळात अद्यापिही जीवदान मिळालेलं होतं...! अखेरची तीन मिनीटं...!! पण त्याचं चित्त सैरभैर होऊन गेलं होतं.

क्रोन्स्टीन मनातून विलक्षण हादरला होता. त्यानं जे काय केलं होतं, त्याचा परिणाम गंभीरच होणार होता. स्मेर्शचा एक महत्त्वाचा अधिकारी असूनही त्यानं त्याच्या खात्याकडून आलेल्या हुकूमाकडे सरळ दुर्लक्ष केलं होतं. नव्हे, त्याची

चक्क अवज्ञा केली होती! स्मेर्शचा, कोणत्याही स्टेट एजन्सीचा तो उघड अपमानच होता. कर्मचाऱ्यानं आलेल्या तातडीच्या संदेशाची अंमलबजावणी तात्काळ न करणं म्हणजे घोर अपराध होता. त्याचा रिपोर्ट तर आता वरिष्ठ अधिकाऱ्यांकडे होणारच होता. हुकूमाची अवहेलना! कर्तव्यपालनात अक्षम्य दिरंगाई! याचा परिणाम आता काय होईल? जनरल 'जी' आपली हजेरी घेईल. तिखट शब्दांमधले त्याचे ताशेरे ऐकून घ्यावे लागतील. जोरदार तासडम्पट्टी होईल आपली! या अवज्ञेमुळे आपल्या व्यक्तिगत फाईलीत 'ब्लॅक मार्क'चा काळा डाग लागेल. यापेक्षाही आणखी वाईटात वाईट काय होऊ शकेल?... छे, क्रोन्स्टीनला त्याची नुसती कल्पना देखील करवेना. तो विचार सुद्धा त्याला असह्य होऊ लागला. बुद्धिबळाचा सामना लागोपाठ तिसऱ्या वर्षी जिंकायच्या टोकावर आपण उभे आहोत... आणखी काही क्षणातच विजयश्री आपल्या गळ्यात माळ घालणार!... आपलं यश तर आता अगदी समोर उभं आहे; पण... पण अगदी आयत्या वेळी जे काही घडलं होतं, त्यानं तोंडात असलेली यशाची गोड मिठाई आता कडू होऊन गेली होती...! जय समोर दिसत असताना त्याप्रीत्यर्थ होणाऱ्या आनंदाला विरजण लागलं होतं...!!

सामन्याचा शेवट आता अगदी जवळ आला होता. निर्णायक शेवट! माखारोवच्या घड्याळात शेवटले पाच सेकंद राहिले होते... टकटकत ते पुढे सरकत होते. माखारोवचं मस्तक खाली झुकलं होतं. डोळे वर करून, निग्रहानं ओठ मुरडणाऱ्या आपल्या प्रतिस्पर्ध्याकडे बघण्याची त्याची हिंमत होत नव्हती. आणि अखेर त्याचा वेळ संपला. आपला पराजय कबूल करण्यासाठी आपलं मस्तक त्यानं आणखीनच खाली झुकवलं. अटीतटीनं रंगलेला तो चुरशीचा सामना शेवटी संपला. क्रोन्स्टीनचा विजय झाला. दोघा अंपायर्सनी आपल्या हँडबेल्सची बटणं दाबली. त्या दोन्ही घंटा एकदमच घणघणल्या. सामना बघायला आलेले सगळे प्रेक्षक उठून उभे राहिले. विजेत्या क्रोन्स्टीनचं अभिनंदन करण्यासाठी त्यांनी टाळ्यांचा प्रचंड कडकडाट केला. त्यांच्या टाळ्यांनी सबंध हॉल दुमदुमून गेला.

क्रोन्स्टीन उठून उभा राहिला. खाली वाकून त्यानं आपल्या प्रतिस्पर्ध्याला अभिवादन केलं, नंतर दोघा अंपायर्सना. आणि मग प्रेक्षकांकडे वळून थोडं जास्त झुकून त्यांना त्यानं जास्त विनयानं अभिवादन केलं. त्यानंतर साध्या पोशाखातल्या त्या जासूदाला आपल्या पुढे घालून, दोरांखालून वाकून तो बाहेर आला. सभोवतालच्या गर्दीतून चालत, त्याच्याभोवती जमणाऱ्या चाहत्यांना बाजूला सारून वाट काढत, त्रासिक मुद्रेनं तो टुर्नामेंट हॉलमधून मुख्य प्रवेशद्वाराकडे निघाला. जल्लोष करणाऱ्या चाहत्यांच्या, प्रेक्षकांच्या गर्दीमधून कशीबशी वाट काढून तो मुख्य प्रवेशद्वारातून बाहेर पडला.

टुर्नामेंट हॉलबाहेर, पुष्कीन उलित्झाच्या प्रशस्त परिसरातल्या रस्त्यावर, नेहमीचीच

काळ्या रंगाची झिक् सलून मोटार उभी होती. तिचं इंजिन चालू होतं. क्रोन्स्टीन पटकन तिच्या पाठच्या भागात शिरला. मागच्या सीटवर बसत त्यानं दार लावून घेतलं. साध्या पोशाखातला तो जासूद, मोटारीच्या रनिंगबोर्डवरून उडी मारून आत शिरला आणि समोरच्या सीटवर बसला. त्याबरोबर ड्रायव्हरनं खाड्कन गिअर टाकला. मोठ्यानं आवाज करीत मोटार सुटली आणि रस्त्यावरून वेगानं धावू लागली.

उशीर झाल्याबद्दल साध्या पोशाखातल्या माणसापाशी दिलगिरी व्यक्त करणं व्यर्थ ठरेल, हे क्रोन्स्टीनला माहीत होतं. तसं करणं नियमाविरुद्ध, शिस्तीविरुद्ध ठरलं असतं. शिवाय, तो स्मेर्शच्या 'प्लॅनिंग डिपार्टमेंट'चा प्रमुख होता आणि हुद्दयानं एक पूर्ण सन्माननीय कर्नल होता. त्याच्या तल्लख मेंदूची नि तीक्ष्ण बुद्धीची संघटनेला लाख हिरेमोलाइतकी किंमत होती. झालेल्या उशीराबद्दल वेळ पडल्यास वाद घालून या जंजाळातून आपण आपली सुटका करून घेऊ– त्याच्या मनात आलं. खिडकीमधून बाहेर दिसणाऱ्या काळोख्या रस्त्यांकडे तो पाहू लागला आणि बचावाच्या दृष्टीनं कोणते मुद्दे मांडायचे, याची मनाशी जुळणी करू लागला. तो आपल्या विचारांमध्ये गढला होता, तेव्हा समोर एक सरळ रस्ता आला. मोटार त्यावरून वेगानं धावू लागली. त्या रस्त्याच्या टोकाशी ती वळली, तेव्हा क्रेमलीनमधील इमारतींचे कांद्याच्या आकाराचे घुमटाकार मनोरे दिसू लागले. आकाशातलं पूर्ण चंद्रबिंब त्या घुमटांआडून लपाछपी खेळावी, तसं धावू लागलं. क्षणात झपकन् दिसू लागलं, तर क्षणात अदृश्य होऊ लागलं. आणि पाहता पाहता ती झिक् सलून मोटार 'स्मेर्श'च्या भव्य इमारतीपाशी पोहोचलीही!

क्रोन्स्टीनला आणायला गेलेल्या जासूदानं त्याला ए.डी.सी.च्या सुपूर्द केलं, त्याचबरोबर त्याला एक छोटासा कागदही दिला. ए.डी.सी.नं त्या कागदावर एक दृष्टीक्षेप टाकला आणि भुवया अर्धवट उंचावून अगदी थंडपणे क्रोन्स्टीनकडे पाहिलं. काहीही न बोलता क्रोन्स्टीननं त्याच्याकडे तेवढ्याच थंडपणानं पाहिलं. ए.डी.सी.नं खांदे उडविले, ऑफिस टेलिफोनचा रिसीव्हर उचलला आणि क्रोन्स्टीन आला असल्याची वर्दी आत दिली.

ते दोघं जेव्हा कॉन्फरन्स हॉलमध्ये गेले, तेव्हा क्रोन्स्टीनला खुणेनंच टेबलाशी असलेल्या उंच पाठीच्या खुर्चीवर बसण्यास सांगण्यात आलं. रोझा क्लेबनं त्याच्याकडे पाहून, ओठ रुंदावत करायचं म्हणून स्मित केलं. ए.डी.सी. जनरल 'जी'जवळ गेला आणि कागदाचा तो छोटासा तुकडा त्यानं त्याला दिला. त्या छोट्याशा कागदावरल्या त्रोटक मजकुरावरून नजर फिरविल्यावर जनरल 'जी'नं मान वर करून कठोर मुद्रेनं क्रोन्स्टीनकडे पाहिलं. ए.डी.सी. वळून बाहेर जाईपर्यंत तो क्रोन्स्टीनकडे उग्रपणे तसाच पाहात राहिला. हॉलमधून बाहेर पडून ए.डी.सी.नं दार बंद केलं, तेव्हा

जनरल 'जी'नं तोंड उघडलं नि हलक्या खोचक स्वरात विचारलं, "वेल्, कॉम्रेड? हा काय प्रकार आहे?"

क्रोन्स्टीन अगदी शांत होता. जनरल 'जी'ला पटेलशी हकीगत त्यानं केव्हाच मनात जुळवली होती. अधिकारवाणीनं, पण अगदी शांतपणे आपली बाजू मांडण्यास त्यानं सुरुवात केली–

"सर्वसामान्य जनतेच्या दृष्टीनं मी एक धंदेवाईक बुद्धीबळपटू आहे, कॉम्रेड जनरल. आज रात्री ओळीनं तिसऱ्या वर्षी मी बुद्धिबळाच्या सामन्यात मॉस्कोचा चँपियन ठरलो. खेळ संपायला अवघी तीन मिनीटं उरलेली असताना टुर्नामेंट हॉलच्या दाराबाहेर माझ्या बायकोचा खून करण्याचा प्रयत्न केला जात आहे, असा अगदी निर्वाणीचा संदेश मला जरी मिळाला असता ना, तरी तिला वाचविण्यासाठी मी माझं बोट सुद्धा हलविलं नसतं. माझ्या खेळावर माझी केवढी श्रद्धा आहे, हे माझ्या चाहत्यांना, सामना पाहण्यासाठी येणाऱ्या प्रेक्षकांना अगदी पूर्णपणे ठाऊक आहे. माझ्याइतकंच त्यांना सुद्धा या खेळाचं अतिशय महत्त्व आहे. हा संदेश मला मिळाला, तेव्हा निर्णायक स्थितीला आलेला सामना अर्धवट सोडून मी तातडीनं इथं निघून आलो असतो, तर पाच हजार लोकांना हे अगदी खात्रीनं कळलं असतं, की आलेला संदेश तसल्याच कोणत्या तरी फार वरच्या खात्याकडून धाडण्यात आला असला पाहिजे. मग त्यावरून तर्कवितर्क लढविले गेले असते. लोकांच्या चर्चेला उधाण आलं असतं. नाही नाही त्या अफवा उठल्या असत्या. गावगप्पांचं वादळच उठलं असतं. या गूढाचा काही धागा मिळतो का, हे जाणून घेण्यासाठी भविष्यात माझ्या येण्याजाण्यावर लोकांनी बारीक नजर ठेवली असती. मग मी ज्या बुरख्याखाली या खात्यात काम करतो, तो फाटला असता. माझं संरक्षक कवच नाहीसं झालं असतं. आणि केवळ याच कारणासाठी 'स्टेट सिक्युरिटी'च्या हिताचा विचार करून त्वरेनं आज्ञापालन न करता, मी तीन मिनीटं थांबलो. आपल्या खात्याची गुप्तता अबाधित राखणं एवढा एकच विचार त्यावेळी माझ्या डोक्यात होता. अर्थात सामना संपता क्षणी ज्या घाईघाईनं मी तिथून निघालो, त्यावर सुद्धा लोकांमध्ये गप्पा उठतील नि तर्कवितर्क लढविले जातीलच. त्यावर पांघरूण घालण्याकरिता माझं एक मूल फार सीरियस होतं, अशी एक खोटीच बात मला उठवून द्यावी लागेल. माझ्या या थापेला पुष्टी मिळावी, म्हणून माझ्या एका पोराला मला आठवड्याभरासाठी हॉस्पिटलात सुद्धा ठेवावं लागेल. आज्ञापालनात जी दिरंगाई माझ्या हातून झाली, त्याबद्दल मी अगदी अंत:करणापासून क्षमा मागतो; पण त्या क्षणी निर्णय घेणं खरोखरच फार कठीण होतं. आपल्या डिपार्टमेंटच्या हिताच्या दृष्टीनं मला त्यावेळी जे योग्य वाटलं, तेच मी केलं, कॉम्रेड कर्नल."

जनरल 'जी' विचारमग्न मुद्रेनं क्रोन्स्टीनच्या डोळ्यांमध्ये खोल डोकविण्याचा

प्रयत्न करीत त्याच्याकडे पाहू लागला. हा माणूस दोषी आहे. यानं केलेला गुन्हाही अगदी उघड आहे; पण आपला बचाव करण्यासाठी यानं आपली बाजू फारच छान मांडली. हातामधल्या छोट्याशा कागदावरून जणू गुन्ह्याचं मूल्यमापन करीत असावं, त्याप्रमाणे जनरल 'जी'नं काही क्षण नजर फिरविली. मग आपला लाईटर काढून तो पेटवत त्याच्या ज्योतीवर तो कागद त्यानं धरला. कागद संपूर्णपणे जळाला, तेव्हा त्याचं शेवटलं पेटतं टोक त्यानं सोडून दिलं. टेबलावरल्या काचेवर पडून ते पूर्णपणे जळून गेलं, तेव्हा त्याची राख एका फुंकरीनं त्यानं जमिनीवर उडविली. मनातले विचार त्यानं उघडपणे बोलून दाखविले नाहीत; पण अपराधाच्या पुराव्याचा तो घातक कागद त्यानं जाळून नष्ट केला, एवढंच क्रोन्स्टीनच्या दृष्टीनं त्या क्षणी महत्त्वाचं नि पुरेसं होतं. त्याच्या व्यक्तिगत फाईलीमध्ये (झापिस्कामध्ये) आता काळ्या शेऱ्याचा डाग लागणार नव्हता. मनातल्या मनात त्यानं सुटकेचा दीर्घ नि:श्वास सोडला. इतका वेळ मनावर असलेला ताण दूर झाल्यामुळे त्याला एकदम हलकं हलकं वाटू लागलं. छातीवरलं प्रचंड दडपणच नाहीसं झालं एकदम! कृतज्ञतेनं त्याचं मन भरून आलं. आता समोर जे काम येईल, त्यावर आपली सारी बुद्धिमत्ता केंद्रित करून याची भरपाई करायची. आपल्या हातून अपराध घडूनही जनरल आपल्याशी फार थोर मनानं, फार उदारपणे वागला. तेव्हा आता हा क्रोन्स्टीनही त्याच्या परतफेडीचं पुरेपूर माप त्याच्या पदरात टाकील! त्यासाठी आपली सगळी बुद्धी पणाला लावील...

"कॉम्रेड कर्नल, तेवढे फोटो जरा क्रोन्स्टीनना बघायला द्या." जनरल 'जी' रोझा क्लेबला इतक्या सहज स्वरात म्हणाला, की क्रोन्स्टीननं केलेल्या उशिराबद्दलचं छोटंसं 'कोर्टमार्शल' (अपराधाची चौकशी) जणू मधे घडलंच नव्हतं.

रोझा क्लेबनं जेम्स बाँडचे फोटो टेबलावरून विरुद्ध बाजूला बसलेल्या क्रोन्स्टीनकडे सरकविले.

"...तर आपल्यापुढलं काम असं आहे–" जनरल 'जी'नं बोलण्यास सुरुवात केली. मोठ्या केलेल्या फोटोमधला बाँडचा थंड, निष्ठुर दिसणारा चेहरा क्रोन्स्टीन निरखत होता, तेव्हा त्याच्या मनात आलं, 'चला! म्हणजे आता आणखी एकाचा मृत्यू ओढवणार!" बाँडचे फोटो एकामागोमाग एक असे न्याहाळत असताना जनरल 'जी' जे काही सांगत होता, त्याकडे त्याचं अर्धवट लक्ष होतं. त्याचं मन त्या कथनातल्या महत्त्वाच्या नि ठळक ठळक मुद्द्यांची नोंद घेऊ लागलं– इंग्लिश गुप्तहेर... खळबळजनक बदनामी करून त्याला मारायचंय... या प्रकरणात रशियाचं नाव कुठे गोवलं जाणार नाही, अशा दक्षतेनं कट आखायचाय... निष्णात पिस्तुलबाज... वेळप्रसंगी कुणाचाही चपळाईनं जीव घेतो... सुंदर स्त्रिया हा त्याचा 'वीक पॉईंट'. स्त्रियांचा मोह, मद्यपान करतो. (पण मादक द्रव्य घेत असल्याचं ऐकिवात नाही.)

लाच देऊन वळवण्याजोगा नाही. पैशाची हाव नाही. (कुणास ठाऊक! प्रत्येक माणसाला कशाचा ना कशाचा तरी मोह हा असतोच!) हवा तेवढा खर्च झाला, तरी चालेल... मोहिमेसाठी लागणारी सगळी सामुग्री नि जरूर ती माणसं गुप्तवार्ताखात्याकडून पुरविली जातील... तीन महिन्यांच्या आत कामगिरी यशस्वीपणे पार पाडली गेलीच पाहिजे... मोहिमेसाठी जरूर त्या कारस्थानाचा ढोबळ आराखडा आत्ता आखायचाय... इतर सविस्तर बाबींचा विचार नंतर करू... आपलं बोलणं पूर्ण झाल्यानंतर जनरल 'जी'नं आपले तीक्ष्ण डोळे कर्नल क्लेबवर रोखले आणि तिला विचारलं, ''या कामगिरीबाबत तुमचं एकूण काय मत आहे, कर्नल? तुमची तात्कालिक प्रतिक्रिया सांगा!''

टेबलाशी इतका वेळ झुकून बसलेली रोझा क्लेब थोडी ताठ झाली, तेव्हा हॉलच्या तक्तपोशीला असलेल्या मोठ्या झुंबराच्या दिव्यांच्या प्रकाशात तिच्या रिमलेस चष्म्याच्या काचा एकदम लकाकल्या. जनरल 'जी'कडे बघत, आपले विचार मांडण्यास तिनं सुरुवात केली. तिच्या ओठांची उघडमीट आणि तिचं बोलणं क्रोन्स्टीनला वटवट करणाऱ्या कठपुतळीच्या आविर्भावासारखं भासू लागलं. तिचा स्वर घोगरा आणि बोलणं रोखठोक होतं. त्यात भावनेला कसलाही थारा नव्हता. ''...ही कामगिरी काही बाबतीत आपल्या मागच्या स्टोलझेनबर्गच्या केससारखी वाटते. तुम्हाला जर आठवत असेल कॉम्रेड जनरल, तर त्या कामगिरीतही अगोदर त्या माणसाची अब्रू घेण्याचं कारस्थान आपण रचलं होतं आणि त्यानंतरच त्याचा जीव घेतला गेला; पण ती कामगिरी अंमलात आणून पार पाडणं त्यामानानं खूप सोपं होतं. तो गुप्तहेर मुळातच खूप विकृत होता. त्यामुळे त्याच्यावर आपले पाश टाकून त्याला खलास करणं आपल्याला सहज साधलं. तुम्हाला ते सगळं आठवतच असेल, जनरल! पण या केसमध्ये मात्र आपल्याला कारस्थानाची आखणी फार हुशारीनं नि सावधगिरीनं करावी लागेल; कारण ब्रिटिश सिक्रेट सर्व्हिस म्हणजे एक जगप्रसिद्ध आणि अतिशय चाणाक्ष असं हेरखातं आहे...

रोझा क्लेबच्या बडबडीकडे क्रोन्स्टीननं दुर्लक्ष केलं; कारण पूर्वीच्या सगळ्या केसेस त्याला चांगल्या ठाऊक होत्या. त्यातल्या बहुतांश कारस्थानांची आखणी त्यानं खुद्द स्वतःच केली होती आणि बुद्धिबळाच्या पटावरल्या डावांप्रमाणे त्या सर्व केसेस त्याच्या मनात अगदी पक्क्या ठसलेल्या होत्या. आणि म्हणूनच समोर बसलेल्या त्या भयंकर बाईच्या बडबडीकडे बहिरा कान करून तो तिचं निरीक्षण करू लागला. रोझा क्लेब थोडीशी ताठ बसलेली असली, तरी तिचे जड स्तन टेबलावर विसावलेले होते. वाळूनं ठासून भरलेली दोन छोटी पोती शेजारी शेजारी ठेवावीत, तसे तिच्या गणवेशाच्या कापडातून आकारून ते पुढे आले होते. अनावृत्त अवस्थेत हिचे स्तन कसे नि केवढे दिसत असतील? क्रोन्स्टीननं मनाशी नवल केलं. ही बाई

या खात्यात आणखी किती काळ टिकेल आणि अजून आणखी किती दिवस आपल्याला हिच्याबरोबर काम करावं लागेल? रोझा क्लेबच्या खुनशी, भयंकर चेहऱ्याकडे बघत असताना त्याच्या मनात येत होतं...

खुनशी! भयंकर? क्रोन्स्टीनला मानवप्राण्यामध्ये काही स्वारस्य नव्हतं. इतकंच नव्हे, तर त्याला आपल्या मुलाबाळांमधे देखील स्वारस्य नव्हतं. 'चांगलं' आणि 'वाईट' या प्रतवारीला त्याच्या शब्दकोशात काही स्थानच नव्हतं. जगामधली माणसं ही त्याच्या लेखी बुद्धिबळाच्या पटावरल्या प्याद्यांसारखी होती. एका प्याद्याला एका चौकोनातून हलवलं, की त्याचा परिणाम दुसऱ्या प्याद्यावर काय होतो, हे नुसतं बघत राहायचं. समोरचं प्यादं हललं, की त्याप्रमाणे पुढली खेळी करायची. बस्! हाच त्याचा जगाकडे बघण्याचा दृष्टिकोन होता. प्रत्येक प्याद्याचं आपलं स्वत:चं असं वैशिष्ट्य असतं. तीच गोष्ट माणसांचीही असते. प्रत्येक माणसाचा स्वभाव वेगळा, गुणधर्म वेगळा... मनात पक्क्या बसलेल्या या प्राथमिक वर्गवारीच्या पार्श्वभूमीवर क्रोन्स्टीनचा थंड मेंदू टेबलापलीकडे त्याच्या विरुद्ध बसलेल्या त्या बाईचं रोझा क्लेबचं मूल्यमापन करीत होता. नवीन कामगिरीच्या निमित्तानं पुढले कित्येक आठवडे त्याला आता तिच्याबरोबर काम करावं लागणार होतं... निर्दयता, निष्ठुर थंडपणा आणि असामान्य ताकद असलेल्या 'स्मेर्श'च्या या भयंकर बाईच्या सान्निध्यात त्याला बराच काळ घालवावा लागणार होता...!

"थँक यू, कॉम्रेड जनरल." रोझा क्लेबचं बोलणं पूर्ण झाल्यावर जनरल 'जी' तिला म्हणाला, "सद्य परिस्थितीचा विचार करता तुम्ही केलेलं एकूण पुनरीक्षण महत्त्वाचं आहे." मग क्रोन्स्टीनकडे वळून बघत त्यानं विचारलं, "-आणि आता तुमचं मत काय आहे, ते सांगा कॉम्रेड क्रोन्स्टीन. तुम्हाला यात काही आणखी भर घालायची आहे? जे काय सांगायचं असेल, ते प्लीज थोडक्यात सांगा; कारण आत्ता मध्यरात्रीचे दोन वाजले आहेत. आणि उद्या दिवसभर आपल्यासमोर कामाचा प्रचंड ढीग असणार आहे. उद्याचा दिवस फारच गडबडीचा जाणार आहे."

कामाच्या ताणामुळे नि झोपेच्या अभावामुळे जनरल 'जी'चे डोळे लाल झाले होते. तारवटलेल्या नजरेनं तो कॉन्फरन्स टेबलाशी बसलेल्या क्रोन्स्टीनच्या पिंगट डोळ्यांमध्ये बघत त्यांचा वेध घेण्याचा प्रयत्न करीत होता. या माणसाला आपलं म्हणणं थोडक्यात मांड, हे सांगायची काही गरज नव्हती. त्याच्या मनात येत होतं. क्रोन्स्टीन कधीही फारसं बोलत नसे; पण त्याच्या मुखातून बाहेर पडणारा प्रत्येक शब्द हा बाकीच्या स्टाफनं दिलेल्या भाषणांपेक्षाही जास्त मोलाचा असे.

काय मत मांडायचं, हे क्रोन्स्टीननं केव्हाच मनाशी ठरविलेलं होतं. नाही तर समोर बसलेल्या बाईवर इतका वेळ लक्ष केंद्रीत करून तिच्याबद्दल विचार करण्यात त्यानं आपला वेळ कधीच वाया घालविला नसता.

आपलं मस्तक किंचित मागे कलवत, हॉलच्या उंच तक्तपोशीकडे शून्यपणे बघत त्यानं बोलण्यास सुरुवात केली. त्याचा स्वर कमालीचा सौम्य होता; पण त्यातला अधिकार समोरच्या व्यक्तीला त्याचं बोलणं नीट लक्षपूर्वक ऐकायला भाग पाडणारा होता.

''कॉम्रेड जनरल, काही बाबतीत तुमच्यासारखाच असलेला एक मुत्सद्दी फ्रेंचमन फुश असं म्हणत असे, की जोवर तुम्ही एखाद्याचा लौकिक बिघडवत नाही, बदनामी करून त्याची अब्रू धुळीला मिळवत नाही, तोवर त्याला ठार मारण्यात काही मजा नाही. तेव्हा अगोदर त्याची बदनामी करा नि मगच त्याला ठार मारा. आता तुम्ही सांगता आहात, त्या बाँडला मारणं तसं अर्थातच सोपं आहे. कोणत्याही बल्गेरिअन मारेकऱ्याला योग्य त्या सूचना देऊन पैसे दिले, तर तो सुद्धा हे काम अगदी सहज करेल. आता या मोहिमेतला दुसरा भाग म्हणजे या माणसाचं चारित्र्यहनन. आणि हेच काम फार महत्त्वाचं नि पार पाडायच्या दृष्टीनं फार कठीण आहे. आता या क्षणी तरी मला असं अगदी स्पष्टपणे जाणवतंय, की हे काम इंग्लंडपासून खूप दूर अशा दुसऱ्या कोणत्यातरी देशामध्ये पार पाडावं लागेल. शिवाय, तो देश असा हवा, की तिथल्या रेडिओ आणि वृत्तपत्र या प्रसारमाध्यमांवर आपली मजबूत पकड असेल. चांगलं दडपण असेल. आता हा माणूस त्या देशामध्ये कसा काय जाईल, असा प्रश्न जर तुम्ही मला विचाराल, तर मी फक्त एवढंच म्हणेन, की त्याला तिथे खेचून आणेल, असं एखादं जबरदस्त आमिष आपण लावलं, की काम भागेल. मात्र असं आमिष त्या एकट्या बाँडपुरतंच हवं. आता त्याला गुंतविण्यासाठी आपण जो सापळा लावू, त्याचा त्याला संशय येऊ नये म्हणून त्या सापळ्याला मी थोडीशी विक्षिप्तपणाची जोड देणार आहे. थोडा असामान्य असा चक्रमपणा म्हणा, हवं तर! या इंग्लिश लोकांना आपल्या विक्षिप्तपणाचा फार अभिमान वाटतो. त्यांच्यासमोर तुम्ही विक्षिप्तपणा असलेलं एखादं आव्हान ठेवलंत, तर ते आव्हान ते चटकन स्वीकारतील. त्यांचं मानसशास्त्र जाणून असा डाव टाकायचा माझा विचार आहे. या योजनेतला निम्मा भर त्यांच्या मानसशास्त्रावर आणि निम्मा जे आमिष आपण गळाला लावू, त्यावर असेल. त्या आमिषापाठोपाठ मग आपला एखादा हुशार मारेकरी त्या बाँडला खलास करण्यासाठी आपल्याला तिकडे धाडावा लागेल.''

क्रोन्स्टीन क्षणभर थांबला. डोकं किंचित खाली करून आपली नजर जनरल 'जी'च्या खांद्यावरून पलीकडे लावत तो म्हणाला, ''अशा प्रकारचा प्रभावी सापळा लावायच्या उद्योगाला मी लागतो. तो कसा लावता येईल, हे पाहतो.'' क्षणभर थांबून त्रयस्थपणे तो म्हणाला, ''आपण लावू ते आमिष आपल्या सावजाला आकर्षित करून आपल्याला हव्या त्या ठिकाणी खेचून आणण्यात जर यशस्वी ठरलं, तर

तूर्तास मी एवढंच म्हणेन, की पुढलं काम उरकण्याकरिता इंग्लिश भाषेवर ज्याचं उत्तम प्रभुत्व असेल, अशा एखाद्या मारेकऱ्याची आवश्यकता आपल्याला भासेल.''

क्रोन्स्टीनचे डोळे त्याच्यासमोर असलेल्या टेबलावरल्या काचेखालच्या तांबड्या रंगाच्या मखमली आवरणाकडे वळले. मग जणू त्या समस्येच्या गाभ्यात शिरावं त्याप्रमाणे विचारमग्न मुद्रा करीत तो म्हणाला,

''आपल्या या कामाकरिता आपल्याला अतिशय सुंदर नि तरुण अशी पोरगी लागेल. विश्वासू नि अत्यंत देखणी अशी एखादी नवयौवना! पाहता क्षणी कुणीही तिच्या मोहात पडावं इतकी सुंदर आणि मादक!''

□

## *८. रूपसुंदर मोहिनी*

तातिआना रोमानोवा आपल्या खोलीच्या खिडकीशी बसून जून महिन्यामधल्या सूर्यास्ताचं विहंगम दृश्य बघण्यात गुंगून गेली होती. अतिशय सुंदर अशीच ती संध्याकाळ होती. अस्ताला जात असलेल्या सूर्याची गुलाबी किरणं रस्त्यापलीकडल्या एका उंच इमारतीच्या खिडक्यांच्या काचांवरून परावर्तित होत होती. त्यामुळे काचेची ती तावदानं लालसर गुलाबी प्रकाशानं झगमगत होती नि ती सबंध इमारत तांबूस प्रकाशात न्हाऊन निघाल्यासारखी दिसत होती. मॉस्को शहरामधल्या घरांच्या छपरांच्या दाटीतून, दूरवर असलेल्या एका चर्चचा कांद्याच्या आकाराचा सोनेरी घुमट वर आलेला होता आणि मावळतीच्या प्रकाशात तो एखाद्या सोनेरी पिवळ्या ज्वालेसारखा लखलखत होता.

तातिआना रोमानोवा ही मॉस्कोमधल्या स्टेट सिक्युरिटीची कार्पोरल होती. पूर्वी कधीही नव्हतो इतके आज आपण आनंदात आहोत, असं तिला वाटत होतं. मात्र तिचा हा आनंद रोमँटिक स्वरुपाचा नव्हता. ती कुणाच्या प्रेमात वगैरेही पडली नव्हती. तरुण वयात आनंद वाटण्याजोग्या ज्या काही लहानसहान गोष्टी घडतात, त्या तिच्या बाबतीत घडल्या होत्या. आणि म्हणून ती आज विशेष खुशीत होती. सर्वात पहिली गोष्ट म्हणजे स्टेट सिक्युरिटीमधल्या नोकरीमुळे तिच्या आयुष्याला स्थैर्य लाभलं होतं. आपल्या भविष्यकाळाविषयी तिच्या मनात एक उमेद निर्माण झाली होती. तो उज्ज्वल असणार, याबद्दल शंकाच नव्हती. त्या दिवशी दुपारी प्रोफेसर डेनिकीन यांनी तिच्याबद्दल प्रशंसोद्गार काढले होते. त्यामुळे दुधात साखर पडावी, तशी तिच्या सुखात, आनंदात भर पडली होती. खोलीतल्या लहानशा ओट्यावरल्या इलेक्ट्रिक स्टोव्हवर तिनं ठेवलेलं सूप उकळत होतं नि त्याचा खमंग दरवळ सबंध खोलीभर पसरला होता. रेडिओवर 'मॉस्को स्टेट ऑर्केस्ट्रा'चा मधुर

संगीतमय कार्यक्रम चालला होता नि त्यात तिच्या अत्यंत आवडीचं असं एक गाणं वाजत होतं. या सगळ्या सुखमय वातावरणावर कळस चढविणारी आणखी एक आनंददायक वस्तुस्थिती अशी होती, की प्रदीर्घ वाटणारा, रेंगाळणारा, कंटाळवाणा हिवाळा एकदाचा संपला होता. त्या पाठोपाठ येणारा वसंत ऋतुही झटकन निघून गेला होता. आणि आता आल्हाददायक असा जून महिना आला होता. क्षितिजाजवळच्या आकाशात कापसासारख्या ढगांचे लहान लहान पुंजके तरंगत होते. जून महिन्यातल्या आगामी उत्साहवर्धक दिवसांची जणू ते चाहूल देत होते.

सादोव्हाया– चेर्नोग्रिझ्काय उलित्झा विभागात 'स्टेट सिक्युरिटी डिपार्टमेंट'च्या बायकांच्या बराकींमधल्या एका प्रचंड अशा आधुनिक इमारतीत तिची खोली होती. १९३९ सालात तुरुंगामधल्या कैद्यांकडून बांधवून घेण्यात आलेल्या या आठ मजली इमारतीत एकूण दोन हजार खोल्या होत्या. तातिआनाची खोली तिसऱ्या मजल्यावर होती. काडेपेटीसारख्या त्या छोट्याशा खोलीत टेलिफोन होता. गरम आणि थंड पाण्याची सोय असलेले नळ होते. छताच्या मध्यभागी वायरला लटकणारा विजेचा एकुलता एक दिवा होता. स्वच्छतागृह आणि बाथरूम्स मात्र सामायिक होत्या नि मजल्याच्या मध्यभागात होत्या. इमारतीच्या सर्वात वरच्या दोन मजल्यांवर दोन आणि तीन खोल्यांचे आटोपशीर नि सुबक असे फ्लॅटस होते. ते अर्थातच स्टेट सिक्युरिटीमध्ये वरच्या हुद्द्यांवर काम करणाऱ्या महिला अधिकाऱ्यांकरिता होते. इमारतीमधल्या निवासी खोल्यांची वाटणी रँक्सच्या अर्थात हुद्द्यांच्या आधारावर अतिशय कडकपणे केलेली होती. आठव्या मजल्यावर कर्नल या अत्युच्च हुद्द्यांवर काम करणाऱ्या महिला-अधिकाऱ्यांची राहण्याची व्यवस्था होती. तातिआना तूर्तास साधी कार्पोरल होती. तिला अजून सार्जंट, लेफ्टनंट, कॅप्टन, मेजर, लेफ्टनंट कर्नल हे बढत्यांचे टप्पे ओलांडत आठव्या मजल्यावर पोहोचविणाऱ्या कर्नल या सर्वोच्च पदावर पोहोचण्यास बराच काळ लागणार होता.

तथापि, सध्या ज्या हुद्द्यावर ती काम करीत होती, त्यावर ती समाधानी नि संतुष्ट होती. तिला महिन्याला बाराशे रूबल्स पगार मिळत होता (इतर मंत्रालयांमधील वेतनश्रेणीपेक्षा हा पगार तीस टक्क्यांनी जास्त होता.) राहायला लहानशीच, पण आटोपशीर खोली होती. इमारतीच्या तळमजल्यावर असलेल्या 'खास दुकानांमधून' नित्य गरजेच्या सर्व वस्तू स्वस्त दरांमध्ये मिळत होत्या. मंत्रालयातर्फे महिन्यातून दोनदा ऑपेरा, बॅले यांची दोन फुकट तिकीटं मिळत होती आणि वर्षाला दोन आठवड्यांची भरपगारी रजा मिळत होती. या सगळ्यात सर्वात महत्त्वाचं म्हणजे तिला मॉस्कोसारख्या सुंदर शहरात राहायला मिळत होतं आणि तिच्या स्थिर नोकरीत तिला बढत्यांच्या रूपानं उन्नतीच्या अनेक संधी भविष्यामध्ये मिळणार होत्या. रशियामधल्या इतर प्रांतातल्या रद्दड शहरांमधलं जीवन नीरस नि बेकार होतं.

महिनोन्महिने तिथे काहीच घडत नसे. शहरात क्वचित केव्हातरी उगविणारी सर्कस नि थिएटरात कधीतरी लागणारा सिनेमा एवढीच करमणुकीची साधनं तिथल्या सुस्त नागरिकाला त्याच्या बिछान्यातून बाहेर काढत असत. त्या टुकार शहरांच्या नि खेडोपाड्यांच्या तुलनेत मॉस्को म्हणजे चक्क स्वर्गच होता.

आता सोवियत युनियनच्या 'एम.जी.बी.' या गुप्तचर खात्यात नोकरी करायची म्हणजे ती करणाऱ्याला त्याची किंमत ही मोजावीच लागत होती; कारण तिथले निर्बंध अतिशय कडक होते. कर्मचाऱ्याच्या अंगावरला गणवेश त्याला बाकीच्या जगापासून वेगळा काढत असे. बाहेरचा सामान्य नागरिक या खात्यात काम करणाऱ्याला विलक्षण भीत असे. एम.जी.बी. सोसायटीतल्या लोकांशीच फक्त कर्मचाऱ्याचा संबंध येत असे. मित्र आणि मैत्रिणी याही फक्त खात्यातल्याच. लग्नाचं वय आलं, की तरुण-तरुणींना आपले आयुष्याचे जोडीदार खात्यामधलेच निवडावे लागत; कारण केवळ त्यामुळेच गुप्तवार्ता मंत्रालयात टिकून राहता येई. नोकरीत काम देखील मरणाचं होतं. सकाळी आठ ते संध्याकाळी सहा असे आठवड्यातले साडेपाच दिवस माणसं आपापल्या कचेऱ्यांमध्ये भुतांसारखी राबत असत. कँटीनमध्ये दुपारच्या जेवणासाठी फक्त चाळीस मिनीटांची सुट्टी मिळत असे; पण जेवण मात्र उत्कृष्ट असे नि खाद्यपदार्थ खरोखरच अतिशय चविष्ट नि पौष्टिक असत. दिवसा ऑफिसच्या कँटिनमध्ये भरपेट जेवल्यानंतर रात्रीच्या जेवणासाठी घरी काहीतरी साध्या पदार्थांवर भागविता येई. त्यातून होणाऱ्या बचतीतून कर्मचाऱ्याला सायबेरियन कोल्ह्याच्या कातड्याच्या नेहमीच्या साध्या कोटाऐवजी चांगला उर्ना सेबल कोट विकत घेता येणं शक्य होत असे...

जेवणाचा विचार मनात येताच, खिडकीजवळच्या खुर्चीतून तातिआना उठली आणि ओट्यापाशी गेली. स्टोव्हवरल्या पातेल्यामधलं सूप दाट झालं होतं. त्यात टाकलेली आळंब्यांची पूड नि मांसाचे बारीक तुकडे चांगले शिजले होते. त्याचा दरवळ नाकाला जाणवताच तिची भूक उफाळून आली. स्टोव्हचं बटण फिरवून तिनं तो बंद केला. मग पातेल्यामधलं मांसान्न थोडं निवेस्तोवर तिनं आपले हात धुवून स्वच्छ केले. नंतर आरशासमोर उभी राहून हात पुसताना त्यात दिसणाऱ्या आपल्या रूपाची चिकित्सा ती करू लागली.

हॉलीवुडची विख्यात नटी ग्रेटा गार्बोसारखी नि तिच्याइतकीच ती सुंदर दिसते, असं तिच्या एका मित्रानं पूर्वी एकदा केव्हातरी तिला म्हटल्याचं तिला आठवलं. कपाळावर उतरून भुवईला किंचित स्पर्श करून मागे वळविलेल्या केसांची चपटी वळण तिनं खरं तर ग्रेटा गार्बोवरूनच उचलली होती. तिचे केस दाट तपकिरी रंगाचे होते नि त्यांच्या रेशीमलड्यांसारख्या चमकदार, मऊ नि लांब बटा तिच्या खांद्यांवर उतरून रूळत होत्या. तिची गौर त्वचा संगमरवरासारखी नितळ नि मुलायम होती.

चेहरा विलक्षण तजेलदार होता नि डोळे मोठे, टपोरे नि पाणीदार होते. डोळ्यांचा रंग सागरासारखा गडद निळा होता आणि पापण्या लांब आणि दाट होत्या. नाक चाफेकळीसारखं तरतरीत होतं. आणि ओठ? ओठ पूर्ण भरलेले आणि थोडे मोठे होते. हसली, की तिची जिवणी काहीशी रुंद दिसे. आरशात बघून तातिआनानं हसून पाहिलं. खरंच आपले ओठ मोठे नि जिवणी रुंद आहे; पण म्हणून काय झालं! ग्रेटा गार्बोचे पण ओठ नि जिवणी रुंद नाही का?... आपली जिवणी रुंद असली, तरी ओठांच्या कोपऱ्यांमधून स्मित झळकतं. चेहरा सदैव हसरा नि टवटवीत दिसतो. तिच्या मनात आलं. तिचा चेहरा किंचित लंबवर्तुळाकार, गोलसर असा होता आणि हनुवटी निमुळती असली, तरी फार टोकदार नव्हती. आपलं रूप आणखी नीट निरखण्यासाठी तिनं आपलं मस्तक आजुबाजूला हलविलं. त्याबरोबर तिच्या दाट केसांच्या रेशमी बटांचा मुलायम पडदा तिच्या उजव्या डोळ्यावर, उजव्या गालावर उतरला. आरशासमोरचा ब्रश उचलून केस विंचरत डोळ्यावर आलेल्या बटा तिनं पुन्हा मागे नेल्या. ग्रेटा गार्बो! खरंचच आपण सुप्रसिद्ध फिल्मस्टार ग्रेटा गार्बोप्रमाणेच सुंदर दिसतो... तातिआनाच्या मनात आलं. आरशात बघत तिनं उगीचच स्वत:ला वाकुली दाखवली आणि ती ओट्याकडे पळाली.

खरी वस्तुस्थिती ही होती, की कार्पोरल तातिआना रोमानोवा ही खरोखरच अत्यंत रूपवान नि देखणी होती. अतिशय म्हणजे अतिशयच सुंदर अशी सौंदर्यवती होती. तिच्या गोड नि सुंदर चेहऱ्याइतकाच तिचा देहही अत्यंत प्रमाणबद्ध, सडसडीत नि बांधेसूद होता. तिच्या डौलदार चालीत नर्तकीची लयबद्धता होती. त्याचं कारण हे होतं, की लेनिनग्राड इथल्या बॅले स्कूलमध्ये तिनं वर्षभर नृत्याचा सराव केलेला होता; पण तिथल्या नियमाप्रमाणे तिची उंची केवळ एक इंच वाढल्यामुळे म्हणजे साडेपाच फुटांपेक्षा जास्त झाल्याने ती नृत्यशाळा तिला सोडावी लागली होती. तथापि, तिथल्या नृत्याच्या शिक्षणामुळे तिची चाल खूप डौलदार बनली होती. या व्यतिरिक्त 'डायनमो आइस-स्टेडियम'मध्ये सबंध वर्षभर ती बर्फावरून घसरण्याचा म्हणजे 'फिगर स्केटिंग'चा खेळ खेळायला अगदी नियमानं जात असे. तो खेळ तिला फार आवडत असे आणि त्यामुळेच तिचा देह लवचिक नि आरोग्य उत्तम, निष्कलंक बनलं होतं. तिचे हात लांबसडक नि सुंदर आणि स्तन अत्यंत प्रमाणबद्ध नि डौलदार होते. स्केटिंगच्या खेळामुळे तिच्या नितंबांचे नि लांबसडक पायांचे स्नायू घट्ट बनलेले होते. देहानं आणि रूपानं ती खरोखरच एखाद्या अप्सरेइतकीच सुंदर होती.

एम.जी.बी. खात्याच्या सेंट्रल इंडेक्समधल्या 'इंग्लिश ट्रान्सलेशन सेक्शन'मध्ये कार्पोरल रोमानोवाचं विशेष कौतुक केलं जात असे; कारण तिला इंग्लिश भाषा उत्तम येत होती. तिथलाच एखादा देखणा, उच्चपदस्थ अधिकारी लवकरच तिला

गटवेल आणि एक तर तिला आपली रखेली म्हणून तरी ठेवून घेईल किंवा अगदी तेवढीच गरज भासली, तर तिच्याशी लग्न करून तिला आपल्या पत्नीचं स्थान देईल, असं त्या विभागात काम करणारे लोक नेहमी म्हणत असत.

–तर अशी ही रूपसुंदर मुलगी आपल्या संध्याकाळच्या जेवणाच्या तयारीला लागली होती. धावत्या हरणांचा पाठलाग करणाऱ्या लांडग्यांचं सुबक चित्र असलेल्या एका चायना बाऊलमध्ये पातेलीमधलं सूपयुक्त मांसान्न तिनं ओतून घेतलं. त्यात काळ्या पावाचे तुकडे मोडून घातले आणि तो बाऊल घेऊन खिडकीजवळच्या खुर्चीमध्ये ती बसली. एका सुबक नि चकचकीत चमच्यानं बाऊलमधलं मिश्रण ती हळूहळू नि चवीनं खाऊ लागली. ज्या चमच्यानं ती खात होती, तो तिनं काही आठवड्यांपूर्वी हॉटेल मॉस्क्वामधून ढापून, आपल्या पर्सवजा बॅगेत दडवून आणला होता. तिला त्याचा आकार नि चकाकी आवडली होती म्हणून!

खाणं उरकल्यानंतर तिनं भांडी स्वच्छ केली, ओटा आवरला आणि मग पुन्हा खिडकीजवळच्या खुर्चीत बैठक मारीत त्या दिवसातली पहिली सिगारेट शिलगावली. ती सावकाश ओढत ती धूम्रपानाचा आस्वाद घेऊ लागली. (रशियामध्ये कोणतीही घरंदाज स्त्री किंवा तरुणी सार्वजनिक स्थळांवर धूम्रपान करीत नाही. ऑफिसमध्ये कामावर असताना तर नाहीच नाही; कारण तसं करताना ती आढळली, तर तिला कामावरून ताबडतोब बडतर्फ करण्यात येतं. रेस्टॉरंटस्‌मध्ये मात्र रशियन स्त्रिया धूम्रपान करतात.) रेडिओवर आता तुर्कमेनीस्तानियन संगीत चाललं होतं. सोवियत संघातल्या एका बारबॅरिक स्टेटमधल्या 'कुलाकां'ना खूष करण्यासाठी रेडिओवरून हे संगीत प्रसारित केलं जात असे. शास्त्रीय धर्तीचं किंवा मॉडर्न जाझ् संगीत हे लोक का लावीत नाहीत? हे असलं बदसूर, नि जुनाट संगीत का लावतात?–सिगारेट ओढताना तातिआनाच्या मनात येत होतं.

त्याच वेळी तिच्या खोलीतला टेलिफोन कर्कशपणे घणघणला. खुर्चीतून उठून तिनं बटण फिरवून प्रथम रेडिओ बंद केला आणि नंतर फोन घेतला.

"कार्पोरल रोमानोवा?" एका आवाजानं विचारणा केली.

तो आवाज तिचे प्रिय प्रोफेसर डेनिकीन यांचा होता. ऑफिसव्यतिरिक्त ते तिला नेहमी तातिआना किंवा नुसतं तानिआ सुद्धा म्हणत असत. मग आज आडनावानं... याचा अर्थ काय?

"हो, कॉम्रेड प्रोफेसर, मीच बोलतेय." काहीसं धास्तावत, विस्फारलेल्या डोळ्यांनी ती उत्तरली.

प्रोफेसर डेनिकीन यांचा स्वर थोडा विचित्र नि थंड असा आला, "आणखी पंधरा मिनीटांनी म्हणजे ठीक साडेआठ वाजता, ओत्द्येल-२ खात्याच्या कॉम्रेड कर्नल क्लेब यांच्याशी तुझी मुलाखत ठरली आहे. तुझ्याच इमारतीमधल्या आठव्या

मजल्यावरल्या १८७५ नंबरच्या त्यांच्या अपार्टमेंटमध्ये जाऊन तुला त्यांची भेट घ्यायचीय. भेटीची जागा आणि वेळ नीट ध्यानात आली?''

"अं...? हो, कॉम्रेड... पण का? कशासाठी... कशासाठी मला...?''

"बस्, कॉम्रेड कॉपोरल..'' तिचे आवडते प्रोफेसर तिला मधेच अडवत म्हणाले. त्यांच्या स्वरात विचित्र ताण होता. "...एवढंच सांगायचं होतं.''

टेलिफोनचा रिसीव्हर कानापासून हळूच दूर करीत तातिआनानं तो समोर धरला आणि भयविस्फारित नजरेनं ती त्याच्याकडे पाहू लागली. "हॅलो!... हॅलोऽऽ'' तिच्या तोंडून यंत्रवत शब्द बाहेर पडले. जणू काही, इयरपीसच्या इवल्या इवल्या छिद्रांमधून तिला प्रत्युत्तराचे शब्द ऐकू येणार होते. फोनचा माऊथपीस आपल्याला वेडावतोय, असं तिला भासू लागलं. फोनचा रिसीव्हर तिनं आपल्या हातात इतका घट्ट धरला होता, की आपला हात त्यामुळे दुखू लागला आहे, ही जाणीव तिला काही क्षणांनी झाली. अगदी हळूच पुढे झुकत फोनचा रिसीव्हर तिनं जागेवर ठेवला.

काळ्या रंगाच्या त्या यंत्राकडे शून्यपणे बघत काही क्षण ती थिजल्यासारखी अगदी स्तब्धपणे उभी राहिली. प्रोफेसर डेनिकीन यांना परत फोन करून विचारावं का?– तिच्या मनात आलं; पण त्यातही काही अर्थ नव्हता. ते फोनवर इतकं त्रोटक का बोलले होते, हे जसं त्यांना ठाऊक होतं, तसंच तिलाही ठाऊक होतं; कारण त्या इमारतीमध्ये येणारा नि बाहेर जाणारा प्रत्येक टेलिफोन कॉल स्वीचबोर्डावर ऐकला जात असे नि टेप पण करून ठेवला जात असे. म्हणूनच ते जरूरीपेक्षा एकही शब्द जास्त बोलले नव्हते. ते नक्कीच सरकारी कामाशी निगडीत असलेलं काहीतरी महत्त्वाचं प्रकरण होतं. अशा कामासंबंधीचे संदेश किंवा हुकूम हे नेहमी अगदी त्रोटकपणेच सांगितले जातात. कमीत कमी शब्दांत असा संदेश सांगायचा, हात झटकायचे नि मोकळं व्हायचं! पत्त्यांच्या डावात तुम्हाला नको असलेलं इस्पिकच्या राणीचं पान तुमच्याकडे आलं, की ते जसं दुसऱ्या भिडूकडे पटकन ढकलून तुम्ही मोकळे होता, तसलाच हा प्रकार होता.

तातिआनाचं हृदय धडधडू लागलं. भयामुळे तिचा पालथा हात तिच्या ओठांशी गेला. भयव्याकूळ नजरेनं टेलिफोनकडे बघत असताना नकळतच तिनं हाताचा चावा घेतला. त्यांनी आपल्याला कशासाठी बोलावलं असेल? आपल्याशी त्यांचं काय काम असेल? आपण काय आगळीक केली? आपल्या हातून नकळतच एखादी भयंकर चूक तर घडून गेली नाही ना? आपल्या कामात तर आपण काही गफलत केली नाही? भूतकाळात मन नेत, मागल्या दिवसांमधल्या, महिन्यांमधल्या, वर्षांमधल्या घटना, तपशील आठविण्याचा आकांती प्रयत्न ती करू लागली. आपण आपल्या कामात मागे केव्हातरी केलेली एखादी भयंकर चूक तर त्यांना आढळली नाही? मित्रमैत्रिणींमध्ये गप्पा मारताना शासनाच्या विरोधात एखादा

अधिक उणा शब्द, एखादा नको तो शेरा किंवा नको तो विनोद तर आपल्या तोंडून अभावितपणे निसटून गेला नसेल? आणि त्याची काडी तर कुणी वरपर्यंत घातली नसेल? ही गोष्ट तशी अशक्य नव्हती; पण आपण असं काय विपरीत बोललो? नि केव्हा?... समजा, आपण बोललोही असतो, तर त्याबद्दल अपराधित्वाची टोचणी त्याच वेळी आपल्या मनाला लागली असती!... मग अशी कोणती चूक घडलीय आपल्या हातून? अचानक तिला हॉटेलातून चोरून आणलेल्या त्या सुबक, लहानशा चमच्याची आठवण आली. शासकीय मालमत्तेमधली वस्तू! छोटीशीच का होईना, पण आपण ती चोरली!.. आपण केलेली ती चोरी तर उघडकीला आली नसेल? तो चमचा खिडकीतून बाहेर, रस्त्यापलीकडे पार दुसऱ्या टोकाला भिरकावून द्यावा, असं तिला वाटू लागलं. पण छे:! ती तर अगदी क्षुल्लक गोष्ट होती. एवढ्या लहानशा गोष्टींसाठी आपल्याला 'स्मेर्श'सारख्या महत्त्वाच्या खात्याकडून बोलावणं येणार नाही. मग? काहीतरी तितकीच महत्त्वाची बाब असेल! पण... पण... ती आहे तरी काय?... उलटसुलट विचारांनी तातिआनाचं चित्त सैरभैर होऊन गेलं. खांदे झटकून ती उठली आणि कपड्यांच्या कपाटाकडे गेली. ते उघडून आत ठेवलेल्या कपड्यांमधला आपला सर्वात उत्तम गणवेश ती शोधू लागली. भयानं घाबरलेल्या एखाद्या लहान, अजाण मुलासारखे तिचे डोळे आसवांनी भरून आले. अहं! आपल्याला वाटतंय, त्यापैकी काही नसावं! असल्या फालतु, क्षुल्लक कारणांसाठी काही 'स्मेर्श' कुणाला बोलावून घेत नाही... तेव्हा... तेव्हा हा काहीतरी दुसराच गंभीर मामला असणार...! गंभीर आणि खूप खूप वाईट असाच काहीतरी प्रकार असणार...!!

या विचारानं तातिआना अंतर्बाह्य थरारून गेली. डबडबलेल्या डोळ्यांनी तिनं आपल्या मनगटी घड्याळावर नजर टाकली. बापरे!... फक्त सातच मिनीटं उरली होती. तिच्या हृदयात, छातीत एकदम धडकी भरली. पालथ्या हातानं तिनं आपले डोळे पुसले नि कपाटातून आपला परेड युनिफॉर्म बाहेर काढला. अंगातल्या पांढऱ्या, सुती ब्लाऊजची बटणं तडातडा काढत तिनं युनिफॉर्म भरभर अंगावर चढविला. भर्रदिशी तोंड धुतलं, केस विंचरले. हे करीत असताना, एखादं चौकस लहान पोरगं कुतूहलानं एखाद्या सापाच्या बिळात काठी ढोसून बघतं, त्याप्रमाणे तिचं मन आपल्याला कशासाठी बोलावलं असेल, त्या प्रत्येक शक्याशक्यतेचा विचार करू लागलं; पण प्रत्येक विचारासरशी तिच्या मनात संतप्त सापाच्या फुत्कारासारखा ध्वनी उमटत होता.

त्या तरूण मुलीला वाटणारी अनामिक भीती बाजूला ठेवली, तरी 'स्मेर्श'सारख्या भयंकर संघटनेच्या एखाद्या पाशाशीही संबंध येणं तसं भयंकर नि तोंडचं पाणी पळविणारंच होतं. त्या संघटनेचं नुसतं नावच जिवाचा थरकाप उडविणारं होतं.

तिच्यापासून नेहमी चार दूर राहावं, असं वाटायला लावणारं होतं. तिरस्कार उत्पन्न करणारं, वीट आणणारं होतं!

'स्मेर्श!', 'स्मिर्त स्पायोनम!' म्हणजेच 'हेरांना मृत्यूदंड!'

अभद्रच शब्द होता हा! एखाद्या थडग्यातून मृत्यूची कुजबुजती चाहूल बाहेर यावी, तसा भयंकर! अंगावर शहारे आणणारा!... सिक्रेट ऑफिसमधल्या मित्रमंडळींच्या गप्पांदरम्यान या अभद्र शब्दाचा नुसता उच्चार देखील कुणाच्या तोंडातून बाहेर पडत नसे. अगदी चुकून सुद्धा पडत नसे. एवढी प्रचंड दहशत या दोन अक्षरी नावामागे होती– ओत्द्येल-२ खात्याचा 'डिपार्टमेंट ऑफ टॉर्चर अॅण्ड डेथ' (यातना आणि मृत्यू विभाग) हा विभाग म्हणजे तर संघटनेचा अत्यंत वाईट नि भयकारक असा केंद्रबिंदू होता. हाल आणि मृत्यूचं सावट सदैव असलेला केंद्रबिंदू!!

–आणि अशा या भयंकर ओत्द्येल-२ खात्याची प्रमुख एक स्त्री होती... आणि ती होती रोझा क्लेब! या भयंकर बाईबद्दल कित्येक अविश्वसनीय नि भयानक गोष्टींची कुजबुजती चर्चा– अर्थात अगदी खासगीत होत असे. त्या गोष्टी तातिआनाच्या दुःस्वप्नांमध्ये येत... दुसऱ्या दिवशी कामाच्या व्यापात त्यांचा तिला विसर पडे; पण आता नेमक्या त्याच भयंकर गोष्टींचं वादळी थैमान तिच्या मनात चालू होतं... आणि त्यामुळे तिचा जीव कासावीस होऊन गेला होता.

पकडलेल्या एखाद्या माणसाकडून कबुलीजबाब घेण्याकरिता किंवा हवं ते वदवून घेण्याकरिता त्याला यातना देण्याचा जो 'कार्यक्रम' घडवून आणला जात असे, तो रोझा क्लेबच्या उपस्थिती विना कधी पार पडत नसे, अशी वदंता होती.

तिच्या ऑफिसात नेहमीच्या पोशाखावरून घालायचा, रक्ताच्या डागांनी माखलेला एक लांब पायघोळ असा झगा आणि एक बैठं स्टूल होतं, असं म्हणत. तो झगा अंगात घालून नि बैठं स्टूल हातामध्ये घेऊन इमारतीच्या पायाच्या खाली असलेल्या तळघरामधल्या एका बंदिस्त नि विशिष्ट खोलीकडे ती निघाली, की ती बातमी सबंध इमारतीमध्ये पसरे. इमारतीमधल्या लांबलचक कॉरिडॉर्समधून ती जाऊ लागली, की आजुबाजूच्या ऑफिस खोल्यांमधून काम करणारे अगदी खुद्द 'स्मेर्श' खात्यामधील कर्मचारी सुद्धा 'शूऽ शूऽऽ' असं करीत, कुजबुजत्या आवाजात एकमेकांना सावध करीत एकदम गप्प होत नि खाली वाकून आपल्या पुढ्यातल्या कामांच्या कागदपत्रांमध्ये डोकी खुपसत. रोझा क्लेब तो सबंध कॉरिडॉर ओलांडून जाईपर्यंत त्या मजल्यावरल्या सगळ्या ऑफिस खोल्यांमधून अगदी स्मशानशांतता पसरत असे. त्या अवतारातल्या तिच्या नुसत्या दर्शनानं काहीजण तर इतके अस्वस्थ होऊन जात, की खिशांमध्ये हात घालून हातांच्या मुठी अगदी घट्ट वळून बसत. रोझा क्लेब बेसमेंटमधल्या 'इंट्रॉगेशन रूम'कडे निघाली, की आज कुणाची तरी भयंकर कंबख्ती ओढवणार, हे सर्वांनाच कळून चुके आणि मग सर्वदूर

अगदी चिडीचूप शांतता पसरे. तळघरातल्या खोलीमधलं आपलं 'काम' संपवून ती पुन्हा आपल्या ऑफिसमध्ये जेव्हा परते, तेव्हा सर्वजण सुटकेचा नि:श्वास टाकत नि वातावरण निवळून पुन्हा पहिल्यासारखं होई. सबंध इमारतीतले कर्मचारी परत सामान्यपणे आपापल्या कामांना लागत. काही काळ सगळीकडे रेंगाळणारा ताण एकदम नाहीसा होई नि नेहमीचं ऑफिस रूटीन पूर्ववत सुरू होई.

या सगळ्या दहशतीमागे एक कारणही तसंच होतं. इमारतीच्या तळघरातल्या कबुलीजबाब घेण्याच्या 'इंट्रॉगेशन खोली'त गेल्यावर तिथल्या टेबलाशी चेहरा येईल, अशा रीतीनं उलट्या टांगलेल्या स्त्री किंवा पुरुषाच्या निकट रोझा क्लेब आपलं छोटं स्टूल ठेवून त्यावर ऐसपैस फतकल मारून बसत असे. तिथे तिच्याबरोबर तिचे आणखी दोन सहाय्यक असत. मग खोलीच्या आढ्याला उलटं टांगलेल्या व्यक्तीच्या चेहऱ्याजवळ आपला चेहरा नेत, तिच्या डोळ्यांमध्ये खोल बघत रोझा क्लेब आपल्या 'चौकशी'च्या कामाला सुरुवात करी. टांगलेल्या माणसाकडे अगदी स्थिरपणे पाहात ती 'नंबर-१' किंवा 'नंबर-१०' किंवा 'नंबर-२५' असे सांकेतिक आकडे उच्चारी. त्याबरोबर तिचे सहाय्यक आपलं काम सुरू करीत. कुठल्या नंबरवर कोणत्या प्रकारच्या यातना– उलट्या टांगलेल्या माणसाला द्यायच्या, हे त्यांना अचूक माहिती असे. त्याप्रमाणे ते यातनांचा प्रयोग सुरू करीत. होणाऱ्या यातनांमुळे टांगलेला माणूस किंचाळू लागे नि त्याच्या किंकाळण्या दरम्यान जणू अत्तराच्या घमघमाटाचा वास घ्यावा, त्याप्रमाणे रोजा क्लेब खुशीनं श्वास घेत हालांमुळे बदलत जाणारी त्याची अवस्था न्याहाळीत राही. त्याच्या डोळ्यांतले बदलते भाव पाहून ती यातनांचा प्रकार बदली. 'आता नंबर ३६' किंवा 'आता नंबर ६४' ती म्हणे. उलट्या टांगलेल्या माणसाचं धैर्य कोलमडू लागे. त्याचा प्रतिकार ढिला पडे. वाढत्या यातनांबरोबर त्याच्या किंकाळ्याही वाढत जात. मग रोजा क्लेब आपला चेहरा त्या दुर्दैवी माणसाच्या चेहऱ्याजवळ नेत मानसशास्त्रीय प्रयोग सुरू करी. अगदी मृदू, मुलायम स्वरात ती त्याला म्हणे, "आता कसं माझ्या राजा!... बोल, रे बाबा! बोल... आम्हाला हवी असलेली माहिती पटकन सांगून टाक. म्हणजे मी तुझ्या या यातना लगेच थांबविते. तुला खूप वेदना सोसाव्या लागताहेत. कळतंय रे मला बाबा, कळतंय. यातनांमुळे होणाऱ्या भयंकर वेदनांनी माणूस पार जेरीला येतो. त्या त्याला असह्य होतात. ताबडतोब थांबाव्या असं त्याला वाटतं. हाल थांबले, की बरं वाटतं रे, बाळा! किती शांत नि बरं वाटतं? असं वाटतं, की तसंच गाढ झोपून जावं. आणि या जीवघेण्या यातना पुन्हा म्हणून आपल्या वाट्याला येऊ नयेत. हो, की नाही? बरोबर आहे, की नाही, मी म्हणते ते?..." तिच्या अशा मायाळू बोलण्यानं त्या उलट्या टांगलेल्या माणसाला रडू फुटे; पण तरीही तो हवं ते सांगत नाही, हे पाहून ती पुढे म्हणे, "तुझी आईच

इथे तुझ्याजवळ बसली आहे, असं समज रे, माझ्या सोन्या!... तिनं तुझ्यासाठी छान मऊमऊ नि गुबगुबीत बिछाना अगदी तयार ठेवलाय... बोल रे, बेटा! बोलून टाक सगळं!... की ह्या यातना लगेच थांबतील नि मऊ, मुलायम बिछान्यात तुला झोपायला मिळेल. मग तुला कुण्णी कुण्णी सुद्धा त्रास देणार नाही, बघ!... बोल रे, बेटा, बोल!''

एव्हाना उलटा टांगलेला माणूस हालांनी पार जर्जर होऊन गेलेला असे. त्यात आईच्या उल्लेखामुळे त्याच्या धीराचा बांध फुटे नि हमसून हमसून रडत तो भरभर बोलू लागे. तिला हवं ते सांगू लागे; पण एखादा निगरगट्ट माणूस इथपर्यंतच्या वेदनांना पुरून उरे. अद्यापिही तो दाद देत नाही, हे पाहून रोझा क्लेब यातनांचा नंबर वाढवी. तिचे सहाय्यक आपलं काम अधिक कसोशीनं सुरू करीत. उलट्या टांगलेल्या माणसाच्या अंगातून रक्ताच्या चिळकांड्या उडत. त्याचे शिंतोडे तिच्या अंगातल्या पांढऱ्या झग्यावर उडत. तो माणूस वेदना असह्य होऊन गुरासारखा ओरडू लागे. मग रोझा क्लेब आपलं तोंड त्या माणसाच्या चेहऱ्यापाशी नेत गोड, मृदू स्वरात त्याला म्हणे,

''अरेरे! किती हट्टी आणि वेडा आहेस, रे बाळा, तू? अरे, या यातना म्हणजे काहीच नव्हेत. याच्यापेक्षाही भयंकर यातना पुढे आहेत. अरे, तुझी आई सांगतेय, त्यावर तुझा विश्वास बसत नाही?... मग तिला यातनांचा जोर थोडा आणखी वाढवावा लागेल. फक्त आणखी थोडासा! अरे वेड्या! नंबर ८७च्या यातना याहूनही भयंकर आहेत. आता तू माझं ऐकत नाहीस. मला हवंय, ते पटकन सांगून टाकत नाहीस. मग नंबर ८७चे हाल मला सुरू करावेच लागतील. मी तरी काय करू?'' तिचे सहाय्यक मग ठेवणीतली 'छळाची उपकरणं' काढून त्यांचे प्रयोग त्या माणसांवर सुरू करीत. त्या जीवघेण्या यातना असह्य होऊन उलटा टांगलेला माणूस प्राणांतिक किंकाळ्या फोडू लागे. त्याच्या बधीर बनत चाललेल्या मेंदूत आपलं बोलणं शिरावं म्हणून रोझा क्लेब त्याच्या अधिक निकट आपलं स्टूल ओढून त्याच्या कानापाशी आपलं तोंड नेत त्याला म्हणे, ''बोल रे बेटा, बोलून टाक एकदाचं सगळं! का निष्कारण एवढे हाल सोसतोस?... सांगून टाक आम्हाला हवंय ते! तुला शेवटचं आणि खरंच सांगते. यापुढल्या नंबरच्या यातना तुला सहन होणार नाहीत. कशाला जिवाचे इतके हाल करून घेतोस? बोल रे, बाळा, बोलून टाक पाहू सगळं झटकन!''

या वेळेपर्यंत उलट्या टांगलेल्या माणसाची प्रतिकारशक्ती पार संपुष्टात आलेली असे. त्याच्या डोळ्यांतलं तेज विझत आलेलं असे. त्याची सहनशक्ती पुरती कोलमडून पडे नि घामानं निथळणाऱ्या, वेदनांनी वाकड्या तिकड्या झालेल्या चेहऱ्यानं तो अडखळत बोलू लागे. तिला हवं ते सांगू लागे...!

—पण असं म्हणत, की पकडून आणलेल्या नि उलट्या टांगलेल्या माणसाला 'स्मेर्श'च्या यातनांच्या वाटेवर फार लांबवर जावंच लागत नसे. सुरुवातीचे यातनांचे काही नंबर आणि मृदू, मधाळ स्वरातले मायाळू शब्द यांनीच तो माणूस खचून जात असे नि पाहिजे ती माहिती सांगू लागत असे; कारण बदलत जाणाऱ्या त्याच्या डोळ्यांमधल्या छटा रोझा क्लेबच्या चांगल्याच परिचयाच्या होत्या. आईचा उल्लेख होताच, कितीही धैर्याचा वा कठोर मनाचा माणूस कोणत्या क्षणी लहान मुलासारखा रडू लागतो नि हवं ते भरभर सांगू लागतो, हे तिला अनुभवानं पक्कं ठाऊक झालेलं होतं...

अशा तऱ्हेनं आणखी एक संशयित पुरता खचवून बोलता केला, त्याच्याकडून हवं ते सारं वदवून घेतलं, की रोजा क्लेब आपलं बैठं स्टूल घेऊन तळघरातल्या बंदिस्त कोठडीतून– इंट्रॉगेशन रूम– मधून बाहेर पडत असे. इमारतीच्या कॉरिडॉर्समधून संथपणे चालत आपल्या ऑफिस खोलीत परतत असे. रक्ताच्या शिंतोड्यांनी भरलेला झगा अंगातून काढून खुंटीवर टांगून ठेवत असे. आणि मग आपल्या खुर्चीत स्थानापन्न होत पुढल्या कामाला सुरुवात करीत असे. तळघराच्या कोठडीत चाललेलं चौकशीचं काम संपल्याची बातमी लगोलगच सबंध इमारतीत पसरे. वेगवेगळ्या विभागांमध्ये काम करणारे कर्मचारी स्वस्थचित्त होऊन आपापल्या कामाला लागत नि संपूर्ण इमारतीमधलं वातावरण पूर्वीसारखंच शांत नि सुरळीत होऊन जाई.

तातिआनाला हे सारं काही माहिती होतं. विचारांच्या भोवऱ्यातून, भयानं गोठलेल्या अवस्थेतून ती भानावर आली. तिनं आपल्या मनगटी घड्याळाकडे पाहिलं. आता फक्त चारच मिनीटं बाकी राहिली होती. अंगात घातलेल्या आपल्या 'परेड युनियन फॉर्म'वरून झपाझप हात फिरवीत तिनं तो नीट केला. भिंतीवरल्या लंबवर्तुळाकार आरशात डोकावून, पांढऱ्याफटक पडलेल्या आपल्या चेहऱ्याकडे पाहिलं. नंतर वळून आपल्या आवडत्या राहत्या खोलीमधून नजर फिरवत तिच्याकडे तिनं एकदा डोळे भरून पाहून घेतलं. आपण पुन्हा इथे परत आपल्या या खोलीत येऊ का? तिच्या मनात आलं...! व्यथित अंत:करणानं आपल्या खोलीतून ती बाहेर पडली.

लांबलचक कॉरिडॉरमधून चालत त्याच्या अगदी टोकाशी असलेल्या लिफ्टपाशी ती पोहोचली. भिंतीवरलं लिफ्ट वर मागविण्याची सूचना देणाऱ्या घंटीचं बटण तिनं दाबलं.

काही क्षणांतच लिफ्ट वर आली आणि तिचं दार अगदी अलगदपणे उघडलं गेलं. तातिआनानं आपले खांदे ताठ केले. मस्तक उन्नत केलं, हनुवटी वर उचलली आणि गिलोटीनच्या फलाटावर चढावं, त्याप्रमाणे तिनं लिफ्टमध्ये प्रवेश केला.

"आठवा मजला" लिफ्टमधल्या ऑपरेटर मुलीला तिनं सांगितलं. त्याबरोबर त्या मुलीनं पॅनेलवरलं आठ नंबरचं बटण दाबलं. लिफ्टचं दार बंद झालं आणि अगदी अलगद धक्का देऊन लिफ्ट वर निघाली.

तातिआना लिफ्टच्या बंद दाराकडे तोंड करून उभी होती. तिचं चित्त सैरभैर होऊन गेलं होतं. हृदयाची स्पंदनं वाढली होती. आपल्या अस्वस्थ चित्तवृत्तींवर काबू मिळविण्याचा प्रयत्न ती करू लागली. मन:शांती मिळविण्यासाठी, लहानपणानंतर एकदाही ज्याची आळवणी तिनं आजपर्यंत कधी केली नव्हती, त्या देवाचा धावा ती करू लागली. तिच्या मनाच्या गाभाऱ्यात, तिच्या अंत:करणात त्याचे प्रतिध्वनी मोठमोठ्यानं आणि लागोपाठ उमटू लागले–

"माय गॉड! माय गॉड– माय गॉड..."

□

## ९. *प्रेमाची बळजबरी*

फिक्कट पिवळसर पेंटनं रंगविलेल्या बंद दारासमोर तातिआना धडधडत्या हृदयानं उभी होती. तेव्हाच त्या दारापलीकडल्या खोलीतल्या वातावरणाचा तीव्र गंध तिच्या नाकाला जाणवला. तिनं दारावरल्या घंटीचं बटण दाबलं, तेव्हा आतून एक करडा, तुटक आवाज गरजला, "आत ये."

तातिआनानं दार उघडून आत प्रवेश केला, तेव्हा मघा जाणविलेल्या गंधाचा अधिक तीव्र भपकारा तिच्या अंगावर आला. खोलीत समोर एक गोलाकार टेबल होतं. छताकडून खाली आलेल्या वायरच्या टोकाला असलेला एक दिवा त्या टेबलाच्या वर अगदी मधोमध असा लटकत होता. त्या टेबलापलीकडे एक जाडजूड स्त्री बसलेली होती. तातिआनाची आणि तिची दृष्टादृष्ट झाली.

अतिशय उग्र असा जो गंध तातिआनाला जाणवत होता. तो 'मेट्रो' अत्तराचा होता. त्या अत्तराच्या तीव्र घमघमाटानं ती सबंध खोली भरून गेली होती. तो भयंकर उग्र असा गंध केवळ आपला देहच नव्हे, तर आपलं मन सुद्धा व्यापून टाकतो आहे, असं तातिआनाला वाटू लागलं. तो वास इतका उग्र होता, की जनावरांच्या अंगाला येणारी घाण सुद्धा त्याच्या प्रभावाखाली सहज झाकली गेली असती. आंघोळ न केल्यामुळे अंगाला येणारा कडवट घामट दर्प लपविण्याकरिता रशियामधले बरेचसे लोक असा हलक्या प्रतीचा, पण अतिशय तीव्र वासाचा सेंट आपल्या अंगावर फवारतात. सिनेमाच्या थिएटर्समध्ये नि गर्दीनं गच्च भरलेल्या लोकल गाड्यांमध्ये सुद्धा अशा उग्रट अत्तरांचे असह्य वास सदैव घमघमत असतात. आणि म्हणूनच तातिआनासारख्या आरोग्यपूर्ण नि स्वच्छ मुली अत्तरा-घामाचा तो उबगवाणा दर्प

टाळण्यासाठी संध्याकाळी ऑफिस सुटलं, की पायीपायीच आपल्या घरी परततात. खूप जोराचा हिमवर्षाव होत असला किंवा हवा अगदी खूपच खराब असली, तरच गर्दीनं भरलेल्या लोकल गाड्यांमधून त्या प्रवास करतात.

हळूहळू चालत तातिआना टेबलापाशी गेली, तेव्हा अत्तराचा तो उग्र वास आपल्याला आंघोळच घालतो आहे, असं तिला भासू लागलं. तीव्र वासाच्या त्या खकाण्यानं आपल्याला आता बहुधा शिंक येणार! इतक्या उग्र घमघमाटामध्येही स्थितप्रज्ञपणे बसून, चौकोनी काचांच्या चष्म्याआड असलेल्या आपल्या पिवळ्या घाऱ्या डोळ्यांनी एकटक बघणाऱ्या त्या स्त्रीबद्दल तिच्या मनात विलक्षण तिरस्कार दाटून आला. तिच्या पिवळ्या डोळ्यांमध्ये कसलेही भाव नव्हते. ते डोळे मुळी भाव प्रदर्शित करणारे नव्हतेच. ते फक्त भाव ग्रहण करणारे होते. एखाद्या कॅमेऱ्याच्या लेन्सप्रमाणे ते डोळे अगदी हळूहळू तातिआनाच्या सबंध शरीरावरून फिरले. त्यांनी तिची छबी जणू आपल्या अंतरंगामध्ये बंदिस्त करून घेतली.

"तू फारच सुंदर आणि देखणी आहेस, कॉम्रेड कार्पोरेल्." घोगऱ्या पण मृदू स्वरात ती स्त्री– रोझा क्लेब– म्हणाली, "जरा माझ्यासमोर खोलीत इकडून तिकडे फेऱ्या मार पाहू."

हे इतक्या मृदू स्वरातलं बोलणं? मधासारखं गोड? समोर बसलेल्या कुप्रसिद्ध स्त्रीच्या भयंकर सवयी तिला ठाऊक होत्या. त्यामुळे एका नव्याच अनामिक भीतीनं तिचं मन ग्रासून गेलं. मिळालेल्या हुकूमाप्रमाणे तिनं निमूटपणे खोलीतून फेऱ्या मारण्यास सुरुवात केली. "हां! बास, पुरे. आता तुझ्या अंगातलं जाकीट काढून खुर्चीवर ठेव." दुसरा हुकूम सुटला. तातिआनानं त्याप्रमाणे केलं.

"आता माझ्यासमोर उभी राहा आणि हात डोक्याच्या वर ने." ती स्त्री एखाद्या डॉक्टरप्रमाणे बोलू लागली, "आणखी वर ने. हा अस्सं! अगदी ताठ उभी राहा." हात वर ताणल्यामुळे पुढे आकारून आलेल्या तातिआनाच्या मोहक वक्षांवरून तिनं नजर फिरविली. "ठीक. हात खाली आण. पुढे वाकून ओणवी हो. पायांचे अंगठे धर. छान. आता सरळ हो... व्हेरी गुड. बैस आता." टेबलासमोर असलेल्या खुर्चीकडे निर्देश करीत रोझा क्लेब म्हणाली. तातिआनाच्या देहाचं नखशिखांत निरीक्षण करणारी तिची तीक्ष्ण नजर तिच्या पुढ्यात टेबलावर असलेल्या फाईलकडे वळली.

ही माझीच फाईल असणार! तातिआनाच्या मनात आलं. ही फाईल म्हणजे आपल्या सबंध आयुष्यावर परिणाम करणारं एक शस्त्रच आहे. हे शस्त्र आपल्याला प्रत्यक्ष बघायला मिळणं, हीच केवढी थरारक गोष्ट आहे. केवढी जाड आहे ही फाईल! किमान दोन इंच तरी असावी. या फाईलीत असलेल्या कागदपत्रांवर काय काय लिहिलेलं असेल? काय मजकूर भरलेला असेल?

रोझा क्लेब फाईलीतली पानं एकामागोमाग चाळत होती. त्यांच्यावरला मजकूर वाचत होती. त्या फाईलीमधले शेवटले कागद तिनं भराभर उलटले आणि शेवटी फटकन मिटून ती फाईल तिनं बंद केली. त्या फाईलीचं वरचं जाड कव्हर नारिंगी रंगाचं होतं आणि त्यावर एक काळी फीत तिरकी अशी बसविलेली होती. तातिआना मंत्रमुग्ध होऊन त्या फाईलीकडे बघत होती. कव्हरच्या विशिष्ट रंगाचा आणि त्यावरल्या तिरक्या काळ्या फितीचा अर्थ काय असेल? तिच्या मनात येत होतं.

फाईलीवरली दृष्टी बाजूला करीत रोझा क्लेबनं वर पाहिलं. तातिआनानं धीर एकवटून, धीटपणानं तिच्या दृष्टीशी कशीबशी नजर मिळविली.

"कॉम्रेड कार्पोरल् रोमानोवा,'' अधिकारदर्शक, भारदस्त स्वरात रोझा क्लेब म्हणाली, "इथे या फाईलीत तुझे सगळे रिपोर्ट्स चांगले आहेत. तुझं काम चांगलं आहे. कार्यालयीन कामाच्या बाबतीत आणि खेळामध्येही तुझं रेकॉर्ड उत्तम आहे संतोषजनक आहे. शासन तुझ्या कामावर खूश आहे. तुझी एकूण प्रगती उत्तम आहे.''

तातिआनाच्या आपल्या कानांवर विश्वासच बसेना. ती अनपेक्षित प्रतिक्रिया ऐकून आपल्याला भोवळ येते आहे, की काय असं तिला भासलं. आधारासाठी तिनं पटकन समोरच्या टेबलाची कड पकडली. तिच्या देहाचा रोम अन् रोम रोमांचित बनला आणि चेहरा एकदम विवर्ण झाला. काय बोलावं हेच तिला क्षणभर सुचेना.

"मी... मी... त्याबद्दल फार... ऋणी आहे, कॉम्रेड कर्नल.'' अडखळत्या स्वरात ती कशीबशी उद्‌गारली.

"आत्तापर्यंत जे उत्तम काम तू केलंस, त्याबद्दल अत्यंत महत्त्वाच्या अशा एका खास कामगिरीसाठी तुझी एकटीची निवड करण्यात आली आहे. हा तुझा फार मोठा सन्मानच आहे, असं समज. कळलं?''

आता कोणतीही कामगिरी आपल्यावर सोपविण्यात आली, तरी काही हरकत नाही. आपण उगीचच भीत होतो, घाबरलो होतो, त्यातला काही प्रकार नाहीये. तातिआनाच्या मनात आलं नि तिला एकदम हायसं वाटलं.

"हो, कळलं कॉम्रेड कर्नल.'' ती उत्तरली.

"ही कामगिरी फार मोठ्या जबाबदारीची आहे; पण तिच्यामुळे तुला मोठी बढती मिळणार आहे. तू वरच्या मोठ्या हुद्द्यावर जाणार आहेस. तुझ्या आगामी बढतीबद्दल मी तुझं अभिनंदन करते, कॉम्रेड कॉर्पोरल्. ही कामगिरी तू जर यशस्वीपणे पार पाडलीस, तर तू स्टेट सिक्युरिटीची कॅप्टन होणार आहेस.''

अवघ्या चोवीस वर्षांच्या मुलीला चक्क कॅप्टनची बढती! आश्चर्यजनकच बाब होती ती! तातिआनाला एकदम धोक्याची भावना जाणवली. मांसाचं आमिष लावलेल्या, तीक्ष्ण दातेरी सापळ्यापाशी येऊन थबकणाऱ्या श्वापदासारखी तिची अवस्था झाली.

मांसाच्या आकर्षक तुकड्याखालचा सापळ्याचा कराल जबडा दिसताच ते जसं क्षणभर थिजतं, तशी ती थिजली.

"हा माझा मोठा बहुमान आहे, असंच मानते मी, कॉम्रेड कर्नल." सावधपणे ती उत्तरली. मात्र आपल्या आवाजातला कंप तिला लपविता आला नाही.

"हुंऽऽ." रोझा क्लेब हुंकारली.

आपल्या मुलाखतीचं निमंत्रण मिळाल्यावर या पोरीच्या मनाची काय अवस्था झाली असेल, याची तिला पूर्ण कल्पना होती. 'पण इथं प्रत्यक्ष आल्यावर मृदूपणानं झालेलं तिचं स्वागत, भयव्याकूळ अवस्थेत असताना, अनपेक्षित अशा बढतीची तिला कळलेली बातमी या सगळ्यामुळे ती बावचळून गेली आहे. भांबावून गेली आहे'– रोझा क्लेबच्या मनात आलं. प्रथम धास्ती, भय. त्यानंतर आश्चर्य, साशंकतेसह प्रकट होणारा आनंद या तातिआनाच्या साऱ्याच प्रतिक्रिया इतक्या पारदर्शी होत्या, की रोझा क्लेबच्या चाणाक्ष नजरेला त्या अगदी सहज दिसून आल्या होत्या. पोरगी अगदी भोळी नि निष्पाप आहे. निष्कपट आणि कोमल आहे. सर्वात महत्त्वाचं म्हणजे आपल्या कारस्थानासाठी हवी तशी आणि साजेल इतकी सुंदर आहे; पण भयानं धास्तावलीय. घाबरलीय. तिची ही भीती आता अगोदर घालवायला हवी. तिला स्वस्थचित्त, मनमोकळं करायला हवं. रोझा क्लेबच्या मनात आलं आणि मधाळ, मृदू स्वरात ती म्हणाली, "अरेरे!.... माय डियर किती निष्काळजीपणा झाला, बघ माझ्या हातून!... तुझ्या बढतीची बातमी मी तुला तशीच सांगितली... कोरडेपणानं! चुकलंच माझं. खरं तर वाईनचा एकेक ग्लास घेऊन तुझ्या बढतीचा आनंद आपण साजरा करायला हवा. कसं ध्यानात नाही आलं गं माझ्या!... अगं, तुम्ही समजता तेवढे आम्ही वरिष्ठ अधिकारी काही दुष्ट नि कठोर नसतो. तेव्हा मला भ्यायचं काही कारण नाही. आपण दोघी आता झकासपैकी ड्रिंक्स घेऊ या, काय? या आनंदाच्या प्रसंगी फ्रेंच शँपेनची बाटली उघडणंच अगदी योग्य ठरेल."

उठून खोलीतल्या भिंतीलगत असलेल्या अरुंद अशा मेजापाशी ती गेली. त्यावर तिनं अगोदरच मागवून ठेवलेले काही जिन्नस आकर्षकपणे मांडलेले होते. त्यातल्या पुठ्ठ्याच्या एका सुबक बॉक्सकडे निर्देश करीत ती म्हणाली, "यातली तुला हवी ती चॉकलेट्स घे. स्वित्झर्लंडहून मागविलेली आहेत. फारच चविष्ट नि उत्तम आहेत. गोल आहेत ती आतून मऊ आहेत. चौकोनी आहेत ती जरा कडक आहेत. तुला आवडतील ती घे. तोवर मी शँपेनच्या बाटलीचं बूच उघडते." चॉकलेट्सची ती पेटी उचलून तिनं तातिआनासमोर आणून ठेवली. पुटपुटत्या आवाजात तातिआनानं तिचे आभार मानले आणि पेटीतलं एक गोल चॉकलेट निवडलं. ते गिळायला सोपं पडणार होतं. भयामुळे तिच्या तोंडाला कोरड पडली होती.

रोझा क्लेबनं मेजावरली शँपेनची बाटली आणि तिचं बूच उघडण्याचं, लहानसं चकचकीत गिरमिट घेतलं. गिरमिट बुचात घुसवून पिळताना तिच्या तोंडाचा पट्टा चालूच होता, "छे:! ही बुचं मेली किती कडक असतात. सहजासहजी निघतच नाहीत. खरं तर आपल्या बायकांची ही कामंच नव्हेत. असल्या कामांसाठी पुरुषच हवेत..."

ही भयंकर बाई आपल्या गळ्याभोवती फासाचा दोर आवळत चाललीय. तातिआनाच्या मनात आलं आणि ती शहारली. या बयेचं हे गोड गोड बोलणं हे वरवरचं नाटक आहे. हिच्या या गोड बोलण्या-वागण्यामागे नक्कीच काहीतरी भयंकर प्रकार दडलेला आहे. हातातलं चॉकलेट तिनं पटकन आपल्या सुकलेल्या तोंडात टाकलं नि चावलं; पण ते तिच्या तोंडात एखाद्या च्युईंगमसारखं चिकटून बसलं. ते चावण्याचा प्रयत्न ती करू लागली, तो तो ते अधिकच चिकट बनत गेलं. रोझा क्लेबनं शँपेनच्या बाटलीचं बूच उघडून एव्हाना दोन चषक भरले होते. तातिआनाची अडचण लक्षात येऊन त्यातला एक चषक तिनं पटकन तिच्यासमोर टेबलावर ठेवला. मग तिच्याजवळ उभं राहून आपल्या हातामधला चषक वर उंचावत मधाळ स्वरात ती म्हणाली, "हा पेला तुझ्या आरोग्याप्रीत्यर्थ, कार्पोरल् तातिआना. अभिनंदन!" तातिआनानं आपल्या चेहऱ्यावर उसनं स्मित आणलं. टेबलावरचा चषक उचलून अदबीनं मान थोडी लववत ती म्हणाली, "तुमच्या पण आरोग्याप्रीत्यर्थ, कॉम्रेड कर्नल!" आणि रशियन पद्धतीप्रमाणे चषकामधली शँपेन तिनं एका दमात पिऊन टाकली. चषक टेबलावर ठेवला.

रोझा क्लेबनं लगोलग तिचा चषक पुन्हा भरला. तसं करताना बाटलीतली थोडीशी शँपेन टेबलावर सांडली.

"–आणि हा पेला आता तुझ्या नवीन खात्याच्या हितासाठी." आपल्या हातामधला चषक वर करीत, तातिआनाची प्रतिक्रिया आजमावत ती म्हणाली, "स्मेर्शसाठी."

बधीर झाल्यागत तातिआना हळूच उठून उभी राहिली. टेबलावरला शँपेननं पूर्णपणे भरलेला आपला चषक तिनं उचलला. हात उंचावून वर केला आणि अस्फुट स्वरात ती म्हणाली, "स्मेर्शसाठी." शँपेनचा पहिला घोट तिच्या घशात अडकला. म्हणून दोन घोटांत तिनं ती संपविली आणि शरीर जडशीळ व्हावं त्याप्रमाणे तिनं खुर्चीत एकदम बसकण मारली.

रोझा क्लेबनं मग तिला विचार करायला उसंतच मिळू दिली नाही. तिच्या विरुद्ध बाजूला असलेल्या आपल्या खुर्चीत ती बसली. आपले दोन्ही हात तिनं टेबलावर पसरले आणि अधिकारदर्शक स्वरात ती म्हणाली, "आता आपल्या कामाबाबत थोडं बोलूया, कॉम्रेड." टेबलावर ती पुढे झुकली, "खूप काम उरकायचंय

आपल्याला, बरं! आता मला एक सांग! तुला कधी आपल्या देशातून बाहेर जावंसं वाटलं का, कॉम्रेड? म्हणजे जगातल्या एखाद्या दुसऱ्या राष्ट्रात जाऊन राहावंसं वाटलं?''

पोटात गेलेली शँपेन तातिआनावर आपला प्रभाव दाखवू लागली होती. चला! म्हणजे ज्या वाईटाची आपण अपेक्षा केली होती, ते आता आपल्यासमोर येणार तर! ठीक आहे; पण जे काय व्हायचं असेल, ते झटकन होऊन जाऊ दे. काय तो सोक्षमोक्ष एकदाचा लागू दे! तिच्या मनात आलं... ती उघडपणे म्हणाली,

"नाही, कॉम्रेड. मला मॉस्कोतच राहायला आवडतं. इथं आनंदात आहे मी.''

"–पण पश्चिमेकडल्या एखाद्या देशात जाऊन राहण्याचा विचार कधी तुझ्या मनात आला नाही?– म्हणजे तिथले सुंदर रंगीबेरंगी कपडे, तऱ्हेतऱ्हेचे पोशाख, तिथलं जाझ् संगीत... तिथे मिळणाऱ्या अत्याधुनिक वस्तू?... या सगळ्याचं तुला कधी आकर्षण वाटलं नाही?''

"नाही, कॉम्रेड. मला इथे आपल्या देशात– रशियातच– राहायला आवडतं.'' तातिआना उत्तरली. आणि ते खरंच होतं. दुसऱ्या एखाद्या देशात जाऊन राहावं, असा विचार तिच्या मनात आत्तापर्यंत कधीच आला नव्हता.

"पण समज, पश्चिमेकडल्या एखाद्या देशात जाऊन तू राहावंसं, अशी आपल्या शासनाची इच्छा असली तर?... तर जाशील?''

"हो, जाईन.''

"अगदी मनापासून जाशील?''

तातिआनानं अस्वस्थपणे खांदे उडविले आणि ती म्हणाली,

"शासनाकडून मिळणारा हुकूम प्रत्येकाला पाळावाच लागतो.''

रोझा क्लेब क्षणभर थांबली. तिच्या पुढल्या प्रश्नात एक प्रकारचा बायकी कावेबाजपणा होता. प्रश्न तसा थोडा नाजूकही होता.

"बरं! मला आता एक सांग, तुझं कौमार्य अबाधित आहे का?''

ओह् माय गॉड! हा कसला प्रश्न?– तातिआनाच्या मनात आलं. तिचा चेहरा एकदम आरक्त बनला. त्या प्रश्नानं ती हबकली; पण तिनं खरं सांगून टाकायचं ठरविलं, "नाही, कॉम्रेड कर्नल.''

"अच्छा! म्हणजे शरीरसुखाचा अनुभव तू घेतलेला आहेस तर! आत्तापर्यंत कितीजणांबरोबर शय्यासोबत केलीस?'' रोझा क्लेबनं सरळ रोखठोकपणे विचारलं.

तातिआना शरमेनं लालीलाल होऊन गेली. रशियन पोरी सेक्सबद्दल उघडपणे फारसं कधी बोलत नाहीत. या विषयात त्या विनय पाळतात नि फार संकोच करतात. रशियामधलं 'वैषयिक वातावरण' तसं थोडं मध्ययुगीन– व्हिक्टोरिअन– धाटणीचं आहे. जिला आपण आयुष्यात पूर्वी कधीही पाहिलं नाही, जिचा आपला

आत्तापर्यंत कधीच संबंध आला नाही, अशी ही वरच्या अधिकारावरली क्लेबबाई इतक्या थंडपणे इतका नाजूक प्रश्न विचारते, हे बघून तातिआना मनोमन हादरून गेली होती. तिनं धैर्य एकवटलं आणि रोझा क्लेबच्या पिवळ्या घाऱ्या डोळ्यांशी डोळे भिडवत धीटपणानं विचारलं, "हे इतके खासगी प्रश्न कशासाठी विचारताय, कॉम्रेड कर्नल? म्हणजे असं की, विचारण्यामागचा उद्देश जर मला कळला तर... प्लीज..."

रोझा क्लेब खुर्चीत एकदम ताठ झाली. चाबकाचा फटकारा मारावा, तशा क्रोधाविष्ट स्वरात ती एकदम गरजली, "तू कुणाशी बोलते आहेस, याची तुला काही शुद्ध आहे का, कॉम्रेड? इथं प्रश्न तू विचारायचे नाहीयेत. मी प्रश्न विचारणार आहे. तेव्हा जरा डोकं ताळ्यावर ठेवून बोल. माझ्या प्रश्नाचं उत्तर देऽऽ!"

तातिआनाचा देह भयामुळे आक्रसून गेल्यासारखा झाला. "तिघाजणांबरोबर, कॉम्रेड कर्नल." अस्फुटपणे ती उत्तरली.

"केव्हा, केव्हा? त्या त्या वेळी तुझं वय काय होतं?" आपल्या पिवळ्याजर्द डोळ्यांनी समोर बसलेल्या मुलीच्या निळ्या डोळ्यांचा कठोरपणे ठाव घेत करड्या स्वरात रोझा क्लेबनं विचारलं.

तातिआना आता जवळजवळ रडायच्या बेताला आली होती. कसले हे प्रश्न? आणि ते सुद्धा सरकारी मुलाखतीत? जुन्या काळी काय घडत असेल, याची काही कल्पना नाही; पण वयात आलेल्या बऱ्याच तरूण मुलींचा हल्ली कौमार्यभंग झालेला असतो. ही गोष्ट आजकाल सगळ्यांनाच माहिती असते; पण म्हणून कुणी असले प्रश्न उघडपणे विचारीत नाही. तिच्या मनात येत होतं; पण समोर बसलेल्या बयेला उत्तर देणं भागच होतं.

"पहिल्या वेळी म्हणजे शाळेमध्ये असताना; सतरा वर्षांची होते तेव्हा. त्यानंतर 'इन्स्टिट्यूट ऑफ फॉरिन लँग्वेजेस'मध्ये बावीस वर्षांची असताना आणि गेल्या वर्षी– तेविसाव्या वर्षी स्केटिंग करताना मला एक मित्र भेटला होता... त्याच्याबरोबर!" तातिआना कशीबशी उत्तरली.

"त्यांची नावं सांग, कॉम्रेड." पेन्सिल उचलत, एक रायटिंग पॅड पुढे ओढत रोझा क्लेबनं विचारलं.

तातिआनाला एकदम रडू कोसळलं. दोन्ही हातांनी आपला चेहरा झाकून घेत, हुंदके देत ती किंचाळत्या स्वरात म्हणाली, "नाही, हे शक्य नाही. कधीही नाही. मी तुम्हाला त्यांची नावं सांगणार नाही. माझं काय हवं ते कराऽऽ... हे विचारायचा तुम्हाला काहीच हक्क नाही."

"बंद कर हा मूर्खपणा!" फिस्कारत्या आवाजात रोझा क्लेब तिच्यावर खेकसली, "त्यांची नावंच काय, पाच मिनीटांच्या आत मला काय हवं ते मी तुझ्याकडून

वदवून घेऊ शकते. माझ्यापाशी तुझ्या या गमजा चालायच्या नाहीत, समजलं? उगाच नाही तो घातकी खेळ खेळू नकोस. माझा धीर फार वेळ टिकत नाही. पस्तावण्याची पाळी येईल तुझ्यावर.'' रोझा क्लेब क्षणभर थांबली. आपण फारच कठोरपणे बोललो. तिच्या ध्यानात आलं. ''सध्या हा विषय आपण सोडून देऊ. उद्या मला त्या तिघांची नावं सांग. त्या तिघांना कसलाही त्रास होणार नाही, एवढंच तुला सांगते. त्यांना फक्त दोन तीन तांत्रिक प्रश्न विचारले जातील तुझ्याबद्दल. अगदी साधे, सोपे प्रश्न. बस्, संपलं. आता नीट सरळ बस. आपले डोळे पूस. आपल्या कामात हा असला मूर्खपणा मला चालणार नाही.''

उठून टेबलाला वळसा घालून रोझा क्लेब तातिआनापाशी आली. तिच्याकडे बघत स्निग्ध, मृदू स्वरात ती म्हणाली, ''चल, चल. बास. आता पुरे झालं, डियर. माझ्यावर भरवसा ठेव. तुझी ही छोटीशी गुपितं माझ्याजवळ अगदी सुरक्षित राहतील. उगीच अशी धास्तावू नकोस. चल, डोळे पूस नि थोडी शँपेन घे. म्हणजे तुला बरं वाटेल. आपल्या दोघींना आता युनियनसाठी मिळून काम करायचंय. म्हणून दोघींमधली मैत्री दृढ व्हायला हवी. आपले नीतिनियम तुला नीट शिकून घेतले पाहिजेत. आपल्या आईशी तू अशीच वागशील का? पी, चल उगीच रडू नकोस.''

आपल्या कंबरपट्ट्याशी खोचलेला रुमाल काढून तातिआनानं आपले डोळे पुसले. थरथरत्या हातानं टेबलावरचा चषक उचलून, मान खाली घालून त्यातलं मद्य ती घोटाघोटानं पिऊ लागली. ''हुं! पी... पी... अगदी सावकाश पी, डियर.'' रोझा क्लेब तिच्या खांद्यावर थोपटत म्हणाली. बदकाच्या एखाद्या मादीनं मान उंचावून 'क्वॅक्ऽऽ क्वॅक्' करीत आपल्याभोवती बावरून सैरावैरा पळणाऱ्या आपल्या पिल्लाला धीर द्यावा, तद्वत् ती तातिआनाला धीर देऊ लागली. ''हांऽ अस्सं, शाबास, तातिआना. पिऊन टाक सगळं.''

तातिआनानं आज्ञाधारकपणे चषकातलं सगळं मद्य संपविलं नि तो टेबलावर ठेवला. आपला सगळा प्रतिकार ढिला पडला आहे, आपण खूप थकून गेलो आहोत, आपल्यामधलं सगळं त्राणच नाहीसं झालं आहे, असं तिला भासू लागलं. मनावर आलेला ताण तिला असह्य झाला होता. ही जीवघेणी मुलाखत एकदाची संपावी, इथून आपल्याला कुठेतरी दूर जाता यावं आणि शांतपणे झोपायला मिळावं, असं तिला तीव्रतेनं वाटू लागलं. त्यासाठी त्या क्षणी तिनं अगदी काहीही केलं असतं. अच्छा, म्हणजे तळघरातल्या कोठडीत 'इंट्रॉगेशन टेबला'वर असलाच प्रकार चालत असणार. तिथे छताला उलट्या टांगलेल्या माणसाशी ही बया– रोझा क्लेब– आत्ता आपल्याशी बोलली तशाच मधाळ, स्निग्ध आवाजात बोलत असणार. चौकशीचं काम अशाच तऱ्हेनं चालतं तर एकूण! बाकी, या बयेच्या आवाजातली जरब आणि मधाळपणा दोन्ही गोष्टी सारख्याच परिणाम करतात. हिच्यासमोर आपण

नाही का ढिले, नरम पडलो...! तातिआनाच्या मनात आलं. पुढल्या मुलाखतीला तोंड द्यायचं, सहकार्य करायचं असं तिनं मनाशी ठरविलं. त्या विना दुसरा काही इलाजच नव्हता तिच्यासमोर...

रोझा क्लेब टेबलाच्या पलीकडे असलेल्या आपल्या खुर्चीवर जाऊन बसली. मातृत्वाचा मुखवटा धारण करून, आपल्यासमोर बसलेल्या निरागस, तरुण पोरीचं ती निरीक्षण करू लागली.

"अच्छा! माय डियर गर्ल! आता मी तुला अगदी खासगी स्वरुपाचा, आणखी एक अगदी छोटासा प्रश्न विचारते. ही दोन मैत्रिणींमधली– अगदी आपल्यातुपल्यातली गुप्त गोष्ट आहे, असं समज आणि उत्तर दे, काय?... हं, तर मला असं सांग, की शरीरसुख घ्यायला तुला आवडतं का? अगदी मनापासून आवडतं का? रतिक्रीडेमुळे तुला आनंद मिळतो का? अगदी खूप खूप अवर्णनीय असा आनंद? खरं खरं सांगायचं हं!."

तातिआनानं लाजेनं, दोन्ही तळहातांनी आपला चेहरा झाकून घेतला. तळहातांआडून, दबक्या आवाजात ती म्हणाली, "वेल्... हो, कॉम्रेड कर्नल! म्हणजे ते तसं नैसर्गिकच नसतं का?... शरीरसुख घेताना मिळणारा आनंद हा कुणालाही आवडणारच–" पुढे तिच्या तोंडून शब्द उमटू शकले नाहीत. यापेक्षा अधिक असं तरी ती काय सांगू शकणार होती? आणि समोर बसलेल्या बाईला तरी तिच्याकडून कसल्या उत्तराची अपेक्षा होती?...

"–आणि समज, एखाद्या पुरुषाबद्दल तुला अजिबात प्रेम किंवा आकर्षण वाटत नाही; पण तरीही तुला त्याच्याबरोबर शय्यासोबत करावी लागली तर? तर त्याच्याकडून मिळणाऱ्या शरीरसुखामुळे तुला आनंद वाटेल? त्या समागमामुळे तू सुखावशील?" आपल्या पिवळ्या घाऱ्या डोळ्यांनी तिचं निरीक्षण करीत रोझा क्लेबनं विचारलं.

काय बोलावं, हे न कळून तातिआनानं आपली मान अनिश्चितपणे हलविली. चेहऱ्यावरले तळहात बाजूला करून तिनं मांड्यांवर ठेवले. लाजेनं तिचं मस्तक थोडं खाली झुकलं. त्याबरोबर तिच्या रेशमी केसांच्या बटा एखाद्या जड पडद्यासारख्या तिच्या दोन्ही गालांवर उतरल्या. मनाशी उत्तर शोधण्याचा ती प्रयत्न करू लागली; पण तिला ते मिळेना. असल्या विचित्र प्रश्नांची उत्तरं द्यायची वेळ कधी आपल्यावर येईल, असं तिला कल्पनेत सुद्धा कधी वाटलं नव्हतं. काही क्षण विचारशक्तीला ताण दिल्यानंतर ती म्हणाली, "मला... मला असं वाटतं, की तो पुरुष कसा असेल, त्यावर ते अवलंबून राहील, कॉम्रेड कर्नल."

"वा! मोठं मार्मिक उत्तर दिलंस हं, डियर." रोझा क्लेब टेबलाचा एक ड्रॉवर उघडत म्हणाली. त्यातून तिनं एक फोटो बाहेर काढला आणि टेबलावरून तो

तातिआनाकडे सरकवीत ती म्हणाली, ''आता उदाहरणादाखल हा माणूस बघ. कसा काय वाटतो तुला हा, सांग.''

तो फोटो जणू अकस्मात पेट घेईल, अशा सावधपणानं त्याचा एक कोपरा अगदी हळूच पकडून तातिआनानं तो आपल्याकडे ओढून घेतला. फोटोत दिसणाऱ्या माणसाच्या देखण्या पण काहीशा कठोर चेहऱ्याकडे तिनं एक नजर टाकली. काय बोलावं, या संभ्रमात पडत अखेर ती म्हणाली, ''तसं मला काही निश्चित असं सांगता येणार नाही, कॉम्रेड कर्नल. तसा हा देखणा नि रुबाबदार आहे; पण याच्या व्यक्तिमत्त्वात थोडासा सौम्यपणा असता तर...'' बोटांनी तो फोटो दूर सारत ती खुर्चीत मागे रेलली.

''अहंहं! तो फोटो तुझ्याजवळच ठेव, माय डियर. रात्री झोपताना तो तुझ्या बिछान्याच्या जवळ ठेव. आणि या माणसाबद्दल विचार करण्यात गुंगून जा. या माणसाबद्दल लवकरच तुला आणखी सविस्तर माहिती दिली जाईल. आणि आता मुख्य मुद्दा...'' चष्म्याच्या चौकोनी काचांपलीकडले पिवळे डोळे आता चमकू लागले, ''तुझी ही नवीन कामगिरी काय आहे, हे जाणून घ्यायला तुला आवडेल? रशियामधल्या सगळ्या मुलींमधून ज्या खास कामगिरीसाठी तुझी निवड झाली आहे, तिच्याबद्दल कळून घ्यायचंय?''

''हो... म्हणजे अर्थातच, कॉम्रेड कर्नल.'' तातिआना आज्ञाधारकपणे म्हणाली. समोर बसलेल्या रोझा क्लेबचा चेहरा आता तिला शिकारी कुत्र्याच्या तोंडासारखा भासू लागला.

रोझा क्लेबचे ओलसर, रबरासारखे ओठ विलग झाले. ''ज्या कामासाठी तुझी निवड झालीय, ते खरं तर अगदी सोपं आणि खूप आकर्षक नि आनंददायक असंच आहे, कॉम्रेड कार्पोरल्. आमच्या भाषेत आम्ही त्याला 'प्रेमासाठी करायची यातायात' असं म्हणतो. विशेष काही नाही. तुला फक्त प्रेमात पडायचंय, बस्. दुसरं काहीही नाही. या माणसाच्या प्रेमात तुला पडायचंय आणि प्रेमाचा खेळ खेळायचाय.''

''पण हा आहे तरी कोण? मी तर याला ओळखत सुद्धा नाही.''

रोझा क्लेबनं ओठ मुडपले. आता पोरगी खरी बिचकणार नि भांबावून विचार करायला लागणार. तिच्या मनात आलं.

''हा एक इंग्लिश गुप्तहेर आहे.''

''अरे, बापरे!'' तातिआना एकदम उद्गारली नि भयानं आपला हात तिनं तोंडावर दाबला. भीतीमुळे तिचा चेहरा विवर्ण बनला. विस्फारलेल्या डोळ्यांनी, धास्तावलेल्या नजरेनं ती रोझा क्लेबकडे पाहू लागली. ती खरोखरच विलक्षण हादरून गेली होती.

''होय.'' आपल्या बोलण्याचा परिणाम तिच्या चेहऱ्यावर निरखत– खुशीनं

निरखत– रोझा क्लेब म्हणाली, ''हा एक इंग्लिश हेर आहे. त्यांच्या गुप्तचर खात्यामधला सर्वात प्रसिद्ध नि हुशार आणि आत्ता या क्षणापासून तू त्याच्या प्रेमात पडलीयस असं समज. तशी मनाची तयारी करायला सुरुवात कर. आणि आता मूर्खपणा एकदम बंद! आपल्याला यापुढे फार गंभीरपणे वागायचंय. हे एक फार महत्त्वाचं– आत्यंतिक महत्त्वाचं– असं शासकीय काम आहे. त्यामध्ये महत्त्वाचं माध्यम म्हणून तुझा उपयोग केला जाणार आहे. तेव्हा फालतूपणा बास झाला. आता कामाचं थोडं सविस्तर स्वरुप तुला सांगते.'' बोलता बोलता रोझा क्लेब एकदम थांबली. मग तीक्ष्ण स्वरात गरजली, ''अगोदर तुझा तोंडावरचा हात काढ आणि अशी भेदरलेल्या, बिथरलेल्या गाईसारखं उगाच करू नकोस, कळलं? खुर्चीत नीट बस आणि मी जे काय सांगते, ते नीट लक्ष देऊन ऐक. नाहीतर तुझ्यावर आफत ओढवेल, समजलं?''

''होय, कॉम्रेड कर्नल.'' पाठ सरळ करीत तातिआना खुर्चीत पटकन अगदी ताठ बसली. आपले दोन्ही हात तिनं मांड्यांवर ठेवले. 'सिक्युरिटी ऑफिसर्स स्कूल'मध्ये पूर्वी ती बसत असे, तशी पोझ तिनं घेतली. तिच्या मनात विचारांचं वादळ उठलं, पण व्यक्तिगत गोष्टींचा विचार करण्याची ही वेळ नव्हती. तिनं घेतलेल्या सबंध प्रशिक्षणानं तिला याची जाणीव दिली, की हा शासकीय मोहिमेचा काहीतरी मामला होता. आणि आता यापुढे ती आपल्या देशाकरिता काम करणार होती, कशी कोण जाणे; पण या महत्त्वाच्या मोहिमेसाठी तिची निवड करण्यात आली होती. एम.जी.बी. गुप्तचरखात्यात ती एक ऑफिसर होती नि तिला आपली ड्युटी उत्तम प्रकारे पार पाडावीच लागणार होती. आपलं सारं लक्ष केंद्रित करून, काळजीपूर्वक कान देऊन ती ऐकू लागली.

''कामगिरीचं स्वरूप मी तुला आता थोडक्यात सांगते.'' आपल्या ठेवणीतल्या अधिकारदर्शक स्वरात रोझा क्लेब म्हणाली, ''सविस्तर तपशील तुला नंतर कळेल. यापुढले काही आठवडे तुला खास असं प्रशिक्षण देण्यात येईल. मोहिमेतल्या सगळ्या खाचाखोचा तुला पूर्णपणे अवगत होईस्तोवर, कोणत्या वेळी नेमकं काय करायचं, कसं वागायचं याचं संपूर्ण ज्ञान तुला होईपर्यंत तुझं हे प्रशिक्षण चालेल. काही परदेशी रीतिरिवाज तुला शिकविले जातील. उत्तमोत्तम नि आकर्षक असे पोशाख तुला दिले जातील. पुरुषाला लुभावण्याच्या साऱ्या कला तुला शिकविण्यात येतील. नंतर तुला परदेशी धाडण्यात येईल– बहुधा, युरोपातल्या कोणत्यातरी देशात! तिथे तुला हा माणूस भेटेल. त्याच्यावर आपलं मोहजाल टाकून तुला त्याला संपूर्णपणे आपल्या कह्यात घ्यायचं आहे नि त्याला पुरतं भ्रष्ट करायचं आहे. प्रेमाच्या या खेळादरम्यान तुझ्या हातून कोणताही मूर्खपणा घडता कामा नये. तुला आपला देह, आपलं तारुण्य त्याच्या स्वाधीन करावं लागेल. लक्षात ठेव, तुझ्या

देहावर शासनाचा हक्क आहे; कारण शासनानं बालपणापासून तुझं पालनपोषण करून तुला लहानाचं मोठं केलंय. तेव्हा या मोहिमेच्या निमित्तानं तुझं शरीर शासनाच्या कामी यायलाच हवं. या प्रकारात– प्रेमाच्या या खेळात– कोणत्याही प्रकारची लाज, संकोचबिंकोच चालायचा नाही, समजलं?''

''होय, कॉम्रेड कर्नल.'' तातिआना तत्परतेनं उत्तरली.

''या माणसाबरोबर तुला इंग्लंडला जावं लागेल. तिथे त्याच्या गुप्तचर खात्याकडून तुझी अर्थातच चौकशी होईल. ते लोक तुला प्रश्न विचारतील; पण चौकशीचा तो कार्यक्रम अगदी साधा, औपचारिक स्वरुपाचा असेल; कारण अशा कामांमध्ये इंग्लिश लोक कठोर पद्धतींचा अवलंब करीत नाहीत. तेव्हा घाबरायचं काही कारण नाही. आपलं शासन गोत्यात येणार नाही, त्याला काही धोका किंवा नुकसान होणार नाही, अशा बेतानं त्यांच्या प्रश्नांची उत्तरं तू द्यायचीस. त्या दृष्टीनं आपल्या सोयीची अशी काही उत्तरं तयार करून ती आम्ही तुला पढवून ठेवू. ती त्यांना बिनधास्तपणे सांगायची, की संपलं. ते लोक नंतर बहुधा तुला कॅनडाला पाठवतील. आपल्या ताब्यातल्या काही विशिष्ट वर्गाच्या कैद्यांना इंग्लिश लोक नेहमी तिथेच पाठवितात. तर कॅनडामधून आम्ही तुझी नंतर युक्तीनं सुटका करू नि मग तुला परत मॉस्कोमध्ये आणण्यात येईल.'' समोर बसलेल्या भोळ्या तरुणीकडे रोझा क्लेबनं टक लावून पाहिलं. कोणतेही प्रश्न न विचारता ती सगळं अगदी लक्षपूर्वक ऐकत होती. ''तर बघ! हे इतकं सोपं नि अगदी सरळसाधं काम आहे. तुला यासंबंधी काही प्रश्न विचारायचे आहेत?''

''ज्याच्याबरोबर मला इंग्लंडला जावं लागेल, त्या माणसाचं नंतर काय होईल, कॉम्रेड कर्नल?'' तातिआनानं भोळेपणानं विचारलं.

''त्याच्याशी आपला काही संबंध नाही. त्यानं तुला इंग्लंडला नेण्यापुरता आपण त्याचा उपयोग करून घेणार आहोत. ब्रिटिशांची जेणे करून दिशाभूल होईल, अशी बनावट नि फसवी माहिती त्यांना देणं हा आपल्या मोहिमेचा प्रमुख उद्देश आहे. थोडक्यात, त्या अतिशहाण्या लोकांना आपण गंडविणार आहोत. या मोहिमेच्या निमित्तानं तुला ऐषारामात परदेशाचा प्रवास करायला मिळेल. तिथून परतल्यानंतर इंग्लंडबद्दलची तुझी मतं काय बनली, हे जाणून घ्यायलाही आम्हाला अर्थातच खूप आनंद वाटेल, कॉम्रेड. तुझ्यासारख्या बुद्धिमान आणि उच्चप्रशिक्षित मुलीकडून येणारा असा रिपोर्ट आपल्या शासनाच्या दृष्टीनं फार मोलाचा असाच ठरणार आहे.''

''खरंच, कॉम्रेड कर्नल?'' तातिआनानं आश्चर्यानं विचारलं. आपलं महत्त्व वाढलं आहे, अशी काहीएक सुखाविणारी भावना तिला जाणवली. परदेशातली एक महत्त्वाची शासकीय मोहीम, त्यासाठी सबंध रशियामधल्या मुलींमधून झालेली तिची

निवड! तो साराच प्रकार तिला एकाएकी खूप उत्तेजक नि रोमांचक वाटू लागला. फक्त त्या मोहिमेमधली तिची भूमिका तिला व्यवस्थितपणे आणि उत्तम रितीनं पार पाडावी लागणार होती. आणि आपल्यावर सोपविण्यात आलेली कामगिरी आपण जास्तीत जास्त उत्कृष्टपणे पार पाडून दाखवायची, असा निश्चय तिनं मनोमन केला. टेबलावर असलेल्या जेम्स बाँडच्या फोटोकडे तिची नजर गेली; पण समजा, याला आपल्या प्रेमात ओढण्यात आपल्याला अपयश आलं तर? तो जर आपल्या रूपावर भाळला नाही तर?... मान कलती करून त्या फोटोकडे बघत असताना तातिआनाच्या मनात विचार आले. तसा फोटोतला त्याचा चेहरा खूपच आकर्षक आणि देखणा वाटत होता. 'लुभाविण्याच्या काही कला तुला शिकविल्या जातील' असं ही बाई आत्ता थोड्या वेळापूर्वी म्हणाली होती. या कला म्हणजे नेमका काय प्रकार असेल? याला आपल्या मोहात पाडण्यासाठी कदाचित त्यांचा आपल्याला उपयोग होईल... काहीही असो, आपल्याला दिल्या जाणाऱ्या प्रशिक्षणात आपण पारंगत व्हायचं नि ही मोहीम फत्ते करून दाखवायची. तातिआनानं मनाशी ठरवलं.

टेबलापलीकडून, आपल्या खुर्चीमधून रोझा क्लेब समाधानानं उठली आणि म्हणाली, ''कामाबाबत सगळं बोलून झालं, तेव्हा आता आपल्याला थोडा आराम करायला काही हरकत नाही, माय डियर. आजच्या रात्रीपुरतं आपलं काम संपलंय. मी आता जरा थोडं आवरून, फ्रेश होऊन येते. मग आपण मस्तपैकी गप्पा मारू. मी आलेच. तोवर तू ही चॉकलेट्स खा. नाहीतर इथं नुसती पडून ती वाया जातील.'' एवढं बोलून रोझा क्लेब लगतच्या खोलीमध्ये निघून गेली.

तातिआना खुर्चीत मागे रेलून आरामात बसली. अच्छा! तर असा सगळा हा प्रकार आहे एकूण! आपण घाबरलो होतो तेवढा खचितच वाईट नाही. आपण उगीचच भ्यायलो होतो. अहा! आता किती बरं नि मोकळं मोकळं वाटतंय. मनावरचं सगळं दडपणच नाहीसं झालंय. या कामगिरीसाठी आपली निवड करून शासनानं आपल्याला केवढा मान दिलाय. आपल्या देशासाठी आपण अगदी प्रामाणिकपणे आणि तत्परतेनं काम करतो. त्यासाठी वाटेल तेवढे परिश्रम करतो. आपल्या व्यक्तिगत फाईलीत एकही काळा शेरा नाही. आपलं सगळं रेकॉर्डही अगदी स्वच्छ आहे. शिवाय, या मोहिमेची आखणी करताना शासनाच्या वरिष्ठ नेत्यांनी सगळा साधकबाधक विचार केलेला असणारच! मग आपल्यासारख्या कर्तव्यतत्पर नि साध्याभोळ्या, निरागस नागरिकाला– कामगिरीवर असणारा– कुठल्याही प्रकारचा धोका ते कसा पोहोचू देतील? आपलीही काळजी ते सर्वतोपरीनं घेतीलच. अचानक आपल्या देशाबद्दल वाटणाऱ्या अभिमानानं तातिआनाचा उर एकदम भरून आला. आपल्या राज्याबद्दल, शासनाबद्दल तिला कमालीची कृतज्ञता वाटू लागली. देशाचं, शासनाचं आपल्यावर केवढंतरी ऋण आहे. आणि या कामगिरीच्या निमित्तानं ते

फेडण्याची एक अमूल्य संधी आपल्याला मिळाली आहे. ती उत्तम रितीनं पार पाडून हे ऋण आपण फेडायचं. तातिआनानं मनाशी ठरविलं... आणि ही रोझा क्लेब देखील आपल्याला वाटली होती, तेवढी काही वाईट बाई नाही. तिच्या मनात आलं. या विचारानं तिला खूप दिलासा मिळाला आणि फिरून एकदम खूप उत्साह वाटू लागला.

तातिआना आपल्या विचारात गढलेली असताना बेडरूमचा दरवाजा एकदम उघडला गेला आणि दारामध्ये 'रोझा क्लेब बाई' अवतीर्ण झाली. आपला एक हात कंबरेवर ठेवून, दुसरा हात वर ताणून, कपड्यांच्या शोरूममधल्या प्लॅस्टिकच्या मॉडेलसारखी पोझ घेऊन ती उभी होती. ''माझा हा पोशाख तुला कसा काय वाटला, डियर?'' तिनं तातिआनाला विचारलं.

आश्चर्यानं आ वासून तातिआना तिच्याकडे बघतच राहिली. मग पटकन तिनं आपलं तोंड मिटलं. काय बोलावं, हेच काही क्षण तिला सुचेना! कारण–

'स्मेर्श'च्या कर्नल रोझा क्लेबनं आपल्या अंगात अत्यंत झिरझिरीत असा नाईट गाऊन घातलेला होता. त्याच्या गळ्याशी आणि फुगीर लांब बाह्यांच्या मनगटांशी पुष्कळ चुण्या होत्या. त्या झिरझिरीत गाऊनमधून रोझानं आत घातलेली रेशमी ब्रेसियर अगदी स्पष्ट दिसत होती. सॅटिनच्या त्या ब्रेसियरवर वक्षस्थळांच्या जागी गुलाबी सॅटिनचीच दोन मोठी गुलाबाची फुलं होती. खाली मांड्यांवर इलॅस्टिकच्या फिती असलेली गुलाबी रंगाचीच सॅटिनची जुन्या फॅशनची निकर तिनं घातलेली होती. तिच्या पायांमध्ये गुलाबी रंगाच्या स्लीपर्स होत्या नि त्यांच्यावर शोभेसाठी शहामृगाच्या पिसांचे पॉम्पॉम्स बसविलेले होते. रोझानं चौकोनी काचांचा आपला चष्मा काढून टाकलेला होता. तिच्या चेहऱ्यावर मस्कारा, रूझ वगैरे सौंदर्यप्रसाधनाचा थर चोपडलेला होता नि ओठांवर तिनं गडद लाल रंगाचं लिप्स्टीक लावलेलं होतं.

तिचा एकंदर अवतार असा होता, की तातिआनाला ती जगातली सर्वात कुरूप नि थेरडी अशी वेश्याच वाटली.

''अं?... तुमचा... पोशाख... खरंच छान आहे.'' अडखळत्या शब्दांत ती कशीबशी उत्तरली.

''आहे की नाही?'' खोलीतल्या एका कोपऱ्यातल्या एका प्रशस्त कोचाकडे जात रोझा क्लेब म्हणाली. त्या कोचावर चकचकीत भपकेबाज रेशमी कव्हर होतं आणि भिंतीला लागून असलेल्या त्याच्या पाठीच्या दर्शनी भागाशी सॅटिनच्या उशा टेकवून ठेवलेल्या होत्या. रोझा क्लेब त्या कोचावर आडवी झाली. हात लांब करून, कोचाच्या एका टोकाशी असलेल्या गुलाबी शेडच्या टेबललँपचं बटण दाबून त्याचा दिवा तिनं लावला. त्या टेबललँपच्या शेडखालचा आधार म्हणजे पारदर्शक 'लालिक'

काचेचा, विवस्त्र स्त्रीचा एक कमनीय नि देखणा असा पुतळा होता. लँपच्या गुलाबी शेडचा उजेड त्याच्यावर पडताच तो चमचमू लागला.

"खोलीतला वरचा दिवा मालवून टाक, डियर. त्याचं स्वीच दारापाशी आहे." रोझा क्लेब कोचाच्या गुबगुबीत कडेवर थोपटत म्हणाली, "...आणि इथे अशी माझ्याजवळ येऊन बैस. आपल्याला एकमेकींची चांगली ओळख आता व्हायला हवी. आपली जवळीक वाढायला हवी."

उठून तातिआना दाराजवळ गेली. तिथलं खोलीच्या छताच्या मध्यभागी असलेल्या दिव्याच्या स्वीचचं बटण दाबून तिनं तो मालवला. खाली आलेल्या तिच्या हाताला दाराचा– हँडलचा पितळी गोळा लागला. तो पकडून निश्चयपूर्वक फिरवत तिनं दार उघडलं आणि बाहेरच्या कॉरिडॉरमध्ये पाऊल ठेवलं. दाराबाहेर पडताच तिचा इतका वेळ आवरलेला धीर एकाएकी सुटला. पाठीमागचं दार तिनं धाडकन लोटून बंद केलं आणि समोरच्या कॉरिडॉरमधून ती वेड्यासारखी जीव खाऊन धावत सुटली. पाठीमागल्या बंद दाराआडून रोझा क्लेबनं संतापानं फोडलेली आरोळी आपल्याला आता कोणत्याही क्षणी ऐकू येईल, या भीतीनं आपले तळहात तिनं कानांवर गच्च दाबून धरले आणि ती लिफ्टच्या दिशेनं वेगानं धावू लागली.

–पण तिला अपेक्षित असलेली आरोळी तिच्या पाठीमागून तिचा भयंकर पाठलाग करीत यावी, तशी काही आली नाही...!

□

## *१०. ठिणगी पडली*

दुसऱ्या दिवसाची सकाळ उजाडली.

स्मेर्शचं हेडक्वार्टर असलेल्या इमारतीच्या तळघरामध्ये असलेल्या आपल्या खास ऑफिस खोलीतल्या टेबलाशी रोझा क्लेब बसलेली होती. त्या खोलीला ऑफिसखोली म्हणण्यापेक्षा 'ऑपरेशन्स रूम' म्हणणंच अधिक संयुक्तिक ठरलं असतं; कारण रोझा क्लेब तिच्यावर सोपविण्यात आलेल्या कोणत्याही कारस्थानी मोहिमेची सुरुवात याच खोलीत बसून करीत असे. त्या खोलीमधल्या एका सबंध भिंतीवर पृथ्वीच्या पश्चिम गोलार्धाचा खूप मोठा नकाशा लावलेला होता. त्या भिंतीच्या विरुद्ध बाजूच्या भिंतीवर पूर्व गोलार्धाचा तसलाच दुसरा नकाशा बसविलेला होता. तिच्या टेबलाच्या एका बाजूला अगदी सहज हात पोहोचेल, असं 'टेलीक्रीप्टन' मशीन होतं. त्यावर सबंध जगभरातून येणारे गुप्त संदेश एका कागदाच्या फितीवर टाईप होऊन– ती फीत– आस्ते-आस्ते बाहेर पडत होती. त्या मशीनचा टपटप टपटप असा लयबद्ध आवाज होत होता. इमारतीच्या छतावर एक उंच रेडिओ-स्तंभ

बसविलेला होता. त्या छताच्या ठीक खाली 'स्मेर्श'चा 'सायफर डिपार्टमेंट' हा सांकेतिक गुप्त संदेशांचं आदानप्रदान करणारा विभाग होता. रेडिओस्तंभाकडून ग्रहण केले जाणारे संदेश या विभागातल्या प्रमुख यंत्रावर येत असत नि तिथून रोझा क्लेबच्या ऑफिसमधल्या 'डुप्लिकेटिंग टेलीक्रीप्टन' मशीनवर पाठविले जात असत. मनात येईल तेव्हा रोझा क्लेब त्या मशीनमधून बाहेर पडणाऱ्या लांबलचक कागदी फितीचा एखादा तुकडा, हात लांब करून टरकावून घेत असे नि त्यावरले संदेश वाचत असे. ती नेहमीचीच एक पद्धती होती. जर कुठे काही खूप महत्त्वाची घटना घडली, तर तिच्या टेबलावरला एक टेलिफोन तात्काळ घणघणू लागत असे. सबंध जगभरात पसरलेल्या 'स्मेर्श'च्या प्रत्येक 'सिक्रेट एजंट'वर या खोलीतून नियंत्रण ठेवलं जात असे. आणि हे नियंत्रण अत्यंत सावध, दक्ष नि पोलादी होतं. त्यात थोडी सुद्धा हयगय किंवा कसूर केली जात नसे.

रोझा क्लेबची मुद्रा व्यग्र बनली होती. तिचे डोळे थोडेसे तांबारले होते आणि त्यांच्या खालचा भाग फुगीर बनला होता. सोललेल्या कोंबडीच्या फुगीर त्वचेसारखा तो दिसत होता.

तिच्या टेबलावरल्या तीन टेलिफोन्सपैकी एक फोन अगदी हळूच घणघणला. तिनं पटकन त्याचा रिसीव्हर उचलून कानाला लावला नि ती म्हणाली, ''त्याला आत पाठवा.''

मग त्या खोलीतल्या डाव्या बाजूच्या भिंतीलगत एका आरामखुर्चीत बसलेल्या क्रोन्स्टीनकडे तिने वळून पाहिलं आणि ती त्याला म्हणाली, ''ग्रॅनिट्स्की आलाय.''

क्रोन्स्टीन, कागदाला लावायची एक पेपरक्लीप सरळ करून, तिनं आपले दात कोरत बसला होता. भिंतीवरल्या विशाल नकाशामधल्या आफ्रिका खंडाच्या तळाशी आरामखुर्चीत टेकविलेले आपले मस्तक अगदी हळूच वळवून त्यानं खोलीच्या प्रवेशद्वाराकडे पाहिलं.

त्या दारातून रेड ग्रँट उर्फ ग्रॅनिट्स्की आत आला आणि त्यानं पाठचं दार हळूच लावून घेतलं. खोलीतल्या टेबलासमोर जाऊन तो भुकेनं वखवखल्यासारखा, पण आज्ञाधारकपणे उभा राहिला आणि आपल्या कमांडिंग ऑफिसरच्या– रोझा क्लेबच्या– डोळ्यांकडे पाहू लागला. त्याचा भेसूर चेहरा, क्रोन्स्टीनला, खाण्याची वाट पाहणाऱ्या उपाशी शिकारी कुत्र्यासारखा हिंस्र वाटला.

रोझा क्लेबनं अगदी थंडपणे त्याच्यावरून नजर फिरविली आणि त्याला विचारलं, ''काय रे! तब्येत तंदुरुस्त आहे ना तुझी? कामगिरीवर जायला हवा तसा तयार आहेस ना?''

''हो, कॉम्रेड कर्नल.'' ग्रँट अदबीनं उत्तरला.

''जरा तुझ्याकडे बघू दे तरी! अंगातले सगळे कपडे काढ.'' रोझा क्लेबनं

त्याला हुकूम केला.

रेड ग्रँटला त्याबद्दल थोडं देखील आश्चर्य वाटलं नाही. त्यानं आपल्या अंगातला कोट काढला. सभोवताली नजर फिरवून तो ठेवण्यासाठी कुठे जागा दिसते का, हे पाहिलं आणि मग तो जमिनीवर टाकला. नंतर अगदी बेफिकीरपणे त्यानं आपल्या अंगावरले बाकीचे सगळे कपडे काढले. पायामधील बूट काढून बाजूला उडविले आणि खोलीच्या मध्यभागी जाऊन तो उभा राहिला. त्याचा कमाविलेला तांबूस देह आणि त्यावरले सोनेरी केस खोलीच्या उजेडात चमकू लागले. आपले दोन्ही हात बाजूला सैलसरसे सोडून, एक गुडघा किंचित पुढे वाकवून एखाद्या आर्टस् क्लासमध्ये मॉडेलनं पोझ द्यावी, तसा तो उभा राहिला.

रोझा क्लेब आपल्या खुर्चीतून उठली नि टेबलाला वळसा घालून पुढे येत ग्रँटपाशी आली. मग त्याच्या भोवताली फिरत, त्याच्या नग्न देहाचं ती बारकाईनं निरीक्षण करू लागली. विकत घेण्यापूर्वी एखाद्या घोड्याची जणू तपासणी करावी, त्याप्रमाणे ती त्याच्या देहाला इथेतिथे हात लावून पाहू लागली. त्याच्या फुगीर, पिळदार स्नायूंची, बोटांनी चाचपणी करू लागली. ती त्याच्या पाठीमागे गेली आणि आपलं निरीक्षण तिनं चालू ठेवलं. त्याच्यामागून ती पुढे येऊ लागली, तेव्हा आपल्या जाकीटाच्या खिशामधून काहीतरी वस्तू काढून आपल्या उजव्या हातावर तिनं पटकन चढविल्याचं क्रोन्स्टीनला क्षणार्ध दिसलं. ती वस्तू क्षणभर धातूसारखी चकाकली.

वळसा घालून पुढे येत ती महामाया ग्रँटच्या तकाकणाऱ्या पोटाच्या अगदी जवळ जाऊन उभी राहिली. आपला उजवा हात, आपल्या देहाच्या पाठीमागे लपवावा, तसा तिनं धरला होता. ग्रँटच्या दृष्टीशी आपली दृष्टी भिडवत काही क्षण ती टक लावून पाहात राहिली. आणि–

–आणि मग तिनं एकदम विद्युतगतीनं हालचाल केली. पितळेचा जड 'नकल-डस्टर' (हाताच्या पंजावर बसवायचा एक प्रकारचा पितळी गोळा) बसविलेली आपल्या उजव्या हाताची मूठ तिनं हात मागे नेत उगारली आणि खांद्यामधली सगळी ताकद एकवटून त्या मुठीचा एक घणाघाती जबरदस्त ठोसा समोर उभ्या असलेल्या माणसाच्या पोटाच्या बरोबर मध्यभागी तिनं जोरानं हाणला.

'व्हूक!' त्या आघाताचा आवाज आला.

झालेल्या वेदनेनं ग्रँटच्या तोंडून एकदम एक आश्चर्योद्गार बाहेर पडला. त्याचे गुडघे थोडेसे वाकले नि परत सरळ झाले. वेदना सहन करण्यासाठी क्षणभर त्यानं आपले डोळे अगदी घट्ट मिटले. त्याच्या पोटात बसलेला बुक्का अतर्क्य कोटीतलाच होता. क्षणभरानं तांबारलेले आपले डोळे त्यानं उघडले आणि आपल्या समोर असलेल्या, चौकोनी काचांच्या चष्म्यापलीकडून आपल्याकडे अगदी थंडपणे बघणाऱ्या

पिवळ्या डोळ्यांशी त्यानं नजर भिडवली. बुक्का बसला होता, त्या ठिकाणी त्याच्या पोटावर एक मोठा लाल वण उमटला होता. प्रथम काही क्षण जाणवलेली वेदना आणि तो लाल वण एवढा भाग सोडला, तर आता तो एखाद्या पर्वतासारखा अचल उभा होता. त्याच्या जागी दुसरा कुणी सामान्य माणूस असता, तर तो वेदनांनी जमिनीवर गडाबडा लोळलाच असता.

रोझा क्लेबनं समाधानानं स्मित केलं. उजव्या हाताच्या पंजावर चढवलेला पितळी 'नकल-डस्टर' काढून तिनं आपल्या जाकिटाच्या खिशात टाकला आणि ती टेबलामागे असलेल्या आपल्या खुर्चीत जाऊन बसली. क्रोन्स्टीनकडे तिनं मोठ्या अभिमानानं पाहिलं आणि ती म्हणाली,

"आपल्याला हवा तसा हा माणूस चांगला कणखर आहे नाही?"

त्यावर क्रोन्स्टीननं हुंकार दिला.

संपूर्ण विवस्त्रावस्थेत उभ्या असलेल्या ग्रँटनं समाधानानं स्मित केलं. आपल्या पोटात जबरदस्त बुक्का हाणून रोझा क्लेबनं आपल्या कणखरपणाची चाचणी घेतली आणि त्या चाचणीत आपण पास झालो, या जाणीवेनं त्याला बरं वाटलं. बुक्का बसल्याजागी हात नेऊन तो आपलं पोट चोळू लागला.

खुर्चीत मागे रेलून रोझा क्लेब त्याच्याकडे विचारमग्न मुद्रेनं काही वेळ पाहात राहिली. शेवटी ती म्हणाली, "कॉम्रेड ग्रॅनिट्स्की, तुझ्यावर आम्ही एक काम सोपविणार आहोत. हे काम अर्थातच फार महत्त्वाचं आहे. आत्तापर्यंत तू जी काही कामं केलीस, त्यांच्यापेक्षाही खूप खूप महत्त्वाची अशी ही कामगिरी आहे, असं समज. ही कामगिरी जर तू यशस्वीपणे पार पाडून दाखवलीस, तर तुला एक मोठं सन्मानपदक बहाल करण्यात येईल." ग्रँटच्या डोळ्यांमध्ये एकदम आशेची एक चमक झळकून गेली. "–अर्थात यावेळचं तुझं लक्ष्य फार कठीण नि अवघड आहे. माणूस अतिशय घातकी नि धोकेबाज आहे. त्याच्या मागावर तुला परदेशात जावं लागेल. ते सुद्धा एकटं. आलं ध्यानात?"

"हो, कॉम्रेड कर्नल." उत्तेजित होत ग्रँट म्हणाला. प्रगतीची ही एक मोठीच संधी त्याच्यासमोर चालून आली होती. आपल्याला कोणतं सन्मानपदक यावेळी मिळेल? 'द ऑर्डर ऑफ लेनिन'चं का? त्याच्या मनात उत्स्फूर्त विचार आला.

"आता मी काय सांगते ते नीट लक्षपूर्वक ऐक." रोझा क्लेब म्हणाली. ग्रँट कान देऊन ऐकू लागला. "...आपलं यावेळचं लक्ष्य म्हणजे एक इंग्लिश हेर आहे. इंग्लिश हेराला ठार मारायला तुला आवडेल?"

"नक्कीच आवडेल, कॉम्रेड कर्नल." ग्रँट आत्मविश्वासानं उत्तरला. त्याच्या अंगात एकदम उत्साह संचारला. नसानसांमधून उष्ण रक्त सळसळू लागलं. इंग्लिश माणसाला उडविण्यापेक्षा– याहून महत्त्वाची नि मोठी अशी दुसरी कुठली कामगिरी

असू शकणार होती? आणि त्याला तरी आणखी दुसरं काय हवं होतं? त्या हलकट इंग्लिशांविरुद्ध त्याला मागचे बरेच हिशोब पुरे करायचे होते.

"या कामासाठी तुला काही आठवड्यांचं खास ट्रेनिंग घ्यावं लागेल आणि बरीच पूर्वतयारी करावी लागेल. या कामगिरीवर असताना तुला स्वत:ला इंग्लिश हेराचं सोंग घ्यावं लागेल. एक इंग्लिश हेर म्हणून आव आणून तसं वावरावं लागेल. तुझा एकूण अवतार, तुझं बोलणं, वागणं हे रासवट नि गावठी स्वरुपाचं आहे. हे प्रथम तुला बदलावं लागेल. कामगिरीवर असताना, सगळे शिष्टाचार पाळणारा, पॉलिश्ड् इंग्लिश जंटलमन म्हणून तू दिसला पाहिजेस. यासाठीही तुझ्यावर आम्हाला भरपूर मेहनत घ्यावी लागणार आहे. इंग्लिश जंटलमन कसं व्हायचं, याचे धडे तुला दिले जातील. काही ट्रिक्स शिकविल्या जातील. आपल्याकडे लंडनमध्ये परराष्ट्रखात्यात ज्यानं पूर्वी काम केलेलं आहे, असा एक जंटलमन सुदैवानं उपलब्ध आहे. तुला त्याच्या हातात सोपविलं जाईल. तो तुला इंग्लिश शिष्टाचार, रीतिभाती याचं उत्तम शिक्षण देईल आणि तुझं एका तद्दन इंग्लिश हेरामध्ये रूपांतर करील. तेव्हा त्यात काही विशेष अडचण येईल, असं वाटत नाही. इतरही बऱ्याच लहानसहान गोष्टी तुला शिकाव्या लागतील. आपली ही मोहीम ऑगस्ट महिन्याच्या अखेरीस पार पाडली जाणार आहे; पण तुझं ट्रेनिंग मात्र अगदी लगेच, ताबडतोब सुरू होईल. आपल्याला खूप खूप काम उरकायचंय. तेव्हा आता तुझे कपडे घाल आणि ए.डी.सी.कडे रिपोर्ट कर. सगळं नीट ध्यानात आलं?" आपलं लांबलचक बोलणं संपवीत रोझा क्लबनं विचारलं.

"होय, कॉम्रेड कर्नल." ग्रँट उत्तरला. कोणतेही प्रश्न विचारायचे नाहीत, हे त्याला अनुभवानं चांगलं माहिती झालं होतं. जमिनीवर पडलेले आपले कपडे उचलून भराभरा अंगावर चढविण्यास त्यानं सुरुवात केली. तो कपडे घालत असताना रोझा क्लेब त्याच्याकडे टक लावून बघत होती. सर्वात शेवटी आपला कोट अंगावर चढवून त्याची बटणं लावत तो दाराकडे गेला. क्षणभर थबकून मागे वळून तो अदबीनं म्हणाला, "थँक यू, कॉम्रेड कर्नल."

–पण रोझा क्लेब, ग्रँटबरोबर नुकत्याच झालेल्या मुलाखतीची टिपणं लिहिण्यात गुंतली होती. तिनं ग्रँटला प्रत्युत्तर दिलं नाही, की त्याच्याकडे नजर उचलून बघितलं सुद्धा नाही. ग्रँट त्या खोलीतून बाहेर पडला आणि मागचं दार त्यानं अगदी अलगदपणे लावून घेतलं.

टिपणं लिहिण्याचं काम संपल्यावर हातातलं पेन खाली ठेवून रोझा क्लेब खुर्चीत आरामात मागे रेलून बसली.

"तर आता, कॉम्रेड क्रोन्स्टीन..." ती म्हणाली, "या मोहिमेच्या कामकाजाला, तिच्या पूर्वतयारीला पूर्ण जोमानं सुरुवात करण्यापूर्वी तिच्या संबंधी इतर आणखी

काही मुद्द्यांबद्दल तुम्हाला काही बोलायचंय? कारण आपण जे लक्ष्य निवडलं आहे, त्याला प्रेसिडीयमनं मान्यता दिली आहे. वधाज्ञेवर शिक्कामोर्तब सुद्धा झालं आहे. या मोहिमेसाठी तुम्ही जो बेत आखला आहे, त्याची ढोबळ रूपरेषा मी जनरल ग्रूबोझाबोयस्कीकोव यांना दिलीय. त्यांनी पण संमती दिलीय. वध कशाप्रकारे करायचा, याचे सगळे बारीकसारीक तपशील ठरविण्याचं काम पूर्णत: माझ्या हातात सोपविण्यात आलंय. या मोहिमेची आखणी आणि अंमलबजावणी करण्याकरिता 'प्लॅनिंग' आणि 'एक्झीक्यूशन' विभागांमधून निवडक माणसं निवडून त्यांचा एक संयुक्त गट तयार करण्यात आला आहे आणि तो प्रत्यक्ष कामाला सुरुवात करण्याची वाट पाहतोय. तेव्हा आता या अंतिम घडीला– या मोहिमेच्या संबंधानं– तुमच्या मनात आणखी काही विचार किंवा शंका आहेत, कॉम्रेड?''

समोर धरलेल्या हातांची बोटं एकमेकांना जुळवून क्रोन्स्टीन आढ्याकडे नजर लावून बसला होता. चित्त एकाग्र करून तो आपल्याच विचारांमध्ये गढला होता. त्यामुळे समोर बसलेल्या बाईकडे, तिच्या बडबडीकडे त्याचं फारसं लक्ष नव्हतं. मनात चालू असलेल्या विचारमंथनामुळे त्याच्या कपाळावरली शीर उडत होती. रोझा क्लेबच्या शेवटल्या वाक्यानं तो भानावर आला.

''तुमचा हा माणूस, ग्रॅनिट्स्की. हा विश्वासार्ह आहे का? या मोहिमेच्या निमित्तानं तो परदेशी जाईल तेव्हा त्याच्यावर भरवसा ठेवता येईल का? संधी साधून कुठे तो पसार तर होणार नाही?'' त्यानं विचारलं.

''गेली जवळजवळ दहा वर्षं आम्ही त्याची हरप्रकारे अगदी कसून परीक्षा घेतलीय. तसं म्हणाल, तर पळून जाण्याच्या कित्येक संधी त्याला यापूर्वी कितीतरी वेळा मिळाल्या होत्या. सटकण्याचा त्याचा काही मनसुबा आहे का, हे जाणून घेण्यासाठी त्याच्याकडे आम्ही बारीक नजर ठेवली होती. त्याच्यावर सतत पाळत ठेवण्यात आली होती; पण तसा संशय घेण्याजोगं एक देखील लक्षण आम्हाला आत्तापर्यंत त्याच्यात आढळलेलं नाहीये. या माणसाची अवस्था मादक द्रव्याचं जबरदस्त व्यसन लागलेल्या इसमासारखी झालेली आहे. कोकेनचं व्यसन लागलेला माणूस ज्याप्रमाणे ते जिथं मिळतं, ते स्थान कधी सोडत नाही, त्याप्रमाणे हा माणूसही सोवियत युनियन सोडून जाण्याचा विचार सुद्धा कधी करणार नाही. शिवाय, हा माझा सर्वोत्कृष्ट मारेकरी आहे. या मोहिमेसाठी याच्याइतका उत्तम असा दुसरा कुणीही माणूस नाही.''

''–आणि ही पोरगी, रोमानोवा? ती कशी काय आहे? कामगिरी समाधानकारकपणे पार पाडू शकेल का ती?''

''होय, ती फारच सुंदर आहे. आपल्या मोहिमेच्या दृष्टीनं अगदी योग्य आहे. आपला उद्देश ती सफल करील. तिनं शरीरसुखाचा अनुभव घेतलेला आहे; पण तरी

सुद्धा त्या बाबतीत ती लाजाळू आहे. कौमार्यभंग झालेला असला, तरी फूल अजून पूर्णपणे उमलायचं आहे; पण त्याबद्दल काळजी करायचं काही कारण नाही. तिला त्या बाबतीत चांगली तयार करू. मुख्य गोष्ट म्हणजे तिचं इंग्लिश उत्तम आहे. मी तिला आपल्या मोहिमेमधल्या तिच्या कामाची थोडी रूपरेषा सांगितली आहे. या कामगिरीमागचं आपलं उद्दिष्ट काय आहे, हे पण तिला सांगितलंय. ती आपल्याशी जुळवून घेईल नि सहकार्य करेल. तिच्या काही नातेवाईकांची नावं नि पत्ते माझ्याकडे आहेत. त्यात काही लहान मुलं सुद्धा आहेत. जर आपलं काम करण्यात तिनं कच खाल्ली, तर त्या सगळ्यांना– तिची कामगिरी पूर्ण होईपर्यंत आपण ओलीस धरू, असा दम तिला देता येईल. तशी पोरगी भावनाप्रधान स्वभावाची आहे. त्यामुळे एवढ्या इशाऱ्यानं काम भागेल; पण तितकी वेळ येणार नाही. कारण ती भोळी, अल्लड आहे. तिच्याकडून आपल्याला काही त्रास होईल, असं मला वाटत नाही.''

"रोमानोवा. खूप जुन्या रशियन राजघराण्याचं हे नाव आहे. असल्या नाजूक कामगिरीसाठी आपण एका रोमानोवाचा उपयोग करून घेणार आहोत, ही गोष्ट जरा विचित्र वाटते.''

"तुम्ही म्हणता ते बरोबर आहे; पण तिच्या पूर्वजांचा, आज्यापणज्यांचा राजघराण्याशी फार दूरचा संबंध होता. त्यामुळे राजघराण्यातल्या वर्तुळांमध्ये ती काही येत नाही. म्हणजे तिचा काही थेट संबंध येत नाही. आणि तसं म्हणालात, तर आपल्या सर्वांचेच पूर्वज हे तसे फार थोर नि मोठेच होते; पण त्याला काही इलाज नाही. शिवाय, त्या सर्व गोष्टी आता फार जुन्या झाल्यायत. काळाच्या पडद्याआड गेल्यायत.''

"हो, पण आपल्या वाडवडिलांचं, पूर्वजांचं आडनाव काही रोमानोवा नव्हतं.'' क्रोन्स्टीन शुष्कपणे म्हणाला, "ते असो, तुमची या पोरीबद्दल खात्री पटलीय ना? तुम्हाला ती समाधानकारक वाटतेय ना? मग काहीच प्रश्न उद्भवत नाही.'' क्षणभर थांबून त्यानं विचारलं, "आणि हा माणूस बाँड! आपण ज्याची लक्ष्य म्हणून निवड केलीय. त्याच्या ठावठिकाण्याची आपल्याला काही माहिती मिळालीय?''

"हो. एम.जी.बी.च्या इंग्लिश नेटवर्कनं तो सध्या इंग्लंडमध्येच असल्याचा रिपोर्ट दिलाय. दिवसा तो त्याच्या हेडक्वार्टर्सवर कामाला जातो आणि रात्री लंडनमधल्या, चेल्सी परगण्यातल्या, आपल्या फ्लॅटमध्ये मुक्काम करतो, अशी माहिती आम्हाला कळलीय.''

"हे चांगलंच झालं. पुढले काही आठवडे तो लंडनमध्ये राहील, अशी आशा करूया. एखाद्या कामगिरीच्या निमित्तानं तो कुठे बाहेर जाणार नाही, असं गृहीत धरूया. म्हणजे गोड छोकरीचं आमिष असलेला गळ आपण लावला, की त्याच्या मागे धावायला तो मोकळा असेल नि आपला कार्यभाग साधेल. दरम्यान...''

विचारमग्न मुद्रेनं आपले गडद तपकिरी डोळे आढ्यावरल्या एका विशिष्ट बिंदूवर खिळवत क्रोन्स्टीन पुढे म्हणाला, "या मोहिमेसाठी परदेशामधलं आपलं कोणतं केंद्र सोयीस्कर ठरू शकेल, याबद्दलही मी विचार करून ठेवलाय. आपली मोहक पोरगी आणि बाँड यांची 'पहिली भेट' घडवून आणण्याच्या दृष्टीनं मी इस्तंबूल हे ठिकाण निवडलंय. तिथे आपल्या हेरांचं जाळं उत्तमपैकी पसरलेलं आहे. ब्रिटिश सिक्रेट सर्व्हिसचं एक अगदी लहानसं केंद्र तिथे आहे. त्याचा प्रमुख खूप सक्षम आणि चांगला आहे, असं म्हणतात. या मोहिमेच्या निमित्तानं त्याला पण आपण खलास करू टाकू. त्याचा काटा काढणं अगदी सोपं आहे. इस्तंबूलमधलं आपलं केंद्र या सर्व दृष्टीनं खूपच सोयीस्कर आहे. तिथून बल्गेरिया आणि काळा समुद्र (ब्लॅक सी) या दोन ठिकाणी दळणवळण संबंध प्रस्थापित करण्याची सोयही आहे. शिवाय, ते ठिकाण लंडनपासून तुलनेनं तसं बरंच लांबही आहे. आता या बाँडला त्या ठिकाणी कसा आणायचा, त्याची आपल्या पोरीशी गाठभेट झाल्यानंतर नेमक्या कोणत्या स्थळी त्याची हत्या करायची, या सगळ्या बाबींचा सविस्तर विचार मी सध्या करतो आहे. हत्येचं ठिकाण बहुधा फ्रान्समध्ये किंवा त्याच्या जवळपासच कुठेतरी असेल. फ्रान्समधल्या वृत्तपत्रांवर आपली चांगली पकड आहे. मादक पोरीच्या सहवासात गुंतवून नंतर बाँडला आपण ठार करणार आहोत. त्यामुळे हेरगिरीची पार्श्वभूमी असलेलं हे मोठंच 'सेक्स स्कँडल' ठरणार आहे. अशा खळबळजनक नि स्फोटक भानगडीला फ्रेंच वृत्तपत्रं अगदी तिखटमीठ लावून प्रसिद्धी देतील. त्याचा भरपूर गाजावाजा करतील. बाँडची भरपूर बदनामी करून त्याला ठार करायचं आपलं उद्दिष्ट सफल होईल. आता या सगळ्या नाट्यात आपला मारेकरी ग्रॅनिट्स्की यानं नेमका कधी प्रवेश करायचा, हे पण आपल्याला विचारपूर्वक ठरवावं लागेल. बाँडचे आणि आपल्या पोरीचे प्रणयप्रसंग चित्रित करण्यासाठी, त्यांची फिल्म घेण्यासाठी आपले हुशार कॅमेरामन आणि जरूर ती सामुग्री आपल्याला अगदी गुपचूपपणे इस्तंबूलला पाठवावी लागेल. या प्रकरणी आपल्याला कमालीची गुप्तता पाळावी लागेल. उगाचच तिथे गर्दी, गडबड नि गोंधळ होऊन उपयोगाचं नाही. आपली मोहीम कार्यरत होण्यापूर्वी आणि नंतर तुर्कस्थानशी असलेलं आपलं बिनतारी दळणवळण, अगदी नेहमीसारखं नि पूर्णपणे सामान्य राहील, याची दक्षता घ्यायची सूचना आपल्या सगळ्या खात्यांना आपल्याला द्यावी लागेल. वायरलेसवरून लुडबूड करणाऱ्या ब्रिटिशांना, इस्तंबूलमध्ये आपला काहीतरी गुप्त कट शिजतो आहे, याचा जरा सुद्धा वास लागता कामा नये. या कटातलं आणखी एक महत्त्वाचं आकर्षण म्हणजे गुप्तलिपीचं आपलं स्पेक्टर मशीन. त्याची फक्त बाहेरची केस या मोहिमेसाठी आपल्याला वापरायला द्यायला सिक्युरिटी खात्याची काही हरकत नाहीये, असं आपल्या सायफर डिपार्टमेंटनं कळविलं आहे. शिवाय, या खात्याचीही

याला संमती आहे. आपल्या मोहिमेतलं हे प्रमुख आकर्षण ठरेल. त्याची वरची केस आपल्या 'स्पेशल डिव्हाइस सेक्शन'कडे पाठविली जाईल. आपला हा विभाग त्या केसमध्ये आवश्यक ती उपकरणं बसवून या मोहिमेसाठी ते 'तयार' करेल.''

बोलता बोलता क्रोन्स्टीन थांबला. इतका वेळ छताशी खिळलेली त्याची नजर हळूहळू खाली आली. विचारमग्न मुद्रेनं तो उठून उभा राहिला. समोर बसलेल्या स्त्रीच्या– रोझा क्लेबच्या सावध, धूर्त डोळ्यांशी त्यानं नजर भिडवली आणि तो म्हणाला,

''आता या क्षणाला तरी दुसरा कोणताही विचार माझ्या मनामध्ये नाहीये, कॉम्रेड. मोहिमेबद्दल आपण जो जो अधिक विचार करू, तो तो आणखी इतरही बऱ्याचशा गोष्टी आपल्यासमोर येतील. त्या संबंधित गोष्टींचा विचार करून प्रतिदिनी आपल्याला तसतसा तपशील ठरवावा लागेल. योजना आखाव्या लागतील. तेव्हा मला वाटतं, की आपल्या नियोजित मोहिमेच्या कामाला सुरुवात करायला आता काहीच हरकत नाही. अगदी बेलाशकपणे काम सुरू होऊ द्या.''

''मी पण तुमच्याशी सहमत आहे, कॉम्रेड. हे प्रकरण आता पुढे न्यायला काहीच अडचण नाही. तेव्हा मी आता जरूर ते हुकूम सोडायच्या कामाला लागते.'' रोझा क्लेब कर्कश्श नि अधिकारदर्शक स्वरात म्हणाली, ''तुम्ही जे सहकार्य दिलंत, त्याबद्दल मी तुमची कृतज्ञ आहे.''

प्रतिसाद देण्यासाठी क्रोन्स्टीननं आपलं मस्तक इंचभर लववलं आणि वळून अलगद पावलं टाकीत तो त्या खोलीतून बाहेर पडला. खोलीमध्ये नि:शब्द शांतता पसरली. टेलीक्रिप्टन मशीनमधून एक 'वॉर्निंग पिंग' घुमली आणि तिनं त्या शांततेचा भंग केला. दुसऱ्याच क्षणी त्या मशीनची यांत्रिक कडकड आपोआप सुरू झाली. खुर्चीतल्या खुर्चीत हालचाल करीत, रोझा क्लेबनं टेबलावरल्या एका टेलिफोनचा रिसीव्हर उचलला आणि एक नंबर फिरविला.

''ऑपरेशन्स रूम.'' एका पुरुषी आवाजानं तिला प्रतिसाद दिला.

आपले पिवळे घारे डोळे वर करून रोझा क्लेबनं खोलीमधल्या एका भिंतीकडे पाहिलं. त्या सबंध भिंतभर असलेल्या नकाशावरल्या गुलाबी रंगानं रंगविलेल्या एका विशिष्ट भूभागावर तिची भेदक दृष्टी खिळली. नकाशामधला तो गुलाबी भूभाग म्हणजे इंग्लंडचा भूप्रदेश होता. त्या भूप्रदेशाकडे बघत असताना तिचे ओलसर ओठ विलग झाले आणि त्यांच्यामधून करड्या स्वरात शब्द उमटले,

''कर्नल क्लेब बोलतेय. इंग्लिश गुप्तहेर बाँड याच्या विरुद्धच्या कटाची मोहीम. या मोहिमेला तात्काळ सुरुवात करायची आहे. तिची अंमलबजावणी ताबडतोब सुरू करा.''

□

## भाग दुसरा

# कटाची अंमलबजावणी

## ११. आरामाचा काळ

दैनंदिन दिनक्रमामधल्या, रहाटगाडग्यासारख्या रोजच्या सरळसाध्या नि सपक आयुष्याला जेम्स बाँड विटला होता. निरुद्योगामुळे आळस त्याच्याभोवती आपले पाश आवळत होता नि त्यामुळे त्याची घुसमट होत होती. आपली अशी अवस्था व्हावी हे पाहून तो अतिशय वैतागला होता. सदोदित धामधुमीच्या थरारक मोहिमांवर, धोकादायक नि जीवघेण्या कामगिऱ्यांवर वावरणारा तो एक सळसळत्या रक्ताचा माणूस होता; परंतु गेला प्रदीर्घ काळ कोणतीही थरारक मोहीम अथवा कामगिरी निघाली नव्हती. चौफेर शांतता होती नि एकूण सगळं वातावरण सुस्त, संथ नि कंटाळवाणं बनलं होतं.

त्याच्या हेरगिरीच्या विशिष्ट व्यवसायात, असला नीरस आयुष्यक्रम नि खायला उठणारी शांतता जवळजवळ गेलं वर्षभर ताणली गेली होती. हे जे रोजचं कंटाळवाणं बेचव आयुष्य त्याला जगावं लागत होतं, त्यानं तो वैतागला होता. एखाद्या थरारक, जीवावरच्या मोहिमेवर असताना आपण मेलो नाही; पण ही शांतता, हे निरुद्योगी आयुष्य नि हा कंटाळा आपल्याला मारणार, आपला घात करणार, असं त्याला वाटू लागलं.

त्यावेळी ब्रिटिश सिक्रेट सर्व्हिसमध्ये फक्त तीनच असे निष्णात गुप्तहेर होते, ज्यांच्या सांकेतिक क्रमांकामध्ये ०० ही उपाधी होती. एखाद्या कामगिरीवर असताना आणीबाणीची वेळ आली असताना किंवा जीवावरचा प्रसंग गुदरला असता शत्रुपक्षाच्या माणसाची सरळ हत्या करण्याची परवानगी या हेरांना त्यांच्या खात्याकडून देण्यात आली होती. ०० हे त्याचंच द्योतक होतं. माणसं मारण्याचं लायसेन्सच होतं ते. अर्थात गरज पडेल, तेव्हाच या अनुज्ञेचा वापर करायचा आणि या तीनही हेरांनी तिचा अवलंब केला होता. वेळप्रसंगी स्वत:चा जीव धोक्यात आल्यावर त्यांनी हत्या केल्याही होत्या. जेम्स बाँड हा त्या तिघा गुप्तहेरांपैकी एक होता. त्यामुळे ब्रिटिश सिक्रेट सर्व्हिसमधला तो एक अत्युत्तम हेर होता, हे निराळं सांगण्याची काही आवश्यकता नाही.

एखाद्या मोहिमेवर असताना, कराव्या लागणाऱ्या धावपळीचं नि धामधुमीचं बाँडला आकर्षण होतं. त्यामुळे तो नेहमीच कसा तल्लख नि तंदुरुस्त राहात असे; पण त्यानं यशस्वीपणे पार पाडलेल्या मागल्या एका कामगिरीनंतर गेलं वर्षभर कुठलीच मोहीम निघाली नव्हती. वर्षभर सगळीकडे शांतता होती नि त्याच्या साहसी स्वभावाविरुद्ध त्याला स्वस्थ बसावं लागलं होतं. निरुद्योगी, कंटाळवाणा दिनक्रम त्याच्या साहसी वृत्तींवर जणू गंज चढवीत होता. सबंध वर्षभराच्या कंटाळवाण्या

दिनक्रमामुळे, रोजच्या त्याच त्याच गोष्टींमुळे त्याच्या अंगात आळस मुरत चालला होता. आणि म्हणूनच त्याला आपला कोंडमारा झाल्यासारखं वाटत होतं. शरीराचं, मनाचं ते गुदमरणं, तो कोंडमारा त्याला असह्य झाला होता. एखाद्या मोहिमेवर किंवा सनसनाटी कामगिरीवर जाण्याकरिता तो तडफडत होता; पण त्याच्याजोगतं कुठलं काम निघत नसल्यानं त्याच्या खातेप्रमुखाकडून त्याला बोलावणं येत नव्हतं. आणि त्यामुळे स्वत:शी चडफडत स्वस्थ बसून राहण्याशिवाय त्याला गत्यंतर उरलं नव्हतं.

चाकोरीबद्ध, कंटाळवाण्या नि नीरस दिनक्रमाची अशी आणखी एक सकाळ त्या दिवशी उजाडली होती. ऑगस्ट महिन्यामधली ती १२ तारीख होती. वार गुरुवार होता. आणि वेळ सकाळचे साडेसात ही होती. किंग्ज रोडनजिक प्लेन-ट्रीड-स्क्वेअर परिसरामधल्या आरामशीर फ्लॅटमधल्या आपल्या बेडरूममध्ये बाँडला जाग आली. पुढल्या कंटाळवाण्या दिवसाचा विचार मनात येऊन त्याला एकदम वैताग आला. गेलं वर्षभर हे सालं असंच चाललंय... त्याच्या मनात आलं. रोज ताज्यातवान्या अवस्थेत उत्साहानं उठावं, हा ज्याचा परिपाठ होता; आळस, कंटाळा हे नुसते शब्द सुद्धा ज्याच्या कपाळात तिडीक उठवीत असत, अशा बाँडवर कंटाळवाण्या दिवसाच्या कल्पनेनं वैतागण्याची वेळ यावी, ही खरोखरच मोठी दुर्दैवाची गोष्ट होती.

बिछान्यातून पडल्या पडल्या हात लांब करून उशालगतच्या भिंतीवरलं घंटीचं बटण त्यानं दोनदा दाबलं. तो जागा झालाय, हे त्याच्या हाऊसकीपरला– 'मे'ला– कळविण्याची ती त्याची रोजची सांकेतिक खूण होती. आणखी थोड्या वेळानंतर तो ब्रेकफास्टसाठी तयार असेल, हे तिला त्यामुळे कळणार होतं नि ती त्या तयारीला लागणार होती. मे ही प्रौढ स्कॉटीश स्त्री, बाँडचं घर सांभाळणारी एक तत्पर नि आनंदी वृत्तीची हाऊसकीपर होती. बाँडला ती फार आवडत असे नि त्याच्या लेखी तिचं मोल एखाद्या मौल्यवान खजिन्याइतकं होतं. कंटाळवाण्या दिवसाचा विचार असह्य होऊन बाँडनं आपल्या अंगावरली चादर बाजूला भिरकावली आणि पटकन उठून पलंगावरून पाय खाली सोडत तो एकदम उभा राहिला. अंगात मुरलेला आळस नि कंटाळा घालवायचा असला, तर त्यासाठी फक्त एकच मार्ग असतो– तो म्हणजे तो झटकून टाकणं नि त्यापासून आपली सुटका करून घेणं. हा आळस, हा कंटाळा आपल्याला घालवायलाच हवा... त्याच्या मनात आलं. त्यासाठी काहीतरी धडाकेबाज हालचाल केली पाहिजे. मनाजोगतं काम नाही म्हणून असं आळशागत पडून राहण्यानं शरीरात सुस्ती भिनत चालली आहे. ती घालवायची असेल, तर थोडा व्यायाम करायला काय हरकत आहे? हा विचार मनात येताच बाँडनं आपला उघडाबंब देह एकदम जमिनीकडे झोकत दोन हातांवर तोलला.

हाताचे तळवे जमिनीवर रोवत, सबंध शरीराच्या स्नायूंना ताण बसावा म्हणून अगदी सावकाशपणे त्याने वीस जोर काढले. त्याच्या श्वासोच्छ्वासाचा वेग वाढला. चेहरा लालबुंद बनला. दंडांमधले स्नायू भरून आले, तेव्हा पटकन पाठीवर वळत तो उताणा झाला. दोन्ही पायांचे अंगठे, पावलं जुळवून त्यानं पाय काटकोनात वर आणले. पुन्हा खाली नेले आणि त्याची पुनरावृत्ती करीत पोटाच्या स्नायूंना ताण दिला. पोटाच्या स्नायूंना पुरेशी रग लागल्यावर तो उठून उभा राहिला. दोन पायांमध्ये अंतर ठेवून, खाली वाकून हातांनी दोन्ही पायांच्या अंगठ्यांना आळीपाळीनं भराभर स्पर्श करण्यास त्यानं सुरुवात केली. वीस पंचवीस वेळा अशी आवर्तनं केल्यावर त्याच्या कमरेला आणि मांड्यांच्या, पोटऱ्यांच्या स्नायूंना चांगला ताण बसला. मग सरळ उभं राहात दोन्ही हात बाजूला पसरत, डोक्यांवर नेत त्यानं काही वेळ कवायत केली. तिनं त्याचे खांदे भरून आले. सबंध शरीराला असा व्यायाम दिल्यानंतर मांडी घालून तो खाली बसला. भराभर श्वास घेत नि सोडत मग तो प्राणायाम करू लागला. खोल श्वास घेण्याच्या, सोडण्याच्या त्या क्रियेमुळे त्याची छाती लोहाराच्या भात्यासारखी धपापू लागली. चेहरा रक्तवर्णी झाला. मस्तक सुन्न होईपर्यंत त्यानं प्राणायाम केला. नंतर धापा टाकत श्वास मूळ पदावर येईस्तोवर तो स्तब्धपणे बसून राहिला. काही मिनीटांनी उठून, पांढऱ्याशुभ्र ग्लेझ्ड् टाईल्सनी सुशोभित केलेल्या आपल्या मोठ्या बाथरूममध्ये तो गेला. तिथल्या काचेच्या शॉवर कॅबिनेटमध्ये शिरून त्यानं अगोदर गरम पाण्याचा शॉवर सुरू करून सगळं अंग छान शेकून घेतलं. नंतर तो बंद करून थंड पाण्याचा शॉवर सुरू करून तो त्याखाली पाच मिनीटं उभा राहिला. शॉवरबाथ घेतल्यानंतर आरशासमोर उभं राहून त्यानं दाढी केली. तोंड धुतलं. मग टर्कीश टॉवेलनं तोंड टिपून तो बाथरूममधून बाहेर पडला. आणि गडद निळ्या रंगाचा 'सी-आयलंड' सुती शर्ट त्यानं अंगात घातला. नेव्ही ब्ल्यू रंगाची पँट चढविली. पायात काळ्या लेदर सपाता सरकवून बेडरूममधून बाहेर पडून अतिशय प्रशस्त खिडक्या असलेल्या आपल्या मोठ्या सिटींग-रूममध्ये तो जेव्हा गेला तेव्हा अंगातला आळस नि कंटाळा पळवून लावल्याचं समाधान त्याच्या चेहऱ्यावर विलसत होतं. खिडकीजवळच्या एका आरामखुर्चीत तो मग आरामात विसावला.

जराशानं त्याची हाऊसकीपर मे दारावर टकटक करून आत आली. तिचे बरेचसे केस पांढरे झाले होते; पण मुद्रा प्रसन्न, आनंदी आणि चेहरा टवटवीत, तजेलदार होता. हातातला नाश्त्याचा ट्रे आणि बगलेतला 'टाईम्स' पेपर तिनं बाँडसमोर असलेल्या छोट्या बैठ्या टेबलावर ठेवला.

''गुडमॉर्निंग, मे!'' बाँड तिला स्मितवदनानं म्हणाला.

''गुडमॉर्निंग, स्...'' मे उत्तरली.

वास्तविक, बाँड तिचा मालक; पण मे त्याला कधी सर म्हणत नसे. इंग्लंडचे इंग्लिश राजे आणि विन्स्टन चर्चिल यांच्या व्यतिरिक्त इंग्लंडमधील एकही व्यक्ती 'सर' ही आदराची उपाधी लावण्याच्या लायकीची नाही, असं तिचं स्पष्ट मत होतं. तिच्या परखडपणाबद्दल बाँड तिची चेष्टा करी; पण तिचा हा स्पष्टवक्तेपणा त्याला आवडत असे. तथापि, याचा अर्थ मेला बाँडबद्दल आदर नव्हता, असं नव्हे. तो व्यक्त करण्याकरिता 'सर' असा पूर्ण उच्चार करण्याऐवजी ती 'स्...' असं नेहमी त्रोटकपणे म्हणत असे.

बाँडनं 'टाईम्स' वृत्तपत्राची घडी उघडून बातम्यांचं मधलं पान काढलं, तेव्हा टेबलाच्या बाजूला उभं राहून मे त्याला म्हणाली,

"तुमचा तो टेलीव्हिजनवाला माणूस काल रात्री पुन्हा येऊन गेला."

"कोण टेलीव्हिजनवाला माणूस?" वृत्तपत्रातील ठळक मथळ्यांवरून नजर फिरवीत बाँडनं तिला विचारलं.

"तोच नेहमी येतो तो माणूस. जून महिन्यापासून आत्तापर्यंत तो सहा वेळा येऊन मला त्रास देऊन गेलाय. अगदी पहिल्या वेळी तो आला होता, तेव्हाच ही टेलीव्हिजनची पीडा आमच्या घरात अजिबात नको, असं मी त्याला अगदी स्पष्टपणे सांगून टाकलं होतं; पण तरीही तो पिच्छा सोडत नाही. हप्त्यानं घ्या, पैसे मागाहून द्या, असा लकडा लावतो. महा लोचट नि चिवट आहे बघा तो."

"हे सेल्समन्स असेच लोचट नि चिवट असतात." हातातला पेपर खाली ठेवून कॉफी-पॉट उचलत बाँड म्हणाला.

"शेवटी काल मी त्याला थोडं खडसावलंच– रात्री लोकांची जेवणाची वेळ असते, तेव्हा कसला येतोस? आणि उगाच त्रास देतोस? तू खराच सेल्समन आहेस का? तुझी ओळखपत्रं दाखव. आहे का तुझ्यापाशी काही दाखवायला?' मी त्याला रोखठोकपणे विचारलं."

"मग तुझ्या खडसावण्याला तो घाबरला असेल!" एका मोठ्या कपात काठापर्यंत काळी कॉफी ओतून घेत बाँडनं विचारलं.

"छे:! अजिबात नाही. उलट, त्यानं आपलं युनियनचं कार्ड काढून मला दाखविलं. आपल्या 'इलेक्ट्रिशियन युनियन'चं कार्ड सुद्धा दाखवलं. उपजीविकेसाठी फावल्या वेळात असली कामं करून पैसे कमवायचा आपल्याला हक्कच आहे, असंही म्हणाला तो. हे युनियनवाले म्हणजे कम्युनिस्ट लोकच ना स्?" मे नं विचारलं.

"हो, बरोबर." बाँड संदिग्धपणे उत्तरला. त्याचं मन एकदम सावध झालं. मेंदू तल्लखपणे विचार करू लागला. ते लोक आपल्यावर पाळत तर ठेवून नाहीत ना? त्यांचा आपल्यावर डोळा तर नसेल ना? त्याच्या मनात आलं. कॉफीचा एक घोट

घेऊन त्यानं कप खाली ठेवला आणि मे कडे बघत अगदी सहज स्वरात विचारलं, "हा माणूस तुझ्याशी काय बोलला? त्याचे नेमके शब्द मला सांग पाहू, मे! काय म्हणाला तुला तो?"

"तो म्हणाला, की फावल्या वेळात कमिशनवर टेलीव्हिजन विकण्याचा उद्योग तो करतो. या परिसरात फक्त आपल्याकडेच टेलीव्हिजन सेट नाहीये, असं त्याचं म्हणणं! कारण आपल्या घराच्या गच्चीवर त्याला टेलीव्हिजनची अँटेना दिसली नाही. म्हणजे केवढं बारीक निरीक्षण आहे बघा त्याचं! तुम्ही घरी केव्हा भेटाल, म्हणजे त्याला थेट तुमच्याशीच बोलणं करता येईल टेलीव्हिजन विकत घेण्याबद्दल असं सारखं विचारत असतो तो. भारीच चिवट आहे बघा. तुम्हाला घरातून बाहेर पडताना किंवा घरी परतण्याच्या वेळी त्यानं अजून कसं गाठलं नाही, याचंच मला आश्चर्य वाटतंय. तुम्ही घरातून बाहेर केव्हा पडता, संध्याकाळी घरी केव्हा परतता? आज साहेब भेटतील का, तुम्ही त्यांची वाट पाहात आहात का? असल्या चौकशा तो माझ्याजवळ सतत करीत असतो. अर्थात, तुमच्या येण्याजाण्याबद्दल मी त्याला काहीच सांगितलं नाही. त्याचा हा लोचटपणा सोडला, तरी बाकी माणूस तसा एकदम स्मार्ट आणि बोलण्या-वागण्यात एकदम छान आहे. इतक्या अदबीनं नि गोड बोलतो, की बस्स!"

तो खरोखरच टेलीव्हिजन विक्रेता असेल का? का आपल्यावर कुणीतरी पाळत ठेवली आहे? सिक्युरिटी सेक्शनला या गोष्टीची वर्दी द्यावी का?... बाँडच्या मनात झरझर विचार आले आणि त्यानं खांदे उडविले. आपण उगीचच नाही नाही त्या शंका-कुशंका घेतोय. आपल्याला वाटतंय, तसलं काहीच नसणार. ते लोक आपल्यावर कशाला पाळत ठेवतील? आणि समजा, अगदी तसंच काही असलंच, तर सिक्युरिटी सेक्शन आपल्याला वेळीच सावध करील नि आपला राहता फ्लॅट बदलायला लावील...

"या खेपी तू त्याला खडसावलं आहेस, तेव्हा तो आता पुन्हा आपल्याकडे येणार नाही, अशी माझी खात्री आहे." स्मितवदनानं मे कडे बघत बाँड तिला म्हणाला.

"होय, स्...! बघू या काय करतो ते." मे संशयानं म्हणाली आणि वळून आपला काळा झगा सावरत निघून गेली. ऑगस्टमधल्या उकाड्याच्या दिवसांमध्ये देखील तिनं जुन्या फॅशनचा, पारंपरिक काळा झगा घालावा, याबद्दल बाँडला विस्मय वाटला. घराच्या आसपास कुणी परकी व्यक्ती रेंगाळताना किंवा संशयास्पद रितीनं घोटाळताना जर दिसली, तर तिच्या हालचालींवर नजर ठेवण्याची सूचना बाँडनं तिला देऊन ठेवलेली होती. अनाहूतपणे येणाऱ्या-जाणाऱ्यांवर ती लक्ष ठेवून असते, या टेलीव्हिजन सेल्समनसारख्या चिवट माणसालाही पद्धतशीरपणे कटविते,

हे पाहून त्याला समाधान वाटलं. अशा बारीकसारीक गोष्टी अधून मधून आपल्या कानावर येतात आणि मनात उगीचच नको ते विपरीत विचार येतात. त्यांच्यामागे काहीतरी रहस्य दडलं असलं पाहिजे, असं आपल्याला वाटू लागतं! धोक्याची अशी भावना जाणवणं हा बाँडचा नेहमीचाच अनुभव होता. तथापि, वारंवार येणाऱ्या त्या सेल्समनबद्दल मे नं त्याला सांगितलं, तरी आळसामुळे सुस्त बनलेलं त्याचं मन या खेपी नेहमीसारखं तल्लख नि सावध झालं नाही. एरवी कम्युनिस्ट युनियनचा एक माणूस वारंवार आपल्या घरी येतो, ही नुसती बातमी कळताच तो तात्काळ त्याच्या मागावर सुटला असता, त्याचा ठावठिकाणा त्यानं शोधून काढला असता नि ती काय भानगड आहे, याची शहानिशा लगेच करून घेतली असती; पण गेले कित्येक महिने बिनकामाचे गेल्यामुळे आळशी, सुस्त बनलेलं त्याचं मन यावेळी म्हणावं तसं सावध नि तल्लख झालं नाही. एखादी निरुपयोगी तलवार बराच काळ म्यानात पडून पडून गंजून जाते, तशी त्याच्या मनाची अवस्था होऊन गेली होती. मनातले विचार दूर सारून बाँडनं आपलं लक्ष आपल्या पुढ्यात असलेल्या खाद्यपदार्थांकडे वळवलं. त्याच्या दिनक्रमात सकाळच्या ब्रेकफास्टला अतिशय महत्त्व होतं. तो जेव्हा केव्हाही लंडनमध्ये वास्तव्य करून असे, तेव्हा त्याचा ब्रेकफास्टचा मेनू नेहमी अगदी ठराविक असे.

त्याच्या रोजच्या नाश्त्यामध्ये दोन चांगले मोठे कप भरून खूप स्ट्रॉंग नि साखर न घातलेली कॉफी तो पीत असे. न्यू ऑक्सफर्ड स्ट्रीटवरल्या 'डी ब्राय' या दुकानातूनच या काळ्या कॉफीची पूड मे नेहमी आणत असे. एका 'अमेरिकन केमेस्क'मध्ये शास्त्रशुद्ध रितीनं ह्या कॉफीच्या पावडरीचं मिश्रण तयार केलं जात असे. या कॉफीचा स्वाद बाँडच्या फार आवडीचा होता. गडद निळ्या रंगाच्या, सोनेरी कड असलेल्या चिनी मातीच्या 'एग कप'मध्ये दररोज उकडलेलं एक अंडं ठेवलेलं असे. उकळत्या पाण्यात ते मोजून तीन मिनीटं नि वीस सेकंद इतका वेळच उकडलेलं असे.

ब्राऊन रंगाचं, बारीक ठिपक्यांचं ते अंडं 'फ्रेंच मारान' जातीच्या कोंबडीचं असे नि ते अतिशय ताजं असे. लंडनजवळच्या एका परगण्यात मे च्या एका मैत्रिणीचा पोल्ट्री फार्म होता. करड्या रंगाची ही अंडी मे बाँडसाठी खास तिथून मागवत असे. (कारण बाँडला पांढरी अंडी, त्यांची चव आवडत नसे. ते त्याचं एक 'फॅड' होतं. अनेक बारीकसारीक गोष्टींमधला त्याचा असा विक्षिप्तपणा मे ला सांभाळावा लागत असे. अंडं सुद्धा त्याला नेमक्या वेळातच नि पद्धतशीरपणे उकडलेलं लागे. अंडं उकडण्याच्या तंत्रात जो अचूकपणा नियमितपणे पाळला जाई, त्याची त्याला गंमत वाटे. या तंत्रामुळे अंड्याची चव छान लागते, असं त्याचं मत होतं.) अंड्याव्यतिरिक्त त्याच्या नाश्त्यामध्ये कोंडा न काढलेल्या पिठापासून बनविलेल्या, बेकरीमध्ये

खरपूसपणे भाजलेल्या, पावाच्या दोन जाड स्लाईसेसचे टोस्ट असत. त्यावर लावण्यासाठी 'जर्सी बटर' अर्थात पिवळ्या लोण्याचा एक मोठा गोळा असे. याव्यतिरिक्त त्याच्या ट्रेमध्ये 'टिप् ट्री'चा 'लिट्ल स्कार्लेट' स्ट्रॉबेरी जॅम, 'कूपर्स व्हिंटेज आक्सफर्ड'मधून मागविलेला फळांचा गरांचा मिश्र मुरंबा आणि 'फोर्टनम्स'मधून आणविलेला खास 'नॉर्वेजियन हेदर हनी' अर्थात नॉर्वेच्या जंगलातील मधमाशांनी गोळा केलेला विशिष्ट प्रतीचा मध असे. विविध खाद्यपदार्थही असत. कॉफीचं मोठं नक्षीदार भांडं आणि काटे, सुऱ्या, चमचे या ट्रेमधल्या वस्तू शुद्ध चांदीच्या असून 'क्वीन ॲनी'मधून आणविलेल्या होत्या, तर चिनी मातीची क्रॉकरी खास 'मिंटन'ची गडद निळ्या रंगाची आणि सोनेरी रिंगांच्या कडा असलेली खास दर्जाची होती. तर उत्तम प्रतीच्या भांड्यांमध्ये विशिष्ट तऱ्हेने तयार केलेले खाद्यपदार्थ, आपल्या रोजच्या नाश्त्यामध्ये बाँड नेहमी घेत असे. सकाळचा नाश्ता सावकाश न चवीनं खाणं याला त्याच्या दृष्टीनं फार महत्त्व होतं. धामधुमीच्या दिवसांमध्ये तो केव्हातरी मे ला चांगलं चार अंड्यांचं ऑमलेट बनविण्याची फर्माइशही करीत असे...

तर त्या दिवशी सकाळी आपला आवडता नाश्ता घेत असताना नि त्यातला शेवटचा मध संपवीत असताना एकीकडे त्याच्या मनात आपल्यामध्ये इतका आळस का मुरला, आपण एवढे सुस्त नि निरुत्साही का बनलो, याबद्दलचे विचार चालू होते. या गोष्टींना कारणीभूत असलेले ठळक ठळक मुद्दे तो आपल्या मनाशी मांडू लागला. त्यातला पहिला मुद्दा होता 'टिफानी केस'च्या सहवासातून उद्भवलेला. हिऱ्यांच्या चोरट्या व्यापाराच्या संदर्भातल्या एका कामगिरीवर सुमारे वर्षभरापूर्वी त्याचा वरिष्ठ 'एम्' यानं त्याला पाठविलं होतं. त्या कामगिरीवर असताना टिफानी केस नावाच्या एका रूपसुंदर तरुणीशी त्याचा संबंध आला होता. ती कामगिरी पार पाडताना खूपच मजा आली होती. बाँडचं आणि मिस् केसचं छान सूत जुळलं होतं. त्यानं तिच्या सहवासात काही काळ घालविला होता... तिच्याबरोबर अनुभवलेले उन्मुक्त प्रणयाचे ते रम्य दिवस आठवले आणि बाँडनं एक हुरहुरता निःश्वास सोडला. टिफानी केस त्याला आवडली होती. फार आवडली होती. त्याचं तिच्यावर प्रेम जडलं होतं. काही महिने ती दोघं एकत्र राहिली होती. एकमेकांवर प्रेमाचा वर्षाव करीत, प्रणयाच्या धुंदीत एका वेगळ्या बेहोषीत घालविलेला तो काळ केवळ अविस्मरणीय असाच होता; पण... पण नंतर ती त्याला सोडून गेली होती. काही आठवडे एका वेगळ्या हॉटेलात जाऊन राहिली होती. तिच्या विरहाचे ते क्लेशकारक आठवडे बाँडनं फार भयंकर मनःस्थितीत घालवले होते... तिच्याविना तो व्याकूळ होऊन गेला होता. अखेरीस जुलै महिन्याच्या शेवटी एका बोटीनं ती अमेरिकेला निघून गेली होती. त्याच्या जीवनातून कायमची निघून गेली होती. नंतर पुढे कितीतरी दिवस तिचा विरह बाँडला तीव्रपणे जाणवत राहिला होता. आणि तिच्या आठवणीनं

त्याच्या अंतःकरणात अजूनही कळ उमटत होती... त्याच्या आयुष्यातला सारा उत्साहच नाहीसा झाला होता. आणि... आणि म्हणूनच त्याला काही करावंसं वाटत नव्हतं.

जीवनक्रम अर्थहीन नि नीरस बनून गेला होता... त्यानंतर मग ऑगस्ट महिना आला होता. लंडनमध्ये विलक्षण उन्हाळा पडला होता. उकाड्यानं बाँड हैराण होऊन गेला. त्याच्या जिवाची तगमग वाढली. आळस त्याच्या नसानसांमध्ये मुरू लागला. तर उन्हाळा हा त्याला निष्क्रिय बनविणारा दुसरा मुद्दा ठरला होता. त्याच्याजवळ भरपूर रजा शिल्लक होती; पण ती घेऊन एकट्यानंच कुठे जायला त्याचं मन तयार होत नव्हतं. टिफानीबरोबर कुठेतरी लांब सहलीवर जाण्याकरता रजा घ्यायचं त्यानं ठरविलं होतं; पण तीच त्याला सोडून गेली होती. त्यामुळे तो प्रश्नदेखील निकालात निघाला होता. टिफानीची जागा भरून काढू शकेल, अशी एखादी दुसरी पोरगी तात्पुरती शोधावी आणि तिला घेऊन कुठेतरी लांब निघून जावं, असं देखील त्याला वाटत नव्हतं. त्याचा सगळा उत्साहच जणू मावळला होता. कशाचंच काही राहिलं नव्हतं. नि म्हणून तो लंडनमध्येच राहिला होता. सिक्रेट सर्व्हिसच्या हेडक्वार्टर्सवर दररोज जात होता. तिथले जवळ जवळ निम्मे कर्मचारी रजेवर गेल्यामुळे तिथे देखील त्याला खूप सुनंसुनं वाटत होतं. तसल्या कंटाळवाण्या वातावरणात दैनंदिन काम उरकत ऑफिसातल्या इतर सहकाऱ्यांबरोबर निरर्थक मुद्द्यांवरून वादावादी करीत आणि आपल्या सेक्रेटरीवर क्षुल्लक कारणांवरून रागवत, तिला डाफरत त्याचे दिवस कसेतरी चालले होते. पिंजऱ्यात कोंडलेल्या नि त्या कोंडमाऱ्याने चवताळलेल्या वाघासारखी बाँडची अवस्था होऊन गेली होती.

त्याची ती अवस्था बघून खुद्द त्याचा बॉस– त्याचा वरिष्ठ अधिकारी– 'एम्' हा सुद्धा विलक्षण अस्वस्थ होऊन गेला होता. त्याच्या ऑफिसखोलीपासून एक मजला खाली असलेल्या बंदिस्त ऑफिसखोलीमधल्या आपल्या या वाघाला कसं आवरावं, कशात गुंतवावं, याचा तो गंभीरपणे विचार करू लागला होता. आणि अखेरीस त्यानं बाँडला एक तीक्ष्ण नोट पाठविली होती. पे मास्टर कॅप्टन ट्रूप याच्या नेतृत्वाखाली असलेल्या एका 'चौकशी समिती'मध्ये बाँडची नेमणूक करण्यात आल्याचं त्या ऑफिस-नोटमध्ये म्हटलं होतं. बाँड हा सिक्रेट सर्व्हिसमधला एक सीनिअर ऑफिसर असून ऑफिसमधल्या प्रशासनिक अडचणी सोडविण्याच्या कामी त्यानं थोडा हातभार लावण्याचा समय आता आला आहे, असंही त्या ऑफिसनोटमध्ये असलेल्या मजकुरात नमूद केलेलं होतं. शिवाय, बराचसा ऑफिस स्टाफ त्या सुमाराला रजेवर असल्यानं दुसरी कुणी लायक अधिकारी व्यक्ती उपलब्ध नव्हती. हेडक्वार्टर्सवर कर्मचाऱ्यांची उणीव भासत होती. काही महत्त्वाच्या मोहिमा किंवा कामगिऱ्या निघत नसल्यानं सिक्रेट सर्व्हिसचा ०० सेक्शनही थंड आणि निष्क्रियच

अवस्थेत होता. अशा परिस्थितीत प्रशासनिक विभागातलं फालतू नि अप्रिय काम बाँडकडे येणं, ही गोष्टही मग अपरिहार्यच होती. आणि म्हणूनच सोमवारी दुपारी अडीच वाजता रूम नंबर ४१२ मध्ये रिपोर्ट करण्याचा हुकूम बाँडला त्याच्या वरिष्ठांकडून मिळाला होता... आणि कॅप्टन ट्रूप हा त्या एन्क्वायरी कमिटीचा चेअरमन होता...

नाश्ता संपविल्यावर खुर्चीत आरामात मागे रेलत बाँडनं त्या दिवसाची आपली पहिली सिगारेट शिलगावली, तेव्हा त्याच्या मनात आलं– 'हा लेकाचा खडूस, आखडू नि पदोपदी टोचून बोलणारा, दुसऱ्यांचा कायम उपहास करणारा कॅप्टन ट्रूपच आपल्या या सगळ्या वैतागाचं, कंटाळ्याचं प्रमुख कारण आहे.' असल्या फालतू माणसाशी डोकं घासायची वेळ आपल्यावर यावी, हे सालं आपलं केवढं दुर्दैव!'

चौकशी समितीच्या पहिल्या बैठकीपासूनच कॅप्टन ट्रूपशी बाँडचे मतभेद झाले होते. त्याच्याशी त्याची खडाजंगी उडाली होती. ट्रूपचे मुद्दे बाँडला पटत नव्हते.

मोठा पसारा असलेल्या प्रत्येक खात्यामध्ये एक जुलमी अधिकारी असतो, जो त्या खात्याच्या सबंध स्टाफमध्ये फार अप्रिय असतो. हा माणूस बहुधा जनरल मॅनेजर किंवा 'हेड ऑफ ॲडमिनिस्ट्रेशन' अर्थात प्रशासनिक अधिकारी असतो. पहारा देणाऱ्या 'वॉचडॉग' कुत्र्याप्रमाणे खात्यामधल्या अनेक बारीक सारीक गोष्टींवर हा प्राणी बारीक नजर ठेवून असतो. उदाहरणार्थ, पेटी कॅश, हीट ॲण्ड लाईट, लॅव्हेटरीजमध्ये ठेवले जाणारे टॉवेल्स, साबणाच्या वड्या, ऑफिससाठी लागणाऱ्या सर्व प्रकारच्या स्टेशनरीचा पुरवठा, कँटीनमधली व्यवस्था, 'हॉलीडे रोटा' आणि ऑफिस स्टाफचा वक्तशीरपणा अशा अनेकविध गोष्टींवर तो लक्ष ठेवून असतो नि त्या हाताळत असतो. ऑफिसमधल्या सगळ्या सुखसुविधांची जबाबदारी तर याच्याकडे असतेच; पण खात्यामधल्या सर्व स्त्री-पुरुष कर्मचाऱ्यांच्या व्यक्तिगत सवयींशी नि वागणुकीशी देखील हा प्राणी चांगला परिचित असतो. हा माणूस अतिशय काटकसरी, चौफेर निरीक्षण करणारा, सतत टेहेळणी करणारा नि सगळीकडे लुडबुड करणारा नि अतिचिकित्सक असतो. तो एक प्रकारचा छोटासा हुकूमशहाच असतो. आता या सगळ्या गुणावगुणांमुळे साऱ्या स्टाफमध्ये तो अप्रिय नसला, तरच नवल! उत्तम रितीनं चालणाऱ्या सगळ्या खात्यांमध्ये असा एक माणूस अगदी हमखास असतोच. आणि ब्रिटिश सिक्रेट सर्व्हिसमध्ये आर. एन. रिटायर्ड, पे मास्टर कॅप्टन ट्रूप हा असाच एक 'हेड ऑफ ॲडमिन्' अर्थात प्रशासनिक अधिकारी होता.

एखाद्या लखलखीत बोटीप्रमाणे माझ्या खात्याचा सगळा परिसर टापटीप नि व्यवस्थित ठेवणं हेच माझं काम, असं तो नेहमी गर्वानं म्हणत असे. कॅप्टन ट्रूपच्या अशा कठोर ड्युटीमुळे खात्याच्या सगळ्या लोकांशी त्याचं भांडण नि मतभेद

असणं, ही गोष्ट स्वाभाविक आणि अटळच होती. आणि अशा माणसाची एका विशिष्ट चौकशी समितीचा चेअरमन म्हणून 'एम्'नं नियुक्ती करावी, ही त्याच्या दृष्टीनं पाहू जाता दुर्दैवाचीच बाब होती; पण या कामासाठी दुसरा कुणी अधिकारी उपलब्ध नसल्यानं 'एम्'ला नाईलाजानंच त्याची निवड करावी लागली होती.

'बर्गेस आणि मॅक्लीन' केसच्या चौकशीकरिता 'एम्'नं ही चौकशी समिती बसविली होती. पाच वर्षांपूर्वी घडून गेलेल्या त्या केसचं प्रकरण आता उकरून काढण्यात आलं होतं. त्या केसची चौकशी ही तशी नाजूक नि क्लिष्टच बाब होती. आणि एम्नं बाँडला त्यात गुंतवलं होतं. चौकशीच्या पहिल्या दिवसाच्या बैठकीपासूनच बाँडचं मत कॅप्टन ट्रूप आणि इतर सदस्यांच्या विरोधात गेलं होतं. तो एकाकी पडला होता, तरीही आपल्या मताला ठामपणे चिकटून राहिला होता. आपलं मत त्यानं हट्टाग्रहानं मांडलं होतं. कॅप्टन ट्रूपच्या कुचकट टोमण्यांना त्यानं यथास्थितपणे टोलवून लावलं होतं. दोघांचीही कडाक्यानं वादावादी झाली होती.

गेले तीन दिवस चौकशी समितीत हाच काथ्याकूट चालू होता. समितीतील इतर बहुतेक सदस्य कॅप्टन ट्रूपच्या बाजूला झाले होते. आणि आज समितीला आपल्या शिफारसींबाबत निर्णय घ्यायचा होता. समितीतील सगळेजण एकीकडे आणि आपण एकटे एकीकडे अशी स्थिती असली, तरी पण आपण परखडपणे आपलं विरुद्ध मत नि शिफारस नोंदवायचं अप्रिय पाऊल उचलायचं का, या संभ्रमात बाँड पडला होता.

सकाळी नऊ वाजता आपल्या फ्लॅटमधून बाहेर पडून, जिने उतरून, पार्किंगच्या जागेतल्या आपल्या बेंटले मोटारीकडे तो चालला होता, तेव्हाही त्याच्या मनात तेच विचार चालले होते. आपण फार हट्टी नि दुराग्रही बनलो आहोत का? चिडखोर नि तिरसट झालो आहोत का? सगळ्या समितीविरुद्ध आपण एकट्यानंच आपल्या रिपोर्टात आपलं विरुद्ध मत मांडलं, तर ते बरं दिसेल का? हाती काही काम नसल्यानं, रोजच्या कंटाळवाण्या दिनक्रमामुळे आपण इतके का वैतागलो आहोत, की सगळ्यांच्या विरुद्ध जाऊन आपल्याच खात्यात आपण आपलं हसं करून घेणार आहोत? बाँडच्या मनात उलटसुलट विचारांचं वादळ घोंगावत होतं. काय निर्णय घ्यावा, हे त्याला समजत नव्हतं. तो संभ्रमात पडला होता. त्याच्या मनाचा ठाम असा निर्णय होत नव्हता. अनिश्चित मन:स्थिती बनल्यामुळे तो अत्यंत अस्वस्थ झाला होता. ही अस्वस्थता त्याच्या वैतागात आणखीनच भर घालीत होती आणि परिणामी त्याची प्रक्षुब्धता वाढतच चालली होती...

मोटारीचं दार उघडून आत शिरत बाँडनं ड्रायव्हिंग सीटवर बैठक मारली. खाडकन् दार बंद केलं आणि समोरच्या डॅशबोर्डवरलं सेल्फ-स्टार्टरचं बटण दाबलं. त्याची विशिष्ट गुणगुण संपताच घरघराट करीत मोटारीचं इंजिन एकदम सुरू झालं.

मोटारीच्या ‘ट्विन एक्झॉस्ट’मधून निळसर धूर बाहेर पडला आणि त्यांची संमिश्र घरघर होऊ लागली. गियर टाकत बाँडनं मोटार बाहेर रस्त्यावर काढली, तेव्हा कसं कुणास ठाऊक, पण पूर्वी कुठेतरी वाचलेलं एक अवलक्षणी अवतरण अचानक त्याच्या मनात आलं–

‘परमेश्वराला जेव्हा एखाद्याचा सर्वनाश घडवून आणायचा असतो, तेव्हा त्याला तो प्रथम आळशी नि कोपिष्ट बनवितो.’

–या अवतरणातला भावार्थ ध्यानात येताच बाँड एकदम स्वत:शीच हबकला.

□

## *१२. गोड आमीष*

निरनिराळ्या मोहिमांवरल्या धाडसी कारवायांची ज्याला आवड होती, ज्याची बोटं बेरेटा पिस्तुलाच्या चापाशी नेहमी खेळत असत, अशा साहसी जेम्स बाँडवर एका फडतूस चौकशी समितीत बसण्याची वेळ यावी, तिच्यामधल्या सदस्यांबरोबर त्याला वादावादी करावी लागावी, हा दैवाचाच भाग होता; पण कधी कधी अचानक एखादी अशी काही घटना घडते, की तिच्यामुळे अप्रिय वाटणारं काम आपोआपच टळतं. बाँडच्या बाबतीत त्या दिवशी असाच अनपेक्षित प्रकार घडला. समितीच्या अंतिम रिपोर्टाबाबतचं त्याचं एकमेव विरोधी मत, त्याचा एकट्याचा प्रतिकूल निर्णय नोंदविण्याची वेळच त्याच्यावर आली नाही.

त्या दिवशी तो आपल्या ऑफिसात पोहोचला. त्याची सेक्रेटरी नवा समर फ्रॉक घालून आली होती नि त्या पोशाखात फार सुंदर दिसत होती. बाँडनं त्याबद्दल तिचं कौतुक केलं. नंतर आदल्या रात्री आलेल्या संदेशांची फाईल तो चाळू लागला. त्याच वेळी त्याच्या टेबलावरचा लाल रंगाचा फोन मंदपणे घणघणू लागला. फोन त्याचा वरिष्ठ अधिकारी ‘एम्’ किंवा मग खात्याचा ‘चीफ ऑफ स्टाफ’ या दोघांपैकीच कुणाचा तरी असणार होता. बाँडनं पटकन रिसीव्हर उचलून कानाला लावला आणि तो म्हणाला, “००७”.

“जरा इकडे, वरच्या मजल्यावर येता का?” फोन चीफ ऑफ स्टाफचाच होता.

“एम्‌चं काही काम?”

“हो. बैठक बराच वेळ आणि मोठी सनसनाटी ठरणार आहे, असं दिसतंय. चौकशी समितीच्या कामासाठी तुम्हाला हजर राहायला जमणार नाही, असं मी कॅप्टन ट्रूपला कळवलंय.”

“कशाबद्दल बैठक आहे, तुम्हाला काही कल्पना?”

चीफ ऑफ स्टाफ बाँडच्या या प्रश्नावर खिदळत हसला आणि म्हणाला, "हो, खरं सांगायचं, तर मला कल्पना आहे; पण तुम्ही स्वत:च वर येऊन 'एम्'च्या तोंडून त्याबद्दल ऐकाल तर जास्त बरं होईल! जे काही ऐकाल, त्यानं खुर्चीतल्या खुर्चीत उडालच! प्रकरण बरंच खळबळजनक स्वरुपाचं आहे."

फोनचा रिसीव्हर जागेवर ठेवून, पटकन् उठत बाँडनं आपला कोट अंगावर चढवला. ऑफिसखोलीतून बाहेर पडत पाठीमागचं दार धाडकन लोटून बंद केलं. कॉरिडॉरमधून भरभर चालत तो लिफ्टच्या दिशेनं निघाला, तेव्हा रटाळ दिनक्रमाचे आपले आळसाचे दिवस संपले, कोणत्यातरी सनसनाटी कामाचा आरंभ ठरणारी तोफ डागली गेलीय, अशी काही एक विलक्षण भावना त्याला मनोमन जाणवू लागली. लिफ्टमधून तो वरच्या मजल्यावर पोहोचला नि लांबलचक कॉरिडॉरमधून एम्च्या ऑफिसकडे जाऊ लागला. तेव्हा आपल्या सभोवतालचं वातावरण कसल्यातरी अद्भुत रोमांचानं भारलं गेलंय, काहीतरी विलक्षण स्पंद आपल्याला पुलकीत करताहेत, असं त्याला भासू लागलं. त्याच्या टेबलावरला तो विशिष्ट लाल फोन घणघणला होता– तोच जगाच्या पाठीवर त्याच्यासाठी काहीतरी महत्त्वाची कामगिरी निघाल्याचा संकेत होता. एम्नं त्याच्यासाठी कोणतंतरी दूरवरचं लक्ष्य बहुधा निवडलं होतं नि फुफाटत सुटणाऱ्या एखाद्या क्षेपणास्त्रासारखा तो त्या लक्ष्याच्या दिशेनं झेपावणार होता.

बाँड पोहोचला, तेव्हा तिथे बसलेल्या एमच्या प्रायव्हेट सेक्रेटरीनं– मिस् मनीपेनीनं त्याच्याकडे पाहून स्मित केलं आणि समोर असलेल्या इंटरकॉमचं बटण दाबत ती म्हणाली, "००७ आले आहेत, सर."

"त्यांना आत पाठव." तिला प्रत्युत्तर मिळालं आणि त्याच क्षणी एम्च्या ऑफिसच्या प्रवेशद्वारावरला लाल दिवा लागला. त्याचा अर्थ– काही अत्यंत महत्त्वाचं बोलणं करायचं असल्यानं एम्ला एकांत हवा होता नि त्यात कुणी व्यत्यय आणायचा नाही– असा होता. एम्च्या ऑफिसचं दार लोटून बाँडनं आत प्रवेश केला. पाठचं दार त्यानं अगदी हळूच लावून घेतलं. ती ऑफिसखोली अगदी थंड होती. खिडक्यांवर असलेल्या 'व्हेनेशिअन ब्लाइंड्स'मुळे कदाचित तिला थंडावा आला असावा. खोलीतल्या जमिनीवर गडद हिरव्या रंगाचा गालिचा होता. त्यावर खिडकीच्या वर असलेल्या पट्ट्यापट्ट्यांच्या पडद्यामधून आत आलेले सूर्यप्रकाशाचे लांबट कवडसे पसरले होते नि ते थेट खोलीच्या मध्यभागी असलेल्या टेबलाच्या पायांपर्यंत गेले होते. एक पट्टा सावलीचा, एक प्रकाशाचा अशी ती नक्षी दिसत होती. आत आलेल्या प्रकाशामुळे गालीच्यावरून हिरवट रंगाचा उजेड परावर्तित होत होता नि त्या हिरवट रंगाच्या मंद प्रभावळीत टेबलापाठीमागे बसलेली एम्ची शांत, स्तब्ध आकृती दिसत होती. टेबलाच्या ठीक वर छताला असलेला दोन

पात्यांचा एक मोठा सीलींग फॅन मुलायमपणे फिरत होता. एम्च्या ऑफिसखोलीत तो नव्यानंच बसवण्यात आला होता. संथपणे फिरणारा तो पंखा ऑगस्ट महिन्यातील गरम हवा चाळवत होता. गेला आठवडाभर लंडनमध्ये उष्णतेची लाट चालू होती. हिरव्यागार झाडांनी समृद्ध असलेला रिजंट्स पार्कचा परिसर सुद्धा त्यामुळे गरम भासत होता. याच परिसरात ब्रिटिश सिक्रेट सर्व्हिसची बहुमजली भव्य इमारत होती. या इमारतीत वरच्या उंच मजल्यावरती 'एम्'ची ऑफिसखोली होती. तरी सुद्धा ऑगस्ट महिन्यामधल्या उष्म्याची झळ तिथपर्यंत पोहोचत होती.

लाल रंगाचं कातडी आच्छादन असलेल्या आपल्या प्रशस्त टेबलासमोरच्या एका खुर्चीत बसण्याची खूण एमनं बाँडला केली. बाँड त्या खुर्चीत बसला आणि एम्च्या, नाविकासारख्या शांत, धीरगंभीर नि रेखीव चेहऱ्याकडे त्यानं पाहिलं, जो त्याला अतिशय आवडत असे. आपल्यासमोर बसलेल्या आपल्या वरिष्ठाला बाँड फार मानत असे, त्याचा खूप आदर करीत असे आणि त्यानं दिलेली प्रत्येक आज्ञा, त्याचा प्रत्येक हुकूम कसोशीनं पाळत असे.

"मी जर तुम्हाला एक अगदी व्यक्तिगत, खासगी प्रश्न विचारला, तर तुमची काही हरकत नाही ना, जेम्स?" एमनं विचारलं.

खरं तर एम आपल्या स्टाफमधल्या लोकांना खासगी प्रश्न कधीच विचारीत नसे. कुणाच्याही व्यक्तिगत भानगडींमध्ये तो कधीच पडत नसे. त्यामुळे तो आता आपल्याला काय विचारणार, याबद्दल बाँडला काही कल्पना येईना.

"नाही, सर." तो उत्तरला.

टेबलावरल्या तांब्याच्या मोठ्या 'ॲश ट्रे'वर ठेवलेला आपला पाईप एम्नं उचलला. विचारमग्न मुद्रेनं त्याच्याकडे बघत त्याच्यात तंबाखू भरण्यास त्यानं सुरुवात केली. जराशानं काहीशा करड्या स्वरात तो म्हणाला, "वाटल्यास माझ्या प्रश्नाचं उत्तर तुम्ही नाही दिलंत, तरी चालेल; कारण तो तुमची ती मैत्रीण... अं... मिस् टिफानी केस हिच्या संबंधात आहे. तुम्हाला माहितीच आहे, की मी सहसा कुणाच्या खासगी प्रकरणांमध्ये लक्ष घालत नाही; पण मी असं ऐकलं, की हिच्यांच्या बाबतीतली आपली मागली कामगिरी संपवल्यानंतर तुम्हा दोघांचं बरंच सूत जुळलं होतं. तुम्ही दोघं एकमेकांना वारंवार भेटत होता. तुम्ही दोघं लग्न करणार असल्याचंही काहीजण म्हणत होते. ही गोष्ट खरी आहे का?–" एमनं बाँडकडे एक दृष्टीक्षेप टाकला आणि नजर खाली वळवली. तंबाखू भरलेला पाईप त्यानं तोंडात पकडला आणि काडेपेटीतली एक काडी पेटवून त्याच्यावर धरली. पाईपातील तंबाखू पेटवण्यासाठी त्यानं दोन तीन झुरके घेतले. त्याबरोबर काडीची ज्योत लांब होत वरखाली, वरखाली झाली. काडी ॲश ट्रेमध्ये टाकून पाईपचा एक झुरका घेत एमनं विचारलं, "तर तुमच्या त्या प्रकरणाबद्दल मला थोडं सविस्तर सांगाल?"

आता काय सांगणार? सालं! कुणीतरी ऑफिसमध्ये उगीचच आपल्याबद्दल वावड्या उठवतं आहे... बाँडच्या मनात आलं. आणि आता आपल्याला तोंड देणं आलं. काहीशा वैतागलेल्या स्वरात तो म्हणाला, ''वेल्, सर. खरं सांगायचं झालं, तर तसं आमचं दोघांचंही छान जुळलं होतं. आपसात एक बंधही निर्माण झाला होता. लग्न करायचंसुद्धा आमच्या मनात आलं होतं; पण नंतर तिला अमेरिकन वकीलातीतला कुणीतरी दुसरा तरुण भेटला. मिलीटरी अॅटेच स्टाफमधला एक मरीन कोअर मेजर. ती त्याच्याशी लग्न करणार असल्याचं मला कळलं. ती दोघं अमेरिकेला निघून गेली. एक प्रकारे झालं, ते बरंच झालं; कारण ती अमेरिकन, मी ब्रिटिश! असे मिश्रजातीय विवाह सहसा टिकत नाहीत. शिवाय, तिनं गाठलेला तरुण स्वभावानं चांगला नि तिला साजेसा आहे, असंही मला समजलं. लंडनमधलं राहणीमान कदाचित तिला रुचलं नसतं. ती खरोखरंच इथं स्थायिक होऊ शकली नसती. एरवी तशी पोरगी छान होती. थोडीशी तापट, चिडखोर होती. आम्हा दोघांत बऱ्याचदा भांडणं, वादावादी सुद्धा झाली होती. हा कदाचित माझाही दोष असू शकेल! वेल्... पण ते प्रकरण आता संपलं आहे, सर.''

एम्ला हसू आलं; पण ओठांपेक्षा ते त्याच्या डोळ्यांमधूनच जास्त डोकावलं. ''आय एम सॉरी, तुमचं जमू शकलं नाही, याबद्दल मला खेद वाटतो, जेम्स.'' तो म्हणाला; पण त्याच्या स्वरामध्ये थोडी सुद्धा सहानुभूती नव्हती. बाँडचं असं बायकांच्या मागे लागणं, त्याची प्रेमप्रकरणं त्याला अजिबात आवडत नसत. तो स्वत: 'व्हिक्टोरिअन' संस्कारांमध्ये वाढलेला होता नि त्यामुळेच काहीसा कर्मठही होता. आपण वाजवीपेक्षा जास्त सनातनी आहोत, हे एम्ला ठाऊक होतं; पण तरीही बाँडसारख्या माणसानं स्वत:ला एखाद्या स्त्रीच्या स्कर्टाशी असं कायमचं जखडून घ्यावं, हे त्याला मंजूर नव्हतं. ''वेल्, जे झालं ते भल्यासाठीच झालं, असं म्हणायला काही हरकत नाही.'' तो म्हणाला, ''तापट, तर्कट स्त्रियांच्या भानगडींमध्ये पडणं आपल्या व्यवसायात परवडत नाही. अशा स्त्रियांचं उगीचच लोढणं होतं. त्यांच्यात गुंतू नये. पिस्तुलबाजीच्या तुमच्या कौशल्याला ती कदाचित मोठा अडसर ठरली असती. मला काय म्हणायचं आहे, हे तुमच्या ध्यानात आलंच असेल. तुमच्या खासगी बाबींबद्दल विचारलं, त्याबद्दल माफ करा. पण आता जे काही मी तुम्हाला सांगणार आहे, ते सांगण्यापूर्वी तुमच्याकडून ही माहिती काढून घेणं आवश्यकच होतं. एक जरा मोठंच विचित्र प्रकरण उद्भवलं आहे. तुमचं त्या पोरीशी प्रेमप्रकरण जमलं असतं, तुम्ही तिच्याशी लग्न करायच्या बेतात असता, तर या कामामध्ये तुम्हाला गुंतवणं, ते तुमच्यावर सोपवणं योग्य ठरलं नसतं; कारण ही कामगिरी तशी बरीच नाजूक नि अवघड स्वरुपाची आहे.''

बाँडनं मान हलवली आणि तो पुढली हकीगत ऐकण्याच्या तयारीनं बसला.

"–तर कसलं प्रकरण आपल्यासमोर आलंय, याबद्दल आता सांगतो." खुर्चीत मागे रेलत एम् म्हणाला. पाईप चालू राहावा, त्यातील तंबाखू विझू नये म्हणून त्यानं त्याचे दोन-तीन जोरदार झुरके घेतले. एक संथ निःश्वास सोडला आणि बोलण्यास सुरुवात केली. "प्रकार असा घडलाय, की काल इस्तंबूलहून आपल्याला एक प्रदीर्घ सांकेतिक संदेश आलाय. तिथल्या आपल्या 'टी स्टेशन'च्या प्रमुखाकडून हा संदेश आलाय. मंगळवारी त्याला टाईप केलेली एक निनावी चिठ्ठी मिळाली. त्या चिठ्ठीत फक्त एवढाच मजकूर होता, की गालता पुलाकडून बॉस्फरस सामुद्रधुनीच्या मुखापर्यंत जाणाऱ्या नि तिथून माघारी येणाऱ्या रात्री ८ वाजताच्या फेरी स्टीमर बोटीचं राऊंड तिकीट घेऊन– त्या बोटीनं त्यानं एक चक्कर मारावी. बस्स! त्या चिठ्ठीत फक्त इतकाच मजकूर होता. बाकी काहीही नव्हतं. टी स्टेशनचा प्रमुख हा एक फार उमदा आणि धाडसी प्रवृत्तीचा माणूस आहे. त्याला मिळालेली चिठ्ठी निनावी होती. तरी पण तिच्यातल्या मजकुराप्रमाणे तो अगदी बेधडकपणे त्या स्टीमर बोटीवर गेला. बोट सुटल्यावर तिच्या डेकवरल्या कठड्याशी रेलून तो वाट पाहू लागला. सुमारे पंधरा मिनीटांनी एक तरुण पोरगी त्याच्या शेजारी येऊन उभी राहिली. ती रशियन होती आणि दिसायला अतिशय सुंदर नि रूपवान होती, असं त्यानं कळवलंय. तर अगोदर त्या दोघांमध्ये सभोवताली दिसणाऱ्या विहंगम दृश्यांबद्दल थोडं बोलणं झालं. नंतर त्या पोरीनं एकदम विषय बदलला आणि मग हलक्या आवाजात, संभाषणाच्या त्या ओघात, तिनं त्याला एक अत्यंत विलक्षण नि विचित्र अशी हकीगत सांगितली."

बोलता बोलता एम् थांबला. एक काडी ओढून आपला विझलेला पाईप त्यानं पुन्हा पेटवला. त्या दरम्यान बाँडनं त्याला विचारलं, "इस्तंबूलमधल्या टी स्टेशनचा प्रमुख कोण आहे, सर? कारण यापूर्वी कधीही मी तुर्कस्थानात काम केलेलं नाही."

"डार्को करीम नावाचा एक माणूस आहे." पेटलेल्या पाईपचा एक दीर्घ झुरका घेत एम् म्हणाला, "तुर्की बाप आणि इंग्लिश आई यांच्या संबंधांतून जन्मलेला हा मुलगा. मोठा विलक्षण नि कर्तबगार माणूस आहे. युद्धपूर्वकाळापासून तो तिथल्या टी स्टेशनचा प्रमुख म्हणून कारभार पाहतो आहे. परदेशातल्या आपल्या अनेक माणसांमधला तो एक अत्युत्तम माणूस आहे. आपली कामं फार जबाबदारीनं नि उत्तम रितीनं पार पाडतो. मुख्य म्हणजे पूर्ण निष्ठेनं नि आवडीनं कामं करतो. त्याच्या आसपासचा सारा प्रदेश त्याला आपल्या तळहातावरल्या रेषांइतकाच चांगला परिचित आहे. खूप बुद्धिमान नि हुशार आहे. धाडस तर त्याच्या अंगात मुरलेलं आहेच." पाईप धरलेला हात बाजूला उडवत एम्नं करीमचा विषय बाजूला सारला आणि तो पुढे म्हणाला, "–तर फेरीबोटीवर त्याला भेटलेल्या त्या रशियन पोरीची हकीगत अशी, की सोवियत युनियनच्या एम.जी.बी. या गुप्तचरखात्यात एक

कार्पोरल् म्हणून ती नोकरीला होती. शाळा सोडल्यापासून ती त्या खात्यात कामाला होती आणि आत्ता नुकतीच एक 'सायफर ऑफिसर' म्हणून तिची इस्तंबूलला बदली झाली. ही बदली तिनं मुद्दाम करवून घेतली किंवा घडवून आणली; कारण तिला रशियामधून बाहेर पडायचं होतं. इकडे इंग्लंडला यायचीही तिला इच्छा आहे.''

''वा! हे तर फारच छान झालं.'' बाँड म्हणाला, ''सायफर मशीनचं ज्ञान असलेली, ते चालवू शकणारी त्यांची अशी एखादी पोरगी आपल्याला मिळाली, तर हवीच आहे. रशियनांच्या सांकेतिक गुप्त लिप्या त्यामुळे आपल्याला कळू शकतील; पण रशिया सोडून इकडे यायचं ती का म्हणते आहे?''

टेबलापलीकडून एम्नं थेट बाँडच्या नजरेशी नजर भिडवत त्याच्याकडे पाहिलं आणि तो म्हणाला, ''कारण ती प्रेमात पडली आहे.'' क्षणभर थांबून सौम्य स्वरात तो पुढे म्हणाला, ''तिचं असं म्हणणं आहे, की ती तुमच्या प्रेमात पडली आहे.''

''माझ्या प्रेमात?'' चमकून बाँडनं साश्चर्य स्वरात विचारलं.

''होय, तुमच्या प्रेमात. म्हणजे असं ती म्हणते. तिचं नाव तातिआना रोमानोवा आहे. या मुलीबद्दल पूर्वी कधी काही ऐकलंय का?''

''गुड् गॉड, नाही!... म्हणजे कधीच नाही, सर.'' गोंधळून बाँड उत्तरला.

त्याच्या चेहऱ्यावरले संमिश्र भाव बघून एम्नं स्मित केलं.

''पण तिच्या या म्हणण्याचा अर्थ काय? पूर्वी कधी मला भेटलीय तरी का ती? असं कसं म्हणते ती? शिवाय, मी– बाँड नावाचा एक माणूस अस्तित्वात आहे, हे तिला कळलं तरी कसं?'' बाँडनं विचारलं.

''वेल्...!'' एम् म्हणाला, ''हे सारंच प्रकरण मोठं विचित्र नि चमत्कारिक दिसतंय. अविश्वसनीय, चमत्कारिक आणि तरी देखील खरं वाटावं इतकं परिणामकारक! ही पोरगी चोवीस वर्षांची आहे. एम.जी.बी.त ती रुजू झाली, तेव्हापासून त्यांच्या 'सेंट्रल इंडेक्स' विभागात ती कामाला होती. म्हणजे आपल्याकडे आपण ज्याला रेकॉर्ड्स म्हणतो, तसा विभाग. त्या विभागातल्या इंग्लिश सेक्शनमध्ये ती काम करत होती. तिथं ती सहा वर्षं होती. तिथल्या फाईली हाताळताना एक दिवस तिनं तुमची फाईल पाहिली.''

''मलाही ती फाईल बघायला मिळाली तर...'' बाँड मधेच म्हणाला.

''तर तिचं म्हणणं असं, की त्यांच्याकडल्या तुमच्या त्या फाईलीत तिनं तुमचा फोटो प्रथम पाहिला आणि त्याचक्षणी तिचं मन तुमच्यावर जडलं. तुमचं देखणेपण, तुमचं रूप वगैरे तिला आवडलं.'' सबंध लिंबू तोंडात पिळलं जावं नि तोंड आंबट व्हावं, त्याप्रमाणे एम्नं आपले ओठ खालच्या बाजूला मुडपले. ''मग फाईलीमधल्या तुमच्या सगळ्या केसेस तिनं वाचून काढल्या आणि तुम्ही म्हणजे एक अफाट साहसी नि शूर पुरुष आहात, अशी तुमच्याबद्दलची प्रतिमा तिच्या मनात निर्माण झाली.

बाँडनं आपली मुद्रा अगदी निर्विकार ठेवली. एम्च्या चेहऱ्यावरचे भावही अगदी तटस्थ, सावध होते.

“तुम्ही तिला इतके आवडलात, याचं एक आणखी विशेष कारण तिनं असं सांगितलं, की लेर्मोन्टोव नावाच्या एका रशियन लेखकाचं एक पुस्तक तिनं वाचलं नि त्यातल्या हिरोसारखेच हुबेहूब तुम्ही तिला वाटलात. तो हिरो तिच्या मनाला भारी भावला असावा. ते पुस्तक तिच्या आवडीचं असावं नि ते लिहिणाऱ्या लेखकाची ती चाहती असावी. त्या पुस्तकातल्या हिरोला म्हणे पत्त्यांचा नाद असतो, त्याला जुगार खेळायला आवडतो आणि तो सदोदित कोणत्या ना कोणत्यातरी संकटांमध्ये स्वत:ला झोकून देत असतो नि त्याच्यावर मात करून नेहमी बाहेर पडत असतो. वृत्तीनं तो बेधडक, निडर नि साहसी असतो... तर तुमची फाईल वाचल्यानंतर तिचं मन त्या हिरोशी तुमची तुलना करू लागलं आणि झालं! तुमच्यावाचून तिला दुसरं काही सुचेनासं झालं. आणि मग एक दिवस तिच्या डोक्यात ही कल्पना चमकली. परदेशामध्ये असलेल्या त्यांच्या एखाद्या केंद्रामध्ये जर काहीतरी खटपट करून तिला आपली बदली करून घेता आली, तर तिथून तिला तुमच्याशी संपर्क साधता येईल. मग तुम्ही त्या ठिकाणी जायचं नि संकटात सापडलेल्या एखाद्या तरुणीप्रमाणे तिची सुटका करून तिला इंग्लंडला घेऊन यायचं.”

“इतकी अफाट नि वेडपटपणाची हकीगत मी यापूर्वी कधीही ऐकली नव्हती, सर! टी स्टेशनच्या प्रमुखाचा पण या कहाणीवर खात्रीनं विश्वास बसला नसणार.” बाँड म्हणाला.

“जरा सबुरीनं घ्या.” काहीशा चिडक्या स्वरात एम् म्हणाला, “यापूर्वी कधीही घडलेलं नव्हतं, असं एक प्रकरण तुमच्यासमोर आलं आहे. म्हणून बावचळून, घाईनं उगाच काहीतरी निष्कर्ष काढू नका. क्षणभर अशी कल्पना करा, की तुम्ही या खात्यात नसून एक फिल्मस्टार आहात. खूप नावाजलेले नि प्रसिद्ध असे फिल्मस्टार. मग काय झालं असतं? सबंध जगभरातल्या, तुमच्यापायी वेड्या झालेल्या, पोरींकडून तुमच्यावर पत्रांचा वर्षाव झाला असता. ‘तुमच्यावाचून मला काही सुचत नाही... तुमच्याशिवाय जगणं मला अशक्य झालं आहे.’ अशा तऱ्हेचा न जाणो काय काय मजकूर त्या पत्रांमधून भरलेला असता. ठीक याच तऱ्हेनं मॉस्कोमध्ये सेक्रेटरीची नोकरी करणारी ही एक खुळी मुलगी आहे. जिथे ती काम करते, तिथल्या विभागामध्ये सगळा बायकांचाच भरणा असणार! आपल्याकडे रेकॉर्ड्स् विभागात असतो तसा. तर त्यांच्या कामाच्या ठिकाणी त्यांना एक देखील पुरुष कधी दिसत नसणार. अशा परिस्थितीत या पोरीच्या हातात तुमची फाईल आली. तिनं तिच्यामधला तुमचा फोटो पाहिला आणि झालं! तिचा जीव एकदम हुरळून गेला. फोटोमधल्या तुमच्या देखण्या व्यक्तिमत्त्वावर, तुमच्या रूपावर ती भाळली. सबंध जगात,

सगळीकडे हे असंच घडत असतं. मासिकांमधले देखण्या पुरुषांचे, नटांचे फोटो पोरी पाहतात नि त्यापायी वेड्या होतात, खुळावतात. त्यांच्या प्रेमात पडतात.''

बायकांच्या अशा स्वभाववैशिष्ट्यांबद्दल आपल्याला फारसं गम्य नाही, हे दर्शविण्याकरिता एम्नं पाईप धरलेला हात पुन्हा उडवला आणि तो म्हणाला, ''सगळाच वेडेपणा, खुळचटपणा आहे झालं. आता मला यातलं फारसं काही कळत नाही; पण तो घडतो, हे मान्य करायलाच हवं. असला मूर्खपणा का घडतो, हे त्या परमेश्वरालाच ठाऊक!''

बाँडनं त्यावर स्मित केलं आणि तो म्हणाला, ''वेल, वस्तुस्थितीचा विचार करायचा झाला, सर, तर यात थोडंबहुत तथ्य असावं, असं मला देखील आता वाटू लागलं आहे. इंग्लिश पोरीप्रमाणे एखादी रशियन पोरगी अशा तऱ्हेनं खुळावली, तर त्यात वावगं ते काय आहे? मात्र तिनं जे काही केलं आहे, हे पाहता पोरगी भलतीच धीट आणि हिमतीची असावी, एवढं मात्र खरं! जे दुःसाहस किंवा धाडस तिनं केलं, ते करताना जर ती पकडली गेली, तर त्याचे परिणाम काय होतील, याची तिला जाणीव असल्याची काही लक्षणं 'टी' स्टेशनच्या प्रमुखाला तिच्याशी बातचित करताना तिच्यात आढळली होती का?''

''त्याच्या म्हणण्याप्रमाणे ती खूप घाबरलेली होती.'' एम म्हणाला, ''जेवढा वेळ ती त्या बोटीवर होती, तेवढा सगळा वेळ ती धास्तावलेल्या नजरेनं सारखी आजुबाजूला पाहात होती. आपल्यावर कुणाची पाळत नाही ना, आपल्याकडे कुणी बघत नाहीये ना, अशी भीती तिला वाटत होती; पण त्या फेरीबोटीवर शेतकरी, कामगार, रोजचा प्रवास करणारे लोक असे नेहमीचे साधेच प्रवासी होते. शिवाय, ती बोट रात्री उशिराची असल्यामुळे त्यांची संख्याही फार नव्हती; पण एक मिनीट पुढे ऐका; कारण या कहाणीतला महत्त्वाचा भाग पुढेच आहे.'' एम्नं पाईपचा एक दीर्घ झुरका घेतला आणि धुराचा एक मोठा लोट बाहेर सोडला. तो हळूहळू वर गेला नि वर संथपणे फिरणाऱ्या पंख्याच्या पात्यांमध्ये सापडून क्षणात विरून गेलेला बाँडला दिसला.

''तिनं करीमला सांगितलं, की तुमचा फोटो पाहिल्यानंतर तुमच्याबद्दलच्या विचारांनी तिला इतकं झपाटून टाकलं, की तिला दुसरं काही सुचेना. इतकंच नव्हे, तर तिला चक्क आपल्याच लोकांबद्दल म्हणजे रशियन पुरुषांबद्दल तिरस्कार वाटू लागला. फार काय, तुमच्यावर जडलेल्या प्रेमानं ती इतकी वेडी झाली, की रशियन शासन तुमच्याविरुद्ध, तुमच्या देशाविरुद्ध कारवाया करतं, हे पाहून तिला आपल्या कामाचा नि रशियन शासनाचाही भयंकर तिटकारा वाटू लागला. रशियन शासन आणि त्यातले पाताळयंत्री लोक याबद्दल तिच्या मनात तीव्र घृणा उत्पन्न झाली. तिथल्या सगळ्या उबगवाण्या वातावरणातून सुटका करून घेता यावी, म्हणून तिनं

आपली परदेशी बदली व्हावी, यासाठी अर्ज केला. तिला इंग्लिश आणि फ्रेंच या भाषा उत्तम येत असल्यानं ती पण तिच्या दृष्टीनं एक मोठी जमेची बाजू झाली. यथावकाश तिला इस्तंबूलमधल्या त्यांच्या केंद्रातल्या 'सायफर डिपार्टमेंट'मध्ये बदलीची नोकरी देऊ करण्यात आली. मात्र नव्या जागेवर तिला पगार कमी मिळणार होता आणि कामही हलक्या प्रतीचं होतं; पण या गोष्टीची तिला अर्थातच काही पर्वा नव्हती; कारण काहीही करून रशियातून सटकायचं, हाच तिचा मुख्य हेतू होता. आता यातले लांबण लावणारे बाकीचे तपशील गाळून यापुढला भाग थोडक्यात सांगायचा झाला, तर असा, की तिनं बदलीच्या ठिकाणाला मान्यता दिल्यावर तिला सहा महिन्यांचं खास ट्रेनिंग देण्यात आलं. आणि सुमारे तीन आठवड्यांपूर्वी ती इस्तंबूलमधल्या नव्या जागेवर रुजू झाली. तिथे आल्यानंतर पुढली हालचाल करण्याच्या दृष्टीनं तिनं थोडी चाचपणी केली. तेव्हा तिला इस्तंबूलमधल्या आपल्या माणसाचं– टी स्टेशनच्या प्रमुखाचं नाव कळलं. युक्तीनं तिनं करीमची माहिती काढली. आता तो तिथे प्रदीर्घ काळापासून आहे. त्यामुळे तुर्कस्थानातले सगळे लोक त्याला चांगलं ओळखतात. तो काय काम करतो, हे सुद्धा एव्हाना सगळ्यांना ठाऊक झालेलं असणार; कारण तो तिथला आपला फार जुना माणूस आहे. अर्थात त्याला याचंही काही विशेष वाटत नाही; कारण आपली काही खास माणसं आपण वेळोवेळी तिकडे पाठवितो, त्यांच्याकडे यामुळे लोकांचं लक्ष वेधलं जात नाही, असं त्याचं म्हणणं! आपला एखादा खास माणूस तिथे कायमचा तैनात करण्यात काही हरकत नाही, असं मला वाटतं; कारण अशा प्रकरणांमध्ये नेमकं कुठे जायचं नि कुणाला भेटायचं, हे जर लोकांना कळलं, तर या मुलीसारखीच इतर अनेक 'गिऱ्हाईकं' आपोआप आपल्याकडे चालून येतील.''

''भूमिगत राहून अशा प्रकारचं काम करणाऱ्या माणसाला त्यासाठी प्रदीर्घ काळ आणि आपली बरीच शक्ती खर्च करावी लागते. त्यामानानं एखादा 'पब्लिक एजंट' हेच काम अधिक चांगल्या तऱ्हेनं करू शकतो.'' बाँडनं आपलं मत सांगितलं.

''तर या पोरीनं करीमचा ठावठिकाणा काढून त्याला ती चिठ्ठी पाठवली.'' क्षणभर थांबून पाईपचा एक झुरका घेत एम म्हणाला, ''तिची भेट झाल्यानंतर आणि तिची ही विलक्षण कहाणी ऐकल्यानंतर, आत्ता तुमची झाली, थेट तशीच त्याचीही अवस्था झाली. या साऱ्या प्रकरणात कुठे एखादा छुपा सापळा तर लावलेला नाही ना? असा संशय त्याला आला. त्यानं त्या दृष्टीनं खोल विचार केला आणि या पोरीला आपल्याकडे पाठवून रशियन लोकांना नेमकं काय साधायचं आहे, हे त्याच्या देखील ध्यानात येईना. त्या दोघांचं बोलणं चालू होतं, तेव्हा ती फेरी बोट पुढे पुढे मार्गक्रमण करीतच होती. पाहता पाहता ती बॉस्फरसच्या निकट पोहोचली, तिथून वळून ती इस्तंबूलकडे परतायची वेळ झाली, तेव्हा मात्र त्या पोरीची अस्वस्थता

शिगेला पोहोचली. तिची तगमग नि चलबिचल कमालीची वाढली. करीमनं तिच्याकडून आणखी काही माहिती मिळते का, म्हणून तिला खोदून खोदून बरेच आडवे तिडवे प्रश्न विचारले. तिनं सांगितलेली कहाणी खरी आहे, की खोटी याचा वेध घेण्याचा प्रयत्न केला आणि तेव्हाच मग...'' सांगता सांगता एम्चे डोळे एकदम चमकू लागले, ''तिच्या तोंडून एक महत्त्वाची गोष्टी अखेर बाहेर पडली.''

एम्च्या डोळ्यांमधली अशी चमक बाँडच्या चांगल्याच परिचयाची होती. त्याचे डोळे असे चमकू लागले, की तो आता काहीतरी अत्यंत महत्त्वाची गोष्ट सांगणार आहे, हे बाँडला तो काही बोलण्यापूर्वीच कळत असे. अशा वेळी त्याच्या निळ्या-करड्या डोळ्यांमध्ये विलक्षण उत्तेजित भाव अगदी स्पष्ट दिसत असत. ही गोष्ट बाँडला अनुभवाने ठाऊक झालेली होती.

''...ती गोष्ट म्हणजे तिनं फेकलेलं पत्त्याचं जणू शेवटलं पान होतं आणि ते पान म्हणजे हुकूमाचा एक्का आहे, हे तिला पुरेपूर ठाऊक होतं. तिनं करीमला असं सांगितलं, की जर तिला आपल्याकडे– इंग्लंडला येता आलं, तर ती आपल्याबरोबर तिचं सायफर मशीन सुद्धा घेऊन येईल. रशियनांचं गुप्त सांकेतिक लिप्या उलगडणारं ते नवंकोरं स्पेक्टर मशीन आहे. आता ते मशीन आपल्या हाती यावं, याकरिता आपण काय करणार नाही? ते मिळविण्याकरिता आपण काय वाट्टेल ते करू. वाट्टेल ती किंमत मोजू.''

''ओ: गॉड!'' बाँड एकदम उदगारला. त्या मशीनचं मोल आपल्या खात्याच्या दृष्टीनं केवढं प्रचंड आहे!– त्याच्या मनात विचार आला. रशियनांचं स्पेक्टर यंत्र! ते जर आपल्याला मिळालं, तर रशियनांच्या सगळ्या गुप्त संदेशांची उकल आपल्याला करता येईल. नव्हे! त्यांच्या जगभर चालणाऱ्या सांकेतिक संदेशांच्या दळणवळणाचा सारा खजिनाच चक्क आपल्या हातात येईल. त्यांची सगळी 'टॉप सिक्रेट्' आपल्याला समजतील. माय गॉडऽऽ! केवढी अमूल्य वस्तू आहे ती ब्रिटिश सिक्रेट सर्व्हिसच्या दृष्टीनं! त्यांची एक पोरगी ते मशीन घेऊन, फितूर होऊन पळून गेली, हे जेव्हा त्यांच्या ध्यानात येईल, तेव्हा त्यांच्या गुप्तचर खात्यामध्ये केवढी प्रचंड खळबळ उडेल! आपल्या गुप्त सांकेतिक संदेशांची सगळी पद्धतच त्यांना पार बदलावी लागेल. जगभर पसरलेल्या त्यांच्या गुप्तचर केंद्रांमधून आणि जगातल्या इतर राष्ट्रांमधल्या सगळ्या रशियन वकिलातींमधून त्यांना आपली सायफर-स्पेक्टर यंत्रं काढून घ्यावी लागतील. त्यांची सगळी गुप्तसंदेश यंत्रणाच पार कोलमडून पडेल. त्यांच्या गुप्तचर खात्याला यामुळे केवढा प्रचंड हादरा बसेल नि ब्रिटिश गुप्तचर खात्याचा हा केवढा घवघवीत विजय ठरेल! बाँडला क्रीप्टोग्राफी– अर्थात गुप्त सांकेतिक लिप्यांबद्दल– फारशी माहिती नव्हती. आपण जर दुर्दैवानं कधी पकडले गेलो आणि शत्रूच्या हातात सापडलो, तर अशा सांकेतिक कूट लिप्यांबद्दल

आपल्याला जेवढी कमीत कमी माहिती असेल, तेवढं आपल्या गुप्तचरखात्याच्या 'सुरक्षा विभागा'च्या दृष्टीनं जास्त चांगलं, असं त्याला नेहमी वाटत असे. आणि म्हणूनच स्पेक्टरसारखं कूटलिपी यंत्र गमावणं, हा रशियनांच्या दृष्टीनं केवढा प्रचंड आघात ठरेल, याची त्याला पूर्ण कल्पना होती. आणि–

आणि नुसत्या या कल्पनेनंच बाँड क्षणार्धात विरघळला. त्या रशियन पोरीची कहाणी कितीही विक्षिप्त आणि वेडेपणाची असली, तरी तिच्यावर बसलेला एम्चा विश्वास पाहून त्यालाही ती पटली. नुसती पटलीच, असं नव्हे, तर तिच्या सत्यतेबद्दल त्याला खात्री देखील वाटू लागली. एका रशियन पोरीनं स्पेक्टर मशीनसारखी अमूल्य चीज त्यांच्याकडे घेऊन येण्याकरिता एवढा भयंकर धोका पत्करावा, यावरून ती रशियनांच्या जुलमी राजवटीला किती विटलीय आणि चवताळली आहे, हे अगदी स्पष्ट दिसून येत होतं. त्या पोरीची कहाणी खरी असो अथवा खोटी; पण तिच्यात पणाला लागलेली वस्तू इतक्या प्रचंड मोलाची होती, की हा जुगार न खेळणं अव्यवहार्य ठरलं असतं. आणि हा जुगार खेळायचाच, असा बाँडनं निश्चय करून टाकला!

"–तर हे सगळं असं आहे ००७." एम् मृदू स्वरात म्हणाला. बाँडच्या डोळ्यांमधले उत्तेजित भाव पाहून त्याच्या मनात काय आहे, हे ओळखणं त्याला मुळीच अवघड गेलं नाही." मला काय म्हणायचंय, ते तुमच्या ध्यानात येतंय ना?" त्यानं विचारलं.

"–पण हे सगळं ती कसं काय करणार आहे, याबद्दल तिनं करीमला काही सांगितलं?" बाँडनं विचारलं.

"आता तसं नेमकं असं तिनं काही सांगितलं नाही; पण आपल्या बेताबद्दल तिच्यामध्ये पूर्ण आत्मविश्वास दिसत होता, असं तो म्हणतो. रात्रपाळीच्या ड्युटीवर ती आपल्या ऑफिसमध्ये एकटीच असते नि अशा वेळी ऑफिसातल्या कॅंपबेडवर ती झोपते, असं ती म्हणाली. तिच्या बेताबद्दल तिची पूर्ण खात्री आहे; पण चुकून जरी त्याचा सुगावा कुणाला लागला, तर मात्र मग तिची धडगत नाही, अशी भीती तिला वाटते. तिनं जे काही सांगितलं, त्याचा रिपोर्ट करीम मला करेल, याचीही काळजी तिला वाटत होती. तसं करायचं झालं, तर करीमनं स्वत:च तो संदेश 'वन टाईम ओन्ली पॅड' पद्धतीनं पाठवावा आणि त्याची एकही कॉपी स्वत:जवळ ठेवू नये, अशी सूचना तिनं त्याला दिली. नव्हे! त्याच्याकडून तसं वचनच घेतलं. साहजिकच, त्यानंही तिनं सांगितल्याप्रमाणेच केलं. आपल्या कहाणीत तिनं स्पेक्टर मशीनचा सरळ उल्लेख केला, तेव्हाच एक फार मोठा नि महत्त्वाचा लग्गा आपल्याला लागणार आहे, याची त्याला जाणीव झाली; कारण दुसऱ्या महायुद्धानंतरच्या काळापासून आत्तापर्यंत एवढी सनसनाटी घडामोड कधी घडलीच नाही."

"बरं! नंतर पुढे काय घडलं, सर?"

"त्यांची स्टीमर बोट ओर्ताकोय नावाच्या एका ठिकाणानिकट पोहोचली, तेव्हा आपण त्या ठिकाणी उतरणार असल्याचं त्या पोरीनं करीमला सांगितलं. तिनं सांगितलेल्या हकीगतीचा संदेश आपण त्याच रात्री लगोलग लंडनला पाठवू, असं आश्वासन करीमनं तिला दिलं. तिच्याशी पुन्हा संपर्क कसा काय साधायचा, याबाबत त्यानं तिला विचारलं, तेव्हा त्याला तिनं नकार दिला. जर हा सौदा करण्याचं आपल्या बाजूनं निश्चित झालं, तर ती पण आपला शब्द पाळेल, एवढंच ती त्याला म्हणाली. नंतर तिनं त्याला गुडनाईट म्हटलं आणि फेरीबोट ओर्ताकोयच्या धक्क्याला लागल्यावर बोटीवरल्या इतर उतारुंच्या घोळक्यात मिसळून ती गॅंगप्लॅंकवरून खाली उतरली नि दिसेनाशी झाली."

एम् एकदम टेबलावर कोपरं टेकत पुढे झुकला आणि बॉंडकडे तीक्ष्णपणे बघत म्हणाला, "अर्थात आपण तिच्याशी हा सौदा करूच अशी गॅरंटी करीमनं तिला दिली नाही; कारण तिच्याशी संगनमत करणं, ही गोष्ट त्याच्या हातात नव्हती."

बॉंड त्यावर काही बोलला नाही; कारण एम् आता पुढे काय सांगणार, याचा अंदाज त्याला आला होता.

"त्या पोरीनं जे काही सांगितलं, ते ती फक्त एकाच अटीवर करायला तयार आहे." बारीक डोळे करीत एम पुढे म्हणाला, "–आणि ती अट अशी आहे, की तुम्ही स्वत: इस्तंबूलला जायचं आणि त्या स्पेक्टर मशीनसह तिला इंग्लंडला घेऊन यायचं."

बॉंडनं खांदे उडवले. इस्तंबूलला जाण्यात तशी काहीच अडचण नव्हती; पण एम्कडे त्यानं अगदी निर्विकारपणे पाहिलं आणि तो म्हणाला, "आमिष म्हणून गोड केकचा तुकडा लावावा, तसा हा प्रकार असू शकेल, सर; पण यात मला आता फक्त एकच वांधा दिसतोय. त्या पोरीनं माझे फोटोच फक्त पाहिले आहेत नि माझ्या कामगिऱ्यांच्या रोमांचक हकीगती वाचल्या आहेत. त्यावरून तिनं माझ्याविषयी मनात एक प्रतिमा तयार केलीय; पण जेव्हा ती मला प्रत्यक्ष बघेल, मला भेटेल तेव्हा जर मी तिच्या अपेक्षांमध्ये बसलो नाही तर? तिला आवडलो नाही तर? तर मग काय करायचं?"

"इथेच तर या कामगिरीमधली सर्वात महत्त्वाची मेख आहे." एम् कठोर स्वरात म्हणाला, "–आणि एवढ्यासाठीच तर त्या मिस् टिफानी केसबद्दल मी तुम्हाला इतकं खोलात जाऊन प्रश्न विचारले. त्या रशियन पोरीच्या अपेक्षांमध्ये तुम्ही कसं उतरायचं, हे बघायचं काम तुमचं आहे. माझं नव्हे! आणि ही गोष्ट तुम्ही जमवलीच पाहिजे. कशी जमवायची, हे तुम्ही ठरवा. प्रवासाला निघायची तयारी करा. बी.इ.ए. कंपनीचं जेट विमान तुम्हाला इस्तंबूलला घेऊन जाईल."

☐

## १३. बी.इ.ए.चा विमानप्रवास

त्या व्हिस्कौंट विमानाचे चारही प्रोपेलर्स एका मागोमाग एक सुरू होत हळूहळू गरगरू लागले आणि पाहता पाहता वेगानं फिरू लागले. त्यांच्या आवाजाचा संमिश्र घोंगाणा वातावरणात घुमू लागला. या आवाजापाठोपाठ सुरू झालेली टर्बो जेट इंजिनांची शीळ हळूहळू वाढत गेली आणि कर्कश्श परंतु एका मुलायम लयीत वातावरण भेदून जाऊ लागली. या आवाजाचा दर्जा काही निराळाच होता. शिवाय, विमानाची चारही टर्बो जेट इंजिनं पूर्ण वेगानं घुमू लागली, तरी विमान अजिबात थरथरलं नाही. बाँडनं वेगवेगळ्या जातीच्या विमानांमधून प्रवास केलेला होता. काही विमानांचे पंखे सुरू होताच वाढत जाणाऱ्या हॉर्सपॉवरच्या शक्तीमुळे ती सुरुवातीला चक्क थरथरायला लागत असत; पण या विमानाच्या बाबतीत मात्र असला काही प्रकार घडला नाही. हळूहळू वळत ते व्हिस्कौंट विमान लंडन एअरपोर्टच्या पूर्व-पश्चिम धावपट्टीवर अगदी मुलायमपणे पोहोचलं, तेव्हा आपण अत्यंत भारी किंमतीच्या एखाद्या सुंदर यांत्रिक खेळण्याच्या अंतर्भागात बसलो आहोत, असं बाँडला वाटू लागलं.

विमानाच्या प्रमुख वैमानिकानं चारही टर्बोजेटस्ची शक्ती पूर्णपणे वाढविली, तेव्हा चढत्या क्रमानं वाढत जाणारा त्यांचा घोंगाणा शिगेला पोहोचला आणि त्यांची संमिश्र शीळ अतिकर्कश्श बनली. एका झटक्यात वैमानिकानं विमानाचे ब्रेक्स मोकळे केले, त्याबरोबर क्षणभर संथ होऊन मग विमान धावपट्टीवरून धावू लागलं. पाहता पाहता त्याचा वेग वाढला. तो आवश्यक मर्यादेपर्यंत पोहोचला, तेव्हा विमानाच्या चाकांनी धावपट्टी सोडली आणि ते अगदी अलगदपणे वर झेपावलं. टर्बोजेट इंजिनांच्या घोंगावण्यामध्ये ते आकाशात वरवर चढू लागलं आणि रोम, अथेन्स आणि इस्तंबूल अशा टप्प्यांची बीइएची साडेदहा वाजताची ती १३० क्रमांकाची फ्लाईट आपल्या नियोजित प्रवासावर मार्गस्थ झाली.

दहा मिनीटांमध्ये ते विमान आकाशात वीस हजार फूट उंचीवर पोहोचलं आणि इंग्लंडहून भूमध्य समुद्राकडे जाणाऱ्या प्रशस्त हवाईमार्गानं दक्षिण दिशेकडे निघालं. इतका वेळ कर्णकर्कश्शपणे घुमणारी जेट इंजिनांची शीळ आता अगदी मंद आणि अस्पष्ट बनली. बाँडनं सीटचा, पोटाशी बांधलेला पट्टा सोडला आणि एक सिगारेट शिलगावली. सीटलगत खाली ठेवलेली भारी किंमतीची आपली ॲटेची केस उचलून, तिच्यामधून एरिक ॲंबलर या लेखकाचं 'द मास्क ऑफ डीमिट्रायोस' हे पुस्तक त्यानं बाहेर काढलं आणि ती बंद करून आपल्या बाजूच्या सीटवर ठेवली. आकारानं ती ॲटेची केस अगदी आटोपशीर नि लहान दिसत असली, तरी वजनानं

ती चांगलीच जड होती. लंडन एअरपोर्टवरल्या तिकीट क्लर्कनं त्या अॅटॅची केसची तपासणी न करता एक 'ओव्हरनाईट बॅग' म्हणून ती तशीच पास केली होती. जर तिनं त्या पेटीचं वजन केलं असतं, तर ती आश्चर्यानं थक्कच झाली असती. बाँडच्या मनात आलं. त्याचप्रमाणे कस्टम अधिकाऱ्यांना जर तिच्या वजनाबद्दल कुतूहल वाटलं असतं नि त्यांनी ती 'इन्स्पेक्टोस्कोप'मध्ये तपासणीसाठी घातली असती, तर त्यांच्यावर सुद्धा चकित व्हायची पाळी आली असती; कारण लहाशा दिसणाऱ्या त्या पेटीमध्ये भरलेली सामग्री कुणालाही आश्चर्यानं थक्क करून टाकेल, अशीच विलक्षण होती.

ब्रिटिश गुप्तचरखात्याच्या 'क्यू' ब्रँचनं त्या मोहिमेसाठी बाँडला लागणाऱ्या आवश्यक वस्तू मोठ्या कौशल्यानं त्या 'स्वेने अॅण्ड एडने' ब्रँडच्या अॅटेची केसमध्ये बसवल्या होत्या. .२५ कॅलिबरचा, पन्नास फैरींना पुरेल इतका, बुलेट्सचा साठा, दोन पट्ट्यांमध्ये विभागून बॅगेचं चामडं आणि अस्तर याच्यामध्ये मोठ्या खुबीनं बसविलेला होता. तीक्ष्ण धारेच्या तलवारी बनविणाऱ्या विल्किन्सन कंपनीचे फेकून मारायचे दोन धारदार चाकू बॅगेच्या दोन्ही बाजूंवर कौशल्यानं छपविलेले होते नि त्यांच्या मुठी दडून राहतील, अशा तऱ्हेनं कडांवर शिवून टाकलेल्या होत्या. तिथं नुसती बोटं खुपसताच कच्ची शिवण फाटून चाकू क्षणात हातात पडतील, अशी व्यवस्था केलेली होती. बॅगेच्या हँडलमध्ये 'क्यू' ब्रँचच्या तंत्रज्ञांनी एक छोटासा छुपा खण केला होता. त्याच्या झाकणावर एका विशिष्ट ठिकाणी दाब देताच क्षणात मृत्यू आणणारी सायनाईडची गोळी तळहातात पडावी, अशी योजना केली होती. शत्रूच्या तावडीत सापडल्यावर नि सुटकेचे सर्व मार्ग बंद झाल्यावर बाँडला आत्मघात करून घेता यावा– अर्थात दुर्दैवानं अगदी तशीच वेळ ओढवली तर– म्हणून ती 'मृत्यूगुटिका' हँडलमधल्या छोट्याशा खणात ठेवलेली होती. तो खण बाँडला दाखविण्यात आला होता, तेव्हा तो हसला होता. (ती पेटी ताब्यात येताच त्यानं प्रथम ती सायनाइडची गोळी काढून मुतारीमधल्या गटारात टाकून दिली होती.) याशिवाय अगदी निरुपद्रवी दिसणाऱ्या एका स्पाँज बॅगेच्या आत पामोलीव्ह शेव्हिंग क्रीमची एक जाड ट्यूब ठेवलेली होती. तिच्या आत बाँडच्या बेरेटा पिस्तुलावर बसणारा सायलेन्सर कॉटन वूलमध्ये गुंडाळून ठेवलेला होता. त्या ट्यूबचं प्लॅस्टिकचं आटे असलेलं गोल झाकण फिरवून उघडताच आत दडविलेला सायलेन्सर क्षणात बाहेर काढता येत होता. रोख रोकड रकमेची जर कधी गरज भासली, तर बॅगेच्या झाकणाच्या आतल्या बाजूच्या अस्तराखाली सॉव्हरिनची पन्नास सोनेरी नाणी ठेवलेली होती. बोट खुपसून ते अस्तर टरकावताच ती नाणी सळकन हातात पडावीत, अशी सोय केलेली होती.

विविध युक्त्याप्रयुक्त्यांनी भरलेली त्या बॅगेची गुंतागुंतीची रचना पाहून बाँडला

विस्मय वाटला होता. त्याच्या मोहिमेसाठी आवश्यक असलेल्या सगळ्या वस्तू निहत्यारं अवघ्या आठ पौंड वजनात बसविलेल्या होत्या, हे त्या बॅगेचं वैशिष्ट्य होतं नि त्याबाबत 'क्यू' ब्रँचच्या तंत्रज्ञांचं बाँडनं मनोमन कौतुक केलं होतं. सगळ्या वस्तू अगदी चपखलपणे त्या बॅगेत बसविण्याची सोय त्यांनी केली नसती, तर बाँडला त्या आपल्या अंगावर ठिकठिकाणी लपवाव्या लागल्या असत्या आणि त्यांचं त्याला ओझंच झालं असतं.

विमानामध्ये वेगवेगळ्या प्रकारचे इतर फक्त बारा प्रवासी होते. बाँड धरून त्यांची संख्या तेरा भरत होती. ही बाब ध्यानात येताच बाँड स्वत:शीच हसला. त्याच्या सेक्रेटरीला जर ही गोष्ट समजली, तर भयानं ती केवढी हादरून जाईल. त्याच्या मनात आलं; कारण एम्‌बरोबर त्याची मुलाखत झाल्यानंतर तो आपल्या ऑफिसखोलीत परतला होता नि इस्तंबूलची आपली फ्लाईट निश्चित करायच्या तयारीला लागला होता, तेव्हा त्यानं शुक्रवारी आणि त्यातूनही तेरा तारखेला त्या प्रवासाला निघू नये, अशी त्याच्या सेक्रेटरीनं जोरदार हरकत घेतली होती. त्या अशुभ दिवशी विमानानं जाण्याच्या त्याच्या बेताला तिनं कडाडून विरोध केला होता.

"अगं, पण तेरा तारखेला प्रवास करणं केव्हाही चांगलं असतं." तिची समजूत घालत बाँड शांतपणे तिला म्हणाला होता, "कारण एकतर या दिवशी विमानात फारसे प्रवासी नसतात. त्यामुळे प्रवास जास्त आरामात होतो. गर्दी कमी असली, की तुमच्याकडे एअरहोस्टेस जास्त चांगल्या तऱ्हेनं लक्ष पुरवतात. साहजिकच, चांगली सर्व्हिस मिळते. त्यामुळे मला जेव्हा आरामशीरपणे प्रवास करायचा असतो, तेव्हा मी नेहमी तेरा हीच तारीख निवडतो."

"वेल्, तुम्ही आणि तुमचं नशीब! दुसरं काय म्हणणार मी?" माघार घेत ती म्हणाली होती, "–पण एक मात्र सांगते. तुम्ही प्रवासाला जाल, तो सबंध दिवसभर मला तुमची सतत काळजी लागून राहील. मेहरबानी करून त्या दिवशी विमानाच्या शिडीखालून तरी जाऊ नका, नि अशा प्रकारच्या दुसऱ्या विपरीत गोष्टी तरी निदान करू नका. माणसानं आपल्या सुदैवाची जास्त परीक्षा पाहू नये आणि नशिबाशी अशा तऱ्हेनं खेळू सुद्धा नये. तुम्ही तुर्कस्थानला कशासाठी जाता आहात, मला ठाऊक नाही. जाणून घेण्याची इच्छा देखील नाही; पण याखेपी माझ्या मनाला एक प्रकारची विचित्र हुरहूर लागून राहिली आहे. माझं अंत:करण काही ठीक सांगत नाही. का, कुणास ठाऊक, पण अगदी आतून ही धोक्याची भावना मला जाणवते आहे."

"किती छान आहे तुझं अंत:करण?" तिला खिजवत बाँड तिला म्हणाला होता, "या कामगिरीवरून मी ज्या दिवशी परत येईन, त्या रात्री गोड अंत:करणाच्या या पोरीला एखाद्या छानशा हॉटेलात डीनरला घेऊन जाईन."

"काही नकोय मला तुमचं डीनर!" ती थंड स्वरात म्हणाली होती नि नंतर

ऑफिसातून निघण्यापूर्वी भावनाविवश होऊन तिनं बाँडचं एक प्रदीर्घ चुंबन घेऊन, त्याला गुडबाय केलं होतं आणि पाठ वळवून ती तडक निघून गेली होती. त्या क्षणी, आपल्याबद्दल इतक्या कमालीची कळकळ असलेली, थोर अंत:करणाची सर्वांत सुंदर तरुणी आपल्या सान्निध्यात असताना आपण उगीचच इतर स्त्रियांच्या मागे धावण्याचा वेडेपणा का करतो, हा विचार त्याच्या मनात किमान शंभराव्यांदा तरी आला होता आणि त्याला आपलंच नवल वाटलं होतं. एवढी आत्मीयता असलेली गोड सेक्रेटरी नशीबवंतालाच लाभते, असंही त्याच्या मनात आलं होतं...

खाली असलेल्या पांढऱ्याशुभ्र ढगांच्या अथांग सागरावरून विमान अगदी स्थिरपणे उडत मार्गक्रमण करीत होतं. घुसळलेल्या लोण्याच्या थरांसारखे दिसणारे ते ढग इतके सघन आणि दाट भासत होते, की इंजिन बंद पडून विमान अचानक खाली गेलं, तर ते त्या ढगांच्या पृष्ठभागावरच अडकून पडेल, असं वाटत होतं. काही वेळानंतर खाली दिसणारे ढग नाहीसे झाले आणि डाव्या बाजूला दूरवर एक धुकट निळसर प्रदेश दिसू लागला. ती पॅरिसची भूमी होती. त्यानंतर सुमारे तासभर विमान फ्रान्सच्या मैदानी प्रदेशावरून उडत राहिलं. अखेर दीजाँ आलं, तेव्हा खालची पिवळसर भूमी एकदम गर्द हिरवीगार दिसू लागली. काही क्षणातच खाली जुरास पर्वतश्रेणी दिसू लागली.

एका स्ट्यूअर्डेसनं बाँडसमोर लंच (दुपारच्या जेवणाचे खाद्यपदार्थ) आणून ठेवलं. बाँडनं हातातलं पुस्तक बाजूला ठेवलं, आणि जेवणाचा आस्वाद घेण्यास सुरुवात केली. विमानाच्या खिडकीमधून त्यानं मधेच खाली दृष्टीक्षेप टाकला, तेव्हा त्याला जिनेव्हामधल्या प्रसिद्ध सरोवराचं विहंगम दृश्य दिसलं. त्या सुंदर नि थंड सरोवराचा नितळ पृष्ठभाग आरशासारखा स्वच्छ दिसत होता. विमान आता स्वित्झर्लंडच्या नयनरम्य प्रदेशावरून चाललं होतं. आता खाली देवदार वृक्षांची हिरवीगार वनराई दिसत होती. मग पांढऱ्याशुभ्र हिमाचे छप्पे असलेला चढणीचा प्रदेश दिसू लागला. आणि काहीच क्षणांनी हिमाच्छादित पर्वतशिखरं असलेली आल्पस् पर्वतश्रेणी दिसू लागली. धवल हिमानं आच्छादलेले पर्वतांचे ते विलोभनीय उतार पाहून बाँडला आपलं तरुणपण आठवलं. तेव्हा त्यानं याच हिमाच्छादित उतारांवरून घसरण्याचा– स्कीईंगचा– मनसोक्त आनंद लुटला होता. तारुण्यामधील ते दिवस, त्या अविस्मरणीय आठवणी आठवून त्यानं एक हुरहुरता नि:श्वास सोडला. सुट्ट्यांमध्ये तरुणपणी स्वच्छंदपणे घालविलेला तो काळ, किती भर्रकन सरला होता! खाली असलेल्या माँट ब्लँक पर्वताच्या अतिविशाल सुळक्याला वळसा घालून विमान पुढे गेलं, तेव्हा हत्तीच्या कातड्याच्या रंगाचे करडे ग्लेशियर्स खाली दिसू लागले आणि बाँडच्या मन:श्चक्षुंसमोर पुन्हा एकदा आपलं विशीच्या आतलं ऐन तारुण्यातलं रूप उभं राहिलं. जिनेव्हा युनिव्हर्सिटीमधल्या दोघा मित्रांबरोबर एका ताशीव कड्याची उभी

चढण चढणारा, कंबरेला दोर बांधलेला तरुण जेम्स त्याला दिसू लागला. तो अर्थातच सर्वात पुढे होता. इंच इंच पुढे सरकत, पुढला कडा सर करीत तो हळूहळू वर चालला होता.

–आणि आता?... विमानाच्या खिडकीच्या गोल काचेत दिसणाऱ्या आपल्या प्रतिबिंबाकडे पाहून बाँड वाकुली दाखवीत स्वत:शीच हसला. खाली दिसणारा पर्वताळ प्रदेश ओलांडून विमान आता लोंबार्डीच्या धनधान्यांनी समृद्ध अशा भूमीवरून चाललं होतं. बाँडच्या मनात अजूनही आपल्या तरुणपणाचे विचार घोळत होते. समजा, नव्या नव्हाळीचा तो तरुण जेम्स बाँड आता जर आपल्याला एखाद्या रस्त्यात अवचितपणे भेटला, तर तो आपल्याला ओळखेल? एकेकाळी अगदी स्वच्छ नि निर्मळ असलेलं, उत्साहानं रसरसलेलं तारुण्य याच देहामध्ये वास करीत होतं, यावर त्याचा विश्वास बसेल? प्रौढावस्थेकडे झुकलेल्या आताच्या या सिक्रेट एजंट जेम्स बाँडला पाहून त्याच्या मनात काय काय विचार येतील? हेरगिरीच्या क्षेत्रामध्ये सतत दडपणाखाली असलेलं शरीर दगाफटका नि अविश्वसनीय धोक्यांशी सारखी झुंज द्यावी लागत असल्यामुळे येणारा मानसिक ताण, सतत पाठपुरावा करणारं मृत्यूचं भय आणि निर्दयतेनं, निष्ठुरतेनं भरलेलं आयुष्य या साऱ्याच्या परिणामांमुळे निस्तेज बनलेलं आपलं रूप पाहून त्याला काय वाटेल? थंड, भेदक नजर असलेले डोळे, डाव्या गालावर खालच्या बाजूला गेलेला ओरखडा, डाव्या दंडाखाली बगलेतल्या चामडी दास्तानात असलेल्या पिस्तुलाचा फुगवटा असं हे या माणसाचं बदललेलं स्वरूप पाहून त्याच्या मनात काय प्रतिक्रिया उमटतील?... देहानं, वयानं, रूपानं पूर्णपणे बदललेला हा बाँड बघून एकेकाळी उत्साहानं रसरसलेला, सळसळत्या तारुण्यातला तो हाच का मी? असा प्रश्न त्याला पडेल. समजा, त्या तरुणानं आपल्याला ओळखलं, तर ज्या मोहिमेवर आत्ता आपण निघालो आहोत, तिच्याबद्दल तो काय अंदाज करेल? ब्रिटिश सिक्रेट सर्व्हिसमधला एक धडाडीचा गुप्तहेर, अर्ध्या जगाचा प्रवास करून कुठे निघाला आहे, तर म्हणे हेरगिरीच्या जीवनामधली सर्वात नाजूक नि रोमँटिक भूमिका निभवायला? एका तरुण पोरीला आपल्या प्रेमजालात अडकवायला? असली हलक्या स्वरुपाची कामगिरी त्यानं स्वीकारावी?...

भूतकाळात गेलेल्या तारुण्याबद्दलचे विचार बाँडनं दूर सारले. मनावेगळे केले. माणसानं आपल्या गतायुष्याबद्दल जास्त विचार करू नये. भूतकाळात फार डोकावू नये. असं झालं असतं तर? वगैरे गोष्टींबद्दल विचार करण्यात उगीच वेळ वाया दवडण्यात काही अर्थ नसतो– त्याच्या मनात आलं. जे काही तुमच्या नशिबात, दैवात असेल, ते मान्य करा. ते स्वीकारा आणि त्यातच समाधान माना. आपण एक दुय्यम दर्जाचे मोटार विक्रेते झालो नाही, जिन आणि निकोटीन यातच सदा मुरलेले

पत्रकार झालो नाही हे काय थोडं झालं? अपंग बनल्यामुळे परालंबित्वाचं जिणं आपल्या नशिबी आलं नाही किंवा काहीतरी भयंकर आजारानं आपल्याला मृत्यू आला नाही हे आपलं सुदैव नव्हे काय? तेव्हा नशिबानं जे काही मिळालं आहे, त्यात आनंद मान. त्यातच खूश राहा. बाँडला स्वत:ला बजावलं.

खिडकीमधून खाली नजर टाकीत, सूर्यानं भाजून काढलेल्या जिनोआच्या विस्तीर्ण पसरलेल्या भूमीकडे आणि त्या पलीकडे दिसणाऱ्या भूमध्य समुद्राच्या निळ्याशार, नितळ पाण्याकडे पाहात बाँडनं भूतकाळाची कवाडं बंद करून आपलं मन वर्तमानकाळात आणलं आणि आपल्या नजिकच्या भविष्याबद्दल, हातातल्या कामगिरीबद्दल तो विचार करू लागला.

जिला त्यानं पूर्वी कधीही पाहिलं नव्हतं आणि जिचं नाव आदल्याच दिवशी त्यानं प्रथमच ऐकलं होतं, अशा एका तरुण पोरीवर मोहिनी टाकायला, तिला शीलभ्रष्ट करायला तो निघाला होता. हे काम त्याला अगदी झटपट उरकायचं होतं. ती पोरगी दिसायला खूपच सुंदर आहे, असं इस्तंबूलमधल्या 'टी' स्टेशनच्या प्रमुखानं कळवलं होतं. ती कितीही का सुंदर असेना, तिच्या सौंदर्यात बाँडला गुंतायचं नव्हतं, तर ती आपल्याबरोबर जो 'हुंडा' आणणार होती– जे स्पेक्टर यंत्र आणणार होती– त्यावर आपलं सारं लक्ष त्याला केंद्रित करायचं होतं! तो 'हुंडा' त्याला आपल्या पदरात पाडून घ्यायचा होता. एखाद्या अतिशय श्रीमंत आणि धनाढ्य स्त्रीच्या पैशावर डोळा ठेवून तिच्याशी लग्न करण्याचा प्रयत्न करण्यासारखाच हा प्रकार होता... या नाटकामधली आपली भूमिका आपल्याला नीट वठविता येईल? तिच्यावर छाप पडेल, असे हावभाव करणं, गोड गोड बोलणं या गोष्टी कदाचित आपल्याला सहज जमून जातील; पण एकांतात तिच्याशी प्रणयक्रीडा करताना मनातील गुप्त विचार आपल्याला दडवता येतील? ते चेहऱ्यावर प्रकट होऊ न देता तिच्याशी समरसून एकरूप होणं आपल्याला जमेल? आपल्या बायकोच्या पैशावर, केवळ तिच्या बँकबॅलन्सवर नजर ठेवणारे, नि फक्त त्याकरिताच तिच्याशी लग्न करणारे पुरुष एकांतात, शय्यासोबतीच्या वेळी तिच्याशी कसे वागत असतील?

या कल्पनेमागे उत्तेजक वैषयिक सुखाबरोबरच सोन्यानं भरलेल्या थैलीचा, त्या विवक्षित स्त्रीच्या संपत्तीचा मोहही दडलेला होता; पण या प्रकरणात संपत्तीचा काही प्रश्न नव्हता, तर इथे चक्क रशियन सांकेतिक लिप्यांचा उलगडा करणारं सायफर मशीन होतं. ज्याचं काही मोलही करता येणार नाही, असं मोहात पाडणारं– अमूल्य असं रशियनांचं– स्पेक्टर यंत्र!

विमानाखालून 'एल्बा' बेट मागे निघून गेलं आणि पुढे पन्नास मैलांवर असलेल्या रोमच्या दिशेनं विमान हळूहळू खाली उतरू लागलं. काहीच मिनिटांनी रोमच्या

'सियांपिनो एअरपोर्ट'वर ते उतरलं. विमानतळावरल्या लाऊडस्पीकर्समधून निवेदिकेच्या घोषणा घुमत होत्या. तिथं बाँडनं 'अमेरिकानोज्' मद्याचे दोन चषक चवीनं घेतले. त्यानंतर त्याचं विमान पुढल्या प्रवासाला निघालं. ते इटलीच्या पायथ्याच्या दिशेनं निघालं, तेव्हा बाँडचं विचारचक्र पुन्हा सुरू झालं. ताशी तीनशे मैल वेगानं तो ज्या संकेतस्थळाकडे चालला होता नि ज्या कामगिरीवर निघाला होता, तिच्याविषयीच्या अगदी बारीकसारीक तपशीलाची विचक्षणा तो करू लागला.

रशियाच्या एम.जी.बी. गुप्तचरखात्यानं हा काहीतरी पाताळयंत्री डाव तर रचलेला नसेल ना? ज्याचं आकलन आपल्याला होऊ शकलं नाही. एम्च्या अतितल्लख, सावध बुद्धीलाही ज्याचा थांग लागू शकला नाही, अशा एखाद्या भयंकर सापळ्यात तर आपण शिरत नाही ना?... रशियनांनी आपल्यासाठी लावलेल्या मायाजालात तर आपण पाऊल ठेवत नाही ना?... देव जाणे! अशा फसव्या सापळ्याबद्दल एम्नं तसा सगळा साधकबाधक विचार केलेला असणारच! आदल्याच दिवशी, सबंध दुपारभर आणि रात्री उशीरापर्यंत सिक्रेट सर्व्हिसच्या सगळ्या विभागप्रमुखांची एक खास बैठक झाली होती. त्या बैठकीत या मोहिमेबद्दल सविस्तर चर्चा करण्यात आली होती. तिच्यावर सखोल विचार करण्यात आला होता. प्रत्येक दृष्टिकोनातून तिचं अगदी बारकाईनं परीक्षण केलं होतं. पण एवढा सगळा उहापोह होऊन सुद्धा रशियनांना या प्रकरणातून नेमकं काय साधायचं आहे, याचा कुणालाच अंदाज घेता आला नव्हता. बाँडला पळवून नेऊन त्याची उलटतपासणी घेण्याचा रशियनांचा विचार असेल का? पण त्यासाठी त्यांनी बाँडलाच का निवडावं? तो तर एक 'ऑपरेटिंग सिक्रेट एजंट' होता. नेमून दिलेल्या कामगिऱ्या पार पाडणारा एक गुप्तहेर. ज्या कामगिरीवर तो जात असे, तिची माहिती नि विचार त्याच्या डोक्यात असत. आणि रशियनांच्या दृष्टीनं ह्या बाबीला तसं काहीच महत्त्व नव्हतं. त्यांना अशा गोष्टींचा काही उपयोगही नव्हता. बरं, आपल्या कामाखेरीज बाँडला ब्रिटिश सिक्रेट सर्व्हिसच्या इतर सर्वसामान्य कारभाराविषयीही फारशी माहिती नव्हती. मग त्यांनी बाँडची निवड का केली?

ब्रिटिश गुप्तचर खात्यावर सूड उगविण्याच्या हेतूनं कदाचित बाँडला ठार मारण्याचा त्यांचा विचार असावा; पण ही गोष्टही तर्कसंगत वाटत नव्हती. बाँडला त्यांना मारायचंच असलं, तर त्यांचा एखादा हस्तक पाठवून त्यांना लंडनच्या एखाद्या रस्त्यावर सुद्धा बाँडला गोळी घालून मारता येईल. त्याच्या फ्लॅटमध्ये घुसून त्याला ठार करता येईल. किंवा त्याच्या मोटारीमध्ये एखादा टाईमबाँब लावून ठेवून त्याला खलास करता येईल. एवढ्याशा गोष्टीकरिता त्याला पार इस्तंबूलला ओढून नेण्याचा घाट ते लोक कशाला घालतील? शिवाय, गेल्या दोन वर्षांमध्ये त्याचा रशियनांशी संबंधही आला नव्हता.

"तुमच्या सीट्सचे बेल्टस् पटकन बांधा, प्लीज!" विमानातल्या लाऊडस्पीकरवरून स्ट्यूअर्डेसचा आवाज घुमला आणि बाँडची विचारमालिका एकदम तुटली. दुसऱ्याच क्षणी विमानाला एक जोराचा गचका बसला आणि ते खाली गेलं. समोरून जोराचा अवरोध व्हावा, तसा त्याचा घरघराट वाढला. पटकन उसळी घेत, ते पुन्हा एकदम वर गेलं नि त्याच्या जेट इंजिनांमधून विचित्र प्रकारची कर्णकर्कश्श शीळ घुमू लागली. बाहेर विमानासभोवताली एकदम काळोख पसरला आणि जोरदार पावसाला सुरुवात झाली. विमानाच्या खिडक्यांच्या काचांवर पावसाच्या सरी जोरानं आदळू लागल्या. पावसाचे मोठाले थेंब काचेच्या तावदानांवर थडथड आवाज करीत आपटू लागले. बाहेर आकाशात अकस्मात प्रचंड कडकडाट झाला. निळ्या, पांढऱ्या विजेचा एक दीप्तिमान लोळ लखलखला. एखाद्या विमानविरोधी तोफेचा गोळा खालून आदळावा, तसं विमान हादरलं नि थरथरू लागलं. ढगांचे गडगडाट, भरारणारा वारा आणि पावसाचा मारा यातून ते शिकस्तीनं पुढे जाऊ लागलं. ते सोसाट्याच्या विद्युतवादळात सापडलं होतं.

बाँडला एकदम धोक्याची भावना आली. बाहेर पुन्हा एकदा प्रचंड कडकडाट झाला. डोळे दिपविणाऱ्या विजेचा लखलखाट झाला. कडाडणारी वीज आपले पाश विमानाभोवती फेकू पाहात होती. विमानाला परत जोराचा हादरा बसला नि ते जोरानं थरथरलं. सीटच्या हातांवर असलेली बाँडची बोटं एकदम घट्ट आवळली गेली. सीटचे हात त्यानं घट्ट पकडले. एकाएकी ते विमान त्याला कमजोर आणि अगदी लहान वाटू लागलं. वार शुक्रवार! तारीख तेरा... विमानात प्रवासीही तेराच! बाँडला त्याची सेक्रेटरी लीलीया पॉन्सनबीचे शब्द आठवले. त्या तारखेला त्यानं प्रवासाला निघावं, याबद्दल तिनं व्यक्त केलेली भीती आठवली. तिचा विरोध आठवला. बाहेर आकाशात परत कानठळ्या बसविणारा प्रचंड कडकडाट झाला. वादळवाऱ्यातून, पावसातून चाललेलं विमान जोरानं हादरलं. सीटच्या हातांवर घट्ट पकड घेतलेले बाँडचे तळवे एकदम घामेजले. पुन्हा एकदा त्याला धोक्याची, संकटाची जाणीव झाली. हे विमान किती जुनं आहे? आत्तापर्यंत ते किती उडलंय? किती हवाई तासांचा प्रवास त्यानं आत्तापर्यंत केलाय?... त्याच्या मनात भराभर प्रश्न आले. ज्या धातूपासून विमान तयार केलेलं आहे, तो कितपत झिजला आहे? विमानाच्या पंखांमध्ये किती शक्ती उरलीय? ते किती कमजोर झाले आहेत?... विमानाची आयुष्यमर्यादा संपली असेल का? कुणी सांगावं, आपण इस्तंबूलला पोहोचणारही नाही. कोरिंथच्या आखातात विमान कोसळेल, विशाल समुद्राच्या एका लहानशा भागाचं पाणी उसळेल आणि इथेच आपल्या मोहिमेची इतिश्री होईल!... तासाभरापूर्वी आपण जे चिंतन करीत होतो, ते व्यर्थ ठरेल... सगळंच व्यर्थ, फोल ठरेल.

उष्ण कटिबंधातील देशांमधल्या जुनाट घरांमध्ये एक 'हरिकेन रूम' (वादळ

संरक्षक खोली) असते. घराच्या अगदी मध्यभागात– घराच्या जोत्याखाली– जमिनीत ही खोली असते. जेव्हा सारं काही उद्ध्वस्त करून टाकणाऱ्या भयानक चक्रीवादळाचा धोका उद्भवतो, तेव्हा भक्कम तटबंदी असलेल्या एखाद्या किल्ल्यासारखीच अभेद्य अशी ही खोली सुरक्षित आश्रयस्थान ठरते. अशा प्रलयकारी चक्रीवादळाचं संकट जेव्हा येतं आणि सबंध घर उद्ध्वस्त होण्याचा धोका संभवतो, तेव्हा त्या घराचा मालक आपल्या साऱ्या कुटुंबियांसह, घराच्या जोत्याखालच्या तळघरासारख्या अभेद्य खोलीत उतरतो आणि चक्रवाताचा धोका टळेस्तोवर तिथेच दडून राहतो. आलेल्या चक्रीवादळात सापडून दुर्दैवानं ते सबंध घर उद्ध्वस्त होऊन अगदी भुईसपाट झालं, तरी भूमिगत असलेल्या त्या 'हरिकेन रूम'मध्ये दडून बसलेलं ते कुटुंब मात्र अगदी सुरक्षित राहतं. कुणाच्याही केसाला सुद्धा धक्का लागत नाही.

बाँडच्या देहामध्ये, त्याच्या अंतरंगात अशीच एक 'हरिकेन रूम' होती. बाहेरच्या आकाशात वादळवाऱ्यानं, ढगांच्या गडगडाटानं नि विजांच्या लखलखाटानं आता प्रलयकारी स्वरुप धारण केलं; त्यातून जाणारं त्याचं विमान हादऱ्यांनी अक्षरश: खालीवर हिंदकळू लागलं, पावसाच्या माऱ्याशी नि भरारणाऱ्या वादळवाऱ्याशी टक्कर देत वाटेल तसं भरकटू लागलं आणि सगळीच परिस्थिती जेव्हा हाताबाहेर गेली, तेव्हा बाँडनं आपल्या अंतरंगात असलेल्या 'हरिकेन रूम'मध्ये प्रवेश केला. आता काहीही करता येणं शक्य नाही आणि आटोक्याबाहेर गेलेल्या परिस्थितीसमोर कुणाचीही मात्रा चालणार नाही, या वस्तुस्थितीची जाणीव त्याला झाली, तेव्हा आपल्या अंतरंगातल्या त्या 'सुरक्षित खोलीचा' आश्रय त्यानं घेतला आणि मग त्या बी.इ.ए. फ्लाईट नंबर-१३०चं भवितव्य आता काय ठरतं, याची तो अगदी शांतपणे वाट बघू लागला.

–आणि जितक्या अकस्मात ते वादळ सुरू झालं होतं, तितक्याच अचानक ते एकदम थांबलं. विमानाच्या खिडक्यांच्या काचांवर आदळणाऱ्या पावसाच्या सरी बंद झाल्या. विमानाच्या अंतर्भागामध्ये पुन्हा पूर्वीसारखाच स्वच्छ प्रकाश पसरला. काही मिनीटं कर्णकर्कशपणे वाजणारी जेट इंजिनांची शीळ पुन्हा पूर्वपदावर आली आणि अगदी खालच्या पट्टीत, संथ लयीत घुमू लागली. आपल्या अंतरंगामधल्या 'हरिकेन रूम'चं– सुरक्षित खोलीचं– दार उघडून बाँड तिच्यामधून बाहेर पडला. अगदी हळूच मान वळवून त्यानं खिडकीतून बाहेर नजर टाकली. बाहेर हवा अगदी मोकळी होती नि स्वच्छ सूर्यप्रकाश पसरलेला होता. त्यानं खाली पाहिलं, तेव्हा कोरिंथच्या आखाताच्या शांत समुद्रपृष्ठावरून वेगानं धावत असलेली त्याच्याच विमानाची अगदी लहानशी सावली त्याच्या दृष्टीस पडली. त्यानं एक दीर्घ नि:श्वास सोडला आणि आपल्या पँटच्या मागल्या खिशामधून गनमेटलची सिगारेट केस बाहेर काढली. तिच्यातून तीन सोनेरी रिंगांची मॉरलँड सिगारेट काढून त्यानं ओठांमध्ये

लटकावली आणि लाईटर काढून ती पेटवली. सिगारेट पेटविताना आपले हात अगदी स्थिर आहेत, आपल्या चित्तवृत्ती स्थिर आहेत, हे पाहून त्याला फार बरं वाटलं. आपल्या सेक्रेटरीनं– लिलूनं– ज्या कुशंका व्यक्त केल्या होत्या, त्यात खरोखरच काही तथ्य असेल का? असेल का काय, असणारच! अवघ्या काही क्षणांपूर्वी– विमान विजेच्या वादळात सापडल्यामुळे– आपलं जीवित धोक्यात आलं होतं. अशुभानं आपली एक चुणूक दाखविली होती. आपण प्रवासाला निघण्यापूर्वी ज्या प्रतिकूल बाबींवरून लिलू चिंताक्रांत झाली होती, त्यात निश्चितपणे तथ्य होतं. आपल्याबद्दल वाटणाऱ्या काळजीमुळे बिचारी केवढी हवालदील होऊन गेली होती. ती म्हणाली होती ते बरोबरच होतं... इस्तंबूलला पोहोचल्यानंतर एखादं पोस्टकार्ड मिळालं, तर घडलेली घटना तिला कळवायची आणि तिनं व्यक्त केलेली भीती खरी ठरण्याच्याच बेतात होती, असं अगदी प्रांजळपणे, प्रामाणिकपणे कबूल करून टाकायचं असं त्यानं मनोमन ठरविलं. मृत्यूच्या दारातून अगदी सुदैवानंच आपण परत आलो... त्याच्या मनात आलं.

दुपार कलून संध्याकाळ झाली. मावळतीनंतर बाहेरच्या आकाशाला जांभळट छटा आली. मंद सायंप्रकाशात निळसर भासणारा 'माऊंट हायमेटस' विमानाखालून पाठीमागे निघून गेला. काहीच क्षणात खाली अथेन्स शहराचे दिवे दिसू लागले. ओंजळभर तेजस्वी रत्नं कुणीतरी उधळून द्यावीत आणि विखरून ती चमचम करीत चमकावीत, तसं ते दृश्य अतिशय मनोहर दिसत होतं. थोड्याच वेळानंतर त्या व्हिस्कौंट विमानाच्या चाकांनी अथेन्स विमानतळाच्या लांबलचक नि गुळगुळीत धावपट्टीला स्पर्श केला. एक अलगद धक्का देत ते खाली उतरलं आणि धावपट्टीवरून धावत अखेर थांबलं.

भयानं, मानसिक तणावानं फिकट बनलेल्या, मूठभर प्रवाशांबरोबर बाँड विमानामधून खाली उतरला. सगळेजण अगदी गप्प गप्प होते. कुणीही काही बोलत नव्हतं. विमानतळावरला ट्रँझिट लाऊंज ओलांडून बाँड तिथल्या बारपाशी गेला आणि बारटेंडरजवळ त्यानं चांगलं एक टंबलर भरून 'औझो' हे स्थानिक मद्य मागितलं. मद्याचा भलामोठा टंबलर पुढ्यात येताच उचलून तो तोंडाला लावत बाँडनं ते घटाघटा पिऊन टाकलं आणि त्या पाठोपाठ बर्फ घातलेल्या थंडगार पाण्याचा एक ग्लासही रिचवला. उग्रट वासाचं नि तिखट चवीचं ते जळजळीत पेय घशामधून उतरत खाली गेलं, तेव्हा त्याचा उष्ण दाह त्याला थेट अगदी पोटापर्यंत जाणवला; पण ते कडक मद्य पोटात जाताच त्याला खूप बरं वाटलं. रिकामा टंबलर कौंटरवर पुढे सरकवीत त्यानं बारटेंडरला तो पुन्हा भरायला सांगितला. मद्याचा दुसरा 'राऊंड' पोटात जाताच त्याला एकदम हुशारी आणि उत्साह वाटू लागला. नंतर थोडंसं खाणं उरकून तो बाहेर पडला, तेव्हा रात्र झाली होती. विमानतळावरल्या लाऊडस्पीकरमधून

विमानांच्या वेळापत्रकांसंबंधी घोषणा घुमत होत्या. पूर्वेकडल्या आकाशात, शहराच्या दिव्यांच्या झगमगाटाच्या वर, चंद्राचं अर्धबिंब वर आलं होतं. हवा मंद होती. फुलांचे मधुर सुवास वायुलहरींबरोबर वातावरणात दरवळत होते. रातकिड्यांची किरकिर सुरू झाली होती. दूर अंतरावर कुठेतरी एक माणूस स्थानिक गीत गात होता. त्याचे स्वर हवेतून मंदपणे ऐकू येत होते. गाणाऱ्या माणसाचा आवाज अगदी स्वच्छ होता; पण त्याच्या स्वरातून कारुण्य, दुःख प्रगट होत होतं. दर्दभरे विलाप असलेलं ते बहुधा शोकगीत होतं. विमानतळाच्या निकट कुठेतरी एक कुत्रं भुंकत होतं. अज्ञात माणसाच्या वासामुळे ते अस्वस्थ बनलं असावं. सभोवतालच्या वातावरणातील एकंदर बदलामुळे आपण पूर्वेत आलो आहोत, याची बाँडला एकाएकी जाणीव झाली. जाग देणारी, पहारा करणारी कुत्री सबंध रात्रभर अधूनमधून जिथं भुंकत असतात, त्या वैशिष्ट्यपूर्व पूर्वेत! आणि ज्या जाणीवेमुळे त्याचं मन एकदम प्रफुल्लित बनलं, हृदय आनंदानं भरून आलं. एक विलक्षण चेतना, एक अननुभूत उत्तेजना त्याच्या नसानसांमधून वाहू लागली. ही संवेदना अर्थातच अतिशय उत्साहवर्धक होती. आनंददायक होती.

इस्तंबूलला पोहोचण्यासाठी आता फक्त नव्वद मिनीटांचा विमानप्रवास बाकी राहिला होता. विमान सुटण्याची वेळ झाल्यावर इतर प्रवाशांसह बाँड विमानात जाऊन बसला आणि अथेन्स विमानतळाची धावपट्टी सोडून त्या व्हिस्कौंट विमानानं पुन्हा आकाशात झेप घेतली. काळसर पृष्ठभाग असलेला एजिअन समुद्र ओलांडून विमान मार्मारा समुद्रावरून जाऊ लागलं, तेव्हा बाँडसमोर उत्तम, चविष्ट खाद्यपदार्थांचं जेवण आलं. त्याचा आस्वाद घेतल्यानंतर 'ड्राय मार्टिनी'चे दोन चषक त्यानं रिते केले आणि त्यापाठोपाठ तांबूस रंगाच्या 'कॅल्वेट क्लॅरेट' या दारूची अर्धी बाटली त्यानं संपविली. मनपसंत रूचकर जेवण आणि उत्साहवर्धक मद्य पोटात जाताच आपण शुक्रवारी तेरा तारखेला प्रवासाला निघालो, याची आणि हाती घेतलेल्या आगामी कामगिरीची त्याच्या मनातली चिंता एकदम कुठल्या कुठे पळून गेली. सगळी रूखरूख, सगळे ताण पार वितळून गेले आणि आगामी कामगिरी पार पाडण्यासाठी उत्सुकतेनं तो सिद्ध झाला.

प्रवासाचा अखेरचा पल्ला संपवून त्याचं विमान 'येसिलकॉय' या आधुनिक विमानतळावर उतरलं. तिथून इस्तंबूल मोटारीनं एक तासाच्या अंतरावर होतं. विमानप्रवासादरम्यान सगळी व्यवस्था उत्तम राखल्याबद्दल बाँडनं स्ट्युअर्डेसचे आभार मानले आणि त्यांचा निरोप घेऊन आपली जड अॅटॅची केस घेऊन तो विमानातून खाली उतरला. विमानतळावरल्या पासपोर्ट आणि कस्टम्स तपासणीच्या सोपस्कारातून बाहेर पडल्यावर– विमानामधून येणाऱ्या आपल्या सूटकेसची वाट पाहात तो बाहेरच्या लाऊंजमध्ये थांबला.

विमानतळावरले सगळे अधिकारी तुर्क होते. त्यांचे पोशाख आधुनिक नि टीपटॉप होते. बहुतेकांचे चेहरे राकट आणि मुद्रा उग्र होत्या. डोळे काळेभोर नि नजरा तीक्ष्ण, सावध होत्या. त्यांची अगम्य भाषा बाँडच्या कानावर पडू लागली. त्यांचे उच्चार आणि तोंड रुंदावून बोलण्याची पद्धती रांगडी होती. ही तुर्की जमात पूर्वी पर्वतांच्या कडेकपारींमध्ये, डोंगरदऱ्यांमध्ये वास करून राहणारी होती. रागीट, क्रूर, खुनशी आणि चमकदार डोळ्यांची देणगी या जमातीच्या लोकांना निसर्गानं उपजतच बहाल केलेली होती. या वैशिष्ट्यपूर्ण डोळ्यांचा इतिहास बाँडला माहिती होता. मेंढरांच्या कळपांवर बारीक नजर ठेवण्याचं आणि दूर क्षितीजावर होणारी एखादी अगदी बारीक हालचाल टिपण्याचं प्रशिक्षण या तीक्ष्ण डोळ्यांना शतकानुशतकांपासून मिळत आलेलं होतं. सुऱ्याच्या मुठीवर पकड घेण्यापासून तो बाजारात धान्य तोलताना, चलनी नाण्यांची देवाणघेवाण करताना अतिशय सावधगिरी बाळगणारे हे डोळे होते. हे डोळे कठोर, भेदक, मत्सरी आणि विश्वास न ठेवता येण्याजोगे असेच भयंकर होते.

आपली बॅग ताब्यात मिळताच ती घेऊन बाँड विमानतळावरून बाहेर पडला. त्याच वेळी बाजूच्या सावलीमधून एक उंचापुरा, तगडा नि काळ्याभोर झुपकेदार मिशा असलेला माणूस बाहेर पडला आणि बाँडसमोर आला. त्याच्या अंगात ऐटबाज डस्टकोट नि डोक्यावर शोफरची कॅप होती. त्यानं एक कडक सलाम ठोकला आणि बाँडचं नावही न विचारता बाँडच्या हातामधली सूटकेस घेऊन त्याला आपल्या मागे येण्याची खूण केली. विमानतळाबाहेरच्या रस्त्यावर ते पोहोचले, तेव्हा तिथे काळ्या रंगाची, जुनी पण अतिशय चकचकीत नि झोकदार अशी रोल्स राईस मोटार उभी होती. जुन्या मॉडेलची ती किंमती गाडी १९२० सालातल्या एखाद्या लक्षाधीशासाठी खास बनविण्यात आली असावी, असा अंदाज बाँडनं केला. बाँडची सूटकेस गाडीच्या डिकीत ठेवल्यानंतर त्या तगड्या शोफरनं तिचं पाठचं दार बाँडसाठी अदबीनं उघडलं. मोटारीत शिरत बाँड मागच्या आरामशीर सीटवर विसावला.

विमानतळाच्या परिसरातून बाहेर पडून ती मोटार मुख्य रस्त्याला लागली आणि अगदी अलगदपणे धावू लागली, तेव्हा मान वळवून, खांद्यावरून मागे दृष्टीक्षेप टाकत तिच्या शोफरनं उत्तम इंग्लिशमधून बाँडला अदबीनं विचारलं, ''आजची रात्र तुम्ही बहुधा विश्रांती घेणार असाल, असा अंदाज करीम बेनं केला आहे, सर. तुम्हाला घेऊन जाण्यासाठी उद्या सकाळी नऊला हजर राहण्याची सूचना मला देण्यात आलीय. तुम्ही कुठल्या हॉटेलात उतरणार आहात, सर?''

''क्रिस्टल पॅलेस.'' बाँड उत्तरला.

''ठीक, सर.'' शोफर म्हणाला आणि त्यानं मोटारीला वेग दिला. भरपूर रुंद

नि आधुनिक अशा रस्त्यावरून ती दिमाखदार मोटार मोठ्या डौलानं धावू लागली.

त्यांची मोटार विमानतळावरून हलली होती, तेव्हा तिथल्या इमारतीच्या पार्किंगच्या सावलीमधून एक स्कूटर सुरू झाल्याचा आवाज बाँडला अस्पष्टपणे ऐकू आला होता. ती आठवण होऊन बाँडनं मान वळवून मागच्या काचेतून बाहेर पाहिलं. तेव्हा त्यांच्या मोटारीपासून काही अंतर राखून एक स्कूटरस्वार त्यांच्या मागोमाग येत असलेला त्याला दिसला. विमानतळावर तिचा आवाज आपल्याला ऐकू आला होता, तीच ही स्कूटर असेल का? ती चालविणारा इसम आपला पाठलाग करतोय का? बाँडच्या मनात विचार आले; पण ते त्यानं बाजूला सारले. सीटच्या पाठीवर आरामात रेलून तो आजुबाजूला दिसणारी दृश्य बघू लागला आणि त्या शाही रोल्स राईस गाडीच्या प्रवासाचा आनंद लुटू लागला.

□

## १४. डार्को करीम

हॉटेल क्रिस्टल पॅलेसमधल्या एका सामान्य खोलीत बाँडला सकाळी जरा लवकरच जाग आली. डाव्या मांडीवर अगदी लहानशी सुई टोचावी, तशी जाणीव त्याला झाली. त्या ठिकाणी हात नेऊन ती जागा त्यानं कराकरा खाजवली. त्या ठिकाणी डास चावला असावा, हे त्याच्या ध्यानात आलं. पेरामधल्या या हॉटेलची निवड त्यानं केली होती, तेव्हा तिथे डास, माशा यासारख्या कीटकांचा उपद्रव असणार, हे त्यानं गृहीतच धरलं होतं.

आदल्या दिवशी तो या हॉटेलात आला होता, तेव्हा बिनकॉलरचा शर्ट नि सुती पँट घातलेल्या तिथल्या परिचारकानं त्याचं स्वागत केलं होतं नि हॉटेलच्या दर्शनी प्रवेशदालनात त्याला नेलं होतं, तेव्हाच त्या हॉटेलचा एकंदर नूर त्याच्या लक्षात आला होता. हॉलच्या भिंतीचा रंग उडाला होता, जमिनीच्या फरशा विटक्या झालेल्या होत्या. तांब्याच्या मोठ्या घंगाळ्यासारख्या शोभापात्रांमध्ये लावलेली ताडाची लहान लहान झाडं शोभेसाठी ठेवलेली होती. त्यावर माशा घोंगावत होत्या. तथापि, विलासी सोयी असलेलं भपकेबाज, श्रीमंती हॉटेल टाळून तो मुद्दामच पौर्वात्य वातावरण असलेल्या या सामान्य हॉटेलात उतरला होता; कारण ते वातावरण त्याला मनापासून आवडत असे. हॉटेलच्या रजिस्टरमध्ये सही करून, परिचारकापाठोपाठ एका जुनाट लिफ्टमधून तो तिसऱ्या मजल्यावर गेला होता.

जी खोली त्याला देण्यात आली होती, तिच्यात अगदी मोजकंच नि जुन्या धर्तीचं फर्निचर नि एक लोखंडी पलंग होता. पलंगालगतच्या भिंतीवरल्या वॉलपेपरवर ढेकूण चिरडल्याचे डाग कुठे दिसत नाहीत ना, याची खात्री करून घेतल्यानंतर

त्यानं परिचारकाला जाण्यास सांगितलं. खोली तशी एकंदरीत ठीकठाक होती; पण तिच्यातल्या 'गंमती' त्याला अजून कळायच्या होत्या.

आंघोळ करावी, या विचारानं सर्वात प्रथम सूटकेस उघडून, तिच्यातून टॉवेल काढून तो बाथरूममध्ये गेला. तिथला गरम पाण्याचा नळ त्यानं उघडला, तेव्हा त्यातून 'फस्ऽऽ फस्ऽऽ फसाक्ऽऽ फसाक्ऽऽ' असा आवाज करीत कोरडी हवा जोरानं बाहेर पडली नि तिच्या पाठोपाठ नळाच्या तोटीतून एक लहानशी गोम खालच्या फरशीवर टपकली नि वळवळू लागली. त्याबरोबर बाँडनं पटकन भिंतीत असलेला थंड पाण्याचा नळ उघडला. त्यातून कळकट, मातकट रंगाच्या पाण्याची धार प्रथम बाहेर पडली. बाँडनं तो नळ जोरात सोडला. त्यातून जोरानं बाहेर पडणाऱ्या पाण्याच्या प्रवाहात सापडून ती गोम मोरीच्या भोकात गडप होत वाहून गेली. नळातून थोडं स्वच्छ पाणी येऊ लागल्यावर त्यानं आंघोळ उरकली होती. सुती कपडे अंगात घालून तो बाहेर आला आणि नंतर खिडकीपाशी बसून बाहेरचं दृश्य बघण्यात रमून गेला होता. हॉटेल यथातथाच असणार, याची त्याला पूर्ण कल्पना होती; परंतु त्या हॉटेलचं 'क्रिस्टल पॅलेस' हे नाव आवडल्यामुळे नि उंची हॉटेलांमधल्या ऐषारामी सुखसोयींचा कंटाळा आल्यामुळे त्यानं या हॉटेलची निवड केली होती.

डासांचा किरकोळ उपद्रव सोडला, तर रात्रभर त्याला तशी छान झोप लागली होती. डासांचा बंदोबस्त करण्यासाठी एखादं कीटकनाशक आणून त्याचा फवारा मारला, की काम भागेल, असा विचार करून त्यानं त्याच हॉटेलात मुक्काम करण्याचा निश्चय केला होता. आणि आता सकाळी अगदी लवकर त्याला जाग आली होती.

पलंगावरून उठून खिडकीपाशी जात, तिच्यावरला तांबड्या रंगाचा सुंदर नि भारी पडदा त्यानं बाजूला सारला. खिडकीच्या नक्षीदार लोखंडी कठड्यावर रेलून, सकाळच्या उजेडात बाहेर दिसणारं विलोभनीय दृश्य तो न्याहाळू लागला. समोर जगातल्या एका सुंदर, मायावी नगरीचा– इस्तंबूलचा– पसारा पसरलेला होता. उजव्या बाजूला गोल्ड हॉर्नचा शांत जलाशय दिसत होता, तर डाव्या बाजूला जणू पंचमहाभूतांना मुक्त असलेल्या बॉस्फरसच्या सामुद्रधुनीचा विशाल सागरपृष्ठभाग दिसत होता. त्या सागरी पृष्ठभागावर वाऱ्यानं चाळविल्या जाणाऱ्या हलक्या लाटांचं नर्तन चालू होतं. या दोहोंमध्ये इस्तंबूल नगरीचा विस्तार पसरलेला होता. नव्या जुन्या घरांची छपरं सर्वदूर दिसत होती. छपरांच्या त्या दाटीतून कुठेकुठे टोकदार मीनार वर आलेले होते, तर पेराच्या सुप्रसिद्ध मशिदीचा भव्य घुमट अगदी वेगळा ओळखू येत होता. जगामधल्या अनेक सुंदर शहरांपैकी एक असलेल्या त्या मायावी नगरीचं ते नयनरम्य नि विलोभनीय रूप पाहून बाँड मनोमन खूष झाला. आपण

हॉटेल अगदीच काही वाईट निवडलं नाही, त्याच्या मनात आलं. युरोप आणि आशिया यांना विभागणाऱ्या सागराचा स्फटिकासारखा चमचमणारा पृष्ठभाग न्याहाळत, बाँड खिडकीपाशी सुमारे दहा मिनीटं भारल्यासारखा उभा राहिला. ऊन जसजसं वर चढू लागलं, तसतसा अगोदर पिवळसर तांबूस दिसणारा सागरपृष्ठभाग वितळलेल्या सोन्यासारखा लखलखू लागला. मंत्रमुग्ध करून टाकणाऱ्या जगातल्या त्या सर्वात सुंदर दृश्याच्या मोहिनीतून भानावर आल्यावर वळून तो खोलीमधल्या फोनपाशी गेला. एव्हाना त्याची खोली स्वच्छ सूर्यप्रकाशानं उजळून निघाली होती. एका खुर्चीवर बसत फोन उचलून त्यानं ब्रेकफास्टचे पदार्थ खोलीत पाठवून द्यायला सांगितलं. हॉटेलच्या व्यवस्थापकाला त्याचं इंग्लिश बोलणं समजलं नाही, तेव्हा मग त्याला फ्रेंच भाषेचा आधार घ्यावा लागला. ब्रेकफास्टची ऑर्डर दिल्यानंतर बाथरूममध्ये जाऊन त्यानं तोंड धुतलं, शांतपणे दाढी केली आणि नंतर थंड पाण्यानं आंघोळ केली. ताजातवाना होऊन तो बाहेर आला आणि प्रशस्त खिडकीजवळच्या एका खुर्चीत विसावला. मागविलेल्या न्याहारीचे पदार्थ तरी निकृष्ट दर्जाचे नसतील, अशी त्यानं आशा केली. त्याचा अपेक्षाभंग झाला नाही.

हॉटेलच्या वेटरनं न्याहारीच्या पदार्थांचा ट्रे बाँडच्या समोर असलेल्या बैठ्या टेबलावर आणून ठेवला. त्यात निळ्या रंगाच्या चिनी मातीच्या बाऊलमध्ये साईचं घट्ट दही होतं. एका डिशमध्ये साल सोललेले अगदी ताजे आणि पिकलेले अंजीर होते आणि एक मोठा मग भरून वाफाळणारी तुर्की कॉफी होती. तिचा खमंग दरवळ आणि करडा काळपट रंग या दोन गोष्टींवरून कॉफीची पूड नुकत्याच खुडलेल्या नि उत्तम रितीनं भाजलेल्या कॉफीच्या बियांपासून बनविलेली असली पाहिजे, हे कळत होतं. खिडकीबाहेर दिसणारं दृश्य बघत बाँडनं पुढ्यातल्या उत्कृष्ट न्याहरीचा आस्वाद घेण्यास सुरुवात केली. समोर दूरवर पसरलेल्या दोन बाजूंच्या समुद्रात छोट्या मोठ्या स्टीमर्स आणि बोटी इकडून तिकडे, तिकडून इकडे संचार करताना दिसत होत्या. त्यांच्याकडे बघत असताना करीम बे हा माणूस कसा असेल आणि त्याच्याकडे आपल्या कामगिरीच्या संबंधात काय ताजी बातमी आली असेल, याविषयीचे विचार त्याच्या मनात येत होते.

बरोबर नऊ वाजता करीमनं पाठविलेली आलिशान रोल्स गाडी बाँडला घेऊन जाण्याकरिता आली. तिच्यात बसून बाँड निघाला. तक्झीम चौक पार करून इस्तिकलालच्या रहदारीनं भरलेल्या रस्त्यामधून वाट काढत ती रोल्स शहराच्या जुन्या भागातून बाहेर पडली आणि नवीन भागातून, बंदराला समांतर असलेल्या रस्त्यावरून धावू लागली. बंदरावर नांगर टाकून वरवा करून राहिलेल्या बोटींची प्रचंड धुडं दिसत होती. त्यांच्या खांबासारख्या गोलाकार उंच चिमण्यांमधून दाट धुराचे काळे लोट वर आकाशात उसळत होते. लहान मोठ्या नावा, स्टीमर्स

खाडीतून ये-जा करीत होत्या. लवकरच ती रोल्स गाडी लांबलचक अशा गालता पुलावर पोहोचली. तो प्रचंड पूल ओलांडून सायकली, पादचारी आणि रस्त्यांमधून धावणाऱ्या ट्राम्सच्या भाऊगर्दीमधून वाट काढीत ती पुढे धावू लागली. आपल्या मार्गामधून पादचाऱ्यांनी बाजूला व्हावं नि रूळवाट मोकळी करून द्यावी, म्हणून ट्रामचे चालक ट्रामच्या घंटा जोरजोराने वाजवीत होते. थोड्याच वेळात गच्च रहदारीनं भरलेला रस्ता संपून समोर अगदी मोकळा नि प्रशस्त असा रस्ता आला. इस्तंबूलच्या युरोपियन भागातून रोल्स आता धावत होती. रस्त्याच्या आजुबाजूला नवी, जुनी घरं आणि आकाशात उंच गेलेले सडसडीत सुबक मीनार नि मध्यभागी भव्य गोल घुमट असलेल्या मशिदी दिसू लागल्या. मशिदींचे ते घुमट बाँडला अनावृत्त अवस्थेत उताण्या पसरलेल्या स्त्रीच्या गोल, उन्नत नि घाटदार स्तनांसारखे वाटले. आपल्या मनानं त्या घुमटांची तुलना स्त्रीच्या भरीव घट्ट नि धष्टपुष्ट स्तनांशी करावी, याबद्दल त्याला मनोमन हसू आलं. इस्तंबूलचा परिसर हा 'अरेबियन नाईट्स'मधल्या कहाण्यांमध्ये वर्णन केल्यासारखा काहीतरी अद्भुतरम्य असेल, असं त्याला वाटलं होतं; पण प्रत्यक्षात त्याला ट्राम्स, मोटारींसारखी आधुनिक वाहनं, रस्त्याच्या दुतर्फा उंच लोखंडी घडवंच्यांवर लावलेल्या जाहिरातींचे भलेमोठे भव्य फलक काँक्रीटच्या भपकेबाज इमारती असं अत्याधुनिक वातावरण सभोवताली दिसत होतं. तुर्कस्तानवर हळूहळू पाश्चिमात्य संस्कृतीचा प्रभाव पडत चालला होता. बाँडनं मान वळवून मागे नजर टाकली, तेव्हा पेराच्या एका टेकाडवजा भागावर असलेली इस्तंबूल-हिल्टन हॉटेलची भव्य इमारत त्याला दिसली.

त्याची रोल्स आता उजव्या बाजूला असलेल्या दगडी फरसबंदीच्या एका रस्त्यावर वळली. खाडीला समांतर असलेल्या त्या रस्त्यावरून बरंच अंतर पुढे गेल्यानंतर एका भव्य अशा लाकडी कमानीसमोर जात ती थांबली. त्या कमानीलगत असलेल्या रक्षक चौकीमधून विटक्या रंगाचा खाकी गणवेश घातलेला एक उंचापुरा नि अतिशय दणकट पहारेकरी बाहेर आला. स्मितवदनानं त्यानं एक कडक सलाम ठोकला आणि मोटारीचं मागचं दार उघडून बाँडला त्यानं आपल्या मागून येण्याची खूण केली. मोटारीतून बाहेर पडून, समोरच्या लाकडी कमानीतून बाँडनं त्याच्या पाठोपाठ आत प्रवेश केला. समोर लॉजसारखी एक आटोपशीर इमारत होती. त्या इमारतीच्या दर्शनी प्रवेशद्वारामधून आत प्रवेश करून ते दोघं तिच्या पिछाडीला गेले. तिथे एक छोटंसं चौरस पटांगण होतं नि त्याच्या जमिनीवर चौफेर वाळू पसरलेली होती. पटांगणाच्या मध्यभागी नीलगिरीचा एक मोठा वृक्ष होता. त्याच्या खाली दोन पांढरी गिर्रेबाज कबुतरं धान्याचे बारीक कण टिपत होती. त्या पटांगणाच्या चहुबाजूला उंच भिंतींचं कंपाऊंड होतं. वाळूचं ते पटांगण ओलांडल्यावर पलीकडे असलेल्या एका उंच नि भव्य अशा गोडाऊनवजा इमारतीपाशी ते पोहोचले. शहरी गजबजाटापासून

नि गोंगाटापासून ते ठिकाण बरंच दूर असल्यानं चौफेर संपूर्ण शांतता होती. पहारेकऱ्यानं गोडाऊनच्या प्रवेशद्वारातून बाँडला आत नेलं. तिथल्या उंच भिंतींच्या अगदी वरच्या भागांमध्ये खिडक्यांसारखे गोल गोल झरोके होते नि त्यांच्यामधून सूर्यप्रकाशाचे कवडसे आत गोडाऊनमध्ये आले होते. त्या उजेडात त्या गोडाऊनमध्ये भरून ठेवलेल्या निरनिराळ्या व्यापारी मालाची लहानमोठी बंडलं जिकडे तिकडे रचून ठेवलेली दिसत होती. मसाल्याच्या वेगवेगळ्या पदार्थांचा आणि कॉफीचा एक संमिश्र गंध त्या सबंध गोडाऊनमध्ये भरून राहिला होता. मध्यभागी असलेल्या एका लांबलचक बोळकांडीमधून त्या पहारेकऱ्यामागोमाग जात असताना मधेच बाँडच्या नाकाला पेरपमिंटचा उग्र दर्प एकदम जाणवला. ते भलंमोठं गोडाऊन ओलांडून तो त्याच्या पार दुसऱ्या टोकाला पोहोचला, तेव्हा समोर काही हातांवर नक्षीदार लोखंडी कठड्यानं बंदिस्त केलेला असा एक उंच नि सपाट असा व्हरांडा त्याला दिसला. त्या व्हरांड्यात काही लहान लहान टेबलं होती. त्या टेबलांसमोरच्या उंच स्टुलांवर डझनभर तरुण-तरुणी बसलेली होती आणि त्यांच्या पुढ्यांमध्ये असलेल्या जुन्या धर्तीच्या जाडजूड लेजरबुकांमध्ये काहीतरी खर्डेघाशी करण्यात मग्न होती. एखाद्या डिकन्शीअन खतावणी कचेरीसारखा तो विभाग बाँडला वाटला. तिथल्या प्रत्येक उंच टेबलावर शाईच्या दौतीशेजारी हिशोब करण्याचं यंत्र ठेवलेलं होतं. त्या व्हरांड्यातल्या टेबलांमधून चालत, बाँड पलीकडे गेला, तेव्हा तिथे काम करीत असलेल्या तरुणतरुणींपैकी कुणीही मान वर करून त्याच्याकडे पाहिलं नाही. ती सगळी आपापल्या कामामध्ये इतकी गर्क होती. पहारेकऱ्यानं बाँडला व्हरांड्यातून पलीकडे नेलं, तेव्हा अगदी टोकाशी असलेल्या एका टेबलामागे बसलेला एक उंच नि धिप्पाड माणूस उठून एकदम पुढे आला. मौजेची गोष्ट म्हणजे त्याच्या डोळ्यांचा रंग अगदी अनपेक्षित असा म्हणजे निळा होता. पहारेकऱ्यानं बाँडला त्या माणसाच्या स्वाधीन केलं आणि वळून तो निघून गेला. निळ्या डोळ्यांचा तो माणूस बाँडकडे बघत आपले अतिशय पांढरेशुभ्र चकचकीत दात दाखवीत हसला आणि त्यानं बाँडला आपल्या मागे येण्याची खूण केली. व्हरांड्याच्या दुसऱ्या टोकाला असलेल्या भिंतीत महोगनी लाकडापासून बनविलेला एक जाडजूड नि नक्षीदार असा दरवाजा होता. त्या बंद दरवाजावर त्या माणसानं दोनदा टकटक केली आणि आतून येणाऱ्या प्रतिसादाची वाट न पाहता ते ढकलून उघडलं. मागे होत त्यानं बाँडला आत जाण्यासाठी वाट दिली नि बाँड आत जाताच त्यानं ते दार पुन्हा बंद करून घेतलं.

बाँडनं त्या प्रशस्त खोलीत प्रवेश केला, तेव्हा तिच्या मध्यभागी असलेल्या महोगनी लाकडाच्या भव्य टेबलामागून एक अतिशय धिप्पाड नि उंचापुरा असा माणूस उठून एकदम पुढे आला. त्याच्या अंगात फिक्कट पिवळसर रंगाचा, उत्तम रितीनं शिवलेला टसरचा सूट होता. हस्तांदोलनासाठी आपला उजवा हात पुढे

करीत बाँडचं स्वागत करीत तो माणूस अतिशय आपुलकीच्या स्वरात म्हणाला, ''ओहो! दोस्त, या! या!''

त्याचा आविर्भाव आणि एकंदर डौल काहीसा अधिकारदर्शक होता आणि आवाज मोठा, स्वच्छ आणि मैत्रीपूर्ण. त्याच्या रुबाबावरून इस्तंबूलमधल्या 'टी' स्टेशनचा प्रमुख डार्को करीम तो हाच हे बाँडनं तात्काळ ओळखलं.

आपण एका वेगळ्या देशातल्या दुसऱ्या एका माणसाच्या अधिकाराखाली आलो आहोत, याची बाँडला जाणीव झाली. अर्थात हा नोकरीतल्या कर्तव्याचाच फक्त भाग होता.

डार्को करीमनं आपल्या भल्या मोठ्या तळहातात बाँडचा हात घेऊन हस्तांदोलन केलं. त्याची पकड पोलादी होती. त्या पकडीत सतत अवघड कामं करणाऱ्या माणसाची ताकद होती. जाडजूड बोटं असलेला त्याचा पंजा चांगलाच राकट नि निबर होता. पूर्वेकडल्या माणसांच्या हातांमध्ये, केळ्याच्या सालीच्या अंतर्भागात असतो तसा मृदू नि ओलसर कोमलपणा या हस्तांदोलनात नव्हता, तर मनात आणलं, तर समोरच्या माणसाच्या हाताच्या हाडांचा चुराडा करायची विलक्षण शक्ती त्या बळकट पंजात होती.

बाँड स्वत: सहा फूट उंच होता; पण त्याच्यासमोर उभा असलेला हा माणूस त्याच्यापेक्षा दोन इंच उंच आणि रुंदीनंही चांगला दुप्पट होता. बाँड बळकट होताच; पण करीमचा देह त्याच्यापेक्षाही जास्त पिळदार, पुष्ट आणि भरीव होता. त्या उंच्यापुऱ्या नि धिप्पाड माणसाच्या अंगात जबरदस्त ताकद असली पाहिजे, हे वेगळ्यानं सांगण्याची काही आवश्यकता नव्हती. बाँडनं त्याच्या चमकदार निळ्या नि हसऱ्या डोळ्यांमध्ये पाहिलं. भिंतीतल्या शेकोटीच्या अगदी जवळ पडून राहणाऱ्या हाऊंड कुत्र्याच्या डोळ्यांमध्ये तांबारलेल्या लालसर केशवाहिन्या दिसतात, तशाच या माणसाच्याही डोळ्यांमध्ये दिसत होत्या. ते डोळे एका बेदरकार नि निडर माणसाचे आहेत, हे बाँडच्या ध्यानात आलं.

डार्को करीमचा चेहरा काहीसा पसरट आणि जिप्सीसारखा रापलेला होता. त्या चेहऱ्यावर जिप्सी माणसात असतो, तसाच अतिशय दुर्दम्य असा अभिमान दिसत होता. नाकाचं हाड बहुधा मोडलेलं असावं; पण तरीही ते छान बाकदार होतं. दैव आजमाविण्यासाठी निघालेल्या, प्राचीन काळामधल्या एखाद्या धाडसी कथानायकासारखं त्याचं व्यक्तिमत्त्व दिसत होतं. याचं कारण म्हणजे आपल्या उजव्या कानाच्या पाळीत करीमनं सोन्याचं एक लहानसं वळं घातलेलं होतं. त्याचे काळेभोर केस कुरळे आणि दाट होते. डार्को करीमच्या चेहऱ्यावरून, डोळ्यांमधून आणि साऱ्या शरीरामधून जीवनाचा उत्साह एखाद्या खळाळत्या निर्झरासारखा ओसंडून वाहतो आहे, असं भासत होतं. एवढा प्रचंड उत्साह आपण आत्तापर्यंतच्या आयुष्यात

कोणत्याही माणसातच कधी पाहिला नव्हता, असं बाँडच्या मनात आलं. सूर्याचं सारं तेज, सारी ऊब जणू या माणसात भरली होती. बाँडनं त्याच्या हातामधून आपला हात काढून घेतला आणि करीमकडे पाहून अगदी मोकळेपणानं स्मित केलं. एखाद्या अनोळखी माणसाबद्दल क्वचित जाणविणारी आपुलकी आणि प्रेम त्याला या माणसाबद्दल वाटली. डार्को करीमनं पहिल्या भेटीतच त्याला आपलंसं करून टाकलं होतं. त्याच्या दिलखुलास हसण्यामुळे बळकट ऊबदार हस्तांदोलनामुळे पाहताक्षणीच हा माणूस आपला दोस्त झालाय, याची बाँडला जाणीव झाली.

"काल मला घेण्यासाठी विमानतळावर गाडी पाठवलीत, त्याबद्दल थँक्स!" तो करीमला म्हणाला.

"हाऽ!" करीम आनंदोद्गार काढीत म्हणाला, "मग तुम्ही आमच्या मित्रमंडळींचे सुद्धा आभार मानलेच पाहिजेत. आम्ही जसं तुमचं स्वागत केलं, तसंच त्यांनीही केलं. थोडक्यात तुमचं दुहेरी स्वागत झालं. माझी गाडी जेव्हा केव्हाही विमानतळावर जाते, तेव्हा ते लोक नेहमीच तिचा पाठलाग करतात."

"माझ्या मागावर येणारा इसम व्हेस्पावर होता, की लॅम्ब्रेटावर?"

"अरेच्चा! म्हणजे तुम्हीही ती पाहिलीत तर! लॅम्ब्रेटा होती ती. छोटासा कंपू असलेल्या माणसांनी आपल्या पदरी लॅम्ब्रेटास्वारांचा एक ताफाच ठेवला आहे. मी त्यांना 'बिनचेहऱ्याचे लोक' म्हणतो; कारण ते सगळेच इतके सारखे दिसतात, की त्यांच्यामधला एकेकजण आम्हाला आत्तापर्यंत कधीही वेगळा असा ओळखता आला नाही. ते सगळे गुंड, मवाली आहेत. छोट्यामोठ्या घरफोड्या करणारे गुन्हेगार. इथल्या लोकांसाठी ते हेरगिरीचं, पाळती ठेवण्याचं घाणेरडं काम करतात; पण याखेपी तुमचा पाठलाग करणारा मधे बरंच अंतर राखून आला असावा, असं मला वाटतं. ते माझ्या गाडीला चिकटायला कधी येत नाहीत; कारण मागे एकदा असाच एकजण माझ्या मोटारीला अगदी लगटून येत होता. तेव्हा माझ्या ड्रायव्हरनं एकदम कच्कन ब्रेक लावून मोटार थांबविली आणि शक्य तितक्या जोरात मागे नेली. मग तो स्कूटरस्वारही जिवंत राहिला नाही आणि त्याची लॅम्ब्रेटा सुद्धा शिल्लक उरली नाही. दोन्हींचा पार चुथडा होऊन गेला. माझ्या मोटारीच्या बॉडीवर किरकोळ चरे आले आणि तिची चासीस रक्तामांसाच्या चिखलानं थोडीशी माखली इतकंच; पण त्या घटनेमुळे बाकीच्यांना चांगलाच धडा मिळाला, एवढं मात्र खरं."

करीम आपल्या खुर्चीत जाऊन बसला आणि टेबलाच्या विरुद्ध बाजूला असलेल्या तशाच आरामशीर खुर्चीत बसण्याची त्यानं बाँडला खूण केली. टेबलावर असलेली सिगारेटींची एक चपटी पांढरी पेटी त्यानं पुढे सरकवली. खुर्चीत बसत बाँडनं त्या पेटीमधली एक सिगरेट काढून शिलगावली आणि तिचा एक जोरदार कश घेतला. तिच्यामधल्या तुर्की तंबाखूचा गोडसर स्वाद त्याला आवडला. करीम हस्तीदंताच्या

आपल्या होल्डरमध्ये सिगारेट अडकवीत होता, तेवढ्यात बाँडनं सभोवार नजर फिरविली. त्या खोलीमध्ये पेंट आणि वॉर्निश यांच्या संमिश्र वास येत होता. त्यावरून ती नुकतीच रंगविलेली असावी, असं दिसत होतं.

चौरस आकाराची ती खोली चांगलीच प्रशस्त आणि मोठी होती. तिच्या तीन बाजूंच्या भिंतींवर चकचकीत पॉलिश केलेल्या महोगनी लाकडाचं आच्छादन होतं. फक्त करीमच्या खुर्चीच्या पाठीमागल्या भिंतीवर, अगदी पार छतापासून खाली आलेला खास पौर्वात्त्य पद्धतीचा सुंदर पडदा होता. वाऱ्यानं हलावा, तसा तो हलकेच मागेपुढे चाळवत होता, त्या अर्थी त्याच्या पाठीमागे उघडी खिडकी असावी. तशा त्या खोलीच्या भिंतींना अगदी पार छतानिकट गोलाकार खिडक्या होत्या आणि त्यांच्यामधून बाहेरचा प्रकाश त्या खोलीत येत होता. मग करीमच्या पाठीमागच्या भिंतीत एखादी खिडकी असण्याची शक्यता कमी होती. त्याऐवजी तिथे भिंतीपाठीमागे असलेल्या गोल्डन हॉर्न या जलाशयाकडे तोंड करून असलेली बाल्कनी असावी; कारण भिंतीच्या बाहेरच्या बाजूनं, तळाशी हलकेच येऊन आपटणाऱ्या जलाशयाच्या लहान लहान लाटांचा 'चुबूक चुबूक' असा अगदी मंद असा आवाज बाँडला त्या खोलीत ऐकू येत होता. उजव्या बाजूच्या भिंतीवर, रुंद सोनेरी फ्रेममध्ये मढविलेलं, ॲन्नीगोनी या विख्यात चित्रकारानं रंगविलेलं इंग्लंडच्या राणीचं पोर्ट्रेट लावलेलं होतं, तर विरुद्ध बाजूच्या भिंतीवर तशाच भारी फ्रेममध्ये, सेसिल बीटन या छायाचित्रकारानं युद्धकाळात काढलेला विन्स्टन चर्चिल यांचा भव्य फोटो लावलेला होता. कॅबिनेट ऑफिसमध्ये आपल्या टेबलाशी बसलेल्या, फोटोमधल्या चर्चिलची मुद्रा, रागावलेल्या एखाद्या बुलडॉगसारखी उग्र दिसत होती. खोलीमधल्या एका भिंतीपाशी एक भलीमोठी लाकडी बुक-केस ठेवलेली होती. त्यात पुस्तकं हारीनं आणि नीटनेटकी लावून ठेवलेली होती. खोलीच्या मध्यभागी करीमचं जे मुख्य टेबल होतं, त्याच्या ड्रॉवर्सना आणि छोट्या कपाटांना चकचकीत पॉलिश केलेली सुबक पितळी हँडल्स लावलेली होती. टेबलावर तीन चांदीच्या लहान फोटोफ्रेम्स ठेवलेल्या होत्या. त्यांच्यापैकी एकीमध्ये महत्त्वाचा लष्करी मजकूर कोरलेला ताम्रपट होता.

करीमनं आपली सिगारेट पेटवली आणि तिचा झुरका घेत अगदी सहज एखादी मामुली गोष्ट सांगावी, तशा स्वरात तो म्हणाला, ''आमच्या मित्रांनी काल नुकतीच माझ्या ऑफिसला भेट दिली.'' करीम 'आमचे मित्र' म्हणून ज्यांचा उल्लेख करीत होता, ते लोक अर्थातच इस्तंबूलमधल्या दुसऱ्या राष्ट्रांच्या हेरखात्याचे– शत्रूपक्षाचे लोक आणि त्यांनी पाळलेले गुंड हस्तक होते. आपल्या शत्रूपक्षातील प्रतिस्पर्ध्यांना गंमतीनं 'मित्र' म्हणण्याची करीमला सवय होती. त्याची ही गंमतीदार सवय बाँडला आवडली, ''माझ्या ऑफिसच्या बाहेरच्या एका भिंतीला त्या लुच्च्यांनी एक 'लिंपेट

बाँब' लावून ठेवला होता. मी माझ्या टेबलाशी कामाला बसतो ती वेळ बाँबच्या फ्यूजमध्ये त्यांनी लावून ठेवलेली होती. टेबलासकट माझ्या चिंधड्या उडविण्याचा त्यांचा बेत होता; पण माझ्या नशीबानं किंवा थोर सुदैवानं म्हणा, थोडीशी विश्रांती आणि मौजमजा करण्याच्या उद्देशानं एका टंच रुमानियन तरुणीला संगतीला घेऊन मी पार दुसऱ्या टोकाला ठेवलेल्या त्या कोचावर झोपलो होतो. पुरुषाला हवं ते शरीरसुख दिलं, की त्याच्या मोबदल्यात तो आत्यंतिक महत्त्वाची गुपितं सांगून टाकतो, असं या पोरींना का वाटतं, कुणास ठाऊक! तर आमची प्रणयक्रीडा ऐन रंगात आलेली असताना आमच्या मित्रांनी लावून ठेवलेल्या त्या लिंपेट बाँबचा कानठळ्या बसवणारा स्फोट झाला. त्या धडाक्याकडे दुर्लक्ष करून त्या पोरीच्या देहाचा उपभोग घ्यायचं माझं काम मी सुरूच ठेवलं होतं; पण त्या स्फोटामुळे ती पोरगी कमालीची घाबरून गेली. मी तिला नाईलाजानं सोडली, तेव्हा ती उन्माद आल्यागत करू लागली. माझ्या प्रणयचेष्टा तिला त्या बाँबइतक्याच स्फोटक वाटल्या, की काय न कळे!...''

सिगारेट होल्डर धरलेला हात बेफिकीरपणे उडवीत करीम पुढे म्हणाला, ''स्फोटाच्या धडाक्यामुळे भिंतीला प्रचंड मोठं भगदाड पडून ती कोसळली. माझ्या टेबलखुर्चीचा पार विध्वंस झाला. खोलीमधलं इतरही थोडंफार सामान उडालं. खिडक्यांच्या आणि भिंतीवरल्या तसबिरींच्या काचा फुटल्या; पण तुम्ही येणार म्हणून खोलीची दुरुस्ती करून ती घाईघाईनं पूर्वीसारखी करणं भागच होतं. म्हणून ती गडबडीनं उरकून खोली परत नव्यासारखी सजवली. खोलीमध्ये पेंटचा जो उग्र वास भरून राहिला आहे तो त्यामुळेच!''

सिगारेटचा एक दीर्घ झुरका घेऊन करीम खुर्चीत मागे रेलला. त्याच्या कपाळावर आठ्या पडल्या. जराशानं तो म्हणाला, ''आता असल्या फुसक्या फटाक्यांना मी काडीइतकंही महत्त्व देत नाही. आणि इथे इस्तंबूलमध्ये अशा बारीकसारीक गोष्टींनी आपलं मन:स्वास्थ्य बिघडवून देखील चालत नाही. तरी पण एक माझ्या लक्षात येत नाही, ते असं की इतके दिवस नांदत असलेल्या शांततेत ही अचानकच अशी खळबळ एकदम का उडावी? इथे इस्तंबूलमध्ये आम्ही सर्वजण तसे गुण्यागोविंदानं राहतो. आमच्यापैकी प्रत्येकालाच आपापलं काम असतं. कुणी कुणाच्या मधे सहसा ढवळाढवळ करीत नाही; पण माझ्या मित्रांनी एकाएकी अशा युद्धाला सुरुवात का करावी, हे आश्चर्यजनकच वाटतं. ही बाब तशी चिंताजनकही आहे. आमच्या रशियन मित्रांना अशानं फक्त त्रासच होईल. ज्यानं माझ्या ऑफिसखोलीत स्फोट घडवून आणला, त्या माणसाचं नाव मला जेव्हा कळेल, तेव्हा मला माझ्या पद्धतीनं त्याचा समाचार घ्यावाच लागेल. आणि तो मी अगदी निश्चितपणे घेईनच.'' करीमनं संभ्रमात पडल्यासारखं मस्तक हलवलं आणि तो म्हणाला, ''हा सगळाच

प्रकार बुचकळ्यात टाकणारा नि अतिशय विचित्र आहे. आपल्या हातात सध्या जी केस आहे, तिच्याशी याचा काही सबंध नसेल, अशी मला आशा आहे.''

''–पण मला एक सांगा. माझं इथलं आगमन इतकं जाहीर आणि उघड करण्याची काही गरज होती का?'' बाँडनं मृदू स्वरात विचारलं, ''या सगळ्या प्रकरणात तुम्हाला गुंतविण्याची माझी अजिबात इच्छा नाही. विमानतळावर मला घेण्यासाठी तुमची रोल्स गाडी का पाठवलीत? त्यामुळे तुमचा आणि माझा संबंध शत्रूला उघड झाला.''

बाँडच्या या बोलण्यावर करीम मोठ्यानं हसला आणि म्हणाला, ''दोस्त! काही गोष्टी मला तुम्हाला आता स्पष्ट करून सांगाव्याच लागतील. आणि त्या तुम्ही जाणून घेणंही महत्त्वाचं आहे. इथे इस्तंबूलमधल्या सर्व हॉटेलांमध्ये आमचा, रशियनांचा आणि अमेरिकनांचा एकेक पगारदार माणूस आम्ही पेरून ठेवलेला आहे. इथल्या गुप्त पोलिस हेडक्वार्टर्समधल्या एका अधिकाऱ्यालाही आम्ही भरपूर लाच देऊन फितवून ठेवला आहे. आमच्यातर्फे त्याला नियमितपणे पैशाचा खुराक जातो. त्यामुळे होतं काय, की आमच्या देशात हवाईमार्गानं, समुद्रीमार्गानं किंवा आगगाडीनं म्हणजेच खुष्कीच्या मार्गानं येणाऱ्या प्रत्येक परदेशी प्रवाशाची जी नोंद त्याच्या ऑफिसात गुप्त रितीनं केली जाते, तिची एक कार्बन कॉपी आमच्यापर्यंत अगदी विनासायास पोहोचते. मला जर आणखी थोड्या दिवसांचा अवधी मिळाला असता, तर मी तुम्हाला ग्रीक सरहद्दीवरून अगदी गुप्तपणे तुर्कस्थानात आणवलं असतं; पण तुमच्या आगमनाविषयी एवढी गुप्तता राखण्याचं कारणच नव्हतं. तुमचं इथलं आगमन आपल्या प्रतिपक्षाला कळायलाच हवं होतं; कारण तेव्हाच तुमच्यावर फिदा झालेल्या त्या रशियन पोरीला तुमच्याशी संपर्क साधणं शक्य होणार! तुमची आणि तिची भेट कशी घडवून आणायची, याची सगळी व्यवस्था ती स्वत:च करणार आहे, अशी अट त्या रोमानोवा पोरीनं घातलीय. आपल्या सुरक्षाव्यवस्थेवर कदाचित तिचा विश्वास नसावा. कुणी सांगावं? पण ती त्याबद्दल अगदी ठाम होती. तुमच्या आगमनाची वार्ता तिच्या रशियन केंद्राला अगदी ताबडतोब कळवली जाईल, असं तिनंच स्वत: मला सांगितलं.'' करीमनं आपले रुंद खांदे उडवले आणि तो पुढे म्हणाला, ''मग तिच्यासाठी आपण या गोष्टी आणखी अवघड करून कशाला ठेवायच्या? तुमचं इथं येणं गुप्त राखून उगीच नसता गुंता कशाला वाढवायचा? तुमचा इथला मुक्काम जास्तीत जास्त आरामदायक व्हावा आणि सगळ्या गोष्टी कशा नीट नि सुरळीतपणे पार पडाव्यात, अशीच माझी इच्छा आहे. इस्तंबूलमधलं तुमचं वास्तव्य आनंददायक व्हावं, ही माझी अपेक्षा. मग या प्रकरणांतून काही अनुकूल परिणाम निघाले नाहीत, तरी मला त्याची काही चिंता नाही.''

बाँड त्यावर हसला आणि म्हणाला, ''मी जे काही म्हणालो, ते माझे सर्व शब्द

मागे घेतो. मला इथल्या 'बाल्कन फॉर्म्युल्याचा' विसरच पडला होता. काहीही असो, मी इथे तुमच्या हुकूमाखाली आहे. तुम्ही मला जे काही करायला सांगाल, ते मी करीन.''

करीमनं हात उडवून तो विषय बाजूला टाकला. ''–आणि आता आपण तुमच्या इथल्या आरामदायक वास्तव्याबद्दल बोलतोच आहोत, तर प्रथम मला हे सांगा, की तुमचं हॉटेल कसं काय आहे? तुम्ही उतरण्याकरता 'क्रिस्टल पॅलेस' निवडलंत, हे पाहून मला आश्चर्यच वाटलं. एक तर ते अगदी निकृष्ट दर्जाचं आणि रद्दी आहे. शिवाय, तिथे रशियनांचा सुळसुळाटही बराच आहे. अर्थात त्यानं फारसा काही फरक पडत नाही, म्हणा!''

''तसं ते अगदी वाईट नाही. शिवाय, इस्तंबूल-हिल्टनसारख्या भपकेबाज आणि महागड्या हॉटेलात उतरायची माझी इच्छा नव्हती.''

''पैशासाठी म्हणताय का?'' करीमनं टेबलाचा एक ड्रॉवर उघडून त्यातून हिरव्या रंगाच्या कोऱ्या करकरीत नोटांचं एक पुडकं काढून बाँडसमोर टाकलं, ''हे हजार तुर्की पौंडस् आहेत. त्यांची खरी किंमत आणि काळ्या बाजारामधला त्यांचा दर याचं प्रमाण एका पौंडास वीस पौंडस् असं आहे. अधिकृत शासकीय दर पौंडाला सात इतका आहे. हे खर्च झाले, की मला लगेच सांगा. मी तुम्हाला हवे तितके पुरवीन. आपला हा खेळ संपला, की मग सगळा हिशोब करुया. इथे पैसा मातीसारखा आहे. क्रोइसस या लक्षाधीशानं अगदी सुरुवातीला जेव्हा पहिली सोन्याची नाणी चलनात आणली, तेव्हापासून जगात पैशाचा भाव सदा खालीच घसरत आला आहे. आणि नाण्यांवरले छापदेखील त्यांच्या किंमतीसारखेच निकृष्ट बनत गेले आहेत. उदाहरणार्थ बघा, अगदी सुरुवातीच्या काळात नाण्यांवर देवादिकांच्या चेहऱ्यांचे छाप असत. त्यानंतर मग सत्ता चालविणाऱ्या राजांचे छाप आले. त्यानंतरच्या काळात सत्तेवरल्या अध्यक्षांचे. कालांतराने ते सुद्धा मागे पडले. आणि आता तर नाण्यांवर कोणताच छाप नसतो. कुणाचाच चेहरा नसतो. नुसती फुलं, पानं आणि नक्षीची वेलबुट्टी!... आणि आता कागदी तुकड्यांच्या या नोटा! त्यांच्यावर एखाद्या सार्वजनिक इमारतीचं चित्र आणि कॅशियरची सही एवढ्याच गोष्टी फक्त छापलेल्या असतात. हिंश्! सगळाच अध:पात झालाय. आणि सर्वात चमत्कारिक नि मौजेची गोष्ट ही आहे, की कागदाचे हे तुकडे देऊन अजूनही सगळे व्यवहार चालतात. तुम्हाला हव्या त्या वस्तू विकत घेता येतात. ते जाऊ द्या. आणखी काय हवंय तुम्हाला? सिगारेटस्? मग हाच ब्रँड ओढा. काही शेकडा पाठवून देतो तुमच्याकडे. या सगळ्यात उत्तम आहेत. 'डिप्लोमॅट्स' ब्रँडच्या. बाहेर बाजारात या सहजासहजी मिळत नाहीत; कारण मंत्रालयांमध्ये आणि वकीलातींमध्ये हा माल जास्त करून जातो. दुसरं आणखी काही हवं आहे तुम्हाला? असेल तर आपल्या

कामाला सुरुवात करण्यापूर्वी मला तसं सांगा. आणि तुमच्या जेवणाखाणाबद्दल आणि आरामाबद्दल अजिबात चिंता करू नका. या दोन्ही गोष्टींची व्यवस्था करण्याचं काम माझ्याकडे लागलं. ती जास्तीत जास्त चांगली कशी करायची, हे मी अर्थातच पाहीन आणि मला त्यात आनंदच वाटेल. आणखी एक गोष्ट मला तुम्हाला सांगायची आहे, ती अशी, की जोपर्यंत तुम्ही इथे आहात, तोपर्यंत मी सतत तुमच्या अवतीभोवती राहीन. शक्य तितका तुमच्या निकट राहीन. तर तुम्हाला आणखी काही हवंय? आणखी काही सांगायचंय?''

''काहीही नकोय.'' बाँड म्हणाला, ''माझं फक्त एवढंच म्हणणं आहे, की कधीतरी एक दिवस तुम्ही आमच्याकडे लंडनला आलंच पाहिजे.''

''ते कधीही जमणार नाही.'' करीम दृढपणे म्हणाला, ''कारण तिथलं हवामान आणि तिथल्या बायका या दोन्हीही गोष्टी अति थंड असतात. आणि मला तर सगळंच गरमागरम लागतं. ते जाऊ दे! तुम्ही इथे आलात, याबद्दल मला अभिमान वाटतो. मला एकदम युद्धकाळातल्या दिवसांचीच आठवण होते. बरं! आता...'' आपल्या टेबलावरली घंटा त्यानं जोरानं वाजविली, ''...मला हे सांगा, की तुम्हाला कॉफी कशी आवडते? साखर घातलेली गोड की बिनसारखरेची? इथे तुर्कस्थानात आमच्यासमोर कॉफी किंवा राकी असल्याशिवाय कोणत्याही गोष्टी आम्हाला नीट बोलता येत नाही. आणि आता राकी घ्यायची, तर ती खूपच लवकर होईल; कारण दारू घ्यायची ही वेळ नव्हे.''

''मी बिनसाखरेचीच कॉफी घेतो.''

बाँडच्या पाठीमागे असलेलं दार उघडलं गेलं. करीमनं मोठ्या आवाजात कॉफीची ऑर्डर दिली. दार पुन्हा बंद झालं, तेव्हा करीमनं आपल्या टेबलाच्या एका ड्रॉवरचं कुलूप उघडून त्याच्यातून एक फाईल बाहेर काढली आणि ती आपल्यासमोर टेबलावर ठेवली. त्या फाईलीवर तळहातानं एक थाप मारत तो म्हणाला,

''...आणि आता, दोस्त! तुमच्या या केसबद्दल काय बोलावं, हेच मला काही कळत नाही.'' आपल्या दोन्ही हातांची बोटं मानेमागे गुंफत तो खुर्चीत मागे रेलला, ''आपलं हे हेरगिरीचं काम म्हणजे एखाद्या चित्रपटाचं शूटिंग करण्यासारखं आहे, असं तुम्हाला कधी जाणवलंय? मला नेहमीच असं वाटतं, की सर्वांना लोकेशनवर गोळा केल्यावर चित्रपटाच्या शूटिंगला मला सुरुवात करता येईल; पण नेमकी त्यावेळी हवा खराब होते किंवा नटनट्या काहीतरी गोंधळ घालतात. नाहीतर काहीतरी अपघात तरी होतात. या व्यतिरिक्त आणखीही दुसरी एक गोष्ट आहे, जी चित्रपट तयार करताना कधीतरी घडते. ती म्हणजे चित्रपटात काम करणारा नट आणि नटी ही दोघं एकमेकांच्या प्रेमात पडतात. त्यांच्यामध्ये प्रेमाचा खेळ सुरू होतो आणि हाच चित्रपट निर्मितीमधला सगळ्यात वाईट भाग असतो.

आपल्या या केसमध्येही नेमकं अगदी असंच घडलंय. आणि माझ्या दृष्टीनं हाच सर्वात जास्त घोटाळ्यात टाकणारा भाग आहे. जेवढा घोटाळ्यात टाकणारा, तेवढाच अगम्य आणि न उलगडणारा! या प्रकरणातला प्रेमाचा हा मुद्दा काही माझ्या ध्यानात येत नाही. ती रशियन पोरगी खरोखरच तुमच्या प्रेमात पडली आहे का? जेव्हा ती तुम्हाला भेटेल, तुम्हाला प्रत्यक्ष बघेल, तेव्हा तिचं प्रेम तुमच्यावर जडेल का? तुम्ही तिला आपल्या प्रेमजालात गुंतवू शकाल का? तिला आपल्याकडे ओढून आणण्याइतपत प्रेमाचं हे नाटक तुम्हाला वठविता येईल का?''

बाँड त्यावर काही बोलला नाही. त्याचवेळी त्याच्या पाठीमागलं दार ठोठावलं गेलं. दार उघडून एक क्लर्क आत आला. वाफाळलेली कॉफी भरलेले दोन मोठे आणि सुबक चायना मग त्यानं दोघांसमोर ठेवले आणि तो निघून गेला. बाँडनं आपल्या पुढ्यातला मग उचलून कॉफीचा एक घोट घेतला. तिची चव अतिशय स्वादिष्ट होती. फक्त ती थोडी दाट होती आणि प्यायल्यावर तिच्यात कॉफीच्या पावडरीचे जाड कण लागत होते. करीमनं आपला मग उचलून कॉफीचा एक मोठा घोट घेतला. मग होल्डमध्ये एक सिगारेट अडकवून ती पेटविली आणि तिचा दीर्घ कश घेत– स्वत:शीच बोलावं– त्याप्रमाणे तो म्हणाला, ''...पण या प्रेमप्रकरणाबद्दल आपण अर्थातच काही करू शकत नाही. आता आपण फक्त वाट बघायची आणि काय घडतंय ते बघायचं. बस्स, एवढंच आपल्या हातात आहे. ...दरम्यान, इतरही आणखी काही गोष्टी आहेत, ज्यांचा आपल्याला फार गांभीर्यानं विचार करावा लागणार आहे.'' टेबलावर आपली कोपरं टेकवीत तो एकदम पुढे झुकला आणि त्यानं तीक्ष्णपणे बाँडकडे पाहिलं. त्याच्या डोळ्यांमध्ये एकाएकी कठोर भाव दिसू लागले.

''शत्रूच्या गोटात काहीतरी गुप्त हालचाली चालू आहेत, दोस्त! त्यांनी माझा जीव घेण्याचा प्रयत्न केला, एवढ्यानंच भागत नाही. त्यांच्याकडे सारखी गुप्त येणीजाणी चालू आहेत. माझ्या हस्तकांकडून मला काही महत्त्वाच्या बातम्या कळल्या आहेत. खरं तर रशियनांमध्ये आणि आमच्यामध्ये इथे आपसात तह आहे; पण त्यांनी तो एकाएकी असा का मोडावा, हे मला समजत नाही. त्यांनी घातपाती कारवाया सुरू केल्या आहेत.'' करीमनं आपल्या उजव्या हाताची तर्जनी आपल्या नाकाला लावली आणि तो म्हणाला, ''पण, माझ्याजवळ हे तिखट नाक आहे. त्याला सगळ्याचा अचूक वास येतो. त्यामुळे मी नेहमीच याच्यावर विसंबून असतो.''

आपला हात त्यानं पुन्हा टेबलावर ठेवला आणि सौम्य स्वरात तो म्हणाला, ''आत्तापर्यंत त्यांच्याकडून अशा घातकी हालचाली कधी झाल्या नव्हत्या. त्यामुळे सगळंच फार विचित्र वाटतंय; पण यात पणाला लागलेली वस्तू फारच मोठी आणि

अत्यंत मोलाची आहे. ती म्हणजे त्यांचं गुप्त लिप्या, सांकेतिक संदेश उलगडणारं स्पेक्टर यंत्र! त्याचाच मला भारी मोह पडलाय. या प्रकरणात हे अमूल्य यंत्र नसतं, तर मी तुम्हाला केव्हाच सांगितलं की दोस्त! इथे क्षणभरही थांबू नका. तात्काळ पळा आणि आपलं घर गाठा. इथे काहीतरी भयंकर कारस्थान शिजतंय. म्हणून शक्य तितक्या त्वरेनं इथून काढता पाय घ्या.''

करीम आपल्या खुर्चीत पुन्हा मागे रेलला. त्याच्या मुद्रेवरला ताण विरला. तो एकदम मोठ्यानं खळखळून हसला आणि म्हणाला, ''–पण आपण म्हाताऱ्या आजीबायांसारखे हतबल आणि दुर्बळ नाही आहोत. हेरगिरी हा आपला व्यवसाय आहे. या व्यवसायामधली ही एक कामगिरी आहे. तेव्हा तूर्तास माझं तिखट नाक आपण बाजूला ठेवूया आणि आपल्या कामाला लागूया. आता मला प्रथम हे सांगा, की या प्रकरणातली एखादी अशी काही गोष्ट आहे, की जी तुम्हाला ठाऊक नाही आणि जिच्याबद्दल मी तुम्हाला सांगू शकतो? मी माझ्याकडून संदेश पाठविलाय; पण त्या पोरीकडून त्याला अजूनपर्यंत तरी काही प्रतिसाद मिळाला नाहीये. तिच्या संदर्भात दुसरी काही इतर बातमीही माझ्याकडे आली नाहीये; पण आम्हा दोघांची जी भेट झाली होती, त्याबद्दल तुम्हाला प्रश्न विचारायचे असतील, तर ते विचारून टाका.''

''मला फक्त एकच गोष्ट जाणून घ्यायची आहे...' बाँड म्हणाला, ''–आणि ती ही, की या मुलीबद्दल तुमचं काय मत आहे? तिनं जी कहाणी तुम्हाला सांगितली, तिच्यावर तुमचा विश्वास बसलाय, का नाही? म्हणजे माझ्यावर जडलेल्या प्रेमाची कहाणी! बाकी इतर कशाला तूर्तास महत्त्व नाही. जर ती माझ्यासाठी खरोखर वेडी झाली नसेल, तर मग या प्रकरणाला काही अर्थच उरत नाही. ते खाली बसल्यात जमा आहे. अशा परिस्थितीत मग एकच शक्यता उरते, ती ही की रशियनांच्या एमजीबी गुप्तचरखात्यानं काहीतरी गुंतागुंतीचा कट आखून हा फसवा डाव टाकला आहे. त्यांचं हे कारस्थान नेमकं काय आहे, याचं आपल्याला आकलन होत नाहीये. तेव्हा आता मला हे सांगा, की त्या मुलीनं जे काही सांगितलं, त्यावर तुमचा विश्वास बसलाय का?'' बाँडचा स्वर एकदम निकडीचा झाला आणि त्याची शोधक दृष्टी समोर बसलेल्या माणसाच्या चेहऱ्याचा वेध घेऊ लागली.

''ओह्, दोस्त...'' आपले दोन्ही हात बाजूला पसरत, मस्तक हलवीत करीम म्हणाला, ''मी सुद्धा स्वत:ला त्यावेळी हाच प्रश्न विचारला होता. आणि तेव्हापासून मी सतत हाच प्रश्न स्वत:ला विचारतो आहे, की तिनं जे काही मला सांगितलं, ते खरं असेल का? पण प्रेमाच्या अशा खेळात स्त्री खोटं बोलते आहे का, हे कोण कसं सांगू शकणार? तिची माझी भेट झाली होती, तेव्हा तिचे सुंदर, पाणीदार डोळे चकाकत होते. त्यांच्यामध्ये निरागस भोळा भाव होता. तिचे नाजूक ओठ ओलसर

दिसत होते. ती बोलत होती, तेव्हा त्यांची मनोवेधक हालचाल होत होती. तिचा स्वर निकडीचा आणि घाबरल्यासारखा येत होता. जे काही धाडस तिनं केलं होतं आणि जे काही ती सांगत होती, त्याबद्दल तिला भयंकर धास्ती वाटत असावी, असं तिच्या एकूण आविर्भावांवरून वाटत होतं. बोटीच्या कठड्याचा पितळी बार तिनं इतका घट्ट धरला होता, की त्यामुळे तिची नाजूक, लांबट बोटं पांढरीफटक पडली होती. तिच्या बोलण्यात, हालचालींमध्ये भीतीपोटी उत्पन्न झालेली घाई स्पष्ट दिसून येत होती. हे तिचं बाह्यस्वरुप होतं; पण तिच्या हृदयात नेमकं काय होतं, हे कसं कळावं? तिच्या अंतरंगात त्यावेळी काय खळबळ चाललेली होती, हे मला कसं उमजावं?'' करीमनं आपले दोन्ही हात वर केले, ''या गोष्टी फक्त त्या देवालाच ठाऊक! तिच्या मनात, हृदयात काय होतं, हे केवळ तोच जाणे! दोस्त, स्त्रीची जात ही मोठी गूढ नि अगम्य असते. तिच्या ओठात एक असतं नि पोटात एक! त्याचा थांग भल्याभल्यांना सुद्धा लागत नाही, तिथे माझी काय कथा?'' वर केलेले हात असहाय्यपणे खाली आणत हातांचे तळवे करीमनं टेबलावर अगदी सपाट असे ठेवले आणि बाँडच्या नजरेशी सरळ नजर भिडवत तो पुढे म्हणाला, ''एखादी स्त्री खरोखरच तुमच्यावर लुब्ध झाली आहे का? ती अगदी मनापासून आणि खरंच तुमच्यावर प्रेम करते का, हे जाणण्याचा फक्त एकच मार्ग आहे. आणि तो मार्ग प्रेमाच्या कलेत अतिशय पारंगत नि निष्णात असलेल्या जाणत्या पुरुषालाच केवळ कळतो, असं म्हणतात.''

''तुम्हाला नेमकं काय म्हणायचंय, ते मला कळलं.'' बाँड उत्तरला, ''तो मार्ग कुठे सापडतो, हे मी सांगतो. बिछान्यात! स्त्री तुमच्याबरोबर शय्यासोबत करीत असते तेव्हा!''

□

## *१५. हेराची पार्श्वभूमी*

मग आणखी कॉफी आली. आणि त्यानंतर थोड्या थोड्या वेळाच्या अंतरानं पुन:पुन्हा येत राहिली. ती मोठी खोली सिगारेटींच्या धुरानं भरून गेली. बाँड आणि करीम, दोघं बोलत राहिले. त्यांनी त्यांच्या आगामी कामगिरीमधल्या प्रत्येक बारीकसारीक गोष्टीची विचक्षणा केली. तातिआना रोमानोवाच्या कहाणीमधला प्रत्येक धागा सुटा सुटा करून त्यावर बारकाईनं विचार केला. सुटा होत गेलेला एकेक तपशील बाजूला ठेवला. जवळजवळ तासभर ते दोघं बोलत होते; पण त्या चर्चेच्या शेवटी आपण फिरून फिरून जिथून सुरुवात केली होती, त्याच मुद्द्यावर पुन्हा आलो आहोत, असं त्यांना आढळून आलं. त्या सगळ्या ऊहापोहातून शेवटी असा निष्कर्ष

निघाला, की बाँडनं त्या रशियन मुलीला– तातिआना रोमानोवाला भेटावं. प्रत्यक्ष भेट झाल्यावर तिची हकीगत स्वत: नीट पारखून घ्यावी. आणि ती जर त्याला खरी वाटली नि त्याचं समाधान झालं, तर मग स्पेक्टर यंत्रासह त्या मुलीला बरोबर घेऊन त्यानं तुर्कस्थानातून पसार व्हावं. थोडक्यात, त्या मुलीची प्रत्यक्ष भेट घेऊन बाँडनं स्वत:च त्या प्रकरणाचा गुंता सोडवावा, असा बेत ठरला.

या प्रकरणामधली बाकीची सगळी व्यवस्था करण्याकरिता करावी लागणारी खटपट करीमनं सांभाळावी, असं ठरलं. हा बेत ठरल्यानंतर कराव्या लागणाऱ्या व्यवस्थेमधलं पहिलं पाऊल म्हणून करीमनं टेबलावरल्या टेलिफोनचा रिसीव्हर उचलला आणि बीइए, एअर फ्रान्स, एस.ए.एस. आणि तुर्क-एअर या विमान कंपन्यांशी संपर्क साधून, पुढल्या आठवड्यामधल्या तुर्कस्थानातून बाहेर जाणाऱ्या त्यांच्या प्रत्येक फ्लाईटवर दोन दोन सीटस आगावू रिझर्व करून टाकल्या.

''चला, हे काम झालं. आता तुम्हाला अगदी केव्हाही इथून निघायचं झालं, तरी काही अडचण येणार नाही. आता यानंतरचं दुसरं मुख्य काम म्हणजे तुम्हाला बनावट पासपोर्ट लागेल.'' करीम म्हणाला, ''एक पुरेसा होईल. ती पोरगी तुमची बायको म्हणून तुमच्याबरोबर प्रवास करील. पासपोर्टसाठी तुमचा फोटो लागेल. माझा एक माणूस तो आत्ता लगोलग काढेल. त्या रशियन पोरीसारख्या दिसणाऱ्या, तिच्याशी साम्य असणाऱ्या दुसऱ्या एखाद्या पोरीचा फोटो– पासपोर्टसाठी– आम्ही मिळवू. अगदी तशी पोरगी नाहीच मिळाली, तर ग्रेटा गार्बोचा अगदी सुरुवातीच्या काळामधला एखादा फोटो मिळवून त्याची पासपोर्टसाइझ कॉपी करून तीच पासपोर्टवर चिकटवून देऊ, की झालं! आपलं काम भागेल; कारण ही रशियन पोरगी– तातिआना रोमानोवा– बरीचशी ग्रेटा गार्बोसारखी दिसते. दोघींमध्ये विलक्षण साम्य आहे. सिनेतारका ग्रेटा गार्बोचा फोटो मिळविण्यात काही अडचण येणार नाही. माझा एखादा माणूस वृत्तपत्रांच्या फाईल्समधून तसा फोटो अगदी सहजी मिळवेल. मी कॉन्सल जनरलशी बोलतो. तो फारच छान माणूस आहे. मी त्याला आवडतो, त्यामुळे माझी त्याची छान दोस्ती आहे. मी जे वेगवेगळे साहसी बेत रचतो, ते त्याला आवडतात. तो आपलं हे काम करील. संध्याकाळपर्यंत पासपोर्ट तयार होऊन आपल्या हातात पडेल. बरं! आता मला हे सांगा, की बनावट पासपोर्टसाठी नाव कोणतं घेणार?''

''कोणतंही चालेल, तुम्हीच सांगा.'' बाँड म्हणाला.

''मग सॉमरसेट घेऊ. माझी आई त्याच परगण्यात राहणारी होती. डेव्हिड सॉमरसेट असं तुमचं नामकरण करू. व्यवसाय– एक कंपनी डायरेक्टर. म्हणजे इतर काही भानगडींचा प्रश्नच उद्‌भवणार नाही आणि त्या रशियन पोरीचं नाव काय ठेवायचं? कॅरोलिन ठेवू या. ती एखाद्या कॅरोलिनसारखीच दिसते. डेव्हिड आणि

कॅरोलिन सॉमरसेट. प्रवासाची आवड असणारं एक हौशी इंग्लिश दांपत्य! मनमुराद भटकायला निघालेलं तरुण जोडपं असं सोंग तुम्हाला घेता येईल. या सगळ्या व्यवस्थेसाठी लागणाऱ्या पैशाची सोय मी करतो. ऐंशी पौंडस ट्रॅव्हलर्स चेक्सच्या स्वरुपात तुमच्याजवळ राहतील आणि पन्नास पौंडाचे चेक्स तुम्ही तुर्कस्थानमधल्या वास्तव्यादरम्यान वटवले, अशी रिसीट बँकेकडून तयार करवून घेऊ, की झालं! कस्टम्सवाल्यांची काही अडचण येणार नाही. ते कशाकडेच फारसं लक्ष देत नाहीत. त्यातून तुम्ही तुर्कस्थानामध्ये काही खरेदी केलेली असेल, तर त्यांना फारच आनंद होतो. तेव्हा इथल्या बाजारामधून तुम्हाला काही तुर्की वस्तू– तुमच्या लंडनमधल्या मित्रांसाठी– प्रेझेंट्स देण्याकरिता म्हणून खरेदी करून नेता येतील. काही कारणानं जर तुम्हाला अगदी तातडीनं तुर्कस्थानातून सटकण्याची वेळ आली, तर तुमचं हॉटेलचं बिल भरण्याची, तसंच तुमच्या सामानाची व्यवस्था– म्हणजे ते ताब्यात घ्यायचं मी बघेन. त्याबद्दल तुम्ही काही काळजी करू नका. बरं! याव्यतिरिक्त आणखी इतर काही तुम्हाला लागणार आहे?''

''आता तुम्ही एवढी सगळी व्यवस्था केल्यावर आणखी काही लागेल, असं वाटत नाही.'' बाँड म्हणाला.

करीमनं आपल्या मनगटी घड्याळावर नजर टाकली आणि तो म्हणाला, ''बारा वाजलेत. माझी गाडी तुम्हाला आता तुमच्या हॉटेलवर परत नेऊन सोडेल. तिथे कदाचित तुमच्यासाठी एखादा संदेशही आला असेल. हॉटेलात परतल्यावर तुमच्या सामानाची जरा बारकाईनं तपासणी करा. कुणी अनाहूतपणे काही उसकापासक तर केलेली नाहीये ना, भोचकपणे काही शोध घेण्याचा प्रयत्न तर केलेला नाहीये ना, हे बघा; कारण तशी शक्यता आहे. तर आता आपली ही बैठक आवरती घेऊ.'' टेबलाला असलेलं कॉलबेलचं एक बटण त्यानं जोरात दाबलं. त्याबरोबर काहीच क्षणात खोलीचं दार लोटून एक क्लार्क तिथे हजर झाला. करीमनं अधिकारयुक्त स्वरात त्याच्यावर सूचनांची सरबत्ती केली. तीक्ष्ण डोळ्यांनी करीमकडे अगदी स्थिरपणे बघत– एखाद्या आज्ञाधारक कुत्र्याप्रमाणे– त्या क्लार्कनं सगळ्या सूचना अगदी काळजीपूर्वक ऐकून घेतल्या.

मग करीमनं बाँडला खोलीच्या दारापर्यंत सोडलं. त्याच्याशी पुन्हा आपुलकीनं दृढ हस्तांदोलन केलं आणि तो म्हणाला, ''माझी गाडी दुपारच्या जेवणासाठी तुम्हाला एका हॉटेलवर घेऊन येईल. स्पाइस बझारमधलं ते एक लहानसं, पण उत्तम हॉटेल आहे.'' त्याच्या डोळ्यांमध्ये आनंदाचे भाव आले, ''तुमच्याबरोबर काम करण्याची संधी मला मिळाली याबद्दल मला मनापासून आनंद वाटतो. आपलं दोघांचं छान जमेल यात काही शंकाच नाही.'' त्यानं बाँडचा हात सोडला आणि तो म्हणाला, ''बराय, तर मग. मला आता जरा घाईघाईनंच काही महत्त्वाची कामं

उरकायची आहेत. तेव्हा बाय.''

त्या क्लार्कनं बाँडला दुसऱ्या एका दारातून बाहेर नेलं. तो क्लार्क म्हणजे करीमचा 'चीफ ऑफ स्टाफ' असावा. उंच प्लॅटफॉर्म असलेल्या दिवाणखान्यासारख्या त्या दालनात तो बाँडला घेऊन गेला. तिथे असलेली कारकून मंडळी अजूनही आपापल्या पुढ्यातल्या लेजर्समध्ये डोकी खुपसून बसली होती. दालन ओलांडून दुतर्फा लहान लहान खोल्या असलेल्या एका पॅसेजमध्ये ते दोघं पोहोचले. तिथल्या एका खोलीत त्या क्लार्कनं बाँडला नेलं. त्या खोलीत सर्व साधनांनी आणि उपकरणांनी सुसज्ज अशी एक लेबॉरेटरी आणि तिला जोडून एक डार्करूम आहे, असं बाँडला दिसून आलं. त्या खोलीत काम करीत असलेल्या एका तरुणानं तत्परतेनं बाँडचा फोटो काढला. त्यानंतर दहाच मिनीटांनी बाँड त्या परिसरातून बाहेर पडून रस्त्यावर आला. त्याच्याबरोबर आलेल्या क्लार्कनं त्याला अदबीनं बाहेर उभ्या असलेल्या रोल्स गाडीत बसवून निरोप दिला. एका अरुंद गल्लीतून रोल्स बाहेर पडली, दगडी बांधणीच्या रस्त्यावरून धावत मुख्य रस्त्याला लागली आणि पुन्हा गालता पुलावर पोहोचली. रहदारीतून वाट काढत थोड्याच वेळात ती हॉटेल क्रिस्टल पॅलेससमोर जाऊन उभी राहिली.

तळमजल्यावरल्या– हॉटेलच्या स्वागतकक्षात बाँडनं प्रवेश केला, तेव्हा तिथे; एक नवीन व्यवस्थापक ड्युटीवर आलेला त्याला दिसला. बाँडला पाहताच तो काऊंटरमागून एकदम पुढे आला. फिकट, पिवळट चेहऱ्याच्या नि बारकुड्या शरीरयष्टीच्या त्या इसमानं कमालीच्या अदबीनं झुकून बाँडचं स्वागत केलं आणि आपले दोन्ही हात बाजूला पसरीत तो दिलगिरीच्या स्वरात म्हणाला, ''इफेंडी, माझ्या सहकाऱ्यानं तुम्हाला आमच्या हॉटेलामधली अगदी सामान्य खोली दिली, याबद्दल मी शरमिंदा आहे. त्या खोलीत तुमची जी गैरसोय झाली, त्याबद्दल मी दिलगिरी व्यक्त करतो. आपण करीम बे चे मित्र आहात, त्यांचे पाहुणे आहात हे आम्हाला ठाऊक नव्हतं. तुम्हाला आम्ही आता १२ नंबरची खोली दिली आहे. तुमचं सामान त्या खोलीत हलवलं आहे. आमच्या हॉटेलातली सर्वात उत्कृष्ट अशी खोली आहे ती. खरं सांगायचं झालं तर...'' डोळे मिचकावीत तो व्यवस्थापक लाळघोटेपणानं म्हणाला, ''हनिमूनवर येणाऱ्या नवविवाहित जोडप्यांकरिता ती खोली आम्ही राखून ठेवतो. त्या खोलीत सगळ्या सुखसोयी आहेत. तिथे तुम्हाला खूप आरामशीर वाटेल. तुमच्यासारख्या खास नि श्रेष्ठ व्यक्तीला सामान्य दर्जाची खोली दिली गेली, याबद्दल मी पुन्हा आपली क्षमा मागतो, इफेंडी.'' तो इसम आपले हात चोळत याखेपी जरा जास्तच अदबीनं झुकत म्हणाला.

कुणी असा लाळघोटेपणा, बूटचाटूपणा केलेला बाँडला अजिबात आवडत नसे. खुशामत करणाऱ्या अशा माणसांचा त्याला जाम तिटकारा होता. समोर

असलेल्या त्या इसमाच्या डोळ्यांशी त्यानं सरळ आपली नजर भिडविली. तेव्हा त्या माणसानं एकदम खाली मान घातली.

"मला आधी ही नवीन खोली जरा नजरेखालून घालू द्या." बाँड त्याला म्हणाला, "कदाचित मला ती आवडणारही नाही. मी आधीच्याच खोलीत ठीक होतो."

"जरुर, इफेंडी." तो इसम पुन्हा अदबीनं झुकत बाँडला लिफ्टकडे नेत म्हणाला, "पण तुम्हाला दिलेल्या आधीच्या खोलीत प्लंबर्स आत्ता काम करतायत. तिथला बाथरुममधला नळ बिघडलाय ना! पाणी यायला तिथे जरा त्रासच होतो..."

लिफ्टनं ते दोघं, दहा फूट उंचीवर असलेल्या पहिल्या मजल्यावर गेले. 'वेल! बिघडलेल्या नळाचं जे कारण हा प्राणी सांगतोय त्यात तथ्यच आहे.' बाँडच्या मनात आलं. शिवाय, हॉटेलामधली दुसरी एखादी जास्त चांगली आणि आरामदायक खोली मिळाली, तर त्यात गैर असं काहीच नव्हतं.

बारा नंबरच्या त्या खोलीसमोर गेल्यावर व्यवस्थापकानं तिचं कुलूप काढून तिचं उंच नि प्रशस्त असं दार उघडलं आणि तो अदबीनं बाजूला उभा राहिला.

बाँडनं त्या खोलीत प्रवेश केला मात्र, त्याला ती एकदम आवडली. पाहताक्षणी कुणालाही आवडावी, अशीच ती खोली होती. त्या खोलीला प्रशस्त नि दुहेरी अशा जोडखिडक्या होत्या आणि त्यांच्यामधून स्वच्छ सूर्यप्रकाश खोलीत आला होता. त्या खिडक्यांपलीकडे, खोलीला धरून अशी एक सुंदरशी बाल्कनी होती. बाल्कनीत जाण्यासाठी मोठा दरवाजा होता. खोलीमधल्या खिडक्यांवर आणि दारांवर गुलाबी रंगाचे पडदे होते आणि त्यांच्यावर करड्या रंगाच्या रेशमानं भरतकाम केलेलं होतं. खोलीतल्या लाकडी जमिनीवर उत्तम दर्जाचा खास बुखारा रग पसरलेला होता. तक्तपोशी लाकडी नि सुंदर नक्षीकाम केलेली होती. त्या लाकडी छताच्या मध्यभागी पांढऱ्याशुभ्र नि चकचकीत लोलकांनी सजविलेलं एक भव्य झुंबर लटकत होतं नि त्यात एक प्रखर दिवा बसविलेला होता. खोलीमधल्या उजव्या बाजूच्या भिंतीला लागून अतिशय प्रशस्त नि भव्य असा बादशाही पलंग होता. त्या पलंगाच्या उशालगतच्या भिंतीवर रुंद सोनेरी फ्रेममध्ये मढविलेला अत्यंत भव्य असा आरसा होता. बिलोरी काचेच्या त्या नितळ आरशानं उशालगतची जवळजवळ सगळी भिंतच व्यापलेली होती; कारण त्या आरशात त्याला जोडून ठेवलेल्या सबंध पलंगाचं प्रतिबिंब दिसत होतं. तो प्रकार बघून बाँडला मौज वाटली. हनीमून रूम! त्या खोलीतल्या छताला ही या लोकांनी असाच एखादा भव्य आरसा बसवायला हवा होता. त्याच्या मनात गंमतीशीर विचार आला... खोलीला जोडून प्रशस्त अशी बाथरूम होती. तिच्या भिंतींवर पांढऱ्याशुभ्र चकचकीत टाईल्स बसविलेल्या होत्या. तिथे चिनी मातीचा एक दुहेरी नि प्रशस्त असा टब होता, छताला शॉवर बसविलेला

होता नि इतर सगळ्या सुखसुविधा होत्या. एका भिंतीवर लावलेल्या आरशाच्या काचेच्या रॅकवर बाँडचं दाढी करण्याचं सगळं साहित्य नीट व्यवस्थितपणे लावून ठेवलेलं होतं.

बाथरूम नजरेखालून घालून बाँड लगतच्या बेडरूममध्ये परतला, तेव्हा तो व्यवस्थापकही त्याच्यामागोमाग त्या खोलीत आला. बाँडनं त्याला खोली पसंत असल्याचं सांगितलं, तेव्हा अदबीनं झुकून अभिवादन करून तो इसम तिथून निघून गेला. तो गेल्यावर बाँडनं खोलीचं दार लावून घेतलं. मग त्या खोलीचं बारकाईनं निरीक्षण करीत त्या खोलीतून त्यानं एक फेरी मारली. याखेपी खोलीच्या भिंतींची, पलंगावरल्या राजेशाही बिछान्याची, त्यालगत असलेल्या टेलिफोनची त्यानं नीट तपासणी केली. खोलीमध्ये लावलेले पडदे चाचपडून पाहिले. कुठे एखादा छुपा मायक्रोफोन किंवा तत्सम काही गुप्त उपकरणं बसविलेली आहेत का, याचा शोध घेतला. आपण सबंध खोलीभर उगीचच व्यर्थ शोध घेतो आहोत का? इथे कुणी उगीच गुप्त नि छुपे मायक्रोफोन्स कशाला बसवेल? या खोलीत येण्यासाठी एखादा गुप्त दरवाजा कशाला असेल? आपण उगीचच संशय घेतो आहोत का?... ही खोली घ्यायला काय हरकत आहे? त्याच्या मनात एकामागोमाग एक विचार आले.

खोलीमधल्या लाकडी कपाटालगत असलेल्या एका छोट्याशा बाकावर त्याची सूटकेस ठेवलेली होती. गुडघ्यांवर खाली बसत त्या सूटकेसच्या पोटकुलुपांचं त्यानं बारकाईनं निरीक्षण केलं. त्यांच्यावर कुठे ओरखाडे किंवा चरोटे उमटलेले दिसत नव्हते. सूटकेसच्या हँडलवर त्यानं चिकटवून ठेवलेला सूक्ष्म धाग्यांचा एक बारीक पुंजकाही जसाच्या तसा होता. जवळच्या किल्लीनं सूटकेसची कुलुपं काढून त्यानं ती उघडली. आत ठेवलेली– त्याला त्या मोहिमेवर निघताना देण्यात आलेली– खास छोटीशी ॲटेची केस काढून ती पण त्यानं उघडून पाहिली. तिच्यामधली सगळी सामुग्रीही जागच्या जागी होती. कुणी काही उसकापासक केलेली दिसत नव्हती. ती छोटीशी ॲटेची केस सूटकेसमध्ये ठेवून, तिची पोटकुलुपं पुन्हा लावून घेऊन बाँड उठून उभा राहिला.

नंतर बाथरूममध्ये जाऊन त्यानं वॉश घेतला. ताजातवाना होऊन १२ नंबरच्या त्या खोलीतून तो बाहेर पडला आणि जिन्याच्या पायऱ्या उतरून तळमजल्यावरल्या स्वागतकक्षात पोहोचला. तिथे काऊंटरपाठीमागे बसलेल्या व्यवस्थापकानं 'इंफेंडी'साठी (म्हणजे साहेबांसाठी– बाँडसाठी) बाहेरून कोणताही संदेश आला नाही, असं त्याला सांगितलं. हॉटेलच्या प्रवेशद्वाराबाहेर– करीमनं पाठविलेली रोल्सगाडी– हजर झाली होती. हॉटेलच्या व्यवस्थापकानं गाडीचं पाठचं दार बाँडसाठी अदबीनं उघडून धरलं. या प्राण्याच्या– अपराधित्वाची भावना सतत दाखविणाऱ्या डोळ्यांमध्ये, याच्या दिलगिरी व्यक्त करण्यामागे आणि याच्या एकूणच दिखाऊ आदबशीर

वागण्यामागे काही कटकारस्थान दडलेलं आहे काय? बाँडच्या मनात विचार आला. असलं, तरी आता त्याची पर्वा करायची नाही, त्यानं ठरविलं. त्याच्या विरुद्ध असलेल्या एखाद्या कटकारस्थानाच्या खेळाची सुरुवात झालेली असलीच, तर त्याला तोंड देणं क्रमप्राप्तच होतं. आणि असा खेळ केव्हा ना केव्हातरी सुरू व्हायलाच हवा होता. हॉटेलमधली त्याची खोली बदलली जाणं हा त्या खेळाचा श्रीगणेशा असला, तर तेही उत्तमच होतं.

डोंगराळ उंचवट्याचा उतार उतरत ती रोल्सगाडी धावू लागली, तेव्हा बाँडच्या मनात डार्को करीमबद्दल विचार घोळू लागले. इस्तंबूलमधल्या 'टी' स्टेशनचा हा प्रमुख म्हणजे केवढा विलक्षण माणूस आहे! त्याचा आडमाप, धिप्पाड देहच त्याच्यामध्ये असलेली अधिकाराची वृत्ती जणू प्रगट करतो. जीवनाबद्दलची भरपूर आसक्ती आणि सळसळणारं चैतन्य या दोन गुणांच्या बळावर तो प्रत्येकाशी तात्काळ मैत्री जोडू शकतो. वृत्तीनं अतिशय दिलखुलास, परंतु व्यक्तिमत्त्वानं एखाद्या चाच्यांसारखा वाटणारा हा माणूस आला तरी कोठून? आणि ब्रिटिश सिक्रेट सर्व्हिसच्या पदरी कामाला तरी कसा लागला? बाँडच्या मनात आलं. त्याला आवडत असे, अशा प्रकारचा खास दुर्मिळ प्रकारात मोडणारा होता, हा अफलातून माणूस! अशा दुर्मिळ प्रकारात मोडणारे बाँडचे सुमारे अर्धा डझन अत्यंत खास नि सच्चे मित्र होते. त्याच्या हृदयात त्यांना स्थान होतं. खास मित्रांच्या आपल्या त्या यादीमध्ये त्यानं डार्को करीमला पण समाविष्ट करून टाकलं. खरोखरच काय अजब माणूस आहे! त्याच्या मनात आलं. सदोदित खळखळत वाहणारा उत्साहाचा जिवंत झराच जणू!

लांबलचक गालता पूल ओलांडून ती रोल्स थोड्याच वेळात 'स्पाईस बझार'च्या परिसरात पोहोचली आणि दगडी बांधणीची भव्य कमान असलेल्या एका टोलेजंग प्रवेशद्वारासमोर थांबली. समोरच्या दर्शनी पायऱ्या चढून त्या भव्य कमानीखालून शोफरनं बाँडला पलीकडे असलेल्या बाजारात नेलं. तिथे एक लांबलचक गल्ली होती नि तिच्या दुतर्फा तऱ्हेतऱ्हेची दुकानं होती. ती गल्ली गर्दीनं गजबजलेली असल्यानं त्या ठिकाणी एकच गोंगाट चालला होता. माल खरेदी करणारी गिऱ्हाईकं, डोक्यांवरून विविध प्रकारच्या थैल्यांची ओझी वाहणारे मजूर, कटोरे घेऊन भीक मागणारे भिकारी– त्यांच्यावर खेकसणारे स्थानिक लोक या सगळ्यांचा एकच गदारोळ तिथे उडालेला होता. शोफरच्या मागोमाग बाँड गर्दीनं भरलेल्या त्या गल्लीतून पुढे पुढे जाऊ लागला, तसा त्याच्या नाकाला वेगवेगळ्या प्रकारच्या भडक नि उग्र अत्तरांचा वास जाणवू लागला. चालता चालता शोफर डाव्या बाजूला असलेल्या एका बोळकंडीत शिरला. तिच्या टोकाशी ते पोहोचले, तेव्हा बाजारातला कोलाहल मंद झाला. शोफरनं बाजूच्या जाड भिंतींमध्ये असलेलं एक कमानीदार

प्रवेशद्वार बाँडला दाखविलं. त्या प्रवेशद्वारापलीकडे दगडी पायऱ्यांचा एक गोलाकार जिना वर गेलेला होता.

"इफेंडी, या जिन्यानं वर गेलात, की समोर अगदी टोकाला डावीकडे असलेल्या खोलीत करीम बे तुम्हाला भेटतील. वर कुणालाही विचारा. इथे सर्व लोक त्यांना चांगलं ओळखतात."

थंडगार वाटणाऱ्या त्या जिन्यावरून बाँड वरच्या मजल्यावर गेला. तिथे एका वेटरनं– त्याचं नाव न विचारता– त्याला आपल्या पाठोपाठ येण्यास सांगितलं. त्या मजल्यावर चकचकीत रंगीत टाईल्सनी सुशोभित केलेल्या लहानलहान स्वतंत्र खोल्यांचं मोठं जाळंच होतं. त्या वेटरनं, टोकाला असलेल्या ज्या खोलीत करीम बसला होता, त्या खोलीत बाँडला नेलं. त्या खोलीतल्या कोपऱ्यातल्या एका टेबलाशी करीम बसला होता. बाँडला पाहताच आपल्या हातात असलेला दुधाळ रंगाच्या मद्यानं भरलेला चषक वर करीत करीमनं त्याचं स्वागत केलं. त्याबरोबर चषकात असलेले बर्फाचे खडे किणकिणले.

"या दोस्त, या बसा असे. आणि अगोदर राकीचा एक पेला घ्या. बरंच फिरणं झाल्यानं दमला असाल." करीम म्हणाला आणि बाजूला उभ्या असलेल्या वेटरला त्यानं बाँडला मद्य द्यायला फर्मावलं.

करीमसमोर, टेबलाच्या विरुद्ध बाजूला असलेल्या एका अतिशय आरामशीर नि गुबगुबीत खुर्चीत बाँड विसावला. वेटरनं तत्परतेनं पुढे केलेला राकीचा लहानसा सुबक चषक त्यानं घेतला आणि एका दमात पिऊन टाकला. त्याबरोबर वेटरनं तो पुन्हा भरला.

"–आणि आता जेवणासाठी तुम्हाला जे काय पदार्थ मागवायचे असतील, त्यांची ऑर्डर द्या. आमच्या तुर्कस्थानातील लोक जास्त करून कापलेल्या जनावरांचं, कुबट वासाच्या ऑलीव्ह तेलात तळलेलं, मांसच खाणं पसंत करतात. ते मांसही जनावराच्या टाकाऊ भागांमधून तासून काढलेलं असतं; पण इथे– मिसिर कार्सारची हॉटेलातलं मांसान्न मात्र एकदम बेस्ट असतं."

करीमनं केलेल्या प्रशंसेनं खूष होऊन वेटरनं खास पदार्थाची– तुर्की भाषेत– शिफारस केली.

"तो म्हणतोय, की आज हॉटेलात बनविलेले डोनर कबाब अतिशय स्वादिष्ट नि उत्कृष्ट आहेत. आता तो खरं सांगतोय का, हे मला सांगता येणार नाही; पण त्याच्या म्हणण्याप्रमाणे ते कदाचित चांगले असतीलही. कोकराचं कोवळं मांस, उत्तम दर्जाचा नि वासाचा तांदूळ आणि भरपूर कांदा यांचं मिश्रण करून ते लोखंडी गजांवर थापून, लपेटून निखाऱ्यांनी फुललेल्या भट्टीवर चांगले भाजतात. म्हणजे मस्त खरपूस कबाब तयार होतात. का तुम्हाला दुसरं आणखी काही मागवायचंय?

काळी मिरी, मसाले घालून बनविलेला एखादा झणझणीत पदार्थ तुम्हाला चाखायचाय का? तर मग तुम्ही मसाले चोपडून लोखंडी जाळीवर खमंगपणे भाजलेले सार्डाइन मासे खाऊन बघाच!'' आणि करीमनं फटकारावं, तशा रांगडी शब्दांत वेटरला ऑर्डर दिली. तो निघून गेल्यावर तो आपल्या खुर्चीत मागे आरामात रेलला आणि बाँडकडे बघून स्मित करीत म्हणाला, ''या साल्यांना इथे अशीच वागणूक द्यावी लागते. सगळे टोणगे आहेत नुसते! त्यांना शिव्यांची आणि लाथांचीच भाषा कळते आणि मौज म्हणजे ती त्यांना आवडते. त्यांच्या रक्ताचाच गुण आहे हा. चालू काळातल्या लोकशाहीच्या ढोंगाने या लोकांची पुरती वाट लावली आहे. खरं म्हणजे यांच्यावर सुलतानांसारखे लहरी शासनकर्तेच असायला हवेत. लढाया, आपापसातली टोळीयुद्धं, बायकांवर बलात्कार आणि इतर मौजमजा या साऱ्या गोष्टी यांना फार आवडतात; पण त्या ऐवजी पट्ट्यापट्ट्याचे गणवेश आणि डोक्यावर गोल टोप्या घालून हॉटेलात येणाऱ्या गिऱ्हाईकांची सरबराई यांना करावी लागते. जनावरांसारखी अवस्था होऊन गेलीय साल्यांची! कुणीही हाका! बिच्चारे! यांच्यावर नुसती नजर टाका म्हणजे कळेल तुम्हाला मी काय म्हणतोय ते. बरं! जाऊ दे या साल्यांना खड्ड्यात. आता मला सांगा काही बातमी आहे?''

करीमच्या बोलण्याची बाँडला गंमत वाटली. सगळं काही अगदी मोकळेपणानं तो सांगत होता. नकारार्थी मान हलवीत तो म्हणाला, ''अजून तरी काही बातमी नाही. फक्त त्यांनी माझी हॉटेलातील खोली बदललीय. दुसरी भपकेबाज नि खास राखीव अशी सूट त्यांनी मला दिलीय. माझ्या सामानाला कुणी हात लावलेला किंवा काही उचकापाचक केलेली दिसली नाही.''

करीमनं आपल्या चषकातील राकी दारू एका दमात पिऊन टाकली. चषक खाली ठेवत पालथ्या हातानं तोंड पुसलं. बाँडच्या मनात येऊन गेलेले विचार त्यानं बोलून दाखविले. ''वेल्! केव्हातरी या खेळाला सुरुवात व्हायलाच हवी. मी तशा छोट्या मोठ्या हालचाली करून थोडीशी पूर्वतयारी करून ठेवलीय. आता फक्त वाट बघायची आणि पुढे काय घडतं, ते बघायचं एवढंच आपल्या हातात आहे. जेवण झाल्यावर आपल्या शत्रूच्या परिसरात आपण एक फेरफटका मारून येऊ. त्यात तुम्हाला मजा वाटेल, अशी माझी खात्री आहे. ओह्! असे आश्चर्यानं चमकू नका. आपण त्यांच्या हद्दीत गेलो तरी कुणाला दिसणार नाही; कारण आपण जमिनीखालून, काळोख्या भुयारातून तिथे जाणार आहोत.'' स्वत:च्या हुशारीवर खूष होत करीम मोठ्यानं हसला आणि म्हणाला, ''ते जाऊ द्या. आता आपण जरा इतर गोष्टींबद्दल बोलू. आमचा तुर्कस्थान तुम्हाला कसा काय वाटला? अरे, मी हे काय विचारतोय? दुसरं काहीतरी सांगा.''

तेवढ्यात वेटर जेवणाचं पहिलं वाढप घेऊन आला, त्यामुळे त्यांच्या बोलण्यात

खंड पडला. बाँडसमोर तळलेल्या सार्डाइन माशांची डिश त्यानं ठेवली आणि करीमसमोर एक भलीमोठी डिश ठेवून तो निघून गेला. त्या डिशमध्ये माशाच्या मांसाचे कच्चे, पातळ कापलेले तुकडे होते. बाँडनं त्या डिशकडे कुतूहलानं पाहिलं, तेव्हा करीम त्याला म्हणाला, "कच्चे मासे! मी सगळे पदार्थ नेहमी कच्चेच खातो. आता यानंतर मी कच्चं मटण आणि कच्च्या लेटिसची कोशिंबीर खाईन आणि त्यानंतर एक मोठा वाडगा भरून दही. आता तुम्ही याला कदाचित काहीतरी फॅड म्हणाल; पण मी उगाच कसलेतरी खुळचट नाद असलेला फॅडिस्ट नाही. एकदा मी मल्लविद्या शिकून पेहेलवान व्हायचं ठरवलं होतं; कारण धंदेवाईक पेहेलवानाला तुर्कस्थानात फार मान असतो. इथल्या लोकांना मल्ल आणि त्यांच्या कुस्त्या यांचा विलक्षण नाद आहे. लोकांना पेहेलवान फार आवडतात. त्यामुळे त्या धंद्याला इथे चांगला वाव आहे. तर मी एक गुरू पकडला आणि त्याच्या हाताखाली मल्लविद्या शिकू लागलो. तेव्हा माझ्या गुरूनं मी सगळे पदार्थ कच्चे खावेत, असं मला सांगितलं. तेव्हापासून मी सगळ्या गोष्टी कच्च्या खाऊ लागलो. पुढे मला याची सवय झाली." बशीत ठेवलेला स्टीलचा काटा उचलीत करीम पुढे म्हणाला, "अर्थात असलं कच्चं अन्न सर्वांनाच मानवायचं नाही. लोकांनी काय खावं, याची मला पर्वा नाही. ज्याला जे आवडेल, पचेल ते त्यानं खावं, असं माझं मत आहे. मात्र हात राखून कमी जेवणारे आणि मद्यपानास बसल्यावर उगीच नखरे करीत कमी दारू पिणारे लोक मला आवडत नाहीत."

"तुम्ही पेहेलवान व्हायचं ठरविलं होतं, असं आत्ता मला सांगितलंत. मग तो व्यवसाय सोडून हेरगिरीकडे कसे काय वळलात? आणि आमच्या सिक्रेट सर्व्हिसमध्ये कसे दाखल झालात?" बाँडनं विस्मयानं विचारलं.

काट्यानं टोचून करीमनं डिशमधला मांसाचा एक मोठा तुकडा उचलून दातानं तोडला. तो चघळून खात त्यावर अर्धा ग्लास राकीचा मोठा घोट त्यानं रिचवला. नंतर खुर्चीत मागे रेलत त्यानं एक सिगारेट पेटविली. "वेल्!" गंमतीदार तोंड करत तो म्हणाला, "इतर गोष्टींप्रमाणे तुम्हाला माझ्याबद्दलही कुतूहल असणार आणि ते स्वाभाविकही आहे. हा एवढा जाड्या नि लठापांडा इसम खुळ्यासारखा गुप्तचरखात्यात कसा दाखल झाला, याबद्दल तुम्हाला आश्चर्य वाटतंय ना? मग मी तुम्हाला त्याबद्दल सांगतो. मात्र थोडक्यात सांगतो; कारण ती सगळी फारच मोठी कहाणी आहे. हां! ऐकता ऐकता तुम्हाला कंटाळा आला, की सांगा. म्हणजे मी माझं चऱ्हाट बंद करीन, ठीक?"

"चालेल." बाँड म्हणाला. त्यानं एक डिप्लोमॅट सिगारेट पेटविली नि टेबलावर कोपरं टेकवून करीमची हकीगत ऐकण्याच्या उत्सुकतेनं तो तयारीनं बसला.

"मी मूळचा त्रेबिझोंदचा राहणारा..." सिगारेटचा एक दमदार कश मारून हवेत

धुम्रवलयं सोडीत करीमनं आपली कहाणी सांगण्यास सुरुवात केली, "आमच्या कुटुंबाचा पसारा खूपच मोठा होता. माझा बाप स्त्रियांना आवडेल असा पराक्रमी पुरुष होता. त्यामुळे पुष्कळ बायका त्याच्यावर भाळत. अशा शक्तिमान पुरुषानं आपल्याला खांद्यावर टाकून पहाडामधल्या एखाद्या गुहेत न्यावं आणि तिथे धसमुसळेपणानं आपल्या शरीराचा उपभोग घ्यावा, अशी स्वप्नं त्या बायका बघत. माझा बाप अशा स्त्रियांची इच्छा पूर्ण करून त्यांना तृप्त करीत असे. तो एक फार कुशल असा कोळी होता. त्यामुळे त्याची कीर्ती सबंध काळ्या समुद्रात पसरली होती. माझ्या बापाला स्वोर्डफिश पकडण्याचा भारी नाद होता. हे मासे पकडणं म्हणजे मोठं अवघड नि कठीण काम; कारण ते फार चपळ नि मस्ती करणारे. सहजासहजी हाती लागायचे नाहीत; पण म्हणूनच माझ्या बापाला ते पकडायला फार आवडायचे आणि मौजेची गोष्ट ही होती, की आपली होडी घेऊन मासेमारीसाठी तो समुद्रात गेला, की नेहमी सर्वांत जास्त स्वोर्ड फिश घेऊन यायचा. इतर कोळ्यांना तो याबाबतीत मागे टाकायचा. आता असा सामर्थ्यवान पुरुष स्त्रियांना हिरो वाटला नसता, तरच नवल! शिवाय, तुर्कस्थानचा तो भाग अतिशय खराब आणि कष्टांचा होता. त्यामुळे तिथे राहणाऱ्या पुरुषाला शरीरानं कणखर बनावंच लागे. आणि माझा बाप तर विशेष कणखर, चांगलाच उंचापुरा आणि धिप्पाड होता. त्याचे स्नायू पिळदार आणि लोखंडाच्या कांबीसारखे भक्कम होते. मनानं तो फार उदार आणि दिलदार होता. आणि वृत्तीनं अतिशय रोमँटिक. ज्या स्त्रीवर त्याचं मन जडेल, ती त्याला हवी, असा प्रकार होता. प्रसंगी इतर पुरुषांशी मारामाऱ्या करून, त्यांना ठार मारून त्यांच्या गोटातली त्याला आवडेल ती स्त्री तो पळवून आणत असे. त्याच्या सामर्थ्यावर भाळून ती पण त्याच्याबरोबर आनंदाने राहू लागे. त्यामुळे झालं काय, की माझ्या बापानं पुष्कळ बायका केल्या. परिणामी, त्याला मुलंही पुष्कळ झाली. आम्ही सर्वजण पडझड झालेल्या नि मोडकळीस आलेल्या एका जुन्या घरात राहात होतो. कुटुंबाचा पसारा खूप मोठा असला, तरी आम्ही एकाच छपराखाली समाधानानं नांदत होतो. आमच्या 'मावशा' आमच्या घराची देखभाल नि आम्हा मुलांचं पालनपोषण करीत. खरं तर त्या सगळ्याजणी आमच्या सावत्र आयाच होत्या; कारण खूप लग्नं करून आमच्या बापानं बायकांचा मोठा जनानखानाच बाळगलेला होता. त्यांच्यामधली एक इंग्लिश होती. माझा बाप एकदा सर्कस बघायला गेला होता. तेव्हा तिथे ती त्याच्या दृष्टीस पडली. त्याला ती आवडली आणि मौजेची गोष्ट अशी, की ती पण त्याच्याकडे आकृष्ट झाली. इस्तंबूलमध्ये ती एका ठिकाणी गव्हर्नेस म्हणून कामाला होती. तर दोघंही परस्परांवर लुब्ध झाली आणि त्या संध्याकाळी माझ्या बापानं सरळ आपल्या मच्छीमार बोटीवरून परतीच्या ट्रिपवर तिला आपल्या सोबत आणलं. बॉस्फरसच्या सामुद्रधुनीतून आपली बोट हाकारत

तिच्यासह तो त्रेबिझोंदला परतला. विविध स्त्रिया असलेल्या त्याच्या जनानखान्यात त्या इंग्लिश स्त्रीची भर पडली. ती सुसंस्कृत नि स्वभावानं खूपच चांगली होती. ती सुशिक्षित नि माझा बाप साधा कोळी; पण तरी सुद्धा त्याच्यासाठी साऱ्या जगाला विसरून ती त्याच्यासमवेत समाधानानं नांदली. त्याच्याशी संबंध जोडल्याबद्दल तिला कधीही पश्चाताप करण्याची वेळ आली नाही. आमच्या घरामध्ये ती नक्कीच सुखात होती; कारण चांगलं साठ वर्षांचं आयुष्य जगून ती वारली. दुसरं महायुद्ध संपलं, त्यानंतर थोड्याच काळानं तिचा मृत्यू झाला. त्या स्त्रीबद्दल एवढं सगळं विस्तारानं सांगण्याचं कारण म्हणजे मी तिचाच मुलगा. माझ्या जन्मापूर्वी माझ्या बापाच्या जनानखान्यामधल्या एका इटालियन पोरीला त्याच्यापासून मुलगा झाला. तो वर्णानं चांगला गोरा होता. तिनं त्याचं नाव ठेवलं बियांको. त्याच्यानंतर माझा जन्म झाला; पण मी वर्णानं काळा होतो. म्हणून माझं नामकरण करण्यात आलं डार्को! डार्को करीम– म्हणजेच काळा करीम. आमच्या बापाला आम्ही सर्वजण मिळून एकूण पंधरा मुलं होतो. आम्हा सर्वांचं बालपण तसं खूपच मजेत गेलं. आमच्या आयांमध्ये अधूनमधून भांडणं होत असत. आम्हा मुलांमध्येही मारामाऱ्या नि गुद्दागुद्दी होई. एखादी जिप्सींची छावणी असावी, तशी आमच्या कुटुंबाची अवस्था होती; पण आमच्या बापाचा संबंध कुटुंबावर चांगलाच वचक होता. आमच्या आयांमध्ये भांडणं जुंपली, की वेळप्रसंगी मधे पडून तो एकेकीला चांगले दणके देऊन ती सोडवत असे. आम्ही मुलांनी काही व्रात्यपणा, खोड्या किंवा भांडणं केली, तर तो आम्हाला सुद्धा चोप देत असे. अधूनमधून आमच्या घरात कुणाची ना कुणाची तरी धुलाई होतच असे; पण असं असलं, तरी आमचं भलंमोठं कुटुंब आनंदानं एकत्र नांदलं; कारण आमच्या बापानं त्यावर नियंत्रण ठेवून आम्हा सर्वांनाच एकत्र बांधून ठेवलं होतं. तो सगळ्यांना धरून ठेवणारा दुवा होता. आमचा बाप कडक शिस्तीचा असला, तरी आम्ही समजुतीनं आणि शहाण्यासारखे वागलो, की तो पण आमच्याशी ममतेनं वागे. आमचे लाड नि कौतुक करी. त्यानं सांगितलेलं आम्ही ऐकलं, की तो पण आम्हाला चांगली वागणूक देई. आता असलं भलंमोठं आणि विचित्र कुटुंब म्हणजे काय चीज असते, हे कदाचित तुम्हाला समजणार नाही, हो का नाही?''

''तुम्ही सगळं इतकं छान वर्णन करून सांगताय, की ते काय असू शकेल, हे माझ्या ध्यानात येतंय.'' स्मितवदनानं बाँड म्हणाला.

''काहीही असो, पण सगळी परिस्थिती अशी होती नि जगाचे टक्केटोणपे खात मी वाढलो. मोठा झालो. देहानं मी माझ्या बापासारखाच चांगला उंचापुरा नि धिप्पाड झालो; पण माझ्या आईमुळे माझं शिक्षण उत्तम झालं. तिनं ती बाजू सांभाळली. मला शिकवलं, पढवलं आणि उत्कृष्ट शिक्षण देऊन सुशिक्षित बनवलं. माझ्या बापानं

मला दिवसातून एकदा स्वच्छतागृहात जाऊन पोट साफ राखायला नि आंघोळ करून शरीर स्वच्छ ठेवायला शिकविलं. या जगामध्ये कशाचीही लाज अथवा भीड बाळगायची नाही, अशी शिकवण त्यानं मला दिली. तर माझ्या आईनं मला शिकवून सुसंस्कृत केलं नि इंग्लंडबद्दल अभिमान बाळगण्यास, त्या देशावर प्रेम करण्यास नि त्याचा आदर राखण्यास शिकवलं. मी वीस वर्षांचा झालो, तेव्हा एक छोटीशी होडी विकत घेतली आणि पैसे मिळवू लागलो; पण वृत्तीनं मी अफाट आणि काहीसा उनाड होतो. हडेलहप्पी करण्यात पटाईत आणि बिनधास्त होतो. त्यामुळे मी आमचं घर सोडलं. समुद्रकिनाऱ्यावर दोन छोट्या, जुनाट खोल्या घेतल्या आणि तिथे स्वतंत्रपणे राहू लागलो; कारण आईला कळू न देता मला पोरीबाळींच्या भानगडी करायच्या होत्या; पण साले त्यावेळेला माझे दिवस आणि नशीब काही ठीक नव्हतं. अशातच एक मांजरीसारखी गोंडस नि तशीच आक्रमक बेस्सा राबिअन पोरगी माझ्या मनात भरली. इथंच इस्तंबूलमधल्या डोंगरांपलीकडल्या जिप्सी तळावर ती राहात होती. त्या तळावरल्या जिप्सींशी मारामारी करून त्यांना बेदम ठोकून त्या तळावरून मी त्या पोरीला पळवलं. ते माझा पाठलाग करीत आले; पण त्यांना युक्तीनं गुंगारा देऊन त्या, पोरीसह मी समुद्रकिनारा गाठला. ती पोरगी चांगलीच धष्टपुष्ट होती. मी बळजबरीनं पळवल्यामुळे तिने खूप प्रतिकार केला. माझ्याशी बरीच धिंगामस्ती केली. एखाद्या चवताळलेल्या वाघिणीसारखी ती माझ्याशी झगडली. शेवटी तोंडावर एक ठोसा मारून मी तिला बेशुद्ध पाडली, होडीत घातली आणि त्रेबिझोंदला– समुद्रकिनाऱ्यावरल्या माझ्या खोल्यांमध्ये– घेऊन आलो. तिथेही तिनं माझ्याशी खूप मस्ती केली, अगदी मला ठार मारण्याचा प्रयत्न केला. शेवटी, मी तिच्या अंगावरले सगळे कपडे ओरबाडून काढले. तिला विवस्त्र केली नि खोलीमधल्या जड टेबलाच्या जाडजूड पायाशी तिला साखळदंडांनी जखडून ठेवली. त्या टेबलावर मी जेव्हा खायला बसत असे, तेव्हा पावाचे, खाद्यपदार्थांचे तुकडे टेबलाखाली तिच्या अंगावर भिरकावत असे. टेबलाखाली एखाद्या कुत्र्यासारखी मी तिला बांधून ठेवली होती; कारण तिथे मालक कोण आहे, कुणाची हुकूमत चालते, हे तिला कळायला हवं होतं म्हणून! मी चालवलेल्या छळामुळे ती लवकर ठिकाणावर येईल, सुतासारखी सरळ होईल, अशी माझी अपेक्षा होती; पण तसं घडायचं नव्हतं. कशी, कुणास ठाऊक; पण मी केलेल्या त्या उद्योगाची कुणकुण माझ्या आईच्या कानावर गेली. आणि एक दिवस कोणतीही पूर्वसूचना न देता अगदी अनपेक्षितपणे ती माझ्या खोलाडांवर आली. माझ्या बापानं मला ताबडतोब भेटायला घरी बोलावलंय, असा त्याचा निरोप मला द्यायला खरं तर ती आली होती; पण ती माझ्याकडे आली आणि मी टेबलाखाली विवस्त्रावस्थेत बांधून ठेवलेली ती जिप्सी मुलगी तिच्या दृष्टीस पडली, तेव्हा ती माझ्यावर जाम भडकली. भडकली? छे:!

तिनं चक्क आकाशपाताळ एक केलं. ती मला नाही नाही ते बोलली. 'तू माझा लेकच नाहीस. तुला मुलगा म्हणायला मला लाज वाटते.' अशा शब्दांमध्ये तिने माझी निर्भत्सना केली. आयुष्यात पहिल्यांदाच ती माझ्यावर एवढी रागावली होती. रागाच्या भरात ताडताड घरी जाऊन आपले काही कपडे ती घेऊन आली. टेबलाखाली बांधून ठेवलेल्या त्या पोरीला तिनं मला सोडायला लावलं. बरोबर आणलेले कपडे तिला घालायला दिले आणि नंतर तिला तिच्या तळावर, तिच्या लोकांकडे पोहोचविण्याची आज्ञा मला केली. तत्पूर्वी, काही महत्त्वाच्या कामानिमित्त बापानं मला लगोलग घरी बोलावलंय, असं सांगून मला तिनं तिथून बाहेर हाकललं; पण नंतर विलक्षण गंमत झाली. ती जिप्सी पोरगी मला सोडून जायला तयार होईना. तिचा माझ्यावर जीव जडला होता. बायकांच्या मानसशास्त्रामधला एक अत्यंत रोचक असा धडा मला मिळाला. पुरुषावर लुब्ध झालेल्या बायकांची हीच मोठी गंमत असते, दोस्त!''

डार्को करीम मोठ्यांदा हसत म्हणाला, ''त्या जिप्सी पोरीचं पुढे काय झालं, ही आणखी एक वेगळीच कहाणी आहे; पण मी जेव्हा माझ्या बापाकडे गेलो आणि त्याच्यासमोर उभा राहिलो, त्या दरम्यान माझ्या आईनं त्या पोरीचं घरी परत जाण्याविषयी मन वळविण्याचा बराच प्रयत्न केला; पण ती पोरगी काही तिला बधली नाही. शेवटी माझी आई तिच्यावर चिडली नि त्या पोरीनं तिच्या घरी परत जावं म्हणून तिच्याशी हुज्जत घालू लागली; पण बदल्यात त्या पोरीच्या जिप्सी शिव्याच तिला ऐकाव्या लागल्या... मी माझ्या बापाला भेटायला गेलो, तेव्हा त्याच्यासमवेत एक माणूस बसलेला होता. बापासमोर मी उभा राहिलो, तेव्हा तो देखील आता माझी जाम खरडपट्टी काढणार, असं मला वाटलं; पण मी केलेली पोरीची भानगड माझ्या आईनं त्याला कळू दिली नव्हती. माझी आई ही अशी होती. आईचं हृदय असंच हळुवार आणि मन मोठं विशाल असतं, दोस्त!... हां! तर काय सांगत होतो?... हां! माझ्या बापासमवेत बसलेला माणूस एक इंग्लिशमन होता. तो चांगलाच उंच नि सडसडीत होता. त्याचा एक डोळा गोल कापडी आवरणानं झाकलेला होता. त्याच्या एकूण व्यक्तिमत्त्वावरून तो शांत स्वभावाचा असावा, असं भासत होतं. ते दोघं आपसात रशियनांबद्दल काहीतरी बोलत होते. सरहद्दीजवळ रशियनांच्या काय हालचाली चालू आहेत, त्रेबिझोंदपासून अवघ्या पन्नास मैलांवर असलेल्या बातूम इथल्या त्यांच्या नाविक तळावर तसंच मोठ्या तेलसाठ्याच्या परिसरात काय घडामोडी चालल्या आहेत, याविषयीची माहिती त्या इंग्लिशमनला हवी होती. त्या माहितीच्या मोबदल्यात भरपूर पैसे द्यायला तो तयार होता. आता मला इंग्लिश आणि रशियन या दोन्ही भाषा उत्तम अवगत होत्या. माझी नजर तीक्ष्ण होती नि कान तिखट होते. शिवाय, माझ्याजवळ माझी स्वत:ची होडी होती. थोडक्यात, सर्व दृष्टीनं मी त्या कामासाठी लायक होतो. म्हणून मी त्या इंग्लिशमनसाठी

काम करावं, असं माझ्या बापानं ठरविलं. तो इंग्लिशमन कोण होता, ठाऊक आहे? दोस्त, तो होता माझ्या आधीचा या टी स्टेशनचा प्रमुख! त्याचं नाव होतं मेजर डॅन्से. इस्तंबूलमधल्या इंग्लिश हेरखात्याचा तो प्रमुख होता. त्याच्यानंतर मी या पदावर आलो.'' करीमनं आपला सिगारेटचा पाईप असलेला हात बाजूला हलविला आणि तो म्हणाला, ''त्यानंतर पुढे काय काय घडलं, याची तुम्हाला कल्पना असेलच.''

''तुमची सारीच कहाणी मोठी विलक्षण आहे.'' बाँड त्याला म्हणाला, ''–पण तुम्ही धंदेवाईक मल्ल होणार होतात, त्याचं काय झालं?''

''त्याबद्दल म्हणता होय. ती फक्त एक साईडलाइन होती. माझ्या आगामी उद्योगाच्या म्हणजे हेरगिरीच्या दृष्टीनं असलेली एक पूरक गोष्ट! सर्कशीमध्ये काम करणाऱ्या तुर्कांनाच फक्त रशियन्स त्यांच्या सरहद्दीच्या आत येऊ देत असत. रशियनांचं सर्कशीचं वेड तर तुम्हाला ठाऊक असेलच. सर्कशीशिवाय ते लोक जगूच शकत नाहीत. त्यामुळे पुढलं सगळं सोपं होतं. मी एका सर्कशीत दाखल झालो. तिथं मी हातांनी साखळदंड तोडणं, दोराला बांधलेली प्रचंड वजनं दातांमध्ये धरून उचलणं, असे अचाट शक्तीचे प्रयोग सादर करी. सर्कशीमुळे मला रशियामधल्या खेडोपाड्यांमध्ये फिरायला मिळे. रशियन खेड्यांमधल्या स्थानिक पेहेलवानांशी मी कुस्ती खेळत असे. त्यांच्यामधले काही जॉर्जियन्स तर राक्षसांसारखे आडदांड नि महाकाय असत; पण ते बुद्धीने मठ्ठ होते आणि त्यांच्या हालचालींमध्ये चापल्य नव्हतं, हे माझं नशीब. चपळाईचे डावपेच खेळून मी त्यांना हरवी आणि नेहमी विजयी होई. सर्कशीमधलं काम संपल्यानंतर उरलेल्या वेळात मी त्या त्या रशियन खेड्यामध्ये भटकत असे. गावामधल्या हॉटेलांमध्ये जाऊन दारू पीत असे. तिथे आजूबाजूला बसलेल्या स्थानिक लोकांशी गप्पा मारत असे; कारण हॉटेलांमधून दारूच्या गुत्यांमधून असे गप्पांचे अड्डे हमखास असतात. त्यांच्या गप्पांमधून त्या इंग्लिशमनला म्हणजे मेजर डॅन्सेला हवी असलेली माहिती मला आपोआपच मिळे. रशियन खेड्यांमधल्या स्थानिक लोकांमध्ये मिसळताना मी बावळटपणाचा आव आणी, मला काही कळत नाही, असं दाखवी आणि भोळसटासारखे काहीतरी प्रश्न विचारी. माझा बावळटपणा पाहून ते लोक मला हसत, माझी चेष्टा करीत आणि मग उकल करून सारं काही सांगत. त्यातून मला हव्या असलेल्या प्रश्नांची उत्तरं मिळत.'' करीमनं आपलं बोलणं संपवलं. मग दोघं आपल्या पुढ्यातल्या मांसान्नाचा आस्वाद घेऊ लागले. बाँडच्या डिशमधले मासे चवीला, त्यानं पूर्वी इतर ठिकाणी खाल्लेल्या सार्डाइन माशांसारखेच होते. फक्त थोडे मसालेदार होते.

दोघांनी आपल्या डिशेस स्वच्छ केल्यावर वेटर 'सेकंड कोर्स' म्हणजे दुसरं वाढप घेऊन आला. त्यात कावाक्लिडेर वाईनची बाटली होती. बाल्कन प्रांतामधली अत्यंत उच्च प्रतीची दारू होती ती. वेटरनं बाँडसमोर कबाबांची डिश ठेवली आणि

करीमसमोर हॅंबर्गरची. मोठ्या डिशमध्ये असलेला तो हॅंबर्गर तेवढाच सणसणीत आणि भलामोठा होता. बारीक कापलेले मांसाचे तुकडे, हिरव्या पालेभाज्या आणि मसाले यांचं मिश्रण करून या सारणाची एक जाडजूड पोळी तयार करून ती फेटलेल्या अंड्यांच्या बलकात बुडवून तुपात खमंगपणे तळली होती नि जाडजूड रोटासारखा दिसणारा तो हॅंबर्गर तयार करण्यात आला होता. बॉंड आणि करीम दोघं आपापल्या पुढ्यातले पदार्थ खाऊ लागले. कांद्याचा स्वाद असलेले खरपूसपणे भाजलेले कबाब बॉंडला खूप आवडले. करीमनं आपल्या डिशमधल्या हॅंबर्गरचा एक तुकडा कापून नमुना म्हणून बॉंडला खायला दिला. त्याची चव घेतल्यानंतर तो पदार्थ भलताच स्वादिष्ट असल्याचं बॉंडनं त्याला सांगितलं.

"या पदार्थाला आमच्या इस्तंबूलमध्ये 'स्टेक तार्तार' म्हणतात. तुम्ही युरोपियन याला हॅंबर्गर म्हणता. हा पदार्थ खरं तर तुम्ही रोज नियमानं खाल्ला पाहिजे; कारण यात भरपूर शक्ती देणाऱ्या घटकांचं मिश्रण असतं. असल्या अन्नाचं सेवन तुम्ही दररोज करायला हवं. ज्यांना भरपूर रतिसुख भोगायचं असतं, अशा पुरुषांसाठी हा खुराक तर फारच उत्तम! तुम्हाला लवकरच त्या रशियन पोरीच्या सहवासात जायचंय ना? मग तर हे असलं पौष्टिक खाणं तुम्ही भरपूर खाल्लं पाहिजे." बॉंडकडे बघून डोळे मिचकावीत करीम म्हणाला.

त्यावर बॉंडनं स्मित करीत संमतीदर्शक मान हलविली.

"पुरुषांसाठी या सगळ्या गोष्टी फार महत्त्वाच्या आहेत. प्रणयाच्या कलेत तरबेज व्हायचं असेल, तर त्यासाठी काही विशिष्ट व्यायाम आहेत. ते सुद्धा तुम्ही शिकून घेतले पाहिजेत नि नियमानं केले पाहिजेत. रतिक्रीडेत स्त्रीला तृप्त करायचं असेंल, तर या बाबी फार आवश्यक नि महत्त्वाच्या आहेत. निदान माझ्यासाठी तरी आहेतच आहेत." गडगडून हसत करीम म्हणाला, "...कारण माझ्या बापाप्रमाणेच मला सुद्धा खूप स्त्रियांशी संग करायचा नाद आहे. मी भरपूर रतिसुख भोगत असतो. दारूही खूप पितो आणि धूम्रपानही खूप करतो. या दोन गोष्टी मात्र प्रणयसुखाच्या दृष्टीनं मारक आहेत; पण काय करणार? सगळ्याचाच अतिरेक करण्याची मला सवय जडलीय, माझ्या बापासारखीच! मात्र आपला हा हेरगिरीचा व्यवसाय प्रणयसुखाच्या आड येणारा आहे; कारण मनावर सदोदित खूप आणि प्रचंड ताण असतात. प्रत्येक बारीकसारीक गोष्टींचा सतत विचार करावा लागतो. त्यामुळे आपलं रक्त रतिक्रीडेच्या वेळी जिथं जायला हवं, त्याऐवजी डोक्यात, मेंदूकडे वेगानं धावतं! पण मला आयुष्य सर्वार्थानं जगायचा हव्यास आहे. जीवनाबद्दल मला फार आसक्ती आहे आणि म्हणूनच मी सदासर्वकाळ सगळ्याच गोष्टींचा नेहमी अतिरेक करीत असतो. माणसानं आयुष्य कसं भरभरून जगलं पाहिजे; पण कुणी सांगावं? या साऱ्या अतिरेकामुळे माझं हृदय एखाद दिवशी मला दगा देईल नि अचानक बंद पडेल.

माझ्या बापाप्रमाणेच हृदयविकाराचा खेकडा माझा ग्रास घेईल. हार्टफेलनं मी पटकन मरून जाईन; पण मला त्याचीही तमा नाही; कारण मला एका श्रीमंती, नामदार दुखण्यानं मृत्यू आलेला असेल. माझ्या थडग्यावर कदाचित अशी अक्षरं कोरली जातील : 'सगळी सुखं भोगण्याच्या अतिरेकामुळे हा माणूस मरण पावला.''

माझ्या मृत्यूनंतर लोकांनी असं म्हटलं पाहिजे, की "यानं कधी कशाची फिकीर म्हणून केली नाही. हा आपलं आयुष्य मस्त चैनीत जगला–"

करीमच्या या बोलण्यावर बाँड हसला आणि त्याला अडवीत म्हणाला, "अंहं! इतक्या लवकर हे जग सोडून जाऊ नका, डार्को. एम्ना ते आवडायचं नाही. त्यांच्या लेखी तुमचं मोल फार मोठं आहे. ते तुम्हाला फार मानतात. फार थोर मत आहे त्यांचं तुमच्याबद्दल. त्यांना नाराज करू नका."

"काय सांगता?" बाँडकडे शोधक दृष्टीनं बघत, तो खरं बोलतोय का, याचा वेध घेत करीमनं विचारलं, "एम्, मला एवढं मानतात?" आनंदून तो मोठ्यानं हसला आणि म्हणाला, "तसं असेल, तर मग मी इतक्यात मरत नाही. हृदयविकाराच्या खेकड्याला मी एवढ्या लवकर माझा ग्रास घेऊ देणार नाही." त्यानं आपल्या मनगटी घड्याळावर नजर टाकली, "चला, जेम्स." तो म्हणाला, "बरं झालं! तुम्ही मला माझ्या कामाची आठवण करून दिलीत. आपण आता माझ्या ऑफिसमध्ये जाऊन कॉफी घेऊ. आपल्यापाशी वेळ फार थोडा आहे. तो वाया दवडून चालणार नाही; कारण दररोज दुपारी ठीक अडीच वाजता रशियनांची गुप्त बैठक असते. हाती असलेल्या कारवायांसंबंधी ते एकत्र जमून चर्चा करतात. इस्तंबूलमधल्या त्यांच्या गुप्तचर कचेरीमध्ये ही बैठक भरते. आज तुम्ही आणि मी– आपण दोघं– तिथे गुप्तपणे हजर राहू या आणि त्यांच्या बैठकीला शोभा आणू या."

काहीच मिनिटांनी ते दोघं 'स्पाईस बझार'मधून बाहेर पडले आणि काळ्या रोल्सराईस गाडीमधून करीमच्या ऑफिसकडे निघाले.

□

## *१६. उंदरांचं भुयार*

जेवणाचा कार्यक्रम उरकल्यानंतर बाँड आणि करीम हे दोघं करीमच्या थंडगार ऑफिसखोलीत परतले. कॉफीपानाचा अपरिहार्य कार्यक्रम पुन्हा एकदा झाला. त्यानंतर करीमनं भिंतीमधलं एक कपाट उघडलं आणि त्यातून वर्कशॉपमध्ये इंजिनिअर्स घालतात, तशा निळ्या रंगाच्या ओव्हरॉल्सचे दोन जोड काढले. अंगातील कपडे उतरवून त्यातला एक करीमनं स्वत: घातला नि दुसरा बाँडला दिला. बाँडनं करीमचं अनुकरण करीत अंगातील सूट काढून ओव्हरॉल अंगावर चढविला आणि

गुडघ्यापर्यंत पोहोचणारे विशिष्ट प्रकारचे बूट पायात घातले. जाड निळ्या कापडाचा तो पोशाख त्याला किंचित ढगळ, पण अंगासरसा बसला.

कॉफीचे रिकामे पेले नि जग् नेण्यासाठी करीमचा हेडक्लार्क त्या ऑफिसखोलीत आला, तेव्हा बरोबर आणलेले दोन पॉवरफुल फ्लॅशलाईटस त्यानं करीमच्या टेबलावर ठेवले. टेबलावरली कॉफीची रिकामी भांडी घेऊन तो परत बाहेर निघून गेला.

तो गेल्यावर करीम बाँडला म्हणाला, ''हा माझ्या मुलांपैकी सर्वात थोरला मुलगा. माझ्या ऑफिसात काम करणारे बाकीचे सगळे माझे मुलगेच आहेत. गाडीचा शोफर आणि ऑफिसच्या दारावर असणारा रक्षक हे दोघं माझे चुलते आहेत. आपल्या धंद्यात आपल्या स्वत:च्याच रक्ता-नात्यातील माणसं असणं सुरक्षिततेच्या दृष्टीनं केव्हाही सर्वोत्तम असतं. 'एम्'नी मला हा सगळा धंद्याचा पसारा थाटून दिला. त्यासाठी लंडन शहरातल्या आपल्या काही मित्रांशी त्यांनी बातचीत केली. त्यामुळे मी आता तुर्कस्थानमधला एक आघाडीचा मसाल्यांचा व्यापारी आहे. अर्थात मसाल्यांचा व्यापार हा वरवरचा बुरखा आहे. सोंग आहे. या सोंगाखाली हेरगिरीची आपली सगळी कामं चालतात. धंद्याच्या या व्यापारासाठी 'एम्'नी मला दिलेल्या कर्जाऊ भांडवलाची परतफेड मी खूप दिवसांपूर्वीच करून टाकलीय. माझी सगळी मुलं माझ्या या धंद्यात भागीदार आहेत. त्यामुळे ती सगळी चैनीचं आणि आरामाचं जीवन जगू शकतात. कुणालाच कशाची काही कमी नाही. जेव्हा हेरगिरीची एखादी गुप्त कामगिरी निघते आणि मला त्यांच्या मदतीची गरज भासते, तेव्हा त्यांच्यापैकीच कुणाला तरी मी निवडतो. कामगिरीचं स्वरुप पाहून त्याप्रमाणे कोण सर्वात सुयोग्य ठरेल, याचा विचार करूनच मी अशी निवड ठरवितो. माझ्या मुलांपैकी सर्वांनाच हेरगिरीमधल्या वेगवेगळ्या गुप्ततंत्रांचं खास प्रशिक्षण देवविण्याची व्यवस्था मी केलीय. त्यामुळे प्रत्येकजण आपापल्या कलेत तरबेज आहे. माझी सगळीच मुलं अतिशय हुशार, धाडसी आणि शूर आहेत, हे सांगायला मला अभिमान वाटतो. माझ्यासाठी वेळप्रसंगी, त्यांच्यामधल्या काहीजणांनी तर खून सुद्धा पाडले आहेत. उद्या वेळ पडली, तर माझ्यासाठी आणि 'एम्'साठी ती सगळी प्राणार्पण करायला सुद्धा मागेपुढे पाहणार नाहीत. परमेश्वराखालोखाल 'एम्'ना माना, अशी शिकवण मी त्यांना दिलीय. आम्हा सर्वांनाच 'एम्'बद्दल खूप काही वाटतं. ते शब्दांमध्ये व्यक्त करणं कठीण आहे.'' क्षणभर थांबून करीमनं आपला उजवा हात वर केला आणि तो म्हणाला, ''हे एवढं सगळं तुम्हाला सविस्तरपणे सांगण्याचं कारण हे आहे, की तुम्ही आमच्यात म्हणजे चांगल्या लोकांच्या हातांमध्ये आला आहात, याची तुम्हाला खात्री पटावी. बस! बाकी काही नाही.''

''ती तर मला कधीच पटलीय. आणि मी देखील यापेक्षा काही वेगळी अपेक्षा

केली नव्हती, हे ध्यानात घ्या.'' बाँड लगेच म्हणाला.

''हाऽऽ!'' करीम समाधानानं उद्गारला, ''हे कसं अगदी छान आणि बेश झालं. तर आपण आता आपल्या कामाला लागू या.'' टेबलावरचा एक फ्लॅशलाईट उचलून त्यानं बाँडला दिला. मग भिंतीपाशी काचेची दारं असलेल्या पुस्तकांच्या एका मोठ्या रुंद कपाटापाशी तो गेला. त्या कपाटापाठीमागे हात घालत त्यानं कुठलातरी खटका दाबला. त्याबरोबर 'खट्' असा आवाज झाला आणि ते सबंध कपाट घरंगळावं, तसं अगदी अलगदपणे डावीकडे सरकलं. त्या कपाटापाठीमागल्या भिंतीत एक लहानसा दरवाजा होता. करीमनं तो पुढे ढकलला. त्याबरोबर भिंतीला समांतर, सपाट असणारा तो दरवाजा आतल्या बाजूला जात उघडला गेला आणि त्याच्या पलीकडे असलेल्या गुप्त भुयाराचं दर्शनी तोंड दिसू लागलं. तो दरवाजा उघडला जाताक्षणीच, त्याच्या पलीकडे असलेल्या भुयारातून प्राणीजन्य घाणीचा एक उग्र भपकारा एकदम करीमच्या ऑफिसखोलीत घुसला. 'झू'मधल्या प्राण्यांच्या पिंजऱ्यांमध्ये येतो, तसा तो दर्प बाँडच्या नाकपुड्यांना तीव्रपणे जाणवला. भिंतीत उघडल्या गेलेल्या त्या दाराच्या उंबरठ्यापलीकडे काही दगडी पायऱ्या सरळ खाली भुयाराच्या तळाकडे गेलेल्या आहेत, असं बाँडला दिसलं.

''तुम्ही पुढे व्हा.'' करीम त्याला म्हणाला, ''पायऱ्या उतरून खाली तळाशी जाऊन थांबा. तोवर हे दार नीट लावून घेऊन मी येतो.''

बटण दाबून बाँडनं आपल्या हातातला फ्लॅशलाईट लावला आणि भिंतीतल्या त्या गुप्त दारातून तो आत शिरला. फ्लॅशलाइटच्या प्रखर प्रकाशझोतात आत दोन्ही बाजूंच्या भिंतींना केलेल्या प्लॅस्टरचं नुकतंच पूर्ण झालेलं काम आणि त्यावर दिलेल्या चुन्याचा ताजा गिलावा त्याच्या दृष्टीस पडला. समोर दगडी पायऱ्यांचा जिना थेट खाली गेलेला होता. खाली सुमारे वीस फूट खोलीवर पाणी चकाकत असलेलं बाँडला फ्लॅशलाईटच्या उजेडात दिसलं. जिन्याच्या दगडी पायऱ्यांवरून सावधपणे उतरीत तो भुयाराच्या तळाशी पोहोचला. शेवटल्या पायरीवरून तो खालच्या पाण्यात उतरला. हातातल्या फ्लॅशलाइटचा प्रकाशझोत त्यानं उजवी-डावीकडे टाकला. तेव्हा पाण्याचा प्रवाह वाहून नेणारा तो एक मोठा लांबच्या लांब मध्यवर्ती नाला आहे, असं त्याला दिसलं. प्राचीन दगडी बांधणीच्या ड्रेनेजवजा गोल भुयारातून पाण्याचा तो प्रवाह वाहत होता. उजव्या बाजूला असलेला भुयारी बोगदा चढण असावी, तसा पुढे गेला होता, तर डाव्या बाजूला असलेला बोगदा उतरणीच्या वाटेसारखा डावीकडे खूप दूरवर गेल्यासारखा दिसत होता. डावीकडल्या त्या भुयारी बोगद्याचं शेवटलं टोक 'गोल्डन हॉर्न' जलाशयाच्या– पाण्याखाली पोहोचत असावं, असा अंदाज बाँडनं केला.

त्याच्या हातातल्या फ्लॅशलाईटच्या प्रकाशझोतात टप्प्याटप्प्यापलीकडे काहीतरी

विचित्र खसफस चालली आहे, असं त्याला जाणवलं. मधूनच 'चूंऽऽचूंऽऽ, चीऽऽचीऽऽ' असेही आवाज येत होते. भुयारातल्या अंधारात लांबवर तांबड्या रंगाचे शेकडो बारीक बारीक ठिपके चकाकत होते आणि ते इकडून तिकडे, तिकडून इकडे असे हलताना दिसत होते. उजवीकडल्या चढणीच्या आणि डावीकडल्या उतरणीच्या भुयारांमध्ये– दोन्ही बाजूला– एकसारखा तोच प्रकार होता. दुही बाजूला अंधारात सुमारे वीस यार्डांवर चकाकणारे ते लहान लहान तांबडे ठिपके म्हणजे उंदरांचे डोळे होते. दोन्हीकडल्या भुयारांमध्ये असलेले हजारो उंदीर बाँडकडे बघत होते. त्यांना त्याचा वास आला होता. त्यांची इवलाली नाकं तो वास हुंगत होती. बारीक मिशा आणि तीक्ष्ण टोकदार दात असलेल्या त्यांच्या तोंडाची हालचाल कशी चालू असेल, याचं कल्पनाचित्र बाँडच्या डोळ्यांसमोर तरळलं. आपल्या हातात असलेला फ्लॅशलाईट जर अचानक बंद पडला, तर ते उंदीर काय हालचाल करतील, असा एक विचार क्षणार्ध त्याच्या मनात येऊन गेला... ते एकदम आक्रमक बनतील का?...

अचानक करीम पाण्यात उतरून आपल्या बाजूला येऊन उभा राहिला आहे, असं त्याला जाणवलं.

"आपल्याला उजव्या बाजूच्या भुयारी बोगद्यातून जायचं आहे. बरीच चढणीची वाट आहे. आपल्याला पंधरा मिनीटं चालावं लागेल. तुम्हाला प्राणी आवडतच असतील!" असं म्हणून करीम मोठ्यानं हसला. त्याचा हास्यध्वनी भुयाराच्या पार टोकापर्यंत केवढ्यांदा तरी घुमला. त्या आवाजानं दूर असलेल्या उंदरांमध्ये एकदम खळबळ माजली आणि त्यांनी जोराची खस्फस् केली, "मात्र दुर्दैवानं इथं तुम्हाला निवड करायला काही वाव नाहीये; कारण इथे या भुयारांमध्ये फक्त दोनच प्रकारचे प्राणी आहेत. उंदीर आणि पाकोळ्यांसारखी बारकी वटवाघुळं! वटवाघुळांच्या कित्येक स्क्वाड्रन्स आणि उंदरांच्या कित्येक डिव्हिजन्सचं सैन्य इथं या भुयारी बोगद्यांमध्ये आहे. चालताना हे प्राणी जर आपल्या मधेमधे आले, तर आपल्याला त्यांना हाकलावं लागेल. पुढे भुयाराच्या टोकाशी असलेली चढणीची वाट खूपच अरुंद आणि अडचणीची आहे. चला, निघूया. आज हवा छान आहे. इथं मोकळी आहे; पण जसजसे आपण पुढे जाऊ, तसतशी ती कोंदट होत जाईल. भुयारातल्या पाण्याच्या प्रवाहाच्या दोन्ही काठांवरची जमीन सध्या कोरडी आहे; पण हिवाळ्यामध्ये पाण्याचा मोठा पूर या बोगद्यांमधून घुसत आत येतो. थंडीत इथे यायचं झालं, तर आम्हाला पाणबुड्यांचे रबरी 'फ्रॉगमेन सूट' घालून इथं यावं लागतं आणि इथल्या पाण्यामधून चक्क पोहावंच लागतं. तुमच्या हातातल्या फ्लॅशलाईटचा प्रकाशझोत माझ्या पायांकडे असू द्या. चालताना एखादी पाकोळी येऊन चुकून जर तुमच्या केसांमध्ये अडकली, तर हातानं तिला झटकून टाका. बहुतांश असं होणार नाही;

कारण पाकोळ्यांची 'रडार' संवेदना फार कार्यक्षम आणि उत्तम असते."

खालच्या पाण्यातून पावलं टाकत ते दोघं चढणीच्या वाटेनं चालू लागले. ते जसजसे पुढे पुढे जाऊ लागले, तसतसा उंदरांच्या लेंड्यांचा आणि वटवाघुळांच्या विष्ठेचा एक घाण संमिश्र दर्प अधिकाधिक तीव्र होत गेला. ती दुर्गंधी इतकी भयंकर होती, की तिचा तो घाण दर्प आता आपल्या सबंध अंगाला कित्येक दिवस चिकटून राहील, असं बाँडला वाटू लागलं.

वाळलेल्या द्राक्षांचे घोस लटकावेत, त्याप्रमाणे भुयाराच्या छताला बारक्या वटवाघुळांचे झुबकेच्या झुबके लटकत होते. मधूनच करीमच्या किंवा बाँडच्या डोक्याचा ओझरता स्पर्श वर लटकणाऱ्या अशा एखाद्या झुबक्याला होई. त्याबरोबर भयाण चिरचिर करीत तिथली वटवाघुळं छत सोडत. स्फोट व्हावा त्याप्रमाणे त्यांचा झुबका फुटे आणि मग ती वटवाघुळं कर्णकर्कश्श चिरचिराट करीत भुयारात सैरावैरा उडू लागत. त्यांच्या संमिश्र चिरचिराटाचा किंकाळीसारखा आवाज त्या भुयारात भयाणपणे घुमू लागे. पाण्याच्या प्रवाहातून चालत, चढणीच्या वाटेवरून जाताना उंदरा-पाकोळ्यांच्या विष्ठेचा तीव्र दर्प बाँडला आता असह्य वाटू लागला. नाल्याच्या दोन्ही बाजूला असलेल्या कोरड्या जागेवरल्या उंदरांची संख्या दाट होत चालली आहे, हेही त्याच्या लक्षात आलं; कारण त्यांच्या डोळ्यांचे चकाकणारे लाल ठिपके आता वाढू लागले होते. आजूबाजूच्या कोरड्या जमिनीवर त्या ठिपक्यांच्या झुंडीच्या झुंडी आता दिसत होत्या. पाण्याच्या नाल्याच्या दुतर्फा हजारो उंदीर आपली वाट पाहात सुरसूरत आहेत, याची बाँडला जाणीव झाली. त्यांच्या खसफसाटाचा विचित्र आवाजही आता वाढत चालला होता. बाँड आणि करीम हे दोघं त्या भुयारातून पुढे पुढे जाऊ लागले, तशी हवाही अधिक कोंदट बनत गेली. चढणीची वाट चालताना दोघांनीही आपल्या हातांमधल्या फ्लॅशलाईट्सचे प्रकाशझोत बंदुकीसारखे खाली एकमेकांच्या पायांकडे रोखलेले होते. उंदीर आपल्या पायांशी कडमडतील, या धास्तीनं ते प्रकाशझोत त्यांना आजूबाजूला किंवा समोर वर देखील करता येत नव्हते. करीम मधूनच आपल्या फ्लॅशलाईटचा प्रखर प्रकाशझोत क्षणभर भुयारात समोर फेकी. त्याबरोबर भुयारी बोगद्याचा समोरचा भाग क्षणार्ध उजाळून निघे नि त्या उजेडात नाल्याच्या दुतर्फा असलेल्या कोरड्या जमिनीवर खसफसणाऱ्या करड्या रंगाच्या हजारो उंदरांची दाटी दृश्यमान होई... अखेर पंधरा मिनीटांची ती चढणीची वाटचाल संपवून ते दोघं त्या भुयारी बोगद्यामधल्या एका विवक्षित स्थानी पोहोचले. भुयारी मार्गावरली पंधरा मिनीटांचीच ती वाटचाल; पण जन्मभर ती आपल्या कायमची स्मरणात राहील, असं बाँडला वाटलं. ज्या ठिकाणी ते पोहोचले होते, त्या ठिकाणी भुयाराच्या एका बाजूच्या भिंतीत अर्धगोलाकार कमान असलेला सुमारे दीड पुरुष उंचीचा एक मोठा आणि खोल असा कोनाडा होता. तो कोनाडा विटांच्या

बांधणीत पक्का बांधून तयार केलेला होता. त्याचा तळ जमिनीपासून चांगला उंच होता. कोनाड्यामध्ये दुतर्फा दोन बाकं ठेवलेली होती. कोनाड्याच्या वरच्या कमानीतून खाली आलेली काहीतरी वस्तू छपवून ठेवावी, तशी एका ताडपत्रीमध्ये गुंडाळून ठेवलेली दिसत होती. बाँड आणि करीम हे दोघं ढांगा टाकून भिंतीमधल्या त्या भल्यामोठ्या कोनाड्यामध्ये चढले. ज्या ठिकाणी ते होते, तिथून तो भुयारासारखा बोगदा आणखी बराच पुढे गेलेला होता. 'हा बोगदा आणखी कित्येक यार्ड्स पुढे गेलेला असेल आणि त्याच्या दुतर्फा न जाणो, आणखी किती उंदीर असतील! त्या भुयारी वाटेवरून वाटचाल करताना ते सगळे उंदीर जर आपल्या दिशेने चालून आले असते तर!...' बाँडच्या मनात आलं. त्याच्या मनात हा विचार येतो न येतो, तोच करीम एकदम उद्गारला, "सावधान! आता काय घडतं, ते बघा!"

क्षणभरच त्या सबंध भुयारात एकदम शांतता पसरली. भुयारी बोगद्याच्या पुढल्या टोकाकडून ऐकू येणारी उंदरांची खसफस, त्यांचा 'चूंऽचूंऽ' 'चींऽचींऽ' असा संमिश्र आवाज कुणीतरी जणू आज्ञा द्यावी, तसा एकदम बंद झाला. आणि मग एक आक्रीत घडलं! भुयाराच्या पुढल्या टोकाकडून महापूर यावा, तसा उंदरांचा एक प्रचंड लोंढाच्या लोंढा अकस्मात आला आणि बाँड आणि करीम नुकतेच चढणीच्या ज्या वाटेवरून आले होते, त्या वाटेवरून धावू लागला. सुमारे एक फूट उंचीची, करड्या रंगाच्या अक्षरश: हजारो उंदरांची ती प्रचंड गर्दी एकमेकांना ढोसत, ढोसत त्या भुयारी बोगद्याच्या उताराच्या दिशेनं घुसत चालली. उंदरांचाच जणू ओढा वाहावा, तसं ते दृश्य दिसत होतं. हजारो उंदरांच्या 'चूंऽचूं', 'चींऽचीं' चा एक संमिश्र आवाज त्या भुयारी बोगद्यात केवढ्यानं तरी येऊ लागला आणि एकत्रितपणे होणारा तो विचित्र आवाज एखाद्या चमत्कारिक किंकाळीसारखा घुमू लागला. आपण वेळीच या कोनाड्याचा आश्रय घेतला नसता, तर आपली काय अवस्था झाली असती, असा विचार मनात येऊन बाँडच्या अंगावर शहारे आले.

हजारो उंदरांचा तो महापूर त्या कमानीदार कोनाड्यावरून कित्येक मिनीटं एखाद्या भुरकट नदीसारखा वाहात राहिला. जराशानं त्याचा जोर कमी कमी होत गेला. पाहता पाहता उंदरांची संख्या रोडावली. आणि आणखी काहीच मिनीटांनी लंगडत, धडपडत जाणारा एखाद् दुसराच उंदीर समोरच्या वाटेवरून धावताना दिसू लागला. उंदरांच्या ओरडण्याचा संमिश्र आवाज भुयाराच्या दुसऱ्या टोकाकडे, दूर लांब लांब जात अखेर ऐकू येईनासा झाला. लांबच्या लांब असलेल्या त्या भुयारी बोगद्यात पुन्हा भयाण शांतता पसरली. फक्त उडणाऱ्या एखाद दुसऱ्या वटवाघुळाची चिरचिर मधूनच ती शांतता भेदू लागली. बाकी बोगद्यातलं वातावरण पुन्हा पूर्वीसारखं झालं.

करीमनं विशादानं मान हलवली आणि गुरगुरत्या स्वरात तो म्हणाला, "केव्हातरी

एखाद्या दिवशी हे सारे उंदीर पटापट मरू लागतील. मग आमच्या इस्तंबूलमध्ये पुन्हा प्लेगची भयंकर साथ पसरेल. इथे असलेल्या या बेसुमार उंदरांची बातमी मी खरं तर आरोग्य विभागाच्या अधिकाऱ्यांना सांगायला हवी. म्हणजे ते इथे येऊन या उंदरांचा नायनाट करतील नि ही जागा स्वच्छ करतील; पण ही गोष्ट मी करीत नाही. अर्थात त्याबद्दल अपराधित्वाची बोचणी माझ्या मनाला लागते; पण काय करणार! हे रशियन्स जोपर्यंत वरती ठिय्या देऊन आहेत, तोपर्यंत तरी मला ही गोष्ट करता येणार नाही.'' त्यानं आपलं मस्तक कमानीच्या छताच्या दिशेनं हलवलं, आपल्या मनगटी घड्याळावर एक नजर टाकली आणि तो म्हणाला, ''आता आणखी फक्त पाचच मिनीटं उरली आहेत. वरच्या इमारतीमधल्या रशियनांच्या खास बैठकीच्या खोलीमध्ये खुर्च्यांची हलवाहलव होईल. बैठकीला आलेली मंडळी आपापल्या जागांवर बसतील. पुढ्यातले टेबलावरले कागद चाळू लागतील. त्यांच्यातील तिघंजण नेहमी येणारे आणि बहुधा रशियनांच्या एम.जी.बी. या गुप्तवार्ताखात्यात काम करणारे आहेत. त्यांच्यातला एखादा कदाचित 'ग्रू' या रशियन गुप्तचर संघटनेतलाही असू शकेल. त्यांच्या व्यतिरिक्त आजच्या बैठकीला कदाचित आणखी इतर तिघंजण आज असतील. त्यांच्यातील दोघंजण गेल्या पंधरवड्यात इथे इस्तंबूलमध्ये आले. एकजण ग्रीसमार्गे आला, तर दुसरा पर्शियामार्गे. तिसरा सोमवारी इथे आला. ते तिघं कोण आहेत आणि कशासाठी इथे आले आहेत, हे देव जाणे! कधीतरी ती रशियन पोरगी तातिआना कसलातरी गुप्त संदेशाचा कागद घेऊन येते आणि बैठकीतल्या प्रमुखाला तो देऊन परत जाते. आजच्या बैठकीदरम्यान ती येईल, अशी आशा आपण करूया. पोरगी सुरेखच आहे. तिला पाहताच तुम्ही एकदम खूश व्हाल.''

करीमनं कमानीच्या छताकडून खाली आलेल्या वस्तूभोवतालची ताडपत्री सोडवून खाली खेचली. आणि ताडपत्रीआड दडविलेली ती वस्तू काय आहे, हे बाँडच्या तात्काळ ध्यानात आलं. पाणबुड्यांमध्ये, समुद्रपृष्ठभागावरल्या बोटी, जहाजं पाहण्यासाठी वापरतात, तसला तो पेरिस्कोप होता.

''अरेच्चा! ही चीज तुम्ही कुठून पैदा केलीत, डार्को?'' बाँडनं विस्मयानं विचारलं.

''तुर्की आरमारामधून. युद्ध आटोपल्यानंतरच्या काळात लिलावातून मिळालेला माल.'' करीम म्हणाला, ''इथून या पेरिस्कोपमधून जमिनीच्या वर असलेल्या इमारतीमधल्या रशियनांच्या गुप्त बैठकखोलीतल्या सगळ्या हालचाली पाहता येतात. लंडनमधली 'क्यू ब्रँच' या पेरिस्कोपच्या जोडीला मायक्रोफोनसारखी श्रवणसामुग्री बसवण्याच्या विचारात आहे. म्हणजे रशियनांच्या बैठकखोलीतली गुप्त खलबतं ऐकता येतील; पण ही गोष्ट अत्यंत अवघड आहे; कारण या पेरिस्कोपचं वरचं

दुसऱ्या टोकाकडचं लेन्स सिगारेट लाईटरच्या आकाराएवढं देखील नाही. इथून खाली असलेलं हे हँडल वापरून मी ते वर करतो, तेव्हा ते त्यांच्या खोलीच्या जमिनीच्या पृष्ठभागावर येतं. अर्थात, तिथल्या एका भिंतीच्या आत असलेल्या बिळामध्येच ते छपविलेलं आहे. आम्हीच युक्तीनं ते बीळ पाडून घेतलं. उंदराच्या बिळागत ते इतकं हुबेहूब जमलंय, की एकदा मी या पेरिस्कोपमधून पाहत असताना त्या बिळाच्या तोंडाशी रशियनांनी चक्क एक उंदराचा पिंजरा ठेवलेला मला दिसला. त्यात आमिष म्हणून चीझचा एक तुकडा ठेवलेला होता.'' करीम मोठ्यानं हसला. ''–पण ते बीळ इतकं लहान आहे, की त्या लेन्सशेजारी एखादा संवेदनक्षम मायक्रोफोन बसविण्याएवढी सुद्धा जागा नाहीये. शिवाय, अशी काही गुप्त करामत करण्यासाठी त्या इमारतीत पुन्हा प्रवेश मिळविणं पण तसं अवघडच आहे. ते पेरिस्कोपचं लेन्स बसविण्याकरिता मला केवढातरी उपद्‌व्याप करावा लागला. पब्लिक वर्क्स मिनिस्ट्रीमध्ये माझे काही मित्र आहेत. त्यांना हाताशी धरून मी या इमारतीतल्या रशियनांना त्यांची जागा काही दिवसांकरिता रिकामी करायला भाग पाडलं. त्यासाठी सबब पण भारी वापरली. समोरच्या रस्त्यावरून बाजूच्या टेकाडवजा भागाकडे धडधडत जाणाऱ्या ट्राम्सची सारखी ये-जरा चालू असते. त्यामुळे बसणाऱ्या हादऱ्यांनी आजूबाजूच्या इमारतींचे पाये कमकुवत बनले असावेत. त्यांची सुरक्षिततेच्या दृष्टीनं तपासणी करायची आहे, हे निमित्त काढलं. अर्थात, ही गोष्ट साधण्याकरिता काहीशे पौंडाची लाच मला द्यावी लागली. संबंधित अधिकाऱ्यांचे खिसे भरावे लागले. पब्लिक वर्क्सच्या अधिकाऱ्यांनी वरच्या इमारतीसकट रस्त्याच्या दुतर्फा असलेल्या आणखी इतर पाच-सहा इमारती रिकाम्या करायला लावल्या. रशियनांना आणि आणखी कुणाला उगीच संशय यायला नको ना म्हणून! मग सर्व इमारतींच्या पाहणीचं, तपासणीचं काम काही दिवस चाललं आणि नंतर सगळ्या इमारती सुरक्षित असल्याचा रिपोर्ट त्यांनी दिला. त्यादरम्यान मी माझ्या कुटुंबियांच्या मदतीनं रशियनांच्या बैठकीच्या खास खोलीमध्ये माझा कारभार उरकून घेतला आणि तिथल्या एका भिंतीत पेरिस्कोपची यंत्रणा बेमालूमपणे बसवून टाकली. काम इतकं सफाईदारपणे पार पडलं, की कुणालाही काही कळू नये. अर्थात, त्या महाधूर्त रशियनांना संशय आला असणार आणि कुठे मायक्रोफोन्स किंवा घातपाती बॉंब्ज तर ठेवलेले नाही ना, हे बघण्यासाठी त्यांनी त्यांची जागा बारकाईनं तपासली असणार, यात काही संशय नाही; पण आम्ही पाडलेलं उंदराचं बीळ खपून गेलं. हे आमचं सुदैवच म्हणायला हवं. अर्थात ही असली युक्ती आता पुन्हा दुसऱ्यांदा करता यायची नाही आपल्याला. त्यासाठी 'क्यू' ब्रँचला काहीतरी दुसरी भन्नाट शक्कल लढवावी लागेल; पण त्यांच्या त्या गुप्तखोलीत अशी काहीतरी श्रवणयंत्रणा बेमालूमपणे बसविण्यात जर आपल्याला यश आलं, तर काय खास काम होईल म्हणता!

त्यांच्या गुप्त बैठकींदरम्यान चालणाऱ्या बोलण्यांमधून फार मोलाची नि आपल्या दृष्टीनं उपयुक्त अशी माहिती आपल्याला वेळोवेळी बिनबोभाटपणे कळू शकेल.''

कोनाड्यातल्या वरच्या त्या कमानीत पेरिस्कोपच्या शेजारी छतात फुटबॉलच्या दुप्पट आकाराचा धातूचा एक भलामोठा गोळा बसविलेला आहे, असं बाँडला दिसलं. त्याच्याकडे बोट दाखवीत त्यानं विचारलं, ''हा काय प्रकार आहे?''

''एका मोठ्या शक्तीशाली बाँबचा तळभाग आहे तो. जर उद्या माझं काही बरंवाईट झालं किंवा रशियाशी युद्ध सुरू झालं, तर माझ्या ऑफिसखोलीत बसविलेल्या 'रेडिओ कंट्रोल' यंत्रणेच्या साह्यानं हा बाँब कार्यान्वित करून त्याचा स्फोट घडवून आणता येईल. तो स्फोट अर्थातच प्रलयकारी असेल. आता ही गोष्ट फार वाईट आहे. (करीमच्या मुद्रेवर तसं काही लक्षण दिसलं नाही.) कारण वरची इमारत आणि तिच्यामधली रशियनांची कचेरी साफ उद्ध्वस्त होईल; पण आजूबाजूच्या काही इमारतीही कोसळतील आणि रशियनांबरोबर अनेक निरपराध माणसं मरतील. अगदी हकनाक मरतील; पण अशा गोष्टींना अर्थातच काही इलाज नसतो; कारण माणसाचं माथं भडकतं, त्याचं रक्त जेव्हा खवळतं, तेव्हा त्याचं पशूत रूपांतर होतं. मग त्याला सारासार विवेकबुद्धी उरत नाही.''

पेरिस्कोपच्या दोन बाजूंच्या हँडल्सच्या मधोमध असलेल्या दुर्बिणीच्या 'आय पीस लेन्सेस' करीमनं रूमालानं स्वच्छ पुसून काढल्या. मग त्यानं आपल्या रिस्टवॉचवर नजर टाकली आणि ती दोन हँडल्स पकडून पेरिस्कोप आपल्या हनुवटीशी येईल, असा वर खेचला. पेरिस्कोपचा मध्यवर्ती, चकाकणारा स्टील बार, कमानीच्या छतात सरकत वर गेला, तेव्हा हायड्रॉलीक्सचा 'हिस्सऽऽ' असा मंद आवाज झाला. हँडल्स धरून करीमनं पेरिस्कोपच्या दुर्बिणीच्या लेन्सेसची जोडी हळूहळू वर करीत आपल्या डोळ्यांशी आणली आणि सरळ ताठ उभा राहून तो त्या दुर्बिणीतून पाहू लागला. पेरिस्कोपची हँडल्स धरून ती अर्धवर्तुळात हलके हलके फिरवत त्यानं वरच्या रशियनांच्या बैठकीच्या सबंध खोलीतून नजर फिरविली. मग वळून बाँडकडे बघत तो म्हणाला, ''वर सहा जण आलेत.''

पुढे सरकत बाँडनं पेरिस्कोपची हँडल्स पकडून त्याच्या दुर्बिणीला डोळे लावले.

''त्या सगळ्यांना नीट पाहून घ्या.'' कोनाड्यात बाजूला सरकत बाँडला जागा करून देत करीम म्हणाला, ''मी त्या सगळ्यांना आता चांगलं ओळखतो; पण त्यांचे चेहरे नीट निरखून ते नीट लक्षात ठेवा. टेबलाच्या मध्यभागी मुख्य खुर्चीवर बसला आहे, तो त्यांचा रेसिडेंट डायरेक्टर आहे. त्याच्या डाव्या हाताला त्याच्या स्टाफपैकी दोघं अधिकारी आहेत. या तिघांच्या विरुद्ध समोर जे बसले आहेत, ते तिघं नवे आहेत. त्यांच्यापैकी डायरेक्टरच्या उजव्या बाजूला जो प्राणी बसला आहे, तो सोमवारी नव्यानं आला आहे आणि तो महत्त्वाचा दिसतो. बोलण्याव्यतिरिक्त

त्यांच्यात काही हालचाली सुरू झाल्या तर मला सांगा.''

करीमनं मोठ्यांदा बोलू नये, आपला घनघनाटी आवाज थांबवावा, असं त्याला सांगावं, असा विचार बाँडच्या मनात प्रथम आला; कारण आपण पेरिस्कोपच्या दुर्बिणीतून पाहात नसून वरच्या इमारतीमधल्या रशियनांच्या त्या गुप्त खोलीतच चक्क शिरलो आहोत, एखाद्या स्टेनोग्राफरप्रमाणे त्यांच्या डायरेक्टरच्या खुर्चीला खुर्ची लावून बसलो आहोत, असंच त्याला वाटलं. समुद्रपृष्ठावरली केवळ जहाजं नि बोटीच नव्हेत, तर आकाशामधली विमानं सुद्धा स्पष्ट दिसावीत, अशा तऱ्हेची खास बांधणी असलेल्या त्या पेरिस्कोपमधून वरच्या त्या गुप्तखोलीचं सबंध दृश्य त्याला अगदी स्पष्ट नि स्वच्छ दिसत होतं. टेबलाशी बसलेल्यांचे पाय, खुर्च्यांवर विसावलेले त्यांचे देह नि त्यांची डोकी स्वच्छ दिसत होती. मध्यभागी बसलेला डायरेक्टर आणि त्याचे दोघं सहकारी छान सुस्पष्ट दिसत होते. रशियन छापाचे तिघांचेही चेहरे अगदी गंभीर आणि मख्ख दिसत होते. त्या चेहऱ्यांची बाँडनं मनाशी नोंद घेतली. डायरेक्टरचा चेहरा त्याच्या विशेष लक्षात राहिला. जाड काचांचा चष्मा, भव्य कपाळ, कंदिलासारखा फताडा जबडा आणि डोक्यावरले पातळ केस मागे वळवलेले. अभ्यासू, चौकस धंदेवाईक मुद्रा! डायरेक्टरच्या डाव्या बाजूला जो प्राणी बसला होता, त्याचा चेहरा लाकडाच्या ठोकळ्यासारखा अगदी निर्विकार आणि चौकोनी होता. त्याच्या बाजूला बसलेल्या तिसऱ्याची मुद्रा एखाद्या अमेरिकनासारखी होती. पाणीदार, चकचकीत असे त्याचे बदामी डोळे चलाख वाटत होते. त्याच्या नजरेतून त्याची हुशारी कळत होती. तोच आता बोलत होता. बोलताना त्याच्या तोंडातला सोन्याचा एक दात मधूनच लकाकत होता.

त्या गुप्त बैठकीला जे तिघं पाहुणे आलेले होते, त्यांचा अधिक तपशील मात्र बाँडला दिसू शकला नाही; कारण त्यांच्या अर्धवट पाठी बाँडकडे होत्या. त्यांच्यामधील सर्वांत जवळच्या माणसानं लष्करी पद्धतीनं केस कापलेले होते. त्यानं दाढी नीट केलेली नव्हती नि त्याच्या भुवया चांगल्याच जाड होत्या. त्याच्या बाजूला बसलेला अंगानं चांगलाच जाडजूड होता. त्याची मान गलेलठ्ठ होती. त्याच्या अंगात निळा सूट होता नि त्यानं चकचकीत पॉलीश केलेले ब्राऊन रंगाचे बूट घातले होते. काहीही न बोलता किंवा हालचाल न करता हा प्राणी आपल्या खुर्चीत अगदी ढिम्मपणे बसला होता.

त्याच्यापलीकडे आणि रेसिडेंट डायरेक्टरच्या उजव्या हाताला बसलेला पाहुणा तिघांपैकी वरिष्ठ वाटत होता. त्यानं आता बोलण्यास सुरुवात केली होती. हा इसम मात्र चांगलाच मजबूत आणि रुंद हाडापेराचा होता. त्यानं स्टालीन कट भरघोस मिशी राखलेली होती. त्याच्या एका जाड केसाळ भिवईखालचा, पिंगट नि थंड डोळा बाँडला दिसत होता. त्या खोलीत बैठकीला हजर असलेल्यांपैकी फक्त हाच

इसम तेवढा धूम्रपान करीत होता. त्याच्या उजव्या हातातल्या लाकडी पाईपमध्ये अडकविलेली सिगारेट तो अधून मधून ओढत होता नि तिची राख मधूनच जमिनीवर झटकत होता. त्याच्या बोलण्यावागण्यातून त्याचा रुबाब दिसून येत होता. त्यामुळे मॉस्कोहून धाडण्यात आलेला, त्या तिघांमधला हाच वरिष्ठ आणि महत्त्वाचा माणूस असावा, असा अंदाज बाँडनं केला. मूकपटात दिसतं, तसं त्या खोलीत दिसणारं दृश्य पाहून बाँडला कंटाळा आला.

मग पेरिस्कोपची दोन्ही हँडल्स पकडून तो अर्धवर्तुळात फिरवीत बाँडनं दृष्टीच्या टप्प्यात येईल, तेवढा त्या खोलीचा इतर भाग पाहण्यास सुरुवात केली; पण ऑलिव्ह ग्रीन रंगाच्या दोन फाईलिंग कॅबिनेट्स, दारापाशी असलेला एक हॅट स्टँड, त्याच्यावर लटकणाऱ्या सहा 'हॉम्बर्गज हॅट्स' एका भिंतीशी असलेलं एक मोठं मेजवजा कपाट, त्याच्यावर ठेवलेला पाण्याचा मोठा जार आणि काही ग्लास या व्यतिरिक्त त्याला इतर दुसरं काहीही त्या खोलीत दिसलं नाही.

पेरिस्कोपच्या दुर्बिणीपासून बाजूला होत बाँड आपले डोळे चोळू लागला.

"त्यांच्या या गुप्त खोलीत आपल्याला जर खरंचंच एखादी प्रभावी छुपी श्रवणयंत्रणा बसवता आली, तर काय अफलातून गोष्ट होईल!" विशादानं मस्तक हलवीत करीम म्हणाला, "लाखमोलाच्या हिऱ्यांसारखंच काम होईल बघा ते."

"तसं जर घडू शकलं, तर आपल्याला असलेली कितीतरी कोडी, कितीतरी प्रश्न चुटकीसरसे सुटतील." त्याच्याशी सहमत होत बाँड म्हणाला आणि मग कुतूहलानं त्यानं विचारलं, "मला एक सांगा डार्को, या भुयारी बोगद्याचा पत्ता तुम्हाला कसा काय लागला? हे एवढं मोठं नि लांबलचक भुयार बांधलं गेलं, तरी कशासाठी?"

"हॉल ऑफ पिलर्समधला पाण्याचा साठा रिकामा करण्यासाठी या भुयारी पाईपलाईनची योजना करण्यात आलेली आहे. हॉल ऑफ पिलर्स हे ठिकाण आता एक प्रेक्षणीय स्थळ म्हणून इस्तंबूलमध्ये प्रसिद्ध आहे. आपण आत्ता आहोत, इथून वरच्या पातळीवर सेंट सोफियाजवळच्या एका टेकाडवजा भागात ते आहे. थोडक्यात इस्तंबूलमधल्या एका डोंगराळ भागावर ते आहे. आमच्या शहराला भेट देणाऱ्या परदेशी प्रवाशांसाठी ते पाहण्यासारखं ठिकाण बनलंय. सुमारे हजार वर्षांपूर्वी पाण्याचा भूमिगत साठा करण्यासाठी ते बांधण्यात आलं. युद्धजन्य परिस्थितीत शहराला जर शत्रूचा वेढा पडला, तर पाण्याची चणचण भासू नये, त्याचा भरपूर शिलकी साठा असावा, या दृष्टीनं प्राचीन काळी ते बांधण्यात आलं. 'हॉल ऑफ पिलर्स' हा खरा तर एक भूमिगत 'जलमहाल'च आहे. सुमारे शंभर यार्ड्स लांब आणि पन्नास यार्ड्स रुंदीचा. लक्षावधी गॅलन्स पाण्याचा साठा करून ठेवण्याच्या दृष्टीनं तो बांधला गेला. चारशे वर्षांपूर्वी या प्राचीन भूमिगत जलमहालाचा शोध

गायलिअस नावाच्या एका माणसानं पुन्हा नव्यानं लावला. त्या शोधाची त्यानं लिहून ठेवलेली हकीगत एक दिवस माझ्या वाचनात आली. त्या हकीगतीत त्यानं लिहिलं होतं, 'हिवाळ्यात एका प्रचंड मोठ्या भूमिगत नळाद्वारे हॉल ऑफ पिलर्स पाण्यानं भरला जात असे. त्यावेळी आत घुसत जाणाऱ्या खळाळणाऱ्या पाण्याचा प्रचंड मोठा आवाज होत असे...' हे वर्णन वाचून माझ्या मनात एक विचार आला. तो असा, की जर आणीबाणीच्या प्रसंगी तिथे पाण्याचा साठा करणाऱ्या नळाची व्यवस्था केली असेल, तर विरुद्धपक्षी जर शहर शत्रूच्या ताब्यात गेलं, तर तो पाण्याचा साठा झटकन रिकामा करणाऱ्या दुसऱ्या एखाद्या जलवाहिनी नळाची सोय सुद्धा तिथे करून ठेवलेली असलीच पाहिजे. याचा छडा लावण्याकरिता म्हणून मग एका रात्री माझ्या एका मुलाला बरोबर घेऊन मी हॉल ऑफ पिलर्सवर गेलो. तिथल्या वॉचमनला पैसे चारले आणि त्या भूमिगत जागेत शिरकाव केला. एका लहानशा रबरी 'डिंघी'तून (तराफ्यासारखी छोटी रबरी होडी) सबंध रात्रभर, अनेक खांब असलेल्या, पाण्यानं भरलेल्या त्या भूमिगत जलमहालातल्या पाण्यातून आम्ही संचार केला. बरोबर आम्ही एक हातोडा आणि एक 'इको साऊंडर' (प्रतिध्वनी उपकरण) नेला होता. डिंघीमधून तिथल्या भव्य खांबांसभोवतालच्या पाण्यामधून फेऱ्या मारत तिथल्या भिंतींवर हातोड्यांनी ठोके मारत आणि 'इको साऊंडर'चा वापर करीत भिंतीत कुठे एखादी पोकळी आढळते का, याचा आम्ही शोध घेऊ लागलो. आणि अकस्मात अगदी टोकाकडच्या भिंतीतून एका ठिकाणी हातोड्याचा टोला मारल्यावर पोकळ आवाज आला. इको साऊंडरनं त्याची नोंद दाखविली. भिंतीवर त्या विशिष्ट ठिकाणी खूण करून आम्ही तिथून परतलो. मग 'पब्लिक वर्क्स'च्या मंत्र्याला भरपूर पैसे चारून हॉल ऑफ पिलर्सचा जलमहाल साफसफाई करण्याच्या निमित्तानं एक आठवड्यासाठी मी बंद करविला. मग माझी टीम आपल्या कामाला लागली. खूण करून ठेवलेल्या ठिकाणी खोदून त्या भिंतीत आम्ही एक खिंडार पाडलं. अर्थातच पाण्याच्या पातळीच्या वर. तिथे आत पलीकडे आम्हाला एक कमानीदार असं मोठं विवर दिसलं. आम्ही त्या विवरात शिरलो. तेव्हा पलीकडे असलेल्या लांबलचक भुयारी बोगद्यात शिरण्यासाठीचं ते कमानीदार प्रवेशद्वार आहे, असं आमच्या ध्यानात आलं. थोडक्यात सांगायचं झालं, तर ते कमानीदार विवर म्हणजे त्या भुयारी बोगद्याचं तोंड होतं. आम्ही त्या भुयारी बोगद्यात उतरलो आणि त्यातून चालत गेलो. उत्तेजित करणारा मोठाच विलक्षण असा अनुभव होता तो! त्या बोगद्याचा शेवट कुठे होईल आणि आम्ही कुठे बाहेर पडू, याचा आम्हाला काहीच अंदाज नव्हता. तर तो बोगदा टेकडीच्या उताराखालून अगदी सरळ गेलेला होता. स्ट्रीट ऑफ बुक्सच्या खालून जिथे रशियनांची गुप्त कचेरी असलेली इमारत आहे, तिच्याखालून तो सरळ पुढे गेला होता आणि शेवटी 'गोल्डन हॉर्न' जलाशयाला

जाऊन तो मिळालेला आहे, असं आम्हाला आढळून आलं. गालता पुलाच्या बाजूनं असा आणि माझ्या मालगोदामापासून सुमारे वीस यार्ड्स अंतरावरून तो भुयारी बोगदा गेलेला होता. मग हॉल ऑफ पिलर्सच्या भिंतीत पाडलेलं खिंडार आम्ही बुजवलं आणि ती भिंत पुन्हा पूर्वी होती, तशी करून आम्ही तिथून परतलो. नंतर मग माझ्या ऑफिसखोलीच्या मागल्या बाजूनं, जमिनीखालून खणायला आम्ही सुरुवात केली. दोन वर्षांपूर्वीची ही गोष्ट. जमिनीखालून थेट रशियनांची गुप्त कचेरी असलेल्या इमारतीखाली पोहोचायला आम्हाला सुमारे वर्षभर बरीच पाहणी करावी लागली, मोजमाप आणि खोदकाम करावं लागलं.'' करीम मोठ्यानं हसला आणि किंचित खाली वाकून पेरिस्कोपच्या दुर्बिणीला डोळे लावत म्हणाला, ''आता कधी कधी माझ्या मनात असा विचार येतो, की केव्हातरी वरची जागा बदलायचं, वरच्या इमारतीमध्ये असलेली आपली गुप्त कचेरी दुसरीकडे कुठेतरी हलविण्याचं या नाठाळ रशियनांच्या मनात येईल. तसं झालं, तर मी केलेली सारी मेहनत वाया जाईल. हा विचार मनात आला, की मी अस्वस्थ होतो. मला उगीचच भीती वाटू लागते; पण असा विचार करणं सुद्धा निरर्थक आहे. कारण तशी वेळ येईल, तोपर्यंत माझ्याजागी 'टी' स्टेशनचा प्रमुख म्हणून दुसरा कुणीतरी आलेला असेल...''

पेरिस्कोपच्या दुर्बिणीतून बघत बोलत असताना करीम एकाएकी एकदम स्तब्ध झाला. मग निकडीच्या स्वरात तो म्हणाला, ''त्यांच्या बैठकीच्या खोलीचं प्रवेशद्वार उघडलं जातंय. आणि ती बघा, ती आत येतेय. पटकन दुर्बिणीला डोळे लावा आणि बघा... तुमच्यावर प्रेम करणारी ती रशियन पोरगी– तातिआना रोमानोवा– वरच्या खोलीत आलीय...''

□

## *१७. जिप्सींच्या तळावरली रात्र*

त्या दिवशी संध्याकाळी सात वाजता जेम्स बाँड हॉटेल क्रिस्टल पॅलेसमधल्या आपल्या खोलीवर परतला. त्यानं अगोदर गरम पाण्यानं आंघोळ केली आणि मग थंड पाण्याचा शॉवर घेतला. करीमच्या ऑफिस खोलीमागच्या भूमिगत भुयारात जो किळसवाणा घाण दर्प आपल्या अंगाला चिकटल्यासारखा आपल्याला वाटला होता, तो आपण धुवून काढला, याचं समाधान त्याला वाटलं.

एक सुती निकर त्यानं चढविली. एका चषकात व्होडका आणि टॉनिक यांचं मिश्रण तयार केलं आणि खोलीच्या खिडकीपाशी जाऊन तो उभा राहिला. बाहेर दिसणारा गोल्डन हॉर्न जलाशयावरला उदासवाणा सूर्यास्त बघत तो मद्याचे घोट घेऊ लागला; पण मशिदीच्या निमुळत्या उंच मिनारांपलीकडे असलेल्या आकाशात

लाल आणि सोनेरी रंगांची जी उधळण चालली होती, ती तो पाहात असला, तरी त्याचं लक्ष तिकडे नव्हतं. त्याऐवजी तातिआना रोमानोवाची जी पहिली झलक त्यानं पहिली होती, ती तिची छबी त्याच्या डोळ्यांसमोर येत होती. तो तिच्याबद्दलच विचार करीत होता.

भुयारामधल्या पेरिस्कोपमधून त्यानं पाहिलं होतं, तेव्हा रशियनांच्या खोलीतल्या उघडल्या गेलेल्या दारामधून एक उंच, सडसडीत आणि अतिशय सुंदर पोरगी आत प्रविष्ट झालेली त्याला दिसली होती. तिच्या हातामध्ये एक लहानसा कागद होता. एखाद्या नर्तकीप्रमाणे लयबद्ध पदन्यास करीत ती डौलदारपणे टेबलापाशी आली होती आणि टेबलाशी बसलेल्या प्रमुख रशियन अधिकाऱ्याच्या हातात तो कागद तिनं दिला होता. टेबलाभोवती बसलेल्या सगळ्यांनी तिच्याकडे आपल्या नजरा वळवल्या होत्या, तेव्हा तिनं लाजून खाली पाहिलं होतं. तिच्याकडे पाहणाऱ्या त्या माणसांच्या डोळ्यांमध्ये जे भाव आले होते, ते काहीतरी चमत्कारिक होते. एखाद्या सुंदर मुलीकडे बघावं, त्यापेक्षाही काहीतरी जास्त त्या भावांमध्ये दिसत होतं. त्यांच्या नजरांमध्ये उत्सुकता दिसत होती आणि काहीतरी कुतूहल. ते एक प्रकारे ठीकही होतं. तिनं आणून दिलेल्या कागदावर एवढा कसला महत्त्वाचा सांकेतिक संदेश होता, की तो देण्यासाठी तिनं त्यांच्या बैठकीत व्यत्यय आणला होता? ते बहुधा त्यांना जाणून घ्यायचं असावं; पण त्यांच्या नजरांमध्ये आणखीही काहीतरी होतं. एकप्रकारचा कावेबाज तुच्छपणा! माणसं वेश्यांकडे बघतात, तेव्हा त्यांच्या नजरांमध्ये असतो, तसला काहीतरी विचित्र भाव त्या टेबलाभोवती बसलेल्या लोकांच्या डोळ्यांमध्ये नि चेहऱ्यांवर दिसत होता.

पेरिस्कोपमधून बघत असताना बाँडला त्या खोलीमध्ये जे दृश्य दिसलं होतं, ते काहीतरी गूढ आणि विलक्षण होतं. अत्यंत कडक शिस्त पाळणारी, सैन्याला पूरक ठरेल अशी मदत करणारी ती एक निमलष्करी संघटना होती. खोलीत दिसणारी माणसं ही त्या संघटनेमध्ये काम करणारी वरिष्ठ अधिकारी मंडळी होती. त्यांच्यामधला प्रत्येकजण एकमेकाबद्दल अत्यंत सावध नि जागरूक होता. आणि खोलीत आलेली ती मुलगी स्टाफमधली एक होती आणि कार्पोरल या अगदी साध्या हुद्द्यावर होती. संदेश आणून देणं आणि घेऊन जाणं हेच बहुधा तिचं दैनंदिन असं नेहमीचं काम असावं; पण मग टेबलाभोवतालचे लोक तिच्याकडे असे तुच्छतेनं आणि कुतूहलभरल्या नजरांनी का पाहात होते? त्यांच्या नजरांमध्ये आणि मुद्रांवर असं दिसत होतं, की जणू ती शत्रूची हेर होती, तिला पकडण्यात आलं होतं नि लवकरच तिला देहांताची शिक्षा मिळणार होती. त्यांना तिचा तसा काही संशय आला होता का? तिचं सोंग उघडं पडलं होतं का? पण त्या खोलीत ज्या काही हालचाली चालल्या होत्या, त्यावरून तरी तसं काही असेल, असं वाटत नव्हतं.

टेबलाच्या मध्यभागी बसलेल्या प्रमुखानं– रेसिडेंट डायरेक्टरनं– तिनं आणून दिलेल्या कागदावरील संदेश वाचण्यास सुरुवात केली. तेव्हा तिच्यावर खिळलेल्या त्यांच्या नजरा त्याच्याकडे वळल्या. तो संदेश वाचून झाल्यावर त्यानं त्या मुलीकडे पाहिलं आणि खेळकर मुद्रेनं तिला काहीतरी विचारलं. तेव्हा डोकं हलवीत त्या मुलीनं काहीतरी उत्तर दिलं. बैठकीला जमलेल्या इतर सदस्यांच्या नजरा आता परत त्या मुलीवर खिळलेल्या होत्या आणि त्यांच्यात उत्सुकता होती. मग रेसिडेंट डायरेक्टरनं एका शब्दात तिला काहीतरी विचारलं, तेव्हा ती एकदम विलक्षण लाजली आणि खाली पाहू लागली. इतर सदस्यांनी तिच्याकडे प्रोत्साहनपर मुद्रांनी पाहिलं. त्यांच्या नजरेत सहमत झाल्याचे भाव होते. त्या सर्वांनी स्मित केलं. मग डायरेक्टर तिला काहीतरी म्हणाला. त्यावर तिनं मान हलवीत बहुधा 'यस सर' म्हटलं. मग ती वळली आणि सुंदर पदन्यास करीत त्या खोलीतून बाहेर निघून गेली. ती गेल्यावर सदस्यांकडे बघत डायरेक्टर काहीतरी म्हणाला. तेव्हा ते सगळेजण खो खो हसले. त्या मुलीच्या संदर्भात तो बहुधा काहीतरी अश्लील, चावटपणानं बोलला असावा. त्यानंतर मग ते सगळे पुन्हा आपल्या कामाकडे वळले आणि ते दृश्य संपलं.

करीमबरोबर त्या भुयारातून परतताना आणि त्याच्या ऑफिसखोलीत पोहोचल्यावर रशियनांच्या खोलीत पाहिलेल्या त्या मूकनाट्याबद्दल बाँडनं त्याच्याशी चर्चा केली. तेव्हापासून तो आत्तापर्यंत खिडकीशी बसून सूर्यास्त बघत असताना, त्याच्या मनात तोच विषय घोळत होता. त्यावर त्यानं आपला मेंदू बराच शिणवला होता; पण रशियनांच्या खोलीत पाहिलेल्या त्या प्रसंगाचा अर्थ त्याला काही केल्या उमगला नव्हता. त्यानं तो अद्यापिही गोंधळलेल्या मन:स्थितीतच होता.

हातामधल्या चषकातलं मद्य बाँडनं संपवलं. मनातला विषय बाजूला सारला. दुसरी सिगारेट पेटविली आणि ती आरामात ओढत त्या रशियन पोरीबद्दल तो विचार करू लागला.

तातिआना रोमानोवा. ती नक्कीच रोमानोव राजघराण्यातली होती. एखाद्या रशियन राजकन्येसारखी सुंदर आणि डौलदार! उंच, प्रमाणबद्ध आणि सडसडीत बांधा. मुलायम, सोनसळी गौरवर्णी त्वचा, ऐटबाज चाल, आकर्षक पोझ घेऊन उभं राहण्याची लकब. खांद्यापर्यंत रुळणाऱ्या सोनेरी केसांच्या मुलायम रेशमी लडी. अतिशय भावपूर्ण नि लाजरा चेहरा. निळसर रंगाचे टप्पोरे पाणीदार डोळे. आणि त्यांच्या अगदी विरुद्ध अशी रुंद, भरलेल्या ओठांची मादक जिवणी. आपल्या दाट पापण्या खाली नेत लाजून तिनं दोन-तीन वेळा आपली नजर खाली नेली होती. त्यावरून आपला कौमार्यभंग अजूनपर्यंत झालेला नाही, असं तिला दर्शवायचं होतं का? बाँडच्या मनात आलं; पण तसली काही लक्षणं तिच्यात दिसत नव्हती. उलट, तिचे उन्नत स्तन प्रणयक्रीडेत हाताळले जावेत, तसे भरीव आणि पुष्ट दिसत होते.

समागमामुळे येणारा एकप्रकारचा आत्मविश्वास तिच्या ठायी प्रतीत होत होता. तारुण्यानं मुसमुसलेल्या तिच्या देहाला आपली निर्मिती कशासाठी झालेली आहे, याची जाण असावी, अशा सगळ्या खुणा त्या उन्मादक देहामधून जणू ओसंडत होत्या. त्यावरून पोरीनं पूर्वी प्रणयक्रीडेचा अनुभव घेतला असावा, अशी बाँडनं तिच्याबद्दल एकूण गोळाबेरीज केली.

बाँडनं जे काही पाहिलं होतं, त्यावरून त्याच्या मनात एक प्रश्न उभा राहिला होतो. तो असा, की केवळ एखाद्याचा फोटो आणि फाईलींमध्ये नोंदलं गेलेलं कर्तृत्व बघून त्याच्यावर भाळणाऱ्या पोरींपैकी ती असेल का? पण याबद्दल कुणाला अगदी ठामपणे कसं सांगता येईल? कुणी सांगावं, ती रोमँटिक वृत्तीची असेलही! तिचे ओठ नि डोळे स्वप्नाळू वाटत होते. तिचं मन देखील मुक्त भावनाविष्कारामध्ये रमणारं असावं. आणि रशियन शासनयंत्रणा, त्या मुलीच्या वयाच्या चोविसाव्या वर्षी सुद्धा तिच्यामधील प्रीतिची कोमल भावना चिरडू शकली नसावी. कुणी सांगावं! आधुनिक परंतु अत्यंत रुक्ष अशा रशियन लष्करी अधिकाऱ्यापेक्षा तिच्या भावनांची कदर करू शकेल, अशा एखाद्या पुरुषोत्तमाला भेटण्याची इच्छा आणि आस तिच्या उच्चकुलिन रोमानोव रक्तात असेलही; कारण थंड क्रौर्य, तुसडेपणा, आडमुठेपणा याबद्दल रशियन अधिकाऱ्यांची ख्याती होती. अशी कठोर यांत्रिक रुक्षता त्यांच्यामध्ये त्यांच्या शासनप्रणालीनं वर्षानुवर्षं बिंबविलेली, रुजवलेली होती. पार्टीनं दिलेल्या प्रशिक्षणामुळे ते तसे बनले असतील. अशा परिस्थितीत त्या पोरीला एखाद्या पाश्चिमात्याबद्दल मोह आणि प्रेम वाटणं ही गोष्टही मग गैरवाजवी नव्हती...

हेच खरं असू शकेल. तिच्या एकंदर व्यक्तिमत्त्वावरून, दिसण्यावरून तिची हकीगत असत्य असण्याचं काही कारणही दिसत नव्हतं. त्यामुळे ती खरी, सत्य असावी, असं बाँडला वाटू लागलं.

तो अशा विचारांमध्ये गुरफटलेला असताना टेलिफोन घणघणू लागला. फोन करीमचा होता. त्यानं विचारलं,

"काही विशेष बातमी?"

"नाही."

"मग मी तुम्हाला न्यायला रात्री आठ वाजता येतो."

"चालेल, मी तयार असेन." बाँड उत्तरला.

त्यानं फोनचा रिसीव्हर ठेवला आणि कपडे घालायला सुरुवात केली.

त्या रात्रीचा बेत करीमनं अगदी आग्रहपूर्वक नि ठामपणे आखला होता; पण बाँडची हॉटेलवरच थांबण्याची इच्छा होती. ती पोरगी आपल्याशी संपर्क साधण्याचा प्रयत्न करील, काहीतरी चिठ्ठी पाठवेल किंवा फोन करेल, असं त्याला वाटत होतं; पण करीम म्हणाला, "नाही, ती पोरगी मला फार निग्रही वाटली. ती तिच्याच

मर्जीनुसार भेटीची वेळ नि जागा ठरवेल. तिच्या म्हणण्याला तुम्ही मान तुकवलीत, तर ते योग्य ठरणार नाही. तेव्हा याबाबतीत तुम्ही फार उत्सुकता किंवा उतावीळपणा दाखवू नये, असं माझं मत आहे, कारण दोस्त! हे स्त्रियांचं मानसशास्त्र आहे आणि ते फार विचित्र असतं. आपण बोलावलं, की तात्काळ धावत येणारा पुरुष स्त्रीला कधीच आवडत नाही. तुम्ही जर फार मवाळपणा आणि उतावीळपणा दाखविलात, तर कदाचित तुम्ही तिच्या मनातून उतराल. तुमच्या फोटोवरून आणि तुमच्याबद्दल तिनं जे काही वाचलं आहे, त्यावरून तुमची एक वेगळी प्रतिमा तिच्या मनात तयार झाली असेल. तुम्ही बेपर्वाईनं वागणारे आणि अगदी उद्धट सुद्धा असाल, असंही तिला वाटत असेल. तेव्हा तिच्या भेटीसाठी तुम्ही उतावीळपणा दाखवायचा नाही. उलट, तिला उतावीळ नि व्याकूळ होऊ द्यायचं. बायकांचं हे असंच असतं. तिचीही अपेक्षा तशीच असणार. तुमचा अनुनय करण्याची आणि–'' डोळा मारत करीम म्हणाला, "तुमच्या या निग्रही, कठोर ओठांचं प्रयत्नपूर्वक नि जबरदस्तीनं चुंबन घेण्याची नव्हे, तर ते मिळविण्याचीच तिची इच्छा असेल. दोस्त! एक गोष्ट ध्यानात घ्या. तुमच्याबद्दल तिच्या मनात एक प्रतिमा निर्माण झालेली आहे आणि चोवीस वर्षांची ती पोरगी त्या प्रतिमेच्या प्रेमात पडली आहे. तेव्हा त्या प्रतिमेप्रमाणे तुम्ही वागा आणि आपली भूमिका योग्य तऱ्हेनं वठवा, असा माझा तुम्हाला सल्ला आहे.''

बाँडनं खांदे उडविले आणि तो म्हणाला, "ठीक आहे, डार्को! तुमचं म्हणणं कदाचित बरोबर असेलही; पण मी आता नेमकं कसं वागायचं, ते सांगा.''

"तुमचा नेहमीचा दिनक्रम असतो, तसे वागा म्हणजे रोजच्यासारखे! आता तुमच्या हॉटेलवर जा. आंघोळ करा. मस्तपैकी ड्रिंक घ्या. इथली स्थानिक व्होडका टॉनिकमध्ये मिसळून घेतलीत, तर चवीला चांगली लागेल. जर काही विशेष घडामोड घडली नाही, तर मी तुम्हाला रात्री आठ वाजता घ्यायला येईन. माझा एक जिप्सी मित्र आहे. व्हावरा त्याचं नाव. त्याच्या तळावर जाऊ आणि जेवण घेऊ. व्हावरा त्याच्या कबिल्याचा प्रमुख आहे. नाहीतरी आज मला त्याची भेट घ्यायचीच आहे. माझ्या उत्तम खबऱ्यांपैकी तो एक आहे. बाँबनं माझं ऑफिस उडविण्याचा उद्योग कुणी केला, याचा तो तपास घेतोय. त्याच्या कबिल्यामधल्या काही पोरी 'बेली-डान्स' करून तुमचं मनोरंजन करतील. मात्र त्यांच्याकडून यापेक्षा जास्त जवळीक साधायची अपेक्षा ठेवू नका. तुमचा रुबाब कायम ठेवा; कारण एक म्हण आहे आमच्यात की, "जो राजा असतो तो कायमचा राजाच राहतो; पण तुम्हाला एका रात्रीपुरतं उमराव व्हायला मिळालं, तर ते सुद्धा खूप झालं!''

करीमबरोबर झालेला हा सगळा संवाद आठवून बाँड स्वत:शीच हसला. तेव्हा दुसऱ्यांदा टेलिफोन घणघणला. बाहेर त्याच्यासाठी कार आली असल्याची सूचना त्याला हॉटेल व्यवस्थापकानं दिली. जिने उतरून बाँड खाली गेला आणि बाहेर

उभ्या असलेल्या रोल्स मोटारीत शिरत करीमशेजारी बसला. इंजिन सुरू करीत ड्रायव्हरनं मोटार जोरात सोडली.

थोड्याच वेळानंतर गोल्डन हॉर्न जलाशयाच्या बाजूला असलेल्या एका साधारण वस्तीच्या मधून त्यांची मोटार पुढे गेली आणि एका टेकडीचा चढ चढू लागली. वळणावळणांच्या त्या चढणीच्या रस्त्यावरून मोटार जात असताना ड्रायव्हरनं मधेच मागे वळून पाहिलं आणि तो करीमला काहीतरी म्हणाला. त्यावर करीमनं हुंकार भरला आणि बाँडकडे बघत तो म्हणाला, ''तो म्हणतोय, की पाठीमागून एक लॅम्ब्रेटा स्कूटर आपल्या मोटारीचा पाठलाग करतेय आणि पाठलाग करणारा आमच्या 'बिन चेहऱ्यां'च्या मित्रांपैकीच एक आहे; पण त्याची दखल घेण्याचं आपल्याला काही कारण नाही. गरज असते, तेव्हा माझ्या हालचालींबद्दल मी गुप्तता पाळतो. माझ्या या गाडीचा ते नेहमीच पाठलाग करतात. अगदी मैलोगणती; पण पाठीमागल्या सीटवर माझा डमी तेव्हा बसलेला असतो. त्यांना चकविण्यासाठी अशी फसवी गाडी फार उपयोगी पडते. या टेकडीच्या माथ्यावर राहणारा जिप्सी माझा मित्र आहे, हे त्यांना ठाऊक आहे; पण आमची मैत्री का आहे, हे मात्र त्यांना माहिती नाही. त्याच्या तळावर आज रात्री आपण थोडी मौजमजा करायला चाललो आहोत, हे त्यांना कळलं तरी त्यानं काही फरक पडणार नाही.''

बाँडनं मान वळवून मागच्या काचेतून एक दृष्टिक्षेप टाकला. दूर इस्तंबूल शहरामधले दिवे, रस्त्यांवरून धावणाऱ्या ट्राम्स आणि इतर वाहनांच्या गर्दीची चालू असलेली वाहतूक त्याला दिसली. तो पुन्हा समोर बघू लागला. हे रशियन लोक आपली हेरगिरी करणारी केंद्र कशी चालवीत असतील, असा विचार त्याच्या मनात आला. सर्व प्रकारची सुसज्ज साधनं आणि भरपूर पैसा या दोन गोष्टींच्या जोरावर त्यांचा सगळा कारभार चालतो. त्यांच्या तुलनेत आपली ब्रिटिश सिक्रेट सर्व्हिस कमी पैशात निष्ठेनं काम करणाऱ्या काही मूठभर लोकांकरवी आपल्या कामगिऱ्या पार पाडून घेते. हा डार्को करीमही त्यांच्यापैकी एक. आपल्या मुलांची आणि नातेवाईकांची मदत घेऊन ह्या सेकंडहँड रोल्समधून वावरत तो सिक्रेट सर्व्हिसची कामं करतो. अशा निष्ठावान लोकांमुळेच आपली सिक्रेट सर्व्हिस जगातली एक उत्तम गुप्तचर संघटना म्हणून गणली जाते. करीम तुर्कस्तानातला सगळा कारभार सांभाळतो. वृत्तीनं, जन्मानं तो एक पक्का तुर्क आहे. तरी पण तो निष्ठेनं काम करतो. शेवटी योग्य यंत्रणेपेक्षा सुयोग्य माणूस हाच उपयुक्त ठरतो...

इस्तंबूलच्या सीमेवरील त्या टेकडीच्या माथ्यावरलं अर्ध अंतर पार केल्यानंतर साडेआठच्या सुमारास ती रोल्स रस्त्याच्या कडेला असलेल्या एका ओपनएअर कॅफेसमोर थांबली. करीम आणि बाँड हे दोघं खाली उतरल्यावर ती सर्रऽऽ असा आवाज करीत निघून गेली. त्या कॅफेच्या पाठीमागल्या भागामध्ये एक चांगलीच उंच

अशी दगडी बांधणीची कंपाऊंड भिंत होती. तिच्यावरून पलीकडच्या बाजूला असलेल्या झाडांचे शेंडे दिसत होते. बाँड आणि करीम आपला पाठलाग करणारी ती लॅम्ब्रेटा येते आहे का, हे पाहू लागले; पण तिचा मधमाशीसारखा ऐकू येणारा गुणगुणाट आता थांबला होता. ती स्कूटर चालविणारा मागच्या मागेच वळला होता आणि टेकडीच्या उतरणीवरून परत निघाला होता. गॉगल घातलेल्या त्या ठेंगण्या स्कूटरस्वाराची ओझरती आकृती दोघांना दिसली.

बाँडला बरोबर घेऊन करीम त्या कॅफेमधल्या विखरून ठेवलेल्या लाकडी टेबलांच्या मधून आत गेला. त्या दोघांना पाहताच तिथल्या काऊंटरपाठीमागे असलेला एक माणूस सावध झाल्यासारखा एकदम उभा राहिला. त्याचा एक हात काऊंटरखाली गेला; पण करीमला ओळखताच तो ओशाळवाणा हसला. त्याच वेळी काऊंटरच्या मागे असलेल्या फरशीवर खणखणता आवाज करीत काहीतरी खाली पडलं. काऊंटरमागून पुढे येत त्या माणसानं त्या दोघांना कॅफेच्या मागच्या भागात नेलं. वाळू पसरलेल्या जमिनीवरून चालत समोर काही अंतरावर असलेल्या त्या उंच दगडी भिंतीपाशी ते तिघं पोहोचले. तिच्यामध्ये मोठं बंद दार होतं. ते दार त्या माणसानं फक्त एकदाच ठोठावलं. नंतर त्याचं कुलूप काढून ते उघडलं आणि बाँड आणि करीम या दोघांना अदबीनं आत जाण्याची खूण केली. ते दोघं त्या दारातून आत शिरले, तेव्हा त्यानं ते पुन्हा बंद करून घेतलं.

त्या भिंतीपलीकडे असलेल्या पटांगणासारख्या मोठ्या विस्तीर्ण परिसरात काही उंच झाडं होती. त्या झाडांमधेच एक छोटीशी फळबाग होती. त्या बागेत साध्या लाकडी फळ्यांपासून तयार केलेली बैठी टेबलं विखरून विखरून अशी ठेवलेली होती. मध्यभागी नृत्यासाठी रंगमंचासारखं एक रिंगण होतं. त्याच्या सभोवती असलेल्या खांबांवर छोटे छोटे रंगीबेरंगी दिवे लावलेले होते; पण ते बंद होते. नृत्याच्या त्या रिंगणापासून काही अंतरावर एक भलं मोठं लांबलचक लाकडी टेबल होतं. त्या टेबलाशी लहान, मोठी, तरुण, वृद्ध अशी वीस एक माणसं जेवत बसली होती. बाँड आणि करीम या दोघांना त्या ठिकाणी आलेलं पाहताच हातामधल्या सुऱ्या, काटे खाली ठेवून ती सगळी त्या दोघांकडे बघू लागली. पलीकडे गवतात काही मुलं खेळत होती. खेळ थांबवून ती पण एकदम गप्प झाली आणि त्या दोघांकडे टकमक पाहू लागली. जिप्सींचा तो एक नमुनेदार तळ होता. एकादशीच्या चंद्रप्रकाशात त्याचा सबंध परिसर स्वच्छ दिसत होता. आसपासच्या झाडांखाली सावल्या-प्रकाशाचा खेळ चालला होता.

करीम आणि बाँड पुढे आले. जेवणाच्या लांबलचक टेबलाच्या मध्यावर बसलेला एक माणूस जिप्सी भाषेतून इतरांना काहीतरी म्हणाला. नंतर उठून तो आलेल्या दोघा नवागतांना भेटण्यासाठी त्यांच्याजवळ आला. टेबलाशी बसलेले

बाकीचे लोक आपल्या जेवणाकडे वळले. आणि पलीकडे गवतात असलेली मुलं पुन्हा आपल्या खेळात रंगून गेली.

पुढे आलेल्या त्या माणसानं करीमचं स्वागत काहीशा थंडपणानं आणि व्यग्र मुद्रेनं केलं. नंतर तो आपल्या भाषेमधून करीमला काहीतरी सांगू लागला. करीम त्याचं बोलणं लक्षपूर्वक ऐकू लागला. मधून मधून त्या माणसाला त्यानं काही प्रश्न विचारले.

मॅसेडोनियन पोशाख ल्यायलेला तो जिप्सी म्हणजे रंगभूमीवरल्या एखाद्या पात्रासारखं एक ढंगदार नि नमुनेदार व्यक्तिमत्त्व होतं. त्यानं अंगात पूर्ण बाह्यांचा पांढरा शर्ट, फुगीर घोळ असलेली बॅगी विजार आणि गुडघ्यांपर्यंत पोहोचविणारे, मऊ चामड्याचे, बंद असलेले बूट घातले होते. त्याचे केस कुरळे होते आणि सापाच्या वेटोळ्यांसारखे एकमेकांमध्ये गुंतलेले होते. खाली उतरलेल्या झुबकेदार मिशांमुळे त्याचे तांबडट ओठ झाकले गेले होते. त्याचे डोळे उग्र आणि नजर क्रूर होती. नाक लांब नि सरळ धरधरीत होतं. त्याचा रुंद जबडा आणि गालांच्या वर आलेल्या हाडांवरली त्वचा चंद्रप्रकाशात तकाकत होती. त्याच्या उजव्या हाताच्या अंगठ्यात एक सोन्याची जाड अंगठी होती नि तो हात कंबरपट्ट्यातल्या चामडी म्यानात असलेल्या बाकदार खंजिराच्या मुठीवर त्यानं ठेवलेला होता.

त्याचं बोलणं संपलं. करीमनं बाँडची प्रशंसा करीत, त्याची थोडी माहिती त्याला सांगितली. आणि एखाद्या नाईटक्लबमधला निवेदक नवीन कलाकाराची ओळख करून देतो, तशा थाटात हात हलवीत त्यानं बाँडची त्याच्याशी ओळख करून दिली. थोडंसं पुढे येत त्या जिप्सीनं– व्हावरानं– बाँडचं आपादमस्तक निरीक्षण केलं. मग कंबरेत वाकून त्याला अभिवादन केलं. बाँडनंही त्याचं अनुकरण करीत त्याला प्रतिसाद दिला. तेव्हा तो जिप्सी हसला आणि काहीतरी म्हणाला. ते ऐकून करीमही हसला आणि बाँडकडे वळत त्याला म्हणाला, ''तो म्हणतोय, की जर कधी तुमची नोकरी सुटली, तर त्याला येऊन भेटा. म्हणजे त्याच्या कबिल्यातल्या मस्तवाल स्त्रियांना वठणीवर आणण्याचं आणि शत्रूची माणसं मारण्याचं काम तो तुम्हाला देईल. एक 'गाजो'चा म्हणजे परदेशी पाहुण्याचा सन्मान करण्याची त्यांची ही रीत आहे. प्रत्युत्तरादाखल तुम्ही पण आता काहीतरी बोललं पाहिजे.''

त्यावर स्मित करीत बाँड म्हणाला, ''त्याला सांगा, की त्याच्याकडे पाहता या कामांसाठी त्याला कुणाची मदत लागेल, असं मला वाटत नाही.''

बाँडच्या उत्तराचं भाषांतर जिप्सी भाषेत करून करीमनं व्हावराला सांगितलं, तेव्हा तो आपले पांढरे दात दाखवीत नम्रपणे हसला. मग करीमला काहीतरी म्हणून तो परत जेवणाच्या टेबलाकडे वळला आणि त्यानं जोरानं टाळी वाजवली. तेव्हा पलीकडल्या भागामधून भरदार बांध्यांच्या दोन जिप्सी तरुणी उठल्या आणि आकर्षकपणे

चालत त्याच्याजवळ आल्या. व्हावरानं करड्या स्वरात त्यांना काहीतरी हुकूम दिला. तशी त्या आज्ञाधारकपणे वळल्या. टेबलावर असलेली मातीची एक भलीमोठी बशी त्यांनी उचलली आणि पलीकडे असलेल्या झाडांपलीकडे जात त्या अदृश्य झाल्या.

बाँडचा दंड धरून करीमनं त्याला जरा बाजूला घेतलं आणि हलक्या आवाजात तो म्हणाला, ''आपण नेमके नको त्या रात्री इथे आलो आहोत. व्हावराचं रेस्टॉरंट बंद झालंय. इथे एक कौटुंबिक समस्या निर्माण झाली आहे. खासगी रितीनं काहीशा अमानुष पद्धतीनं ती सोडविली जाणार आहे. व्हावरा माझा फार पूर्वीपासूनचा जुना मित्र आहे. त्यानं आपल्याला जेवायला बोलावलं आहे; पण त्याबरोबरच जो निवाडा त्यांच्या पद्धतीनं आत्ता इथं होणार आहे, त्यालाही आपल्याला हजर राहावं लागणार आहे. जेवणात मी राकी ही तुर्की दारू द्यायला सांगितलंय. ती जरा कडक आणि उग्र वासाची असते. तिचा आस्वाद आणि जेवण आपण घ्यायचं आणि नंतर जे काय होईल, ते बघायचं. मात्र आपण त्यात जरा सुद्धा हस्तक्षेप करायचा नाही. मला काय म्हणायचं, ते तुमच्या ध्यानात आलं ना, दोस्त?'' बाँडचा दंड आणखी घट्ट धरत करीम पुढे म्हणाला, ''आता थोड्या वेळानंतर इथे तुम्हाला जे काय दिसेल, ते पाहून तुम्ही दचकायचं नाही, की त्यावर काही भाष्य सुद्धा करायचं नाही. काय घडणार आहे. ते तुम्हाला आता थोडक्यात सांगतो. इथे या जिप्सी लोकांच्या पद्धतीनं एक निवाडा होणार आहे. म्हणजे त्यांच्या न्यायालयात आणि त्यांच्या पद्धतीनं! प्रकरण कबिल्यामधल्या दोन तरुण पोरींचं आहे. प्रकरण प्रेम आणि द्वेष यांच्याशी निगडीत आहे. त्यामुळे वातावरण जरा तंग आहे. प्रकार असा आहे, की व्हावराच्या मुलांपैकी एकावर कबिल्यातल्या दोन पोरींचं प्रेम जडलंय. त्याला मिळविण्यासाठी त्या दोघींनी एकमेकींना जिवे मारण्याची धमकी दिली आहे. मुलानं आपल्या मर्जीनं त्या दोघींपैकी एकीला जर पसंत केलं, तर दुसरीनं त्या दोघांनाही ठार मारायची प्रतिज्ञा केलीय. म्हणजे ही एक प्रकारची कोंडीच निर्माण झालीय. ही कोंडी कशी सोडवायची, यावर कबिल्यातल्या ज्येष्ठ लोकांनी बरीच चर्चा केली आणि व्हावराच्या त्या तरुण मुलाला प्रथम दूर डोंगराळ प्रदेशात– सुरक्षिततेच्या दृष्टीनं– पाठवून दिलं. त्याच्यावर प्रेम करणाऱ्या त्या दोन तरुणी कबिल्यातल्या लोकांसमोर द्वंद्व करणार आहेत. हे द्वंद्व निर्णायक असेल. म्हणजे दोघींपैकी एकीचा मृत्यू होईपर्यंत ते चालेल. जी जिंकेल, तिच्याबरोबर लग्न करायचं मुलानं कबूल केलंय. त्या दोघींना दोन वेगवेगळ्या घोडागाड्यांमध्ये कोंडून ठेवलंय. दोघींमधली ही लढाई भित्र्या, घाबरट लोकांसाठी नाही; कारण ती फार भयंकर रितीनं खेळली जाईल. मात्र ती अतिशय चित्तथरारक असेल, यात काही शंका नाही. या प्रसंगाला आपल्याला हजर राहायला मिळणार आहे, हा एक प्रकारे आपला मोठा बहुमानच आहे. आलं ध्यानात? आपण 'गाजो' म्हणजे परदेशी पाहुणे आहोत. तेव्हा सुशिक्षित जगामधला तुमचा सुसंस्कृतपणा

आणि शिष्टसंमत आचार तुम्हाला आता थोड्या वेळाकरिता बाजूला ठेवायला लागतील, काय? त्यांच्या द्वंद्वात तुम्ही हस्तक्षेप करायचा नाही. तुम्ही जर तसं केलंत, तर हे लोक तुम्हाला ठार मारतीलच; पण तुमच्याबरोबर माझाही निकाल लावतील. कळलं?''

''डार्को,'' बाँड म्हणाला, ''मॅथिस नावाचा माझा एक फ्रेंच मित्र आहे. 'दक्झिम'च्या प्रमुखपदावर तो आहे. तो एकदा मागे मला म्हणाला होता, 'जेम्स, माणसानं फार भावनाप्रधान असू नये' त्याच्या या मताशी मी सहमत आहे. तेव्हा तुम्हाला कमीपणा येईल, असं मी काही करणार नाही. पुरुषानं बाईशी झुंजणं हे वेगळं आणि बाईनं बाईशी झुंजणं हेही वेगळं. दोन्हीत फरक हा आहेच. अरे, हो! तुमचं ऑफिस उद्ध्वस्त करण्याचा जो प्रयत्न झाला, त्या बाँबबद्दल तुमचा हा जिप्सी मित्र काय म्हणाला? कुणी केला तो प्रयत्न?''

''ज्यांना आम्ही 'बिनचेहऱ्याचे' म्हणतो, त्या गँगच्या म्होरक्यानं तो उद्योग केला होता. एका होडीतून गोल्डन हॉर्न जलाशयामधून रात्री गुपचूप ते लोक माझ्या ऑफिसच्या पिछाडीला आले होते. पाठीमागल्या भिंतीशी शिडी लावून ते वर चढले आणि तो बाँब भिंतीवर लावून पसार झाले. गँगच्या म्होरक्यानंच तो बाँब स्वत: बसविला होता. हा माणूस एक दरोडेखोर आहे. त्याचं नाव क्रिलेंकू असं आहे. तो एक बल्गेरिअन निर्वासित आहे. त्या स्फोटात माझं काही बरंवाईट झालं नाही, हे त्याचं दुर्दैव! आता त्याचा हिशोब मला चुकता करावा लागणार आहे. माझ्या जिवावर ते लोक असे अचानक का उठले आहेत, हे देवालाच ठाऊक! पण त्यांची ही आगळीक मी खपवून घेणार नाही. तो माणूस कुठे राहतो, हे मला ठाऊक आहे. कदाचित आज रात्रीच मी त्याचा बंदोबस्त करेन. त्या दृष्टीनं आवश्यक ती सामुग्री माझ्या शोफरला घेऊन यायला मी सांगितलंय. काय होतं, ते बघू या.''

त्याच वेळी एक अतिशय आकर्षक अशी जिप्सी तरुणी त्यांच्याजवळ आली. तिनं काळ्या कापडाचा जुन्या फॅशनचा झगा घातला होता. तिच्या गळ्यात सोन्याच्या नाण्यांची माळ होती आणि दोन्ही हातात सोन्याच्या दहा दहा बांगड्या. तिचा बांधा अतिशय भरीव नि पुष्ट होता. खाली झुकून तिनं करीमला अभिवादन केलं. तेव्हा तिच्या गळ्यातली सोन्याची नाणी मंजुळपणे किणकिणली. नम्र स्वरात करीमला काहीतरी सांगून डौलदार चालीनं ती जेवणाच्या टेबलाकडे निघून गेली.

''चला! आपल्याला जेवायला बोलवलंय. तुम्हाला हातानं जेवता येत असेलच; कारण या जिप्सींच्या पंक्तीत तसं जेवावं लागेल. आज सगळेजण उत्तम पोशाख करून आले आहेत. आत्ता येऊन गेली, ती पोरगी भुरळ पडावी, अशीच होती. तिनं अंगावर किती सोनं घातलं होतं, ते पाहिलंत ना? तिच्याशी लग्न करणाऱ्याला ते

सगळं सोनं हुंडा म्हणून मिळेल. तेव्हा विचार करायला काही हरकत नाही.'' करीम गंमतीनं म्हणाला.

ते दोघं जेवणाच्या टेबलापाशी गेले. तिथे बसलेला जिप्सीप्रमुख व्हावरा याच्या दोन्ही हातांना त्या दोघांची बसण्याची खास व्यवस्था केली होती. करीमनं टेबलाशी बसलेल्या, कबिल्यामधल्या सर्व लोकांना नम्रपणे अभिवादन केलं. सर्वांनी माना हलवून त्याला प्रतिसाद दिला. दोघं व्हावराच्या आजुबाजूला स्थानापन्न झाले. टेबलावर दोघांसमोर मोठ्या बशा ठेवलेल्या होत्या. लसणीचा वास येत असलेला मटणाचा वाफाळणारा रस्सा त्या बशांमध्ये होता. त्याशिवाय 'राकी' मद्याची एकेक बाटली, पाण्यानं भरलेल्या मातीच्या सुरया आणि इनॅमलचे अगदी साधे टमरेलवजा मग्ज् ठेवलेले होते. करीमनं समोरची राकीची बाटली उचलून आपल्या समोरचा मग अर्धा भरला. पाठोपाठ सर्वांनी त्याचं अनुकरण केलं. मग करीमनं मगातल्या मद्यात थोडं पाणी मिसळलं आणि तो उचलून उंच धरत आवेशपूर्ण स्वरात काही वाक्यं उच्चारली. नंतर मगातलं मद्य तो एका दमात प्यायला. बाँडसकट बाकीच्यांनी त्याचं सहीसही अनुकरण केलं. समोरचे मद्यानं भरलेले मग्ज हातात उंच धरून नंतर ते त्यांनी एका दमात रिकामे केले. वातावरणात थोडा मोकळेपणा आला. बाँडच्या बाजूला बसलेल्या एका वृद्ध स्त्रीनं पावाची एक मोठी लादी त्याला दिली. तिचे आभार मानून त्या लादीचे त्यानं दोन भाग केले आणि त्यातला एक करीमला दिला. डाव्या हातात पावाची लादी धरून करीमनं पुढ्यातल्या खोलगट बशीत बोटं बुडवून मांसाचा एक मोठा तुकडा काढून तोंडात टाकला आणि तो चघळण्यास सुरुवात केली.

करीमचं अनुकरण करीत बाँडनं आपला डावा हात पुढे केला, तेव्हा त्याच्याकडे पाहून करीम दबक्या आवाजात ओरडला, ''उजव्या हातानं जेवा, जेम्स! हे लोक डाव्या हाताचा उपयोग वेगळ्या कामासाठी करतात.''

तेव्हा आपली चूक सुधारण्यासाठी पुढे केलेल्या डाव्या हातानं बाँडनं टेबलावरली राकीची बाटली सहज उचलावी, तशी उचलली आणि आपल्या मगात थोडी राकी ओतून घेतली. मग करीमप्रमाणे समोरच्या बशीत उजवा हात बुडवून त्यानं खायला सुरुवात केली. बशीतला रस्सा अतिशय चविष्ट होता; पण तो फार गरम असल्यानं बाँडच्या बोटांना चटके बसू लागले. प्रत्येक वेळी बशीत हात घालताना तोंड वाकडं करीत तो 'स्सऽऽ' असा सित्कार करू लागला. तेव्हा त्याची अडचण जाणून घेऊन त्याच्या शेजारी बसलेल्या म्हातारीनं बशीत हात घालून मांसाचे तुकडे त्याला काढून देण्यास सुरुवात केली. पावाबरोबर त्या रश्शाचा आस्वाद घेण्यास त्यानं सुरुवात केली. मधून मधून तो राकीचे घोटही घेऊ लागला.

त्यांचं जेवण चालू असताना एका कोपऱ्यामधून तालवाद्यं आणि तंतुवाद्यं

वाजण्यास सुरुवात झाली. त्या ठेक्यावर अंगविक्षेप करीत एक अत्यंत आकर्षक जिप्सी तरुणी जेवणाच्या टेबलाच्या बाजूला प्रगट झाली. तिचा बांधा अतिशय भरदार आणि प्रमाणबद्ध होता. उन्मादक हालचाली करीत ती नाचू लागली. काचोळीसारखं आखूड काळं पोलकं आणि काळा स्कर्ट तिनं परिधान केला होता. गळ्यात तऱ्हेतऱ्हेच्या माळा आणि अलंकार घातले होते. कंबरेवर सोन्याच्या नाण्यांनी मढवलेला तोरणासारखा सुंदर कंबरपट्टा बांधलेला होता. नाचता नाचता तिनं आपली वक्ष:स्थळं आणि नितंब अशा काही कौशल्यानं थिरकविण्यास सुरुवात केली, की तिच्या गळ्यातील अलंकार किणकिणू लागले. नितंबांवरली, कंबरपट्ट्यातली झुलीसारखी जडविलेली सोन्याची नाणी झणझणत वाजू लागली. नाचता नाचता ती बाँडजवळ आली आणि कंबरेतून पाठीमागे वाकत तऱ्हेतऱ्हेचे उन्मादक अंगविक्षेप करू लागली. मग तिनं 'बेली' नृत्यप्रकार दाखविण्यास सुरुवात केली. तो दाखविताना आपल्या उघड्या पोटाचे स्नायू तिनं इतक्या विलक्षण वेगाने आणि चपळपणे हलविले, की तिचं ते कौशल्य बघून बाँड अक्षरश: विस्मयचकित झाला. सस्मित मुद्रेनं तिचं नृत्य तो पाहू लागला. काही मिनीटांनंतर ताल आणि तंतुवाद्यं एकदम थांबली. त्याबरोबर त्या तरुणीनं आपला नाच थांबविला आणि झुकून सर्वांना अभिवादन करून ती एकदम पळाली आणि अचानक प्रगट झाली होती, तशीच भर्रकन अदृश्य झाली. तिच्या नृत्याला सर्वांनी दाद दिली.

"आणखी थोड्या वेळानं त्या दोन पोरींची झुंज असल्यामुळे तळावरलं वातावरण आज जरा तंग आणि गंभीर आहे. म्हणून त्या बेली डान्सरनं आपला नाच लवकर आवरता घेतला. नाहीतर एरवी इथं तिच्या जोडीला आणखीही काही पोरी नाचतात आणि जाम धमाल चालते." करीमनं बाँडला माहिती पुरविली.

भरपेट खाणं उरकून जेव्हा त्यांनी आपल्या बशा स्वच्छ केल्या, तेव्हा दोन बायकांनी चांदीच्या कटोऱ्यांमधून गुलाबाच्या पाकळ्या घातलेलं पाणी त्यांच्यासमोर आणून ठेवलं. हात पुसायला लिननची फडकी बाजूला ठेवली. कटोऱ्यातल्या पाण्यात बाँडनं आपले हात धुतले. चिकट झालेल्या हनुवटीवरून ओला हात फिरविला. नंतर हात पुसून आपल्या जिप्सी यजमानाकडे वळून त्या खान्याबद्दल त्यानं काही आभारदर्शक वाक्यं उच्चारली. करीमनं त्यांचं जिप्सी भाषांतर ऐकविलं, तेव्हा जेवणासाठी जमलेल्या सर्वांनी संतोषदर्शक उद्‌गार काढले. प्रसन्न होऊन जिप्सी प्रमुख व्हावरानं किंचित झुकून बाँडला अभिवादन केलं आणि प्रत्युत्तरादाखल तो काहीतरी बोलला. त्याचं बोलणं झाल्यावर करीम बाँडला म्हणाला, "तो म्हणतोय, की आपल्या कबिल्याबाहेरच्या सगळ्या 'गाजों'चा त्याला तिरस्कार वाटतो; पण बाँडबद्दल त्याला अभिमान वाटतोय आणि बाँडला त्यानं आपला मित्र मानलंय."

ते ऐकून बाँडला मनापासून बरं वाटलं. जेवणाचा कार्यक्रम आवरल्यावर व्हावरानं जोरानं टाळ्या वाजविल्या. त्याबरोबर टेबलाशी बसलेली कबिल्यातील सगळी माणसं उठली आणि टेबलाजवळची बाकं उचलून काही अंतरावरल्या नृत्याच्या रिंगणाभोवती नेऊन मांडू लागली.

करीम उठून बाँडजवळ आला. ते दोघं हळूहळू पावलं टाकीत रिंगणाच्या दिशेनं रमतगमत निघाले. करीमनं बाँडला विचारलं, ''काय, कसं काय वाटतंय या लोकांच्यात? ते आता त्या दोघी पोरींना आणायला गेलेत.''

बाँडनं नुसती मान हलविली. जिप्सींच्या तळावरल्या पाहुणचाराचा आणि चांदण्या रात्रीतल्या तिथल्या अनोख्या वातावरणाची मजा तो अगदी मनापासून लुटत होता. कबिल्यामधली सगळी माणसं आता त्या रिंगणाभोवती गोळा झाली होती. त्यांच्यात वृद्ध, मध्यमवयीन स्त्री-पुरुषांचा आणि तरुणतरुणींचा आणि पोराटोरांचा भरणा होता. द्वंद्व पाहण्यासाठी बाकांवर, जमिनीवर जागा घेत सगळी माणसं कोंडाळं करून बसली. भांडणाऱ्या पोरींना रिंगणात येण्यासाठी एका बाजूची थोडी जागा मोकळी ठेवण्यात आली होती. रिंगणाजवळ पुढे मांडलेल्या एका बाकावर जिप्सी प्रमुख व्हावरा बसला होता. करीमनं बाँडला तिथं नेलं. ते दोघं त्याच्या उजव्या हाताला त्याच्याशेजारी त्यांच्यासाठी खास राखून ठेवलेल्या जागांवर बसले.

हिरव्या डोळ्यांचं एक काळं मांजर रिंगण ओलांडून धावत गेलं आणि त्या बाजूला जमिनीवर बसलेल्या पोरांच्या समोर जाऊन बसलं. आपल्या छातीवरले मुलायम केस ते चाटू लागलं.

रिंगणाच्या पलीकडे असलेल्या कंपाऊंडच्या उंच दगडी भिंतीपलीकडून घोडागाड्यांचे आणि घोड्यांच्या खिंकाळण्याचे आवाज आले. त्याबरोबर रिंगणाभोवती जमलेला सगळा जिप्सी प्रेक्षकवर्ग एकदम स्तब्ध झाला. तटस्थपणे सगळेजण त्या दगडी भिंतीत असलेल्या बंद लोखंडी दाराकडे पाहू लागले. काही क्षण विलक्षण ताणलेल्या शांततेत गेले.

भिंतीपलीकडून त्या लोखंडी दाराचा बोल्ट उघडल्याचा खणाणता आवाज झाला. ते बंद दार धाडकन उघडलं गेलं आणि– आणि चिडलेली दोन मांजरं एकमेकांना पंजे मारीत, फिसफिसाट आणि गुरगुराट करीत बाहेर पडावीत, तशा दोन जिप्सी तरुणी एकमेकींना ढकलत, बोचकारत, हाणामारी करीत त्या दारातून बाहेर पडल्या आणि रिंगणामध्ये येत एकमेकींशी त्वेषानं झगडू लागल्या.

□

## १८. वैऱ्याचा हल्ला

जिप्सी कबिल्याचा प्रमुख व्हावरा एकदम मोठ्यानं ओरडला. त्याबराबेर त्या दोघी एकमेकींपासून दूर झाल्या आणि रागानं थरथरत एकमेकींकडे खुनशी नजरांनी बघत उभ्या राहिल्या. व्हावरा पुन्हा एकदा ओरडला. तशी त्याच्याकडे तोंडं करीत माना खाली घालून त्या उभ्या राहिल्या. मग निर्भत्सना करावी, त्याप्रमाणे व्हावरा त्या दोघींना उद्देशून काहीतरी बोलू लागला. बाँडकडे वळत करीम त्याच्या कानात कुजबुजत्या स्वरात म्हणाला, ''व्हावरा त्यांना म्हणतोय, की त्याचा कबिला म्हणजे जिप्सींचा एक फार मोठा समूह आहे आणि आपल्या हट्टांवर अडून त्या दोघींनी त्यात कलह माजवलाय. त्याच्या कबिल्यात द्वेषाला अजिबात स्थान नाही. द्वेष फक्त कबिल्याबाहेरच्या माणसांसाठी असतो; पण त्या पोरींनी द्वेषापोटी कलह निर्माण केला आहे आणि तो नाहीसा व्हायलाच हवा. तरच त्याच्या कबिल्यात पुन्हा शांतता नांदू शकेल आणि म्हणूनच त्यानं द्वंद्वाचा हा पर्याय स्वीकारलाय. दोघींमधली कुणीतरी एक मरेपर्यंत त्यांना हे द्वंद्व खेळावं लागेल. हारणारी मेली नाही, तर तिला कबिल्यातून बाहेर काढलं जाईल आणि वाळीत टाकण्यात येईल.'' करीम क्षणभर थांबला आणि पुढे म्हणाला, ''असं कबिल्यातून बाहेर हाकललं जाणं म्हणजे या लोकांना साक्षात मृत्यूच वाटतो. वाळीत टाकली गेलेली अशी माणसं खंगत जातात आणि शेवटी मरतात. बाहेरच्या सुधारलेल्या जगात ती जगूच शकत नाहीत. तसलं जिणं म्हणजे जंगली श्वापदाला जबरदस्तीनं पिंजऱ्यात डांबण्यासारखं असतं.''

करीम हे सगळं फोड करून सांगत होता, तेव्हा बाँड रिंगणामध्ये उभ्या असलेल्या त्या चिडलेल्या परंतु सुंदर जिप्सी पोरींचं निरीक्षण करीत होता.

त्या दोघी रापलेल्या त्वचेच्या पण गौरवर्णाच्या होत्या. खांद्यांपर्यंत रुळणारे त्यांचे काळेभोर केस विस्कटलेले होते. शहरांमधल्या झोपडपट्टीतून राहणारे निग्रो जसे मोठमोठ्या ठिगळांचे कपडे घालतात, तसे त्यांचे पोशाख होते. मोठ्या गळ्यांचे, पोटं उघडी टाकणारे आखूड ब्लाऊज आणि रंगीबेरंगी ठिगळं असलेले गुडघ्यांपर्यंत पोहोचणारे, रफू केलेले स्कर्ट्स त्यांनी घातलेले होते. त्या दोघींमधली एक तरुणी दुसरीपेक्षा हाडापेरानं चांगलीच मजबूत आणि उफाड्याच्या बांध्याची होती. तिचा देह चांगलाच पुष्ट आणि भरीव होता. ती अर्थातच सामर्थ्यवान दिसत होती; पण ती थोडी सुस्त वाटत होती. तिचे डोळे सावध, चलाख नव्हते. त्यावरून ती चपळ नसावी. तिच्या सौंदर्यात एक प्रकारचा मठ्ठपणा आढळून येत होता. जडावलेल्या डोळ्यांनी आपल्या कबिल्याच्या प्रमुखाकडे पाहात त्याचं बोलणं ऐकत ती थंडपणे उभी होती. बहुतेक हीच पोरगी जिंकणार! बाँडच्या मनात आलं; कारण ती त्या दुसऱ्या मुलीपेक्षा अर्धा इंच उंच आहे आणि देहानं चांगली धट्टीकट्टी नि

बळकट आहे, सिंहिणीसारखी!

ती सिंहिणीसारखी होती, तर तिची प्रतिस्पर्धी बिबट्यासारखी सडसडीत नि चपळ दिसत होती. तिचे कावेबाज डोळे टोळीप्रमुखाकडे नव्हते, तर सारखे; भिरभिरत होते. जणू, ती झुंजीपूर्वीच्या परिस्थितीचा अंदाज घेत होती. आपल्या हातांच्या मुठी तिनं घट्ट वळल्या होत्या. तिचे सडसडीत पाय पुरुषाच्या पायासारखे, पण मजबूत दिसत होते. दुसऱ्या पोरीसारखे तिचे स्तन पुष्ट आणि उभार नव्हते. त्यामुळे तिनं घातलेल्या ठिगळाच्या ब्लाऊजमधून त्यांची हालचाल दिसून येत नव्हती. ती हिंसक आणि खुनशी स्वभावाची असावी, असा बाँडनं अंदाज केला. झुंज सुरू झाली, की दुसऱ्या दांडगट पोरीचा पहिला तडाखा हिला खावा लागेल. त्यानं ती थोडी हबकेल; पण तिच्या नंतरच्या तडाख्यांमधून ही चपळपणे आपली सुटका करून घेईल आणि तिच्याशी लढेल. बाँडनं अंदाज केला.

दोघींपैकी अंगापिंडानं जी चांगली मजबूत आणि भरदार होती, तिचं नाव झोरा होतं आणि सडसडीत बांध्याच्या पोरीचं नाव व्हिडा होतं.

व्हावराचं बोलणं संपलं आणि त्यानं झुंजीची इषारत केली त्या क्षणी दणकट देहाच्या झोरानं एक क्षणही वाया न घालविता व्हिडाच्या दिशेला एक जोराची सणसणीत लाथ हाणली. ती व्हिडाच्या पोटात बसली. कळवळून ती पुढे झुकली, तेव्हा झोरानं तिच्या कानशिलावर एक जोरदार ठोसा मारला. व्हिडा एकदम मागे झिडपिडली आणि जमिनीवर कोलमडत अस्ताव्यस्तपणे पसरली.

"हे काय, व्हिडा! ऊठ आणि हाण तिला." भोवतालच्या गर्दीतून एक स्त्री विव्हळत्या आवाजात एकदम ओरडली.

व्हिडा जमिनीवर पडली होती. तिच्यामधली सगळी हवाच जणू निघून गेली होती. ती धापा टाकते आहे, असं बाँडला जाणवलं. तोंडावर घेतलेल्या, मुडपलेल्या हाताखालून तिचे चमकदार डोळे बाँडला दिसत होते. खाली पडलेल्या व्हिडाच्या अंगावर झोरानं एक लाथ हाणली; पण व्हिडानं चपळाईनं आपल्या दोन्ही हातांनी तिच्या पायाचा घोटा पकडला आणि तो जोरानं ओढला. त्या झटक्यामुळे झोराचा तोल गेला आणि ती इतक्या जोरानं खाली आदळली, की जमीन हादरली. खाली आदळताच ती वेदनेनं किंचाळली. व्हिडानं दोन्ही हातांनी गच्च धरून ठेवलेला आपला पाय सोडविण्याचा आकांती प्रयत्न ती करू लागली; पण गुडघ्यांवर भार देऊन व्हिडा उठली. हातात धरलेला झोराचा पाय तिनं बाजूला हिसडला आणि एखाद्या हिंस्त्र श्वापदाप्रमाणे गुरगुरत ती तिच्या अंगावर झेपावली. झोराच्या उरावर कोसळत ती तिला गुद्दे लगावू लागली. तिला ओरबाडू लागली. तिच्या खाली उताण्या पसरलेल्या झोरानं लाथा झाडण्यास सुरुवात केली; पण व्हिडा तिच्या उरावर बसून तिला चांगलीच बुकलून काढीत होती. 'बापरे! कसली भयंकर पोरगी

आहे!' बाँड स्वत:शीच म्हणाला. त्यानं करीमकडे पाहिलं. उत्तेजित झाल्यागत जोरजोरानं श्वास टाकीत करीम समोर चाललेली झुंज पाहात होता.

अखेर आपली सगळी शक्ती पणाला लावून झोरानं व्हिडाला आपल्या देहावरून दूर लोटलं आणि चपळाईनं पलटी खात ती एकदम उठून उभी राहिली. धाप लागल्यामुळे तिची उन्नत वक्ष:स्थळं वेगानं खालीवर होत होती. तिचा ब्लाऊज ठिकठिकाणी फाटून त्याची लक्तरं लोंबत होती. स्कर्टही जागोजागी फाटला होता. अचानक मुसंडी मारत तिनं व्हिडावर हल्ला चढविला. व्हिडानं तिची मुसंडी चुकविण्याचा प्रयत्न केला; पण झोराच्या हातामध्ये तिच्या ब्लाऊजचा गळा सापडला. जोर लावून झोरानं तिच्या ब्लाऊज अगदी तळापर्यंत टरकावला. व्हिडाचे लहानखुरे स्तन उघडे पडले. झोरानं तिला पकडून आपल्याजवळ ओढलं; पण झोराच्या हाताखालून जोराची मुसंडी मारत व्हिडा निसटली. आपल्या गुडघ्याचा एक जोरदार दणका तिनं झोराच्या पोटात मारला. त्या आघातानं विव्हळत झोरा मागे सरली. काही क्षण दोघी वेगळ्या झाल्या. मग परत त्वेषानं एकमेकांच्या देहांना भिडत झोंबू लागल्या. एकमेकींच्या झिंज्या ओढू लागल्या. एकमेकींना लाथाबुक्क्यांनी हाणू लागल्या. ओरबाडू, बोचकारू लागल्या. त्यांच्या त्या द्वंद्वाला कसलेही नियम नव्हते. जिथे सापडेल, तिथे आघात करायचे आणि विरुद्ध पोरीला गारद करायचं, एवढंच उद्दिष्ट त्यात होतं. दोघी पुन:पुन्हा एकमेकींवर हल्ला करीत त्वेषानं झुंजू लागल्या. सभोवताली जमलेले लोक श्वास रोधून ती झुंज बघत होते.

झुंजता झुंजता झोरानं व्हिडाला एकदम मिठी मारली. तिला आपल्या देहाशी दाबून धरत सगळा जोर एकवटून ती तिला जणू चिरडण्याचा प्रयत्न करू लागली. व्हिडाने हातपाय आणि लाथा झाडायला सुरुवात केली; पण त्याचा काही उपयोग झाला नाही. झोरा साऱ्या शक्तीनिशी तिला आवळत होती. व्हिडाची मान तिच्या हातांमध्ये सापडली होती आणि तिचं तोंड तिच्या वक्ष:स्थळांवर आवळलं गेल्यानं व्हिडाची घुसमट होत होती.

आता झोरा नक्कीच जिंकणार, असं बाँडला वाटू लागलं. व्हिडाची मान आवळून ती तिला खाली आपटणार आणि तिच्या उरावर बसून तिचा गळा दाबून तिला ठार मारणार... त्याच्या मनात आलं; पण अकस्मात झोरा मोठमोठ्यानं किंचाळू लागली. व्हिडाच्या मानेवरली तिची पकड एकदम सैल झाली. आणि बाँडला विलक्षण दृश्य दिसलं. व्हिडा त्वेषानं झोराच्या स्तनांचे चावे घेत होती. फाटून लक्तरं झालेल्या ब्लाऊजच्या चिंध्यांमधून बाहेर आलेल्या झोराच्या अनावृत्त वक्ष:स्थळांमध्ये आपलं तोंड द्वेषानं खुपसून ती जागोजाग चावत होती. वेदनांनी ओरडत झोरा व्हिडाला आपल्या देहापासून दूर लोटण्याचा प्रयत्न करू लागली; पण व्हिडा तिच्या वक्ष:स्थळांना जळवेसारखी चिकटली होती आणि पिसाटल्यासारखी

चावे घेत होती. वेदना असह्य होऊन झोराने व्हिडाचे केस पकडले आणि जोरानं मागे हिसडा दिला. त्याबरोबर व्हिडाच्या चाव्यांपासून तिची सुटका झाली. दुसऱ्याच क्षणी व्हिडाच्या पोटात तिनं एक जोरदार ठोसा मारला. त्या आघातानं व्हिडा एकदम मागे झिडपिडली. दोघी पुन्हा वेगळ्या झाल्या आणि काही क्षण धापा टाकत, श्वास घेत उभ्या राहिल्या. झोराच्या स्तनांवरून रक्ताचे थेंब ठिबकत होते.

दोघींच्या देहांवरल्या कपड्यांच्या पार चिंध्या चिंध्या होऊन त्याची लक्तरं आता लोंबत होती. झुंजताना त्या लक्तरांची अडचण होऊ नये, म्हणून दोघींनी आपले पोशाख अंगांवरून ओरबाडून काढले आणि प्रेक्षकांमध्ये भिरकावले. दोघींचे देह आता पूर्ण उघडे झाले होते. त्यांच्या प्रमाणबद्ध विवस्त्र देहांकडे बाँड श्वास रोधून पाहू लागला. त्यानं करीमकडे एक दृष्टिक्षेप टाकला. उत्तेजित होऊन तो पण त्या दोघींच्या नग्न देहांकडे बघत होता. त्याचा श्वासोच्छ्वास जोरानं होत होता. सभोवताली जमलेल्या जिप्सींचं कोंडाळं आता रिंगणाच्या आणखी जवळ आलं होतं. श्वास रोखून ती सगळी माणसं त्या दोघी पोरींकडे बघत होती. त्यांचे डोळे चांदण्यात चमकताना दिसत होते. बाँडनं त्या कोंडाळ्यावरून एक नजर फिरविली. त्या गर्दीत हालचाल करणाऱ्या स्त्रियांच्या अंगावरले सोन्याचे अलंकार चांदण्याच्या उजेडात मधूनच लकाकताना दिसत होते.

काही क्षण दम खाल्ल्यावर झोरा आणि व्हिडा– दोघी एकमेकींवर घात लावीत रिंगणात गोलगोल फिरू लागल्या. दात विचकून एकमेकींकडे खुनशीपणाने पाहात त्या धापा टाकीत होत्या. घामानं निथळणारी त्यांची धपापणारी वक्ष:स्थळं, सपाट पोटं, पृथुल नितंब आणि घाटदार पाय चंद्रप्रकाशात तकाकताना दिसू लागले. घामानं निथळणारे ते दोन कमनीय देह चंद्रप्रकाशात रिंगणामध्ये गोल गोल फिरू लागले. अकस्मात दोघींनी कर्कश्श आरोळ्या मारल्या आणि त्या एकमेकींकडे झेपावल्या. एकमेकींच्या देहांशी झोंबाझोबी करीत त्या पुन्हा झगडू लागल्या. त्याच क्षणी–

धडाडऽऽ असा कानठळ्या बसविणारा स्फोट झाला. त्याच्या मागोमाग 'ठ्ठोऽऽठ्ठोऽऽ' असा गोळीबाराचा आवाज अचानक वातावरणात घुमला. त्या आवाजासरशी त्या दोन तरुणींच्या मध्ये इतका वेळ चालू असलेल्या जीवघेण्या लढतीमुळे निर्माण झालेला तणाव एखाद्या फुटलेल्या फुग्यासारखा एका क्षणात नाहीसा झाला.

नृत्याच्या गोल रिंगणाच्या पलीकडून अंधारात एक प्रकाश लखखकन चकाकला आणि पाठोपाठ गोळी सुटल्याचा आवाज आला. भिंतीच्या उडालेल्या पोपड्याचा एक तुकडा बाँडच्या कानाजवळून सणाणत गेला. क्षणभर काय घडलंय, हे कुणालाच समजलं नाही; पण दुसऱ्याच क्षणी आपल्या तळावर कुणाचा तरी हल्ला झालाय, याची जाणीव सर्वांना झाली. रिंगणाभोवती जमलेल्या जिप्सी प्रेक्षकांमध्ये

एकदम खळबळ उडाली आणि सुरक्षित आश्रयाकडे जाण्यासाठी उठून सगळी माणसं एकदम सैरावैरा पळत सुटली. कबिल्यातल्या स्त्रिया आपापल्या मुलांना घेऊन गवतापलीकडे असलेल्या झाडांच्या राईकडे धावत सुटल्या. त्या फळबागेत एकदम एकच धावपळ सुरू झाली आणि जो तो जीव घेऊन धावू लागला. जिप्सींच्या त्या तळावर एकच धिंगाणा माजला.

व्हावरानं आपल्या कंबरपट्ट्याच्या कातडी म्यानातून आपली वाकदार कट्यार बाहेर उपसली आणि तो म्हणाला, "समोरच्या दगडी भिंतीला बहुधा भगदाड पडलंय. स्फोटकानं भिंत उडवून हल्लेखोर आत घुसलेत. चला, त्यांचा समाचार घेऊ." तो भिंतीच्या दिशेनं धावला. आपलं पिस्तुल हातात घेऊन करीम पण त्याच्या मागे गेला. इतक्या वेळ एकमेकींशी झगडणाऱ्या त्या दोन पोरी अचानक आलेल्या हल्ल्यामुळे गांगरून भयानं थरथर कापत जागच्या जागी उभ्या होत्या. त्यांच्याजवळून जाताना व्हावरानं ओरडून त्यांना काहीतरी सांगितलं. ते त्यांनी ऐकलं मात्र! आणि मागे वळून त्या दोघी पलीकडे असलेल्या झाडांच्या घनदाट राईकडे एकदम धावत सुटल्या. तिथल्या झाडांमध्ये शिरत त्या नाहीशा झाल्या. तळावरली कबिल्यातली वृद्ध माणसं, स्त्रिया, तरुण मुली, पोरंटोरं या सर्वांनी केव्हाच त्या राईतल्या अंधारात आश्रय घेतला होता.

आपल्या कोटात हात घालून डाव्या बगलेमधल्या दास्तानातलं आपलं बेरेटा पिस्तुल बाँडनं अस्वस्थपणे बाहेर काढलं. ते समोर रोखत तो पण करीमच्या मागोमाग सावधपणे दगडी भिंतीला पडलेल्या त्या भगदाडाच्या दिशेनं जाऊ लागला. हल्ला कुणाचा आलाय? कशासाठी आलाय आणि तो सगळा प्रकार काय आहे? त्याला काहीच समजेना.

काही अंतरावरल्या दगडी भिंतीत पडलेलं भगदाड आणि तळावरला रिंगणासारखा नृत्यमंच यांच्या दरम्यान असलेल्या गवताळ भागात बऱ्याच मानवी आकृत्या एकमेकांवर गोळीबार करीत, सुरे परजत, मारामारी करीत धावपळ करीत होत्या. बाँड जेव्हा त्या धुमश्चक्रीमध्ये घुसला, तेव्हा त्याच्या हे ध्यानात आलं, की मारामारी करणाऱ्यांमधले काहीजण बुटक्या अंगकाठीचे– बल्गेरिअन्स– आहेत आणि त्यांच्याशी झुंजणारी इतर उंच माणसं ही तळावरली, जिप्सी कबिल्यातील आहेत. बुटकी माणसं करीम ज्यांचा उल्लेख 'बिनचेहऱ्या'चे– फेसलेस वन्स– असा करीत होता, त्यांच्या टोळीतील असावीत, असा त्यानं कयास केला. तळावरल्या जिप्सींपेक्षा त्यांची संख्या दुप्पटीने जास्त होती. अचानक एक जिप्सी तरुण समोरच्या रणधुमाळीतून आपलं पोट आवळत– बाहेर फेकला जावा तसा– बाहेर आला. त्याच्या पाठोपाठ दोन बुटके आपले सुरे परजत आले. काही एका अंत:प्रेरणेनं बाँड त्यांच्या मार्गातून पटकन बाजूला झाला आणि त्या दोघांच्या पायांवर नेम धरून त्यानं सटासट दोन

गोळ्या झाडल्या. त्याबरोबर ते दोघं गवतात तोंडघशी कोसळले. आपल्या पिस्तुलातल्या दोन गोळ्या संपल्या. सहा उरल्या. बाँडच्या मनात आलं. समोर असलेल्या करीमच्या दिशेनं त्या गदारोळात शिरत असताना एक चाकू क्षणार्ध चमकून त्याच्या डोक्याजवळून सणाणत गेला आणि नृत्यमंचाच्या रिंगणात खणखणत पडला. तो चाकू खरं म्हणजे करीम वर नेम धरून फेकलेला होता. समोरच्या धुमश्चक्रीत करीम गोळागोळी करीत शत्रूची माणसं टिपत होता. अचानक तो एकदम धावत पुढे आला. त्याच्या मागून दोन गुंड सुरे परजत पुढे आले. दोघांमधला एकजण मधेच थांबला आणि करीमवर सुरा फेकण्यासाठी त्यानं आपला हात वर केला. त्या क्षणी बाँडनं कंबरेजवळून नेम न धरता पिस्तूल झाडलं. गोळी अचूक वर्मी बसून तो गुंड खाली कोसळला. तो प्रकार बघून दुसरा गर्रकन मागे वळला आणि धावत पाठीमागल्या झाडांच्या काळोख्या छायांमध्ये गडप झाला.

बाँडजवळ येत करीम पटकन एका गुडघ्यावर खाली बसला आणि ओरडला, "माझ्या पिस्तुलातल्या गोळ्या संपल्यायत. माझं रक्षण कर." खिशातून काडतुसं काढण्यासाठी तो धडपडू लागला. तेवढ्यात अचानक पाठीमागून आलेल्या एका हातानं बाँडचं तोंड एकदम आवळलं आणि कुणीतरी त्याला चाट घालून खाली पाडलं. तो खाली कोसळताच त्याच्या मानेवर बुटाची एक लाथ बसली. आता आपल्या पाठीत सुऱ्याचा वार होणार, असं त्याला वाटलं; पण त्याला तुडवीत तीन गुंड त्याच्या अंगावरून पलीकडे गेले. बाँड चटदिशी उठला. ते तिघंजण करीमच्या मागावर आहेत, असं त्याच्या ध्यानात आलं. करीमला घेरून तिघांनी त्याच्यावर हल्ला चढविला आणि त्याला खाली पाडला. करीम त्यांना हातातल्या पिस्तुलाचे फटके मारण्याचा अयशस्वी प्रयत्न करू लागला. ते पाहताच बाँड उडी मारून एका झेपेत त्या ठिकाणी पोहोचला. खाली झुकलेल्या एका गुंडाच्या चकाकणाऱ्या तुळतुळीत डोक्यावर हातातला पिस्तुलाचा दस्ता त्यानं जीव खाऊन हाणला. त्याबरोबर तो तोंडघशी कोसळला. त्याच वेळी लखलखती एक कट्यार हवेतून सणाणत आली आणि दुसऱ्या गुंडाच्या पाठीत घुसली. ती कट्यार व्हावरानं फेकली होती. दुसरा गुंड खाली कोसळला. तोपर्यंत खाली पडलेला करीम उठून उभा राहिला होता.

"हे साले बल्गार्स इथे गोळागोळी करीत का घुसले, काही कळत नाही." त्रासिक स्वरात तो म्हणाला. तेवढ्यात त्याच्यावर हल्ला करणाऱ्या तिघांपैकी वाचून पळत सुटलेला गुंड त्याच्या नजरेस पडला. त्याबरोबर त्याच्याकडे बोट दाखवीत करीम मोठ्यानं ओरडला, "जेम्स! गोळी झाडा! तो क्रिलेंकू आहे."

बाँडनं तत्क्षणी गोळी झाडली; पण चपळाईनं उडी मारीत तो माणूस बाजूला झाला आणि भिंतीला पडलेल्या भगदाडाकडे धावत सुटला. तीस यार्डांपलीकडे

पोहोचलेल्या त्या माणसावर दुसरी गोळी झाडून त्याला मारणं जरा अवघडच होतं. एक माणूस भिंतीच्या भगदाडात उभा राहून मोठमोठ्यानं बोंबलत काहीतरी सूचना द्यावी, तसा ओरडू लागला. त्याबरोबर तळावर घुसलेले सगळे हल्लेखोर रणभूमी सोडून भराभर वळले आणि त्या भगदाडाच्या दिशेनं पळत सुटले. भगदाडातून भसाभसा घुसत ते सगळे हल्लेखोर पाहता पाहता भिंतीपलीकडे जात नाहीसे झाले. करीम आणि व्हावरा– दोघं त्यांच्यामागे धावले. त्या दिशेनं काही जिप्सी पण धावले. गोळ्या ओकून तापलेलं आपलं पिस्तूल बाँडनं खाली वळविलं. त्याच वेळी समोरच्या दगडी भिंतीपलीकडून अनेक लॅम्ब्रेटा स्कूटर्स सुरू झाल्याचा आणि भराभर सुटल्याचा आवाज त्याला ऐकू आला. काही क्षणातच त्यांचे आवाज वेगानं दूर गेले. त्या बहुधा टेकडीचा उतार उतरू लागल्या होत्या.

जखमी होऊन पडलेल्या लोकांच्या कण्हण्याशिवाय त्या तळावर आता चौफेर शांतता पसरली. करीम आणि व्हावरा भिंतीला पडलेल्या भगदाडातून परत येत असलेले बाँडला दिसले. येता येता खाली पडलेल्या एखाद्या जखमी माणसाला पायांनी सरळ करीत ते त्याच्यावर नजर टाकीत होते. रस्त्यावर गेलेले बाकीचे जिप्सी भिंतीच्या भगदाडातून तळावर परतू लागले. ते सगळं दृश्य बाँड विमनस्कपणे बघत होता. तळावरल्या झाडांच्या राईत दडलेल्या काही जिप्सी बायका जखमींवर उपचार करण्याकरिता घाईघाईनं तिथून बाहेर पडून येत असलेल्या त्याला दिसल्या. बाँडनं आपलं शरीर झटकलं. तो हल्ला का झाला, हे त्याला काही समजेना. त्या लोकांना कुणाला ठार मारायचं होतं? त्याला तर नक्कीच नाही; कारण तिघा गुंडांनी त्याला खाली पाडलं होतं, तेव्हाच ते त्याला अगदी सहज ठार करू शकले असते; पण त्याला सोडून ते करीमकडे धावले होते. करीमच्या जिवावरला हा दुसरा हल्ला होता. त्या रशियन पोरीशी– रोमानोवाशी– या घटनेचा काही संबंध असेल का? पण तिचा आणि या हल्लेखोर गुंडांचा काय संबंध? या धुमश्चक्रीत दहा-बारा माणसं नाहक मारली गेली का? कशासाठी?

आपल्याच विचारात गुंगलेला बाँड एकदम सावध झाला आणि त्यानं कंबरेजवळूनच हातामधलं पिस्तुल दोनदा झाडलं. करीमच्या पाठीजवळून एक सुरा त्याला काही इजा न करता खण् असा आवाज करीत खाली पडला. खाली पडलेल्या जखमी माणसांमधून एक आकृती उठून उभी राहिली होती आणि तिनं करीमवर सुरा फेकला होता; पण तत्पूर्वीच बाँडच्या पिस्तुलातून सुटलेल्या गोळ्यांनी तिचा अचूक वेध घेतला होता. एखाद्या बॅले नर्तकासारखी गिरकी घेऊन तो माणूस खाली कोसळला होता आणि तोंडावर आपटला होता. त्या माणसानं सुरा फेकण्यासाठी हात वर केला होता, तेव्हा चंद्रप्रकाशात लखाखलेलं त्याचं पातं बाँडला दिसलं होतं. गोळ्या झाडायला सुदैवानं समोर मोकळी जागाही मिळाली होती... बाँड धावतच करीमजवळ

गेला. मागे वळून खाली पडलेल्या, सुरा फेकणाऱ्या त्या माणसाकडे तो बघत होता. परत वळून त्यानं बाँडकडे पाहिलं. बाँड वैतागून त्याच्यावर जवळजवळ ओरडलाच,

"करीम! हा काय मूर्खपणा आहे? तुम्ही सावधपणे का वागत नाही? आपली काळजी का घेत नाही? तुम्हाला सांभाळायला आता एखादी दाईच ठेवायला हवी." बाँडचा राग समयोचित होता. आपल्यामुळे करीमच्या जिवाला धोका उत्पन्न झाला आहे, या भावनेतून तो बाहेर पडला होता.

डार्को करीम खजिल होत हसला आणि म्हणाला, "हे काही ठीक झालं नाही, जेम्स! आज तुम्ही बऱ्याच वेळा माझा जीव वाचविलात. आपण बरोबरीचे मित्र झालो असतो; पण तुम्ही माझ्यावर केलेल्या उपकारांमुळे आपल्या दोघांमधलं अंतर बरंच वाढलंय. तुम्ही माझ्यापेक्षा वरच्या दर्जाचे, श्रेष्ठ ठरलात. तुमचे हे उपकार मी कधीही फेडू शकणार नाही."

"उगीच काहीतरी बोलू नका. माझं पिस्तुल आज वेळेवर कामाला आलं. तुमचं नाही, एवढंच. तुम्ही आता एखादं चांगलं नवीन पिस्तुल घ्या आणि मेहेरबानी करून हे सर्व काय गौडबंगाल आहे, हा हल्ला का झाला, हे मला नीट समजवून सांगा. आज रात्री इथे फारच रक्त सांडलं आहे. या साऱ्याचा मला वीट आला आहे आणि ड्रिंक्सची मला नितांत गरज आहे. चला! उरलेली राकी आपण संपवू." करीमचा हात धरून त्याला आपल्याबरोबर चालवीत बाँड म्हणाला.

अस्ताव्यस्त अन्न पसरलेल्या टेबलापाशी ते आले. त्याच वेळी बाजूच्या राईतून कुणा स्त्रीनं विलापानं फोडलेला हंबरडा त्यांना ऐकू आला.

करीम विषादानं मस्तक हलवीत म्हणाला, "बिनचेहऱ्याची माणसं इथे का आली होती, हे आपल्याला आणखी थोड्या वेळात कळेलच! माझे जिप्सी मित्र ते शोधण्याच्या प्रयत्नात आहेत. त्यांना काय कळणार आहे, हे पण मला ठाऊक आहे. आज रात्री मी इथे आल्याबद्दल मला फार खेद वाटतोय. त्यांची पाच माणसं या धुमश्चक्रीत आज मारली गेली."

"एक स्त्री पण मारली गेली असती." बाँड निर्विकारपणे म्हणाला, "झुंजणाऱ्या त्या दोघींपैकी एक. पण तुम्ही आज इथे आल्यामुळे तिचा जीव वाचला. खुळ्यासारखं करू नका. डार्को, तुमच्याकरिता बल्गर्सविरुद्ध हेरगिरी सुरू केल्यावर आपण काय धोका पत्करतो आहोत, हे या जिप्सींना चांगलंच ठाऊक असणार. हा टोळीयुद्धाचा प्रकार आहे."

इनॅमलच्या दोन मग्जमध्ये बाँडनं थोडी राकी आणि थोडं पाणी ओतलं. दोघांनी ते मद्य एक दमात संपवलं. आपला खंजीर मूठभर गवतावर पुसत जिप्सी प्रमुख व्हावरा त्यांच्याजवळ आला. बाँडनं त्याला एका मगमध्ये राकी ओतून दिली. तो मग स्वीकारीत तो खाली बसला. तो चांगलाच उल्हसित आणि उत्तेजित दिसत होता.

त्याच्या दृष्टीनं नुकतीच होऊन गेलेली चकमक फार लवकर संपली असावी, असं बाँडला वाटलं. चेष्टेच्या स्वरात व्हावरा करीमला काहीतरी म्हणाला. ते ऐकून करीम हसला आणि बाँडकडे वळत म्हणाला, "तो म्हणतोय, की तळावर घुसलेल्या गनिमांना तू चांगलंच पाणी पाजलंस. आपसात झुंजणाऱ्या त्या दोन पोरींना वठणीवर आणायचं काम पण आता तो तुझ्यावर सोपविणार आहे. तू त्यांना चांगलं मऊ करशील, असं त्याला वाटतंय."

"त्याला सांगा, की त्या दोघींपैकी एक सुद्धा मला भारी पडेल; पण त्या दोघी चांगल्या पोरी आहेत, हे त्याला सांगा. त्यांची झुंज बरोबरीत सुटली, असं त्यानं जाहीर करावं म्हणजे मला फार बरं वाटेल, असंही त्याला सांगा. एवढं त्यानं माझ्यासाठी करावं, अशी माझ्या वतीनं त्याला विनंती करा. त्याच्या कबिल्यातील बरीच माणसं आज रात्री मरण पावली आहेत. तेव्हा कबिल्याच्या हिताकरिता त्या दोघींची मुलं पैदा करण्याच्या दृष्टीनं तरी त्याला नक्कीच गरज पडणार आहे, हे त्याला तुम्ही पटवून द्या."

करीमनं बाँडच्या बोलण्याचं भाषांतर करून व्हावराला सांगितलं. तेव्हा व्हावरानं बाँडकडे व्यग्र मुद्रेनं पाहिलं आणि कपाळाला आठ्या घालीत तो जिप्सी भाषेत काहीतरी म्हणाला. त्याचं बोलणं संपल्यावर करीम बाँडकडे वळत म्हणाला,

"तो म्हणतोय, की तुम्ही त्याच्याकडे इतकी अशक्य आणि अवघड मागणी करायला नको होती. एका लढवय्याच्या दृष्टीनं तुमचं मन फार भावनाप्रधान आणि हृदय अतिशय कोमल आहे. पुरुषानं असं हळुवार राहून चालत नाही; पण तुम्ही त्याच्याकडून काही अपेक्षा केली आहे. तेव्हा तुमची मागणी तो पूर्ण करेल."

व्हावराकडे पाहून बाँडनं आभारदर्शक स्मित केलं; पण कठोर वृत्तीच्या त्या जिप्सी प्रमुखानं त्याच्या आभारप्रदर्शनाकडे दुर्लक्ष केलं. करीमकडे बघत जिप्सी भाषेतून तो काहीतरी भरभर बोलू लागला. करीम त्याचं बोलणं लक्षपूर्वक ऐकू लागला. मधूनच त्याला थांबवत एखाद दुसरा प्रश्न विचारू लागला. त्यांच्या बोलण्यादरम्यान क्रिलेंकू या नावाचा वारंवार उल्लेख होत होता. व्हावराचं म्हणणं ऐकून घेतल्यानंतर करीम त्याच्याशी बोलू लागला. त्याच्या बोलण्यातून हट्ट आणि पश्चाताप या दोन भावना व्यक्त होत असल्यासारखं दिसत होतं. व्हावरा त्याला थांबविण्याचा प्रयत्न अधूनमधून करीत होता; पण त्याला न जुमानता करीम बोलत राहिला. शेवटी 'क्रिलेंकू' या नावाचा पुन्हा एकदा उल्लेख करून त्यानं आपलं बोलणं थांबविलं आणि बाँडकडे वळत तो म्हणाला,

"दोस्त! सगळं प्रकरण जरा विचित्रच आहे. व्हावरा आणि त्याची जास्तीत जास्त माणसं मारण्याचा हल्लेखोर बल्गर्सना हुकूम असावा, असं दिसतंय; कारण हा जिप्सीप्रमुख माझ्यासाठी काम करतो, हे त्यांना कळलंय; पण हत्या करण्याच्या

बाबतीत रशियनांना कौशल्य दाखविता येत नाही. त्यांना सामुदायिक कत्तल करायला आवडते. आजच्या हल्ल्यामध्ये व्हावरा त्याचं प्रथम लक्ष्य होता आणि मी दुसरं. हल्लेखोर बल्गर्स हे रशियनांचे भाडोत्री मारेकरी. त्यांना माझ्या विरुद्ध युद्ध पुकारणं मी समजू शकतो. हल्ल्याच्या धुमश्चक्रीत तुम्हाला मात्र काही इजा होता कामा नये, अशी त्यांना सक्त ताकीद असावी. त्यांच्या हातून तुमच्या बाबतीत काही चूक होऊ नये म्हणून तुमचं अगदी इत्थंभूत वर्णन त्यांना दिलं गेलं असावं; पण हे जरा विचित्र वाटतं. अर्थात, काही दूरगामी राजकीय दुष्परिणाम होऊ नयेत म्हणून ही खबरदारी कदाचित घेतली गेली असावी. हल्ला मात्र अगदी व्यवस्थित नियोजन करून केला गेला. या जिप्सी तळाच्या मागे एक टेकडी आहे. तिच्या पलीकडच्या बाजूनं हल्लेखोर वर चढून आले आणि मग त्यांच्या गाड्यांची इंजिनं बंद करून टेकडीचा उतार उतरून या तळाच्या पिछाडीला असलेल्या कंपाऊंडच्या भिंतीपर्यंत पोहोचले. त्यामुळे त्यांच्या आगमनाची कोणतीच चाहूल आपल्याला लागू शकली नाही. काही ऐकू आलं नाही. शिवाय, हा तळ अगदी निर्जन आणि एकाकी अशा भागात आहे. त्यामुळे आसपासच्या कित्येक मैलांच्या परिसरात एखाद् दुसरा पोलिसही दिसत नाही. माझ्या प्रतिस्पर्ध्यांचा विचार मी गंभीरपणानं करायला हवा होता. त्यांना क्षुल्लक लेखून मी त्यांना फार सहजतेनं घेतलं, ही माझी मोठी चूक झाली.''
करीमची मुद्रा दुःखानं विवर्ण बनली. जराशानं तो म्हणाला, ''आता मध्यरात्र झाली आहे. माझी रोल्स एवढ्यात येईलच. घरी परतण्यापूर्वी आपल्याला एक छोटंसं काम उरकायचं आहे. मग आपण झोपायला मोकळे होऊ. इथून आपल्याला आता हलायला हवं; कारण उजाडण्यापूर्वी तळावरल्या लोकांना बरीच कामं उरकायची आहेत. कंपाऊंड भिंतीला पडलेलं भगदाड बुजवायचं आहे. त्यांच्यामधले जे लोक मेलेत, त्यांचं दफन करायचं आहे. मेलेल्या हल्लेखोरांची प्रेतं बॉस्फरस सामुद्रधुनीत नेऊन फेकायची आहेत. सकाळ उजाडण्यापूर्वी इथे काही अप्रिय घटना घडली होती, याचा काही मागमूसही राहता कामा नये, असा त्यांचा प्रयत्न राहील. माझ्या मित्रानं– व्हावरानं– तुम्हाला मनापासून शुभेच्छा दिल्या आहेत. तो म्हणतो, की तुम्ही त्याच्याकडे परत आलं पाहिजे. म्हणजे झोरा आणि व्हिडा या दोन पोरींना तो तुमच्या हवाली करेल आणि अगदी त्यांचे स्तन ओघळेपर्यंत– म्हणजे म्हाताऱ्या होईपर्यंत त्या तुमची सेवा करतील. हल्ल्याची जी घटना आज इथे घडली, तिच्याबद्दल मला दोष द्यायला तो तयारच नाही. उलट, तो म्हणतोय, की अजून आणखी बल्गर्स पाठव. मी घेतो त्या हरामखोरांचा समाचार! आज त्याच्या लोकांनी त्यांचे दहा जण मारले आहेत. त्याला आणखी बळी घ्यायचेत. आता आपण त्याचा निरोप घेऊ या; कारण त्याची सुद्धा तशीच इच्छा आहे. आपण त्याचे चांगले मित्र आहोत; पण कितीही झालं, तरी आपण 'गाजो' म्हणजेच परके आहोत. दुःखी झालेल्या, त्याच्या

कबिल्यातल्या स्त्रियांचा विलाप आपल्या कानांवर पडू नये, अशीच त्याची इच्छा असणार.''

व्हावराकडे वळत करीमनं त्याच्या हाताचा भला थोरला तळवा आपल्या हातात घेतला. व्हावरानं त्याच्या डोळ्यांमध्ये पाहिलं. नंतर आपली नजर काही क्षण आकाशाकडे– शून्यात लावली. मग त्याचा हात सोडून त्यानं बाँडशी हस्तांदोलन केलं. त्याच्या हाताचा स्पर्श बाँडला एखाद्या जंगली प्राण्याच्या पंजासारखा मांसल, खरखरीत आणि रुक्ष वाटला. बाँडचा हात धरून व्हावरानं पुन्हा आपली नजर आकाशाकडे– शून्यात लावली. काही क्षण गेल्यावर त्यानं बाँडचा हात सोडला. मग करीमकडे वळत सचिंत मुद्रेनं तो त्याला काहीतरी म्हणाला. नंतर एकदम पाठ वळवून तो तळावरल्या झाडांच्या राईच्या दिशेनं चालू लागला.

करीम आणि बाँड– दोघं– त्या जिप्सी तळावरून परत निघाले. तळावर कामात मग्न असलेल्या कोणत्याही माणसानं त्यांच्याकडे मान वर करून पाहिलं नाही. तळाच्या पुढल्या प्रवेशद्वारातून ते दोघं बाहेर पडले आणि कॅफेतून चालत रस्त्यावर आले. रस्त्याच्या कडेला, काही अंतरावर करीमची रोल्स उभी होती आणि चांदण्यात ती चमकत होती. रस्त्याच्या पलीकडे करीमच्या शोफरबरोबर एक तरुण उभा होता. त्याच्याकडे निर्देश करीत करीम म्हणाला, ''हा माझा दहावा मुलगा. बोरीस त्याचं नाव. ज्या कामासाठी आपण आता जाणार आहोत, त्यात मला त्याची मदत लागणार आहे.''

रस्ता ओलांडून ते दोघं पलीकडे गेले, तेव्हा बाँडकडे वळत तो तरुण अदबीनं म्हणाला, ''गुड इव्हिनिंग, सर.''

''गुड इव्हिनिंग.'' बाँडनं त्याला ओळखत म्हटलं. करीमच्या गोदामात काम करणाऱ्या अनेक कारकुनांपैकी तो एक होता. करीमच्या मुख्य कारकून मुलासारखाच– तो पण रापलेल्या त्वचेचा, गौरवर्णाचा आणि निळ्या डोळ्यांचा होता.

चौघंजण रोल्समध्ये बसले. थोड्याच वेळात ती गाडी टेकडीचा उतार उतरू लागली. करीम शोफरशी इंग्लिश भाषेतून बोलू लागला, ''हिप्पाड्रोम चौकापासून पुढे थोड्या अंतरावर एक लहान रस्ता आहे. आपण त्या ठिकाणी पोहोचलो, की कुठे थांबायचं, हे मी तुला सांगेन. तेव्हा तिथे पोहोचल्यावर मोटार अगदी हळूहळू न्यायची. मी सांगितलेले ड्रेस आणि जरूर ते साहित्य तू बरोबर आणलं आहेस ना?''

''होय, करीम बे.''

''ठीक. आता गाडी जरा जोरात घे. खरं तर ही आपली झोपायची वेळ; पण काम आधी उरकणं महत्त्वाचं. त्याला इलाज नाही.''

आरामात पाठीमागे रेलत करीमनं कोटाच्या खिशातून सिगारेटचं पाकीट काढलं. एक सिगारेट बाँडला दिली. एक स्वतः घेतली. लायटरनं ती पेटविली.

बाँडसमोर लायटरची ज्योत धरली. दोघं सिगारेट ओढू लागले. चांदण्यात दिसणाऱ्या बाहेरच्या उदासवाण्या प्रदेशाकडे बाँड पाहू लागला. वाटेत एका ठिकाणी तुरळक दिवे त्याला दिसले. ते एखादं गाव असावं, असा अंदाज त्यानं केलं.

करीम काहीतरी विचारात गढल्यासारखा दिसत होता. काही वेळ शांततेत गेला. जरा वेळानं तो म्हणाला, "आपला निरोप घेताना व्हावरानं मला एक सावधगिरीचा इशारा दिला. तो म्हणाला, की तुम्हा दोघांवर म्हणजे तुमच्यावर आणि माझ्यावर मृत्यूची छाया पडली आहे. बर्फाळ प्रदेशात राहणाऱ्या माणसापासून माझ्या जिवाला धोका आहे. अशा माणसापासून मी सावध राहायला हवं आणि चंद्राचा परिणाम ज्याच्यावर होतो, अशा माणसापासून तुमच्या जिवाला धोका आहे. तेव्हा त्याच्यापासून तुम्हीही सावधगिरी बाळगायला हवी." मोठ्यानं हसत तो पुढे म्हणाला, "जिप्सी लोकांच्या भविष्यकथनामधली त्याची ही आणखी एक अर्थशून्य बकवास होती, झालं! मात्र क्रिलेंकू या दोघांपैकी नाही, असंही त्यानं सांगितलं. हे एक प्रकारे छानच झालं."

"असं का म्हणता?" बाँडनं त्याला विचारलं.

"कारण त्याला ठार मारल्याशिवाय मी आता स्वस्थ झोपू शकणार नाही. जिप्सींच्या तळावर आज जे काय घडलं, त्याचा तुमच्याशी किंवा तुमच्या कामगिरीशी काही संबंध आहे का नाही, हे मला ठाऊक नाही. मला त्याची पर्वाही नाही. काहीतरी कारणावरून माझ्याविरुद्ध युद्ध पुकारलं गेलंय. आणि आता जर मी क्रिलेंकूला ठार केलं नाही, तर तिसऱ्या प्रयत्नामध्ये तो मला नक्कीच ठार मारेल आणि म्हणूनच त्याचा निकाल लावायला आपण आता सामारात चाललो आहोत.

□

## *१९. सूड उगवला*

करीमची मोटार निर्मनुष्य रस्त्यावरून, चंद्रप्रकाशात चमकत असलेल्या मशिदींच्या मिनाराच्या सावल्यांमधून गेली. पुढे असलेल्या काही जुन्या तुटक्या फुटक्या पुलांखालून ती पुढे गेली. नंतर अतातुर्क या दुतर्फा झाडं असलेल्या एका हमरस्त्याला ओलांडून ती 'ग्रँड बझार'च्या कमानीसारख्या बुलंद दाराजवळून उत्तर दिशेला वेगाने गेली. कॉस्टन्स्टाईच्या स्तंभाजवळ मोटार उजवीकडे वळली. कुजलेल्या कचऱ्याचा वास मारणाऱ्या नागमोडी गल्ल्यांमधून जात शेवटी ती भव्य स्तंभ असलेल्या एका चौकात पोहोचली. ताऱ्यांनी भरलेल्या आकाशाकडे झेप घेणाऱ्या रॉकेट्सारखे ते स्तंभ दिसत होते. चौकात मोटारीनं जोरात वळण घेतलं. करीम ड्रायव्हरला म्हणाला, "सावकाश!"

त्या चौकातून वळण घेऊन समोर दिसणाऱ्या एका मोठ्या लिंबाच्या झाडाच्या सावलीखाली ती पोहोचली. पूर्वेकडे सेराग्लिओ महालांच्या खालच्या बाजूला असलेला, फिरत्या प्रखर दिव्याचा दीपस्तंभ, त्यांच्याकडे मधूनच जणू डोळे मिचकावून पाहात होता.

"थांब!'' करीम ड्रायव्हरला म्हणाला. लिंबांच्या झाडाच्या गर्द सावल्यांमध्ये मोटार थांबली. मोटारीचं दार उघडून करीम खाली उतरला आणि बाँडला म्हणाला, "आम्ही जाऊन येतो, तोवर तुम्ही इथेच थांबा. आम्हाला फार वेळ लागणार नाही. तुम्ही ड्रायव्हरच्या सीटवर बसा आणि समजा जर गस्तीवरला पोलिस आला, तर त्याला 'बेन बे करीमीन ओरतागियीम' असे म्हणा. लक्षात राहील ना? ह्याचा अर्थ, मी करीम बेचा भागीदार आहे. मग तो तुमच्याकडे फार लक्ष देणार नाही आणि तुम्हाला त्रास देणार नाही.''

पण त्याला विरोध करीत बाँड त्याला म्हणाला, "व्वा! हे चांगलं आहे; पण मी तुमच्याबरोबर येणार. मी नसलो, तर तुम्ही नक्कीच संकटात सापडाल आणि पोलिसांना थापा मारायला मी नक्कीच इथे थांबणार नाही. केवळ एक वाक्य शिकून ती भाषा आपल्याला येते आहे, असं समजणं चूक आहे; कारण माझ्या उत्तरानंतर जर पोलिसांनी माझ्यावर प्रश्नांची सरबत्ती केली आणि मी काहीच उत्तर देऊ शकलो नाही, तर त्यांना नक्कीच माझा संशय येईल. तेव्हा डार्को आता काही एक बोलू नका. मी तुमचं काहीही ऐकणार नाही.''

गोंधळून त्याच्याकडे बघत करीम म्हणाला, "पण हे बघा, जे काय होणार आहे, त्याबद्दल मला नंतर दोष देऊ नका; कारण मी अतिशय निष्ठूरपणे एकाला मारणार आहे. माझ्या देशात कुत्रा झोपलेला असेल, तर त्याला कोणी काही करीत नाही; पण तो उठला आणि चावला, तर आम्ही त्याला सरळ गोळी घालून ठार मारतो. त्याला परत चावायची संधी देत नाही. ठीक आहे?''

बाँड म्हणाला, "तुम्ही म्हणाल तसं. आणि जर तुमचा नेम चुकला, तर माझ्या पिस्तुलात एक गोळी शिल्लक आहेच.''

"ठीक, चला मग. आपल्याला बरंच चालायचंय. ते दोघं दुसऱ्या वाटेनं जाणार आहेत.'' करीम म्हणाला.

करीमनं शोफरकडून एक लांब आणि जाडसर काठी आणि एक छोटी कातडी बॅग घेतली, ती त्याने खांद्याला अडकवली आणि ते दोघं दीपस्तंभाच्या दिशेनं त्या उताराच्या रस्त्यावरून चालू लागले. लोखंडी शटर्स असलेल्या दुकानांजवळून जाताना त्यांच्या बुटांचा दबका आवाज येऊ लागला. त्या रस्त्यावर पूर्ण शुकशुकाट होता. एकही माणूस रस्त्यावर दिसत नव्हता. माणूसच काय, साधं मांजर सुद्धा कुठे दिसत नव्हतं. अशा या निर्मनुष्य रस्त्यावरून त्या दीपस्तंभाच्या दिशेने आपण एकटे

जात नाही आहोत, या विचाराने बाँडला हायसे वाटले.

इस्तंबूल शहर पाहिल्यानंतर त्याच्या मनात त्याचा एक विशिष्ट ठसा उमटला होता. शहरात रात्रीच्या वेळी इमारतींच्या दगडांमधून भयकारी आकृत्या बाहेर येत असाव्यात, असा काहीसा तो होता. ज्या शहराचा इतिहास शतकानुशतके रक्ताने रंगलेला आहे, असं हे शहर रात्रीच्या वेळी मेलेल्या माणसांच्या भुतांनी गजबजून जात असेल. त्याच्या मनात येत होतं. ह्या शहरातून आपण जिवंतपणे बाहेर सुखरूप पडलो म्हणजे सगळं पावलं, असंच त्याचं अंतर्मन त्याला सांगत होतं.

थोड्या वेळानं एका दुर्गंधीनं भरलेल्या गल्लीजवळ ते आले. ती गल्ली त्यांच्या उजव्या बाजूला आणि सरळ खाली गेलेल्या उताराची होती. करीम त्या गल्लीत वळला आणि त्या दगडी गल्लीतून अतिशय काळजीपूर्वक चालू लागला. चालता चालता तो हळूच बाँडला म्हणाला, "जरा जपून चाला; कारण आमची माणसं रस्त्यांवर काय वाटेल ती घाण अगदी निसंकोचपणे करीत असतात आणि वाटेल तो कचरा फेकतात."

गल्लीतली ती खाली जाणारी दगडी वाट चंद्रप्रकाशात मळकट पांढरी दिसत होती. सभोवतालची दुर्गंधी असह्य झाल्याने बाँडने आपले तोंड घट्ट मिटले आणि फक्त नाकाने जरुरीपुरता श्वास घेऊ लागला. एखाद्या बर्फाळ उतारावरून चालावं, तसे आपले पाय त्यानं गुडघ्यांमध्ये थोडे वाकविले आणि अतिशय सावधपणे जपून एकेक पाऊल टाकत त्या गल्लीचा उतार तो उतरू लागला.

त्याला एकदम हॉटेलमधली पलंगावरली त्याची आरामशीर बिछायत आठवली आणि लिंबाच्या झाडाखाली उभ्या असलेल्या मोटारीतल्या सुवासिक गुबगुबीत सीटस आठवल्या. या मोहिमेत अजून किती प्रकारच्या दुर्गंधीयुक्त वाटांवरून आपल्याला जावं लागणार आहे, याबद्दल त्यानं मनाशी नवल केलं.

त्या गल्लीच्या शेवटी ते थांबले. बाँडकडे बघत करीमनं स्मित केलं आणि हात वर करून एका भव्य इमारतीच्या काळोख्या आकृतीकडे निर्देश करीत तो म्हणाला, "ही सुलतान अहमदची मशीद. तिथे आत अतिशय प्रसिद्ध अशी भित्तीचित्रं आहेत. माझ्या देशातल्या सुंदर इमारती आणि इतर सौंदर्यस्थळं मी तुम्हाला दाखवू शकलो नाही, याबद्दल मला खेद वाटतो."

बाँडच्या उत्तराची वाट न बघता तो उजवीकडे वळला आणि दोन्ही बाजूला साधी दुकानं असलेल्या धुळीने भरलेल्या रस्त्यावरून चालू लागला. तो रस्ता चांदण्यानं दूरवर चमकणाऱ्या समुद्राकडे उतरत गेला होता. जवळजवळ दहा मिनीटं ते काही न बोलता चालत राहिले. त्यानंतर करीमनं बाँडला थांबण्याची खूण केली. आणि ते बाजूला असलेल्या एका इमारतीच्या आडोशाला सावलीत उभे राहिले. अनेक कमानी असलेली ती लांबलचक आणि भव्य अशी इमारत होती.

बाँडकडे वळून करीम हळूच आवाजात म्हणाला, "आता पुढलं काम अगदी सोपं आहे. तो क्रिलेंकू समोर त्या तिथे खालच्या बाजूला रेल्वेलाईनीजवळ राहतो. त्या रस्त्याच्या टोकाला दिसणाऱ्या लाल आणि हिरव्या दिव्यांचा मंद पुंजांकडे निर्देश करीत तो पुढे म्हणाला, "समोर सिनेमाच्या जाहिरातीचा जो मोठा बोर्ड दिसतो, त्याच्या पाठीमागे त्याची खोली दडलेली आहे. तिथे तो राहतो. त्या खोलीचं मुख्य प्रवेशद्वार पलीकडच्या बाजूला आहे. सिनेमाच्या पोस्टरमधून बाहेर पडण्याकरिता त्यानं युक्तीने तयार केलेला एक चोर दरवाजा पण आहे. त्याला वाटतं, की त्याची ही गुप्त गोष्ट कोणाला माहीत नाही. आपल्याबरोबर आलेली माझी दोन माणसं त्याच्या खोलीत पुढल्या दरवाजाकडे जातील. कोंडी झाली, की तो पोस्टरमधल्या त्या चोर दरवाजातून सटकण्याचा प्रयत्न करेल. मग मी त्याला गोळी घालीन. ठीक?"

"चालेल. तुम्ही जसं म्हणाल तसं." बाँड उत्तरला.

बाजूच्या इमारतीच्या भिंतीला लगटून ते दोघे त्या रस्त्याने खाली जाऊ लागले. दहा मिनीटं चालल्यावर समोरच्या रस्त्यापलीकडे असलेलं सुमारे वीस एक फूट उंचीचं सिनेमाच्या जाहिरातीचं ते भव्य पोस्टर त्याच्या दृष्टीस पडलं.

समोर काही अंतरावर दिसणाऱ्या रस्त्याच्या टोकाला एकत्र येणाऱ्या तीन रस्त्यांच्या तिठ्ठ्यावर सिनेमाच्या जाहिरातीचं ते भलंमोठं पोस्टर होतं. चंद्र त्या पोस्टरच्या मागील बाजूस होता. त्यामुळे जाहिरात अंधुक अंधारात होती. आता करीम अगदी सावधपणे दबकत एकेक पाऊल टाकू लागला. समोरच्या पोस्टरपासून साधारणपणे शंभर यार्डांवर बाजूच्या इमारतीच्या सावल्यांचा भाग संपला. समोर दिसणाऱ्या तिरस्त्यावर स्वच्छ चंद्रप्रकाश पसरला होता. बाजूच्या इमारतीच्या शेवटल्या कमानीच्या सावलीत करीम थांबला. त्यानं बाँडला आपल्या पुढे घेतलं. "आता आपण जरा वाट पाहू." तो पुटपुटला. लेदरकेस उघडण्याचा क्लिक् असा आवाज झाला. दोन बाजूंना फुगवटे असलेली एक-दोन फुटी लोखंडी नळी करीमनं बाँडच्या हातात दिली.

"ही जर्मन बनावटीची दुर्बिण आहे. तिला इन्फ्रारेड लेन्स आहे. त्यामुळे अंधारातही दिसू शकतं. करीम पुटपुटला, "त्या मोठ्या पोस्टरवरच्या हिरॉइनच्या चेहऱ्याकडे नीट बघा. तिच्या नाकाच्या खाली तुम्हाला तो चोरदरवाजा दिसेल. समोर रेल्वे सिग्नलची वरच्या बाजूला असलेली खांबावरली ती पेटी आहे ना? बरोबर तिच्या खाली त्याच ओळीत तो चोरदरवाजा आहे."

बाँडनं आधारासाठी एक हात बाजूच्या कमानीच्या खांबावर ठेवला आणि दुर्बिणीची ती नळी उजव्या डोळ्याला लावली. समोरचं पोस्टर त्यानं त्या दुर्बिणीच्या केंद्रस्थानी आणलं. हळूहळू अंधार विरल्यासारखा झाला आणि त्या पोस्टरवरला

एका स्त्रीचा चेहरा आणि काही ठळक अक्षरं दिसू लागली. बाँड ती अक्षरं वाचू लागला, 'नागरा मेरीलीन मन्रो व्हे जोसेफ कॉटन'. त्याच्या खालच्या बाजूला बोंझो फूटबोल्यूचा विनोदी चेहरा होता. बाँडने मेरीलीन मन्रोच्या भरगच्च केंसावरून दुर्बिण हळूहळू खाली कपाळावर नेली. नंतर दोन फुटी नाकाच्या खाली अंधाऱ्या नाकपुड्यांवर स्थिर केली. तिथे अस्पष्ट असा एक आयताकृती चौरस नाकाच्या खाली दिसू लागला. तो चौरस नाकाच्या खालच्या बाजूपासून धनुष्याकृती ओठांच्या खालच्या बाजूपर्यंत होता. तो साधारण तीन फुटी असावा. त्या चौरसापासून जमिनीपर्यंतचा भाग तसा खोल होता. बाँडच्या पाठीमागून सारखे 'क्लिक् क्लिक्' असे आवाज येत होते. करीमने त्याची काठी समोर धरली. बाँडने अंदाज केल्याप्रमाणे बारीक दस्ता असलेली ती एक बंदूक होती. तिच्या पुढच्या टोकावर सायलेन्सरचं जाड नळकांडं बसवलेलं होतं.

करीम अभिमानाने म्हणाला, ''या बंदुकीचं हे बॅरल ८८ विंचेस्टर रायफलचं आहे. हे सर्व जुगाड मला अंकारामधल्या एका माणसाने जुळवून दिलं आहे. बंदुकीत छोटी ३०८ची काडतुसं वापरता येतात. एका वेळी तीन. मला ती दुर्बिण द्या. मला तो चोरदरवाजा बंदुकीच्या नेमात जुळवून दे. हे सर्व माझी माणसं पुढच्या दारावर पोहोचण्याच्या आत उरकायला पाहिजे. तुमच्या खांद्याचा आधार घेऊ का?''

''चालेल.'' बाँडने ती दुर्बिण करीमकडे दिली. करीमनं ती बंदुकीच्या नळीवर बसविली आणि बंदूक बाँडच्या खांद्यावर टेकविली.

''व्हावराने सांगितल्याप्रमाणे सगळं जुळून आलं. चांगला माणूस आहे तो.'' करीम पुटपुटला. त्याने बंदूक खाली केली. त्या तिरस्त्याच्या उजव्या बाजूकडून दोन पोलिस येताना दिसले. बाँड एकदम सावध झाला.

''अरे, घाबरू नका.'' करीम म्हणाला, ''पोलिसाच्या गणवेषात तो माझा मुलगा आणि शोफर आहे.'' त्यानं आपली दोन बोटं ओठांजवळ नेली आणि अगदी खालच्या आवाजात एक छोटीशी शीळ घातली. त्या दोघांपैकी एकाने आपला हात मागे मागे नेला. दगडी फूटपाथवरून ते दोघं वळले आणि चालू लागले.

''आणखी थोडा वेळ.'' करीम कुजबुजला, ''त्यांना त्या जाहिरातीच्या बोर्डामागे जावे लागेल.''

बाँडला त्याच्या उजव्या खांद्यावर बंदुकीची नळी टेकविल्याची जाणीव झाली. अचानक त्या जाहिरातीच्या मागील बाजूस असलेल्या सिग्नलच्या बॉक्समधून आतून जोरात आपटल्यासारखा लोखंडी आवाज आला. सिग्नलच्या दोन पट्ट्यांपैकी एक पट्टी तिरकी होत खाली झाली. दूरवर दिसणाऱ्या लाल दिव्यांच्या पुंजांमध्ये एक हिरवा दिवा चमकू लागला. दूरवरून अस्पष्ट असा गाडीच्या चाकांचा खडखडाट ऐकू येऊ लागला. सेराग्लिओ पॉईंटच्या डाव्या बाजूने ती गाडी येत होती. ती एक

मालगाडी होती. मालडबे जोडणाऱ्या जाड साखळ्यांचा खणखणाट ऐकू येऊ लागला. नंतर बाजूच्या बांधाजवळून एक अंधुक पिवळा उजेड हळूहळू सरकत पुढे येत असलेला डाव्या बाजूला दिसू लागला. काही मिनीटांत मालगाडीचं धडधडत येणारं इंजिन समोर दृष्टिपथात आलं. काहीच सेकंदांमध्ये ती समोरून धडधडत जाऊ लागली. पुढे शंभर मैलांवर असलेल्या ग्रीक सरहद्दीच्या दिशेनं ती मंद गतीनं खडखडत जाऊ लागली. तिच्या वजनदार डब्यांच्या चाकांचा रुळांवर होणारा 'धडम् धडम्' असा विशिष्ट आवाज ऐकू येऊ लागला. चांदण्यात चमचमत असलेल्या पलीकडल्या समुद्रात पार्श्वभूमीवर, हळूहळू सरकत जाणाऱ्या त्या मालगाडीची काळी बाह्याकृती उठून दिसत होती. निकृष्ट दर्जाच्या इंधनतेलामुळे तिच्या इंजिनाच्या धुराड्यांमधून गडद काळ्या रंगाच्या धुराचे लोट वर उसळत होते आणि रात्रीच्या स्तब्ध हवेतून त्या दोघांच्या दिशेनं हळूहळू तरंगत येत होते. शेवटी ब्रेकव्हॅनच्या पिछाडीला असलेला छोटा लाल दिवा क्षणभर चमकला आणि दिसेनासा झाला. गाडीच्या डब्यांच्या चाकांचा एकदम मोठ्यानं होणारा, बदलत्या लयीतला खडखडाट वातावरणातून ऐकू येऊ लागला. दूरवर असलेल्या एका बोगद्यात ती शिरत होती. बोगद्यापलीकडे पुढे एका मैलावर असलेल्या बुयुक या स्टेशनाला इशारा देण्यासाठी इंजिनानं दोन जोरदार शिट्ट्या दिल्या. हळूहळू मंदावत गाडीचा आवाज ऐकू येईनासा झाला.

बाँडला आपल्या खांद्यावर बंदुकीच्या नळीचा दाब जाणवला. समोरच्या भव्य पोस्टरमधल्या काळोख्या लक्ष्याकडे तो डोळ्यांना ताण देऊन पाहू लागला. समोरून चंद्रप्रकाशाचा उजेड येत होता. नीट दिसावं म्हणून आपला डावा तळहात त्यानं कपाळावर आडवा धरला. उजव्या कानाजवळ त्याला करीमचा श्वास जाणवला. ''सावध! त्या पोस्टरच्या पाठीमागे हालचाल सुरू झालीय. तो बहुतेक बाहेर पडतोय.'' मागून करीमचे पुटपुटते शब्द आले.

बाँड निरखून पाहू लागला. त्या भव्य पोस्टरमधल्या मेरीलीन मन्रोच्या हसऱ्या ओठांच्या मध्यभागी लांबट आयताकृती झडप उघडली जावी, तसा काळोखा भाग एकदम दिसू लागला. पोस्टरचा तेवढाच आयताकृती भाग मागे ओढला गेला होता. ओठांच्या जागी आता एक लांबट काळोखी खिडकी दिसू लागली. त्या खिडकीतून एक दोर हळूहळू बाहेर पडला आणि लोंबत खालच्या जमिनीकडे सरकू लागला. काहीच सेकंदात एखाद्या किडक्या फळातून आळी बाहेर पडावी, तसा एक माणूस पोस्टरला पाडलेल्या त्या खिडकीतून बाहेर पडला. दोराचा आधार घेत, लोंबकळत तो त्या दोरावरून हळूहळू खाली उतरू लागला.

दूर समुद्रातून जाणाऱ्या एका जहाजाचा भोंगा जोरानं वाजला. त्याचा प्रतिध्वनी वातावरणात मोठ्यानं घुमला. बाँडच्या कपाळावर घामाचे थेंब डंवरून आले होते.

घामाचा एक बारीक ओघळ कपाळावरून खाली गेलेला त्याला जाणवला.

लोंबकळत खाली येत असलेला तो माणूस दोराच्या मध्यावर आला. त्याच क्षणी–

झाडावर कुऱ्हाडीचा घाव बसावा, तसा आवाज बाँडच्या कानामागून आला आणि त्याच्या खांद्यावर लहानसा दणका बसला. दोरावरल्या माणसानं आपले हात एकदम बाजूला फेकले आणि त्याचा देह धाडकन खालच्या जमिनीवर आदळला. फूटपाथच्या फरशीवर त्याची हनुवटी थाडकन आपटली. त्याच्या देहाची तडफड होत असताना त्याची बोटं आधार घेण्यासाठी चाचपडू लागली. करीमनं नेम धरून दुसरं काडतूस झाडलं. त्याबरोबर मरणाच्या दारात पडलेल्या त्या माणसाच्या देहाची शेवटची धडपड थांबली आणि तो अगदी निश्चेष्ट झाला.

एखादं हिंस्र श्वापद गुरगुरावं, तसा करीम स्वत:शीच गुरगुरला. बाँडच्या खांद्यावरून त्यानं बंदुकीची नळी खाली घेतली. जोडलेल्या रायफलचे भाग तो आता सोडवू लागला. बाँडच्या पाठीमागून पुन्हा 'क्लिक् क्लिक्' असे आवाज येऊ लागले.

अस्ताव्यस्त अवस्थेत रस्त्यावर मरून पडलेल्या त्या माणसावरून– क्रिलेंकूवरून– बाँडनं आपली दृष्टी दुसरीकडे वळविली. आत्ता अवघ्या काही मिनीटांपूर्वी तो जिवंत होता. आता नाही. आणि हत्येच्या या प्रसंगाचे आपण साक्षीदार झालो. एकाएकी बाँडला आपल्या जीवनाबद्दल चीड वाटू लागली. त्याला संताप आला; पण तो संताप करीमबद्दल नव्हता; कारण त्या माणसानं– क्रिलेंकूनं– करीमला ठार मारण्याचा दोनदा प्रयत्न केला होता. एका दृष्टीने हे ताणलं गेलेलं द्वंद्वयुद्ध होतं. त्यात त्या माणसानं करीमवर दोनदा, तर करीमनं त्याच्यावर एकदाच गोळी झाडली होती. तो माणूस उतावळा, अधीर होता. करीम हुशार, शांत आणि थंड डोक्याचा होता. आणि भाग्यवान सुद्धा होता. म्हणून आपल्या प्रतिस्पर्ध्याला त्यानं मारलं होतं. आणि जे झालं होतं, ते योग्यच झालं होतं; पण बाँडनं आजपर्यंत कुणालाच असं इतक्या थंडपणानं आणि क्रूरपणानं ठार मारलेलं नव्हतं. त्यामुळे अशा हत्येत कुणाला मदत करणं किंवा ती हत्या घडताना प्रत्यक्ष पाहणं त्याला मुळीच आवडलं नव्हतं.

करीमनं शांतपणे बाँडचा हात पकडला आणि आल्या वाटेनं ते परत निघाले. बाँडच्या मनाची चलबिचल करीमच्या ध्यानात आली. एखाद्या तत्त्ववेत्त्याच्या आविर्भावात तो म्हणाला, "हे जीवन मृत्यूनं भरलेलं आहे, दोस्त! आणि कोणीतरी कोणाच्या मृत्यूला कारणीभूत होत असतो. त्या माणसाला मी ठार मारलं, याबद्दल मला मुळीच दु:ख होत नाही. आज आपण त्या खलबतखोलीत पाहिलेल्या रशियनांपैकी कुणालाही मारण्याचा मला पश्चाताप होणार नाही; कारण ते सगळेच अतिशय क्रूर आणि कठोर आहेत. त्यांच्याकडून शक्तीच्या बळावर तुम्ही जे मिळवू शकणार नाही,

ते त्यांच्यावर दया दाखविल्यानं तर मुळीच मिळणार नाही. तुमच्या शासनानं याची दखल घ्यावी आणि त्यांच्या बाबतीत जास्त कडक धोरण ठेवावं, असं मला वाटतं. क्रिलेंकूला ठार मारून आज त्यांना मी जो धडा शिकवलाय, तसे धडे यापुढेही मला त्यांना अधूनमधून द्यावेच लागतील.''

''डार्को! सत्तेच्या राजकारणात आजचं हे प्रकरण तुम्ही जेवढ्या झटपट मिटवलंत, तशा संधी फारशा येत नाहीत आणि लक्षात ठेवा, हेरगिरी करणाऱ्या त्यांच्या एका माणसाला आज तुम्ही उडवलंत; पण त्यांना त्याचं काय? त्यांचं हे गलिच्छ काम करायला त्यांना दुसरा कुणीतरी मिळेल.'' बाँड आग्रहीपणानं आपलं मत मांडत म्हणाला, ''रशियनांबद्दल माझं सुद्धा हेच मत आहे. त्यांना आमिष दाखवून आपलं काम करून घेता येत नाही; कारण त्यांची अवस्था मनोरुग्णांसारखी झालीय. त्यांना चाबूकच आवडतो. आणि म्हणूनच त्यांना स्टॅलिनच्या आधीन राहणं आवडतं; कारण त्यांना हवं ते तो देतो. चाबूक! आता पुढे क्रुश्चेवच्या राजवटीत त्यांना जेव्हा गाजर दाखविलं जाईल, तेव्हा त्यांची स्थिती काय होईल, कुणास ठाऊक!''

बाँडच्या या बोलण्यावर करीम मोठ्यानं हसला; पण काही बोलला नाही; कारण ज्या गल्लीचा चढ चढत ते चालले होते, त्या गल्लीत भयानक दुर्गंधी पसरली होती. त्यामुळे काही बोलणं अशक्यच होतं. नाकं दाबून त्या गल्लीचा चढ चढून ते एकदाचे बाहेर पडले. वर पोहोचल्यावर स्वच्छ हवेत त्यांनी थोडा दम खाल्ला. नंतर हळूहळू चालत ते हिप्पोड्रोम चौकाच्या दिशेनं जाऊ लागले.

''आत्ता जे काय माझ्या हातून घडलं, त्याबद्दल तुम्ही मला माफ केलंत, तर कसं?'' काहीशा अजिजीच्या स्वरात, चालता चालता करीम बाँडला म्हणाला. नेहमी बिनधास्त आणि आडदांडपणे वागणाऱ्या, बोलणाऱ्या त्या माणसाचं हे रूप बाँडला निराळंच वाटलं.

''माफ करायचं? कशाबद्दल?'' बाँडनं त्याला विचारलं, ''तुम्ही खुळे आहात का, डार्को? तुम्हाला एक कामगिरी पार पाडायची होती. ती तुम्ही पाडलीत. आपल्या वैऱ्यावर तुम्ही सूड उगवलात! यात तुमचं काहीच चुकलं नाही. जे केलंत, ते योग्यच केलंत.'' क्षणभर थांबून आपुलकीच्या स्वरात बाँड पुढे म्हणाला, ''उलट मला तुमचं फार कौतुक वाटतं. तुम्ही इथे एकंदर फारच चांगला जम बसवला आहे. खरं म्हणजे मीच तुमची माफी मागायला हवी; कारण माझ्यामुळे तुमच्यावर एकामागोमाग एक संकटं येत आहेत; पण तुम्ही त्यांना अगदी व्यवस्थित हाताळता आहात. मी आपला नुसताच तुमच्या मागे मागे फिरतो आहे. आणि या सगळ्या भानगडींमध्ये मी माझ्या मुख्य कामात अजून काहीच प्रगती केली नाही. तिकडे माझा साहेब 'एम्' अगदी उतावळा झाला असेल. कदाचित हॉटेलवर त्याचा काहीतरी

संदेश सुद्धा आला असेल.''

–पण करीमनं आपल्या रोल्स गाडीतून बाँडला हॉटेल क्रिस्टल पॅलेसवर पोहोचवलं आणि तो पण त्याच्याबरोबर रिसेप्शन काऊंटरवर गेला, तेव्हा बाँडसाठी काहीही संदेश किंवा निरोप आलेला नव्हता.

''काही काळजी करू नका, दोस्त!'' करीम उत्साहानं त्याला म्हणाला, ''आता तुमच्या सूटमध्ये जाऊन सरळ झोपा. इथल्या भटारखान्यातील शेफ होप ब्रेकफास्टसाठी फार छान पदार्थ बनवतो. उद्या सकाळी त्यांच्यावर चांगला ताव मारा. सकाळी मी माझी गाडी पाठवेन. तिनं माझ्याकडे या. जर काही नवीन घडामोड झाली नसेल, तर वेळ घालविण्यासाठी मी काहीतरी नवीन गोष्ट शोधून काढेन. आत्ता या क्षणाला तुम्हाला विश्रांतीचीच गरज आहे.''

जिना चढून बाँड वर गेला. आपल्या सूटपाशी पोहोचल्यावर खिशातून किल्ली काढून दाराचं पोटकुलूप त्यानं उघडलं. दार उघडून तो आत शिरला. दार बंद करून त्याचं पोटकुलूप आणि वरचा बोल्ट पण त्यानं लावून घेतला.

खिडक्यांवरल्या पडद्यांमधून चांदण्याचा उजेड खोलीमध्ये झिरपत होता. पुढे जात बाँडनं ड्रेसिंग टेबलावरचा गुलाबी शेड असलेला दिवा लावला. मग अंगावरले सगळे कपडे उतरवून तो बाथरूममध्ये गेला. शॉवर सुरू करून त्याच्या जलधारांखाली उभा राहिला. खरोखरच १३ तारखेच्या शुक्रवारपेक्षा १४ तारखेचा शनिवार केवढ्या धामधुमीचा आणि थरारक घडामोडींचा गेला! त्याच्या मनात येत होतं. अरेबियन नाईट्मधल्या एखाद्या थरारक गोष्टींसारखीच ती रात्र ठरली होती. थोडा वेळ शॉवर घेतल्यानंतर त्यानं दात घासले आणि जणू दिवसभरातल्या घटनांची कडवट चव घालविण्यासाठी तीव्र माऊथवॉशनं त्यानं खळखळून चुळा भरल्या. मग बाथरूममधला दिवा मालवून तो बेडरूममध्ये आला. तिथल्या उंच खिडकीवरला पडदा बाजूला करून त्यानं ती उघडली. त्याबरोबर थंड चांदणं आत सांडलं. खिडकीजवळ उभा राहून कलत्या चंद्राच्या प्रकाशात बूमरँगच्या आकारासारख्या दिसणाऱ्या समुद्रकिनाऱ्याची चंदेरी शोभा तो काही वेळ पाहात राहिला. खिडकीतून समुद्रावरून येणाऱ्या थंड हवेच्या झुळुका येत होत्या. त्याच्या उघड्या शरीराला त्या स्पर्श करीत होत्या. त्यांचा तो हळुवार सुखवणारा स्पर्श त्याला फारच सुखद वाटला.

काही वेळ त्या उघड्या खिडकीसमोर घालवल्यावर त्यानं घड्याळावर नजर टाकली. मध्यरात्रीचे दोन वाजले होते. त्यानं एक दीर्घ जांभई दिली. खिडकीवरला पडदा पुन्हा जागेवर सरकवला. मग वळून बेडरूममधल्या ड्रेसिंग टेबलापाशी जात त्यावर असलेला दिवा मालविण्यासाठी तो खाली वाकला. पण दुसऱ्याच क्षणी तो एकदम ताठ झाला. त्याच्या हृदयाचा एक ठोका चुकला.

पाठीमागे, खोलीच्या विरुद्ध टोकाला असलेल्या पलंगावरून त्याला काहीतरी

सळसळ ऐकू आली. तिच्या पाठोपाठ अंधारातून कुणाच्या तरी खिदळण्याचा आवाज आला आणि मग नाजूक बायकी आवाजातले मंजुळ शब्द त्याच्या कानांवर पडले.

"माय डियर बाँड! दिवसभराच्या दगदगीनं तुम्ही नक्कीच फार दमला असाल. तेव्हा आता वेळ वाया न घालवता या पलंगावरल्या ऊबदार अंथरुणात या."

□

## २०. *मोहिनीचा मायापाश!*

बाँड चपापून एकदम गर्रकन वळला. काही वेळ चंद्राच्या प्रकाशाकडे बघत राहिल्यामुळे खोलीमधल्या सर्व गोष्टी त्याला अस्पष्ट, अंधुक दिसत होत्या. भरभर पावलं टाकत विरुद्ध बाजूला असलेल्या पलंगापाशी तो गेला. तिथे पलंगाजवळ असलेल्या गुलाबी शेडच्या दिव्याचा स्विच दाबून त्यानं तो लावला. पलंगावर पांढऱ्याशुभ्र चादरीखाली एक लांब, सडसडीत देह पहुडलेला त्याला दिसला. उशीवर गडद तपकिरी केसांचा मुलायम फुलोरा पसरलेला होता. चेहऱ्यापर्यंत ओढून घेतलेल्या चादरीच्या खालून बाहेर आलेल्या नाजुक बोटांची वरची पेरंच तेवढी काय ती दिसत होती. पांढऱ्या शुभ्र चादरीखालून आकारून वर आलेल्या घाटदार स्तनांचे लोभस उभार हिमाच्छादित पर्वतशिखरांसारखे दिसत होते.

तो प्रकार बघून बाँड स्वत:शीच हसला. पुढे वाकून उशीवर पसरलेल्या मुलायम केसांची एक बट पकडून त्यानं हलकेच ओढली. त्याबरोबर चादरीखालून नाजुक स्वरातल्या कण्हण्याचा आवाज आला. बाँड पलंगाच्या कडेवर बसला. काही क्षण शांततेत गेल्यानंतर पलंगावर पहुडलेल्या व्यक्तीनं आपल्या चेहऱ्यावरली चादर थोडीशी खाली केली त्याबरोबर तिचा एक निळसर डोळा दृश्यमान झाला. आपल्या टपोऱ्या निळ्या डोळ्यानं पलंगावर पहुडलेली ती तरुणी बाँडचं निरीक्षण करू लागली.

"तुम्ही शिणल्यासारखे दिसता." चादरीखालून मंजुळ आवाजात दबके शब्द आले.

"आणि तुझं काय? आणि तू इथं आलीस कशी?" बाँडनं विचारलं.

"दोन मजले खाली उतरले आणि सरळ इथे आले. मी पण याच हॉटेलात राहते." चादरीखालून पुन्हा मंजुळ शब्द आले. स्वर स्वच्छ, मोकळा आणि आवाहन करावं तसा होता.

"वेल्! ही माझी खोली आहे तेव्हा मी आता पलंगावर झक्क ताणून देणार आहे."

बाँडच्या या शब्दांसरशी चेहऱ्यावर ओढलेली चादर भर्रदिशी हनुवटीपर्यंत खाली आली. वर सरकत, गळ्यापर्यंत चादर ओढून घेत त्या तरुणीनं आपलं मस्तक खालच्या गुबगुबीत उशीवर सरकवलं आणि ती बाँडकडे पाहू लागली. लाजल्यामुळे तिची मुद्रा आरक्त बनली होती.

''अहं! तुम्ही अंथरुणात येऊ नका.'' सलज्ज स्वरात ती म्हणाली.

''पण हा माझा बिछाना आहे. शिवाय मघा तूच तर मला झोपायला बोलावलंस.''

त्या तरुणीचा चेहरा कमालीचा म्हणजे अतिशयच सुंदर नि रेखीव होता. बाँड थंडपणे तिच्या चेहऱ्याचं निरीक्षण करू लागला.

त्याबरोबर तिच्या गालांवरचा रक्तिमा अधिकच वाढला.

''मी उगीच तसं म्हणाले. माझी ओळख तुम्हाला करून द्यावी हा माझा हेतू होता.''

''वेल! तुला भेटून मला आनंद झाला. माझं नाव जेम्स बाँड.''

''आणि माझं तातिआऽऽना रोमाऽऽनोवा'' नाव आणि आडनावातले दोन्ही 'आ'कार लाडिक स्वरात किंचित लांबवत ती उत्तरली, ''माझ्या मैत्रिणी मला तानिआ म्हणतात.''

काही क्षण शांततेत गेले. त्या दरम्यान दोघंही एकमेकांना निरखत राहिली. ती पोरगी बाँडकडे उत्सुकतेनं आणि स्वस्थचित्तानं बघत होती आणि बाँड तिच्याकडे विस्मयानं. शेवटी त्या शांततेचा भंग करण्यात तिनंच पुढाकार घेतला.

''फोटोमधे तुम्ही दिसता अगदी तस्सेच प्रत्यक्षातही आहात.'' ती म्हणाली. तिच्या मुद्रेवर परत लज्जेचा लालिमा पसरला. ''पण तुम्ही अंगात कपडे घालायला हवेत. कारण... ज्या अवस्थेत तुम्ही आहात ती बघून मला... मला... वेल्... अस्वस्थ व्हायला होतंय.''

''तू पण मला तितकंच अस्वस्थ केलंयस. आणि या अस्वस्थतेलाच 'सेक्स' म्हणतात. प्रणयाची पहिली पायरी असते ही. आहे याच अवस्थेत मी तुझ्याशेजारी अंथरुणात शिरलो तर मग मात्र तुला त्याचं काही वाटणार नाही. ते जाऊ दे! तू तरी अंगात काय घातलंयस हे कळू दे.''

तिनं हनुवटीपर्यंत ओढलेली चादर काही इंच खाली केली. त्याबरोबर तिच्या गोऱ्यापान गळ्याभोवताली बांधलेली काळ्या रंगाची रेशमी रिबीन दृश्यमान झाली. ''माझ्या देहावर फक्त हीच आहे.''

बाँडने तिच्या खोडकर निळ्या डोळ्यांमध्ये खोलवर पाहिलं. गळ्यातली रिबिन अपुरी आहे का? असा भाव तिच्या खट्याळ नजरेत होता. पांढऱ्याशुभ्र चादरीखाली रसरशीत तारुण्य बाँडसमोर पसरलेलं होतं. बाँडचा संयम, त्याच्या स्वत:वरला ताबा सुटू लागला.

"एऽऽ तानिआ! तुझे बाकीचे सगळे कपडे कुठे आहेत? का आत्ता आहेस त्याच अवस्थेत तू लिफ्टमधून खाली आलीस?... तशीच!"

"छे:! छे:! ते सभ्यतेला धरून झालं नसतं. माझे कपडे या अंथरुणाखाली आहेत."

"वेल्! मग आता काही न घडता तू या खोलीमधून बाहेर पडू शकशील अशी जर तुझी कल्पना असेल तर..." बाँडनं आपलं वाक्य अर्धवट सोडलं. पलंगावरून उठून कपाटापाशी जात त्यातून पायजम्याऐवजी निळ्या रंगाची सिल्कची गुडघ्याच्या वर पोचणारी एक अंडरवियर काढून ती त्यानं अंगात घातली.

"तुम्हाला जे सुचवायचंय ते सभ्यपणाचं लक्षण नव्हे!" तातिआना गंमतीनं म्हणाली.

"वेल्, खरंच की काय?" बाँडनं खवचटपणे विचारलं. पलंगाजवळ येत एक खुर्ची ओढून तो त्यापाशी बसला. तिच्याकडे बघून त्यानं स्मित केलं. "बरं! मग मी आता सभ्यपणे तुला एक गोष्ट सांगतो. तू जगातली एक सर्वांत सुंदर स्त्री आहेस."

पोरगी पुन्हा एकदा गोड लाजली. तिनं बाँडकडे गंभीर मुद्रेनं पाहिलं आणि विचारलं, "तुम्ही खरंच सांगताय हे? माझे ओठ खूप मोठे आहेत असं मला सारखं वाटतं. तुमच्या पाश्चिमात्य मुलींइतकीच मी सुंदर आहे का? कुणीतरी एकदा मला म्हणालं होतं की मी ग्रेटा गार्बोसारखी दिसते. म्हणजे त्या सुप्रसिद्ध नटीसारखी. खरंच का मी दिसते तशी?"

"तिच्याहूनही जास्त सुंदर." बाँड तिला म्हणाला, "तुझ्या चेहऱ्यावर तिच्यापेक्षा जास्त तेज आहे. आणि तू म्हणतेस तेवढे तुझे ओठ जाड नाहीत. तुझ्या चेहऱ्याला साजतील असेच आहेत. अर्थात, माझ्या दृष्टीनं."

"तुम्ही 'चेहऱ्यावर तेज आहे' असं म्हणालात म्हणजे नेमकं काय? याचा अर्थ काय?"

बाँडला तिला हे म्हणायचं होतं की– 'तू मला एखाद्या रशियन हेरासारखी वाटत नाहीस. तशी दिसतही नाहीस. हेर कसा आतल्या गाठीचा असतो, थंड प्रवृत्तीचा आणि काटेकोरपणे वागणारा असतो तशी तू नाहीस. शिवाय हेर कधीच इतका मनमोकळा नसतो. एका गुप्तहेरात असणारी ही सारी लक्षणं तुझ्यात नाहीत. उलट तुझ्या बोलण्यावागण्यात अगदी सरळसाधेपणा, मोकळेपणा आहे. एक अनोखा, उबदार स्नेहबंध जोडणारी तू दिसतेस. भोळेपणा, निरागसता तुझ्या डोळ्यांमधूनच प्रतीत होत आहे...' तिला समजवण्याकरता बाँड शब्द शोधू लागला. "तुझ्या डोळ्यांमधे खूपसा खोडकरपणा, खट्याळपणा, आनंद भरलेला मला दिसतोय, मोकळेपणा दिसतोय."

तातिआनाची मुद्रा गंभीर झाली. "तुम्ही म्हणताय ते विलक्षणच आहे." ती म्हणाली, "आमच्या रशियात मोकळेपणा, आनंद, खोडकरपणा या गोष्टी फारशा नाहीतच. आणि याबद्दल कुणी तिथे कधी काही बोलतसुद्धा नाही. तिथे मला कुणी कधी असं आजपर्यंत म्हटलंसुद्धा नाही."

'आनंद? मोकळेपणा? गेले दोन महिने मला कसल्या भयंकर अवस्थांमधून जावं लागलं आहे याची तुला कशी कल्पना येणार? आणि तरीही माझ्या चेहऱ्यावर आनंद दिसतोय?...' तिच्या मनात येत होतं. पण तरीही तिला एकप्रकारचा मोकळेपणा वाटत होता. हृदय कसं हलकं हलकं झाल्यागत वाटत होतं. आनंद वाटत होता. पुरुषाला मायाजालात ओढून पाघळवणाऱ्या हलक्या दर्जाच्या स्त्रियांपैकी आपण आहोत का? की आपल्या हृदयात विशुद्ध प्रेम आहे?... की ज्याला आपण पूर्वी कधीही पाहिलं नव्हतं अशा या माणसातच काहीतरी जादू आहे? खास आकर्षण आहे? त्याच्या भेटीमुळे आलेली स्वस्थचित्तता, मनाला वाटणारा दिलासा एकीकडे आणि त्याच्याशी जी वागणूक करायला आपल्याला सांगण्यात आलंय त्यामुळे मनाला होणाऱ्या यातना एकीकडे...! बाकी त्याच्याशी झालेली ही पहिली भेट आपल्याला वाटली होती तेवढी काही अवघड ठरली नाही. आपल्या अपेक्षेपेक्षाही सोपी ठरली. खरं तर त्यानंच आपल्या मनमोकळ्या वागण्यानं ही भेट सोपी केली. गंमतीदार केली. हा तर कमालीचा देखणा आहे. आपल्याशी तो छान उमदेपणानं वागला. कसा स्वच्छ, मोकळ्या स्वभावाचा वाटतोय. पण लंडनला गेल्यावर, त्याला मोहात पाडायला, भ्रष्ट करायला आपण आलो होतो असं आपण जेव्हा त्याला सांगू तेव्हा त्याला काय वाटेल? खरी परिस्थिती कळल्यावर तो आपल्याला क्षमा करील? आपण कशासाठी आलो आहोत हे त्याला सांगावं काय? आजच्या रात्री मोहात पाडायच्या या ठिकाणाची, या खोलीची योजना खूप अगोदर केली गेली होती हे याला सांगावं काय? समजा सांगितलं तरी त्याला काय फरक पडणार आहे? या सगळ्या प्रकारात याचं काय नुकसान होणार आहे? काय बिघडणार आहे? आपण सत्य सांगितलं तरी याला त्याचं काहीच वाटणार नाही. याला मोहात पाडायचं ते याच्याबरोबर आपल्याला इंग्लंडला जाता यावं म्हणून, तिथून आपल्या खात्याला रिपोर्टस् करता यावेत म्हणून. हाच या मोहिमेचा उद्देश आहे...! आपल्या डोळ्यांमधे याला आनंद आणि खट्याळपणा दिसला! का दिसू नये? ही गोष्ट पण शक्य होती. याच्याबरोबर या खोलीत आपण एकटे आहोत ही भावनाच आपल्याला पुलकित करणारी आहे. याच्यासारख्या देखण्या पुरुषाबरोबरचा एकांतातला सहवास ही बाब स्वातंत्र्याची मधुर जाणीव करून देणारी आहे! केवढा दिलासा देणारी आणि आनंददायक आहे! आणि याच कामाकरता तर आपल्याला इथे खास पाठवण्यात आलंय. त्यात आपल्याला शासन व्हायची पण काही धास्ती नाही. या देखण्या

पुरुषाचा एकांतातला सहवास ही नुसती कल्पनाच केवढी उत्तेजक आणि देहावर रोमांच उभे करणारी आहे... तातिआनाच्या मनात विचारांची आवर्तनं उठत होती.

"तुम्ही फार देखणे आहात." ती म्हणाली. त्याची खुशामत करण्याकरता ती शद्बांची जुळवाजुळव करू लागली. "तुम्ही... तुम्ही एखाद्या अमेरिकन फिल्मस्टारसारखे दिसता." ती म्हणाली. पण त्याची प्रतिक्रिया अनपेक्षित आणि तिला हादरवणारी होती.

"फॉर गॉड्स सेक! एखाद्या माणसाचा याहून वाईट अपमान काय असू शकेल! पहिल्या भेटीतच नट म्हणून माझा उपमर्द करतेस!" बाँड चमकून म्हणाला.

आपण केलेल्या खुशामतीनं याला आनंद झाला नाही. विचित्रच! पश्चिमेकडल्या प्रत्येकाला आपण फिल्मस्टारसारखं दिसावं असं वाटत नाही? चमत्कारिकच!... आणि मग आपली चूक सुधारण्याचा प्रयत्न ती करू लागली. त्यासाठी तिची केविलवाणी धडपड सुरू झाली. "मी उगीच काहीतरी बोलले. तुम्हाला खूष करण्यासाठी असं म्हणाले. खरं सांगायचं झालं तर तुम्ही माझ्या फेवरिट हिरोसारखे आहात. लेरमोन्टोव नावाच्या एका रशियन लेखकाच्या पुस्तकातला तो नायक आहे. कधीतरी एखाद् दिवशी मी तुम्हाला त्याच्याबद्दल सांगेन."

एखाद् दिवशी? बाँडच्या मनात आलं. आता सरळ आपल्या कामाच्या मूळ मुद्यालाच हात घालावा. हीच योग्य वेळ आहे.

"तानिआ, मी काय म्हणतो ते आता ऐक." उशीवर विसावलेल्या तिच्या सुंदर चेहऱ्याकडे न पाहता तिच्या हनुवटीवर आपली नजर केंद्रित करत तो म्हणाला, "आपण उगीचच इकडच्या तिकडच्या चाललेल्या या गप्पा थांबवू आणि थोडं गांभीर्यानं बोलू. आता मला सांग की हा सगळा प्रकार तरी काय आहे? तू खरंचंच माझ्याबरोबर इंग्लडला येणार आहेस का?" नजर वर करत त्यानं तिच्या डोळ्यांमध्ये पाहिलं. तिच्या डोळ्यांमध्ये तोच भोळा भाव, तीच निरागसता होती.

"अर्थातच येणार आहे." ती उत्तरली.

"तुझा निश्चय पक्का आहे?" तिच्या स्वरातला ठामपणा पाहून तिच्याकडे संशयानं बघत बाँडनं विचारलं.

"हो." ती म्हणाली. तिनं आता खट्याळपणा थांबवला होता. ती खरं बोलते आहे हे तिच्या डोळ्यांमध्ये अगदी स्पष्ट दिसत होतं.

"तुला भिती नाही वाटत?"

भयाची एक झलक क्षणभर तिच्या डोळ्यांमध्ये येऊन गेलेली त्याला दिसली. या नाटकात आपल्याला नेमून दिलेली भूमिका आपल्याला बजवायची आहे याची तातिआनाला जाणीव झाली. जे काही ती करणार होती त्याबद्दल तिला भयंकर भिती वाटत असल्याचा अभिनय आता तिला करायचा होता. हा अभिनय आपण अगदी

सहज करू असं तिला पूर्वी वाटलं होतं. पण ती गोष्ट अवघड आहे हे आता तिला जाणवत होतं. कारण तिच्या मनातलं पूर्वीचं भय कुठल्याकुठे पळून गेलं होतं. किती विचित्र! तिनं मग अभिनयात थोडीशी तडजोड करायचं ठरवलं.

"हो. खरं सांगायचं झालं तर मी मनातून भ्यायले होते. धास्तावले होते. पण पूर्वी वाटत होती तेवढी भिती आता मला वाटत नाहीये. कारण मला आता तुमचा आधार वाटतोय. यापुढे तुम्हीच माझं रक्षण कराल अशी माझी खात्री आहे."

"वेल्... म्हणजे हो, मी अर्थातच तुझं रक्षण करीन." बाँड म्हणाला. रशियामध्ये असलेल्या तिच्या नातेवाईकांचा विचार त्याच्या मनात क्षणभर आला. त्यांचं पुढं काय होईल. पण दुसऱ्याच क्षणी त्यानं तो विचार मनावेगळा केला. हे आपण काय करतोय? तिला आपल्याबरोबर इंग्लंडला येण्याबद्दल प्रोत्साहन देण्याऐवजी आपण तिला त्यापासून परावृत्त करतोय! तिच्या रशियामधल्या नातेवाईकांचं काय होईल याचा विचार आपण कशाला करायचा? नाही त्या गोष्टीची काळजी उगीच कशासाठी करायची? आपल्या खात्याकडून आपल्यावर ही कामगिरी सोपवण्यात आली आहे आणि ती यशस्वीपणे पार पाडणं हेच आपलं कर्तव्य आहे...!

"आता तुला कसलीही काळजी करायचं काही कारण नाही. यापुढे मी तुझ्याबरोबर असणार आहे. त्यामुळे घाबरू नकोस. मी तुझं सर्वतोपरीनं रक्षण करीन."

आणि मग इतका वेळ जो मुख्य प्रश्न तिला विचारायचं त्यानं टाळलं होतं तो विचारण्याची वेळ आता आली आहे याची जाणीव त्याला झाली. तो प्रश्न विचारणं त्याला अवघड वाटत होतं. कसा विचारावा याबद्दल संकोच वाटत होता. इस्तंबूलमध्ये जिला आपण भेटणार आहोत ती रशियन पोरगी चलाख, लबाड आणि बनेल असेल अशी त्याची कल्पना होती. पण प्रत्यक्षात तशी कोणतीच लक्षणं तिच्यामध्ये त्याला दिसली नव्हती. त्यानं अपेक्षा केली होती तशी ती यत्किंचितही नव्हती. उलट ती अगदी सरळ साधी आणि भोळीभाबडी दिसत होती. आणि म्हणूनच तो प्रश्न तिला कसा विचारावा या संभ्रमात तो पडला होता. तो प्रश्न विचारल्यानं मामला बिघडणार होता. पण तरीसुद्धा तो विचारणं भागच होतं. कितीही ओशाळवाणं वाटलं तरीही भाग होतं.

"बरं! त्या स्पेक्टर मशीनचं काय?" धीर करून त्यानं अखेर तो प्रश्न विचारूनच टाकला.

त्याच्या प्रश्नामुळे तोंडावर चपराक बसावी तशी ती एकदम चपापली. तिच्या नजरेत व्याकुळ भाव आले. तिच्या डोळ्यांच्या कडा एकदम पाणावल्या. तिनं चादर आपल्या ओठांवर ओढून घेतली. चादरीपाठीमागून कातर स्वरात ती म्हणाली,

"अच्छा! म्हणजे तुम्हाला फक्त ते मशीनच तेवढं हवंय. तुमचा सगळा इंटरेस्ट

त्या मशीनमध्ये आहे.''

''एक मिनिट तातिआना, मी काय सांगतो ते जरा ऐक.'' आपला स्वर शक्य तितका शांत, सहज ठेवत बाँड म्हणाला. ''माझं म्हणणं नीट समजून घे. त्या मशीनचा तुझ्या माझ्याशी काहीही संबंध नाहीये. पण लंडनमधल्या माझ्या खात्याच्या लोकांना ते हवंय.'' गुप्ततेच्या, सुरक्षिततेच्या दृष्टीनं आपण फार बोलता कामा नये याची त्याला एकदम जाणीव झाली. ''ते मशीन काही तेवढं विशेष महत्त्वाचं नाही. माझ्या लोकांना त्या मशीनची सगळी माहिती आहे. त्यांच्या दृष्टीनं रशियनांनी लावलेला तो एक अफलातून शोध आहे. ते मिळालं तर त्याची बनावट बघून तसंच दुसरं तयार करायचा माझ्या लोकांचा विचार आहे. तुमचे रशियन लोक नाही का कॅमेऱ्यांसारख्या इतर अनेक परदेशी वस्तूंची, उपकरणांची कॉपी करत. तसेच माझ्या खात्यामधले लोक तुमच्या सायफर मशीनची कॉपी करणार आहेत. बस्स! इतकंच! दुसरं काहीही नाही.''

छे: आपण सारवासारव केली खरी पण आपलं हे स्पष्टीकरण तिला नक्कीच फुसकं, पोकळ वाटलं असणार! माझ्या खात्याच्या दृष्टीनं त्या मशीनचं मोल केवढं आहे हे तिला ठाऊक असणारच! बाँडच्या मनात आलं.

''तुम्ही खोटं बोलताय!'' तातिआना रडव्या स्वरात म्हणाली. तिच्या टपोऱ्या निळ्या डोळ्यामधून एक अश्रू बाहेर पडला आणि तिच्या नितळ गालावरून ओघळत उशीवर टपकला. अंगावरली चादर तिनं डोळ्यांपर्यंत ओढून घेतली. पुढे वाकून बाँडनं चादरीखाली असलेला तिचा हात धरला. पण तिनं रागानं त्याचा हात झिडकारला.

''सालं! हल्या खात गेलं ते मशीन!'' वैतागून बाँड उद्‌गारला. ''फॉर गॉडस् सेक, तानिआ! तू माझं म्हणणं नीट ऐकून का घेत नाहीस?... समजून का घेत नाहीस? माझ्या खात्यानं जे काम सोपवलंय ते मला केलंच पाहिजे! माझ्या लोकांना तुमचं ते स्पेक्टर यंत्र हवंय. आता तू ते आणणार आहेस की नाहीस? हो म्हण नाहीतर नाही म्हण! आण किंवा आणू नकोस. आपण तो विषय विसरून जाऊ. कारण आपल्याला अजून इतर कितीतरी गोष्टींबद्दल बोलायचंय. आपल्या प्रवासाचा बेत आपल्याला ठरवायचाय. इतरही अनेक गोष्टींबद्दल विचार करायचाय! पण एक गोष्ट मात्र ध्यानात घे! माझ्या लोकांना ते स्पेक्टर मशीन हवंय. आणि म्हणून तर त्यांनी तुला इथून घेऊन जाण्यासाठी मला पाठवलंय. नाहीतर त्यांनी मला इस्तंबूलला पाठवलंच नसतं.''

तातिआनानं चादरीनं आपले डोळे टिपले आणि पुन्हा चादर खांद्यापर्यंत खाली नेली. आपलं नाटक भलतीकडेच चाललंय याची तिला जाणीव झाली. आपण रडलो ही चूक झाली. आपल्यावर सोपवण्यात आलेली कामगिरी आपल्याला पार

पाडायचीय. तो म्हणतोय ते बरोबर आहे. आपल्यासमोर त्याला त्या मशीनची किंमत नाहीये. पण त्याच्या वरिष्ठांनी सांगितलेलं काम त्याला करायलाच हवं. आपण आपलं काम करणार तसं...!

नजर वर करत तिनं शांतपणे त्याच्याकडे पाहिलं आणि ती म्हणाली, "'ठीक आहे. मी ते मशीन घेऊन येईन. काळजी करू नका. पण, त्या मशीनचा उल्लेख आता पुन्हा करायचा नाही. आता मी काय सांगते ते ऐका.' अर्धवट उठून ती उशीवर बसली. "आपल्याला आज रात्रीच निघावं लागेल. हीच एकमेव संधी आहे. कारण आज संध्याकाळी सहापासून माझी नाइट ड्युटी आहे. त्यामुळे संध्याकाळनंतर मी सबंध ऑफिसात एकटीच असेन आणि मला ते स्पेक्टर मशीन आणता येईल."

डोळे बारीक करत, तिच्या प्रस्तावावर बाँड विचार करू लागला. समजा आज रात्री आपण निघालो तर कोणकोणत्या समस्यांना आपल्याला तोंड द्यावं लागेल? ही पोरगी सटकलेली रशियनांना कळणारच! मग तिला लपवायची कुठे? सकाळी सुटणाऱ्या पहिल्या विमानापर्यंत तिला बिनबोभाटपणे न्यायची कशी? त्यात तर फार मोठा धोका होता! तिचा छडा लावण्यासाठी आणि ते स्पेक्टर यंत्र परत मिळवण्यासाठी ते लोक अगदी काहीही करायला मागेपुढे बघणार नाहीत याची त्याला पूर्ण कल्पना होती. एअरपोर्टकडे जाणारा रस्ता ते अडवतील. नाहीतर विमानामधे बाँब ठेवतील! काय वाटेल ते करतील... सगळा साधकबाधक विचार केल्यावर बाँड म्हणाला, "ठीक आहे, तानिआ! आम्ही तुला सुरक्षित ठिकाणी लपवून ठेवू. आणि उद्या सकाळी सुटणाऱ्या पहिल्या विमानानं आपण दोघं इथून पसार होऊ."

"उगीच खुळ्यासारखं काहीतरी बोलू नका!" तातिआना पटकन म्हणाली. या मुद्यावर तिला अडचण येईल आणि तो तिला हुशारीनं हाताळावा लागेल याची पूर्वसूचना तिला अगोदरच देऊन ठेवण्यात आली होती. "आपण आगगाडीनं जायचंय! ओरिअंट एक्सप्रेसनं! रात्री नऊ वाजता ती सुटते. मी या सगळ्याचा विचार करून ठेवला नसेल असं तुम्हाला वाटतं? पण सगळा कार्यक्रम मी अगोदरच ठरवून ठेवलाय. गरजेपेक्षा एक मिनिटभरदेखील जास्त इस्तंबूलमध्ये राहायची माझी इच्छा नाही. तर आपण गाडीनं निघू. उजाडण्याअगोदर आपण तुर्की सरहद्द ओलांडलेली असेल. तुम्ही गाडीचं तिकिट आणि पासपोर्ट मिळवण्याची व्यवस्था करा. तुमची बायको म्हणून मी तुमच्याबरोबर प्रवास करेन." हे बोलताना तिची मुद्रा आनंदित बनली. "मला खूप आवडेल तसा प्रवास. गाडीमध्ये खास 'कूपे' असतात असं मी वाचलंय. ते खूप आरामदायक असतील. आपणही अशा एखाद्या खास कूपेमधून प्रवास करू. चाकावर धावणारं आपलं छोटंस घरकुलच असेल ते. केवढी गंमत येईल नाही? दिवसभर आपण गप्पा मारू आणि पुस्तकं वाचू. रात्री तुम्ही कॉरिडॉरमध्ये आपल्या घरकुलाबाहेर उभं राहून पाहरा द्यायचा."

“वा! छानच कार्यक्रम ठरवला आहेस तू!” बाँड तिला म्हणाला. “पण हे बघ, तानिआ तुझा हा बेत वेडगळपणाचा आहे. धोक्याचा आहे. आपण जर गाडीनं गेलो तर तुझे लोक आपल्याला वाटेतच कुठेतरी गाठतील. त्या गाडीनं लंडनला पोहोचायला चार दिवस आणि पाच रात्री एवढा प्रदीर्घ कालावधी लागेल. खूपच वेळखाऊ प्रवास असतो तो. आपल्याला दुसरा काहीतरी मार्ग काढावा लागेल.”

“अहं! इतर कोणताही मार्ग चालणार नाही. मी फक्त आगगाडीनंच प्रवास करणार.” तातिआना हट्टानं म्हणाली, “कारण तो प्रवास मला फार आवडतो. आणि तुम्ही हुशारीनं बेत आखलात तर ते लोक आपल्याला आडवे येतीलच कसे? आपण कोणत्या मार्गानं प्रवास करणार आहोत हे त्यांना मुळी कळेलच कसं?”

‘ओह् गॉड! याच विशिष्ट गाडीनं आम्ही प्रवास करायचा आहे अशी ताकीद त्यांनी मला का दिली?’ एकीकडे तिच्या मनात येत होतं. या गोष्टीवर ते ठाम होते. प्रणयसुख घेण्याच्या दृष्टीनं गाडीचा प्रवास चांगला असं म्हणाले होते ते! त्यासाठी, त्याच्याबरोबर शरीरसुखाचा आनंद लुटण्यासाठी तुला चांगले चार दिवस आणि पाच रात्री मिळतील असंही ते म्हणाले होते. चार दिवसांच्या प्रवासातल्या सहवासामुळे दोघांमध्ये घनिष्टता निर्माण होईल. नंतर लंडनला पोहोचल्यावर पुढलं सगळं सोपं होईल. तो तिचं रक्षण करेल. कारण प्रीतीच्या धाग्यानं तो तिच्याशी बांधला जाईल. याउलट जर विमानानं ती त्याच्याबरोबर गेली तर लंडनला पोहोचल्यावर ते तिला सरळ तुरुंगाचाच रस्ता दाखवतील. तेव्हा चार दिवसांच्या सहवासाचा प्रवास फार महत्त्वाचा आणि आवश्यक! ते म्हणाले होते. त्या प्रवासादरम्यान ती मधेच कुठेतरी उतरून पळून जाण्याचा प्रयत्न तर करत नाही ना यावर लक्ष ठेवण्यासाठी गाडीत त्यांची काही माणसं असतील अशीही ताकीद त्यांनी तिला देऊन ठेवली होती! तेव्हा काळजीपूर्वक, सावधगिरीनं वागायचं आणि तिला मिळालेले हुकूम तिनं निमूटपणे पाळायचे...! गॉड. ओह गॉड्! त्याला गाडीनंच प्रवास करायला भाग पाडायचं अशी आज्ञा तिला दिली गेली होती. पण आता खुद्द तिला स्वत:लाच गाडीतून त्याच्याबरोबर जावं असं मनापासून वाटत होतं! चाकांवर धावणाऱ्या छोट्याशा घरकुलात त्याच्या सहवासात चार दिवस घालवायला मिळावेत या करता ती विलक्षण आतुर बनली होती! जी गोष्ट बळजबरीनं अंमलात आणायला तिला सांगितलं गेलं होतं तीच तिला हवीहवीशी वाटू लागली होती...!

बाँडच्या विचारमग्न चेहऱ्याकडे ती बघत होती. तिला त्याची कीव आली. त्याला जवळ घ्यावं, पाठीवर थोपटून त्याला धीर द्यावा आणि सगळं काही अगदी ठीकठाक पार पडेल कारण तिला इंग्लंडला घेऊन जाण्याकरता आखण्यात आलेला तो एक अगदी निरुपद्रवी कट आहे असं त्याला विश्वासात घेऊन सांगावं असं तिला फार तीव्रपणे वाटलं. आपल्या दोघांपैकी कुणाच्याही जिवाला काही धोका नाही

कारण तो या कटाचा मुळी हेतूच नाही तेव्हा उगाच चिंताक्रांत होऊ नकोस असं आश्वासन त्याला देऊन त्याला निर्धास्त करावं असं तिला खूप खूप वाटलं. पण... पण तिला तसं करता येणार नव्हतं!...!! तिला मिळालेले हुकुम अतिशय कडक होते आणि कसोशीनं तिला ते पाळावेच लागणार होते.

"वेल्, अजूनही मला वाटतं की तुझा हा बेत वेडेपणाचा आहे." बाँड म्हणाला. 'एम्' ला जर हे कळलं तर त्याची प्रतिक्रिया काय होईल? एकीकडे त्याच्या मनात येत होतं. "पण हरकत नाही. कदाचित तो जमूनही जाईल. माझ्याजवळ पासपोर्ट आहे फक्त याला युगोस्लाव्ह व्हिसा लागेल." त्यानं तिच्याकडे दृढ नजरेनं पाहिलं आणि तो म्हणाला, "मात्र बल्गेरियातून जाणाऱ्या गाडीतून मी तुला घेऊन जाईन अशी जर तुझी कल्पना असेल तर ती डोक्यातून काढून टाक. हे आधीच सांगून ठेवतो. नाहीतर मला पळवून नेण्याचा तुझा कट आहे असंच मला वाटेल."

"हो, मी तुम्हाला पळवून नेणार आहे." खुशीनं खिदळत तातिआना म्हणाली, "अगदी नेमकं हेच मला करायचंय."

"गप्प बैस! चेष्टा पुरे झाली, तानिआ. आता सगळ्या गोष्टी आपल्याला नीट ठरवायच्या आहेत. मी गाडीची तिकिटं काढून ठेवण्याची व्यवस्था करतो. गरज पडल्यास आमचा एक माणूस प्रवासात आपल्याबरोबर सोबत म्हणून येईल. तो फार चांगला आणि विश्वासू आहे. तुला आवडेल तो. आता ध्यानात ठेव. यापुढे तुझं नवीन नाव कॅरोलिन सॉमरसेट असेल. ते विसरू नकोस. बरं! तू गाडी गाठण्यासाठी कशी काय येणार?"

"कॅरोलिन सॉमरसेट." तातिआना म्हणाली. ते नाव तिनं मनातल्या मनात पुन्हा पुन्हा घोळवलं. "वा! छान नाव आहे हे. आणि तुम्ही मिस्टर सॉमरसेट." आनंदानं ती खुदखुदून हसली. "सगळी गंमतच आहे. खूप मजा येणारेय् आता. माझ्याबद्दल काळजी करू नका. गाडी सुटण्यापूर्वी मी स्टेशनवर येईन. सिर्केसी स्टेशन. ते कुठे आहे ते मला ठाऊक आहे. ठरलं तर मग सगळं! हो की नाही? मग आता आपण कशाचीही काळजी करायची नाही. बरोबर?"

"समज अगदी आयत्यावेळी तुझा धीर खचला, तू घाबरलीस किंवा तू निघालीस नि तुझ्या लोकांनी तुला पकडलं तर?" तिचा आत्मविश्वास बघून बाँडला एकाएकी काळजी वाटू लागली. ही एवढं ठामपणे, आत्मविश्वासानं असं कसं म्हणते? यात काही गोची तर नाही? संशयाचा भुंगा त्याच्या मनात गुणगुणू लागला. विजेसारखी एक लहर त्याच्या मणक्यांमधून निघून गेली.

"तुमची भेट होण्यापूर्वी मी खरंचच घाबरले होते. मला भय वाटत होतं. पण आता मात्र मला अजिबात भिती वाटत नाही." तातिआना त्याला सत्य सांगण्याचा

प्रयत्न करत म्हणाली. आणि ती म्हणत होती ते खरंही होतं. "तुम्ही म्हणालात तसा माझा धीर खचणार नाही. आणि आमच्या खात्याची माणसं मला पकडूही शकणार नाहीत. माझ्या सगळ्या वस्तू हॉटेलमधल्या खोलीत ठेवून फक्त माझी हँडबॅग घेऊन मी ऑफिसात जाईन. माझा फरकोट मात्र मी मागे ठेवणार नाही. कारण तो मला फार आवडतो. शिवाय आज रविवार असल्यानं तो ऑफिसात घेऊन जायची मुभा मला असते. आज रात्री ठीक साडेआठ वाजता मी माझ्या ऑफिसातून बाहेर पडेन आणि टॅक्सीनं स्टेशनवर येईन. सगळं काही ठीक होईल. तेव्हा आता तुम्ही माझी काळजी करायचं सोडून द्या आणि हसा पाहू." आपला उजवा हात चादरीबाहेर काढून तिनं तो त्याच्यासमोर धरला. पुढे सरकत बाँडनं तिचा हात पकडला आणि तिच्या डोळ्यांमध्ये खोल पाहिलं. गॉड्! सगळं आपल्या अपेक्षेप्रमाणे घडणार असं दिसतंय. त्याच्या मनात आलं. हा विलक्षण प्लॅन यशस्वी होईल असं वाटतंय. पण ही अफलातून पोरगी आपल्याला बनवत तर नाहीये ना? तिनं जे काही सांगितलं ते सत्य असेल का? खरं असेल का? प्रेमाचं हे सगळं नाटक ती करते आहे की तिचा खरोखरीच आपल्यावर जीव जडला आहे?... तिचे डोळे ती खूपखूप आनंदित झाल्याचं दर्शवत होते. तिच्या टपोऱ्या डोळ्यांमधे आनंदाशिवाय दुसरं काहीच त्याला दिसत नव्हतं. पुढे येणाऱ्या प्रणयसुखाच्या कल्पनेनं ती विलक्षण खूश झाली होती. रोमांचित बनली होती. आता काय घडणार असं कुतूहलमिश्रित आश्चर्य तिच्या मुद्रेवर दिसत होतं. रतिक्रिडेसाठी ती आतुर बनली होती...! तातिआनाचा दुसरा हात चादरीखालून बाहेर पडला, आणि बाँडच्या मानेमागे गेला. तिनं त्याला आवेगानं आपल्या निकट ओढलं. बाँड तिच्या देहावर ओणावला. त्याचे ओठ तिच्या थरथरत्या ओठांवर विसावले. प्रथम हळुवारपणे आणि नंतर आवेगानं ती त्याचं चुंबन घेऊ लागली. जमिनीवर असलेले आपले पाय उचलून बाँडनं पलंगावर घेतले. तो तिच्या देहावर आता पूर्णपणे ओणावला.

तिच्या ओठांचं आवेगानं चुंबन घेत असताना त्याचा हात तिच्या डाव्या स्तनावर उतरला. पूर्ण भरलेला तिचा तो स्तन आपल्या हाताच्या पंजात त्यानं घट्ट धरला. कामपिपासेमुळे ताठर बनलेल्या तिच्या स्तनाग्राचा स्पर्श त्याच्या बोटांना झाला. चादरीवरूनही त्याचा ताठरपणा, टणकपणा त्याला जाणवत होता. आवेगानं तिचा टपोरा स्तन तो दाबू लागला, कुरवाळू लागला. स्तनाशी चाळे करणारा त्याचा हात जराशानं तिच्या सपाट पोटावर गेला आणि हलके हलके खाली सरकू लागला. तिनं मंदपणे आपले पाय हलवले. त्यांची चाळवाचाळव केली. तिच्या ओठांशी भिडलेले आपले ओठ बाजूला करत, त्यानं चालवलेल्या प्रणयचेष्टितांमुळे ती कण्हू लागली. मिटलेल्या डोळ्यांखाली दाट पापण्या हमिंग पक्ष्याच्या पंखांप्रमाणे थरथरत होत्या.

हात वर करत बाँडनं चादरीचा काठ पकडला आणि एका झटक्यातच तिच्या देहावरून ती ओढून काढत त्यानं ती जमिनीवर भिरकावली. तारुण्यानं मुसमुसलेला तिचा आरस्पानी देह एकदम उघडा झाला. गळ्याभोवती बांधलेली काळी रेशमी रिबिन आणि पायांमध्ये घातलेले, पोटऱ्यांपर्यंत पोहोचणारे जाळीदार काळे रेशमी मोजे याच्याव्यतिरिक्त तिच्या देहावर दुसरं काहीही नव्हतं. दोन्ही हात त्याच्या देहाभोवती टाकत आवेगानं तिनं त्याला आपल्या देहाशी कवटाळलं...!

दोघांची प्रणयक्रीडा क्रमाक्रमानं रंगत चाललेली असताना, त्या दोघांच्याही नकळत त्यांच्या पलंगाच्या वर, उशालगतच्या भिंतीवर असलेल्या, रुंद सोनेरी फ्रेममध्ये मढवलेल्या आरशाच्या पाठीमागे एक वेगळीच करामत चाललेली होती! त्या आरशामागे असलेल्या एका आटोपशीर बॉक्समधे 'स्मेर्श'नं पाठवलेले दोन सिनेफोटोग्राफर्स एकमेकांना लगटून बसले होते. आरशाच्या फसव्या काचेमधून त्यांना पलीकडच्या खोलीतल्या पलंगावरचं प्रणयक्रिडेत निमग्न असलेलं युगुल दिसत होतं. त्यांच्या अगोदर हॉटेल क्रिस्टल पॅलेसच्या मालकाच्या बऱ्याचशा मित्रांनी त्या बॉक्समधे बसून हनीमूनसाठी आलेल्या तरुण युगुलांच्या प्रणयक्रीडा त्या फसव्या आरशाआड बसून पाहिलेल्या होत्या...

पण स्मेर्शकडून आलेले हे दोघं फोटोग्राफर्स नुसते बघत बसले नव्हते. त्यांच्या मूव्ही कॅमेऱ्यांचे व्ह्यू-फाईंडर्स आरशाच्या काचेला टेकलेले होते. आरशापाठीमागे बसून आपले कॅमेरे चालवीत ते दोघं फोटोग्राफर्स तातिआना आणि बाँड यांच्यामध्ये चालू असलेली उत्कट प्रणयक्रीडा टिपत होते. सिनेकॅमेऱ्यांमध्ये असलेली फिल्मची रीळं सूक्ष्मपणे गुणगुण करत फिरत होती आणि पलीकडच्या पलंगावर चाललेल्या प्रणयक्रीडेची दृश्यं भरभर चित्रित होत होती. ते अजब छायाचित्रण करणाऱ्या दोघा फोटोग्राफर्सची तोंडं वासली गेली होती नि आरशापलीकडे दिसणारी प्रणयदृश्यं पाहून ते धापा टाकत होते. त्यांच्या चेहऱ्यांवर घामाचे थेंब डवरून आले होते आणि हलक्या प्रतीच्या त्यांच्या शर्टांच्या कॉलरींवर ठिबकत होते.

पलीकडच्या 'स्टेट सूट' मधल्या प्रशस्त पलंगावर प्रणयक्रीडेत मग्न असलेल्या बाँडला आणि तातिआनाला आरशाच्या मागे काय चाललंय याची अर्थातच काही कल्पना नव्हती. तातिआना तिला नकळत बाँडची आणि तिची स्वत:चीही अब्रू चव्हाट्यावर आणत होती. ज्या कटात आमिष म्हणून तिला गोवण्यात आलं होतं त्या कटाची थोडी देखील कल्पना तिला असती किंवा आरशापाठीमागून कॅमेरे लावून त्यांच्या प्रणयक्रीडेचं छायाचित्रण चाललं आहे हे तिला जर कळलं असतं तर शरमेनं पाणी पाणी होऊन ती खलासच झाली असती. पण स्मेर्शच्या पाताळयंत्री कटामधल्या त्या गुप्त प्रकाराची तिला अर्थातच पुसटशीही कल्पना नव्हती. आणि म्हणूनच बाँडच्या प्रणयचेष्टितांना ती समरसून प्रतिसाद देत होती. त्याच्याबरोबर ती

हृदयापासून त्या रतिक्रिडेत रममाण झाली होती कारण–

कारण ती भाबडी रशियन पोरगी खरोखरच बाँडच्या प्रेमात पडली होती...!

□

## २१. *ओरिअंट एक्सप्रेस*

खास आणि विशिष्ट दर्जाच्या कितीतरी रेल्वेगाड्या दररोज सबंध युरोपभर धावत प्रवास करत असतात. पण ओरिअंट एक्स्प्रेस ही अशी एकमेव गाडी आहे जी आठवड्यातून केवळ तीनच दिवस प्रवास करते. चमचमत्या स्टीलच्या रेल्वेलाईनवरून, आपला खास दिमाख असलेली ही गाडी इस्तंबूल ते पॅरिस हा चौदाशे मैलांचा प्रवास करते.

स्टेशनावरच्या आर्कलाईट्सच्या प्रकाशात या गाडीचं जर्मन बनावटीचं, लांबट आकाराचं डौलदार इंजिन त्या रात्री धापा टाकाव्यात किंवा सुस्कारे सोडावेत त्याप्रमाणे वाफेचे लोट सोडत प्लॅटफॉर्मशी उभं होतं. त्याच्या धापा नि सुस्कारे एखाद्या ड्रॅगननं फुत्कार सोडावेत तसे भासत होते. प्रत्येक सुस्कारा दमदार आणि एकामागोमाग एक असा शिस्तीत येत होता आणि त्या पाठोपाठ पडणारा वाफेचा लोट इंजिन आणि त्यामागचा डबा यांच्या कपलिंगमधल्या मोकळ्या जागेतून वर उसळत ऑगस्ट महिन्याच्या गरम हवेमधे अगदी क्षणात विरून जात होता. सामान्य, ओबडधोबड बांधणी असलेल्या इस्तंबूल रेल्वेस्टेशनात उभी असलेली ओरिअंट एक्सप्रेस हीच एकमेव 'जिवंत' अशी गाडी होती. स्टेशनामधल्या इतर रेल्वेलाईनींवर उभ्या असलेल्या इतर गाड्यांना इंजिनं जोडलेली नव्हती कारण त्या दुसऱ्या दिवशी सुटणाऱ्या होत्या. तीन नंबरची रेल्वेलाईन आणि तिच्यालगतचा प्लॅटफॉर्म या दोहोंवर एकप्रकारचं ताटातुटीमुळे निर्माण होणारं विरहाचं, दुःखाचं सावट पसरल्यागत वाटत होतं. कारण याच तीन नंबरच्या प्लॅटफॉर्मवरून आणखी थोड्या वेळानं ओरिअंट एक्स्प्रेस सुटणार होती. प्लॅटफॉर्मवर प्रवाशांची वर्दळ चालू होती. गर्द निळ्या रंगाच्या, गाडीच्या पहिल्या डब्याच्या चकचकीत बाजूवर एक भव्य पाटी लावलेली होती. त्या पाटीच्या शीर्षभागी पांढऱ्या पार्श्वभूमीवर ठळक काळ्या अक्षरांमध्ये गाडीचं नाव लिहिलेलं होतं– ओरिअंट एक्सप्रेस. या नावाखाली तीन ओळींमध्ये गाडीच्या प्रवासमार्गावरल्या स्टेशनांची नावं अनुक्रमे अशी लिहिलेली होती :

इस्तंबूल          थेस्सालोनिका          बिओग्राड

व्हेनेझिया          मिलान

लासाने          पॅरिस

जगातल्या या सर्वांत सुंदर आणि रोमँटिक पाटीकडे बघत जेम्स बाँड प्लॅटफॉर्मवर उभा होता. आत्तापर्यंत किमान दहा वेळातरी आपल्या मनगटी घड्याळावर त्यानं मधून मधून दृष्टीक्षेप टाकला होता. दहाव्यांदा त्यानं घड्याळ पाहिलं होतं तेव्हा त्यात ८ वाजून ५१ मिनिटं झाली होती. आपली नजर त्यानं परत समोरच्या पाटीकडे वळवली. पाटीवरल्या सर्व शहरांची नावं त्या त्या देशांमधल्या उच्चारांप्रमाणे लिहिलेली होती. अपवाद होतं ते फक्त मिलान. तिथे खरं तर मिलानो असं लिहायला हवं होतं. या एवढ्याच शहराचं नाव इथे असं का लिहिलेलं आहे? मिलान ऐवजी मिलानो का नाही? बाँडच्या मनात विचार आला. खिशामधून रुमाल काढून त्यानं आपला चेहरा पुसला. गाडी सुटायची वेळ होत आली तरी ही पोरगी अजून आली कशी नाही? ती आहे तरी कुठे? पळून जायचा प्रयत्न करत असताना कुठे ती पकडली तर गेली नाही? का तिनं आयत्यावेळी कच खाऊन माघार घेतली?... आणि पळून जाण्याचा बेत रद्द केला? क्रिस्टल पॅलेस मधल्या खास सूटमधे असलेल्या बादशाही पलंगावर काल रात्री नि आज सकाळी प्रणयक्रीडेदरम्यान आपण तिला जास्त त्रास दिला का? तिच्याबरोबर प्रणय करताना आपण फार धसमुसळेपणानं, आडदांडपणानं तर वागलो नाही? तिला फार छळलं तर नाही? बाँडच्या मनात एका मागोमाग एक विचार येऊ लागले...!

८ वाजून ५५ मिनिटं. इंजिनाच्या धापा नि सुस्कारे आता थांबले होते. त्याऐवजी इंजिनामधल्या ॲटोमॅटिक सेफ्टी-व्हाल्वमधून बाहेर सोडल्या जाणाऱ्या जादा वाफेचा 'व्हूऽऽ शऽऽश' असा संथ लयीतला आवाज आता ऐकू येत होता. सुमारे शंभर यार्डस् अंतरावर, प्लॅटफॉर्मवरल्या प्रवाशांच्या वर्दळीत उभा असलेला स्टेशनमास्तर बाँडच्या दृष्टीस पडला. त्यानं हात उंच करून गाडीच्या इंजिन ड्रायव्हरला नि फायरमनला इशारा केला. मग मागे वळून प्लॅटफॉर्मवरून चालत, थर्ड क्लासच्या डब्यांची दारं बंद करत, तो गाडीच्या दुसऱ्या टोकाच्या दिशेनं चालू लागला. थर्डक्लासच्या डब्यांमध्ये बसलेले बहुतांश प्रवासी हे शेतकरी होते. तुर्कस्थानामधल्या आपल्या नातेवाईकांकडे वीकएंड घालवल्यानंतर ते आता ग्रीसला परत चालले होते. डब्यांच्या खिडक्यांमधून बाहेर ओणावून, स्टेशनवर त्यांना सोडायला आलेल्या त्यांच्या आप्तमित्रांशी त्यांची बातचीत नि हास्यविनोद चालू होते. त्यांच्या बडबडीचा एक संमिश्र गलका सबंध प्लॅटफॉर्मभर ऐकू येत होता. प्लॅटफॉर्मच्या अगदी पार शेवटल्या टोकाला जिथे आर्कलाईटस्चे खांब संपत होते तिथे स्टेशनाच्या इमारतीच्या शेवटल्या कमानीपलीकडे, गर्द निळ्या रंगाचा आकाशाचा एक भाग आणि त्यात चमचमणारे तारे दिसत होते. गाडीच्या इंजिनाच्या टोकाकडल्या भागात, दूर प्लॅटफॉर्मलगत असलेल्या एका खांबावरला सिग्नलचा तांबडा दिवा एकदम हिरवा झालेला बाँडला दिसला.

गाडीच्या शेवटल्या डब्यापर्यंत चक्कर मारून स्टेशनमास्तर परत येत होता. ब्राऊन रंगाच्या गणवेशातल्या 'वॅगन-लिट्-अटेंडंटनं' बाँडच्या खांद्यावर स्पर्श करत सूचना दिली ''चला! गाडी सुटते आहे. आपल्या डब्यात चढा.'' अतिशय श्रीमंत भासणाऱ्या दोघा तुर्कांनी प्लॅटफॉर्मवर निरोप द्यायला आलेल्या अत्यंत देखण्या अशा बायकांची दीर्घ चुंबनं घेतली नि डब्याशी लावलेल्या छोट्याशा लोखंडी शिडीवरून फूटबोर्डच्या दोन उंच पायऱ्या चढून ते दोघं डब्यात शिरले. त्यांना निरोप द्यायला आलेल्या त्या दोन स्त्रियांनी इतका भडक मेकअप् केला होता की त्या त्यांच्या बायका नसून त्यांच्या रखेल्या असाव्यात असं दिसत होतं. गाडी सुटण्याची वेळ आता अगदी नजिक आली होती. आणि तरीही तातिआना कुठे दिसत नव्हती. बाँडची अस्वस्थता शिगेला पोहोचली. कंडक्टरनं, प्लॅटफॉर्मवर अगदी शेवटच्या घटकेपर्यंत कुणाची तरी वाट पाहात उभ्या असलेल्या या इंग्लीशमनकडे, एक उतावीळ दृष्टीक्षेप टाकला आणि डब्याच्या दाराशी लावलेली लोखंडी शिडी उचलून तिच्यासकट तो डब्यात शिरला.

स्टेशनमास्तर संथ पावलं टाकत बाँडजवळून इंजिनाच्या दिशेला गेला. आणखी दोन डबे ओलांडून तो पुढे जाईल. एक फर्स्टक्लासचा नि दुसरा सेकंड क्लासचा. हे डबे ओलांडून तो गार्डच्या व्हॅनपाशी पोहोचला की मग हातात असलेलं हिरवं निशाण वर करून तो ते फडकावील. बाँडच्या मनात येत होतं. स्टेशनच्या इमारतीच्या मुख्य प्रवेशद्वारातून लगबगीनं आत येत, प्लॅटफॉर्मवरून धावत-पळत अगदी आयत्या क्षणी येणारी एखादी व्यक्ती कुठे दिसत नव्हती. प्रवेशद्वाराजवळच्या उंच छताला टांगलेल्या भल्यामोठ्या घड्याळामधला मिनिटकाटा धक्का द्यावा त्याप्रमाणे एक इंचभर हलला आणि त्यानं वेळ दर्शवली– नऊ.

त्याच क्षणी बाँड उभा होता तिथल्या डब्याच्या एका खिडकीची लोखंडी झडप सर्रकन आवाज करत वर गेली. तलम विरविरीत अशा काळ्या जाळीदार कापडाचा बुरखा ओढलेलं एक मस्तक त्या खिडकीतून बाहेर आलं. ज्या तऱ्हेनं बुरखा ओढलेला होता ती पाहता त्या व्यक्तीला बुरखा ओढण्याची सवय नसावी हे अगदी स्पष्ट दिसत होतं. त्यातला नवशिकेपणा, बालिशपणा स्वच्छ दिसत होता. बुरख्याआड असलेला सुंदर चेहरा, निळ्या डोळ्यांमधे दिसणारे उत्तेजित भाव बाँडनं ओळखले. ती तातिआनाच होती. ''चला! जल्दी करा नि डब्यात या!'' बुरख्याआडून तिचे शब्द आले.

अलगद धक्का देत गाडी हलली होती. समोरून हलकेच पुढे जाणाऱ्या डब्याच्या दारावरला चकचकीत स्टील बार पकडून, लोंबकळतच बाँड फूटबोर्डच्या पायऱ्यांवर चढला. अटेंडंट डब्याचं दार उघडं ठेवून अजूनही त्याला लगटून उभा होता. उघड्या दारामधून आत प्रवेश करत बाँड सावकाशपणे डब्यात शिरला.

"मॅडमना बहुतेक उशीर झाला असावा." तो अटेंडंट बाँडला म्हणाला, "कारण त्या मधल्या कॉरिडॉर्समधून इथे आल्या. त्या अगदी आयत्याक्षणी गाडीच्या शेवटल्या डब्यामधे शिरल्या असाव्यात."

"अस्सं!" बाँड उद्गारला. कार्पेट अंथरलेल्या कॉरिडॉरमधून चालत कुपेच्या दारांवरले नंबर बघत तो डब्याच्या मध्यभागी पोहोचला. तिथे पांढऱ्या रंगाची धातूची एक पट्टी त्याला दिसली. तिच्यावर काळ्या रंगात ७ आणि त्याखाली ८ असे आकडे होते. ७ नंबरच्या कूपेचं दार उघडं होतं. त्यात शिरत बाँडनं दार बंद करून घेतलं. तातिआनानं डोक्यावरली काळी स्ट्रॉ-हॅट आणि बुरखा बाजूला काढून ठेवला होता. ती कोपऱ्यात खिडकीपाशी बसलेली होती. तिच्या अंगात गुडघ्यांखाली पोहोचणारा लांब सेबल कोट होता. त्याचा पुढला भाग उघडा होता. त्या खाली तिनं 'स्किन कलर'चा ब्लाऊज नि ठिपक्या ठिपक्यांचा स्कर्ट असा पोशाख घातलेला होता. कंबरेला मगरीच्या कातड्याचा-चकचकीत पॉलिश केलेला- पट्टा बांधला होता. पायांमधे मधाळ रंगाचे मोजे नि काळे बूट होते. तिची मुद्रा अगदी शांत दिसत होती.

"माझ्यावर तुमचा विश्वास दिसत नाही, जेम्स." ती म्हणाली.

"तानिआ..." तिच्या शेजारी बसत बाँड म्हणाला, "या कूपेमध्ये जर पुरेशी जागा असती ना तर तुला माझ्या गुडघ्यांवर पालथी घालून मी तुला चांगले फटकेच लगावले असते. माझ्या जिवाची केवढी घालमेल केलीस तू, तुला काही कल्पना आहे? माझं हृदय बंद पडायचंच काय ते बाकी राहिलं होतं. तुला एवढा उशीर का झाला? काय झालं होतं?"

"काय होणार?" बाँडकडे भोळेपणानं बघत ती म्हणाली, "काही झालं नाही. गाडीच्या वेळेवर मी येईन असं तुम्हाला म्हणाले होते. त्याप्रमाणे आले. पण तुमचा माझ्यावर विश्वास दिसत नाही. माझ्याबरोबर जो हुंडा मी आणलाय त्यातच तुम्हाला जास्त इंटरेस्ट आहे असं मला आता अगदी खात्रीनं वाटायला लागलं आहे. माझ्यापेक्षा त्याचंच मोल तुम्हाला अधिक आहे असं दिसतंय. तो बघा, तुमच्यासाठी मी आणलेला हुंडा तिथे वर ठेवलाय."

बाँडनं सहज वर पाहिलं. वरच्या रॅकवर त्याच्या सूटकेस शेजारी सुबक कातडी आवरणातल्या दोन लहान पेट्या ठेवलेल्या होत्या. बाँडनं तातिआनाचा हात आपल्या हातात घेतला आणि तो म्हणाला, "मला तुझ्याबद्दल केवढी काळजी लागून राहिली होती. तू इथे सुरक्षितपणे आलीस हे चांगलं झालं."

त्याच्या नजरेत अपराधित्वाचा भाव क्षणभर तरळून गेल्याचं तिला जाणवलं. तिनं बरोबर आणलेल्या स्पेक्टर मशीनपेक्षा त्याला तिच्यामध्ये जास्त इंटरेस्ट आहे याबद्दल तिची खात्री पटली आणि ती एकदम स्वस्थचित्त झाली. त्याचा हात

आपल्या हातात तसाच ठेवून ती सीटवर मागे रेलली. समाधानानं!

सेराग्लिओ पॉईंटला वळसा घालून गाडी हळूहळू वेग घेत मार्गक्रमण करत होती. बाहेर असलेल्या खांबांच्या दिव्यांच्या प्रकाशात रेल्वेलाईनीच्या कडेला असलेल्या झोपड्यांची मागे पडणारी छप्परं दिसत होती. आपला मोकळा हात खिशात घालून बाँडनं एक सिगरेट काढली आणि ओठांमधे अडकवत शिलगावली. तिचा झुरका घेत तो आरामात मागे रेलला. आणखी थोड्याच वेळात क्रिलेंकू जिथं राहात होता त्या परिसराच्या जवळून गाडी जाईल! त्याच्या मनात आलं. चोवीस तासांपूर्वी घडून गेलेल्या घटनांचा दृश्यपट त्याच्या डोळ्यांसमोरून सरकू लागला. अगदी जशा घडल्या तशाच्या तशा साऱ्या घटना सगळ्या बारीकसारीक तपशीलांसह त्याला दिसू लागल्या. करीमबरोबर क्रिलेंकूच्या मागावर तो गेला होता, त्या परिसरातले रस्ते. एकमेकींना छेदणाऱ्या गल्ल्या. अंधाराच्या छायांमधे पाळत ठेवून दडून बसलेली दोन माणसं! (करीम आणि तो स्वत:) काही अंतरावर असलेल्या मेरीलीन मन्रोच्या भव्य पोस्टरच्या मागे झालेल्या चोरट्या हालचाली. तिच्या ओठांची झडप उघडली जाऊन त्यातून हळूच बाहेर पडणारा क्रिलेंकू आणि करीमनं टेलिस्कोपिक गनमधून त्याच्यावर गोळी झाडताच काही फुटांवरून धप्पकन् खाली पडलेला त्याचा देह! मेरीलीन मन्रोच्या जांभळसर ओठांमधून बाहेर पडण्याच्या प्रयत्नात असताना मारला गेलेला करीमचा वैरी– क्रिलेंकू! सगळ्या सगळ्या घटना एखादा चित्रपट दिसावा तशा बाँडच्या डोळ्यांसमोरून तरळून गेल्या...

तातिआना निरागसपणे बाँडच्या चेहऱ्याचं निरीक्षण करत होती. ह्याच्या मनात आता कसले विचार चालले असतील? थंडपणे बघणाऱ्या त्याच्या काळ्या-निळ्या डोळ्यांआड आत्ता काय खळबळ चालू आहे? त्याची नजर कधीकधी अगदी मृदू, स्नेहार्द्र असते तर कधी कठोर, उग्र भासते. आदल्या रात्री आपल्या बाहुपाशांमध्ये बद्ध होऊन हा जेव्हा आपल्याशी रममाण झाला होता तेव्हा त्याचे हेच गर्द निळे डोळे पेटल्यागत वाटत होते नि तेजस्वी हिऱ्यांसारखे चकाकत होते. पण तेच डोळे आत्ता मात्र खोल विचारांमध्ये बुडून गेल्यासारखे दिसतायत. आत्ता या क्षणी तो आपल्या दोघांबद्दल काळजी करतोय का? दोघांच्या सुरक्षिततेबद्दल याला चिंता वाटतेय का? त्याला वाटतेय तसली काही काळजी करायचं काही कारण नाही हे जर याला आत्ता उघडपणे सांगता आलं असतं तर किती बरं झालं असतं! आपल्याला आणि आपण बरोबर आणलेल्या स्पेक्टर यंत्राच्या दोन सुबक पेट्यांना इंग्लंडपर्यंत सुरक्षितपणे घेऊन जाणारा एक पासपोर्ट एवढीच याची तूर्तास भूमिका आहे हे जर आपल्याला आत्ता याला सांगता आलं असतं तर याच्या मनावरला ताण हलका झाला असता! तातिआनाच्या मनात एका मागोमाग एक विचार येत होते. आदल्या दिवशी संध्याकाळी रेसिडेंट डायरेक्टरनं तिच्या ऑफिसात स्पेक्टर यंत्राच्या

त्या दोन सुबक पेट्या तिच्या हवाली केल्या होत्या आणि तो आनंदी स्वरात तिला म्हणाला होता, "हा तुझा इंग्लंडला जायचा पासपोर्ट, बरं का कार्पोरल. हा बघ!" पेटीच्या केसची झिप् उघडून आतलं यंत्र तिला दाखवत तो पुढे म्हणाला होता, "आपलं अगदी नवं कोरं स्पेक्टर यंत्र. हे यंत्र अजिबात नजरेआड होऊ द्यायचं नाही हे ध्यानात ठेव! तू इंग्लंडला पोहोचेपर्यंत हे यंत्र तुझ्या कंपार्टमेंटमधून बाहेर जाऊ द्यायचं नाही की हे उघडून कुणाला दाखवायचं सुद्धा नाही. नाहीतर तो लुच्चा इंग्लीशमन हे तुझ्याकडून काढून घेईल आणि त्यानंतर तुला चालत्या गाडीतून सरळ बाहेर फेकून देईल. त्याला, त्याच्या लोकांना हे मशीन हवंय. त्यांना फक्त यातच इंटरेस्ट आहे, हे पक्कं लक्षात असू दे. कोणत्याही परिस्थितीत हे मशीन त्यांना तुझ्याकडून घेऊ देऊ नकोस. नाहीतर तुला नेमून दिलेल्या कामात, तुझ्या कर्तव्यात कसूर केलीस असं गृहित धरलं जाईल. मी सांगितलं ते नीट ध्यानात आलं ना सगळं?"...

खिडकीच्या बाहेर असलेल्या अंधारातून एक सिग्नल बॉक्स क्षणभर दृश्यमान होऊन झर्रकन मागे निघून गेली. बाँड उठला आणि खिडकीवरचं लोखंडी शटर खाली पाडून त्यानं ती बंद केली. अंधुक प्रकाशात तो पुन्हा तिच्याजवळ येऊन बसला. तिनं आपल्या गुडघ्यानं त्याला स्पर्श केला. त्याच्या स्पर्शानं तिला धीर आल्यागत वाटलं. आदल्या रात्री क्रिस्टल पॅलेस हॉटेलमधल्या त्या विशिष्ट सूटमध्ये विवस्त्रावस्थेत, खिडकीवरला पडदा बाजूला करून, तो बाहेरचं चांदणं बघत उभा होता तेव्हा तिनं त्याला प्रथम पाहिलं होतं. त्याचे काळेभोर केस आणि फिकट चंद्रप्रकाशात दिसणारं त्याचं गौरवर्णी शरीर तिला किती लोभसवाणं वाटलं होतं! त्यानंतर तो तिच्याजवळ आला होता तेव्हा कामभावनेनं दोघांच्याही डोळ्यामध्ये आणि देहांमध्ये जणू स्फुल्लिंगं पेटली होती. त्यानंतर दोघांनी केलेली ती अविस्मरणीय प्रणयक्रीडा. वास्तविक ती दोघंही आपापल्या देशांची गुप्तहेर होती. एकमेकांविरुद्ध रचलेल्या कटात गुंतलेली होती. पेशानं, नीतिनं कठोर होती. त्यांच्या शासनांनी त्यांना नेमून दिलेल्या कामगिऱ्या त्यांना पार पाडायच्या होत्या. आपापल्या देशांच्या शासनांच्या आज्ञांखाली ती होती. पण तरीसुद्धा ती सारी बंधनं झुगारून, सबंध जग एका बाजूला सारून ती दोघं काया-वाचा-मनानं एकमेकांशी एकरूप झाली होती. एकमेकांच्या प्रेमपाशांमधे गुंतली होती. दोन कट्टर हेरांचं परिवर्तन एका प्रणयी युगुलामधे होऊन गेलं होतं. आणि हे परिवर्तन कसं घडून आलं हे त्यांचं त्यांनादेखील समजलं नव्हतं. हे परिवर्तन, एकमेकांबद्दल निर्माण झालेलं आकर्षण या साऱ्याच गोष्टी किती अद्‌भुत नि विलक्षण होत्या...!

तातिआनानं बाँडच्या कोटाची कड पकडून एक सूचक हिसका दिला. त्याबरोबर त्यानं खिडकीचं शटर वर उचलत ती उघडली आणि वळून तिच्याकडे पाहिलं.

खिडकीतून आत येणाऱ्या मंद उजेडात त्याला तिचा चेहरा दिसला. तिच्या डोळ्यांमध्ये आवाहन होतं. बाँडला ते अचूक समजलं. तिच्याकडे बघत त्यानं स्मित केलं. फर कोटाखालून आकारून वर आलेल्या तिच्या वक्ष:स्थळांवर त्यानं आपले हात ठेवले आणि ती कुरवाळत तिच्या ओठांचं तो आवेगानं चुंबन घेऊ लागला. मागे रेलत तातिआनानं त्याला आपल्या अंगावर ओढून घेतलं.

त्याच क्षणी त्यांच्या कूपेच्या दारावर दोनदा अगदी हळूच टकटक झाली आणि त्याच्या सुंदर एकांताचा भंग झाला. बाँड पटकन उठून उभा राहिला. खिशामधून रुमाल काढून आपल्या ओठांवर लागलेलं लिपस्टिक त्यानं खसखसून पुसून टाकलं आणि तो तातिआनाला म्हणाला, "बाहेर माझा मित्र करीम आलेला दिसतोय. मी त्याच्याशी थोडी बातचित करून येतो. कंडक्टरला आपले बिछाने घालून ठेवायला सांगतो. तो इथे येईल तेव्हा तू इथंच थांब! मी दाराबाहेरच आहे. मला फार वेळ लागणार नाही." त्यानं तिच्या विस्फारलेल्या आर्त डोळ्यांकडे आणि सोत्सुक विलग ओठांकडे पाहिलं आणि पुढे होऊन मृदुपणे तिचा हात धरत तो तिला म्हणाला, "अशी एकदम हिरमुसली होऊ नकोस. पुढे असलेली सबंध रात्र आपली-आपल्या दोघांचीच आहे. पण सर्वप्रथम तू सुरक्षित आहेस याबद्दल मला खात्री करून घ्यायलाच हवी."

कूपेच्या दाराचा खटका दाबून ते उघडत बाँड पटकन बाहेरच्या कॉरिडॉरमध्ये गेला. बाहेर डार्को करीमचा आडमाप देह कॉरिडॉर झाकत उभा होता. चकचकीत पितळी रेलिंग बारवर रेलून, सिगारेट ओढत, खिडकीबाहेर, समोर काही अंतरावर दिसणाऱ्या मार्मारा समुद्राकडे बघत तो आपल्याच नादात उभा होता. ओरिअंट एक्सप्रेस एखाद्या नागिणीसारखी समुद्रकिनारपट्टी लगतच्या प्रदेशातून मार्गक्रमण करत होती. आणि थोड्या वेळानंतर उत्तर दिशेकडे वळून ती अंतर्देशीय प्रदेशातून पुढे कूच करणार होती. करीम जवळ जात बाँड त्याच्या शेजारी पितळी रेलिंगवर रेलून उभा राहिला. समोर असलेल्या खिडकीच्या नितळ काचेत करीमला त्याचं प्रतिबिंब दिसलं तेव्हा तो म्हणाला, "बातमी चांगली नाही. त्यांची तीन माणसं या गाडीनंच प्रवास करतायत."

"अस्सं?" बाँड चमकून उद्गारला. वीजेसारखी एक लहर त्याच्या पाठीच्या कण्यामधून सरसरत निघून गेली.

"माझ्या पेरिस्कोपमधून, रशियनांच्या खलबत खोलीत आपल्याला दिसली होती तीच ही तीन माणसं आहेत. याचाच अर्थ असा की ते तिघं तुमच्या आणि त्या पोरीच्या मागावर आहेत." करीमनं तीक्ष्णपणे आजूबाजूला दृष्टीक्षेप टाकला आणि तो पुढे म्हणाला, "रशियन रेसिडेंट डायरेक्टरशी बातचीत करणारे आपल्याला दिसलेले हेच ते तिघं परकीय. म्हणजे ही पोरगी– तातिआनाही– डबल एजंट

असली पाहिजे. की तिचा फक्त आमिष म्हणून ते उपयोग करतायत?''

बाँड अगदी शांत नि अविचल राहिला. एकंदरीत ही पोरगी आपल्यासाठी आमिष– एक अत्यंत गोड असं आमिष– म्हणून पाठवण्यात आली आहे तर! त्याच्या मनात आलं. पण तरीही ही गोष्ट त्याला पटेना! अहं! ती मुलगी नाटक करत नाहीये! लबाडीही करत नाहीये. ती खरोखरच आपल्या प्रेमात पडलीय! आत्तापर्यंतची तिची सगळी वागणूक हेच दर्शवतेय की ती आपल्याशी प्रामाणिक आहे...! बाँडच्या मनात झरझर विचार आले. आणि तिनं बरोबर आणलेलं ते सायफर मशीन? तिनं आणलेल्या पेट्यांमध्ये ते कदाचित नसेलही! काय सांगावं? या विचारासरशी बाँड एकदम ताठ झाला. ''जरा एक मिनिट थांबा! मी आलोच.'' तो करीमला म्हणाला आणि वळून आपल्या कूपेच्या बंद दारावर त्यानं टक्टक केली. आतून दाराचा खटका उघडल्याचा आवाज आला. दार उघडलं जाताच बाँड पटकन आत शिरला, आणि त्यानं ते परत लावून घेतलं. त्याला बघून तातिआनाच्या मुद्रेवर आश्चर्याचे भाव आले. कारण बिछाने घालण्यासाठी कंडक्टर आला असावा असं तिला वाटलं होतं.

''हे काय? झालं एवढ्यात तुमचं बोलणं?'' स्मित करत तिनं बाँडला विचारलं.

''तातिआना. जरा खाला बैस. मला तुझ्याशी थोडं बोलायचंय.'' बाँड तिला म्हणाला.

त्याच्या चेहऱ्यावरचा कठोर, थंड भाव पाहून तिच्या चेहऱ्यावरलं स्मित विरलं. आपले दोन्ही हात मांड्यांवर ठेवत ती आज्ञाधारकपणे सीटवर बसली.

बाँड तिच्यासमोर उभा राहिला. तिच्या चेहऱ्यावर, डोळ्यांमध्ये अपराधीपणाचा भाव दिसतोय का? का ती भ्यायलीय आणि तिच्या मुद्रेवर भीतीचे भाव दिसतायत. अहं! या दोन्हीपैकी काहीही नाही. तिच्या चेहऱ्यावर दिसतोय तो फक्त आश्चर्य वाटल्याचा भाव! आणि एकप्रकारचा शांत अविचलपणा! थेट त्याच्या शांतपणाशी जुळणारा! ''हे बघ, तातिआना! मी काय म्हणतोय ते नीट ऐक!'' बाँडचा स्वर थोडा कठोर आला. ''जरा थोडीशी गडबड झालीय. तू बरोबर आणलेल्या पेट्यांमध्ये सायफर मशीन आहे की नाही हे मला आत्ताच्या आत्ता बघायला हवं!''

''वर ठेवलेली ती पेटी खाली काढून उघडून बघा.'' तातिआना त्याला बेफिकीरपणे म्हणाली. पण दुसऱ्याच क्षणी तिच्या डायरेक्टरचे शब्द तिला आठवले. हे लोक आता सायफर मशीन ताब्यात घेतील आणि आपल्याला बाजूला सारतील. मधेच कुठल्यातरी स्टेशनावर आपल्याला उतरवून देतील... किंवा काय सांगावं? चालत्या गाडीतून आपल्याला बाहेरसुद्धा फेकून देतील! शेवटी ज्याची आपल्याला धास्ती वाटत होती तो निर्वाणीचा क्षण आलाच तर एकूण! चला, संपलं सगळं...!

तातिआनाच्या मनात विचारांचं काहूर माजलं. तिच्या हातांचे तळवे घामेजले.

हात वर करून वरच्या रॅकवर ठेवलेली जड पेटी उचलून बाँडनं ती खालच्या सीटवर ठेवली. त्या सुबक पेटीची झिप् सर्रकन उघडून त्यानं आत पाहिलं. आणि– होतं, आत मशीन होतं! करड्या रंगाच्या धातूच्या केसमध्ये बसवलेल्या त्या मशीनवर टाईपरायटरच्या की-बोर्डसारख्या चपट्या बटणांच्या तीन रांगा होत्या. मात्र बटणं वेगळ्या आकाराची आणि अतिशय सुबक अशी होती. उघडलेली ती पेटी तातिआनाच्या पुढ्यात सरकवत त्यानं तिला विचारलं, ''हेच का तुमचं ते स्पेक्टर यंत्र?... सायफर मशीन?''

''हो.'' त्या उघड्या बॅगेकडे बघत तातिआना उत्तरली.

बाँडनं त्या पेटीची झिप् बंद केली आणि ती उचलून पुन्हा वरच्या रॅकवर, होती तिथे, ठेवली. मग तो तातिआनाजवळ बसला आणि तिच्याकडे बघत म्हणाला, ''एम जी बीची तीन माणसं या गाडीतून आपल्याबरोबर प्रवास करतायत. सोमवारी तुमच्या सेंटरवर– तुमच्या गुप्त खलबत खोलीमधे आले होते– तेच हे तिघंजण आहेत हे आम्हाला अगदी पक्कं ठाऊक आहे. तुमच्या गुप्तचर खात्याची ही तीन माणसं इथे काय करतायत, तातिआना? या गाडीवर ती कशासाठी आली आहेत?'' बाँडचा स्वर अगदी मृदु होता. अत्यंत सावधपणे आणि बारकाईनं तो तिच्या चेहऱ्याचं निरीक्षण करत होता.

तातिआनानं वर पाहिलं. तिच्या टपोऱ्या डोळ्यांमध्ये आसवं तरळत होती. चोरी पकडली गेल्यानंतर एखाद्या लहान मुलाच्या डोळ्यांमध्ये येतात तसे हे अश्रू आहेत का? बाँडच्या मनात आलं. तथापि तिच्या डोळ्यांमध्ये किंवा चेहऱ्यावर अपराधीत्वाचा थोडासुद्धा मागमूस दिसत नव्हता. काही वावगं केल्याची काही निशाणी दिसत नव्हती. ती कशामुळे तरी खूप घाबरली होती आणि तिच्या चेहऱ्यावर दिसून येत होते ते फक्त भीतीचे भाव!

तिनं आपला हात पुढे केला आणि घुटमळल्यागत एकदम पुन्हा मागे घेतला. ''तुम्हाला... तुम्हाला आता हे मशीन मिळालंय्. मग... तुम्ही आता मला चालत्या गाडीतून बाहेर तर फेकून देणार नाहीत ना?'' रडवेल्या, भयकंपित स्वरात तिनं विचारलं.

''अर्थातच नाही'' बाँड अस्वस्थपणे, आश्वासक स्वरात म्हणाला, ''उगीच काहीतरी मूर्खासारखं बोलू नकोस आणि खुळ्यासारखी वागू नकोस! मात्र एम जी बीची ही तीन माणसं इथं– या गाडीत– काय करतायत हे आपल्याला कळायलाच हवं! हा सगळा प्रकार तरी काय आहे तानिआ? हे तिघंजण या गाडीनं येणार आहेत हे तुला माहिती होतं का?''

तिच्या चेहऱ्यावरल्या बदलत्या भावांमधून एखादा धागा गवसतो का याचा वेध

घेण्याचा बाँड प्रयत्न करू लागला. पण त्याला अपेक्षित होतं तसलं काहीही न दिसता त्याऐवजी तिच्या मुद्रेवर सुटकेचे भाव दिसत होते. पण त्याबरोबरच तिच्या मनात कसली तरी चलबिचल चालली असावी हेही तिच्या चेहऱ्यावरून दिसत होतं. ती काहीतरी दडवते आहे का? हो! नक्कीच ती आपल्यापासून काहीतरी दडवतेय! काहीतरी लपवतेय... पण... ते काय आहे? काय लपवतेय ती?...

तातिआना थोडी सावरल्यासारखी झाली. पालथ्या हातानं तिनं आपल्या डोळ्यांमधून ओघळणारे अश्रू पुसले. मग पुढे होत त्याच्या गुडघ्यावर आपला तो हात तिनं ठेवला. पुसलेले अश्रू तिच्या हातावर चमकताना दिसू लागले. तिनं बाँडच्या डोळ्यांमधे खोल पाहिलं. त्यानं तिच्यावर विश्वास ठेवावा असे आर्त भाव तिच्या नजरेमधे आले. ती आर्तता, तो व्याकुळपणा मात्र अगदी खरा, अस्सल होता. काय बोलावं हे ती बहुधा मनाशी ठरवत होती.

''जेम्स.'' जराशानं ती म्हणाली, ''ती माणसं या गाडीनं येणार आहेत हे मला खरंचंच माहिती नव्हतं. ती आज जर्मनीला परत जाणार आहेत एवढंच मला सांगण्यात आलं होतं. ती विमानानं जातील असं मला वाटलं. बस्स! फक्त एवढंच मी तुम्हाला सांगू शकते. आपण आता जोपर्यंत इंग्लंडला पोहोचत नाही, माझ्या लोकांचे हात पोहोचतात त्या कक्षेबाहेर आपण जोवर पोहोचत नाही तोवर मला आणखी काही विचारू नका. जे मी करेन असं मी तुम्हाला म्हणाले होते ते मी केलं. मी सायफर मशीन घेऊन आलेय. माझ्यावर विश्वास ठेवा. आणि आपल्या दोघांबद्दल कसलंही भय बाळगू नका. ही माणसं आपल्याला काही धोका पोचवणार नाहीत याबद्दल माझी पक्की खात्री आहे. अगदी पक्की! प्लीज! माझ्यावर विश्वास ठेवा!'' (आपण याला हे इतक्या खात्रीपूर्वक सांगत आहोत पण आपल्याला तरी त्या तिघा इसमांबद्दल खरी आणि खात्रीशीर माहिती आहे का? तातिआनाच्या मनात येत होतं! त्या क्लेबबाईनं आपल्याला जे काही सांगितलंय ते सगळं तरी खरं आहे का? का हा भुलाव्याचा काहीतरी पाताळयंत्री डाव आहे?... पण जे काही आपल्याला सांगितलं गेलंय त्यावर आपल्याला विश्वास हा ठेवायलाच हवा. ज्या ऑर्डर्स आपल्याला दिल्या गेल्या आहेत त्यांचं विश्वासपूर्वक, निष्ठापूर्वक पालन आपण केलंच पाहिजे. आपण गाडीतून मधेच कुठेतरी उतरून गुल होत नाही ना यावर लक्ष ठेवण्यासाठी त्या तिघाजणांचा पहारा कदाचित आपल्यावर बसवण्यात आला असावा! बाकी दुसरा काही उपद्रव ही माणसं आपल्याला करणार नाहीत. एकदा का आपण लंडनला पोहोचलो की ज्याच्यावर आपला जीव जडलाय तो हा इंग्लिशमन आपल्याला अशा एखाद्या सुरक्षित स्थळी दडवून ठेवील की मग 'स्मेर्श'चे हात सुद्धा तिथपर्यंत पोहोचू शकणार नाहीत. तिथे गेल्यावर याला हवी आहे ती सगळी माहिती आपण याला सांगू!... (ही गोष्ट तिनं मनाशी केव्हाच

ठरवलेली होती.) पण आत्ताच जर आपण आपल्या लोकांचा विश्वासघात केला तर... तर मग काय होईल हे तो देवच जाणे! ते लोक तिला आणि त्याला– दोघांनाही धरतील! कारण त्या लोकांपासून कोणतीही गोष्ट लपून राहू शकत नाही. काहीही गुप्त राहू शकत नाही... आणि अपराधाला त्यांच्यापाशी क्षमा नसते. ते लोक कसलीही दयामाया दाखवत नाहीत... तेव्हा या साऱ्या प्रकरणात जी भूमिका आपल्याला देण्यात आलीय ती आपण वठवायची हेच तूर्तास सूज्ञपणाचं ठरेल!... म्हणजे सारं काही आपोआप ठीक होईल...!) आपल्या सांगण्यावर याचा विश्वास बसलाय का? तसलं काही चिन्ह बाँडच्या मुद्रेवर दिसतंय का याचा वेध तातिआना घेऊ लागली.

बाँडनं खांदे उडवले आणि तो उठून उभा राहिला. "काय म्हणावं हेच मला समजत नाहीये, तातिआना." तो म्हणाला, "तू माझ्यापासून काहीतरी लपवते आहेस असं मला वाटतंय. पण ते फारसं महत्त्वाचं नाहीये असं तुला वाटतंय म्हणून तू ते लपवते आहेस. आपल्या दोघांना काही धोका नाही, आपण सुरक्षित आहोत या तुझ्या बोलण्यावर मी विश्वास ठेवतो. ती तीन माणसं या गाडीमधे आली हा कदाचित योगायोगसुद्धा असू शकेल. मला माझ्या मित्राशी– करीमशी– याबाबत बोलायला हवं. म्हणजे नेमकं काय करायचं हे ठरवता येईल. काही असो, पण तू काळजी करू नकोस. आमचं तुझ्यावर लक्ष राहील. तुझ्या सुरक्षिततेची आम्ही सर्वतोपरीनं काळजी घेऊ. मात्र आपल्याला खूप सावधगिरी बाळगायला हवी."

बाँडनं सबंध कूपेमधून नजर फिरवली. मध्यभागी, पलीकडच्या कूपेत येता यावं असा एक दरवाजा होता. त्याचं हँडल फिरवून तो त्यानं ढकलून पाहिला. पण तो कुलूपबंद होता. बिछाने लावणारा कंडक्टर येऊन गेल्यानंतर, तो मधला दरवाजा पलीकडून कुणाला उघडता येऊ नये म्हणून त्याच्या तळाच्या फटीत पाचर ठोकून ठेवायची असं त्यानं मनाशी ठरवलं. कॉरिडॉरकडे उघडणाऱ्या दाराला पण आतून अशीच पाचर मारून ठेवायची! आणि हो! रात्रभर जागं राहून आपल्याला पहारा द्यावा लागणार हे ओघानं आलंच! एकंदरीत चाकांवर धावणाऱ्या या छोट्याशा घरकुलातल्या मधुचंद्रासाठी आपल्याला बऱ्याच खबरदाऱ्या घ्याव्या लागणार आहेत तर! या विचारानं बाँडनं स्वत:शीच स्मित केलं आणि कंडक्टरला बोलावण्यासाठी कॉलबेलचं बटण दाबलं. तातिआना त्याच्याकडे उत्सुकतेनं बघत होती.

"तू अजिबात काळजी करू नकोस, तानिआ." तो तिला पुन्हा म्हणाला, "अगदी कशाचीही काळजी करू नकोस. तो माणूस बिछाने घालून गेला की तू अगदी खुशाल झोप. मी दार ठोठावतोय अशी खात्री करून घेतल्याशिवाय दार उघडू नकोस. आजची रात्रभर बसून मी पहारा देईन. सबंध रात्र जागा राहीन. उद्यापर्यंत कदाचित सगळं काही ठीकठाक होऊन जाईल. मी करीमशी बोलून जरूर तो बेत

ठरवतो. तो फारच चांगला माणूस आहे.''

त्याचवेळी दारावर टकटक झाली. कंडक्टर आला होता. दार उघडून बाँडनं त्याला आत घेतलं आणि तो स्वत: बाहेरच्या कॉरिडॉरमध्ये गेला. पितळी कठड्याला रेलून करीम अजूनही खिडकीबाहेर बघत उभा होता. गाडीनं आता चांगलाच वेग घेतला होता. रात्रीचा काळोख चिरत ती फुफाटत धावत होती. तिच्या इंजिनाची कर्णकर्कश्श शिट्टी वातावरणातून घुमत त्यांच्या डब्यापर्यंत ऐकू येत होती. रात्रीच्या काळोखात घुमणारा त्या शिट्टीचा आवाज काहीसा उदासवाणा नि खिन्न वाटत होता. अजिबात हालचाल न करता करीम अगदी स्तब्धपणे उभा होता. परंतु खिडकीच्या काचेच्या आरशात दिसणारे त्याचे डोळे, त्याची नजर मात्र अत्यंत सावध होती.

बाँड त्याच्याशेजारी जाऊन उभा राहिला आणि तातिआनाशी झालेल्या बोलण्याबद्दल त्यानं त्याला सांगितलं. पण त्या पोरीवर, तिच्या बोलण्यावर आपला एवढा विश्वास का बसलाय हे करीमला समजावून सांगणं तेवढं सोपं नव्हतं! ती बोलत असताना तिच्या डोळ्यांमध्ये आपल्याला कोणते भाव दिसले याचं वर्णन जेव्हा तो करू लागला तेव्हा काचेमध्ये दिसणाऱ्या प्रतिबिंबात करीमनं उपरोधानं मुडपलेले ओठ त्याला दिसले. तिच्या डोळ्यांमध्ये दिसणाऱ्या प्रामाणिक भावांवरून ती जे काही सांगते आहे ते खरं आहे अशी अंत:प्रज्ञा आपल्याला जाणवली असं त्यानं करीमला सांगितलं.

करीमनं एक दीर्घ नि:श्वास सोडला आणि तो म्हणाला, ''जेम्स! आत्ता या क्षणी गाडीत सगळं तुमच्या अधिकारात येतं. कारण आता हा तुमच्या मोहिमेचा भाग आहे. तुमची कामगिरी आता सुरू झालीय. सर्व गोष्टींबद्दल आपण आज दिवसभर पुष्कळ चर्चा केली आहे. सगळ्या बाजू सर्व दृष्टिकोनातून नीट तपासून पाहिल्या आहेत. आगगाडीनं प्रवास करण्यामधले धोके, दूतावासातर्फे एखाद्या 'डिप्लॉमॅटिक बॅग' मधून ते मशीन आपल्याला लंडनला गुपचूपपणे पाठवता येईल का? तसंच या रशियन पोरीची विश्वासार्हता, तिचा प्रामाणिकपणा इत्यादी सर्व बाबींबद्दल आपण भरपूर बोललो आहोत नि उहापोह केला आहे. या मुलीनं विनाअट तुमच्यापुढे शरणागती पत्करली आहे आणि ती तुमच्या कह्यात आली असं सकृतदर्शनी तरी अगदी निश्चितपणे वाटतंय. पण त्याचबरोबर तुम्ही स्वत:सुद्धा अंशत: का होईना, पण तिच्या कह्यात गेला आहात हेसुद्धा तुम्हाला मान्य करायलाच हवं. आणि तिच्यावर विश्वास ठेवायचा असं तुम्ही ठरवलंय. आज सकाळीच टेलिफोनवरून 'एम' शी माझं बोलणं झालं, तेव्हा तुम्ही जो काय निर्णय घ्याल त्याला त्यांचा पाठिंबा असेल असं त्यांनी मला सांगितलं. या बाबतीत त्यांनी सर्वकाही तुमच्यावरच सोडलंय. हेही ठीकच आहे. पण सकाळी माझी त्यांच्याशी फोनवरून बातचित झाली तेव्हा एम.जी.बी. ची तीन माणसं आपल्याबरोबर गाडीत असणार आहेत,

त्यांचा ससेमिरा आपल्यामागे लागणार आहे या गोष्टीची त्यांना काहीच कल्पना नव्हती. त्यांनाच काय आपल्याला सुद्धा नव्हती. पण जर ही पूर्वकल्पना आपल्याला असती तर मग आपले दृष्टिकोन बदलले असते आणि सगळंच चित्र बदललं असतं. हो की नाही?''

"हो.'' बाँड उत्तरला.

''मग आता करण्यासारखी एकच गोष्ट आपल्या हातात राहते ती ही की, या तिघा माणसांना रस्ता दाखवणे. काहीतरी करून त्यांना या गाडीतून उतरायला लावणे. च्यायला! ते साले तिघं नेमक्या याच गाडीत कशाला कडमडले आहेत हे देवालाच ठाऊक! पण तुम्ही म्हणता त्याप्रमाणे योगायोगांवर विश्वास ठेवायला मी बिलकूल तयार नाही. तेव्हा आता एक गोष्ट अगदी निश्चित. ती ही की आपण या माणसांबरोबर हा रेल्वेप्रवास करायचा नाही. काहीतरी करून त्यांना या गाडीतून कटवायचं! त्यांना मधेच उतरायला भाग पाडायचं, बरोबर?''

''अगदी बरोबर.''

''मग पुढलं सगळं आता माझ्यावर सोपवा. निदान आजच्या रात्रीपुरतं तरी. कारण आपण अजूनही माझ्याच देशातून प्रवास करतो आहोत. आणि इथे माझी सत्ता चालते. माझा वट आहे इथं! शिवाय माझ्यापाशी पैसाही भरपूर आहे. पैशाच्या जोरावर माणसाला काय वाटेल ते करता येतं. त्या तिघांना ठार मारून टाकणं अगदी सोपं आहे. सहज जमवता येईल हे. पण ही गोष्ट आपल्याला तूर्तास परवडायची नाही. कारण त्यामुळे गाडीचा निष्कारण खोळंबा होईल. शिवाय तुम्ही आणि ती पोरगी त्या प्रकरणात गुंताल. तेव्हा मी दुसरा काहीतरी मार्ग काढतो. त्यांच्यापैकी दोघांनी स्लीपिंग बर्थस् घेतल्या आहेत. त्या तिघांमधला मिशावाला प्रमुख आणि पाईप ओढणारा त्याचा जोडीदार हे दोघं तुमच्या मागच्या म्हणजे ६ नंबरच्या कूपेतून प्रवास करतायत.'' डोक्यानं मागे इशारा करत करीम म्हणाला, ''तो मिशावाला जर्मन पासपोर्टवर प्रवास करतोय. मेल्शर बेंझ या नावानं. एक सेल्समन म्हणून. रापलेल्या त्वचेचा तिसरा १२ नंबरच्या कूपेत आहे. तो आर्मेनियन आहे. कुर्ट गोल्डफर्ब या नावानं त्याच्याजवळसुद्धा जर्मन पासपोर्ट आहे, आणि त्यानं एका कन्स्ट्रक्शन इंजिनियरचं सोंग घेतलंय. त्या तिघांपाशी थेट पॅरिसपर्यंतच्या प्रवासाची तिकिटं आहेत. त्या तिघांची सगळी कागदपत्रं मी पाहिली. माझ्याजवळ पोलिस कार्ड आहे. त्याच्या जोरावर मी ट्रेन कंडक्टरकडून ती पाहण्यास मागितली. त्यानं काही आडकाठी केली नाही. या कंपार्टमेंटमधल्या सगळ्या प्रवाशांची तिकिटं आणि पासपोर्टस् त्याच्या कॅबिनमध्ये आहेत. तिघांमधला तिसरा, मानेवर फोडासारखं गळूवाला जो आहे त्याच्या सबंध थोबाडावरसुद्धा फोड, पुटकुळ्या नि मुरुमं असल्यामुळे तो फारच कुरुप नि घाणेरडा दिसतो. अजागळ असलेला हा प्राणी

निर्दय नि क्रूर वाटतो. त्याचा पासपोर्ट मात्र मला बघायला मिळाला नाही. माझ्या कंपार्टमेंटच्या पुढल्या फर्स्ट क्लासच्या डब्यातून तो प्रवास करतोय. सिटिंग-चेअर-कारमधून. गाडीनं तुर्कस्थानची सरहद्द ओलांडेपर्यंत त्याला आपला पासपोर्ट कंडक्टरजवळ द्यावा लागणार नाही. पण त्या बावळटानं आपलं प्रवासाचं तिकिट मात्र देऊन टाकलंय. आणि ते...'' करीमनं जादूगारासारखा आविर्भाव करत आपल्या कोटाच्या खिशात हात घालून पिवळ्या रंगाचं फर्स्टक्लासचं एक तिकिट बाहेर काढलं आणि ते बाँडसमोर नाचवीत, दात विचकून हसत, मोठ्या अभिमानानं तो पुढे म्हणाला, ''...आत्ता या क्षणी माझ्याजवळ आहे, माझ्या खिशात!''

''अरे, बापरे! ही किमया कशी काय घडवून आणलीत तुम्ही?'' बाँडनं आश्चर्यानं त्याला विचारलं.

त्यावर करीम मोठ्यानं खिदळला आणि हसत हसत म्हणाला, 'रात्री झोपायच्या अगोदर हा मठ्ठ आणि मूर्ख बैलोबा टॉयलेटमधे गेला. मी त्यावेळी कॉरिडॉरमधे उभा होतो. अचानक, लहानपणी कंडक्टरला चुकवून गाडीतून आम्ही विनातिकिट प्रवास कसे करायचो याची मला आठवण झाली. तो गाढव टॉयलेटमधे शिरल्यावर मी मिनिटभर वेळ जाऊ दिला. मग टॉयलेटपाशी गेलो आणि दाराचं हँडल गच्च धरून, सबंध देहाचा भार दारावर टाकून ते दाचून धरत ते जोरानं ठोठावलं आणि मोठ्यानं ओरडलो, ''तिकिट कलेक्टरऽऽ! तुमचं तिकिट दाखवा, प्लीज.'' हे वाक्य मी अगोदर फ्रेंचमधे आणि नंतर पुन्हा जर्मन भाषेमधे बोललो. आतमधून तो वैतागल्याची थोडीशी धुसफूस नि कुरकूर मला प्रथम ऐकू आली. मग जराशानं आतून हँडल फिरवत दार उघडण्याचा प्रयत्न त्यानं केला. पण मी मुंगळ्याप्रमाणे बाहेरून दार दाचून जाम चिकटून उभा होतो. दार उघडेना तेव्हा तो बहुतेक जाम झालं असावं, अडकून बसलं असावं असं त्या खुळ्याला वाटलं. तो आणखीनच वैतागला. तेव्हा मी मोठ्यानं पण अदबीच्या आवाजात म्हणालो, ''सॉरी, तुम्हाला त्रास देतोय. पण अस्वस्थ होऊ नका, माँसेयर. दाराच्या खालच्या फटीतून तिकिट बाहेर सरकवलंत तरी चालेल.'' त्या मूर्खानं दार उघडण्यासाठी आणखी थोडी धडपड केली. दाराच्या हँडलशी खटपट केली. पण मी दार हँडलसकट जाम दाबून धरलं होतं. आतून दम लागल्यानं त्याच्या धापा मला ऐकू आल्या. वैतागून त्यानं शिव्या घातल्या आणि जराशानं दाराच्या खालच्या फटीतून नाईलाजानंच तिकिट बाहेर सरकवलं. मी ते पटकन् ताब्यात घेतलं. ''मर्सी, माँसेयर'' असं नम्रपणे म्हणत त्याचे आभार मानले आणि तिथून त्वरेनं सटकलो. कपलिंगवरच्या कॉरिडॉरमधून पलीकडल्या कंपार्टमेंटमध्ये जात डबा बदलला.'' करीमनं आनंदानं खिदळत, एक हात वर उडवला आणि खदखदत्या स्वरात तो पुढे म्हणाला, ''तो मठ्ठ येडा आत्ता आपल्या सीटवर शांतपणे मस्त डुलक्या घेत असेल. सरहद्द आली की आपलं

तिकिट आपल्याला परत मिळेल अशी त्या खुळ्याची समजूत झाली असणार! पण त्याची ही समजूत चुकीची ठरणार आहे. कारण त्या तिकिटाला काडी लावून मी ते जाळून टाकणार आहे. त्याची राख खिडकीबाहेरच्या भरारणाऱ्या वाऱ्याबरोबर चहू दिशांना विखरून नाहीशी होईल.'' करीमनं खिडकीबाहेरच्या अंधाराकडे दृष्टी लावली आणि तो म्हणाला, ''या इसमाजवळ कितीही पैसे असले तरी त्याला आता गाडीतून खाली उतरावंच लागेल. कारण विनातिकिट प्रवास करताना तो धरला जाईल. हे सगळं मी जमवून आणेन. त्याच्याजवळ तिकिट नाही, तेव्हा त्यानं ते खरंच काढलं होतं का याची चौकशी केली जाईल असं त्याला सांगण्यात येईल. ती सगळी चौकशी, त्याचा जाब-जबाब करण्यासाठी वेळ लागेल. त्या दरम्यान त्या भोटमाला मधल्या एखाद्या स्टेशनात खोळंबून ठेवण्यात येईल. सगळी शहानिशा झाल्यावर त्याला पाठीमागून येणाऱ्या दुसऱ्या एखाद्या गाडीनं पाठवतील. तो प्राणी अशा तऱ्हेनं अडकून पडेल आणि आपलं काम होईल. तेव्हा त्या तिघांमधल्या एकाला कटवण्याची व्यवस्था करण्यात आपल्याला यश आलंय असं गृहीत धरायला काही हरकत नाही.''

तिकिट कलेक्टरला चुकवण्यासाठी लहानपणी केलेली युक्ती आत्ता अशी उलट तऱ्हेनं वापरून करीमनं जो कार्यभाग साधला ते त्याचं आयत्यावेळी सुचलेलं कसब पाहून बाँडनं विस्मयानं स्मित केलं आणि तो उत्स्फूर्तपणे म्हणाला, ''डार्को! तुम्ही तर कमालच केलीत! मोठे अफलातून आहात तुम्ही. मानलं आपण तुम्हाला. बरं! आता त्या उरलेल्या दोघांचं काय करणार आहात?''

करीमनं आपले रुंद, मजबूत खांदे उडवले आणि तो म्हणाला, ''बघू या! काहीतरी युक्ती सुचेलच मला. या रशियनांवर तुम्हाला मात करायची असेल तर त्यांना आधी थोडं बुद्धु बनवावं लागतं. बावळट बनवावं लागतं. त्यांना गोंधळवून टाका, बावळटपणा करायला लावा. त्यांनी तो केला की मग त्यांना हसा, त्यांची खिल्ली उडवा. आपलं हसं झालेलं त्यांना सहन होत नाही. ते चिडतात. आणि मग आणखीनच गोंधळ घालू लागतात. आपलं काम साधतं! काहीतरी युक्ती काढून या लोकांना आपण घाम आणू. त्यांच्यावर सोपवण्यात आलेली कामगिरी पार पाडण्यात त्यांना अपयश आलं की त्यांना शिक्षा करायचं काम आपण त्यांच्याच एमजीबी खात्याकडे सोपवू. त्यांचीच माणसं त्यांना नि:संशयपणे गोळ्या घालून मारतील. तुम्ही अगदी बेफिकीर राहा.''

त्या दोघांचं बोलणं चालू होतं तेव्हा ७ नंबरच्या कूपेमधून, आपलं काम संपवून, कंटक्टर बाहेर पडला. बाँडकडे वळत करीमनं त्याच्या खांद्यावर हात ठेवला. ''तुम्ही बिल्कूल काळजी करू नका, जेम्स.'' आनंदी स्वरात तो म्हणाला, ''या खेळात या लोकांना चांगला मार देऊन आपण त्यांना हरवू. तुम्ही आता

बिनधास्तपणे तुमच्या त्या पोरीकडे जा. ती तुमची वाट पाहात असेल. उद्या सकाळी आपण परत भेटू. आज रात्री आपल्याला फारशी झोप मिळणार नाही. पण त्याला अर्थातच काही इलाज नाही. प्रत्येक दिवस वेगळा असतो. कदाचित उद्या आपल्याला चांगली झोप मिळेल. अच्छा! तर चलतो मी. गुडनाईट!"

वळून कॉरिडॉरमधून भारदस्तपणे पावलं टाकत करीम चालू लागला. गाडी वेगानं धावत असल्यामुळे डबा जोरानं हिंदकळत, हलत होता. पण तरीही करीमचा झोक जात नव्हता की कॉरिडॉरच्या दोन्ही बाजूंना त्याचे खांदे स्पर्शसुद्धा करत नव्हते. एखादा पहाड सरकत जावा तसा तो रुबाबात चालला होता. त्याच्या पाठमोऱ्या भारदस्त आकृतीकडे बघत असताना बाँडच्या मनात त्याच्याविषयी आपुलकी आणि प्रेम दाटून आलं. दणकट शरीरप्रकृतीच्या त्या आनंदी, धंदेवाईक हेराबद्दल त्याला एकदम खूप आस्था वाटू लागली.

कंडक्टरच्या कॅबिनमधे शिरून करीम दिसेनासा झाला तेव्हा बाँड वळला आणि ७ नंबरच्या कूपेच्या दारावर त्यानं अगदी हळूच टकटक केली.

□

## *२२. तुर्कस्तानातून बाहेर...*

ओरिअंट एक्सप्रेस वेगानं धडाडत धावत होती. बाहेरच्या चंद्रप्रकाशात न्हाऊन निघणारा आणि वेगानं भरभर मागे जाणारा प्रदेश बघत, जागं राहण्यावर लक्ष केंद्रित करत, बाँड खिडकीपाशी बसलेला होता.

वेगानं धावत असलेल्या गाडीच्या चाकांचा रुळांवर होत असलेला खडखडाट, बाहेर दिसणाऱ्या, वेगानं मागे जाणाऱ्या टेलिफोनच्या चंदेरी तारांची खाली-वर, खाली-वर होणारी एका ठराविक लयीतली हालचाल, कॉरिडॉरच्या प्रत्येक टोकाला असलेल्या, दोन डब्यांना एकमेकांशी जोडणाऱ्या, कपलिंगच्या जाड लोखंडी साखळ्यांची गाडीच्या हादऱ्यांमुळे होणारी खळखळ, भरारणाऱ्या वाऱ्याबरोबर हेलकावत येणारी गाडीच्या इंजिनाची कर्कश पण कानांना गोड वाटणारी शीळ, डब्याच्या अंतर्भागामधल्या लाकडी बांधणीची अंगाई गीतासारखी भासणारी करकर या सगळ्या गोष्टींनी बाँडला झोप आणण्याचा जणू चंगच बांधला होता. सभोवतालचं एकूण सगळं वातावरणच त्याच्यावर झोपेची मोहिनी घालण्याचा प्रयत्न करत होतं. फार काय, कूपेच्या दारावर असलेला, रात्री झोपायच्या वेळी लावतात तो मंद जांभळा दिवासुद्धा जणू बाँडला हळुवार आवाजात म्हणत होता, "तुझ्याऐवजी मी पहारा देतो आणि नजर ठेवून बसतो, जोवर मी जळतोय तोवर कोणतीही विपरीत गोष्ट घडणार नाही. जड झालेले तुझे डोळे मीट आणि झोप. अगदी निर्धास्तपणे झोपून जा..."

तातिआनाचं उबदार मस्तक बाँडच्या मांडीवर विसावलेलं होतं. त्याचा जडपणा त्याला कळत होता. खालच्या गुबगुबीत बर्थवर दोघांना आडवं होण्याच्या दृष्टीनं फार जास्त जागा नव्हती. पण तरीसुद्धा पांघरायच्या एका पातळ चादरीखाली तातिआनाच्या देहाला लगटून, एका कुशीवर त्याला चिकटून दाटीवाटीनं, त्याला तिच्यासमवेत झोपता आलं असतं. उशीवर पसरलेल्या तिच्या मुलायम केसांच्या फुलोऱ्यात आपलं मस्तक ठेवून तो निजू शकला असता. डोळ्यांवर झोप तर इतकी दाटून येत होती की त्याचे डोळे गपागप मिटत होते. तातिआनाशेजारी, तिच्या अनावृत्त देहाला बिलगून, तिच्या केसांचा मंद सुगंध अनुभवत झोपावं असं त्याला खूप वाटत होतं. पण ही गोष्ट अर्थातच शक्य नव्हती. जागं राहून, तल्लखपणे पहारा देत बसणं अत्यंत जरुरीचं होतं.

झोप झटकून टाकण्यासाठी बाँडनं आपले डोळे चोळले आणि पापण्या विस्फारत ताठ उघडले. आपल्या मनगटी घड्याळावर त्यानं नजर टाकली. पहाटेचे चार वाजले होते. गाडीनं तुर्की सरहद्द ओलांडायला आता फक्त आणखी तासाभराचा अवधी उरला होता. दिवस उजाडल्यानंतर कदाचित दिवसा त्याला झोप घेता येणं शक्य होणार होतं. तातिआनाजवळ आपलं पिस्तुल देऊन, तिला पहाऱ्यावर बसवून, दरवाजांना पाचरी ठोकून त्याला झोपता येणार होतं. निद्रिस्त अवस्थेतल्या तातिआनाच्या देहाकृतीवरून त्यानं नजर फिरवली. तिच्या चेहऱ्यावर त्याची दृष्टी स्थिर झाली. तिची मुद्रा निरागस नि भोळी दिसत होती! रशियन गुप्तचर खात्यामधून आलेली मोहमयी पोरगी! तिच्या काळ्याभोर, लांब नि दाट पापण्या तिच्या फुगीर गालांच्या वरच्या भागावर उतरलेल्या होत्या. ओठ अभावितपणे उघडे राहावेत तसे विलग झाले होते. तिच्या सोनेरी केसांच्या बटा तिच्या कपाळावर आल्या होत्या. त्या सावरून नीट मागे कराव्यात असं बाँडला वाटलं. तिच्या मानेशी त्याचा एक हात होता. मंदपणे उडणाऱ्या तिथल्या एका नाडीची स्पंदनं त्याच्या हाताला जाणवत होती. निद्रिस्त तातिआनाचं ते मोहक रूप न्याहाळत असताना एकाएकी बाँडच्या मनात तिच्याविषयी अपार प्रीती दाटून आली. त्याचा आणि तिचा परिचय अगदी नवा होता. पण तो खूप दिवसांपासूनचा, अगदी जुना असावा असं त्याला भासत होतं. तातिआनाला जवळ घ्यावं, आपल्या बाहुपाशांमध्ये सामावून घेत तिला आपल्या देहाशी घट्ट धरून ठेवावं अशी एक तीव्र उर्मी बाँडच्या मनात आली. ती बहुधा काहीतरी स्वप्न बघत होती. तिला त्यातून जागं करावं, तिचं एक प्रदीर्घ चुंबन घ्यावं, सारं काही ठीकठाक आहे, काळजीचं काही कारण नाही असं तिला सांगावं म्हणजे कुशी बदलून निर्धास्त मनानं ती परत झोपी जाईल!... त्याच्या मनात येत होतं.

निजण्यापूर्वी तातिआनानं त्याच्या मांडीवर डोकं ठेवून झोपायचा हट्ट धरला

होता. ''तुम्ही जोवर मला आपल्या निकट घट्ट धरून ठेवणार नाही तोवर मला झोप येणार नाही.'' ती त्याला म्हणाली होती, ''तुम्ही सदासर्वकाळ माझ्याजवळ आहात हे मला सतत जाणवत राहिलं पाहिजे. मधेच मी जागी झाले आणि तुम्ही माझ्याजवळ मला दिसला नाहीत तर माझ्या जिवाचा थरकाप उडून जाईल. म्हणून जेम्स, प्लीज, सतत माझ्याजवळ राहा! प्लीज...!''

बाँडनं अंगावरला कोट आणि नेकटाय काढून ठेवला होता. खाली ठेवलेल्या त्याच्या सूटकेसवर आरामशीरपणे पाय ठेवून, खालच्या बर्थवर, कोपऱ्यात खिडकीपाशी तो बसला होता. आपलं बेरेटा पिस्तुल त्यानं बर्थवरल्या उशीखाली हाताशी येईल असं ठेवलं होतं. ते पिस्तुल बघून तातिआना काही म्हणाली नव्हती. आपल्या अंगावरले सगळे कपडे काढून ती पूर्णपणे विवस्त्र झाली होती. तिच्या गळ्याभोवती बांधलेली रेशमी काळी रिबिन तिनं तशीच राहू दिली होती. कोणत्याही प्रकारच्या उत्तान किंवा आवाहनात्मक हालचाली न करता खालच्या बर्थवर असलेल्या अंथरुणावरल्या चादरीखाली ती शिरली होती आणि बाँडच्या मांड्यांवर आपलं डोकं ठेवून आरामशीरपणे पहुडली होती. आपले दोन्ही हात वर करून, त्याच्याभोवती टाकत तिनं त्याला घट्ट धरून ठेवलं होतं. मानेमागचे तिचे केस पकडून बाँडनं तिचं तोंड आपल्याजवळ आणून तिच्या भरलेल्या ओठांचं आवेगानं चुंबन घेतलं होतं. तो आवेग दीर्घवेळ टिकला होता नि त्याच्या देहात उष्णोर्मी उसळल्या होत्या. नंतर तिला झोपण्यास सांगून तो आरामात मागे रेलला होता आणि देहामध्ये उसळणाऱ्या उर्मींवर नियंत्रण मिळवत काही वेळ स्तब्धपणे बसून राहिला होता. तातिआनाच्या डोळ्यांवर हळूहळू झोप दाटून आली होती. जराशानं झोपाळू स्वरात स्वत:शीच काहीतरी गुणगुणत ती झोपी गेली होती. लांब पसरलेला तिचा एक हात बाँडच्या मांड्यांवर विसावला होता नि दुसऱ्या हातात त्याच्या एका हाताचा तळवा घट्टपणे धरून ती झोपी गेली होती. प्रथम तिची पकड घट्ट होती. पण जशी तिला गाढ झोप लागली तशी तिच्या हाताची पकड सैल झाली होती.

त्या रशियन पोरीनं बाँडला जीव लावला होता. त्याचं चित्त व्यापून टाकलं होतं. तथापि त्यानं निग्रहानं तिच्याबद्दलचे विचार बाजूला सारले आणि आपल्या पुढल्या प्रवासावर लक्ष केंद्रित करत तो त्याबाबत विचार करू लागला.

आणखी थोड्या वेळानंतर ते तुर्की सरहद्द ओलांडून पलीकडल्या नव्या भूप्रदेशात प्रवेश करणार होते. मग ग्रीसची हद्द सुरू होईल! बाँडच्या मनात आलं. ग्रीसमधला प्रवास नीट सरळपणे पार पडेल का? ग्रीस आणि इंग्लंडचे राजकीय संबंध तसे बरे आहेत. पण युगोस्लाव्हियाचं काय? टिटो कुणाच्या बाजूनं आहे? बहुधा तो दोघांच्याही बाजूचा असेल. गाडीनं प्रवास करणाऱ्या एम. जी. बी. च्या त्या तिघा माणसांना काहीही हुकुम मिळालेले असोत पण बाँड आणि तातिआना ही दोघं याच

गाडीनं प्रवास करतायत हे एकतर त्यांना अगोदरच ठाऊक तरी असलं पाहिजे किंवा मग ती ते शोधून तरी काढतील! कूपेच्या खिडक्यांचे शटर्स खाली ओढून बाँडला आणि तातिआनाला सतत चार दिवस त्या कूपेत दडून बसणं अशक्यच होतं. मधल्या कुठल्यातरी एखाद्या स्टेशनावरून टेलिफोननं, गाडीमधल्या त्यांच्या अस्तित्वाची बातमी इस्तंबूलला कळवली गेली असेल. आणि सकाळ उजाडेपर्यंत तिथल्या सेंटरमधलं स्पेक्टर यंत्र नाहीसं झाल्याचं देखील उघडकीला येईल! मग काय घडेल? तिथे एकच हलकल्लोळ उडेल. अथेन्स आणि बेलग्रेडमधल्या रशियन वकिलातींना तातडीचे संदेश धाडण्यात येतील. मग त्या वकिलातींमध्ये प्रचंड धावपळ होईल! आपल्याकडे काम करणाऱ्या रशियन पोरीनं ते यंत्र पळवलं! ती चोर आहे! काहीही करून तिला पकडा आणि गाडीतून खाली खेचा! तिला पळून जाऊ देऊ नका!... निसटून जाऊ देऊ नका...!! असे हुकुम सुटतील. हे सगळं आपण विचार करतोय इतकं का सरळसाधं नि रोखठोक आहे? बाँडच्या मनात आलं की रशियनांनी रचलेला खरा कट वेगळाच आहे? वेगळा आणि अधिक गुंतागुंतीचा? अधिक रहस्यमय? काहीही असो, त्यांच्या या कटाला शह द्यावा का? रशियनांना चकवण्यासाठी यातून मधेच अंग काढून घ्यावं का? या पोरीला बरोबर घेऊन मधल्याच एखाद्या आड स्टेशनावर, विरूद्ध बाजूनं उतरावं, रूळ ओलांडून पलीकडे जावं, भाड्यानं एखादी मोटार मिळवून विमानतळावर पोहोचावं नि काहीतरी करून तिथून एखादं विमान पकडून सरळ लंडन गाठावं का?... बाँडच्या मनात उलट सुलट विचारांनी गर्दी केली.

बाहेर पहाट फुटू लागली होती. आकाश हळूहळू उजळू लागलं होतं. उगवतीच्या मंद उजेडात मागे धावणारी झाडं आणि खडकाळ भूप्रदेश दिसू लागला. बाँडनं आपल्या मनगटी घड्याळाकडे पाहिलं. पाच वाजले होते. आणखी थोड्या वेळानंच ओरिअंट एक्सप्रेस उझुकोप्रूला पोहोचणार होती.

आपल्या डब्याच्या मागे असलेल्या गाडीच्या मधल्या भागात काय चाललं असेल? करीमनं कुठपर्यंत प्रगती केली असेल? काय साधलं असेल? बाँडच्या मनात येत होतं.

स्वस्थचित्त होत तो मागे रेलला. त्याच्या पुढे जी समस्या होती तिला अगदी साधं नि व्यावहारिक असं एक उत्तर होतं. गाडीतून प्रवास करणाऱ्या त्या तिघा एम.जी.बी. एजंटांचा काहीतरी करून त्यांना जर चटकन निकाल लावता आला, त्यांना वाटेतून दूर करता आलं तर त्यांना गाडी सोडून जाण्याचं काही कारण उरणार नव्हतं. त्यांच्या पूर्वीच्या बेताप्रमाणे तो रेल्वेप्रवास त्यांना पुढेही सुरू ठेवता येणार होता. समजा ही गोष्ट जर जमली नाही तर ते सायफर मशीन आणि तातिआनाला बरोबर घेऊन, ग्रीसमधल्या कुठल्या तरी एखाद्या आड स्टेशनावर बाँडला उतरता

येणार होतं आणि दुसऱ्या एखाद्या वेगळ्या मार्गानं लंडनला घरी परतता येणार होतं. आणि समजा मार्गामधल्या अडचणी दूर होत आहेत असं दिसून आलं तर गाडी सोडून इतरत्र जाण्याचं बाँडला काही कारणच राहणार नव्हतं. तो स्वत: आणि करीम हे दोघंही तल्लख आणि बुद्धिमान होते. जरूर त्या संसाधनांचा, संधीचा उपयोग कसा करून घ्यायचा याचं दोघांनाही चांगलं ज्ञान होतं. करीमच्या तर तो जाईल तिथे ओळखी होत्या. करीमचाच एक एजंट बेलग्रेडमधे होता आणि त्यांना गाडीवर भेटायला तो त्या स्टेशनवर येणार होता. शिवाय कुठंही गेलं तरी– अगदी अखेरचा उपाय म्हणून आश्रय घेण्यासाठी– ब्रिटिश वकिलात होतीच!

प्रतिकूल मुद्दे बाजूला सारून बाँड अनुकूल मुद्द्यांबद्दल विचार करू लागला. सगळा साधकबाधक विचार करत असताना, हा खेळ कितीही धोकादायक असला तरी तो खेळायचाच असं आपण मनोमन केव्हाच मान्य करून टाकलं आहे, ठरवून टाकलं आहे ही गोष्ट त्यानं स्वत:शी कबूल केली. हा खेळ खेळायचा आणि ती सगळी काय भानगड आहे ते बघायचं. या लोकांचं आव्हान स्वीकारायचं, आणि त्यातलं रहस्य शोधून काढायचं. रशियनांचा जर काही गुप्त पाताळयंत्री कट असलाच तर तो उधळून लावायचा आणि त्यांना नामोहरम करून टाकायचं. या बाबतीत 'एम'नं त्याला सर्व अधिकार दिलेले होते. रशियन पोरगी तातिआना त्याच्या ताब्यात होती. रशियनांचं स्पेक्टर यंत्र त्याच्या हाती आलं होतं. मग आता घाबरायचं कारणच काय होतं? आणि घाबरायचं तरी कशाबद्दल? चालू असलेला खेळ सोडून मधेच पळ काढणं वेडेपणाचं ठरलं असतं! त्यात एका सापळ्यातून बाहेर पडून दुसऱ्या एखाद्या सापळ्यात सापडण्याचा धोका होता...!

गाडीच्या इंजिनानं एक जोरदार शिट्टी दिली आणि तिचा वेग हळूहळू कमी होऊ लागला. काही अंतरावर असलेल्या रस्त्यावरून जाणाऱ्या काही मालवाहू ट्रक्सची रांग मागे पडताना दिसू लागली. रेल्वेलाईनच्या जवळ असलेल्या छोट्या मोठ्या शेड्स दृष्टीपथात आल्या. रुळांवर चाकांचा मोठ्यानं खडखडाट करत ओरिअंट एक्सप्रेसनं सांधा बदलला आणि मुख्य रेल्वेलाईनवरून ती दुसऱ्या रेल्वेलाईनवर गेली आणि हळूहळू पुढे सरकू लागली. काहीच क्षणांनी खिडकीबाहेर चार रेल्वेलाईन्स दिसू लागल्या. त्यांच्या रुळांच्या मध्यभागी गवत वाढलेलं होतं. स्टेशनात शिरत एक लांबलचक प्लॅटफॉर्मलगत गाडी हळूहळू थांबू लागली. कुठूनतरी एका कोंबड्याचं आरवणं ऐकू आलं. वाफेचे भपकारे सोडत, हायड्रॉलिक्स ब्रेक्सचा कचकचाट करत एक लहानसा धक्का देऊन ती एक्सप्रेस गाडी अखेर थांबली. तातिआनानं झोपेत थोडी चाळवाचाळव केली. बाँडनं अगदी अलगदपणे तिचं मस्तक उचलून उशीवर ठेवलं आणि उठून कूपेचं दार उघडून तो बाहेर पडला.

ते अगदी ठराविक ठशाचं एक बाल्कन स्टेशन होतं. दगडी बांधणीच्या, दर्शनी

भिंती दिसत असलेल्या काही बैठ्या इमारती, धुळीनं माखलेला लांबलचक प्लॅटफॉर्म. नेहमी असतो तसा नसून, बराच खाली नि खोल असा, की जेणेकरून डब्याच्या फूटबोर्डवरून उतरताना खाली खोल पाय टाकावा लागावा. प्लॅटफॉर्मवर काही अंतरावर दाणे टिपत असलेल्या काही कोंबड्या, आणि दाढी वाढलेले गबाळ्या पोशाखातले, आळशासारखे उभे असलेले स्टेशनामधले काही रेल्वे-अधिकारी असं एकंदर त्या स्टेशनाचं स्वरुप होतं. गाडीच्या मागच्या भागात, तिसऱ्या वर्गाच्या डब्यांसमोर, सामानाचे बोजे, टोपल्या आणि ओझी घेतलेल्या शेतकऱ्यांचा एक घोळका मोठमोठ्यानं गलका करत प्लॅटफॉर्मवर उभा होता. कस्टमवाल्यांकडून त्यांच्याजवळच्या सामानाची, आणि पासपोर्ट-अधिकाऱ्यांकडून त्यांच्या पासपोर्टची तपासणी होण्याची वाट पाहात ते थांबलेले होते. ती तपासणी पार पडल्यानंतर गर्दीनं गजबजलेल्या डब्यांमधे त्यांना शिरता येणार होतं.

प्लॅटफॉर्मच्या पलीकडे दगडी भिंतीमधल्या एका बंद दारावर एक पाटी होती नि तिच्यावर 'पोलिस' अशी ठळक अक्षरं दिसत होता. त्या दाराजवळ असलेल्या खिडकीपलीकडे, आतल्या अंधुक उजेडात भव्य मस्तक नि रुंद खांदे असलेली करीमची आकृती दिसल्यागत बाँडला वाटलं. तेवढ्यात साध्या पोशाखातला एक माणूस आणि हिरव्या गणवेशातले, कमरपट्ट्यांना पिस्तुलं असलेले, त्याच्याबरोबरचे दोन पोलिस असं त्रिकुट डब्याच्या कॉरिडॉरमधे शिरलं. वॅगन-लिट् कंडक्टर त्या तिघांच्या पुढे, कॉरिडॉरमधून चालत प्रत्येक कूपेचं दार ठोठावत ओरडू लागला. ''पासपोर्ट दाखवाऽऽ!''

१२ नंबरच्या कूपेच्या दारासमोर, तुर्की भाषेत कंडक्टर त्रासिक स्वरात मोठमोठ्यानं काहीतरी म्हणाला. बोलताना हातातला तिकिटांचा नि पासपोर्टस्‌चा गठ्ठा तो– पत्त्यांच्या कॅटप्रमाणे– पंख्यासारखा फुलवत चाळत होता. त्याचं बोलणं संपल्यावर साध्या पोशाखातला तो माणूस पुढे झाला आणि त्यानं ऐटीत १२ नंबरच्या कूपेचं दार ठोठावलं. ते उघडलं जाताच त्यानं आत प्रवेश केला. त्याच्या मागे ते दोघं पिस्तुलधारी पोलिसही आत गेले.

कॉरिडॉरमधून अलगद पावलं टाकत बाँड १२ नंबरच्या कूपेच्या अलीकडे काही फुटांवर उभा राहिला, आणि कान टवकारून ऐकू लागला. १२ नंबरच्या कूपेमधे जर्मन भाषेत काहीतरी वादावादी चालली होती. एक आवाज शांत आणि थंड होता आणि दुसरा संतापलेला नि काहीसा भेदरलेला येत होता. कॉरिडॉरमध्ये अंग चोरून उभा राहत बाँड ते संभाषण ऐकू लागला. १२ नंबरच्या कूपेमधून प्रवास करणाऱ्या हेर कुर्अ गोल्डफर्बचा पासपोर्ट नि तिकिट कुठेतरी गहाळ झालं होतं! कंडक्टरच्या केबिनमधून हेर गोल्डफर्बने आपला पासपोर्ट नि तिकिट परत घेतलं होतं का? नक्कीच नाही! बरं, पासपोर्ट आणि तिकिट त्यानं कंडक्टरजवळ तरी दिलं

होतं का? ते पण नाही! मग तर मामला गंभीर नि दखलपात्र होऊन बसला होता. दुर्दैव त्याचं! त्या प्रकाराची आता चौकशी केली जाईल. इस्तंबूलमधली जर्मन वकिलात ते प्रकरण व्यवस्थित हाताळेल यात काही संशय नाही. (या प्रस्तावावर बाँड स्वत:शीच हसला.) पण या दरम्यान हेर् गोल्डफर्बना या गाडीनं पुढला प्रवास करता येणार नाही याबद्दल खेद वाटतो. उद्या दुसऱ्या गाडीनं त्यांना अगदी नक्कीच पुढे जाता येईल. अगदी नि:संशयपणे. तेव्हा आता हेर गोल्डफर्ब यांनी कपडे करून गाडीतून खाली उतरावं! त्यांचं सामान स्टेशनवरल्या वेटिंगरूमध्ये पाठवण्याची व्यवस्था केली जाईल.

या संभाषणानंतर एम. जी. बी. चा तो हेर संतापानं धुसफुसत तावातावानंच त्या कूपेतून बाहेर पडला. त्याचं व्यक्तिमत्त्व कॉकेशियन माणसासारखं होतं. भेदरल्यामुळे त्याच्या चेहऱ्याचा रंग उडाला होता. त्याच्या अंगात फक्त पायजमा होता. त्याचे केस विस्कटलेले होते. कॉरिडॉरमधून रागानं दाणदाण पावलं टाकत, बाँडच्या अंगावरून, त्याला निसटता स्पर्श करत तो पुढे गेला. ६ नंबरच्या कूपेपाशी पोहोचताच तो थांबला. क्षणभर थांबून त्यानं स्वत:ला सावरलं. मग त्यानं त्या कूपेचं दार ठोठावलं. ते दार उघडलं गेलं. दाराच्या फटीतून एक जाडजूड नाक आणि मिशी फक्त किंचित बाहेर आलेली बाँडला दिसली. कूपेमधल्या माणसानं दाराला अडकवलेली साखळी काढली आणि ते पूर्ण उघडलं तेव्हा गोल्डफर्ब आत गेला. काही वेळ शांतता पसरली. त्या दरम्यान साध्या कपड्यांमधल्या त्या तपासणी अधिकाऱ्यानं ९ आणि १० नंबरच्या कूपेमधून प्रवास करणाऱ्या दोन प्रौढ स्त्रियांचे पासपोर्ट तपासले. नंतर तो बाँडकडे आला.

बाँडच्या पासपोर्टवरून त्यानं एक ओझरती नजर फिरवली आणि तो धडपणे न बघताच त्यानं तो पट्कन मिटून कंडक्टरजवळ दिला. "तुम्ही करीम बे बरोबर प्रवास करता आहात ना?" त्यानं फ्रेंच भाषेत बाँडला विचारलं.

"हो."

"ठीक मॉंसेयर! तुमचा प्रवास सुखाचा होवो. बॉन व्हॉयेज!" तो म्हणाला.

बाँडला एक कडक सलाम ठोकून तो वळला आणि ६ नंबरच्या कूपेचं दार त्यानं जोरात ठोठावलं. ते उघडलं जाताच तो आत शिरला.

पाचच मिनिटांनी कूपेचं दार धाड्कन उघडून संतापानं फणफणत तो बाहेर आला. बाहेर कॉरिडॉरमध्ये थांबलेल्या दोन्ही पोलिसांना खूण करून त्यानं आपल्याजवळ बोलावून घेतलं. आणि तुर्की भाषेत कडक स्वरात त्यांना काहीतरी हुकुम दिला. मग कूपेकडे वळत तो मोठ्यानं ओरडला, "हेर् गोल्डफर्ब! मला लाच देऊन विकत घेऊ पाहता? अधिकाऱ्यांना लाच देणं हा तुर्कस्थानमधे फार गंभीर गुन्हा आहे. मी तुम्हाला अटक करतोय, माईन हेर्." त्याबरोबर कूपेमधून जर्मन भाषेतून गोल्डफर्ब

चिडून तावातावाने आरडाओरडा करू लागला. तेव्हा त्याच्याही वरच्या पट्टीत चढलेला एक आवाज कूपेमधून आला. रशियन भाषेमधून त्या आवाजानं एकाच वाक्यात गोल्डफर्बला गप्प केलं. गोल्डफर्बच्या हातून घडलेल्या अक्षम्य चुकीमुळे ६ नंबरच्या कूपेमधल्या त्याच्या त्या मिशाळ वरिष्ठानं त्याला ताणलं होतं. काही क्षणांनंतर एका वेगळ्याच अवतारामधला गोल्डफर्ब त्या कूपेतून बाहेर पडला. वेड लागलेल्या माणसाप्रमाणे तो संतापानं गरागरा डोळे फिरवत होता. दातओठ खात, रागानं चरफडत तो कॉरिडॉरमधून आपल्या १२ नंबरच्या कूपेकडे ताड्ताड् पावलं टाकत निघून गेला. त्या कूपेशी जाताच तो भसकन आत शिरला. त्याच्या मागोमाग गेलेला एक पिस्तुलधारी पोलिस त्या कूपेच्या दारापाशी जात पहारा देत असल्यासारखा तिथे उभा राहिला.

साध्या पोशाखातला तो तपासणी अधिकारी ६ नंबरच्या कूपेतून प्रवास करणाऱ्या मिशावाल्या माणसाला म्हणाला, ''आणि आता तुमचे कागदपत्रं तपासायचेत. माईन हेर्. प्लीज, जरा बाहेर या. पासपोर्टवरल्या फोटोशी तुमचा चेहरा जुळतोय की नाही हे मला जरा पाहू द्या. ही गोष्ट मला तपासून बघायलाच हवी.''

स्वत:ला बेंझ म्हणवणारा एम.जी.बी चा तो माणूस नाखुशीनं कूपेमधून बाहेर पडत कॉरिडॉरमधल्या स्वच्छ उजेडात आला. त्याचा भलामोठा चेहरा रागानं लाल-पिवळा झाला होता. त्याच्या अंगात निळ्या रंगाचा रेशमी ड्रेसिंग गाऊन होता. आपल्या करड्या रंगाच्या डोळ्यांनी त्यानं काही अंतरावर उभ्या असलेल्या बाँडकडे एक तीक्ष्ण दृष्टीक्षेप टाकला.

बेंझवरून एक नजर फिरवत साध्या कपड्यातल्या तपासणी अधिकाऱ्यानं आपल्या हातात असलेला पासपोर्ट फट्कन मिटला आणि ट्रेन कंडक्टरजवळ देत तो म्हणाला, ''तुमचे कागदपत्र ठीक आहेत, माईन हेर्. आता तुमचं सामान जरा मला तपासू द्या.'' एवढं म्हणून एका पोलिसाला आपल्या पाठी घेऊन तो ६ नंबरच्या कूपेत शिरला. निळ्या रेशमी पोशाखातल्या एम. जी. बी. चा तो माणूस बाँडकडे पाठ करून त्याच्या सामानाच्या तपासणीची कारवाई बघत कूपेच्या दाराबाहेर उभा राहिला.

त्या माणसाच्या डाव्या दंडाखालच्या रेशमी पोशाखावर एक फुगवटा आलेला आहे. तसंच त्याच्या आतून त्याच्या कंबरेभोवती बांधलेल्या पट्ट्याची कड त्याच्या पोशाखावरून उठून दिसते आहे. या दोन गोष्टी बाँडच्या तीक्ष्ण नजरेनं टिपल्या. आपल्या डाव्या दंडाखाली त्या माणसानं आपलं पिस्तुल बहुधा दडवलेलं होतं आणि त्याच्या कंबरेभोवती पिस्तुलाच्या बुलेटस्‌चा पट्टा बांधलेला होता! साध्या पोशाखातल्या तपासणी अधिकाऱ्याला गुपचूप या दोन गोष्टींची खबर द्यावी का? बाँडच्या मनात आलं. पण काही न करता गप्प बसण्याचं त्यानं ठरवलं. कारण

रेशमी पोशाख घातलेल्या त्या इसमाच्या अंगावर दडवलेली शस्त्रं किंवा आणखीन काही आक्षेपार्ह निघालं तर त्याबद्दल साक्ष देण्यासाठी गाडीतून खाली उतरवून आपल्यालाही त्याच्याबरोबर ओढून नेलं जाईल याची त्याला जाणीव झाली.

त्या माणसाच्या सामानाची तपासणी संपवून साध्या पोशाखामधला तो तपासणी अधिकारी बरोबर असलेल्या पोलिसासह बाहेर आला. त्यानं थंडपणे एम.जी.बी. च्या त्या माणसाला सलाम ठोकला आणि कॉरिडॉरमधून चालत तो पुढे निघाला. निळ्या रेशमी गाऊन मधला तो एम.जी.बी एजंट चिडून पाय आपटत ६ नंबरच्या आपल्या कूपेकडे गेला आणि आत शिरत त्यानं धाड्कन कूपेचं दार बंद करून घेतलं.

"अरेरे! साला, हा प्राणी सुटला!" बाँडच्या मनात नैराश्यपूर्ण विचार आला. एम. जी. बी. च्या त्या तिघांपैकी एकजण त्याच्यावर काहीही कारवाई न होता निसटला होता ही बाब तशी चिंतेचीच होती.

बाँडनं वळून खिडकीतून बाहेर पाहिलं. तेव्हा मानेवर मोठा फोड असलेल्या, करड्या रंगाची हॉम्बर्ग हॅट घातलेल्या एका जाडजूड माणसाला 'पोलिस' अशी पाटी असलेल्या दारातून दोन पोलिस आत घेऊन जात आहेत असं त्याला दिसलं. करीमनं तोतया 'तिकिट कलेक्टर' बनून युक्तीनं ज्याचं प्रवास तिकिट पळवलं होतं तो हा एम. जी. बी. चा कुरूप एजंट होता.

कॉरिडॉरच्या टोकाकडून एक दार धाडकन लावल्याचा आवाज आला. बाँडनं त्या दिशेनं पाहिलं. तेव्हा गोल्डफर्ब एका पोलिसाबरोबर गाडीतून खाली उतरत असलेला त्याला दिसला. मान खाली घालून त्या पोलिसासमवेत, धुळीनं भरलेला प्लॅटफॉर्म ओलांडून तो पण 'पोलिस' अशी पाटी लावलेल्या दारामधून आत शिरत दिसेनासा झाला.

ओरिअंट एक्सप्रेसच्या इंजिनानं वेगळ्या प्रकारची जोरदार शिट्टी दिली. पूर्वीचा इंजिन ड्रायव्हर बदलून ग्रीक ड्रायव्हर इंजिन चालवायला आला की विशिष्ट तऱ्हेची अशी दमदार शिट्टी तो वाजवतो. डब्याचं दार खणकन बंद झाल्याचा आवाज झाला. साध्या कपड्यातला तपासणी अधिकारी आणि त्याच्याबरोबरचा पोलिस, प्लॅटफॉर्मवरून स्टेशनाच्या इमारतीकडे जाऊ लागले. गाडीच्या मागच्या भागात असलेल्या गार्डनं आपल्या घड्याळावर एक नजर टाकली आणि हिरवा बावटा फडकवला. 'भप्पऽऽ... व्हूशऽऽ भप्पऽऽ व्हूऽऽशऽऽ' असे वाफेचे जोरदार भपकारे सोडत एक धक्का देत इंजिन हललं आणि त्याच्या मागोमाग संबंधित असलेले डबे रुळांवर खडखडाट करत पुढे निघाले. ओरिअंट एक्स्प्रेस आपल्या पुढल्या प्रवासासाठी मार्गस्थ झाली. तिचे पाठीमागले काही डबे तोडून मागल्या स्टेशनावर सोडण्यात आले होते. त्यांना वेगळं इंजिन जोडण्यात येणार होतं. ती गाडी नंतर उत्तरेकडे जाणाऱ्या रेल्वेमार्गानं 'पोलादी पडद्याच्या' भूप्रदेशावरून (रशियन क्षेत्रातून), पन्नास मैलांवर असलेल्या

बल्गेरियन सरहद्दीवरल्या ड्रागोमानमधून प्रवास करत वेगळ्या दिशेला जाणार होती. इंजिन जोडलं जाईपर्यंत मागे सोडलेल्या त्या डब्यांना धुळीनं भरलेल्या बाल्कन स्टेशनाच्या प्लॅटफॉर्मवर तोवर ताटकळत पडून राहावं लागणार होतं.

बाँडनं खिडकीचं शटर वर उचललं आणि मागे जाणाऱ्या तुर्कस्थानच्या सरहद्दीकडे एक शेवटची नजर टाकली. त्या छोट्याशा बाल्कन स्टेशनावरल्या दगडी बांधणीच्या भकास खोलीत एम. जी. बी. चे दोघं एजंट्स हतबल होऊन बसून असतील! त्या दोघांचीही मृत्यूघटका भरल्यातच जमा होती! एमजीबीचे दोन 'पंछी' उडवले गेले! तिघांपैकी दोन. त्यांच्यामधला फक्त एक तेवढा गाडीत उरला. पण तुलनेनं विचार करायचा झाला तर बराचसा प्रतिकूल भाग दूर झाला. अनुकूलता वाढली. थंडपणे चालू असलेल्या त्या विचित्र खेळामधे विजयाची आशा वाढली!... बाँडच्या मनात येत होतं.

मागे जाणाऱ्या लांबलचक प्लॅटफॉर्मकडे, त्यावर दाणे टिपणाऱ्या कोंबड्यांकडे आणि प्लॅटफॉर्मपलीकडे दिसणाऱ्या इतर गोष्टींकडे बाँड गाडी स्टेशनातून बाहेर पडेपर्यंत बघत राहिला. रेल्वे यार्डातून बाहेर पडल्यानंतर गाडीनं सांधा बदलला. चाकांचा खडखडाट करत रूळ बदलून गाडी मेन लाईनवर आली आणि तिनं वेग घेतला. तुर्कस्थानच्या खडकाळ, ओबडधोबड भूप्रदेशावरून फिरत बाँडची नजर समोर गेली तेव्हा दूरवर पूर्वेला तुर्की भूमीवर उगवत असलेलं सूर्यबिंब त्याच्या दृष्टीस पडलं. सोनेरी किरणांची उधळण करत सूर्य आकाशात हळूहळू वर चढत होता. आजचा दिवस छान आणि सुंदर उगवणार! त्याच्या मनात आलं. गाडी वेगानं धावू लागली तशी सकाळची गोड थंड हवा बोचरी वाटू लागली. बाँडनं खिडकीबाहेर असलेलं आपलं मस्तक, वाढत्या थंड वाऱ्यामुळे आत घेतलं. खिडकीचं लोखंडी शटर त्यानं खाड्कन खाली पाडलं, आणि ती बंद केली.

सकाळच्या त्या सुरम्य प्रहरी त्याच्या मनाचा निश्चय पक्का झाला. गाडी सोडून जायचं नाही. ओरिअंट एक्सप्रेसमधून पुढला सगळा प्रवास करायचा. दरम्यान काय काय घडतं ते बघायचं. चालू झालेला खेळ शेवटपर्यंत खेळायचा...!

□

## *२३. ग्रीसमधून बाहेर...*

पिथिऑन स्टेशनावरल्या छोट्याशा हॉटेलमध्ये त्या तिघांनी गरमागरम फेसाळ कॉफीचा आस्वाद घेतला. ग्रीस कस्टम्स आणि पासपोर्ट अधिकाऱ्यांनी काहीही अडचण न आणता त्यांची कागदपत्रं तपासली. त्यामुळे तो सोपस्कारही निर्वेधपणे पार पडला. वेळ होताच त्या स्टेशनावरून गाडी हलली. ती आता दक्षिणेकडे,

एजिअन समुद्राच्या आरंभी असलेल्या इनेझच्या आखाताच्या दिशेनं मार्गक्रमण करू लागली. बिछाने गुंडाळून कंडक्टरनं झोपण्याच्या बर्थस् वर करून ठेवल्या. हवेमध्ये आता कोरडा शुष्कपणा जाणवू लागला होता. बाहेर स्वच्छ सूर्यप्रकाश पसरला होता आणि सकाळच्या त्या सुरम्य प्रहरी आकाशात विविध रंगांची उधळण झालेली दिसत होती. दिवस वर चढू लागला तसे ते रंग हळूहळू विरत गेले. वाटेत लागणाऱ्या छोट्या स्टेशनांवर आणि शेतांमध्ये काम करणारी माणसं आता देखणी आणि सुंदर दिसत होती. प्रदेश बदलाचं ते चिन्हं होतं. ज्या प्रदेशातून गाडी आता धावत होती त्याच्या आजूबाजूच्या क्षेत्रात पिवळ्या धमक सूर्यफुलांनी, मक्याच्या कणसांनी भरलेली शेतं आणि द्राक्षांच्या हिरव्यागार वेलींनी समृद्ध असे मळे दिसत होते. तंबाखूच्या पानांचे उन्हात वाळत घातलेले ढीगच्या ढीग जिकडेतिकडे दिसत होते. सभोवतालचं सगळं वातावरणच अतिशय प्रसन्न आणि सुंदर होतं. डार्को करीमच्या म्हणण्याप्रमाणे आणखी एक सुंदर दिवस उगवला होता.

बाँडनं तोंड धुतलं. नंतर दाढी केली. तातिआना कौतुकभरल्या नजरेनं त्याच्या हालचाली निरखत होती. त्यानं केसांना तेल लावलं नाही हे पाहून तिला बरं वाटलं. "ती एक बेकारच पद्धत आहे." ती बाँडला म्हणाली, "पुष्कळ युरोपियन केसांना तेल लावतात असं मी ऐकलंय. आमच्या रशियात असं केसांना तेल लावत नाहीत. त्यामुळे उशा मळतात नि घाणेरड्या होतात. पण तुम्ही पाश्चिमात्य लोक अत्तरं वापरत नाहीत ही गोष्ट मात्र विचित्रच आहे. आमच्याकडली माणसं अत्तर, सुवासिक परफ्युम्स वापरतात."

"याचं कारण हे आहे की आम्ही पाश्चिमात्य लोक रोज अंघोळ करतो." तिला चिडवत बाँड थंड स्वरात म्हणाला. त्याच्या या बोलण्यावर ती त्याच्याशी वाद घालू लागली त्याच वेळी त्यांच्या कूपेच्या दारावर टकटक झाली. करीम बे आला होता. दार उघडून बाँडनं त्याला आत घेतलं.

"अरे वा! सुखी संसाराचं सुंदर घरगुती चित्रच दिसतंय इथे! दोन इतक्या सुंदर हेरांचं जोडपं मी आजपर्यंत पाहिलं नव्हतं." बाकावर कोपऱ्यात बूड टेकत करीम गंमतीनं म्हणाला.

"असल्या पाश्चिमात्य चेष्टामस्करीची मला सवय नाही." तातिआना तुटकपणे म्हणाली.

त्यावर करीम गडगडून हसला आणि म्हणाला, "शिकशील, पोरी तू पण लौकरच चेष्टा मस्करी करायला शिकशील. इंग्लडमधले लोक भारी विनोदी आणि थट्टेखोर आहेत हो! ते सगळ्याच गोष्टींची थट्टा मस्करी करतात आणि त्यात त्यांना काहीच गैर वाटत नाही. या लोकांपासून मी सुद्धा थट्टा-विनोद करायला शिकलोय बघ. थट्टा-मस्करी, विनोद या गोष्टी आयुष्याच्या गाडीच्या कुरकुरत्या

चाकांना वंगण घालण्याचं काम करतात. त्यामुळे जीवन सुसह्य होतं. माझ्याकडे बघ! आज सकाळपासून मी सारखा हसतोच आहे.'' क्षणभर थांबून करीम खुदखुदत हसला आणि म्हणाला, ''उझुकोमूला उतरवले गेलेले ते दोघं बुद्धू प्राणी! त्यांची अवस्था बघून मला खरंच हसू आवरेना. त्यांना पोलिस ठाण्यात बसवून घेतल्यावर तिथल्या अधिकाऱ्यांनी इस्तंबूलमधल्या जर्मन वकिलातीला फोन केला असेल त्यावेळी खरं तर मी तिथे हजर असायला हवा होतो. त्यांचे पासपोर्ट बनावट होते. आता खोटे, बनावट पासपोर्ट बनवून घेता येऊ शकतात. त्यात काही विशेष अवघड नसतं. पण खोटे जन्मदाखले तयार करणं जवळजवळ अशक्य असतं. तेव्हा त्या दोघांचाही आता पुरता बोऱ्या वाजल्यागत जमा आहे. तुझ्या त्या दोघा कॉम्रेडांच्या भवितव्याचा हा दुःखद अंतच आहे असं म्हणायला काही हरकत नाही, मिसेस सॉमरसेट.''

''पण तुम्ही ही करामत घडवून आणलीत तरी कशी?'' आपल्या नेकटायची गाठ बांधत बाँडनं विचारलं.

''पैसा, ओळखी आणि थोडा वशिला यांच्या जोरावर. त्यासाठी कंडक्टरला पाचशे डॉलर्स चारावे लागले. पोलिसांसमोर थोडा जादा रुबाब दाखवून लंब्याचवड्या बाता माराव्या लागल्या. मोठ्या थापा मारल्या. त्या दोघांमधल्या एकानं लाच द्यायचा प्रयत्न केला हे एकप्रकारे छानच झालं. आपल्या पथ्यावर पडलं नि तो गडी अलगद पोलिसांच्या जाळ्यात अडकला. मात्र एकाच गोष्टीबद्दल मला खेद वाटतो...'' पार्टिशन पलीकडल्या कूपेकडे निर्देश करत करीम म्हणाला, ''बेंझ नावानं प्रवास करणाऱ्या या प्राण्याला मी कुठे अडकवू शकलो नाही. हा साला सुटला. अडकवलेल्या दोघांपैकी एकाच्या बाबतीत केलेली पासपोर्ट गायब करण्याची युक्ती मला दुसऱ्यांदा वापरता आली नाही. त्यामुळे गोची झाली. पण बिघडलं नाही. त्याला कटवण्यासाठी काहीतरी दुसरी युक्ती काढू. तोंडावर मुरुमं आणि फोड असलेला तो प्राणी अडकवायला सोपा गेला. एक तर त्याला जर्मन भाषा येत नव्हती आणि विनातिकिट प्रवास करणं हा फार गंभीर गुन्हा धरला जातो. एकंदरीत आपल्याला अनुकूल तसं घडलं आणि दिवसाची सुरुवात उत्तम झाली. आपण पहिली फेरी तर जिंकली. पण पलीकडल्या कूपेमधला तुमचा शेजारी आता फार सावधगिरीनं वागेल. कारण आपली गाठ कुणाशी पडली आहे हे त्याला आता कळून चुकलंय. तिघांपैकी दोघांना आपल्या मार्गामधून दूर करून आपण बाजी मारली आहे. घडलं ते चांगलंच झालंय. नाहीतर सबंध दिवसभर या कूपेमध्ये कोंडल्यासारखं तुम्हाला दडवून ठेवणं, तुमच्यावर सतत लक्ष ठेवणं, तुमची राखण करणं तसं त्रासदायकच गेलं असतं. आता आपल्याला जरा इकडेतिकडे एकत्रपणे थोडं हिंडताफिरता येईल. दुपारचं जेवणसुद्धा बरोबर घेता येईल. फक्त तुमचं ते मौल्यवान जडजवाहीर– ते स्पेक्टर

मशीन– तुम्हाला सतत आपल्याबरोबर बाळगावं लागेल एवढंच! पलीकडल्या कूपेमधला तो माणूस मधेच एखाद्या स्टेशनावर उतरून आपल्या लोकांना फोन करतोय का यावर आपल्याला लक्ष ठेवायला हवं. आपण युगोस्लाव्हियामधे पोहोचेपर्यंत कदाचित तो थांबेल. पण तिथे माझे काही लागेबांधे आहेत. आपल्याला जादा संरक्षणाची गरज पडली तर तिथे आपल्याला मदत मिळू शकेल. आपला हा प्रवास कसा मजेदार व्हायला हवा. तशी ओरिअंट एक्सप्रेसवर नेहमीच धमाल असते. मजा येते या गाडीतून प्रवास करायला. पोरीबरोबर मजा करायची असेल तर या गाडीसारखी दुसरी गाडी नाही. रोमान्स करायला भरपूर वाव असतो इथं.'' करीम उठला आणि त्यानं कूपेचं दार उघडलं. ''दुपारच्या जेवणाची वेळ झाली की मी तुम्हाला बोलवायला येईन. मात्र ग्रीक अन्न तुर्की अन्नापेक्षा जास्त बेकार असतं. पण काय करणार! माझ्या सबंध देहाप्रमाणेच माझं पोटसुद्धा राणीसाहेबांच्या सेवेला सदैव सादर असतं ना!''

करीम बाहेर पडल्यावर बाँडनं उठून दार लावून घेतलं तेव्हा तातिआना चिडून म्हणाली, ''तुमचा हा मित्र असंस्कृत दिसतो. काय वाटेल ते बोलला. तुमच्या राणीसाहेबांचा त्यानं अशा तऱ्हेनं उल्लेख केला हे बरोबर नाही. त्याला काही रीतभात दिसत नाही.''

''तानिआ! फार अफलातून आणि विलक्षण माणूस आहे तो.'' तिच्याजवळ बसत बाँड म्हणाला, ''त्याच्या बोलण्यावर जाऊ नकोस. मला तो अगदी काहीही बोलला तरी त्याचं काही वाटत नाही. तू माझ्याबरोबर प्रवास करते आहेस ना म्हणून माझा हेवा वाटतोय त्याला. त्याच्या संगतीला एखादी पोरगी नाही म्हणून तो चिडवतोय तुला. मागे लागण्याची ही त्याची एक पद्धत आहे. तसा तो अगदी स्वच्छ मनाचा आणि फार उमद्या स्वभावाचा आहे. तेव्हा त्याचं बोलणं मनावर घेऊ नकोस. उलट तो तुझं कौतुक करतोय असं समज.''

''असं म्हणता?'' आपले टपोरे निळे डोळे त्याच्यावर रोखत ती म्हणाली, ''पण आपल्या पोटाबद्दल आणि तुमच्या देशाच्या सर्वोच्च सन्माननीय व्यक्तीबद्दल– राणीसाहेबांबद्दल– तो काय बोलला? तुमच्या राणीसाहेबांचा त्यानं अपमान नाही का केला? आपल्या देशाच्या थोर व्यक्तीबद्दल असं बोलणं आमच्या रशियात असंस्कृतपणाचं, असभ्यपणाचं समजतात.''

या मुद्यावरून त्या दोघांमध्ये वाद सुरू झाला त्याचवेळी उन्हात भाजून निघत असलेल्या अलेक्झांद्रोपोलिस या सुमार स्टेशनात शिरत ओरिअंट एक्स्प्रेस थांबली. स्टेशनावर जिकडेतिकडे माशा घोंगावताना दिसत होत्या. बाँडनं कूपेचं कॉरिडॉरकडे उघडणारं दार उघडलं तेव्हा रखरखीत उन्हाची किरणं आत आली आणि कूपेचा अंतर्भाग उजळून निघाला. समोर उन्हात झगझगणारा समुद्र पसरला होता. सूर्याच्या

प्रखरतेमुळे समुद्र आणि आकाश यांच्यामधली क्षितिजरेषा पुसली गेली होती, आणि आकाशाला ग्रीक ध्वजासारखी झळाळी आली होती.

गाडीच्या रेस्टॉरंट-कारमध्ये दुपारी त्या तिघांनी जेवण घेतलं. जेवताना स्पेक्टर मशीनची बॅग बाँडनं खाली आपल्या दोन पायांच्यामधे सुरक्षित ठेवली होती. करीमनं तातिआनाशी फार चटकन मैत्री जुळवली. बेंझ या नावानं प्रवास करणाऱ्या एमजीबीच्या त्या माणसानं गाडीच्या रेस्टॉरंट-कारमधे जायचं टाळलं. त्याऐवजी प्लॅटफॉर्मवरल्या एका हातगाडीवाल्याकडून सँडविचेस आणि बीयर घेताना त्यांना तो दिसला. चौथा भिडू म्हणून ब्रिजचा डाव टाकण्यासाठी त्याला बोलवायचा का असं करीमनं बाँडला गंमतीनं विचारलं. त्यावर बाँडनं डोळे मिचकावले. एकाएकी त्याला खूप थकवा आल्यासारखा वाटू लागला. आपला थकवा या धोकादायक प्रवासाचं जणू एखाद्या सहलीमध्येच रूपांतर करतो आहे असं त्याला वाटलं. त्याला विश्रांतीची गरज आहे हे तातिआनाच्या लक्षात आलं. जेवण झाल्याबरोबर ती उठली आणि म्हणाली, ''पोटभर जेवण झाल्यावर जरा आडवं झालं की बरं वाटतं. चला, जेम्स, दुपारची विश्रांती घेऊ या.'' ती दोघं उठून निघाली तेव्हा पाठीमागून करीमनं उत्साहानं वेटरला ब्रँडी आणि सिगार्सची ऑर्डर सोडल्याचं त्यांना ऐकू आलं.

कूपेमध्ये परतल्यावर तातिआना बाँडला हट्टानं म्हणाली, ''जेम्स! रात्रभर तुम्ही जागरण केलंयत, तेव्हा आता झोपायची पाळी तुमची बरं का!'' बाहेरच्या रखरखीत उन्हात मका, सूर्यफुलं आणि तंबाखूची शेतं मागे जाताना दिसत होती. तातिआनानं खिडक्यांवरले हिरव्या रंगाचे पडदे खाली सोडले. त्याबरोबर उन्हामुळे येणारा बाहेरचा रखरखीत उजेड एकदम थोपवला गेला. त्याऐवजी आता शांत, मंद, हिरवा प्रकाश आत पसरला आणि त्यांची केबिन एखाद्या भूमिगत गुहेसारखी वाटू लागली. बाँडनं कूपेच्या दारांना तळाशी पाचरी ठोकल्या. आपलं पिस्तुल तातिआनाजवळ दिलं. तातिआना खिडकीपाशी बसली. तिच्या उबदार मांडीवर डोकं ठेवून बाँड आडवा झाला आणि त्यानं डोळे मिटले. त्याला लगेच गाढ झोप लागली.

लांबलचक ओरिअंट एक्सप्रेस गाडी ग्रीसच्या उत्तर सरहद्दीवरून, ऱ्होडो पर्वतशृंखलेच्या पायथ्यानजिकच्या प्रदेशातून एखाद्या सापासारखी वळणं घेत वेगानं मार्गक्रमण करू लागली. थोड्या वेळानंतर झांथी स्टेशन आलं. त्यानंतर ड्रामा, सेर्राय अशी एक एक स्टेशनं घेत ती सुंदर गाडी सबंध दुपारभर उन्हानं न्हाणाऱ्या त्या प्रदेशातून धावत राहिली. त्यानंतर ती मॅसेडोनियन डोंगराळ भागात पोहोचली. त्या प्रदेशातून काही वेळ प्रवास केल्यानंतर रेल्वेलाईनीनं सालोनिकाकडे दक्षिण दिशेला वळण घेतलं.

संध्याकाळच्या सुमारास बाँडला तातिआनाच्या मऊ ऊबदार मांडीवर जाग आली. तातिआना जणू तो जागा होण्याचीच वाट पाहात होती. तिनं आपल्या दोन्ही

तळहातांमध्ये प्रेमभरानं त्याचा चेहरा धरला आणि त्याच्या डोळ्यांमधे खोल बघत ती म्हणाली, "जेम्स! आपला हा सुंदर प्रवास कधी संपूच नये असे मला वाटतंय. आणखी किती काळ आपल्याला असं एकत्र रहायला मिळेल?"

"दीर्घकाळ." बाँड आळसावत उत्तरला. त्याच्या डोळ्यांवरली झोपेची सुस्ती अजून पूर्णपणे गेली नव्हती.

"दीर्घकाळ म्हणजे किती?" व्याकूळपणे तिनं विचारलं.

बाँडनं नजर वर करून तिच्या सुंदर व्याकूळ डोळ्यांकडे पाहिलं. आपल्या डोळ्यावरली झोप त्यानं झटकली. तीन दिवसांच्या उरलेल्या प्रवासानंतर, लंडनला पोहोचल्यावर पुढे काय होईल हे सांगणं खरोखरच अशक्य होतं. शेवटी कितीही झालं तरी आपल्याबरोबर असलेली ही पोरगी शत्रूची हेर आहे ही वस्तुस्थिती आपल्याला मान्य करावीच लागणार! त्याच्या मनात आलं. त्याचं मन तिच्यात गुंतलं होतं. पण त्याच्या गुप्तचर खात्यातल्या, उलटतपासणी घेणाऱ्या अधिकाऱ्यांना, मंत्रालयामधल्या उच्चपदस्थांना त्याच्या भावनांशी काहीही घेणं नव्हतं. ते लोक तिला वेगवेगळे प्रश्न विचारतील. तिची हडसून खडसून उलटतपासणी घेतील. या सायफर यंत्राबद्दल ती काय माहिती सांगते याबद्दल ब्रिटिश सीक्रेट सर्व्हिसच्या इतर खात्यांमधल्या लोकांना पण स्वारस्य असणारच! त्यामुळे इतर गुप्तचर खातीदेखील तिच्या मागे हात धुवून लागतील! त्यानंतर तिला गिल्डफोर्डनजिक असलेल्या 'केज' या नावानं ओळखल्या जाणाऱ्या गुप्त ठिकाणी ठेवलं जाईल. कडेकोट बंदोबस्त असलेल्या त्या बंदिस्त घरात तिला सर्व प्रकारच्या सुखसोयी नि ऐषाराम मिळेल. पण चोवीस तास रक्षकांची निगराणी असलेल्या त्या घरात ती एकदा का अडकली गेली की साऱ्या जगाशी तिचा संपर्कच तुटेल. मग साध्या पोशाखातले तल्लख नि हुषार अधिकारी एकापाठोपाठ एक असे तिथे दररोज जात राहतील. तिच्यासमवेत बसून ते तिला खुबीनं प्रश्न विचारतील. तिच्याकडून माहिती काढून घेतील. तिच्याबरोबर चालू असलेलं संभाषण तिथल्या तळघरातल्या एका खोलीमधल्या टेपरेकॉर्डरवर टेप केलं जाईल. नंतर त्याची छाननी करण्यासाठी त्या टेप्सवरल्या संभाषणाचा गोषवारा विविध गुप्तचर खात्यांना पाठवला जाईल. त्यातून काही नवीन माहिती मिळते का याचा आणि तिला सापळ्यात अडकवण्याजोगं काही आढळतं का याचा अत्यंत बारकाईनं वेध घेतला जाईल. कदाचित एखादी खोटी झकास रशियन पोरगी तिच्याकडे पाठवली जाईल. तातिआनाला मिळत असलेल्या कठोर वागणुकीबद्दल ती तिच्याशी सहानुभूतीनं बोलेल. तिला आपलंसं करून घेईल. ब्रिटिश कैदेतून पळून जाण्याचं आमिष तिला दाखवेल. किंवा तिला दुटप्पी हेर होण्याचा सल्ला देईल. तातिआनाची खुशाली तिच्या आईवडिलांपर्यंत पोहोचवण्याची लालूच तिला देईल. ती खोटी रशियन मुलगी तिची भुलवणूक करेल. हा सगळा

प्रकार आठवड्यामागून आठवडे, महिनोन् महिने चालू राहील. आणि त्या दरम्यान बाँडला तिच्यापासून खुबीनं दूर ठेवण्यात येईल. तिच्याकडून आता अधिक माहिती मिळणार नाही अशी तिची उलटतपासणी घेणारांची खात्री पटली की मग कदाचित– आणखी माहिती मिळवण्याच्या उद्देशानं तिला बाँडकडे पाठवण्यात येईल. त्यांच्या दोघांच्या भावनिक गुंतणुकीचा असाही उपयोग करून घेतला जाईल! आणि नंतर मग? नंतर मग काय होईल? तिचं नाव बदललं जाईल. नवीन जीवन जगण्याकरता तिला कॅनडात पाठवतील. सीक्रेट सर्व्हिसच्या फंडामधून तिला वर्षाला हजार पौंडांचा तनखा मिळेल. या साऱ्या महाकर्मकठीण दिव्यातून जेव्हा ती बाहेर पडेल तेव्हा तो कुठे असेल? कदाचित जगाच्या पार दुसऱ्या टोकाला असेल. आणि समजा अगदी लंडनमधे तो जरी असला तरी तिला त्याच्याबद्दल काय वाटेल? चौकशीच्या एवढ्या सगळ्या यातनामय दिव्यातून बाहेर पडल्यानंतर तिच्या मनात त्याच्याबद्दल प्रेमभाव तरी शिल्लक राहील का? एवढं सगळं भोगल्यानंतर ती इंग्लिशांचा तिरस्कारच करू लागेल. त्यांच्याविषयी तिच्या मनात तीव्र तिटकारा उत्पन्न होईल... आपला ती तिरस्कार करू लागेल...! आणि एवढं सगळं होईस्तोवर आपल्या मनात तिच्याविषयी तेवणारी प्रेमाची ज्योत तरी शिल्लक राहील का?...? ती पण विझून जाईल...!

"सांगा ना! आपला हा सहवास आणखी किती काळ टिकेल?" तातिआनानं पुन्हा विचारलेल्या प्रश्नानं बाँड भानावर आला. त्याचं चित्त सैरभैर होऊन गेलं होतं.

"शक्य तितका जास्त काळ. पुढलं सगळं आपल्यावरच अवलंबून राहील. बरेच लोक आपल्यामधे ढवळाढवळ करतील. आपल्याला कदाचित विभक्त केलं जाईल. चाकांवरच्या या छोट्याशा खोलीत आत्ता आपल्याला जो एकांत मिळतो आहे तसा पुढे सदासर्वकाळ मिळणार नाही. आणखी थोड्याच दिवसांनी आपल्याला एका नव्या जगात पदार्पण करावं लागेल. तिथलं आयुष्य अवघड असेल. यापेक्षा आणखी काही जास्त तुला सांगणं या क्षणी तरी मूर्खपणाचं ठरेल." तिच्याकडे शून्यपणे बघत बाँड तिला म्हणाला.

तातिआनाच्या मुद्रेवरले व्याकूळ भाव क्षणात विरले. त्याच्याकडे बघून तिनं स्मित केलं आणि ती म्हणाली, "तुम्ही म्हणताय ते बरोबर आहे. मी तुम्हाला आता मूर्खासारखे आणखी प्रश्न विचारणार नाही. पण मिळणारे पुढले तीन दिवस आपण वाया घालवायचे नाहीत. या दिवसांमधला प्रत्येक क्षण आपण एकमेकांच्या सहवासात मजेत घालवायचा. जेवढं सुख लुटता येईल तेवढं लुटायचं."

आपल्या मांडीवर असलेलं त्याच मस्तक उचलून तिनं हळूच खाली ठेवलं आणि उठून, त्याला बिलगत सीटवर ती त्याच्याशेजारी पहुडली.

तासाभरानंतर बाँड जेव्हा कॉरिडॉरमधे उभा होता तेव्हा डार्को करीम अचानक

त्याच्या शेजारी प्रकट झाला. बाँडच्या चेहऱ्याकडे त्यानं निरखून पाहिलं आणि तो म्हणाला, "केवढा वेळ झोपला होता तुम्ही? झोपण्यात इतका वेळ माणसानं वाया घालवू नये. तुम्हाला माहीत आहे? उत्तरी ग्रीसची केवढीतरी ऐतिहासिक भूमी नि प्रेक्षणीय स्थळं बघण्याची संधी तुम्ही झोपेमुळे हुकवलीत आणि आता प्रिमीयर सर्व्हिसचं डीनर घ्यायची वेळ झालीय."

"तुम्हाला आपलं सारखं खादाडीचंच सुचतं बुवा!" बाँड त्याला म्हणाला. डोक्यानं मागे खूण करत त्यानं विचारलं, "शेजारच्या कूपेमधला तो प्राणी काय म्हणतोय?"

"त्याची काही हालचाल दिसत नाहीये. माझ्या सांगण्यावरून कंडक्टर त्याच्यावर नजर ठेवून आहे. या गाडीवरला सगळ्यात श्रीमंत कंडक्टर म्हणून तो रिटायर होईल. गोल्डफर्बची कागदपत्रं गायब करायला मी त्याला पाचशे डॉलर्स दिले. आणि आता आपला हा प्रवास संपेपर्यंत दिवसाला शंभर डॉलर्सचा आणखी खुराक मी त्याला देणार आहे." करीम मौजेनं खिदळत म्हणाला, "तुर्कस्थानची सेवा केल्याबद्दल त्याला एखादं सन्मानपदकसुद्धा मिळेल असंही मी त्याला सांगितलंय. स्मगलिंग करणाऱ्या एका टोळीच्या मागावर आपण आहोत असं त्याला वाटतंय. कारण तुर्कस्थानामधल्या अफूची पॅरीसपर्यंत चोरटी वाहतूक करण्यासाठी स्मगलर्स याच गाडीचा नेहमी उपयोग करतात. तेव्हा या प्रकारात त्याला काही आश्चर्य वाटलेलं नाही. माझ्याकडून पैशाचा जो मलिदा त्याला मिळतोय त्यावर खूश आहे गडी! बरं, आता मला असं सांगा की तुमच्याबरोबर असलेली तुमची रशियन राजकन्या काय म्हणतेय? तिच्याकडून आणखी काही जास्त माहिती कळली का तुम्हाला?" बोलता बोलता करीमची मुद्रा एकदम गंभीर बनली. "सगळं कसं शांत शांत वाटतंय. पण ही चमत्कारिक शांतताच मला अस्वस्थ करून सोडते आहे. काहीतरी विचित्र भावना मला अंतर्यामी जाणवतेय. जी दोन माणसं आपण खाली उतरवली ती तुमच्या पोरीच्या म्हणण्याप्रमाणे खरोखरच निर्दोष असतील आणि बर्लिनला निघाली असतील. हा बेंझ नावाचा माणूस आपल्याला घाबरून आपल्या कूपेत दडून बसला असेल. सारं काही नेहमीसारखं नॉर्मल आणि व्यवस्थित आहे. आपला प्रवास निर्वेधपणे चालू आहे. पण तरीही... तरीही... का कुणास ठाऊक..." वाक्य अर्धवट सोडत करीमनं डोकं हलवलं आणि तो पुढे म्हणाला, "हे रशियन लोक उत्तम बुद्धिबळपटू असतात. एखादा कट ते रचतात तेव्हा आपली सगळी बुद्धिमत्ता पणाला लावतात. कटाची आखणी अत्यंत बारकाईनं केली जाते. ती करताना शत्रूची कुवत आजमावली जाते. आणि मगच डाव टाकला जातो. शत्रू कशी चाल करेल याचा अंदाज घेऊन खेळी केली जाते. शत्रूचे पवित्रे गृहित धरले जातात आणि म्हणूनच माझ्या अंतर्मनातून मला सारखं असं वाटतंय की..." खिडकीच्या काचेत

दिसणारी करीमची मुद्रा एकदम खिन्न बनली. "...सारखं असं वाटतंय की रशियनांनी धूर्तपणे एका फार मोठ्या पटावर पाताळयंत्री डाव मांडलाय. तुम्ही, मी आणि ही रशियन पोरगी या पटावरली प्यादी आहोत. पटावर तूर्तास ते आपल्याला हवं तसं वावरू देतायत. कारण आपण त्यांच्या चालीच्या आड येत नाहीयोत."

"पण या कटामागे त्यांचा हेतू तरी काय आहे?" बाहेरच्या अंधाराकडे बघत, खिडकीच्या काचेत दिसणाऱ्या आपल्या प्रतिबिंबाशी बोलावं त्याप्रमाणे बाँडनं विचारलं, "याच्यातून त्यांना नेमकं काय साधायचंय? आपण फिरून पुन्हा पुन्हा याच मुद्यावर येतो आहोत. या कटामागे त्यांचा काहीतरी कुटील डाव आहे याचा वास आपल्याला अर्थातच लागलाय. आपण या कटामधे सामील झालेलो आहोत हे या पोरीला कदाचित ठाऊकसुद्धा नसेल. ती काहीतरी लपवतेय हे मला जाणवतंय. पण आपण जे लपवतोय ते फारसं महत्त्वाचं नसलेलं काहीतरी छोटंसं गुपित असावं असं तिला वाटत असावं अशी माझी कल्पना आहे. लंडनला पोहोचल्यावर आपण सर्वकाही सांगू असं ती मला म्हणाली. पण सगळं काही म्हणजे नेमकं काय? माझ्यावर विश्वास ठेवा अशी माझी सारखी विनवणी ती करते आहे. आपल्याला कोणताही धोका नाही असंही ती सारखं म्हणतेय. अशा परिस्थितीत आपल्याला हे मान्य करायला हवं, डार्को, की ती जे काही सांगतेय ते सत्य असावं." करीमच्या धूर्त डोळ्यांमध्ये बघत, तो सहमत होईल या अपेक्षेनं बाँड म्हणाला.

पण करीमच्या डोळ्यांमध्ये अजिबात उत्साह दिसत नव्हता. काहीही न बोलता तो अगदी थंड राहिला. तो काही बोलत नाही हे पाहून त्यावर खांदे उडवत बाँड पुढे म्हणाला, "मी तिच्या प्रेमात पडलोय. माझं मन तिच्यावर जडलंय हे मला मान्य आहे. पण म्हणून मी काही मूर्ख किंवा उल्लू नाहीये. डार्को, मी डोळ्यात तेल घालून तिच्यावर लक्ष ठेवून आहे. तिच्या सहवासात असताना तिच्याकडून आपल्याला उपयोगी पडू शकेल असा एखादा काही धागा किंवा माग मिळतोय का याचा मी सतत वेध घेतोय. जेव्हा काही आडपडदे राहात नाहीत तेव्हा माणूस सत्य काय ते सांगतो. आणि तिच्या माझ्या दरम्यान आता कसलेही आडपडदे राहिलेले नाहीत. आणि म्हणूनच ती जे काही सांगतेय ते खरं आहे असं मला वाटतंय. किमान ती नव्वद टक्के तरी खरं बोलतेय, असं गृहीत धरायला काही हरकत नाही. आणि जर ती आपल्याला फसवत असेल तर मग मात्र ती स्वत:चीच फसवणूक करून घेते आहे असं म्हणावं लागेल. तुम्ही म्हणता तशा बुद्धिबळाच्या पटावर, ही गोष्ट शक्य आहे. पण फिरून आपण पुन्हा त्याच प्रश्नाकडे येतो आहोत की हे सगळं चाललंय तरी काय आणि कशासाठी?" बाँडचा स्वर किंचित कठोर बनला. "आणि आता तुम्हाला माझं मतच जाणून घ्यायचं असेल तर मी हे म्हणतो की या सगळ्यामागचं

रहस्य काय आहे हे जोपर्यंत आपण शोधून काढत नाही तोपर्यंत आपल्याला हा खेळ खेळायलाच हवा.''

बाँडच्या चेहऱ्यावरले हेकट, दुराग्रही भाव बघून करीमनं स्मित केलं आणि मग तो मोठ्यानं हसला. ''दोस्त! मी जर तुमच्या जागी असतो तर मी या परिस्थितीत काय केलं असतं सांगू? सालोनिका स्टेशन येताच ते स्पेक्टर मशीन आणि त्या रशियन पोरीला बरोबर घेऊन गाडीतून उतरून मी मधेच सटकलो असतो. एखादी भाड्याची कार मिळवली असती आणि तिनं अथेन्सला गेलो असतो. तिथून मिळेल त्या पहिल्या विमानाची फ्लाईट पकडली असती आणि तिनं सरळ लंडन गाठलं असतं. पण मला 'खेळाडू' सारखं वाढवण्यात आलेलं नाहीये... '' करीम उपरोधिक स्वरात म्हणाला, ''आणि तुम्हाला वाटतो तसा मला हा खेळ वाटत नाही. माझ्या दृष्टीनं हा सरळ सरळ धंदा आहे. बिझनेस! पण तुमची गोष्ट वेगळी आहे. तुम्ही एक जुगारी आहात. 'एम्' सुद्धा जुगारी आहेत. अगदी निश्चितपणे आहेत. नाहीतर निर्णय घेण्याचं एवढं स्वातंत्र्य त्यांनी तुम्हाला दिलंच नसतं. जुगाराच्या डावात सर्वकाही पणाला लावायचं ही तुमची वृत्ती आहे. 'एम्'चंही तसंच आहे. या सगळ्या रहस्यमय कोड्याचं उत्तर काय आहे हे त्यालाही जाणून घ्यायचंय. ठीक आहे, हरकत नाही. पण माझी वृत्ती मात्र वेगळी आहे. मी सगळ्या गोष्टी खूप सावधगिरीनं करतो. कोणताही धोका पत्करत नाही. प्रत्येक बाबीबद्दल अगोदर खात्री करून घेतो. सगळा साधकबाधक विचार करतो आणि मगच कृती करतो. ही माझी प्रवृत्ती आहे. त्या तिघाजणांपैकी दोघांना कटवण्यात आपल्याला यश आलं म्हणून पुढलं सगळं अनुकूल होणार असं तुम्हाला वाटतंय का?'' डार्को करीम बाँडकडे वळला. आपल्या भल्यामोठ्या हाताचा तळवा त्यानं बाँडच्या खांद्यावर ठेवला आणि तो पुढे म्हणाला, ''पण माझं जरा ऐका, दोस्त. हे बिलियर्डचं टेबल आहे. मृदुमुलायम हिरव्यागार आच्छादनाचा सपाट पृष्ठभाग असलेलं गुळगुळीत बिलियर्डचं टेबल. या टेबलावर तुम्ही तुमच्या स्टिकनं पांढऱ्या चेंडूला टोला मारला आहे. तो पांढरा चेंडू अगदी अलगदपणे घरंगळत टेबलावरल्या लाल चेंडूच्या दिशेनं चालला आहे. लाल चेंडूच्या जवळच टेबलाचं कोपऱ्यातलं पॉकेट आहे. आता काहीही झालं तरी पांढरा चेंडू लाल चेंडूवर आपटणार आणि लाल चेंडू घरंगळत जवळच्या पॉकेटमधे जाणार! ही गोष्ट अटळच आहे. कारण हा बिलियर्ड टेबलाचा नियम आहे. असं घडणं हा बिलियर्ड रूमचा कायदा आहे. पण बाहेर वेगळंच काहीतरी आक्रीत घडलं आहे. उंच आकाशातून एक जेट विमान येतं आहे. त्याचा वैमानिक चक्कर आल्यामुळे आपल्या सीटमधे कोलमडला आहे. त्याचा विमानावरला ताबा सुटल्यामुळे विमानाचा तोल गेला आहे. विमानाचं नाक खाली झालं आहे. ते वेगानं सूर मारत जमिनीच्या दिशेनं येत आहे आणि... आणि त्याचा रोख थेट त्या बिलियर्ड रूमकडे

आहे. तिच्या दिशेनं वेगानं झेपावत ते येत आहे. किंवा बिलियर्ड रूमच्या जवळून जाणाऱ्या गॅसचा पाईप फुटून प्रचंड स्फोट झालाय किंवा आकाशात कडाडणारी वीज त्या रूमवर कोसळणार आहे. तिन्हीपैकी काहीही घडलं तरी त्यामुळे ती इमारत छप्परासकट तुमच्यावर आणि बिलियर्ड टेबलावर कोसळणार आहे नि तिचा विध्वंस होणार आहे. मग तुम्ही टोलावलेल्या पांढऱ्या चेंडूचं देखील काय होणार जो न चुकता लाल चेंडूवर आपटणार आहे आणि त्या लाल चेंडूचं देखील काय होणार जो अटळपणे टेबलाच्या पॉकेटमधे जाणार आहे. बिलियर्ड टेबलाच्या नियमाप्रमाणे पांढरा चेंडू हा लाल चेंडूवर आपटणारच! पण जगात फक्त बिलियर्ड टेबलाचे नियम किंवा कायदे नाहीयेत. इतरही अनेक गोष्टींचे नियम आणि कायदे आहेत. कोसळणाऱ्या जेट विमानाचे, विजेचे किंवा गॅसच्या पाईपचेसुद्धा आपले कायदे नि नियम आहेत. हीच गोष्ट तुम्हालाही लागू होते. आपली ही आगगाडी धावते आहे. ती नियोजित स्थळी पोहोचणार आणि तुम्हाला तुमच्या मुक्कामावर पोहोचवणार हे ठरलेलं आहे. तिच्या नियमाप्रमाणे हे घडणार आहे. पण या खेळात फक्त एवढेच नियम नाहीयेत. इतरही अनेक गोष्टी कार्यरत आहेत. त्यांचं काय?'' बोलता बोलता करीम थांबला. त्यानं खांदे उडवले आणि तो म्हणाला, ''तुम्हाला पण या गोष्टी ठाऊक आहेत, दोस्त! तेव्हा माझं तत्त्वज्ञान आता आवरतं घेतो. कारण एवढं सगळं बोलून माझ्या घशाला कोरड पडली आहे. तुमच्या त्या छोकरीला तयार व्हायला सांगा आणि तिला पटकन घेऊन या म्हणजे आपण काहीतरी खाऊ पिऊ. पण एक गोष्ट तुम्हाला अगदी निक्षून सांगतो ती ध्यानात ठेवा. काहीतरी आश्चर्यजनक नि धक्कादायक घटना घडणार आहे. त्यासाठी सावध रहा. या प्रवासमार्गावर तुमच्या आणि माझ्या- दोघांच्याही बाबतीत काहीतरी अकल्पित घडणार आहे असं माझं मन मला सांगतंय.'' त्यानं बोटानं आपल्या पोटाच्या मध्यभागी क्रॉसची खूण केली आणि तो म्हणाला, ''मी माझ्या हृदयावर क्रूसाची खूण केली नाही तर पोटावर केली. कारण माझं पोट मला जास्त महत्त्वाचं वाटतं. म्हणून त्याची शपथ! तो जिप्सी आपल्याला सावध रहा असं म्हणाला होता. आता मी पण तुम्हाला तेच सांगतोय की सावध रहा. या प्रवासात आपल्या दोघांच्याही दृष्टीनं काहीतरी विपरित घडणार आहे. आपण दोघं बिलियर्ड टेबलवर खेळ खेळतोय. पण त्याचवेळी बिलियर्ड रूमबाहेर असलेल्या जगात काय चाललंय यावरही आपल्याला सावधपणे लक्ष ठेवायला हवं.'' आपल्या नाकावर बोटानं टिचकी मारली आणि तो म्हणाला, ''माझ्या या नाकाला सगळ्याचा वास येतो. ते पण मला तेच सांगतंय.''

करीमच्या पोटामधून अचानक एक विचित्र गुडगुडल्यासारखा आवाज आला. त्याबरोबर सोत्सुकपणे तो म्हणाला, ''मी नुकतंच तुम्हाला काय म्हणालो होतो? आपण काहीतरी खाऊन घेऊ. बघा! माझं पोटसुद्धा तशी मागणी करतंय.''

थेस्सालोनिकी जंक्शन या अत्याधुनिक स्टेशनात ओरिअंट एक्सप्रेस थांबली तेव्हा या तिघांनी रात्रीचं जेवण उरकून घेतलं. रेस्टॉरंट-कारमधून आपल्या डब्याकडे परतताना बाँडनं स्पेक्टर यंत्राची अवजड पेटी स्वत:बरोबर वाहून नेली. बाँड आणि तातिआनाला त्यांच्या डब्यात नेऊन सोडल्यावर– रात्रीपुरता त्यांचा निरोप घेत– करीम म्हणाला, ''आणखी थोड्या वेळानंतर आपल्या झोपेत थोडा व्यत्यय येईल. रात्री एकच्या सुमारास सरहद्द येईल. ग्रीक अधिकाऱ्यांकडून आपल्याला काही त्रास होणार नाही. पण युगोस्लाव्ह तपासणी अधिकारी फार हरामखोर असतात. सुखानं झोपलेल्या प्रवाशांना झोपेतून उठवण्याची त्यांना फार वाईट खोड असते. जर त्यांनी तुम्हाला काही त्रास दिला तर ताबडतोब मला बोलावून घ्या. त्यांच्या देशातसुद्धा काही भारदस्त नावं माझ्या उत्तम परिचयाची आहेत. मी पुढल्या डब्यात दोन नंबरच्या कूपेत आहे. कूपेत मी एकटाच आहे. उद्या मी, मागे उतरवलेला आपला दोस्त गोल्डफर्ब याच्या १२ नंबरच्या कूपेत येईन. तेव्हा सध्यापुरता तरी फर्स्टक्लास मधल्या कूपेचा तबेला उत्तम आहे. आजची रात्र मला त्यात घालवावी लागेल. उद्या मी तिथून हलेन. अच्छा, गुडनाईट.''

दोघांचा निरोप घेऊन करीम आपल्या डब्याकडे निघून गेला. थेस्सालोनिकी स्टेशन सोडून ओरिअंट एक्सप्रेसनं पुढं कूच केलं. काहीच मिनिटात तिनं वेग घेतला.

आदल्या रात्रीप्रमाणेच बाँड सीटच्या कोपऱ्यात, खिडकीपाशी जागरणासाठी सिद्ध होऊन बसला. तातिआना त्याच्या मांडीवर डोकं ठेवून झोपी गेली. अधुनमधून छोट्या छोट्या डुलक्या घेत, सावधपणे बाँडचा पहारा सुरू झाला.

वार्दार दरीतल्या चढणीच्या मार्गानं गाडी मार्गक्रमण करू लागली तेव्हा बाँडनं खिडकीबाहेर पाहिलं. लख्ख चंद्रप्रकाशात त्या सबंध दरीचा परिसर न्हाऊन निघाला होता. दरीतल्या भूभागावर चांदण्याची चंदेरी झिलई चढली होती. त्या अपूर्व दृश्यानं बाँडचं मन मोहून टाकलं. डार्को करीम जे काही म्हणाला होता त्याबद्दल त्याच्या मनात विचार येऊ लागले. एकदा बेलग्रेडची सरहद्द सुखरूपपणे पार केली की भव्य देहाच्या या माणसाला इस्तंबूलला परत पाठवून द्यावं. त्याच्या मनात आलं. त्या साहससफरीवर त्याला आपल्याबरोबर सबंध युरोप ओलांडण्यासाठी ओढून नेणं योग्य ठरणार नाही. कारण बेलग्रेडच्या पुढे त्याचा प्रांत संपतो आहे. त्यानंतरच्या प्रवासात आणि कामगिरीत स्वाभाविकपणेच त्याला काही स्वारस्य राहणार नाही. तातिआनात आपण गुंतलो आहोत, तिच्यावर भाळलो आहोत हे डार्कोनं ताडलंय. तिच्यापायी या मोहिमेत आपण सरळपणे लक्ष घालत नाही आहोत असंही त्याला वाटतंय. आणि त्यात थोडा तथ्यांशही आहे. तो म्हणतोय त्याप्रमाणे गाडीतून मधेच कुठेतरी उतरून दुसऱ्या मार्गानं घरी, लंडनला जाणं सुरक्षित ठरेल हा त्याचा

सल्लाही निश्चितपणे योग्यच आहे... बाँडच्या मनात एकामागोमाग एक विचार येऊ लागले. पण तरीही तो डाव अर्धवट सोडून असा मधेच पळ काढणं त्याच्या मनाला काही रुचेना. रशियनांचा तो कट– अर्थात तो कट असलाच तर– डावलून पसार व्हायचं ही कल्पनाच मुळी त्याला सहन होईना. आणि समजा तसा काही कट नसला तर पुढल्या तीन दिवसातल्या प्रवासात मिळणारा तातिआनाचा सहवासही त्याच्यानं सोडवेना! तिच्या अपूर्व सहवासाचा त्याला मोह पडला होता आणि त्यावर पाणी सोडायला तो तयार नव्हता! तातिआनाच्या सान्निध्यातले पुढले तीन स्वर्गीय दिवस आणि तीन रात्री सोडण्याची कल्पनाही त्याला सहन होत नव्हती! शिवाय या कामगिरीतले सगळे निर्णय घेण्याचे अधिकार 'एम्'नं त्याला दिले होते. डार्को म्हणाला होता त्याप्रमाणे रशियनांचा तो कट नेमका काय आहे हे जाणून घ्यायची 'एम'लाही उत्सुकता होती...! हा खेळ पुरता खेळून तडीला न्यावा अशी एम् ची इच्छा आहे. त्यातलं रहस्य त्याला जाणून घ्यायचंय. आपला प्रवासही अगदी उत्तम चाललाय. मग घाबरायचं कशाला? बाँडच्या मनात आलं आणि त्यानं तात्काळ ती समस्या निकालात काढली. हा खेळ शेवटपर्यंत खेळायचा. त्यातलं रहस्य शोधून काढायचं असा निश्चय त्यानं मनोमन करून टाकला. सारं काही अगदी सुरक्षितपणे चाललंय. मग काळजी कशाची?

ग्रीक सरहद्दीवरल्या आयदोमेनी या स्टेशनवर ओरिअंट एक्सप्रेस येऊन दहा मिनिटं झाली असतील नसतील; तोच कूपेचं दार खूप जोरानं ठोठावलं गेलं. त्या ठोठावण्यानं तातिआनाही जागी झाली. तिचं डोकं पटकन् खाली ठेवून उठत बाँड दारापाशी गेला आणि त्याला कान लावत त्यानं विचारलं, "कोण आहे?"

"मी कंडक्टर आहे, माँसेयर." बाहेरून उत्तर आलं. "तुमचा मित्र करीम बे याच्यावर प्राणघातक प्रसंग गुदरलाय."

"थांबा!" बाँड मोठ्यानं ओरडला. आपलं बेरेटा पिस्तुल त्यानं घाईघाईनं बगलेतल्या कातडी दास्तानात सरकवलं. भर्रकन कोट चढवला आणि कूपेचं दार खाड्कन उघडलं.

"काय झालंय?" त्यानं विचारलं.

कॉरिडॉरमधल्या दिव्याच्या पिवळ्या प्रकाशात कंडक्टरची मुद्रा फिकट दिसत होती. "माझ्याबरोबर या." तो म्हणाला. तातिआनाला दार लावून घ्यायला सांगून बाँड त्याच्या मागोमाग गेला. कपलिंगवरच्या बोळकांडीतून ते पलीकडल्या फर्स्ट क्लासच्या डब्यात पोहोचले. तिथल्या दोन नंबरच्या कूपेच्या दारासमोर काही अधिकारी कोंडाळं करून उभे होते. स्तब्धपणे उभे राहून डोळे विस्फारून ते आत बघत होते. त्यांना बाजूला करून कंडक्टरनं बाँडला वाट करून दिली. बाँड त्या दाराशी गेला आणि त्यानं आत नजर टाकली मात्र–

एकदम तो स्तंभितच झाला! आपल्या डोक्यावरले केस तडतडतायत अशी काहीतरी विचित्र जाणीव त्याला झाली.

कूपेमधल्या उजव्या बाजूच्या सीटलगत, खाली दोन मृतदेह पडले होते. त्या दोघांमधे जीवघेणी झुंज झाली होती हे अगदी स्पष्टच दिसत होतं. एखाद्या सिनेमाच्या चित्रिकरणासाठी पोझ् घेऊन पडावं तसे त्या दोघा माणसांचे देह अस्ताव्यस्त पडलेले होते.

डार्को करीमचा मृतदेह खाली होता. उठण्याचा शेवटचा प्रयत्न करावा तसे त्याचे गुडघे उभे आणि पाय दुमडलेले होते. लांब पात्याचा एक धारदार सुरा त्याचा गळा चिरत मानेतून आरपार बाहेर निघालेला होता. त्यानं आपलं डोकं मागे फेकलं होतं. थिजलेले ताठ डोळे खिडकीबाहेरच्या अंधाराकडे लागले होते. आरोळी मारण्यासाठी उघडलेलं तोंड हिंस्त्रपणे विचकल्यागत दिसत होतं. त्याच्या हनुवटीखालून गळणाऱ्या रक्ताचा एक ओघळ खाली जमिनीवर पसरला होता.

बेंझ नावाच्या एमजीबीच्या मिशाळ माणसाचा मृतदेह करीमच्या देहावर अर्धवट अवस्थेत पालथा पडलेला होता आणि त्याच्या मानेभावेती करीमच्या बलदंड हाताची जबरी पकड बसलेली दिसत होती. त्या माणसाच्या काळ्या निळ्या पडलेल्या चेहऱ्याचा अर्धवट भाग आणि स्टालिनसारख्या मिशीचं टोक बाँडला दिसत होतं. करीमचा उजवा हात त्या माणसाच्या पाठीवर सहज पडावा तसा पडलेला होता. त्या हाताच्या वळलेल्या मुठीतला खंजीर त्या माणसाच्या पाठीत अगदी पूर्णपणे खुपसला गेला होता. खंजिराची मूठ जिथे रुतली होती तिथे कोटावर रक्ताचा मोठा डाग पडला होता, नि तो पसरला होता.

काय प्रकार घडला असावा याचं चित्र बाँडच्या मनःश्चक्षूंसमोर उभं राहिलं. चित्रपटात दिसावं तसं... डार्को करीम आपल्या बर्थवर गाढ झोपलेला आहे. बेंझ नावाचा तो माणूस येतो आणि अत्यंत चपळाईनं हातातल्या सुऱ्याचा जबरदस्त घाव करीमच्या गळ्यावर घालतो. प्राणांतिक वेदनेनं करीमचा देह वर उसळतो. प्राण जाण्यापूर्वी आपला डावा हात तो वर फेकतो आणि आपल्या मारेकऱ्याची मान त्याच्या पोलादी पकडीत आवळतो. त्याला आपल्या मगरमिठीत घेत आपल्या उजव्या हातातला खंजीर, त्याच्या पाचव्या बरगडीखाली खोलवर खुपसतो आणि दोघांचेही देह धाडकन जमिनीवर कोलमडतात. किंचित धुगधुगी असलेला करीम उठण्याचा शेवटचा प्रयत्न करत पाय दुमडून प्राण सोडतो...

करीम बे ची हत्या ही अशी झाली असावी!

उत्साहानं सदा रसरसणारा, जीवनाचा आनंद अगदी सर्वार्थानं लुटणारा, सूर्याची उर्जा स्वतःबरोबर बाळगणारा, सदैव काही ना काहीतरी धडपड करणारा, अलमस्त प्रवृत्तीचा हा सदाबहार माणूस! याचा इतका भीषण अंत व्हावा ना!

‘...मी नेहमी सगळ्याचाच अतिरेक करतो. एक दिवस मी पटकन मरून जाणार आहे... लोकांनी मग म्हणावं– यानं काही केलं नाही. हा मस्त जगला... दोस्त! या प्रवासात काहीतरी धक्कादायक घटना घडणार आहे... काहीतरी अकल्पित घडणार आहे असं माझं अंतर्मन मला सांगतंय...’ करीमचे शब्द बाँडला आठवले. आपलं मरण त्याला अगोदरच कळलं होतं का? स्वच्छ मनाचा एक उमदा मित्र असा आकस्मिकपणे गमावल्याबद्दल बाँडला मनस्वी दुःख झालं.

पण दुसऱ्याच क्षणी त्यानं स्वतःला सावरलं. त्याच्याकरता आपल्या प्राणांचं मोल देणाऱ्या त्या उमद्या माणसाच्या मृतदेहाकडे त्यानं तडक पाठ फिरवली आणि कॉरिडॉरमधून तो आपल्या डब्याच्या दिशेनं चालू लागला.

चालता चालता मनात उसळणाऱ्या अनेक प्रश्नांची उत्तरं तो निर्विकारपणे शोधू लागला...!

□

## २४. संकट टळलं!

वाफेचे भपकारे सोडत ओरिअंट एक्सप्रेस दुपारी तीन वाजता बेलग्रेड स्टेशनात शिरत अगदी हळूहळू थांबली. गाडी अर्धा तास लेट झाली होती. गाडीचे मागे तोडलेले डबे ‘पोलादी पडद्याच्या’ प्रदेशातून प्रवास करून बल्गेरियामार्गे बेलग्रेडला येणार होते आणि तिला पुढल्या प्रवासासाठी पुन्हा जोडले जाणार होते या कारणामुळे ओरिअंट एक्सप्रेसला बेलग्रेड स्टेशनात सुमारे आठ तास खोळंबून रहावं लागणार होतं.

खिडकीतून स्टेशनावरल्या गर्दीकडे, धावपळ करणाऱ्या लोकांकडे बघत, बाँड कूपेचं दार केव्हा ठोठावलं जातं आणि करीमचा माणूस केव्हा येतो, याची वाट पहात बसला होता. तातिआना आपला सेबल कोट अंगाभोवती लपेटून बाँडकडे बघत दारापाशी बसली होती.

खिडकीमधून पंचनाम्याचा सगळा सोपस्कार तिनं पाहिला होता. करीमचा आणि बेंझ नावाच्या त्या एमजीबीच्या माणसाचा मृतदेह वाहून नेण्यासाठी प्लॅटफॉर्मवर दोन लांबट आकाराचे बांबूचे करंडे आणले गेले होते. मृतदेह जेव्हा गाडीतून खाली उतरवले गेले तेव्हा पोलिस फोटोग्राफर्सच्या कॅमेऱ्यांच्या फ्लॅश बल्बजूचा चकचकाट काही क्षण झाला होता. पोलिसांनी पंचनाम्याची कारवाई झटपट उरकावी म्हणून गाडीच्या प्रमुख गार्डनं घाईचे हातवारे केले होते. जेम्स बाँडला अधूनमधून पंचनाम्याच्या ठिकाणी जावं लागत होतं. त्यामुळे खाटकाच्या सुऱ्यासारखी त्याची थंड आणि सरळताठ आकृती डब्यातून सारखी चढ-उतर करत राहिली होती. अखेर पंचनाम्याचा तो सगळा सोपस्कार उरकला गेला होता. आणि मृतदेहांचे करंडे प्लॅटफॉर्मवरून

हलवले गेल्यावर त्या प्रकरणावर पडदा पडला होता.

आणि आता बाँड डब्यात परतला होता नि तातिआनाकडे एकटक बघत होता. करीमच्या मृत्यूमुळे तो हादरला होता. त्या घटनेमुळे त्याचा तिच्यावरला विश्वास डळमळला होता, आणि त्यानं तिला हडसून खडसून कठोरपणे काही प्रश्न विचारले होते. त्याला विरोध करत तातिआना आपल्या पूर्वीच्या कहाणीला दृढपणे चिकटून राहिली होती. त्या प्रकरणामागे स्मेर्शचा हात आहे असं जर आपण याला आत्ता या घडीलाच सांगितलं तर आपण याला कायमचं गमावून बसू अशी भिती तिला वाटली होती.

अंतर्यामी जाणवणाऱ्या भयामुळे सुन्नबधीर होऊन एखाद्या पुतळ्याप्रमाणे ती आता अगदी स्तब्धपणे बसली होती. ज्या जाळ्यामध्ये ती अडकत चालली होती त्याबद्दल तिला अंतर्यामी अतिशय भय वाटू लागलं होतं. या कामगिरीवर धाडण्यापूर्वी मॉस्कोमध्ये जे खोटं नाटं तिला सांगितलं गेलं होतं, ज्या भूलथापा तिला मारल्या गेल्या होत्या त्या सगळ्याच्या मागे कसलं भयंकर रहस्य दडलेलं असावं हा विचार मनात येऊन तिच्या जिवाचा थरकाप उडून गेला होता. आणि या सगळ्याच्याही वर तिला आता ही भिती वाटत होती की आपला स्मेर्शशी संबंध आहे हे जर आपण बाँडला आत्ताच सांगून टाकलं तर आपल्या आयुष्यात प्रसन्न सूर्यप्रकाशासारखा आलेला हा रुबाबदार माणूस आपल्याला कायमचा दुरावेल...! या विचारानं तिचं चित्त सैरभैर होऊन गेलं होतं. आणि म्हणूनच बाँडनं तिची उलटतपासणी घेतली होती तेव्हा त्याच्याशी झगडत आपल्या मूळ हकीगतीला ती घट्टपणे चिकटून राहिली होती.

कूपेच्या दारावर टकटक झाली. उठून बाँडनं दार उघडलं. एक उंचापुरा नि सशक्त, डोक्यावर केसांची झुलपं असलेला, करीम सारखेच निळे डोळे असलेला, हसऱ्या चेहऱ्याचा एक तरुण मोठ्या डौलानं पटकन आत आला.

''मी स्टीफन ट्रेंपो, तुमच्या सेवेत हजर आहे, सर.'' रुंद हास्य करत तो म्हणाला. त्याच्या प्रसन्न मुद्रेनं दोघांनाही फार बरं वाटलं. ''सगळे मला 'टेंपो' म्हणून हाक मारतात. आमचे चीफ कुठे आहेत?'' इकडे तिकडे बघत त्यानं विचारलं.

''माझ्याजवळ बैस.'' बाँड त्याला म्हणाला. करीमच्या अनेक मुलांपैकी हा एक आहे हे त्यानं ओळखलं.

त्या तरुणाच्या चेहऱ्यावरलं हास्य विरलं. तीक्ष्णपणे दोघांकडे बघत तो त्यांच्या मध्ये जाऊन बसला. आपल्या निळ्या डोळ्यांनी तो बाँडकडे पाहू लागला. त्याच्या डोळ्यांमध्ये आता थोडे संशयाचे, थोडे भीतीचे भाव दिसू लागले. आपला उजवा हात त्यानं अस्वस्थपणे कोटाच्या खिशात घातला. त्याच्या जिवाची घालमेल सुरू झाली होती.

बाँडनं त्याला अगदी हळूहळू सगळी हकीगत सांगण्यास सुरुवात केली, तसतसा त्याचा चेहरा विवर्ण होत गेला. त्यावर तीव्र दु:खाचं सावट आलं. बाँडचं बोलणं संपल्यावर तो तरुण उठून उभा राहिला. एका क्षणात त्यानं स्वत:ला सावरलं. बाँडला त्यानं अधिक काही प्रश्न विचारले नाहीत.

"थँक्यू, सर. तुम्ही माझ्याबरोबर येता का? आपण माझ्या अपार्टमेंटवर जाऊ. बरीच कामं उरकावी लागणार आहेत आता." तो म्हणाला आणि बाहेरच्या कॉरिडॉरमधे जाऊन त्यांच्याकडे पाठ करून उभा राहिला. तातिआना कूपेतून बाहेर पडल्यावर, मागे न पाहता वळून कॉरिडॉरमधून चालत तो डब्याच्या दाराकडे निघाला. बाँड, तातिआनाच्या मागोमाग बाहेर आला. त्यानं आपली ॲटॅची केस आणि स्पेक्टर मशीनची जड बॅग बरोबर घेतली होती.

गाडीतून खाली उतरून, प्लॅटफॉर्मवरून चालत ते तिथं बेलग्रेड स्टेशनबाहेरच्या चौकात पोहोचले. बाहेर झिमझिम पावसाला सुरुवात झाली होती. बाहेर उभ्या असलेल्या टॅक्सीज् आणि आसपासच्या इमारती पावसामुळे ओल्या होऊ लागल्या आणि सबंध वातावरणात औदासीन्यानं भरलेली अवकळा आली. करीमच्या मुलानं पुढे होऊन एक जुनाट मॉरिस ऑक्सफर्ड सलून मोटारीचं मागचं दार उघडलं. बाँड आणि तातिआना मोटारीत बसल्यावर पुढचं दार उघडून तो ड्रायव्हिंग सीटवर बसला आणि त्यानं ती सुरू केली. स्टेशनाच्या परिसरातून बाहेर पडताच मोटार एका रुंद नि प्रशस्त रस्त्यावरून धावू लागली. रस्त्यावर तुरळक वाहनं आणि आजूबाजूला पावसातून भरभर चालणारे थोडे पादचारी दिसत होते.

सुमारे पंधरा मिनिटांच्या प्रवासानंतर मोटार बाजूच्या एका दुय्यम रस्त्यावर वळली आणि काही अंतर पुढे गेल्यावर एका इमारतीसमोर थांबली. त्या इमारतीच्या रुंद दारातून ट्रेंपोनं त्या दोघांना आत नेलं. दोन जिने चढून ते वरच्या मजल्यावर पोहोचले. आजूबाजूला सिगारेटच्या धुराचा, चिरलेल्या कोबीचा आणि घामाचा एक संमिश्र उग्र दर्प भरून राहिला होता. करीमच्या मुलानं एका दाराचं कुलुप उघडून त्या दोघांना आत नेलं. दोन खोल्यांचा तो आटोपशीर फ्लॅट होता. तिथं मोजकंच फर्निचर होतं. खिडक्यांवर लाल रंगाचे पडदे लावलेले होते. एका खिडकीबाहेर, खाली त्या इमारतीलगतचा रस्ता होता. खोलीमधल्या एका रॅकवर एक भलामोठा ट्रे ठेवलेला होता. त्यामधे वेगवेगळ्या मद्यांच्या सीलबंद बाटल्या, ग्लासेस, तऱ्हेतऱ्हेच्या फळांनी भरलेल्या डिशेस आणि बिस्कीटांचे पुडे आकर्षकपणे मांडून ठेवलेले होते. आपल्या वडिलांचं– डार्को करीमचं आणि त्याच्याबरोबर येणाऱ्या पाहुण्यांचं स्वागत करण्यासाठी ट्रेंपोनं ती सगळी तयारी करून ठेवली होती.

मद्यं आणि खाद्यपदार्थांच्या ट्रे कडे निर्देश करत तो म्हणाला, "सर, मॅडम, या घराला आपलंच घर समजा. नि:संकोचपणे यातलं काय हवं ते घ्या. समोरच्या

पॅसेजमधे बाथरूम आहे. प्रवासाचा क्षीण घालवण्यासाठी तुम्हाला अंघोळी करायच्या असतील तर करा. मला जरा एक फोन करायचाय, मी आलोच.'' आपल्या वडिलांच्या आठवणीनं त्याची मुद्रा एकाएकी व्याकूळ बनली. डोळे एकदम भरून आले. पण आपला संयम सुटण्यापूर्वीच झटकन तो पलीकडच्या बेडरूममध्ये गेला आणि मधलं दार त्यानं लावून घेतलं.

नंतरचे दोन तास दोघांनाही तसे कंटाळवाणेच गेले. खिडकीपाशी बसून बाहेरची रहदारी बघण्यात बाँडनं वेळ घालवला. अधुमधून उठून त्यानं खोलीमध्ये फेऱ्या मारल्या. पहिला तासभर तातिआनानं टीपॉयवर असलेली मासिकं चाळली. नंतर अंघोळ करण्यासाठी ती बाथरुममधे गेली. जराशानं बाँडला शॉवरच्या पाण्याचा आवाज ऐकू येऊ लागला.

संध्याकाळी सहा वाजता ट्रेंपो बेडरुममधून बाहेर आला. ''मी जरा बाहेर जाऊन येतो. काही महत्त्वाची कामं करायची आहेत.'' तो बाँडला म्हणाला, ''पलीकडल्या छोट्या किचनमधे अन्नपदार्थ ठेवलेले आहेत. तुमची वेळ झाली की जेवणं उरकून घ्या. मी काम झाल्यावर परत येईन आणि तुम्हाला गाडीत बसवण्यासाठी स्टेशनवर घेऊन जाईन.'' बाँडच्या उत्तराची वाट न पाहता तो फ्लॅटमधून बाहेर पडला आणि त्यानं दार अलगदपणे लावून घेतलं. जिन्यांच्या पायऱ्यांवरून खाली गेलेली त्याची पावलं बाँडला ऐकू आली. जराशानं खालच्या रस्त्यावरून मोटारीचं दार खाड्कन बंद झाल्याचा, ती सुरू झाल्याचा आणि इंजिनाचा घरघराट करत ती निघून गेल्याचा आवाज आला.

उठून बाँड बेडरुममध्ये गेला. तिथल्या पलंगावर बसत, जवळच ठेवलेल्या फोनचा रिसीव्हर उचलून त्यानं 'लाँग डीस्टन्स एक्सचेंज'शी संपर्क साधला आणि जर्मन भाषेत बोलत, एक फोन नंबर देऊन लंडनशी लाईन जोडून देण्यास ऑपरेटरला सांगितलं.

अर्ध्या तासानंतर एक्सचेंजकडून फोन आला आणि ऑपरेटरनं लंडनशी लाईन जोडून देत असल्याचं त्याला सांगितलं. काहीच सेकंदांनी 'एम'चा शांत आणि धीरगंभीर आवाज त्याला ऐकू आला.

एखाद्या विक्रेत्यानं– फिरतीवर असताना बोलावं– त्याप्रमाणे युनिव्हर्सल एक्सपोर्ट कंपनीच्या मॅनेजिंग डायरेक्टरशी बाँडनं बोलणं सुरू केलं. तो डायरेक्टर म्हणजे अर्थातच 'एम्' होता आणि त्यांचं बोलणं कुणाला कळू नये म्हणून दोघांमधे होणारं बोलणं सांकेतिक स्वरुपातलं होतं. गुप्तचर खात्यातली सांकेतिक संदेशांचं देवाणघेवाण करण्याची ती सावधगिरीची एक पद्धत होती.

''सर, माझा पार्टनर एकाएकी खूप आजारी पडला.'' फोनवर बाँड म्हणाला.

''खूप आजारी?''

“होय, सर. खूप आजारी.”

“बरं! दुसऱ्या कंपनीचं काय झालं?”

“आमच्याबरोबर तिघं होते. त्यांच्यातला एकजणसुद्धा खूपच आजारी पडला. त्याच्या इतर दोघा जोडीदारांना तुर्कस्थानातून बाहेर पडताना बरं वाटेनासं झालं. म्हणून आम्हाला सोडून सरहद्दीवर ते दोघं मधेच उझुकोप्रूला उतरले.”

“अस्सं! म्हणजे त्या कंपनीनं एकूण आपला गाशा गुंडाळला म्हणायचा.”

आपण माहिती सांगत असताना एम्चा चेहरा कसा झाला असेल याचं चित्र बाँडच्या डोळ्यांसमोर उभं राहिलं. ‘एम्’ च्या खोलीतला सीलींग फॅन आत्ता या क्षणी त्याच्या डोक्यावर मुलायमपणे फिरत असेल का? ‘एम्’ च्या हातात त्याचा पाईप असेल का? टेलिफोनवर चालू असलेलं आपलं संभाषण– वेगळ्या टेलिफोन लाईनवरून चीफ-ऑफ-स्टाफ सुद्धा ऐकत असेल का? त्याच्या मनात भरभर विचार आले.

“बरं! मग तुमचा आता काय बेत आहे? तुम्ही आणि तुमची बायको दुसऱ्या एखाद्या मार्गानं घरी परतणार आहात का?”

“काय करू ते तुम्हीच सांगा, सर. माझी बायको अगदी ठीक आहे. बरोबरचा सँपल पण उत्तम स्थितीत आहे. तो खराब होणार नाही असं वाटतंय. अजूनही ही ट्रिप पुरी करायचं माझ्या मनात आहे. नाहीतर हा भाग अर्धवट सोडल्यासारखं होईल. आणि नंतर इथे काय घडण्याची शक्यता आहे हे पण आपल्याला कधीच कळायचं नाही.”

“तसं असेल तर आपला दुसरा एखादा सेल्समन तुमच्या मदतीला तिकडे पाठवू का?”

“तशी काही गरज नाहीये, सर. पण तुम्हाला वाटलं तर पाठवा.”

“ठीक आहे. मी त्याबद्दल विचार करतो. तिथलं आपलं ‘सेल्स कँपेन’ पूर्णपणे पार पाडायचं असं तुम्ही ठरवलं आहे तर मग?’ हे विचारताना ‘एम्’चे निळे डोळे आत्ता या क्षणी कसे चमकत असतील, जे रहस्य जाणून घ्यायची आपल्याला उत्सुकता आहे ते जाणून घ्यायला तो पण किती उत्सुक बनला असेल आणि त्याच्या चेहऱ्यावर ती उत्सुकता, ते कुतूहल कसं साठून आलं असेल याचं दृश्य बाँडच्या डोळ्यांसमोर एकदम उभं राहिलं.

“होय, सर. नाहीतरी माझा निम्मा प्रवास मी आत्तापर्यंत पार पाडलेलाच आहे. उरलेला प्रवास आणि राहिलेलं बाकीचं काम अर्धवट सोडून तिकडे असं मधेच निघून येणं मला बरोबर वाटत नाही.”

“ठीक आहे. आपला दुसरा एखादा सेल्समन तुमच्या मदतीला पाठवण्याबद्दल विचार करतो.” लाईनवर क्षणभर शांतता पसरली. “आणखी दुसरं काही करायचं

तुमच्या मनात नाहीये ना?''

''नाही, सर. मला आणखी काही नव्या सूचना द्यायच्या आहेत?''

''नाही.''

''ठीक आहे, सर.''

''अच्छा, तर मग गुडबाय्.''

''गुड्बाय्, सर.''

बाँडनं रिसीव्हर खाली ठेवला. मागे रेलत तो फोनकडे पाहू लागला.

एम्नं आपल्या मदतीसाठी माणूस पाठवायचं म्हटलं होतं ते आपण लगेच मान्य करायला हवं होतं असं त्याला एकाएकी वाटू लागलं. पुढे काय होईल याचा काय भरवसा? एका गोष्टीबद्दल त्याला समाधान वाटलं की आता लौकरच ते या फालतू बाल्कन प्रांताच्या रुक्ष भूमीतून बाहेर पडणार होते, आणि इटलीला पोचणार होते. त्यानंतर मग स्वित्झर्लंड, मग फ्रान्स... प्रवासाचे हे पुढले टप्पे फारच आकर्षक होते. तिथे आपली मित्रमंडळी आहेत! शिवाय सभोवतालीही सगळी छान सुसंस्कृत माणसं दिसतील. या रांगड्या लोकांपासून, त्यांच्या रुक्ष प्रदेशापासून आपण खूप दूर जाऊ...! त्याच्या मनात येत होतं.

आणि ही रशियन पोरगी, तातिआना. तिचं काय? करीमच्या मृत्यूचा दोष खरोखरच तिच्याकडे जातो का? बेडरुममधून बाहेरच्या खोलीत जात बाँड पुन्हा खिडकीपाशी जाऊन उभा राहिला. तातिआनाबरोबर घालवलेल्या क्षणांची आपल्या मनाशी तो पुन्हा पहिल्यापासून उजळणी करू लागला. क्रिस्टल पॅलेसमधल्या त्या ऐषारामी सूटमध्ये पहिल्या रात्री त्याला ती भेटली होती, अगदी तिथपासून घडलेल्या सगळ्या घटना तो आठवू लागला. तिच्या मुद्रेवर उमटलेले भाव, तिची प्रत्येक हालचाल, तिच्या लकबी अशा प्रत्येक बारीकसारीक गोष्टीची विचक्षणा तो करू लागला. तिचं बोलणं, तिचा आवाज, तिच्या सगळ्या अदा त्यानं डोळ्यांसमोर आणल्या. तिनं त्याला जे जे काही सांगितलं होतं त्या त्या वेळची तिची निरागस भोळी मुद्रा त्यानं पुन:पुन्हा आपल्या मन:चक्षूंसमोर आणली आणि त्याच्या मनानं एकदम निर्णय दिला की– नाही! करीमच्या मृत्यूचा दोष आपल्याला असा तिच्यावर लादता येणार नाही! आपल्याला जशी ती प्रथम वाटली तशीच ती प्रत्यक्षातही आहे. भोळी आणि निरागस. निरपराध...! आणि जरी ती रशियन एजंट असलीच तरी तिला ते ठाऊक नाहीये. हेरगिरीच्या भयंकर जाळ्यात आपण सापडलो आहोत याची तिला जाणीव नाहीये. तिच्या वयाची जगामधली कोणतीही मुलगी हेरगिरीतली असली भयंकर भूमिका निभावू शकणार नाही. स्वत:ची फसवणूक करून तर नाहीच नाही...! तेव्हा तातिआनाला मारून मुटकून बहुधा बळजबरीनंच या सगळ्या प्रकरणात गोवण्यात आलं असावं. बाँडच्या मनात आलं. त्याला ती अगदी

मनापासून आवडली होती. आणि स्वत:वर, आपल्या अंतर्मनावर त्याचा पूर्णपणे विश्वास होता. आपल्या उपजत प्रवृत्तींवर त्याचा पूर्ण भरवसा होता. शिवाय रशियनांनी जो काय कट शिजवलेला होता तो कट असलाच तर करीमच्या मृत्यूमुळे तो आता उघड झाला नव्हता काय? आणि त्यांचा जो काय कट असेल त्याचा एक ना एक दिवस आपण छडा लावूच. तातिआनाला या कटाची कल्पना नाहीये. या कटात ती रशियनांना सामिल नाहीये. अभावितपणे ती या सगळ्या प्रकरणात सापडलीय. तिनं जाणूनबुजून यात भाग घेतलेला नाहीये... आपलं अंतर्मन तिच्या निर्दोषपणाबद्दल ग्वाही देतंय्... आणि क्षणात बाँडच्या मनाचा निर्णय झाला. तातिआना निर्दोष आहे! तो बाथरुमजवळ गेला आणि त्यानं दारावर टकटक केली.

अंगाभोवती टर्किश टॉवेल लपेटून तातिआना बाथरुममधून बाहेर आली. बाँडनं तिला एकदम आपल्या बाहुपाशात घेत घट्ट धरलं आणि तिच्या ओठांचं आवेगानं चुंबन घेतलं. तीही त्याला आवेगानं बिलगली. एकमेकांना बिलगलेल्या अवस्थेत ती दोघं काही क्षण तशीच उभी राहिली. दोघांमधे पुन्हा पूर्वीची ओढ, पूर्वीचं आकर्षण निर्माण झालं. प्रीतिची उबदार नैसर्गिक भावना जागृत झाली. आणि दोघांच्याही देहांमधून उष्णोर्मी उसळू लागल्या. त्या उर्मींमध्ये करीमच्या मृत्यूचं दु:ख आपोआप विरून गेलं.

बाँडच्या मिठीतून सुटका करून घेत मागे होत तातिआना त्याच्या चेहऱ्याकडे एकटक पाहात राहिली. त्याच्या कपाळावर आलेली केसांची झुलपं आपल्या नाजूक बोटांनी तिनं मागे सारली. तिची मुद्रा आता प्रसन्न, टवटवीत बनली होती.

"जेम्स! तुम्ही मला जवळ केलंत, खूप बरं वाटलं मला." ती म्हणाली आणि मग वस्तुस्थितीनिष्ठ स्वरात ती पुढे म्हणाली, "तेव्हा आता अगोदर मस्तपैकी पोटभर खाऊन पिऊन घेऊ. आणि नंतर जीवनाचा आनंद पुन्हा पहिल्यासारखाच लुटू. एकमेकांच्या प्रेमात बुडून जाऊ."

आणि मग किचनमधे जाऊन तिथे असलेल्या खाद्यपदार्थांवर दोघांनी भरपूर ताव मारला. खाणंपिणं उरकून दोघं तयार होऊन बसली. त्यानंतर ट्रेंपो आला आणि आपल्या मोटारीतून त्यानं त्यांना पुन्हा बेलग्रेड स्टेशनावर नेलं. ओरिअंट एक्सप्रेसमधल्या त्यांच्या कूपेत त्यांना सोडल्यावर त्यानं त्यांचा निरोप घेतला. त्यांना गुडबाय् म्हणून तो डब्यातून खाली उतरला आणि तडक पाठ फिरवून प्लॅटफॉर्मवरल्या गर्दीत मिसळून झपझप चालू लागला. पाहता पाहता तो दिसेनासा झाला आणि पुन्हा आपल्या वेगळ्या काळोख्या जगात निघून गेला.

बरोबर नऊ वाजता नव्या इंजिनानं नव्या आवाजातली शिट्टी दिली, आणि आपल्या पाठीमागे जोडलेल्या डब्यांची लांबलचक रांग ओढण्यास सुरुवात केली. ओरिअंट एक्सप्रेसनं बेलग्रेड स्टेशन सोडलं आणि थोड्याच वेळात वेग घेतला.

सावा दरीतल्या लांबलचक प्रदेशामधून आता तिला सबंध रात्रभर प्रवास करायचा होता. कूपेतून बाहेर पडून बाँड कॉरिडॉरच्या टोकाशी असलेल्या ट्रेन कंडक्टरच्या कॅबिनमधे गेला. ट्रेन कंडक्टरला पैसे चारून गाडीत नव्यानं आलेल्या प्रवाशांचे पासपोर्टस् त्यानं चाळले.

खोटे, बनावट पासपोर्टस् कसे ओळखायचे याच्या सर्व खुणा बाँडला माहिति होत्या. पासपोर्टवरलं अस्पष्ट लिखाण, अति अचूकतेनं बनवलेल्या बनावट शिक्क्यांचे नको इतके स्पष्ट ठसे, पासपोर्टवरल्या फोटोच्या कडांवर आढळणारे जुन्या डिंकांचे कण, पासपोर्टवरली अक्षरं किंवा आकडे बदलण्यासाठी केलेल्या खाडाखोडीमुळे त्या विशिष्ट जागेवरला रेशे निघालेला नि पातळ बनलेला कागद  असे अनेक प्रकार त्यात होते. पण बाँडने चाळलेल्या पासपोर्टस्मधले पाच नवे पासपोर्टस् अगदी अस्सल होते. त्यातले तीन अमेरिकन आणि दोन स्विस होते. स्विस् पासपोर्टस् सत्तरी उलटलेल्या नवरा-बायकोच्या एका जोडप्याचे होते. ते तपासून ते अस्सल असल्याची खात्री पटल्यावर बाँडनं आपल्या कूपेचा रस्ता धरला. तातिआनाचं मस्तक आपल्या मांडीवर घेऊन आणखी एक रात्री जागण्यासाठी त्यानं बैठक मारली.

विन्कोवसी स्टेशन आलं आणि गेलं. रात्रीच्या चांदण्यातून ओरिअंट एक्सप्रेस वेगानं धडधडत धावत राहिली. त्यानंतर ब्रोड हे स्टेशन आलं. तिथले प्रवासी गाडीत चढल्यावर गाडीनं पुढे कूच केलं. रात्रभर ती फुफाटत मार्गक्रमण करत राहिली. पहाट फुटून फटफटीत उजाडलं. पूर्वेकडलं आकाश सोनेरी रंग धारण करू लागलं. झगझगीत किरणांची उधळण करत सूर्यबिंब क्षितिजावर आलं त्या सुमारास गाडी झाग्रेब स्टेशनाच्या यार्डात शिरली. वेग हळूहळू मंदावत गाडी स्टेशनात शिरली. सायडिंगला असलेल्या रेल्वे लाईनींच्या मधे गवत आणि झुडुपं वाढलेली होती आणि त्यांच्यावर जर्मनांकडून जिंकलेली पण आता गंज खात पडून असलेली काही जुनी वाफेची इंजिनं उभी होती. समोर दिसणाऱ्या एका जुनाट इंजिनावर असलेल्या पाटीवरली अक्षरं बाँडनं वाचली. दुसऱ्या महायुद्धाच्या धुमश्चक्रीत त्या इंजिनाच्या गोलाकार नि लांबलचक बॅरलवर झालेल्या मशीनगनच्या माऱ्यामुळे त्याची अक्षरशः चाळण झाली होती. त्याप्रसंगी हल्ला करणारं विमान आकाशामधून सूर मारत कर्णकर्कशः घरघराट करत कसं खाली आलं असेल, त्यातल्या गनरनं आपल्या मशीनगनमधून त्या इंजिनावर गोळ्यांची कशी बरसात केली असेल, आणि त्यातल्या काही गोळ्या देहात घुसल्यामुळे त्या इंजिनाचा ड्रायव्हर हात वर फेकत कसा खाली कोलमडला असेल याचं दृश्य बाँडच्या डोळ्यांसमोर तरळलं. महायुद्धातल्या धामधुमीच्या वातावरणाची, त्यातल्या थरारक घटनांची त्याला आठवण झाली. नकळत त्याचं मन धांदलीच्या त्या दिवसांची तुलना युद्धोत्तर काळातल्या शांततेत चालू असलेल्या

हेरगिरीच्या, त्याच्या चालू कामाशी करू लागलं. युद्धातली लढाई ही उघडउघड, समोरासमोर असलेली लढाई होती. तर आता हेरगिरीच्या कामात त्याला भूमिगत राहून गुप्तपणे गोळागोळी करावी लागत होती. हा केवढा विरोधाभास होता... समोर रेल्वेलाईनवरल्या जुनाट इंजिनांच्या त्या दफनभूमीकडे पाहात असताना बाँडनं नकळत एक निःश्वास सोडला.

झाग्रेब स्टेशन सोडल्यावर ओरिअंट एक्सप्रेस स्लोव्हेनियाच्या पर्वत प्रदेशातून धडाडत जाऊ लागली. आसपासच्या परिसरात दिसणाऱ्या धनगरांच्या झोपड्या आणि सफरचदांनी लगडलेली झाडं तर थेट ऑस्ट्रियन वाटत होती. जूब्लिआनाच्या डोंगराळ प्रदेशातून गाडी पुढे गेली तेव्हा तातिआना जागी झाली. मग त्या दोघांनी सकाळचा नाश्ता घेतला. ब्राऊन रंगावर भाजलेला कडक ब्रेड, अंड्यांचं ऑमलेट आणि भरपूर चिकोरीचं प्रमाण असलेली कॉफी असा रेस्टॉरंट कारमधल्या नाश्त्याचा मेनू होता. ॲडिॲट्रिक सागरतटावरून आलेल्या आनंदी आणि हौशी इंग्लीश व अमेरिकन प्रवाशांनी रेस्टॉरंटकार नुसती गजबजली होती. दुपारपर्यंत सरहद्द ओलांडून गाडी पश्चिमी युरोपात प्रवेश करेल या नुसत्या विचारानं बाँडचं हृदय आनंदानं भरून आलं. त्या रेल्वेप्रवासातली तिसरी धोकादायक रात्र निर्विघ्नपणे पार पडली होती याबद्दल त्यानं सुटकेचा निःश्वास सोडला.

गाडीचा पुढला प्रवास सुरू झाल्यानंतर सेझाना स्टेशन येईपर्यंत त्यानं झोप काढली. त्या स्टेशनावर साध्या पोशाखातले, कठोर मुद्रांचे युगोस्लाव्ह अधिकारी गाडीत चढले. गाडीनं पुढे कूच केलं आणि युगोस्लाव्हिया मागे पडला. त्यानंतर पोग्गीओरील हे स्टेशन आलं. त्या स्टेशनावर आनंदी मुद्रांचे, बिनधास्त नि निष्काळजी इटालियन अधिकारी आणि प्लॅटफॉर्मवर तितक्याच बिनधास्तपणे वावरणारे इटालियन नागरिक बघून आरामाच्या सुस्त आयुष्यक्रमाची पहिली झलक बाँडला जाणवली. ओरिअंट एक्सप्रेसचं वाफेचं इंजिन तिथे काढलं गेलं. आणि त्याच्या जागी नवं डिझेल- इलेक्ट्रिक इंजिन गाडीला जोडलं गेलं. त्या इंजिनानं सुरेल आवाजातली एक गोड शिट्टी दिली आणि अलगद धक्का देत गाडी हलली. स्टेशनावर निरोप द्यायला आलेल्या लोकांचे वर केलेले हात कुरणातल्या गवताच्या ताटांसारखे हलले आणि जलद वेग घेत गाडी स्टेशनातून बाहेर पडली. थोड्याच वेळानंतर वेनेझियाच्या सखल प्रदेशातून वेगानं धावत चमचमत्या निळ्याशार ॲड्रिॲटिक सागर किनाऱ्यावरल्या ट्रीॲस्टीच्या दिशेनं ती धावू लागली.

एकाएकी बाँडला एकदम उत्साह वाटू लागला. जिंकली! ही बाजी आपण जिंकली! त्याच्या मनात आलं. या विचारासरशी आदल्या तीन दिवसांमधल्या कटू घटनांच्या आठवणी त्यानं एकदम दूर सारल्या. तातिआना त्याच्याकडे बघत होती. त्याच्या मुद्रेवर दिसणारा ताण नाहीसा झाला आहे असं तिला जाणवलं. त्याच्या

चेहऱ्यावरल्या चिंतेच्या रेषा विरल्या होत्या आणि तो आता एकदम स्वस्थचित्त दिसत होता. पुढे होऊन त्याचा हात तिनं आपल्या हातात घेतला आणि प्रेमभरानं दाबला. तो तिच्याजवळ सरकला आणि तिला बिलगून बसला. मग ती दोघं खिडकीबाहेर दिसणारी मनोहर दृश्य पाहू लागली. कॉर्निकमधली सुंदर घरं आणि देखण्या बंगल्या मागे जाताना दिसत होत्या. समोर काही अंतरावर असलेल्या खाडीत शिडांच्या बोटी जलपृष्ठावरून मुलायमपणे विहरत होत्या. सुट्टीवर असलेले हौशी लोक खाडीच्या पाण्यावरून वेगानं जाणाऱ्या स्पीडबोटींच्या मागे पायफळ्यांवर उभे राहून पाण्यावरून घसरणाऱ्या खेळाचा– वॉटर-स्किइंगचा– आनंद लुटताना दिसत होते. सभोवतालचं सगळं वातावरणच अतिशय नयनरम्य बनलं होतं.

रुळांवर चाकांचा मोठा खडखडाट करत गाडीनं काही सांधे बदलले. थोड्याच वेळानंतर तिचा वेग हळूहळू कमी कमी होत गेला आणि ती सकाळच्या उन्हात चकाकणाऱ्या सुंदर नि स्वच्छ अशी ट्रीएस्टी स्टेशनात शिरली. अलगद धक्का देऊन थांबली. सीटवरून उठत बाँडनं खिडकीची मोठी चौरस काच उघडली. खिडकीपाशी उभा राहून तो बाहेर पाहू लागला. तातिआना त्याच्याजवळ येऊन उभी राहिली. बाँडचं मन आनंदानं काठोकाठ भरून गेलं. जवळ उभ्या असलेल्या तातिआनाच्या कमरेभोवती हात टाकून त्यानं तिला आपल्या जवळ ओढलं आणि प्रेमभरानं घट्ट धरून ठेवलं. एकमेकांना बिलगून ती दोघं, सुटीवरून परतलेल्या आणि गाडीतून प्लॅटफॉर्मवर उतरणाऱ्या प्रवाशांच्या गर्दीची धांदल बघू लागली. ज्याला सुख म्हणतात ते यापेक्षा काय वेगळं असतं? बाँडच्या मनात आनंददायक विचार तरंगत होता. स्टेशनाच्या भव्य इमारतीच्या वरच्या भागातल्या उंच खिडक्यांमधून सूर्यप्रकाशाचे झगझगीत कवडसे प्लॅटफॉर्मवर आले होते. त्या प्रकाशानं प्लॅटफॉर्म उजळून निघाला होता. मुरुमाड आणि उजाड भूमी असलेल्या ज्या खराब देशांच्या रखरखीत भूमीवरून गाडीनं आत्तापर्यंत प्रवास केला होता त्यांच्या तुलनेत ट्रीएस्टी हे स्थान म्हणजे चक्क स्वर्गच होता. निळ्याशार सागराच्या किनाऱ्यावर वसलेलं हे सुंदर शहर म्हणजे नीलरत्नांच्या प्रभावळीत लखलखणारा जणू एक तेजस्वी हिराच होता. रंगीबेरंगी आणि सुंदरसुंदर पोशाख केलेले प्रवासी प्लॅटफॉर्मवरून स्टेशनाच्या प्रवेशद्वाराच्या दिशेनं चालले होते. प्लॅटफॉर्मवर येणाऱ्या उन्हाच्या कवडशांमधून ते जाऊ लागले की त्यांच्या पोशाखांचे रंग खुलून अधिकच उठून दिसत होते. तातिआनाला बिलगून ते दृश्य बघत असताना बाँडच्या देहात उद्दिपीत करणारी एक अननुभूत वैषयिक उर्मी उफाळून आली. गाडीतून उतरलेल्या प्रवाशांची स्टेशनाबाहेर पडण्याची गडबड चालू होती तर ट्रीएस्टीच्या सुंदर सागरतीरावर सुट्टीचे दिवस घालवून परतणारे हौशी प्रवासी घाईघाईनं स्टेशनात शिरत होते. गाडीमधे बसण्याकरता जागा मिळवण्यासाठी त्यांची प्लॅटफॉर्मवरून धावपळ चालू होती.

प्लॅटफॉर्मवरल्या वर्दळीकडे बाँड बघत होता तेव्हा स्टेशनाच्या उंच खिडकीतून खाली आलेल्या सूर्यप्रकाशाच्या झोतात एक माणूस आलेला त्याला दिसला. उन्हाच्या कवडशात त्याचे तांबूस लाल केस चकाकत चमकले. प्लॅटफॉर्मवरल्या उत्साही हौशी प्रवाशांपैकीच तोपण एक असावा. त्यानं डोक्यावर कॅप घातली होती. तिच्या खालील केसांवर आणि त्यानं राखलेल्या बारीक मिशीच्या टोकावर ऊन चमकलं. आणि म्हणूनच बाँडचं लक्ष त्याच्याकडे वेधलं गेलं होतं. सूर्यप्रकाशाच्या कवडशाखालून अगदी संथपणे चालत तो माणूस पुढे आला. गाडी पकडायची त्याला काही घाई दिसत नव्हती. कारण गाडी सुटायला अजून पुष्कळ अवकाश होता. तो बहुधा इंग्लीशमन असावा असा बाँडनं तर्क केला. त्याच्या अंगावर गुडघ्यापर्यंत पोहोचणारा मॅकिंटॉश होता. त्याखालून करड्या रंगाची फ्लॅनेलची पँट ल्यायलेले पाय दिसत होते. त्याच्या पायात ब्राऊन रंगाचे स्कफ् बूट होते. डोक्यावरली हिरवी कॅप 'कांगोल' ब्रँडची होती. त्याचा एकूण सगळा अवतारच तद्दन इंग्लीश छापाचा होता. बाँडचे डोळे त्याच्यावर असे खिळले की जणू तो त्याच्या ओळखीचा असावा. प्लॅटफॉर्मवरून संथपणे चालत अगदी हळूहळू तो त्याच्या डब्याच्या दिशेनं येत होता.

त्या माणसाच्या एका हातात खूप वापरलेली ओबडधोबड सूटकेस होती. दुसऱ्या हाताच्या बगलेत एक जाडजूड पुस्तक आणि काही वर्तमानपत्रं त्यानं धरलेली होती. याचं कमावलेलं शरीर एखाद्या व्यायामपटूसारखं दिसतंय्. बाँडच्या मनात आलं. त्याचे खांदे बळकट नि रुंद होते. ब्राँझमधे कोरून काढल्यासारखा अत्यंत रेखीव असा त्याचा देखणा चेहरा, परदेशी टूर्नामेंटस् खेळून आपल्या घराकडे परतणाऱ्या एखाद्या धंदेवाईक टेनिसपटूसारखा दिसत होता. एकंदरीत त्याचं व्यक्तिमत्त्व रुबाबदार होतं.

प्लॅटफॉर्मवरून चालत तो माणूस आता आणखी जवळ आला. आता तो सरळ बाँडकडेच बघत होता. त्याच्या डोळ्यांमध्ये ओळख दिसतेय का? बाँडच्या मनात आलं. आपल्या स्मरणशक्तीला ताण देऊन तो आठवण्याचा प्रयत्न करू लागला. आपण याला ओळखतो का? पूर्वी आपण कधी याला पाहिलंय का? नाही! विरळ पापण्याखाली दिसणारे त्याचे थंड डोळे आपण कधीच विसरलो नसतो. पाण्यात बुडून मेलेल्या माणसासारखे त्याचे डोळे दिसत होते. मृतवत आणि गूढ! त्याची नजर आता बाँडवर खिळली होती. त्याच्या नजरेत काहीतरी संदेश दिसतोय! आपल्यासाठी आहे का तो? बाँडच्या मनात आलं. त्याचे डोळे काहीतरी सांगू पाहतायत. काय असेल ते? ओळख देण्याचा प्रयत्न? की कसल्यातरी धोक्याची सूचना? का तो आपल्याकडे सहज पाहतोय? आपण त्याच्याकडे सहज बघतोय तसं.

तो माणूस आता अगदी जवळ आला. बाँडच्या डब्याजवळ! हळूहळू चालत तो खिडकीसमोर आला. आता नजर वर करून तो थेट त्याच्याचकडे बघत होता. खिडकीसमोरून संथपणे पावलं टाकत तो पुढे निघून गेला. पायातल्या क्रेपसोलच्या बुटांचा आवाज न करता. खिडकीतून वाकून बाँड त्याच्या पाठमोऱ्या आकृतीकडे पाहू लागला. पुढे असलेल्या फर्स्टक्लासच्या डब्याशी जात दाराचा हँडलबार पकडून चटकन उडी मारत तो डब्यात शिरला नि दिसेनासा झाला.

आणि अचानक त्याच्या टक लावून पाहण्याचा अर्थ बाँडला उमगला! त्याच्या डोळ्यांना काय सांगायचं होतं ते त्याला कळलं! त्याची नजर आपल्याला कसला संदेश देत होती हे त्याच्या ध्यानात आलं. तो माणूस कोण आहे हे त्याला कळलं. तो माणूस अर्थातच ब्रिटिश सीक्रेट सर्व्हिसकडून आलेला होता!... शंकाच नको! तो माणूस आपल्याच खात्याकडून आला आहे. एम्‌नं आपल्याला मदतनीस पाठवण्याचा निर्णय घेतला आणि तो अंमलात आणला! शेवटी एम्‌नं म्हटल्याप्रमाणे केलं. गूढ, थंड वाटणाऱ्या त्या माणसाच्या डोळ्यांमधे आपल्यासाठी हाच संदेश होता! बाँडच्या मनात झरझर विचार आले. 'जेम्स! मी तुला पैजेवर सांगतो आणखी थोड्याच वेळात तो माणूस तुझ्याशी संपर्क साधायला येतो की नाही ते बघ!' बाँड मनातल्या मनात स्वत:ला म्हणाला.

प्रत्येक गोष्ट पक्की करायची आणि लगोलग अंमलात आणायची हा 'एम्' चा स्वभावच होता!

□

## २५. *असंस्कृत मदतनीस!*

आपल्याशी संपर्क साधणं त्या माणसाला सोपं जावं म्हणून कूपेमधून बाहेर पडून बाँड कॉरिडॉरमध्ये जाऊन उभा राहिला. कामगिरीवर असताना दोन इंग्लीश हेरांना परस्परांशी ओळख पटवता यावी म्हणून त्यांना काही सांकेतिक वाक्यं दिली जात. वरवर अगदी साधी आणि निरुपद्रवी वाटणारी अशी वाक्यं ब्रिटिश गुप्तचर खातं तयार करत असे. दर महिन्याच्या एका तारखेला ही वाक्यं बदलली जात. त्या महिन्याची सांकेतिक वाक्यं काय आहेत हे बाँड आठवू लागला.

अलगद धक्का देत गाडी हलली आणि ट्रिएस्टी स्टेशनातून बाहेर पडून स्वच्छ सूर्यप्रकाशात येत धावू लागली. कॉरिडॉरच्या टोकाशी– दोन डब्यांमध्ये ये-जा करण्यासाठी असलेलं– लोखंडी दार खाड्कन उघडल्याचा आवाज आला. पावलांचा आवाज ऐकू न येता काही क्षणातच खिडकीच्या काचेमधे तांबूस सोनेरी वर्णाच्या एका चेहऱ्याचं प्रतिबिंब बाँडला दिसलं.

"एक्सक्यूज मी. मला काडेपेटी देता का?" मागून आवाज आला.

"मी लायटर वापरतो." वळून बाँड उत्तरला. आपला जुना रॉन्सन लायटर खिशातून काढून त्यानं त्या माणसाला दिसला.

"लायटर चांगलाच की."

"जोपर्यंत बिघडत नाही तोपर्यंत."

समोरचा माणूस आपल्याकडे बघून आता स्मित करेल या अपेक्षेनं बाँडनं त्याच्या चेहऱ्याकडे पाहिलं. पोरकट सांकेतिक वाक्यं जुळल्यानंतर हसून त्यानं आपली ओळख द्यायला काही हरकत नव्हती. पण तो मख्ख राहिला. त्याचे ओठ किंचित हलले. फिकट निळ्या डोळ्यांमध्ये ओळखीच्या आनंदाचे भावसुद्धा आले नाहीत.

त्या माणसानं आपला मॅकिंटॉश काढून टाकला होता. त्याच्या अंगात फिक्कट पिवळ्या रंगाचा व्हियेला शर्ट नि त्यावर तांबूस रंगाचा ट्विड कोट होता. फ्लॅनेलची पँट होती. निळ्या आणि तांबड्या नागमोडी पट्ट्यांचं डिझाईन असलेला नेकटाय त्यानं गळ्यात बांधला होता. तो 'रॉयल इंजिनियर' ब्रँडचा होता आणि त्याची गाठ त्यानं विंडसर पद्धतीनं बांधलेली होती. विंडसर पद्धतीची गाठ बांधणाऱ्या माणसावर बाँड कधी विश्वास टाकत नसे. ती गाठ त्याला आवडत नसे कारण तिच्यात उगीचच पोकळ डौल नि दिमाख दिसे. गुंड, मवाली माणसाची ती निशाणी होती, म्हणूनही बाँडला ती अप्रिय होती. तथापि आपलं तत्त्व त्यानं बाजूला ठेवलं. त्या माणसानं आपला उजवा हात खिडकीलगत असलेल्या पितळी रेलिंगवर ठेवला होता. त्या हाताच्या करंगळीत सोन्याची सीलाची अंगठी चमकत होती. त्याच्या कोटाच्या वरच्या खिशातून लालभडक रंगाच्या रुमालाचं टोक डोकावत होतं. त्याच्या डाव्या मनगटावर चांदीचं घड्याळ होतं नि त्याचा कातडी पट्टा जुनाट होता.

काहीतरी विचित्र नि वेगळीच वैशिष्ट्यं असलेल्या माणसाची ही जात बाँडच्या चांगल्याच परिचयाची होती.

एखाद्या सामान्य शाळेतला हा विद्यार्थी असावा. तो शिकत असताना दुसरं महायुद्ध पेटलं! म्हणून युद्धआघाडीवरल्या हेरखात्यात तो दाखल झाला असावा. युद्ध संपल्यानंतर काय करावं हे न उमजून तो 'ऑक्युपेशन ट्रूप्स' मधेच राहिला. सुरुवातीला तो मिलिटरी पोलिसमधे काम करत असावा. नंतर युद्धोत्तर काळात जुने सैनिक आपल्या घरी परतू लागले तेव्हा हेरखात्यात याला बढती मिळाली. त्यानंतर त्यानं ट्रिएस्टीला स्थलांतर केलं असावं आणि तिथे चांगली कामगिरी बजावली असावी. इंग्लंडमध्ये जाऊन तिथे कष्टाची कामं उपसण्यापेक्षा त्यानं ट्रिएस्टीमधेच कायमचं वास्तव्य केलं. तिथे त्यानं एखादी सोबतीण गटवली असावी किंवा एखाद्या इटालियन तरुणीशी लग्न केलं असावं. युद्धोत्तर काळात ब्रिटिश सीक्रेट सर्व्हिसला

ट्रिएस्टीमधल्या आपल्या केंद्रात हेरकामाकरता एखाद्या माणसाची गरज भासली असावी आणि तेव्हा याची निवड झाली असावी. नंतर इटालियन आणि युगोस्लाव्ह पोलिसांच्या सहकार्यानं यानं काही बारीकसारीक कामगिऱ्या पार पाडल्या असाव्यात. वर्षाला हजार पौंडस् पगार, राहण्यासाठी चांगली जागा, हलक्या स्वरुपाचं काम. असा याचा संथ आयुष्यक्रम चालला असावा. अशातच आपलं इस्तंबूलमधलं हे प्रकरण उद्भवल्यामुळे ब्रिटिश सीक्रेट सर्व्हिसकडून याला 'अत्यंत तातडीचा संदेश' मिळाला असावा नि त्यामुळे हा एकदम हादरला असावा. इतक्या वरून संदेश आल्यामुळे याला धक्काच बसला असावा. आणि बाँडसारख्या उच्चतम हेराशी संधान साधण्याचा हुकुम मिळाल्यानं हा प्राणी बुजला असावा...! पण याच्या डोळ्यांमधे वेडसरपणा दिसतोय का? चेहराही काहीतरी विचित्रच दिसतोय! बाकी परदेशांमधे हेरगिरी करणारी बहुतांश माणसं अशी वेडसर नि विचित्रच दिसतात. हेरगिरीचं काम स्वीकारणाऱ्याच्या अंगात किंचित् वेडसरपणा हा असतोच! शरीर प्रकृतीनं हा एखाद्या सांडासारखाच आहे! भलताच बळकट आणि ताकदवान दिसतो! पण रक्षणाच्या कामासाठी असा आडमाप देहाचा माणूस उपयुक्तच!... आपल्यापासून हा जवळच्या हेर-ठाण्यावर असल्यामुळे 'एम्'नं याची निवड केली असावी आणि या गाडीवर आपली भेट घ्यायला याला सांगितलं असावं...

समोर उभ्या असलेल्या माणसाच्या व्यक्तिमत्त्वावरून नि त्याच्या पेहरावावरून– क्षणात फोटो काढावा– त्याप्रमाणे बाँडनं मनाशी त्याच्याबद्दल काही क्षणात अशी एकंदर गोळाबेरीज केली.

"आपली भेट झाली. छान झालं. तुम्हाला कुणी पाठवलं?" बाँडनं त्याला विचारलं.

"तातडीचा संदेश आला. काल रात्री खूप उशीरा. खुद्द 'एम्' यांच्याकडून. मी चक्क हादरलोच तुम्हाला सांगतो, ओल्ड मॅन." तो उत्तरला.

याची बोलण्याची पद्धत आणि उच्चारही विचित्रच दिसतायत! बाँडच्या मनात आलं. काहीसे गावठी आणि रांगडी! शब्दांवर जोर देऊन बोलतोय. याच्यात आणखीही काही विचित्र आहे. मात्र ते नेमकं काय हे बाँडच्या लक्षात येईना. बहुधा परदेशात बरीच वर्षं काढल्यामुळे आणि परदेशी भाषा बोलाव्या लागत असल्यामुळे याची ही स्थिती झाली असावी. आणि हा आपल्याला 'ओल्ड मॅन' का म्हणाला? आपल्याला बुजल्यामुळे असेल बहुतेक! बाँडच्या मनात आलं.

"बरोबर आहे. हादरायला होणारच!" सहानुभूती दर्शवत बाँड त्याला म्हणाला, "बरं! संदेशात काय होतं?"

"फक्त इतकंच की आज सकाळी ओरिअंट एक्सप्रेसवर जायचं. थेट शेवटल्या स्टेशनापर्यंत जाणाऱ्या खास डब्यात एक माणूस आणि त्याच्याबरोबरची पोरगी

यांना भेटायचं. तुम्ही कसे दिसता याचं वर्णन होतं. मग तुमच्याबरोबर राहून गे-पारी पर्यंत तुम्हाला सोबत करायची. बास. फक्त एवढंच होतं त्यात, ओल्ड मॅन.''

स्वत:चा बचाव केल्यागत तोलून मापून बोलतोय काय हा? बाँडनं त्याच्याकडे शोधक दृष्टीक्षेप टाकला. त्याचे फिकट निळे डोळे बाँडवर खिळले. त्या डोळ्यांमध्ये क्षणभरच एक लालसर झाक चमकून गेली. एखाद्या भट्टीचं झडपदार उघडावं आणि आत धगधगणारी आग दिसावी तशी ती झाक होती. क्षणभर चमकून ती लाली विझली. त्याच्या अंतर्मनाचं दार जणू धाड्कन बंद झालं होतं. पुन्हा त्याची नजर पूर्वीसारखी थंड झाली. मात्र ती नजर बाहेरचं जग पाहणाऱ्या माणसाची नव्हती. ती सदैव आपलंच अंतरंग धुंडाळणाऱ्या संकुचित वृत्तीच्या माणसाची होती.

याच्यात वेडाची लहर नक्की आहेच! पण युद्धकाळात कदाचित याच्या आसपास एखाद्या विध्वंसकारी बॉम्बचा स्फोट झाला असावा. त्या प्रचंड स्फोटामुळे हा नशिबानं बचावला असावा. म्हणून याची ही अशी गत झाली असावी. की याला सीझोफ्रेनियाचा मनोविकार असेल? बिचारा! सांडासारखं कमावलेलं हे असं आडमाप मस्त शरीर आणि कमकुवत बनलेलं त्यातलं वेडसर मन! पण एक ना एक दिवस हा प्राणी नक्की खचेलच. वेडसरपणा याच्या शरीराचा संपूर्ण ताबा घेईल. आणि मग हा काहीतरी भयंकर गोष्ट करून बसेल! अहं! गुप्तचर खात्याच्या दृष्टीनं हा असला माणूस योग्य नव्हे. लंडनला गेल्यावर याच्याबद्दल वरिष्ठांशी बोललं पाहिजे. याची वैद्यकीय तपासणी करून घ्यायला त्यांना सांगितलं पाहिजे. शिवाय याचं पूर्वीचं मेडिकल रेकॉर्डदेखील तपासून बघायला सांगितलं पाहिजे... बाँडच्या मनात झरझर विचार आले. पण तूर्तास या सगळ्या गोष्टी बाजूला ठेवू. यानं आपलं नाव काय सांगितलं?

''वेल्! तुम्ही आम्हाला सोबत करायला आलात हे फार बरं झालं. तसं तुम्हाला करण्यासारखं विशेष असं काहीच नाहीये. आम्ही प्रवासाला निघालो ते तिघा रशियन हेरांचा ससेमिरा आमच्या मागावर घेऊनच. अर्थात त्यांचा निकाल लावलाच म्हणा आम्ही. आमच्या वाटेतून त्यांना दूर केलं. पण इतर आणखीही दुसरे या गाडीमधे असतील. कदाचित पुढे काही नवेसुद्धा चढतील. आता या पोरीला काहीही करून मला सुरक्षितपणे लंडनला घेऊन जायचंय. वाटेत काही विपरीत गोष्ट न घडता. त्याकरता तुम्हाला सतत आमच्याबरोबर राहायचंय. आज रात्री आपण सर्वजण एकत्र राहिलो तर बरं होईल. तुम्ही आमच्याच कूपेमध्ये या. आपण आळीपाळीनं पहाऱ्यासाठी बसू. या प्रवासातली आजची शेवटली रात्र आहे आणि मला कोणत्याही प्रकारचा धोका पत्करायचा नाही. तेव्हा गाफील राहून चालणार नाही. आता माझी ओळख देतो. माझं खरं नाव जेम्स बाँड. पण डेव्हिड सॉमरसेट या टोपणनावानं मी प्रवास करतोय. आत कूपेत बसलीय ती कॅरोलिन सॉमरसेट.''

आपल्या कोटाच्या आतल्या खिशात हात घालून त्या माणसानं एक जुनाट नोटकेस काढली. तिच्यात पुष्कळ पैसे दिसत होते. त्या नोटकेसमधून त्यानं एक व्हिजिटिंग-कार्ड बाहेर काढलं आणि ते बाँडला दिलं. त्या कार्डाच्या मध्यभागी छापील अक्षरं होती– 'कॅप्टन नॉर्मन नॅश' आणि कार्डाच्या तळात डाव्या बाजूच्या कोपऱ्यात छापलं होतं– 'रॉयल ॲटोमोबाईल क्लब.'

"थँक्स!" ते कार्ड आपल्या खिशात ठेवत त्यावरल्या भरीव अक्षरांवरून बोटं फिरवत बाँड म्हणाला, "वेल् नॅश. आता चला. तुमची मिसेस सॉमरसेट यांच्याशी ओळख करून देतो. आपण आता एकत्र प्रवास करायला काहीच हरकत नाही." त्याच्याकडे बघून त्याला उत्तेजन देण्याच्या दृष्टीनं बाँडनं स्मित केलं.

पुन्हा त्याच्या डोळ्यांमधे ती मघाचीच लालसर चमक क्षणार्ध येऊन गेली. सोनेरी मिशांखाली असलेले ओठ किंचित थरथरले. "मला त्यात आनंदच वाटेल, ओल्ड मॅन."

वळून कूपेचं दार बाँडनं हळूच ठोठावलं आणि आपलं नाव सांगितलं, "मी बाँड, दार उघड."

कूपेचं दार उघडलं गेलं. बाँडनं नॅशला आत नेलं आणि पाठचं दार बंद करून घेतलं.

बाँडबरोबर त्या अपरिचित नवख्या माणसाला पाहून तातिआनाला आश्चर्य वाटल्यासारखं दिसलं.

"हे कॅप्टन नॅश. नॉर्मन नॅश. आपलं संरक्षण करण्याकरता यांना पाठवलं गेलंय. हे आपल्यावर सतत नजर ठेवणार आहेत." बाँडनं ओळख करून दिली.

"अस्सं? हे बरं झालं! हॅलो, कॅप्टन." घुटमळत हात पुढे करत तातिआना म्हणाली. त्या माणसानं तिच्या हाताला ओझरता स्पर्श केला आणि काही न बोलता तो तिच्याकडे एकटक पाहात राहिला. त्यामुळे संकोचून स्मित करत तातिआना त्याला म्हणाली,

"अरे! तुम्ही उभे का? बसा ना."

"अंऽऽ थँक यू." बाकावर जरा गुर्मीनंच ताठ बसत नॅश उत्तरला. काय करावं हे न सुचून त्यानं आपल्या कोटाच्या खिशात हात घालून 'प्लेअर्स' सिगारेटस्‌चं पाकिट काढलं. अंगठ्याच्या नखानं त्याच्यावरलं जिलेटिनचं पातळ आवरण टरकावत ते फाडलं आणि त्यातल्या सिगारेटी वर काढून ते पुढे धरत विचारलं, "तुम्ही सिगारेट घेणार?"

तातिआनानं एक घेतली. त्याबरोबर दुसऱ्या हातानं लायटर काढून 'चक्' असा आवाज करत तो पेटवून त्यानं तिच्यासमोर धरला. तातिआनानं सिगारेट पेटवल्यावर नॅशनं वर पाहिलं.

कूपेच्या दाराला टेकून बाँड उभा होता. या बुजऱ्या, रीतभात नसलेल्या रांगड्या इसमाशी कसं काय जमवून घ्यावं याचा तो विचार करत होता. एखाद्या आदिवासी आफ्रिकनानं आपल्या टोळीप्रमुखाला मण्यांची माळ नजर करावी तशा थाटात सिगारेटस्‌चं पाकिट, लायटर बाँडसमोर धरत नॅशनं त्याला विचारलं,

"तुम्ही घेणार का, ओल्ड मॅन?"

"थँक्स!" एक सिगारेट घेत बाँड म्हणाला. वास्तविक त्याला व्हर्जिनिया तंबाखू अजिबात आवडत नसे. पण आपण नकार दिला तर हा बुजरा प्राणी आणखी गोंधळेल अशा विचारानं त्यानं ती घेतली आणि पेटवली. आजकाल सीक्रेट सर्व्हिसमध्ये अशा खुळचट माणसांची भरती आपल्या लोकांना करावी लागते हे केवढं दुर्दैव आहे! ट्रिएस्टीमधल्या निमसरकारी खात्यांमधे आणि राजकीय वर्तुळांमधे हा कसा काय वावरत असेल कुणास ठाऊक! बाँडच्या मनात आलं.

"तुमची शरीरप्रकृती छान तंदुरुस्त दिसते. टेनिस खेळता? की आणखी दुसरा काही व्यायाम करता, नॅश?" काहीतरी बोलायचं म्हणून बाँडनं विचारलं.

"पोहण्याचा, रोज करतो."

"ट्रिएस्टीमधे केव्हापासून आहात?"

नॅशच्या डोळ्यांमधे ती लाल झाक पुन्हा एकदा येऊन गेली.

"गेली तीन वर्षं." तो उत्तरला.

"कामात इंटरेस्ट वाटतो का?"

"कधीकधी. आपलं काम कसं असतं हे तर तुम्हालाही ठाऊक असेलच, ओल्ड मॅन."

पुन्हा ओल्ड मॅन! हा सारखा आपल्याला असं का म्हणतोय? बाँडला ते मुळीच आवडलं नव्हतं. असं म्हणू नकोस हे याला कसं सांगावं? त्याला काही सुचेना. काही वेळ शांतता पसरली.

नॅश अस्वस्थ झाला. आता आपणच काहीतरी विषय काढावा या हेतूनं आपल्या कोटाच्या खिशातून त्यानं वर्तमानपत्राचं एक कात्रण काढलं. 'कोरिअर द ला सेरा' या वृत्तपत्राच्या पहिल्या पानावरलं ते कात्रण होतं. ते बाँडला देत त्यानं विचारलं, "तुम्ही ही बातमी पाहिलीत का, ओल्ड मॅन?" त्याच्या डोळ्यांमधे पुन्हा एकदा तीच लाल चमक क्षणभर येऊन गेली.

बाँडनं त्या कात्रणावर नजर टाकली. त्यात ठळक अक्षरांमधे एक मथळा होता. तो असा होता?

इस्तंबूलमधे भयंकर स्फोट!

सोव्हिएट कचेरी असलेली इमारत सूंपर्ण उद्ध्वस्त!

घातपाताचा संशय.

पुढली सविस्तर बातमी न वाचता त्या कात्रणाची घडी घालून बाँडनं ते नॅशला परत केलं. या माणसाला यातली किती माहिती असेल? त्याच्या मनात आलं. हा आपला अंगरक्षक म्हणून आलाय! तेव्हा याला तेवढीच किंमत द्यावी. जास्त काही बोलू नये! त्यानं ठरवलं.

''जमिनीखालून जाणारा गॅसचा पाईप फुटला असेल. भयंकरच घटना घडलीय.'' तो म्हणाला.

करीमबरोबर पाहिलेला, त्या भूमीगत भुयारामधल्या कमानीत टांगलेला, फुटबॉलच्या आकाराचा तो भलामोठा बाँब बाँडच्या नजरेसमोर तरळला. भुयारातल्या दमट भिंतीवरून गेलेल्या, त्या बाँबशी संबंधित असलेल्या वायर्स, थेट करीमच्या ऑफिसखोलीतल्या टेबलाखाली दडवलेल्या प्लंजरशी जोडलेल्या होत्या. ट्रॅपोनं आपल्या वडिलांच्या हत्येची बातमी इस्तंबूलला कळवली असेल तेव्हा त्या प्लंजरचा दट्ट्या कुणी दाबला असेल? करीमच्या हेड क्लर्कनं? की ते काम कुणी करायचं हे त्यांनी चिठ्ठ्या टाकून ठरवलं असेल? ज्याच्या नावाची चिठ्ठी निघाली असेल त्यानं मग टेबलाखाली हात घालून प्लंजरचा दट्ट्या दाबला असेल. आणि क्षणार्धात काही अंतरावरल्या टेकडीवरली 'स्ट्रीट ऑफ बुक्स' रस्त्यावरली ही इमारत स्फोटाचा प्रचंड आवाज होत धडाडकन उद्‌ध्वस्त झाली असेल! त्या स्फोटाचा धडका करीमच्या ऑफिसखोलीपर्यंत ऐकू गेला असेल. त्या थंड ऑफिसखोलीत त्याची मुलं आणि आप्तमंडळी त्यावेळी जमलेली असतील! चीड, संताप, त्वेष असे भाव त्यांच्या मुद्रांवर असतील. डोळ्यांमधे अंगार असेल! त्याबरोबर शत्रूवर सूड उगवल्याचं समाधान आणि करीमच्या मृत्यूबद्दल अश्रू! पण आधी सूड आणि नंतर दिवंगताबद्दल दुःख आणि भुयारामधल्या त्या उंदरांचं काय? बाँबच्या स्फोटामुळे किती हजार मेले असतील? बाँबचा प्लंजर दाबण्याची वेळ किती वाजताची असेल? दुपारी चारची? त्यावेळी रशियनांच्या त्या गुप्त खलबत खोलीत त्यांची रोजची बैठक चालू असेल? त्या खोलीत असलेले तिघं मेले असं बातमीत म्हटलंय. इमारतीच्या बाकीच्या भागातले त्यांचे आणखी किती लोक मेले असतील? त्यांच्यात कदाचित तातिआनाची काही मित्रमंडळीसुद्धा असतील! आपल्याला ठाऊक असलेली हकीगत तिच्यापासून गुप्त राखायला हवी. डार्को करीमलाही तो स्फोट बघायला मिळाला असता तर...! का वाल्हाल्लामधल्या एखाद्या खिडकीमधून त्याच्या आत्म्यानं तो पाहिला असेल?... भुयारामधलं करीमचं गडगडाटी हास्य, त्या हास्याचे प्रतिध्वनी बाँडच्या मनात घुमू लागले. काही असो. करीम काही एकटाच गेला नाही. शत्रूची पुष्कळ माणसं त्यानं आपल्याबरोबर नेली...! आपल्याबरोबर शत्रूपक्षातल्या अनेकजणांना तो घेऊन गेला...!!

बाँडच्या मनात विचारांचा कल्लोळ माजला होता. नॅश त्याच्याकडे बघत होता.

"मलाही तसंच वाटतंय. गॅसचा नळच फुटला असावा." त्या बाबीला फारसं महत्त्व न देता तो म्हणाला.

बाहेरच्या कॉरिडॉरच्या टोकाकडून एका लहान घंटेचा घणघणाट ऐकू येऊ लागला. ती घंटा सबंध कॉरिडॉरमधून घणघणत गेली. त्या घणघणाटाबरोबरच एक अटेंडंट ओरडत गेला : "दक्झिम् सर्व्हिस. दक्झिम सर्व्हिस. आमचं उत्कृष्ट आणि रुचकर जेवण तयार आहे." जेवणाची वर्दी देणारी ती घंटा आणि ललकारी होती.

बाँडनं तातिआनाकडे पाहिलं. तिचा चेहरा थोडा उतरला होता. नव्यानं आलेला माणूस– नॅश– तिला मुळीच आवडला नव्हता हे तिच्या मुद्रेवरून स्पष्ट दिसत होतं. रांगडी भाषेत बोलणाऱ्या त्या असंस्कृत नि धेडगुजरी माणसापासून कधी एकदाची सुटका होते असं तिला होऊन गेलं होतं.

"बरं! जेवायचं काय करायचं?" बाँडनं तिला विचारलं.

त्याबरोबर पटकन उभी राहात ती म्हणाली, "चला! आत्ताच जाऊन येऊ या. तुम्ही पण येणार आमच्याबरोबर, नॅश?"

"माझं झालंय." उठून उभा राहात नॅश म्हणाला. "थँक्स, ओल्ड मॅन. मी जरा सबंध गाडीतून एक चक्कर मारून, नजर टाकून येतो. गाडीवरला कंडक्टर कसा आहे? म्हणजे– हे... घेतो का?" तर्जनीशी अंगठा उडवत, पैशाची खूण करत, त्यानं विचारलं.

"कंडक्टर समजूतदार आहे. तो आपल्याला सहकार्य देईल." बाँड त्याला म्हणाला. उठून वरच्या बर्थवरली स्पेक्टर मशीन पेटी त्यानं खाली काढून ठेवली. मग नॅशसाठी कूपेचं दार उघडत तो म्हणाला, "अच्छा! थोड्या वेळानंतर भेटूच."

कॅप्टन नॅश कूपेतून बाहेर पडला. "हो, आपली भेट पुन्हा होईलच. थँक यू, ओल्ड मॅन." डावीकडे वळून कॉरिडॉरमधून तो चालू लागला. वेगामुळे गाडी हिंदकळत होती तरी तो सहजपणे चालत गेला, आपले हात पँटच्या खिशामधे घालून. कॉरिडॉरमधल्या दिव्यांच्या उजेडात त्याच्या डोक्याच्या मागचे तांबूस-सोनेरी केस चकाकले.

तातिआनाला आपल्या पुढे घेऊन बाँड कॉरिडॉरमधून इंजिनाच्या दिशेनं निघाला. कपलिंगवरच्या दुहेरी दारांमधून, एका मागून एक डब्यातून चालत, ती दोघं रेस्टॉरंट कारमधे पोहोचली. सुट्टीची मजा संपवून घरी परत निघालेल्या प्रवाशांनी गाडीचे डबे खच्चून भरलेले होते. थर्डक्लासच्या डब्यांमध्ये प्रवासी जिथे जागा मिळेल तिथे बसले होते. काहीजण तर कॉरिडॉरमधे आपल्या बॅगा टाकून त्यावरच बसले होते. आपापसात बडबड करत कुणी संत्री सोलून खात होते तर कुणी क्रीम-रोल्स चघळत होते. त्यामुळे त्या डब्यात एकच गजबज चालली होती. गर्दीतून वाट काढत तातिआना त्या डब्यातून भरभर पुढे गेली तेव्हा पुरुषांच्या नजरा तिच्यावर खिळल्या.

बाँड तिच्या पाठोपाठ जाऊ लागला तेव्हा बायका त्याच्याकडे कुतुहलानं पाहू लागल्या. ती नाजूक तरुणी आणि हा प्रौढ पुरुष– दोघांमधे कसं काय जमत असेल याबद्दल त्यांना नवल वाटत असावं!

रेस्टॉरंट-कारमधे जागा घेतल्यावर बाँडनं अमेरिकन आणि इटालियन मद्याची आणि विविध खाद्यपदार्थांची ऑर्डर दिली तेव्हा तातिआना खूष होऊन त्याच्याकडे पाहू लागली. वेटरनं खाद्यपदार्थांनी भरलेल्या डिशेश आणि पेयं आणून ठेवल्यावर दोघांनी त्यांचा आस्वाद घेण्यास सुरुवात केली.

"तो माणूस जरा विचित्र आणि चक्रमच दिसतो." खाताखाता नॅशचा उल्लेख करत बाँड म्हणाला, "बाकी तो आपल्या मदतीला आला हे एकप्रकारे बरंच झालं. त्यामुळे मला आता रात्री अधूनमधून थोडी झोप तरी घेता येईल. आपण घरी पोहोचलो की मी तर चांगला एक आठवडाभर नुसत्या झोपा काढायच्या असं ठरवलंय."

"मला तर बाई तो मुळीच आवडला नाही." प्रत्येक डिशमधला एक एक पदार्थ उचलून तोंडात टाकत तातिआना म्हणाली, "मला तो पुरता अडाणीच वाटला. काय त्याचं ते बोलणं! काय त्याची नजर! त्याचे घारे निळे डोळे बघितलेत तुम्ही. मला तो लबाड वाटतो. विश्वास टाकण्याजोगा तर अजिबात वाटत नाही."

त्यावर बाँड हसला आणि म्हणाला, "तानिआ! तुला सभोवतालचे सगळेच अडाणी नि असंस्कृत वाटतात."

"अडाणी नाहीतर काय! तुमची आधीपासूनच त्याच्याशी ओळख आहे?"

"नाही. पण तो माझ्याच फर्ममधला आहे."

"त्याचं नाव काय आहे म्हणालात?"

"नॅश. नॉर्मन नॅश."

"म्हणजे एन्. ए. एस. एच्. असंच ना?" एकेक अक्षराची फोड करत तिनं विचारलं.

"हो."

तिच्या डोळ्यांमधे बुचकळ्यात पडावं तसा भाव आला. "आमच्या रशियन भाषेत या नावाचा काय अर्थ होतो हे बहुतेक तुम्हाला ठाऊक असेल. नॅश म्हणजे 'आमचा!' आमच्या गुप्तचर खात्यात दाखल झालेला माणूस जेव्हा सर्वार्थाने आपल्या कामास वाहून घेतो तेव्हा आम्ही त्याला 'नॅश' म्हणतो. कारण तो माणूस देशाचा होतो. आणि म्हणूनच 'आमचा' होतो. पण आमचा एखादा माणूस शत्रूला फितूर होऊन त्याच्याशी हातमिळवणी करतो तेव्हा त्याला आम्ही 'स्वोई' म्हणतो. स्वोई म्हणजे 'त्यांचा' शत्रूचा. आणि आपल्या मदतीला आलेला हा माणूस स्वत:ला नॅश म्हणवतो– आपलं ते आडनाव असल्याचं सांगतो. मला काही हे लक्षण ठीक दिसत नाही."

बाँड त्यावर हसला आणि म्हणाला, ''खरंच तानिआ, मला तुझी गंमतच वाटते. जे लोक तुला आवडत नाही त्यांच्याबद्दल तू भलभलते संशय घेतेस. काय वाटेल ती कारणं लावतेस. नॅश हे अगदी सर्वसामान्य इंग्लीश नाव आहे. अगदी नेहमीचं नाव. तो माणूस अगदी निरुपद्रवी आहे. आपला संरक्षक म्हणून तो आलाय. असल्या कामासाठी असा बळकट आणि सशक्तच माणूस लागतो. काहीही म्हण, पण आपल्या संरक्षणाच्या दृष्टीनं अगदी योग्य असाच माणूस आहे तो. चांगला उंचापुरा पेहेलवान. आपल्याला अशा माणसाचीच गरज आहे.''

बाँडच्या या स्पष्टीकरणावर तातिआनानं त्याला वाकुली दाखवली आणि पुढ्यात नव्यानं आलेल्या डिशेस् मधले पदार्थ ती खाऊ लागली. प्रत्येक पदार्थाची चव चाखत, खाण्यात रंगून जात ती म्हणाली, ''वा! कसले स्वादिष्ट पदार्थ आहेत इथले एकेक. मी रशियातून आल्यापासून माझी खादाडी भलतीच वाढलीय.'' डोळे विस्फारून बाँडकडे बघत ती पुढे म्हणाली, ''पण मी अशीच तोंडाला आवर न घालता खात राहिले तर बघता बघता फुगेन हो, जेम्स! तेव्हा माझ्या खाण्यावर तुम्हाला फार लक्ष ठेवावं लागेल. नाहीतर मी नुसती आपली खात राहीन आणि झोपा काढेन. आणि फुगून टमटमीत होईन. आता बिछान्यात असली ढब्बी बाई तुम्हाला चालेल? नाही ना! म्हणून आत्तापासूनच सांगून ठेवते. माझं खाण्यावरचं नियंत्रण सुटलं तर सरळ मला चोपून काढा.''

''तू काही काळजी करू नकोस. चांगला खरपूस चोप देईन मी तुला.'' तिच्या बोलण्यावर हसत बाँड म्हणाला.

त्यावर तातिआनानं गोडपणे नाक मुरडलं. अचानक टेबलाखाली तिच्या पायाचा आपल्या घोट्यावर स्पर्श होतो आहे असं बाँडला जाणवलं. आपल्या पावलानं ती त्याच्या पायाचा घोटा कुरवाळू लागली. बाँडनं तिच्या नजरेला नजर दिली. आपले टपोरे निळे डोळे विस्फारून ती त्याच्याकडे बघत होती. त्या डोळ्यांमधे आवाहन होतं. तो तिच्याकडे टक लावून पाहू लागला तेव्हा लाजेनं तिच्या दाट लांब पापण्या एकदम खाली आल्या.

''प्लीज, बील दे, आणि चल. माझ्या डोळ्यांवर झोप आलीय्.'' नकळत त्याचा एकेरी उल्लेख करत ती म्हणाली. बाँडला ते आवडलं.

गाडी मास्त्रे स्टेशनामधे शिरत होती. आता बाहेर छोटे छोटे कालवे दिसायला सुरुवात झाली होती. भाजीपाल्यानं पूर्ण भरलेली एक गोंडोला नाव एका कालव्याच्या स्वच्छ, नितळ पाण्यातून संथपणे तरंगत शहराच्या दिशेनं चालली होती.

''अगं! पण आता आणखी थोड्या वेळातच व्हेनिस येईल. त्या सुंदर शहरातली मनोरम दृश्यं तुला बघायची नाहीत.'' बाँडनं तिला विचारलं.

''इतकी स्टेशनं गेली तसंच हेही आणखी एक स्टेशन. शिवाय व्हेनिस मला

पुन्हा केव्हातरी बघता येईल. तुझा सहवास केव्हा मिळेल?'' त्याच्या खांद्यावर तिनं आपला हात ठेवला आणि ती म्हणाली, ''प्लीज, जेम्स! मला जे हवंय ते दे. आपल्याजवळ आता फार थोडा वेळ आहे.''

मग ती दोघं चाकांवरच्या आपल्या छोट्याशा खोलीत परतली. बाँडनं खिडकीची काच अर्धी लावली आणि तिच्यावर हिरवा पडदा टाकला. गाडीच्या वेगामुळे आणि खिडकीतून येणाऱ्या समुद्रावरल्या गार वाऱ्यामुळे तो फडफडू लागला. पुन्हा एकदा वस्त्रांची अडचण दूर झाली आणि खाली जमिनीवर त्यांचे दोन छोटे छोटे ढीग झाले. दोन मिलनोत्सुक देह एकमेकांशी बद्ध होत प्रशस्त अशा गुबगुबीत गादीच्या बाकावर पहुडले आणि एकमेकांशी रममाण झाले. मोरपिसांसारख्या स्पर्शाची भाषा सुरू झाली. श्वास-उच्छ्‌वास वाढत गेले. प्रणय सागराला जणू भरती आली आणि ती दोघंही एकमेकांशी एकरूप झाली. गाडी तालात धावत होती. तिच्या वेगामुळे डबा हिंदकळत होता आणि त्याबरोबरच एकमेकांशी एकरूप झालेले ते देह आंदोळत होते. त्यांची आंदोलनं वाढत चालली होती. यार्डामधले अनेक सांधे बदलत, रुळांवरून खडखडाट करत गाडी पुढे निघाली तेव्हा त्या आंदोलनांनी परिसीमा गाठली. पाहता पाहता ती दोघं उत्कर्षबिंदूवर पोहोचली. आणि गाडीनं व्हेनिस स्टेशनात धडाडत प्रवेश केला तेव्हा सुखाची परमावधी गाठून ते दोन देह एकमेकांपासून विलग झाले आणि श्रांत क्लांत होऊन एकमेकांशेजारी पडून राहिले. दोघांनाही झोप लागली.

निर्वात पोकळीसारख्या त्यांच्या त्या छोट्याशा खोलीबाहेरच्या जगात मात्र नेहमीची धावपळ चालू होती. स्टेशनावरल्या प्रवाशांची गाडीत चढण्यासाठी गडबड चालली होती. प्लॅटफॉर्मवरून धावणाऱ्या पावलांचे आवाज येत होते. एकमेकांना मारलेल्या हाका येत होत्या. उतरलेल्या प्रवाशांची स्टेशनबाहेर जाण्याची लगबग चालली होती. गाडी हलली तशी हे सगळे आवाज हळूहळू विरत गेले.

पादुआ स्टेशन आलं आणि गेलं. त्यानंतर व्हिसेंझा आलं. व्हेरोनाला खिडकीवरल्या पडद्याच्या फटीतून मावळतीच्या सूर्याची तांबूस सोनेरी किरणं आत आली. जरा वेळानं पुन्हा एकदा जेवणाची वर्दी देणारी ती छोटी घंटा कॉरिडॉरमधून घणघणत गेली आणि त्या दोघांना जाग आली. उठून बाँडनं कपडे घातले आणि कूपेतून बाहेर पडून तो कॉरिडॉरमधे गेला. खिडकीशी असलेल्या पितळी रेलिंगच्या बारवर रेलून तो बाहेर पाहू लागला. संध्याकाळ होत आली होती. बाहेर लोंबार्डीच्या सखल प्रदेशावरल्या आकाशात मावळतीनंतरचा विलोभनीय गुलाबी उजेड दिसत होता. त्या उजेडाकडे बघत बाँड तातिआनाचा आणि भविष्यातल्या दिवसांचा विचार करण्यात गढून गेला.

तेवढ्यात नॅशचा चेहरा त्याला खिडकीच्या काचेत दिसला. पावलांचा आवाज

न करता तो त्याच्या शेजारी येऊन उभा राहिला होता. आपल्या कोपरानं बाँडच्या कोपराला हळूच स्पर्श करत तो हलक्या आवाजात म्हणाला,

"शत्रूपक्षाचा एकजण या गाडीवर मी टिपलाय असं मला वाटतंय."

हे ऐकून बाँडला आश्चर्य वाटलं नाही. कारण त्यानं ही गोष्ट गृहितच धरली होती. काही विपरित घडायचं असेल तर ते आज रात्रीच घडेल असं त्याला वाटतच होतं. त्यानं निर्विकारपणे विचारलं, "कोण आहे तो?"

"त्याचं खरं नाव काय आहे हे मला ठाऊक नाही. पण ट्रिएस्टीमधे मी त्याला एकदोन वेळा पाहिल्याचं आठवतंय. अल्बानियाशी त्याचा काहीतरी संबंध असावा बहुतेक. तिथे तो रेसिडेंट डायरेक्टर असावा. आत्ता तो अमेरिकन पासपोर्टवर प्रवास करतोय. 'विल्बर फ्रँक' या नावानं. बँकर म्हणवतो स्वत:ला. तुमच्या पुढेच म्हणजे ९ नंबरच्या कूपेतून प्रवास करतोय. त्याला ओळखण्यात माझ्याकडून काही चूक होणार नाही. खात्री आहे माझी तशी, ओल्ड मॅन."

बाँडनं नॅशच्या डोळ्यांकडे पाहिलं. भट्टीचं दार उघडून पटकन मिटावं तशी ती लालसर झाक त्याच्या डोळ्यांमधे पुन्हा एकदा चमकून गेली.

"तुम्ही त्याला टिपलंत हे फार बरं झालं. आजची रात्र अवघड जाणार, कत्तलीची ठरणार असं एकंदरीत दिसतंय. तुम्ही आत्तापासूनच आमच्या सोबतीला यावं हे उत्तम. त्या पोरीला तर आता आपल्याला एकटी सोडून चालणारच नाही." तो नॅशला म्हणाला.

"मला पण तेच वाटतंय, ओल्ड मॅन."

थोड्या वेळानंतर रेस्टॉरंट कारमध्ये जाऊन तिघांनी रात्रीचं जेवण घेतलं. नॅश तातिआनाच्या बाजूला बसला होता. जेवताना कुणी काही बोललं नाही. नॅशची नजर आपल्या डिशवर होती. त्यानं सुरी फाऊंटनपेनसारखी हातात उभी धरली होती आणि दुसऱ्या हातामधला जेवणाचा काटा तो अधुनमधून तिच्यावर घासत होता. एखाद्या गावंढळासारख्या बावळट हालचाली तो करत होता. त्यांचं जेवण मध्यावर आलेलं असताना मिठाचं भांड घ्यायला त्यानं हात लांब केला तेव्हा त्याच्या हाताचा धक्का लागून तातिआनाचा मद्याचा ग्लास कलंडून आडवा झाला. त्याबरोबर शरमिंदा होत तो एकसारखी दिलगिरी व्यक्त करू लागला. दुसरा ग्लास मागवण्यासाठी तर त्यानं छोटासा तमाशाच केला आणि ग्लास आल्यावर त्यात स्वत:च्या हातानं अगदी हट्टानं मद्य ओतलं.

त्यांचं जेवण संपल्यावर वेटरनं कॉफीचे कप त्यांच्यासमोर आणून ठेवले. अचानक तातिआनाला एकदम काय झालं कुणास ठाऊक! तिचा पुढे झोक गेला आणि धक्का लागून तिचा कॉफीचा कप आडवा झाला. आता ती बावचळल्यागत करू लागली.

तिची ती अवस्था पाहून बाँड ताड्कन उठला. ''तातिआना!'' तो एकदम ओरडला. पण त्यानं काही हालचाल करण्यापूर्वीच नॅश त्वरेनं उडी मारत पटकन उभा राहिला आणि आधार देत त्यानं तिला सावरून धरलं.

''बाईंची तब्येत अचानक बिघडलेली दिसते.'' तो म्हणाला, ''मी त्यांच्याकडे बघतो. तुम्ही बॅगेवर लक्ष ठेवा आणि ती घेऊन या. आपलं जेवणाचं बिल हे इथेच आहे.'' तातिआना भोवती आपला उजवा हात टाकत त्यानं तिला आधार देऊन उभी केली. ''तुम्ही येईस्तोवर मी बाईंकडे लक्ष ठेवतो. तुम्ही काही काळजी करू नका.''

''मी ठीक आहे... एकदम घेरी आल्यासारखं... झालं.'' तातिआना जड स्वरात म्हणाली. एक विचित्र बेहोशी तिला घेरू लागली. ओठ जड होत सैल झाल्यासारखे खाली ओघळले. ''काळजी... करू नकोस, जेम्स... मी जाऊन... जरा पडते...'' जड आवाजात ती म्हणाली. तिचं मस्तक नॅशच्या खांद्यावर कलंडलं. नॅशनं आपला उजवा हात तिच्या कंबरेभोवती टाकला आणि गर्दीनं भरलेल्या रेस्टॉरंट कारमधून तिला भरभर चालवत मोठ्या शिताफीनं तो तिला बाहेर घेऊन गेला.

अस्वस्थपणे बाँडनं हाताची बोटं कडाकड मोडली आणि वेटरला बोलवण्यासाठी खूण केली. तिच्या मनावर भलताच ताण आलेला दिसतोय! बिचारी! ही एवढी साधी गोष्ट साली आपल्या लक्षात कशी काय नाही आली? आपण फार उतावीळपणे वागलो का? त्यानं स्वतःला त्याबद्दल दूषणं दिली. तिची मानसिक स्थिती आपण समजून घ्यायला हवी होती! चुकलंच आपलं. मदतीला तो नॅश आलाय म्हणून बरं! अडाण्यासारखा वाटत असला तरी कामाला चटपटीत, तत्पर आहे...

बाँडनं बिलाचे पैसे दिले. स्पेक्टर मशीनची जड पेटी उचलून तो रेस्टॉरंट कारमधून बाहेर पडला. गर्दीमधून जेवढ्या भरभर जाता येईल तेवढ्या भरभर वाट काढत, डब्यांमागून डबे ओलांडत आपल्या डब्यामधल्या ७ नंबरच्या कूपेपाशी तो पोहोचला. कूपेच्या दारावर त्यानं अगदी हळूच टकटक केली.

नॅशनं दार उघडलं. ओठांवर बोट ठेवून गप्प राहण्याची खूण करत तो बाहेर आला आणि पाठचं दार त्यानं लावून घेतलं. ''बाईंना भोवळ आली होती.'' तो म्हणाला. ''आता त्या ठीक आहेत. अंथरुणं घालून तयारच होती. मी त्यांना वरच्या बर्थवर झोपवलंय. वयाच्या मानानं फारच ताण आलेला दिसतोय त्यांच्यावर, ओल्ड मॅन.''

बाँडनं हळूच मान हलवली. दार उघडून तो कूपेत गेला. तातिआनाचा एक हात– फर कोटाच्या बाहीसकट– बर्थवरून खाली लोंबकळत होता. तो वर उचलून बाँडनं अगदी हळूच पांघरुणाच्या खाली ठेवला. तिच्या हाताचा स्पर्श त्याला फार थंड वाटला. ती कण्हली नाही की तिच्या तोंडातून कसलाही आवाज आला नाही. खालच्या बाकावर चढून वर होत त्यानं तिच्यावरून नजर फिरवली. तिला खूप गाढ

झोप लागल्यासारखी दिसत होती. अगदी अलगदपणे तो खाली उतरला. कूपेचं दार उघडून कॉरिडॉरमधे आला.

नॅशनं त्याच्याकडे अगदी निर्विकार मुद्रेनं पाहिलं आणि तो म्हणाला, "मला वाटतं आता आपणही झोपायची तयारी करायला हरकत नाही. मी एक पुस्तक बरोबर आणलंय." आपल्याजवळचं जाडजूड पुस्तक त्यानं पुढे केलं. "वॉर अँड पीस. गेली बरीच वर्षं मी हे वाचतोय. तर मी हे वाचत बसतो. तोवर तुम्ही आधी झोप घ्या. तुम्ही खूप शिणलेले दिसताय, ओल्ड मॅन. माझे डोळे झोपेनं जडावले की मी तुम्हाला उठवीन." डोकं हलवून त्यानं ९ नंबरच्या कूपेकडे निर्देश केला. "तो इसम अजूनपर्यंत तरी बाहेर पडलेला नाहीये. त्याला जर काही माकडचेष्टा करायच्या असतील तर रात्री उशिराच तो बाहेर पडेल." क्षणभर थांबून त्यानं विचारलं, "तुमच्याजवळ तुमचं पिस्तुल आहे का?"

"हो. आहे. तुमच्याजवळ नाहीये का?"

"नाही." ओशाळवाणी मुद्रा करत नॅश म्हणाला, "घरी एक लुगार पिस्तुल आहे माझ्या. पण फार मोठं आणि जड आहे. असल्या कामगिऱ्यांवर न्यायला त्याचं ओझं होतं."

"काही बिघडलं नाही." मनातून नाराज होत बाँड म्हणाला, "तुम्ही माझं घ्या. चला आत."

ते दोघं कूपेत गेले. बाँडनं दार लावून घेतलं. आपलं बेरेटा पिस्तुल काढून त्यानं नॅशला दिलं. "आठबारी आहे." तो म्हणाला, "सेमी-ॲटोमॅटिक. सेफ्टी कॅच आहे."

पिस्तुल घेऊन नॅशनं ते हातात एखाद्या धंदेवाईक शूटर प्रमाणे तोललं. त्याच्या सेफ्टी कॅचचा खटका मागे-पुढे करून पाहिला. आपलं पिस्तुल असं दुसऱ्या कुणी परक्या माणसानं हाताळलेलं बाँडला अजिबात आवडत नसे. पिस्तुलाविना आपण विवस्त्र आहोत असं त्याला वाटे. चुकल्या चुकल्यासारखं होई.

"वजनाला जरा थोडं हलकं फुलकं आहे. पण गोळी जर योग्य जागी, वर्मी बसली तर समोरचा माणूस खलास होतो." तो रुक्ष स्वरात म्हणाला.

नॅशनं मान हलवली. तो विरुद्ध बाजूच्या खालच्या बाकावर, खिडकीजवळच्या कोपऱ्यात बसला.

"मी इथे बसतो." तो कुजबुजत्या स्वरात म्हणाला, "जर गोळागोळीची वेळ आलीच तर इथून गोळ्या झाडायला भरपूर जागा आहे." हातामधलं पुस्तक त्यानं आपल्या मांडीवर ठेवलं आणि सावरून तो आरामात बसला.

बाँडनं आपला कोट आणि नेक् टाय काढला आणि बाकावर बाजूला ठेवला. नॅशसमोरच्या बाकावरल्या उशीवर रेलून तो आरामात बसला. खाली जमिनीवर

त्याची छोटी ॲटॅची केस ठेवलेली होती. तिच्याशेजारी थोडी पुढे अशी स्पेक्टर मशीनची बॅग होती. त्या बॅगेवर त्यानं आपले पाय ठेवले. बाकावर बाजूला ठेवलेलं पुस्तक त्यानं उचललं. त्यातलं खुणेचं पान काढलं आणि वाचायला सुरुवात केली. काही पानं वाचल्यानंतर आपल्या डोळ्यांवर झोप दाटून आलीय, पुस्तकात आपलं लक्ष लागत नाहीये याची जाणीव त्याला झाली. त्याला खूप थकवा आला होता. त्यावर आदल्या रात्रींच्या जागरणाचा ताण होताच. हातातलं पुस्तक मांडीवर ठेवून त्यानं डोळे मिटले. आपण झोप घेतली तर चालेल का? आणखी काही सावधगिरी घ्यायची बाकी राहिलीय का? त्याचा मनात विचार आले.

पाचरी! त्याला एकदम आठवलं की दारांच्या फटींमधे पाचरी बसवायच्या राहिल्या आहेत! पुस्तक बाजूला टाकून बाजूला ठेवलेल्या आपल्या कोटाच्या खिशातून त्यानं पाचरी काढल्या. कॉरिडॉरकडे उघडणाऱ्या दारापाशी जात, खाली बैठक मारून त्याच्या खालच्या फटीत दोन टोकांना त्यानं पाचरी ठोकल्या. नंतर मधल्या दारातून आतल्या खोलीवजा कॅबिनमधे येऊन ते बंद करत त्याच्याही तळातल्या फटीत त्यानं पाचरी ठोकल्या. मग तो पुन्हा आपल्या जागेवर जाऊन बसला. पाय ताणून लांब करत जमिनीवरल्या स्पेक्टर मशीनवर त्यानं ठेवले. मग आरामात मागे रेलून डोक्याच्या मागे पुस्तक वाचण्यासाठी असलेला छोटा दिवा त्यानं मालवला.

वर, छताला असलेल्या– रात्रीच्या दिव्याचा– मंद जांभळा उजेड सबंध कॅबिनमधे पसरला.

"थँक्स, ओल्ड मॅन. आता शांतपणे झोप काढा." हलक्या आवाजात नॅश म्हणाला.

गाडीच्या इंजिनानं एक जोरदार कर्कश्श शिट्टी दिली आणि धडाडत ती समोरच्या बोगद्यात शिरली.

□

## २६. *मृत्यूचा पिंजरा!*

पायाच्या घोट्याला बसलेल्या हलक्याशा ढुशीनं बाँडला एकदम जाग आली. तो जरासुद्धा हलला नाही. एखाद्या वन्य प्राण्याप्रमाणे त्याची पंचेंद्रियं हळूहळू तल्लख होत गेली आणि तो पूर्ण जागा झाला.

सभोवताली कसलाही बदल झाला नव्हता. मैलांमागून मैल मागे टाकत गाडी वेगानं धावत होती. रुळांवर तिच्या चाकांचा 'खडाक् ऽऽ खडाक् ऽऽ' असा तालात आवाज होत होता. डब्याच्या अंतर्भागातल्या लाकडी बांधणीचा करकर असा सूक्ष्म

आवाज येत होता. वॉशबेसिनवरच्या खणातला टूथग्लास किणकिणत होता. कारण होल्डरमध्ये तो सैल झाला होता आणि गाडी हिंदकळत धावत असल्यानं त्या धक्क्यांबरोबर तो हेलकावत होता. सारं काही तसंच होतं.

आपल्याला कशानं जाग आली? बाँडच्या मनात विचार आला. छतात असलेल्या नाईट बल्बचा जांभळा, मंद प्रकाश सबंध कॅबिनमध्ये पसरलेला होता. वरच्या बर्थवरून कसली हालचाल अथवा आवाज येत नव्हता. खिडकीशी कॅप्टन नॅश आपल्या जागेवर बसलेला होता. त्याचं पुस्तक त्याच्या मांडीवर उघडं पडलेलं होतं. खिडकीवरल्या पडद्याच्या फटीतून आत आलेली चंद्र प्रकाशाची एक तिरीप उघडलेल्या पुस्तकाच्या दोन्ही बाजूंच्या पानावर पडली होती नि तिथे एक पांढरी-चंदेरी रेघ दिसत होती.

कॅप्टन नॅश बाँडकडे टक लावून पहात होता. जांभळ्या उजेडात त्याचे डोळे चकाकत होते. त्या डोळ्यांमधे, त्या नजरेमधे काहीएक ठाम भाव आला आहे असं बाँडच्या ध्यानात आलं. जांभळ्या उजेडात काळपट दिसणारे त्याचे ओठ विलग झाले आणि पांढरेस्वच्छ दात चकाकले.

"तुमच्या झोपेत व्यत्यय आणल्याबद्दल माफ करा, ओल्ड मॅन. मला जरा तुमच्याशी काही बोलायचंय. म्हणून तुम्हाला उठवलं." नॅश म्हणाला.

याच्या आवाजात काहीतरी नवा बदल झालाय का? आधीपेक्षा बदलल्यासारखा वाटतोय का तो? स्पेक्टर यंत्राच्या पेटीवर ठेवलेले पाय उचलून बाँडनं अलगदपणे जमिनीवर ठेवले. सरळ होत तो ताठ बसला. त्याला काहीएक धोक्याची भावना आली. धोका एखाद्या तिसऱ्या माणसाप्रमाणे जणू त्या छोट्याशा खोलीत उभा होता!

"बोला." बाँड सहज स्वरात नॅशला म्हणाला. नॅश बोलला तेव्हा त्याच्या शब्दांमधे, आवाजात असं काय होतं की आपल्या कण्यातून झिणझिण्या निघून गेल्यासारखं आपल्याला वाटलं? त्याच्या बोलण्यात जरा जादा अधिकार आणि रुबाब आलाय का? तो जरा मुजोरासारखा बोलला का?... नॅशचं डोकं फिरलं असावं, त्याला वेडाचा झटका आला असावा असं बाँडला वाटलं. आपल्याला या छोट्या खोलीत धोक्याचा आभास झाला, धोक्याचा वास आला. पण तो धोका नसून वेडसरपणा आहे. वेडसरपणा भरून राहिलाय या खोलीत. आपल्या अंतर्मनानं या माणसाबद्दल आपल्याला जो इशारा दिला होता तो बरोबरच होता! हा इसम वेडसर आहे असं प्रथमदर्शनीच आपल्याला वाटलं होतं. पुढलं स्टेशन आल्यावर काहीतरी करून या माथेफिरू इसमाला कटवायलाच हवा!... आत्ता गाडी कुठपर्यंत आली आहे? पुढली सरहद्द केव्हा येईल?... त्याच्या मनात झरझर विचार आले.

आपल्या मनगटी घड्याळात किती वाजले आहेत हे पाहण्यासाठी बाँडनं डावा

हात वर केला. पण जांभळ्या उजेडात घड्याळातले रेडियमचे आकडे नीट दिसेनात. म्हणून मनगट तिरकं करत घड्याळाची डायल त्यानं खिडकीतून आत आलेल्या चांदण्याच्या तिरीपीत धरली.

अचानक नॅशच्या बाजूनं 'खट्' असा तीक्ष्ण आवाज आला. आपल्या मनगटाला एक जोरदार दणका बसल्याचं बाँडला जाणवलं आणि त्यावरून जोराचा वारा गेल्यासारखं झालं. त्याच्या घड्याळाच्या डायलवरल्या काचेचा चक्काचूर झाला आणि काचेचे बारीक तुकडे त्याच्या तोंडावर उडाले. त्याचा डावा हात दाराच्या दिशेनं फेकला जात बाकावर जोरानं आपटला. आपल्या मनगटाचं हाड बहुतेक मोडलं असावं असं त्याला वाटलं! हात बाकावरून खाली सोडत त्यानं बोटांची भरभर हालचाल केली. कुठे काही वेदना जाणवली नाही. त्याचा हात शाबूत होता.

नॅशच्या मांडीवरलं पुस्तक अजूनही उघडं होतं. पण त्याच्या शिवणीच्या वरच्या टोकाला असलेल्या एका लहानशा भोकातून निळसर धुराचा एक छोटासा लोट हळूहळू बाहेर पडत होता आणि जळालेल्या दारूचा वास सबंध कॅबिनमधे पसरला होता.

बाँडच्या तोंडाला एकदम कोरड पडली. एका क्षणात साऱ्या गोष्टी त्याच्या ध्यानात आल्या.

अच्छा! एकूण असा सापळा लावण्यात आलेला होता तर! आणि त्याचं दार आता बंद झालं होतं!! कॅप्टन नॅश हा त्याच्यासाठी मॉस्कोहून पाठवण्यात आलेला माणूस होता! त्याला 'एम्' पाठवलेलं नव्हतं. ९ नंबरच्या कॅबिनमधे अमेरिकन पासपोर्टवर प्रवास करणारा माणूस एम जी बीचा एजंट आहे अशी नॅशनं त्याला थाप मारली होती. आणि...आणि बाँड त्याला आपलं पिस्तूल देऊन बसला होता! शिवाय दोन्ही दारांना खाली पाचरी मारून जणू त्यानं नॅशला आणखीच निर्धास्त करून ठेवलं होतं...!!!

रशियन हेरखात्यानं टाकलेला हा शेवटला फास होता!

बाँडच्या अंगावर शहारे आले. त्याला कापरं भरलं. पण भयामुळे नव्हे तर तिरस्कारामुळे.

नॅशनं बोलण्यास सुरुवात केली. पण त्याचा आवाज आता दबका, किंवा कुजबुजता नव्हता. मृदु किंवा अदबीचा देखील नव्हता. उलट आता तो खणखणीत आवाजात मोठ्यानं आणि आत्मविश्वासानं बोलत होता.

"आपल्यामधे वादावादीची वेळ यायला नको म्हणून तुम्हाला एका छोट्याशा प्रात्यक्षिकाची चुणूक दाखवली, ओल्ड मॅन! असल्या छोट्या मोठ्या हातचलाख्या करण्यात मी फार तरबेज आहे असं आमचे लोक म्हणतात. माझ्याजवळच्या या पुस्तकात दडवलेल्या पिस्तुलात दहा बुलेट्स आहेत. .२५ डमडमच्या. त्यात

बसवलेल्या इलेक्ट्रिक बॅटरीच्या शक्तीवर त्या झाडता येतात. अशा युक्तीबाज गोष्टी तयार करण्यात रशियन्स फार पुढे गेले आहेत हे तर तुम्ही मानायलाच हवं. अशी अद्‌भुत शस्त्रं बनवणारी वंडरफुल डोक्याची पोरं आहेत त्यांच्याकडे. बघा! माझ्या पुस्तकाच्या शिवणीत त्यांनी पिस्तुल अशा खुबीनं बसवलंय की काही कळतंय तरी का? तुमच्याजवळ असलेलं पुस्तक फक्त वाचण्यासाठी आहे हे तुमचं दुर्दैव, ओल्ड मॅन!''

''हे सारखं 'ओल्ड मॅन, ओल्ड मॅन' म्हणणं बंद कराऽऽ!'' बाँड त्याच्यावर मोठ्यानं ओरडला. खरं तर इतर कितीतरी गोष्टी जाणून घेणं अगोदर महत्त्वाचं होतं. हा माणूस कोण? यानं आपल्यावर गोळी का झाडली? याचा डाव तरी काय आहे? खूप गोष्टींचं स्पष्टीकरण मिळवणं जरूरीचं होतं. पण त्याच्याबद्दल वाटणाऱ्या तिरस्काराची पहिली प्रतिक्रिया बाँडकडून अशा संतापाच्या उद्रेकानं झाली! आग लागलेल्या घरामधून इतर मौल्यवान वस्तू सोडून एखाद्यानं एखादी अगदी क्षुल्लक चीज बाहेर काढून आणावी तसा त्याचा संताप होता.

''सॉरी, ओल्ड मॅन! काय करू, मला ही सवयच लागलीय. साला, सभ्य माणसासारखं वागायचा आव आणायचा होता ना मला! त्यातलाच हा एक भाग. माझ्या अंगावरल्या या कपड्यांसारखाच. सगळे वॉर्डरोब डिपार्टमेंटनं मला पुरवले. ते मला म्हणाले की घाल म्हणजे जरा सभ्य माणसासारखा दिसशील. बघा! दिसलो की नाही तुम्हाला तसा, ओल्ड मॅन! पण ते सगळं बाजूला राहू द्या. आपण सरळ मुद्यावर येऊ. मी कोण? इथे का आलो? तुमच्यावर पिस्तुल का झाडलं? आणि हे सगळं काय गौडबंगाल आहे हे सारं जाणून घ्यायची तुम्हाला उत्सुकता असेल! बरोबर ना? मलाही ते सगळं सांगण्यात आनंदच वाटेल. कारण तुमचा निकाल लावण्यापूर्वी आपल्याजवळ अजून अर्धा तासाचा वेळ आहे. तेव्हा हा अर्धा तास मौजेनं गप्पा मारण्यात घालवू. तर ब्रिटिश सीक्रेट सर्व्हिसचे श्रेष्ठ गुप्तहेर, मिस्टर जेम्स बाँड, तुम्ही किती मूर्ख आहात, केवढे खुळे आणि बुद्धु आहात याचं वर्णन करायला मला आता भलतीच मजा येणार आहे. सर्वप्रथम असं बघा, ओल्ड मॅन की आपण फार हुशार आहोत असं तुम्हाला जे वाटतं ना, तो तुमचा भ्रम आहे. तुम्हाला वाटतं तेवढे तुम्ही अजिबात हुशार नाही आहात. सगळा नुसता पोकळ वासा आहे. भुसा भरलेल्या बाहुल्यासारखी अवस्था आहे तुमची. भुसा हो! भुसाच भरलाय तुमच्या अंगात आणि तो बाहेर काढून उधळायला मला इथे पाठवलंय. या खास कामगिरीवर!'' नॅशचा स्वर अगदी साफ आणि रोखठोक होता, ''पुढलं ऐकायचंय ना?''

''हो. हा सगळा काय प्रकार आहे हे मला जाणून घ्यायचंय. दिला तुम्हाला अर्धा तास! बोला.'' बाँड शांतपणे म्हणाला. पण एकीकडे या माणसावर मात कशी

करता येईल, या संकटाचं निवारण कसं करता येईल याबद्दल तो घायकुतीला येऊन विचार करत होता.

“स्वत:ची फसवणूक करून घेऊ नका, ओल्ड मॅन! आणखी अर्ध्या तासानंतर तुमचा मृत्यू हा ठरलेलाच आहे. तो चुकणार नाही. आणि माझ्या कामात आत्तापर्यंत मी कधीही चूक केलेली नाहीये. नाहीतर मला हे काम मिळालंच नसतं. या कामगिरीवर माझी खास नेमणूक करण्यात आली आहे.”

“अस्सं! काय करता तुम्ही हे तरी कळू द्या.”

“मी स्मेर्श चा प्रमुख मारेकरी आहे. चीफ एक्झिक्यूशनर!” नॅश मोठ्या गर्वानं म्हणाला, “स्मेर्श हे नाव तुमच्या माहितीचं असेलच, ओल्ड मॅन.”

स्मेर्श! हे या कोड्याचं उत्तर आहे तर! पण हे कोडं बाजू आपल्या अंगावर उलटल्यावर सुटलंय! बाँडच्या मनात आलं. आणि हा त्यांचा मुख्य मारेकरी आहे! त्याच्या फिकट डोळ्यांमधे मधूनच येऊन जाणारी लाल झाक बाँडला आठवली. त्या लाल झाकेचा अर्थ त्याला आता उमगला. त्याच्यासमोर बसलेला इसम हा एक खुनी होता. खुनी. माथेफिरू खुनी. पिसाट खुनी, एक सायकोपाथ! बहुधा मनानं खचलेला. पण विकृत मनाचा. खून करण्यात ज्याला आनंद मिळतो अशा रोगट मनोवृत्तीचा. जीव घेण्यात गंमत वाटणारा! वा! केवढा उपयुक्त माणूस मिळालाय स्मेर्शला! व्हावरा काय म्हणाला होता ते बाँडला आठवलं. त्यानं एक वर्मी घाव घातला, “नॅश! चंद्राचा तुझ्या डोक्यावर काही परिणाम होतो का?”

नॅशचे काळपट ओठ थरथरले. “जादा हुशारी दाखवू नका मिस्टर सीक्रेट सर्व्हिस! तुम्ही मला वेडा बिडा समजता की काय? तुम्हाला मी माथेफिरू वाटलो? मी जर वेडा असतो तर आज या स्थानावर पोहोचलोच नसतो.” तीक्ष्ण स्वरात नॅश ओरडला. आपण याच्या वर्मावर बोटं ठेवलं, याची ‘दुखरी शीर’ दाबली हे बाँडच्या ध्यानात आलं. पण या माथेफिरू माणसाला चिडीला आणून काय साधणार? याला भडकावून काय उपयोग होणार? त्यापेक्षा गोडीगुलाबीनं याला हरभऱ्याच्या झाडावर चढवून, याला खुलवून आपल्याला जास्त वेळ कसा मिळू शकेल हे बघायला हवं! प्राप्त परिस्थितीत युक्तीनं वेळकाढूपणा करणंच शहाणपणाचं ठरेल! तोवर कदाचित तातिआना शुद्धीवर...

“या सगळ्या प्रकरणात या पोरीचा काय संबंध येतो?” त्यानं एकदम विचारलं.

“गळाला आमिष लावतात ना, तसा तिचा उपयोग केला गेला.” कंटाळवाण्या स्वरात नॅश म्हणाला, “पण तिची फिकीर करू नका. आपल्या दोघांच्या बोलण्यात ती पडणार नाही. तिच्या ग्लासात मी वाईन ओतली होती तेव्हा तिच्यात चलाखीनं चिमुटभर क्लोरल हायड्रेटची पूड मी मिसळली होती. ती आता रात्रभर गुंगीत राहील.

आणि त्यानंतर कायमचीच झोपेल. तुमच्याबरोबर तिचाही निकाल लागायचाय. तुमच्या दोघांचीही एकच गत होणार आहे– मृत्यू.''

''खरं की काय?'' आपला दुखरा डावा हात हळूच उचलून मांडीवर ठेवत– बोटांमधे रक्ताभिसरण सुरू व्हावं म्हणून ती हळूहळू चोळत– बाँड म्हणाला, ''बरं! पुढली कहाणी ऐकू द्या.''

''सांभाळून ओल्ड मॅन. काही ट्रिक्स करायच्या फंदात पडू नका. माझ्याशी गाठ आहे. जरासुद्धा हालचाल केलेली मला खपायची नाही. नाहीतर यातली एक गोळी केव्हा हृदयाच्या आरपार गेली हे तुम्हाला कळायचंसुद्धा नाही. अर्थात शेवटी गोळी बसणारच आहे तुम्हाला. आपलं बोलणं संपल्यावर. ठीक हृदयाच्या मधोमध. पण तुम्ही काही चलाखी करायच्या उद्देशानं हालचाल केलीत तर ती थोडी आधी बसेल इतकंच! आणि मी कोण आहे हे विसरू नका! तुमच्या रिस्ट वॉचची आत्ता काय गत झाली पाहिलीत ना? माझा नेम कधी चुकत नाही. कधीच नाही. ध्यानात ठेवा.''

''वा! राव, रुबाब तर खास आहे, तुमचा!'' बाँड बेफिकीरपणे म्हणाला, ''पण घाबरू नका! माझं पिस्तुल तर तुमच्याजवळ आहे. आठवलं ना? आता तुमची पुढली हकीगत सांगा!''

''ठीक. ओल्ड मॅन. पण मी बोलत असताना आपला कान तेवढा खाजवू नका. नाहीतर मी गोळी झाडेन. कळलं? वेल्, तर तुम्हाला जे जाणून घ्यायचंय ते ऐका. स्मेर्शनं तुम्हाला मारायचं ठरवलं. मला वाटतं कदाचित त्याहूनही फार उच्च पातळीवरून हा बेत ठरवला गेला असावा. रशियन श्रेष्ठींकडून. तुमच्या हेरखात्याचा भाव जगात फार वधारलाय, तुमचा माज वाढलाय तो थोडा उतरवायचा असं त्यांनी बहुधा ठरवलं आणि म्हणून तुमच्या सीक्रेट सर्व्हिसच्या पोटात एक जोरदार बुक्का मारायचा असा निर्णय घेतला गेला. आलं का ध्यानात?''

''पण त्यासाठी माझीच निवड का करण्यात आली?''

''हे मात्र मला विचारू नका, ओल्ड मॅन. पण मी असं ऐकलंय की तुमच्या खात्यात तुमचा लौकिक फार थोर आहे. तुम्हाला फार मान आहे. तुम्ही तुमच्या सीक्रेट सर्व्हिसचे भूषण आहात वगैरे वगैरे. पण आता ज्या तऱ्हेनं तुम्ही मारले जाणार आहात तिच्यामुळे तुमची सारी इज्जत मातीत मिळणार आहे. तुमचा सगळाच बुडबुडा फुटणार आहे. गेले तीन महिने हे सारं प्रकरण शिजत होतं. म्हणजे या कटाची तयारी. आणि फार सुंदर कट आखला गेला. फारच सुंदर. स्मेर्शच्या हातून पूर्वी एक दोन चुका घडल्या होत्या. उदाहरणार्थ, ते खोक्लोवचं प्रकरण. त्यातली ती स्फोटक सिगारेट केस. तिनं केलेला पचका. आठवतं तुम्हाला? चुकीच्या माणसावर ते काम सोपवलं गेलं होतं. म्हणून असा राडा झाला. माझ्याकडे

ती कामगिरी द्यायला हवी होती...! असं बघा, ओल्ड मॅन आमच्या स्मेर्श खात्यात असले कुटिल डाव टाकण्यात पटाईत असलेला एक माणूस आहे. फार विलक्षण डोकं आहे त्याचं. फारच विलक्षण! क्रोन्स्टिन त्याचं नाव. एक निष्णात बुद्धिबळपटु. फार हुशार प्लॅनर आहे तो. त्याचं म्हणणं असं पडलं की या डावात थोडासा दिमाख असायला हवा जो तुम्हाला खेचून आणेल. दुसरं म्हणजे अशी एखादी वस्तू जिचा तुम्हाला लोभ सुटेल आणि तिसरं म्हणजे थोडा चक्रमपणा जो तुम्हाला बुचकळ्यात टाकेल. आकर्षक नि भुरळ घालेल असं दिमाखदार आमिष, तुमची हाव वाढेल नि लोभ सुटेल अशी एखादी वस्तू आणि तुम्हाला बुचकळ्यात, कोड्यात टाकेल असा चक्रमपणा या तीन गोष्टींच्या आधारावर हा सुंदर कट त्यानं रचला. तुम्ही लंडनमधले सगळे लोक चक्रमपणाला सहज बळी पडता असं तो म्हणाला. आणि त्याचं म्हणणं खरं ठरलं. तुम्ही खरंच बळी पडलात, हो का नाही, ओल्ड मॅन?''

आम्ही खरंच बळी पडलो का? डार्को करीमकडून 'एम्'ला अगदी पहिला संदेश आला होता तेव्हा त्या हकिगतीबद्दल सगळ्यांना तेव्हा केवढी उत्सुकता लागून राहिली होती हे बाँडला आठवलं आणि आमिष? आपण त्याला भुललो का? नक्कीच भुललो. एक रशियन पोरगी आपल्यावर चक्क भाळते याला आपण भुललो. नुसते भुललोच नाही तर थोडेसे चढूनही गेलो हे मान्य करायलाच हवं! हा म्हणतोय त्याप्रमाणे चक्रमपणाला फसलो. मुलीबरोबरच जोडीला यात लोभ पडावा असं स्पेक्टर मशीनही होतं. खरं तर त्याचाच मोह सगळ्यांना जास्त पडला आणि हे सगळं प्रकरण उद्‌भवलं. शुद्ध लोभ आणि मोह याला आम्ही सारेच बळी पडलो...

''तुमचं म्हणणं काहीसं खरं आहे. थोडा इंटरेस्ट वाटला आम्हाला.'' बाँड सावधपणे म्हणाला.

''त्यानंतर मग या मोहिमेच्या तयारीला सुरुवात झाली. आमची हेड ऑफ ऑपरेशन्स म्हणजे एक नमुनाच आहे. जगात कुणीही मारली नसतील इतकी माणसं तिनं आत्तापर्यंत मारली आहेत. किंवा त्यांना मारण्याची व्यवस्था तिनं अप्रत्यक्षपणे केलीय. हो. ती एक बाई आहे. क्लेब तिचं नाव. रोझा क्लेब. बाई कसली? डुक्करच आहे साली ती. पण आपल्या कामात तयार आहे. छक्के पंजे खेळण्यात महावस्ताद.''

रोझा क्लेब! म्हणजे स्मेर्शच्या वरिष्ठ पदावर एक बाईही आहे तर! या लफड्यातून जिवंत बचावलो आणि तिच्या मागावर जायला मिळालं तर! बाँडच्या मनात आलं आणि त्याच्या उजव्या हाताची मूठ हळूच वळली गेली.

कोपऱ्यातून संथपणे कथन करणारा आवाज पुढे सांगू लागला :

''वेल्! तर रोझा क्लेबनं या रोमानोवा पोरीची निवड केली. आणि या कामगिरीसाठी तिची चांगली तयारी करून घेतली. कशी काय वाटली तुम्हाला ती बिछान्यात?

चांगली साथ दिली नं तिनं? तसं तिला सगळं छान पढवण्यातच आलं होतं म्हणा! प्रेमाचा खोटा खेळ.''

नाही! बाँडचं मन आक्रंदून उठलं. पहिल्या रात्री तिनं प्रेमाचं नाटक केलंही असेल. पण त्यानंतरच्या रात्री? त्यानंतरच्या प्रत्येक रात्री अगदी हृदयापासून ती त्याच्याशी एकरूप झाली होती. कारण ती खरोखरच त्याच्या प्रेमात पडली होती. तिचं ते प्रेम मनापासूनचं, खरं आणि अगदी विशुद्ध होतं... संधी साधून बाँडनं खांदे उडवले. जरा जास्तच जोरानं. काही बोलण्यापेक्षा अशा छोट्या छोट्या हालचाली करायचं त्यानं ठरवलं. म्हणजे त्याची याला सवय होईल! आणि आणीबाणीच्या क्षणी आपण अचानक हालचाल केली तर ती याच्या लक्षात यायची नाही. संधी साधून आपल्याला काहीतरी करता येईल...!

''ते जाऊ द्या! तसल्या गोष्टींमधे मला काही इंटरेस्ट नाही. पण बिछान्यात तुम्ही तिच्याबरोबर मजा करत होतात तेव्हा आमच्या लोकांनी त्या प्रसंगाचं फार सुंदर छायाचित्रण केलं. १६ मिलिमिटरच्या कॅमेऱ्यांनी! तुमच्या लगतच्या खोलीत या कामाकरता दोन खास फोटोग्राफर्स बसवण्यात आले होते. त्या फिल्मचं सबंध रीळ आत्ता या क्षणी माझ्या खिशात आहे.'' नॅश आपल्या कोटाच्या खिशावर टिचकी मारत म्हणाला, ''ही फिल्म मी त्या पोरीच्या हँडबॅगेत टाकणार आहे. वर्तमानपत्रामधून या फिल्मचे फोटो मस्तच छापून येतील.'' तो मोठ्यानं हसला आणि डोळा मारत म्हणाला, ''अर्थात त्यातले काही भारी शॉटस् त्यांना कापावे लागतील. कारण ते प्रसंग जरा अतिच प्रक्षोभक आहेत.''

हॉटेल क्रिस्टल पॅलेसमधे बदलण्यात आलेली आपली खोली बाँडला आठवली. खास सुसज्जित अशी ती हनीमून सूट!... पलंगाच्या मागे असलेला तो भव्य आरसा! त्याच्या मागेच फोटोग्राफर्स बसवले असणार! म्हणजे खोल्यांची ती अदलाबदल मुद्दामच करण्यात आली होती तर!... सगळं कसं अगदी बरोबर जुळतंय!... इस्तंबूलमधली तातिआनाच्या सहवासातली ती रात्र त्याला आठवली. आपण उन्मुक्तपणे प्रणयक्रीडेत गुंगलो होतो... आणि आपल्या नकळत त्याचं छायाचित्रण घेण्यात आलं...! त्याच्या हाताचे तळवे घामानं ओले झाले. तो घाम त्यानं आपल्या पँटला पुसला.

''हलायचं नाही, ओल्ड मॅन! अजिबात हलायचं नाही. अगदी स्थिरपणे बसायचं. नाहीतर गोळी बसेल.'' नॅश करड्या स्वरात म्हणाला.

बाँडनं आपले हात पुन्हा मांडीवर ठेवले. अशा बारीकसारीक हालचाली आपल्याला आणखी किती वाढवता येतील? याला आणखी कुठपर्यंत ताणता येईल? त्याच्या मनात येत होतं...!

''तुमची हकिगत पुढे सांगा.'' शांतपणे तो म्हणाला, ''त्या प्रसंगांचं छायाचित्रण

घेतलं जाणार आहे हे या पोरीला ठाऊक होतं का? या सगळ्या कटामागे स्मेर्शचा हात आहे हे तिला माहिती होतं का?'' त्यानं विचारलं.

''फिल्म घेतली जाणार आहे हे तिला अर्थातच माहिती नव्हतं.'' गुरगुरत्या स्वरात नॅश म्हणाला, ''रोझा क्लेबचा तिच्यावर काडीइतकाही विश्वास नव्हता. कारण पोरगी फारच भावनाप्रधान आहे. यातलं बाकीचं मला काही माहीत नाही. या पोरीला आज मी प्रथमच पाहतोय. कारण आम्ही सगळे आपापल्या विशिष्ट चौकटींमधे राहून कामं करतो. जे काही मी तिच्याबद्दल ऐकलं तेवढंच मला तिच्याबद्दल ठाऊक! मात्र आपण 'स्मेर्श'करता काम करतोय हे तिला ठाऊक होतं. लंडनला जाऊन तिला थोडी हेरगिरी करायची आहे एवढंच तिला सांगितलं गेलं होतं.''

काय मूर्ख पोरगी आहे! यात स्मेर्शचा हात आहे हे तिनं आपल्याला का सांगितलं नाही? तिनं याविषयी थोडी जरी कल्पना दिली असती तर!... बाँडच्या मनात आकांती विचार आले. स्मेर्शचं नाव उच्चारायलासुद्धा कदाचित ती घाबरली असेल! ही गोष्ट आपल्याला कळली असती तर आपण तिला कैदेत टाकू अशी भीती तिला वाटली असेल! लंडनला पोहोचल्यावर आपण सर्व काही सांगू असं ती आपल्याला वारंवार म्हणत होती! घाबरायचं काही कारण नाही, तिच्यावर आपण विश्वास ठेवावा असंही वारंवार सांगत होती! बावळट, खुळी कुठली! म्हणे विश्वास ठेवा! इकडे केवढं मोठं कारस्थान चाललंय याचा स्वत:ला पत्ताही नाही! आणि म्हणे घाबरू नका!... पण तिचा तरी काय दोष? आपल्याप्रमाणेच रशियनांनी तिलासुद्धा बनवलं. तिचीसुद्धा फसवणूक केली. भोळी बिचारी! पण या प्रकरणात स्मेर्श गुंतलेली आहे याची पुसटशी जरी कल्पना तिनं आपल्याला दिली असती तर! अगदी थोडी जरी माहिती सांगितली असती तर– तर करीमचे प्राण कदाचित वाचले असते. तो हकनाक असा मृत्यूमुखी पडला नसता. मोलाची माहिती न सांगितल्यामुळे हे कधी भरून न येणारं नुकसान तर झालंच! पण आता खुद्द तिचाच जीव धोक्यात आलाय! प्राणांतिक धोक्यात! आणि तिच्याबरोबर आपलासुद्धा...! अरेरे! केवढी मोठी चूक केलीन् तिनं...!!

''नंतर इस्तंबूलमधला तुमचा तो तुर्की दोस्त! त्याचाही काटा स्मेर्शला काढायचा होताच! भलताच दणकट आणि पावरबाज माणूस! त्याचा बंदोबस्त करायलाही त्यांना वात आला असणारच! फारच चिवट होता तो. मला वाटतं काल दुपारी त्याच्याच गँगनं आमचं इस्तंबूलमधलं केंद्र उद्ध्वस्त केलं. या घटनेमुळेही रशियनांमधे आता घबराट उडणाराय. आमचं फार मोठं आणि महत्त्वाचं केंद्र होतं ते. त्यावरच त्यांनी घाव घातला.''

''अरेरे! फारच वाईट झालं हे.'' बाँड नाटकीपणानं म्हणाला.

''अर्थात् मला त्याचं काही सोयरसुतक नाहीये, ओल्ड मॅन. माझं काम मी पार

पाडणार! ते सुद्धा अगदी सहज आणि हसत-खेळत अगदी मजेत!'' नॅशनं पटकन आपल्या मनगटी घड्याळावर एक दृष्टीक्षेप टाकला आणि तो म्हणाला, ''आणखी बरोब्बर वीस मिनिटांनी आपली गाडी सिंप्लोन बोगद्यात शिरेल. तिथेच मी तुम्हाला ठार मारावं असा मला हुकूम आहे. तुमच्या मरणानं मात्र प्रचंड खळबळ उडणार आहे. वर्तमानपत्रांना तेवढंच जास्त खाद्य मिळेल! आपण त्या बोगद्यात शिरलो की एक गोळी तुमच्या हृदयात घालेन. मरताना तुम्ही मोठ्यानं बोंबललात तर गाडीच्या बोगद्यातल्या खडखडाटात तुमचं ओरडणं दबून जाईल. नंतर मग एक गोळी तिच्या मानेत– ती पण तुमच्या पिस्तुलातून. मग तिचा देह मी गाडीबाहेर भिरकावून देईन. त्यानंतर तुमच्या पिस्तुलातून आणखी एक गोळी तुमच्या हृदयात. तुमचं पिस्तुल तुमच्याच हातात घालून ठेवीन. आत्महत्या. तुम्ही आत्महत्या केलीत असं प्रथमदर्शनी वाटेल. पण नंतर तुमची चिरफाड झाली की तुमच्या हृदयातून दोन गोळ्या निघतील. एक माझ्या पिस्तुलातली आणि एक तुमच्या! रहस्य आणखीच वाढेल! वाढेल की नाही? मग सिंप्लोन बोगद्याची पुन्हा तपासणी केली जाईल. लाल केसांचा तो माणूस कोण होता? तो कुठे गडप झाला? गुंता अधिकच वाढेल. अर्थात या नंतरच्या सगळ्या गोष्टी आहेत. सिंप्लोन बोगदा धुंडाळताना पोलिसांना तिचं प्रेत तिथे आढळेल. तिच्या बॅगेत ती हॉट फिल्म त्यांना सापडेल. आणि तुमच्या कोटाच्या खिशात तिनं तुम्हाला लिहिलेलं प्रेमपत्र! चांगलं लांबलचक आणि धमकीवजा! स्मेर्शनंच तयार केलंय ते. फारच मस्त लिहिलंय. त्या पत्रात तिनं लिहिलंय की तुम्ही जर तिच्याशी लग्न केलं नाहीत तर तिच्याजवळची फिल्म ती वृत्तपत्रवाल्यांना देईल! तिनं जर रशियनांचं सायफर यंत्र चोरून आणलं तर तुम्ही तिच्याशी लग्न कराल असं वचन तुम्ही तिला दिलं असल्याचा उल्लेखही त्या पत्रात आहे.'' नॅश क्षणभर थांबला आणि पुढे म्हणाला, ''खरं सांगायचं झालं तर, ओल्ड मॅन, तुमच्या पायाखालच्या बॅगेत असलेलं स्पेक्टर यंत्र म्हणजे एक महाभयंकर असा सापळा आहे. त्या बॅगेत खरं स्पेक्टर यंत्रच नाहीये. त्यात मृत्यूचा मसाला भरून ठेवलाय रशियनांनी. तुमचे सायफर-तज्ज्ञ या मशीनभोवती जमतील आणि ते चालवायचा प्रयत्न करू लागतील, त्याच्याशी खटाटोप करतील तेव्हा भयानक स्फोट होऊन त्या सर्वांच्या पार ठिकऱ्या ठिकऱ्या उडून जातील. तर रशियनांकडून तुम्हाला हा असा आहेर मिळणार आहे.'' नॅश हळूच खिदळत म्हणाला. ''पुढे त्या पत्रात लिहिलंय की तिच्याजवळ तुम्हाला देण्यासारखं आहे ते फक्त तिचं शरीर आणि ते सायफर यंत्र. मग त्यात तिनं आपल्या सुंदर देहाचं वर्णन केलंय आणि तुम्ही तिच्या देहाशी कसे खेळलात, तिच्या नाजुक अंगप्रत्यंगांचा कसा उपभोग घेतलात याचं अगदी रसभरीत वर्णन केलंय. पत्रामधला हा भाग जरा जास्तच गरमागरम आहे. असणारच, नाही का? तर तिनं तुम्हाला आपलं सुंदर शरीर आणि

स्पेक्टर मशीन दिलं. त्याच्या बदल्यात तुम्ही तिला काय दिलंत? काय केलंत? तर तिचा खून. ओल्ड मॅन, या कहाणीत हा असा सगळा मसाला अगदी ठासून भरलाय. प्रकरण उघडकीला आल्यावर वर्तमानपत्रांमधून काय छापून येईल? ते पण थोडक्यात ऐका. ओरिअंट एक्सप्रेसमधली भानगड. सिंप्लोन बोगद्यात एका सुंदर रशियन तरुणीचा निर्घृण खून. ती रशियनांची हेर. तिच्याजवळच्या बॅगेत अश्लील चित्रणाची फिल्म. रहस्यमय, गुप्त सायफर मशीन. सुप्रसिद्ध आणि देखणा ब्रिटिश हेर. रशियन तरुणीबरोबर त्याचे अनैतिक संबंध. स्वत:ची बेअब्रू होण्याच्या भीतीनं तिचा खून करतो आणि स्वत: आत्महत्या! दोघं मिस्टर आणि मिसेस सॉमरसेट या बनावट नावांनी गाडीतून प्रवास करत होती... दोन गुप्तहेर. गाडीतला ऐषारामी कूपे. सेक्स. रहस्यमय डावपेच. प्रेमपत्रं. अश्लील फिल्म. गूढ खून. आणि आत्महत्या... वगैरे वगैरे. वर्तमानपत्रांच्या हेडलाइन्सवर हे स्फोटक प्रकरण महिनोन् महिने गाजत राहील नि प्रचंड खळबळ उडवेल, ओल्ड मॅन. सबंध जगभर तुमची छी: थू होईल. जगप्रसिद्ध ब्रिटिश हेरखात्याच्या पोटात जबरदस्त ठोसा बसेल. त्यांचा सर्वश्रेष्ठ नि उत्तम हेर जेम्स बाँड! अरेरे! त्यानं इतकं घसरावं? मग त्या सायफरमशीनचा स्फोट. केवढा प्रचंड गोंधळ माजेल? तुमच्या प्रमुखाला 'एम्'ला तुमच्याबद्दल काय वाटेल? खात्यातल्या लोकांना काय वाटेल? जनतेला काय वाटेल? आणि तुमच्या शासनाला? आणि अमेरिकनांना? सुरक्षेच्या एवढ्या लंब्याचवड्या गप्पा मारता! आता तुम्हाला आमच्याकडून अणुविषयक गुपितं मिळणं यापुढे एकदम बंद! ते म्हणतील. तुमच्या देशाची जगात काय किंमत राहील? काय अब्रू राहील त्याची?'' नॅश काही क्षण थांबला आणि मग गर्वानं म्हणाला, ''तर ओल्ड मॅन, तुमचा बोऱ्या कसा वाजणार याचा हा असा एकंदर किस्सा आहे. या शतकातली सर्वात खळबळजनक कहाणी ठरणार आहे ही.''

आहे खरीच! बाँडच्या मनात आलं. काही शंकाच नाही यात. आणि फ्रेंच वर्तमानपत्रं तर या सगळ्या प्रकरणाला अशी काही तिखटमीठ लावून प्रसिद्धी देतील की बघायलाच नको! त्यांना कोणीही थोपवू शकणार नाही. हा म्हणतोय त्या फिल्ममधले सगळे फोटो अगदी खुल्लमखुल्ला छापायला तर ती मुळीच मागेपुढे पाहणार नाहीत. एकूण एक तपशील अगदी सविस्तरपणे चव्हाट्यावर आणतील. जगातलं एकही असं वृत्तपत्र नसेल जे ही स्फोटक कहाणी छापणार नाही!... आणि हे स्पेक्टर मशीन! रशियनांनी यात घातक सापळा लावलाय याची 'एम्'च्या तज्ज्ञांना किंवा दक्झिम ब्यूरोच्या लोकांना थोडीतरी कल्पना येईल का? गुप्त लिपीची उकल करणारे किती क्रीप्टोग्राफर्स– किती कूटतज्ज्ञ आपल्या खात्यात आहेत? या मशीनचा स्फोट होईल तेव्हा पश्चिमेतले किती नामवंत कूटतज्ज्ञ त्यात उडतील?... गॉड! ओ माय् गॉड! हा केवढा भयानक घोटाळा होऊन बसला आहे...! रशियनांनी

फास टाकला आणि आपण त्यात अडकलो. यात काहीतरी गोम असली पाहिजे असं आपल्याला अगदी सुरुवातीपासून वाटत होतं तरी अडकलो! आता यातून कसं बाहेर पडता येईल? काहीतरी करून यातून सुटका करून घ्यायलाच हवी! पण कशी?... बाँडचा जीव कासावीस होऊन गेला.

नॅशजवळ असलेल्या 'वॉर अँड पीस' पुस्तकाचं मुखपृष्ठ जणू त्याला वेडावून दाखवत होतं. ठीक आहे! आता पुढे काय घडेल याचाच विचार करू या! बाँडच्या मनात आलं. आणखी थोड्या वेळानंतर घोंगावणारा आवाज करत गाडी त्या बोगद्यात शिरेल. खट् असा दबका आवाज होऊन याच्याजवळच्या पिस्तुलातून गोळी सुटेल. छताच्या जांभळ्या दिव्याच्या उजेडात वरच्या बर्थची जमिनीवर सावली पडली होती. बाँडची नजर त्या सावलीवरून फिरत तिच्या दुसऱ्या टोकाशी गेली. खाली जमिनीवर आपली अॅटॅची केस आपण नेमकी कुठे ठेवलीय हे तो आठवू लागला. गोळी झाडल्यानंतर नॅश काय करेल?...

''ट्रिएस्टी स्टेशनावर माझ्याशी संधान साधण्याचा जुगार तुम्ही खेळलात. पण आमचे महिन्याचे सांकेतिक शब्द तुम्हाला कसे काय कळले?'' बाँडनं त्याला विचारलं.

''तुमच्या ध्यानात अजून काही नीट आलेलं दिसत नाही, ओल्ड मॅन.'' नॅश शांतपणे म्हणाला, ''स्मेर्श खातं फार हुशार आहे. फारच हुशार. त्याच्या इतकं हुशार हेरखातं जगात दुसरं नाही. दर वर्षामधले तुमचे सांकेतिक शब्द आमच्या केव्हाच हाती येतात. तुमच्या खात्यामधल्या एखाद्यानंही थोडंसं चाणाक्षपणे लक्ष ठेवलं असतं तर याचा उलगडा तुम्हाला यापूर्वी केव्हाच झाला असता! असं बघा. दरवर्षी जानेवारी महिन्यात तुमच्या हेरखात्यामधला एखादा छोटासा माणूस स्मेर्शखातं पळवतं. मग तो टोकिओतला असतो, टिंबक्टूतला असतो किंवा जगातल्या आणखी कुठल्या तरी ठिकाणावरला असतो. तो तावडीत सापडला की त्याच्याकडून तुमचे वर्षातले सगळे सांकेतिक शब्द वदवून घ्यायला कितीसा वेळ लागणार? रोझा क्लेबनं अशा माणसाला आपल्यासमोर उलटा टांगून तिची ट्रीटमेंट सुरू केली की कोणताही माणूस पटपट बोलू लागतो. मग त्याच्याकडून सांकेतिक शब्दांव्यतिरिक्त इतरही दुसरी उपयुक्त माहिती काढून घेतली जाते. आणि नंतर ती आमच्या सगळ्या केंद्रांकडे पाठवली जाते. केवढं सोप्पं काम, बघितलंत?''

बाँडनं रागानं आपल्या मुठी इतक्या जोरात वळल्या की त्याच्या बोटांची नखं त्याच्या तळहातांमधे रुतली. साली! एवढी क्षुल्लकशी गोष्टही आमच्या ध्यानात येऊ नये? वेळीच आली असती तर आज माझ्यावर आणि तातिआनावर हा भयंकर प्रसंग ओढवलाच नसता! त्याच्या मनात संतापजनक विचार आले.

''ट्रिएस्टी स्टेशनावर मी तुम्हाला टिपलं त्यात कसलाही जुगार नव्हता, ओल्ड

मॅन. मी तुमच्याबरोबरच या गाडीवर होतो. फक्त अगदी पुढल्या डब्यामधून प्रवास करत होतो. ट्रिएस्टीला प्लॅटफॉर्मच्या पुढल्या टोकाकडून स्टेशनाबाहेर पडलो. मग उलटा मागे चालत आलो. स्टेशनाच्या मुख्य प्रवेशद्वारातून आत शिरलो आणि प्लॅटफॉर्मवरून– इंजिनाच्या दिशेनं चालत– तुमच्या डब्यासमोरून– तुमच्याकडे बघत– पुढे निघून गेलो. त्यामुळे मी ट्रिएस्टीला गाडीत चढलो अशी तुमची दिशाभूल झाली. आम्ही बेलग्रेडमधे तुमची वाट बघत होतो. तिथून तुम्ही एम्‌ला किंवा आणखी कुणाला फोन कराल असा आमचा आडाखा होता. कित्येक आठवड्यांपासून युगोस्लाव्ह टेलिफोन लाईन्सवरून तुमची सारी बोलणी आम्ही चोरून ऐकत होतो. मात्र बेलग्रेडमधून तुमच्या त्या तरुण तुर्कानं सांकेतिक भाषेत इस्तंबूलला पाठवलेल्या संदेशाचा अर्थ आम्हाला समजू शकला नाही हे आमचं दुर्दैवं. नाहीतर इस्तंबूलमधल्या आमच्या केंद्राखाली झालेला स्फोट थोपवता आला असता. किमानपक्षी त्या केंद्रावर काम करणारी आमची माणसं तरी वाचवता आली असती. पण आमचं प्रमुख लक्ष्य मात्र तुम्हीच होता, ओल्ड मॅन. ज्या क्षणी तुम्ही विमानातून इस्तंबूलमधे पदार्पण केलंत त्याच क्षणी आम्ही लावलेल्या मृत्यूच्या सापळ्यात तुम्ही पाऊल ठेवलं होतं. तुम्हाला आम्ही अगदी बरोबर बाटलीत उतरवलं. प्रश्न फक्त एवढाच होता की त्या बाटलीला बूच केव्हा लावायचं?'' नॅशनं पटकन आपल्या घड्याळावर एक दृष्टीक्षेप टाकला. वर बघत त्यानं दात विचकले. दिव्याच्या उजेडात त्यांच्यावर जांभळी झाक चकाकली. ''आता लौकरच तुमची घटका भरणार, ओल्ड मॅन! पंधरा मिनिटं उरलीयत तुमच्या मरणाला.'' तो म्हणाला.

बाँडचं विचारचक्र चालू होतं. स्मेर्श खातं हुशार आहे हे आम्हाला ठाऊक होतं! पण ते इतकं हुशार असेल असं वाटलं नव्हतं. कधीही वाटलं नव्हतं. आणि आत्ता या प्राण्याकडून मिळालेली माहिती तर लाखमोलाची आहे. ही माहिती आपल्या खात्यापर्यंत पोहोचायलाच हवी. काहीही करून पोहोचायला हवी. आणि त्याकरता या जंजाळातून प्रथम आपली सुटका व्हायला हवी. काय वाट्टेल ते करून हे संकट आपल्याला टाळलं पाहिजे. नव्हे ते टाळायलाच हवं! या यमदूताच्या हातून आपली सुटका करून घ्यायलाच हवी!... घ्यायलाच हवी. कारण आपण जिवंत राहिलो तरच लंडनला हे सगळं करणार!... बाँडनं वेळकाढूपणा करताना– स्वत:च्या मनाशी एक बेत आखला होता. त्या परिस्थितीत त्याचा तो बेत अगदीच फुसका होता. तो कितपत यशस्वी होईल याची शक्यताही अत्यंत क्षीण होती. तरीपण शेवटचा प्रयत्न करून पाहायचं असं त्यानं मनाशी ठरवलं होतं. आपल्या त्या बेतातल्या बारीक सारीक बारकाव्यांबद्दल त्याचा मेंदू वेगानं विचार करत होता...!

''एकंदरीत स्मेर्शनं तुमच्या या कटात सगळ्या गोष्टींचा खूप खोलवर विचार केलेला दिसतोय.'' तो म्हणाला, ''खूपच त्रास घ्यावा लागला असणार त्यांना एवढं

सगळं ठरवायला. तरी पण एका गोष्टीबद्दल माझ्या मनात जरा थोडी शंका...''
बाँडनं आपलं वाक्य मुद्दाम अर्धवट सोडलं.

''कसली शंका, ओल्ड मॅन?'' सावध होत नॅशनं विचारलं.

त्याच वेळी गाडीचा वेग हळूहळू मंदावू लागला. दोमोदोस्सोला. इटलीची सरहद्द आली. इथे कस्टम्सच्या अधिकाऱ्यांकडून तपासणी होते! बाँडच्या मनात आलं. पण दुसऱ्याच क्षणी त्याला आणखीही एक गोष्ट आठवली. निरुत्साहित करणारी. त्याच्या आशेवर पाणी टाकणारी. कस्टम्सकडून इथे गाडीची तपासणी होते. पण थेट शेवटल्या डब्यांची कस्टम्स तपासणी गाडी फ्रान्सला पोहोचेपर्यंत होत नाही. फ्रान्सच्या सरहद्दीवर व्हालोरबेसला ती होते. तिथेही स्लीपिंग कार्सना त्यातून वगळलं जातं. सगळ्या एक्सप्रेस गाड्या स्वित्झर्लंडच्या भूमीतून थेट धावतात. फक्त जे प्रवासी वाटेत ब्रिगला किंवा लासानेला उतरतात त्यांचीच कस्टम्स तपासणी होते. या सगळ्या गोष्टी आठवून बाँडच्या मनातला आशेचा शेवटला किरणही मावळला.

''वेल्! कम ऑन ओल्ड मॅन. तुमची वेळ भरली.'' गुरगुरत्या स्वरात नॅश म्हणाला.

''अहं! एक सिगारेट ओढल्याशिवाय नाही.'' बाँड ठामपणे म्हणाला.

''ओके. ओढा. पण काही चलाखी करू नका. जरासुद्धा हालचाल केलीत त्याक्षणी मेलात म्हणून समजा.'' नॅश गुरगुरला.

बाँडनं आपला उजवा हात पँटच्या मागच्या खिशात घातला आणि त्यातून आपली गनमेटलची चपटी नि रुंद सिगारेटकेस बाहेर काढली. ती उघडून तिच्यातून एक सिगारेट काढली. पँटच्या बाजूच्या खिशातून लायटर काढला. त्यानं सिगारेट पेटवली. लायटर पुन्हा खिशात टाकला. सिगारेटकेस मांडीवर असलेल्या पुस्तकावर सहज ठेवावी तशी ठेवली. पुस्तक आणि सिगारेटकेस मांडीवरून निसटून खाली पडू नये म्हणून त्यावर आपला डावा हात ठेवला. आणि सिगारेट ओढत तो हवेत धूम्रवलयं सोडू लागला. आपण ओढतोय या सिगारेटीत मॅग्नेशियम फ्लेअर किंवा दुसरं काही स्फोटक भरलेलं असतं आणि ती आपल्या समोरच्या या माणसाच्या तोंडावर फेकता आली असती तर! त्याच्या मनात येत होतं. आणीबाणीच्या प्रसंगी उपयोगी पडू शकेल असं एखादं छोटंसं स्फोटक खेळणं आपल्या खात्यानं तयार केलं तर...!! काही असो. याच्याकडून आपण सिगारेट ओढण्याची मुभा मिळवली. आपली मागणी यानं मान्य केली. थोडीशी हालचाल आपल्याला करू दिली. आपल्या बेताचा हा पहिला भाग तर याची गोळी न खाता सिद्धीस गेला... सुरुवात चांगली झाली.

''असं बघा!'' नॅशचं लक्ष दुसरीकडे वेधण्याकरता एक मोठं धूम्रवलय त्याच्या

दिशेनं भपकन् सोडत बाँडनं बोलण्यास सुरवात केली. "मघा मी तुम्हाला म्हणालो त्या शंकेबद्दल असं की... तुम्ही आखलेला सगळा बेत तर तसा ठीक वाटतो. पण तो पार पडल्यावर तुमचं काय होणार? गाडी सिंप्लोन बोगद्यातून जेव्हा बाहेर पडेल तेव्हा तुम्ही काय करणार? कारण तुमचं आमचं मेतकूट आहे आणि तुम्ही आमच्याबरोबर प्रवास करताय हे कंडक्टरला माहिती आहे..." बोलता बोलता हाताचा चाळा करत बाँडनं सिगारेटकेस हळूच मांडीवरल्या पुस्तकाच्या पानांमधे सरकवली. "या कूपेत काय घडलंय हे कंडक्टरला जेव्हा आढळून येईल तेव्हा बोंबाबोंब होईल. आणि पोलिस पार्टी तत्क्षणी तुमच्या मागावर सुटेल."

"अच्छा! त्याबद्दल म्हणताय होय!" कंटाळवाण्या स्वरात नॅश म्हणाला, "या सगळ्या गोष्टींचा विचार रशियनांनी फार आधीच करून ठेवलेला असतो हे बहुधा तुम्हाला माहिती नाही. माझं काम उरकलं की मी दीजाँला उतरणार. भाड्याची मोटार मिळवणार आणि तिनं थेट पॅरिस गाठणार. तिथं मी गायब होणार. 'तिसऱ्या माणसाच्या' गूढानं आमच्या बेताला काही धक्का पोचणार नाही. आणि तुमच्या देहातून दुसरी गोळी बाहेर काढली जाईल तेव्हा हा प्रश्न उद्भवेल. ती गोळी मिळेल पण ज्याच्यातून ती झाडली गेली ते पिस्तुल मिळणार नाही. पोलिसांना माझा काहीच माग मिळू शकणार नाही. खरं सांगायचं झालं तर उद्या दुपारी रिट्झ हॉटेलच्या २०४ नंबरच्या रुममध्ये या साऱ्या मोहिमेचा रिपोर्ट मला रोझा क्लेबला करायचाय. त्याची नोंद करून घ्यायला ती तिथे येणार आहे. मी तिचा शोफर होईन आणि आम्ही मोटारीनं बर्लिनला जाऊ. हे सगळं कसं शिस्तीत ठरवलं गेलंय, ओल्ड मॅन." गर्वानं थोडा फुगून जात नॅश पुढे म्हणाला, "मला वाटतं उद्या ती माझ्यासाठी 'ऑर्डर ऑफ लेनिन' हे सन्मानपदक घेऊन येणार आहे. रशियन्स त्याला 'गोड खुरपं' असं गंमतीनं म्हणतात."

कस्टम्ससाठी थांबलेली गाडी पुन्हा सुटली आणि हळूहळू वेग घेत पुढे निघाली. बाँडच्या मनावरला ताण वाढला. तो एकदम तल्लख झाला. आता आणखी काही मिनिटातच सगळं आटोपणार! हे असलं मरण आपल्याला यावं– जर ते येणारच असेल तर! हा सगळा आपलाच मूर्खपणा! आंधळेपणानं आपण ओढवून घेतलेला, आपला आणि त्याबरोबरच तातिआनाचाही घात करणारा, अक्षम्य मूर्खपणा! ख्राईस्ट! थोडं विचारानं वागलो असतो तर हे संकट हुकवता आलं असतं. कितीतरी संधी आपल्यासमोर आल्या होत्या. आपण त्या वेड्यासारख्या डावलल्या. करीमचा सल्ला आपण मानला नाही. आपल्या पायी त्या बिचाऱ्याचा बळी गेला. आपला दिमाख, अवाजवी कुतूहल आणि चार दिवस तातिआनाबरोबर उधळायला मिळालेले प्रणयरंग या गोष्टींमुळे आपण फार वाहवत गेलो, आणि आपल्यासाठी रचलेल्या सापळ्यात अगदी अलगदपणे अडकलो. आणि या कटात

स्मेर्शचा विजय झाला. हा या प्रकरणातला सगळ्यात वाईट भाग! स्मेर्श! आपली अशी शत्रूसंघटना की संधी येईल तिथे तिला ठेचायचा निर्धार आपण केलेला होता. तिला हरवण्याची शपथ खाल्ली होती. पण त्याच रशियनांनी आपल्याला उल्लू बनवलं. आपण असं करू म्हणजे ती असं करेल– या साध्या तत्त्वावर आपल्याला बनवलं! 'कॉम्रेडस्! बाँडसारख्या मूर्खाला बनवणं अगदी सोपं आहे. गळाला एखादं सुंदर आमिष लावा आणि बघा! तो धावत येतो की नाही त्याच्याकडे! मी तुम्हाला सांगतो तो मूर्ख आहे. सगळे इंग्लीशमन मूर्खच असतात! आमिषाला भुलून तो आपल्या जाळ्यात नक्की सापडेल!' बैठकीत आपल्याबद्दल त्यांनी असे उद्‌गार काढले असतील. आणि त्यांनी आमिष तरी कसलं गोड लावलं! रुपसुंदर तातिआना! इस्तंबूलमधली तिच्या सहवासातली ती पहिली रात्र त्याला आठवली. काळे पायमोजे आणि रेशमी रिबीन! या दोनच गोष्टी फक्त तिच्या देहावर होत्या! तिच्याबरोबर आपण प्रणयानंदात बुडून गेलो. आणि 'स्मेर्श'चे डोळे आपला तो उन्मुक्त प्रणय पाहात होते. त्यांचे कॅमेरे ते सगळे प्रसंग टिपत होते. आपल्या तोंडाला काळं फासण्याची ती तयारी चालू होती. ज्यांनी त्याला त्या कामगिरीवर इस्तंबूलला पाठवलं होतं त्या त्याच्या वरिष्ठांना– 'एम्!'ना– आणि पर्यायानंच त्याच्या खात्याला काजळी फासण्याचा तो कुटिल डाव होता.

ज्या लौकिकाच्या बळावर सीक्रेट सर्व्हिस सबंध जगात प्रसिद्ध होती त्या लौकिकालाच आता बट्टा लागणार होता. गॉड्! किती भयंकर घोटाळा होऊन बसलाय्! किती भयंकर! आता सगळी मदार मी जे काही करण्याचा प्रयत्न करणार आहे त्या छोट्याशा बेतावरच आहे. जर तो... जर तो यशस्वी... झाला तर...!

गाडीच्या पुढल्या टोकाकडून गडगडाटासारखा आवाज येऊ लागला. इतका वेळ ऐकू येणारा तिचा ताल बदलला. आता फक्त काही सेकंद राहिले... आणि काही यार्डस्... पुस्तकातल्या शिवणीमधल्या त्या अंडाकृती भोकानं जणू आ वासला. गाडी सिंप्लोन बोगद्यात शिरली होती. आता अवघ्या काही क्षणात बाहेरचं चांदणं एकदम नाहीसं होईल आणि मिट्ट काळोख त्याची जागा घेईल! पिस्तुलाच्या तोंडातून एक निळसर ज्वाला बाहेर पडेल आणि आपला ग्रास घ्यायला आपल्या दिशेनं झेपावेल. बाँडच्या मनात अंतिम विचार आले.

"मर इंग्लीश हेरा. स्वीट ड्रीम्स, यू इंग्लीश बास्टर्ड!" नॅशचे शब्द आले.

गडगडाटी आवाज करत त्यांचा डबा बोगद्यात शिरला. त्याच क्षणी नॅशच्या पुस्तकातून एक तेजस्वी ठिणगी उडाली आणि तिच्या पाठोपाठ निळसर ज्वाला.

जी गोळी बाँडच्या हृदयाचा वेध घेणार होती तिनं मधलं दोन यार्डांचं लहानसं अंतर तोडण्यासाठी अंधारात झेप घेतली. बाँडचा देह उसळी घेत बाकावरून पुढे

आला आणि धाडकन् जमिनीवर कोसळला. वरच्या जांभळ्या दिव्याच्या सुतकी उजेडात अस्ताव्यस्तपणे पसरलेलं त्याचं निश्चल शरीर भेसूर दिसू लागलं.

◻

## २७. जीवघेणी लढत

नॅशनं झाडलेल्या गोळीचा नेम किती अचूक बसतो यावरच सगळं काही अवलंबून होतं. बाँडच्या हृदयात अगदी मधोमध गोळी बसेल असं नॅशनं त्याला सांगितलं होतं. नॅशनं म्हटल्याप्रमाणे त्याचा नेम अचूक असेल हे गृहीत धरून बाँडनं जुगार खेळावा तसा एक चान्स घेतला होता. आणि नॅशनं खरोखरच अचूक गोळी झाडली होती. ठीक त्याच्या हृदयावर नेम धरून. त्याचा फायदा घेत बाँडनं अगदी आयत्या क्षणी संधी साधली होती.

मेलेला माणूस जसा पडतो तसा बाँड जमिनीवर पडलेला होता. गोळी लागलेली माणसं कशी पडतात हे आठवत त्यानं उसळी घेतली होती आणि तो खाली कोसळला होता. आणि आता एखाद्या मोडलेल्या बाहुल्याप्रमाणे आपले हात पाय फताडून, अस्ताव्यस्त अवस्थेत तो जमिनीवर निपचितपणे पसरला होता.

जमिनीवर पडल्या पडल्या आपली जाणीव जागृत आहे का, आपली पंचेंद्रियं सक्षम आहेत का, नीट काम करतायत का हे तो पाहू लागला. नॅशनं झाडलेली गोळी त्याच्याजवळच्या पुस्तकात जिथे घुसली होती तिथल्या छातीच्या फासळ्यांपाशी आग होते आहे असं त्याला जाणवत होतं. त्यानं पुस्तकात दडवलेल्या गनमेटलच्या सिगारेट केसमधून घुसून गोळी पुस्तकाचा अर्धा भाग भेदून त्याच्या छातीशी आली होती. पण ती त्याच्या छातीत घुसली नव्हती! तापलेल्या गोळीच्या अग्रभागाचा चटका त्याला आपल्या हृदयाशी जाणवत होता आणि तिथे भयंकर आग होत होती. नॅशनं गोळी झाडली होती त्या क्षणी त्याच्या लक्षातही येणार नाही इतक्या वेगानं डाव्या हाताशी असलेलं पुस्तक आपल्या छातीशी घेऊन क्षणार्धात तो खाली कोसळला होता आणि त्यामुळेच त्याचा जीव वाचला होता. अत्यंत चपळाईनं आणि विद्युतवेगानं अगदी शेवटल्या क्षणी त्यानं ती हालचाल केली होती. मृत्यू समोर उभा ठाकलेला असताना तो क्षीण बेत त्यानं मनाशी ठरवला होता तो त्याच्या सुदैवानं सफल झाला होता. खाली पडताना त्याचं डोकं समोरच्या बाकाच्या लाकडी फ्रेमवर आदळलं होतं, त्या ठिकाणी तीव्र वेदना होत होती. डोक्याजवळ त्याच्या नाकाशी असलेल्या बुटाच्या पॉलिश केलेल्या वरच्या भागावर जांभळ्या रंगाचा एक ठिपका चकाकताना त्याला दिसत होता. आणि त्यामुळेच आपण जिवंत आहोत हे त्याला जाणवत होतं.

एखाद्या पुराणवस्तू शास्त्रज्ञाप्रमाणे आपल्या शरीराच्या वेगवेगळ्या अवयवाची काय स्थिती आहे, कुठेकुठे लागलंय हे तो मनाशी तपासून पाहू लागला. उजवा पाय गुडघ्यात थोडा वाकलेल्या स्थितीत होता. वेळ आल्यावर उसळी घेऊन वर उठताना त्याचा आधार मिळणार होता. डावा पाय ताठ पसरला होता. उजवा हात छाती आवळून धरावी तसा हृदयाशी असलेल्या पुस्तकावर होता. त्या हातापासून काही इंचांवरच त्याच्या ॲटॅची केसची कड होती जिच्या शिवणीत रेझरसारखे तीक्ष्ण चाकू मोठ्या खुबीनं बसवलेले होते. विशिष्ट ठिकाणी दाब देताच चाकू हातात अलगदपणे कसा येऊन पडतो याचं प्रात्यक्षिक 'क्यू' ब्रँचच्या प्रमुखानं त्याला करून दाखवलं होतं तेव्हा त्यानं त्याची थट्टा केली होती! मरताना माणूस फेकतो तसा त्याचा डावा हात डाव्या बाजूला पालथा पसरलेला होता. जोर देऊन वर उठताना शरीर उचलण्यासाठी त्याचा चांगला उपयोग होणार होता.

वरून एक मोठी नि दीर्घ जांभई दिल्याचा आवाज आला. बाँडच्या डोळ्यांसमोर असलेला बूट थोडासा हलला आणि त्याच्या वरल्या कातड्याला ताण बसत तो थोडासा करकरला. नॅश उठून उभा राहिला आहे हे बाँडला कळलं. आता मिनिटभरात आपलं बेरेटा पिस्तुल घेऊन खालच्या बाकावर पाय ठेवून तो वर चढेल, आणि तातिआनाच्या सोनेरी केसांच्या बटा मागे सारून गोळी घालण्यासाठी तिची मान चाचपेल! बाँडच्या मनात आलं. तिच्या मानेच्या तळाशी आपल्या पिस्तुलाची नळी टेकवून तो त्याचा चाप दाबेल. बोगद्यातून धावत असलेल्या गाडीच्या गडगडाटात पिस्तुलाचा आवाज दबून जाईल. आणि हे आत्ता इतक्यातच घडेल.

मानवी शरीरामधले अवयव बाँड भराभर डोळ्यांसमोर आणू लागला. माणसाच्या शरीरातला कंबरेखालचा सगळ्यात नाजूक अवयव कोणता असतो? मुख्य धमन्या कुठून जातात? मांडीच्या आतल्या बाजूनं कोणती धमनी जाते? आणि बाहेरच्या बाजूनं कोणती? आतल्या बाजूनं जाते ती फेमोरल. आणि बाहेरच्या बाजूनं जाते ती इलिॲक किंवा तिचं जे काय नाव असेल ते! दोन्ही धमन्या ओटीपोटाच्या मध्यावरून पलीकडे जातात! दोन्हीपैकी एकीवर तरी आपल्या चाकूचा घाव बसायला हवा. घाव घालताना दोन्हीही हुकल्या तर खेळ खलास! निःशस्त्रपणे या आडदांड इसमाशी आपल्याला झुंज देता येणार नाही. त्यामुळे याच्यावर चाकूचा पहिला घाव आपण घालू तो निर्णायकच ठरायला हवा.

बाँडला दिसणारे ब्राऊन बूट हलले आणि बाकाकडे त्यांची टोकं होत वळले. नॅश बाकाकडे तोंड करून उभा होता. तो कसला विचार करतोय? आणि काय करतोय? सिंप्लोन बोगद्यामधून धडाडत जाणाऱ्या गाडीच्या चाकांचा खडखडाट आणि दोन डब्यांच्या मधल्या कपलिंगच्या जागेतल्या वेगवेगळ्या लोखंडी भागांचा एकमेकांवर आपटल्यामुळे होणारा खणखणाट आणि घरघराट या आवाजांव्यतिरिक्त

दुसरा कोणताही आवाज होत नव्हता. बेसिनवर ढिला असलेला टूथग्लास डब्याला बसणाऱ्या हादऱ्यांमुळे सतत किणकिणत होता. कॅबिनच्या अंतर्भागावरली लाकडी आवरणं करकर असा आवाज करत होती. बाँडच्या कूपेच्या दोन्ही हातांना असलेल्या इतर कूपेंमधल्या बाकांवरले लोक झोपले होते. कुणी जागे होते आणि आपल्या आयुष्यांमधल्या विविध गोष्टींबद्दल विचार करत होते, भविष्यातल्या योजनांची आखणी करत होते. कुणी आपल्या प्रेमप्रकरणांमधल्या मधुर गोष्टी आठवत होते, तर कुणी आपण ज्या स्टेशनवर उतरणार आहोत त्या स्टेशनवर आपल्याला उतरवून घ्यायला कोण येईल याबद्दल विचार करत होते. लांबलचक कॉरिडॉर असलेल्या या डब्यातल्या फक्त एकाच कूपेच्या कॅबिनमधे मृत्यूचं भयानक नाट्य चालू होतं. अनेक प्रवासी ज्या ओरिअंट एक्सप्रेसमधून सुखानं प्रवास करत होते, त्याच ओरिअंट एक्सप्रेसच्या दिमाखदार डिझेल इंजिनाच्या मागून धावणाऱ्या डब्यांपैकी एका डब्यामधून मृत्यूसुद्धा प्रवास करत होता.

नॅशचा एक बूट वर उचलला गेलेला बाँडला दिसला. बुटाचा तळ त्याच्या अंगावरून पलीकडे गेला. त्याचा देह ओलांडून नॅश पलीकडे जात होता! पाय फाकल्यामुळे त्याच्या मांड्यांचा मधला नाजूक आणि घाव घालण्याजोगा भाग बाँडच्या ठीक डोक्यावर आला...! बाँडकडे आता त्याची पाठ होती.

बाँडचे स्नायू सापासारखे तल्लख झाले. त्याच्या उजव्या हाताची बोटं ॲटेची केसच्या कडेवर आवाज न करता फेकली गेली. तिथल्या शिवणीमधल्या जाड कातड्यावर विशिष्ट ठिकाणी बोटांचा दाब पडताच तीक्ष्ण दुधारी चाकू अगदी अलगदपणे त्याच्या हातात आला. चाकूच्या मुठीवर त्याच्या बोटांनी घट्ट पकड घेतली...

नॅशनं आपला उचललेला पाय पलीकडच्या खालच्या बाकावर ठेवला होता. वर चढण्यासाठी दोन्ही हातांनी वरच्या बर्थची कड त्यानं पकडली...

लाखमोलाचा हाच क्षण तुला आता साधायचाय! बाँडचं मन आक्रंदून उठलं! आता डाव्या हाताचा आधार घेऊन ऊठ, शरीर असं फिरव, चाकूच्या मुठीवर बळकट पकड घे आणि तुझ्या वैऱ्याच्या फाकलेल्या मांडीवर असा जबरदस्त घाव घाल की चाकूचं पातं मांडीतल्या हाडावर लागलं तरी परत फिरता कामा नये.

वर चढण्यासाठी नॅशनं जमिनीवरल्या पायावर जोर दिला. त्याच्या बुटाचं कातडं करकरलं... बुटाच्या तळाची टाच किंचित वर उचलली गेली... त्याच क्षणी–

सापाच्या चपळाईनं आपलं शरीर भोवऱ्यासारखं गर्रकन फिरवीत बाँड जमिनीवरून उठला. त्याच्या हातातल्या चाकूचं दुधारी पातं हवेत क्षणार्ध लखलखलं आणि त्याचा जबरदस्त घाव नॅशच्या जांघाडात बसला! त्या घावामागे बाँडनं चाकूवर

आवळलेल्या आपल्या बळकट मुठीची, सबंध हातामधली आणि खांद्यामधली सारी ताकद एकवटली होती. चाकूचं पातं नॅशच्या मांसल मांडीत अगदी वर्मी घुसलं. ते घुसता क्षणी बाँडच्या हातातून झिणझिण्या निघाल्या. घाव इतक्या जोराचा बसला होता. दात ओठ खात, त्वेषानं चाकूची मूठ बाँडनं जोरानं खाली ओढली. चाकूचं रेझरसारखं तीक्ष्ण पातं नॅशची मांडी फाडत गेलं आणि रक्ताच्या चिळकांड्या उडाल्या. निमिषार्धात या साऱ्या गोष्टी घडून गेल्या!

चाकूचं पातं मांडीत घुसताक्षणी नॅशनं गुरासारखी आरोळी मारली. ती कॅबिनमधे जोरानं घुमली. त्याच्या हातामधलं बेरेटा पिस्तुल सुटून खणखणत जमिनीवर पडलं. एक हात खाली फेकत त्यानं मांड्यांमधून बाँडच्या हातातला चाकू ओरबाडला. रक्तानं बुळबुळीत झाल्यामुळे तो पण त्याच्या बोटांमधून सुटून जमिनीवर खणखणत पडला. आचका दिल्यासारखं नॅशचं शरीर एका पायावर गर्रकन फिरलं आणि तो धाडकन खाली कोसळला. तो खाली कोसळणार हे गृहीत धरून चटकन बाजूला सरकत बाँडनं खिडकीच्या दिशेनं झेप घेतली. पण तेवढ्यात नॅशच्या बळकट हाताची पकड त्याच्या एका पायाभोवती पडली आणि तो मागे खेचला गेला. त्याच्या देहाचा वरचा भाग खालच्या बाकावर आदळला. दोन्ही हात वर फेकत जिवाच्या आकांतानं बाँडनं बाकाच्या पाठीची वरची कड पकडली आणि आपल्या मोकळ्या पायानं तो त्वेषानं लाथा झाडू लागला. त्याच्या बुटाचे घाव तडातड नॅशच्या देहावर बसू लागले. मान वळवून त्यानं क्षणार्ध मागे पाहिलं. नॅशचे आग ओकणारे डोळे आणि त्वेषानं विचकलेल्या तोंडातले दात छतातल्या दिव्याच्या जांभळ्या उजेडात चकाकलेले त्याला दिसले. सुट्या पायानं बाँड जीव खाऊन लाथा हाणू लागला. तेवढ्यात नॅशच्या दुसऱ्या हाताची पकड त्याच्या पायावर बसली. दोन्ही हातांनी बाँडचा पाय घट्ट धरून नॅशनं तो पिळवटण्यास सुरुवात केली. बाँड कंबरेत अर्धवट वळला आणि त्वेषानं मोकळ्या पायानं लाथा झाडू लागला. पण त्याचा काही उपयोग होईना! आपल्या दोन्ही हातांच्या– लोखंडी चिमट्या सारख्या– पकडीत बाँडचा पाय धरून नॅश त्याला मागे ओढू लागला. बाकाच्या पाठीवरली बाँडच्या हातांची पकड सुटू लागली. पाठीवरल्या गुळगुळीत फोमलेदरवरून त्याची बोटं निसटू लागली. अचानक नॅशनं बाँडचा दुसरा पायही पकडला! दोन्ही पाय घट्ट धरून त्यानं बाँडला खाली खेचण्यास सुरुवात केली. त्याच्या हातांमधली राक्षसी शक्ती बाँडला जाणवू लागली. एक जोराचा हिसका देत नॅशनं बाँडला मागे ओढलं. सीटच्या पाठीवरली पकड सुटून बाँड बाकावर आदळला. त्याच्या देहाचा कंबरेवरला भाग आता बाकावर आला. नॅशच्या मगरमिठीतून आपले पाय सोडवण्यासाठी तो सारी ताकद पणाला लावून धडपडू लागला. झगडू लागला. त्याचे पाय आवळत नॅश त्याला जोरानं मागे खेचू लागला. बाँडचा देह रबराप्रमाणे ताणल्यासारखा खाली

खेचला जाऊ लागला. आधार घेण्यासाठी बॉंडचे हात धडपडू लागले. त्याच्या हातांना बाकाची कड लागली. ती त्यानं घट्ट धरून ठेवली, आणि सगळी शक्ती एकवटून नॅशच्या पकडीतून आपले पाय सोडवण्यासाठी तो झगडू लागला. अचानक त्याचा एक पाय नॅशच्या पकडीतून सुटला! त्या पायानं नॅशच्या देहावर रेटा देत तो बाकावर काही इंच पुढं सरकला. मोकळ्या झालेल्या पायानं तो पुन्हा त्वेषानं लाथा झाडू लागला. त्याच्या अवचट लाथांचे घाव नॅशच्या देहावर थडाथड बसू लागले. अकस्मात् नॅशच्या बळकट हातांची पोलादी पकड बॉंडच्या मांडीवर बसली. ती पकड इतकी जबरी होती की नॅशच्या बोटांची नखं आपल्या मांडीत रुतत असल्याची जाणीव बॉंडला झाली. त्याची मांडी घट्ट पकडून नॅश ती पिरगाळू लागला. त्या राक्षसी पिरगाळण्यानं बॉंड बाकाचा आधार घेऊन इतका वेळ पालथा होता तो गर्रकन फिरत उलथा झाला. त्याची पाठ आणि खांदे बाकावर आदळले. आपल्या पोलादी पकडीत त्याची मांडी आवळत नॅश त्याला जिवाच्या आकांतानं खाली ओढू लागला. बॉंडचा देह बाकावरून खाली घसरू लागला. आपल्या मोकळ्या पायानं तो त्वेषानं लाथा झाडू लागला. पण त्याचा काही उपयोग होईना! संतापानं दातओठ खात नॅश त्याला खाली ओढू लागला. इंचाइंचानं बॉंड त्याच्या दिशेनं खेचला जाऊ लागला.

त्या राक्षसाच्या तावडीतून सुटलं आता कठीण आहे. आपल्याला खाली ओढून हा आपल्याला चांगलं पिळवटणार. एखाद्या पोत्याप्रमाणे आपटणार धोपटणार! कापडाच्या पिळ्यासारखी आपली मुंडी पिरगाळणार! बॉंडच्या मनात आलं. त्याची पाठ खांदे आता बाकावरून खाली घसरू लागले. आधारासाठी त्यानं आपले हात बाजूला फेकले, आणि तो चाचपडू लागला. आणि अचानक– त्याच्या चाचपडत्या बोटांना काहीतरी टणक वस्तू लागली!

नॅशचं पुस्तक! हो, ते नॅशचंच 'वॉर अँड पीस' पुस्तक होतं. शिवणीत गुप्त पिस्तुल दडवलेलं पुस्तक!

पटकन् पकडून ते बॉंडनं आपल्याकडे ओढून घेतलं आणि दोन्ही हातात पकडून त्याची शिवणीची बाजू वर केली. पिस्तुलाचं गोळी सुटणारं भोक कुणीकडे आहे? आपल्याकडे का नॅशकडे? सुटणाऱ्या गोळ्या कुणाला लागतील? नॅशला की आपल्याला? आणि हे पिस्तुल उडवायचं कसं? बॉंडच मनात झरझर विचार आले. पण विचार करायला आत वेळ नव्हता! क्षणाचीही उसंत नव्हती! पुस्तकाची शिवणीची कड तो धायकुतीला येऊन चाचपडू लागला. शिवणीखाली असलेलं एक टणक बटण त्याच्या बोटांना लागलं. हातातलं पुस्तक वर करत त्यानं ते पुस्तक नॅशच्या घामानं निथळणाऱ्या चेहऱ्यासमोर धरलं आणि जिवावर उदार होऊन ते बटण दाबलं! 'कट्' असा तीक्ष्ण आवाज झाला. आतून गोळी सुटल्याचं बॉंडला

जाणवलं. त्यानं ते बटण पुन्हा पुन्हा दाबलं– 'कट्– कट्– कट्– कट्' एकापाठोपाठ एक असे तीक्ष्ण आवाज आले. पुस्तकाच्या शिवणीवर असलेल्या बाँडच्या बोटांना शिवणीखालून येणारा गरमपणा जाणवला. गोळ्या सुटल्यामुळे पिस्तुल गरम झालं होतं. पण सुटलेल्या गोळ्या कुणाला लागल्या? कुठे लागल्या? आपल्याला? अद्याप तरी तसं काही जाणवत नाही! तेवढ्यात नॅशची आपल्या मांडीवरली पकड ढिली झाली आहे असं त्याला जाणवलं. इतका वेळ त्याची मांडी पिळवटणारे नॅशचे हात सैल पडत चालले होते! मांडीत रुतलेली त्याची नखं सैल पडली होती. नॅशचं डोकं हळूहळू मागे कलंडू लागलं. त्याच्या घशातून गुळणी करत असल्यासारखा गडगड असा विचित्र आवाज येऊ लागला. अगदी हळूहळू जावा तसा त्याचा चेहरा मागे मागे गेला. आचके दिल्यासारखा त्याचा देह काही क्षण भडभडला. पलीकडच्या बाकाच्या कडेवरून त्याचं डोकं आपटत घासटत खाली गेलं आणि तो धाडकन जमिनीवर आदळला. मागच्या मागे पाठीवर कोसळलेला त्याचा देह निपचित झाला.

घामाघूम अवस्थेत, दातांवर दात आवळून धापा टाकत, मागच्या बाकाच्या कडेवर डोकं ठेवून बाँड काही क्षण तसाच पडून राहिला. कूपेच्या छतामधल्या जांभळ्या दिव्याकडे त्याची नजर गेली. त्यातल्या बल्बमधलं फिलॅमेंटचं वेटोळं मधूनच मंद पडत होतं नि पुन्हा प्रकाशात होतं. डब्याच्या खाली असलेल्या– चाकांजवळच्या– डायनमोमधे काहीतरी दोष असावा! बाँडच्या मनात आलं. डोळे किलकिले करून तो वरच्या दिव्याकडे पाहू लागला. तो त्याला आता धूसर, अस्पष्ट दिसत होता. कपाळावरून निथळणारे घामाचे थेंब त्याच्या डोळ्यांमधे शिरले होते आणि त्यामुळे बुबुळांवर चिकटा आला होता. पण डोळे चोळून स्वच्छ करण्याची दगदग न करता तो तसाच पडून राहिला.

रुळांवरून धावणाऱ्या गाडीच्या चाकांच्या खडखडाटाची लय आता बदलली. बोगद्यातून धडाडत जात असताना होणारा तिचा गडगडाटी आवाज कमी कमी होत पोकळ होत गेला. दुमदुमणारा शेवटचा एक मोठा आवाज करून ओरिअंट एक्सप्रेस त्या लांबलचक बोगद्यामधून बाहेर पडली. बाहेरच्या चांदण्यात येत ती धावू लागली. जराशानं तिचा वेग हळूहळू कमी होऊ लागला. बदलणाऱ्या सांध्यांवरून चाकांची विशिष्ट, परिचित अशी खट्खट् ऐकू येऊ लागली. उठून बाँड खिडकीशी जाऊन बसला. खिडकीवरल्या पडद्याला फट पाडून त्यानं बाहेर नजर टाकली. एका मोठ्या यार्डातून गाडी हळूहळू स्टेशनाकडे चालली होती. यार्डात असलेली गोदामं हळूहळू मागे जात होती. यार्डातल्या झगझगीत दिव्यांच्या प्रकाशात साईडिंगला जात असलेले रुळ चकाकत होते. प्रखरपणे झगझगणारे इतके स्वच्छ नि तेजस्वी दिवे स्वित्झर्लंडचेच! बाँडच्या मनात आलं. संशयच नाही!

स्टेशनामधे शिरत एक अलगद धक्का देऊन गाडी थांबली. गाडी थांबल्यानंतर

पसरलेल्या शांततेत– त्याच क्षणी जमिनीवरून काही तरी हालचाल झाल्यासारखा क्षीण आवाज आला. नॅश पुरता ठार झाला आहे की नाही याची खात्री न करून घेतल्याबद्दल बाँडनं स्वत:ला शिव्या दिल्या. सावध होत हातातलं पुस्तक त्यानं खाली पडलेल्या नॅशवर रोखून धरलं. मग खाली वाकून कानोसा घेतला. कसलाही आवाज येत नव्हता. नॅशच्या देहावरून त्यानं नजर फिरवली. तो अगदी निश्चल पडलेला होता. एका हातानं पुस्तक रोखून धरत खाली वाकून बाँडनं नॅशच्या गळ्यातली नाडी चाचपून पाहिली. ती बंद पडली होती. नॅश अगदी नि:संशय ठार झाला होता. गाडी थांबताक्षणी जो धक्का बसला होता त्यामुळे झालेल्या त्याच्या मृतदेहाच्या हालचालीचा तो क्षीण आवाज आला होता.

बाकावर मागे टेकून बाँड गाडी पुन्हा हलण्याची अस्वस्थपणे वाट पाहू लागला. त्याला आता बरीच कामं उरकायची होती. तातिआनाकडे लक्ष देण्याअगोदर रक्तानं माखलेल्या कॅबिनची साफसफाई त्याला करावी लागणार होती.

वेळ होताच गाडी हलली आणि हळूहळू वेग घेत स्टेशनाबाहेर पडून धावू लागली. आणखी थोड्या वेळातच आल्पस् पर्वतशृंखलेच्या पायथ्याशी असलेला निसर्गरम्य प्रदेशातून ती वेगानं मार्गक्रमण करणार होती. कॅप्टन व्हालाईसमधून धडाड् धडाड् असा तालबद्ध आवाज करत फुफाटत जाणार होती. गाडीच्या चाकांनी आत्ताच द्रुतगती पकडली होती. काळोखा सिंप्लोन बोगदा मागे टाकल्याबद्दल आणि मोकळ्या वातावरणातून आता धावायला मिळत असल्याबद्दल जणू चाकांनाही आनंद झाला होता.

बाँड उठून उभा राहिला. नॅशचा देह ओलांडून पलीकडे जात बटण दाबून त्यानं मोठा दिवा लावला. त्याच्या लख्ख पिवळसर उजेडात कॅबिन उजळून निघाली. त्यानं खाली पाहिलं. बापरे! जमिनीवर रक्ताचं केवढं थारोळं पसरलं होतं आणि केवढा तरी राडा झाला होता. एखाद्या खाटकाच्या दुकानासारखी कॅबिनची अवस्था झाली होती. माणसाच्या शरीरात किती रक्त असतं? दहा पिंट्स. बाँडला आठवलं. या धटिंगणाच्या देहातलं सगळं रक्त कॅबिनमधे पसरेल. दाराच्या फटीमधून ते बाहेरच्या कॉरिडॉरमधे जायच्या आत त्याचा बंदोबस्त करायला हवा! खालच्या बाकावरल्या अंथरुणावरल्या चादरी ओढून काढत बाँड कामाला लागला.

अखेर साफसफाईचं ते काम संपलं. जमिनीवर झाकून ठेवलेल्या नॅशच्या मृतदेहावर चादरींच्या बोळ्यांची रास झाली होती. एका मोठ्या चादरीखाली तो सगळा ढीग बाँडनं व्यवस्थित झाकून ठेवला होता. नॅशच्या मनगटावरलं घड्याळ त्यानं काढून घेतलं होतं. आपलं चक्काचूर झालेलं घड्याळ काढून टाकत नॅशचं घड्याळ त्यानं आपल्या मनगटावर बांधलं होतं. दीजाँ स्टेशन आलं की उतरण्याच्या दृष्टीनं आपल्या सूटकेसेस काढून खालच्या बाकावर तयार ठेवल्या होत्या.

कोपऱ्यातल्या रॅकवर ठेवलेलं पाण्याचं काचेचं मोठं भांडं उचलून त्यातलं सगळं पाणी बाँडनं पिऊन टाकलं. मग खालच्या बाकावर पाय ठेवून वर चढत, फर कोटाखाली असलेला तातिआनाचा खांदा पकडून त्यानं तिला जोरजोरानं हलवलं.

पण तिनं काही प्रतिसाद दिला नाही. नॅश आपल्याशी खोटं तर बोलला नाही? त्यानं हिला विष घालून तर मारलं नाही?... बाँडच्या मनात नको ते विचार आले.

त्यानं तिच्या मानेखाली हात घातला. मानेचा स्पर्श उष्ण, उबदार लागत होता. तातिआनाच्या कानाची पाळी बोटांमधे पकडत त्यानं जोरानं चिमटा घेतला. तिनं थोडीशी हालचाल केली आणि ती कण्हली. बाँडनं तिच्या कानाची पाळी पुन्हा जोरानं दाबली. तशी अस्पष्ट, खोल आवाजात ती म्हणाली, "अंऽऽ नको नाऽऽ!"

बाँड खुशीनं हसला. तिचे खांदे पकडून तो तिला गदागदा हलवू लागला. ती त्याच्या बाजूला कुशीवर वळेपर्यंत तो तिला हलवत, जागं करण्याचा प्रयत्न करत राहिला. अगदी हळूच ती कुशीवर वळली आणि तिनं डोळे उघडले. सुस्तपणे त्याच्याकडे एक दृष्टीक्षेप टाकत तिनं ते पुन्हा मिटून घेतले आणि रागावलेल्या स्वरात, अडखळत ती म्हणाली, "हे... असं... काय... करताय हो..."

मग बाँड तिच्याशी बोलू लागला. तिच्यावर ओरडू लागला. तिनं त्या गुंगीतून बाहेर यावं म्हणून त्यानं तिला शिव्या देखील दिल्या. ती चिडावी म्हणून तो तिला नाही नाही ते बोलला. तिला शुद्धीवर आणण्यासाठी तिच्या गालांवर त्यानं हळूहळू थपडा मारल्या. तिला आणखी जोरजोरानं हलवलं. अखेर ती उठून बसली. जड डोळ्यांनी त्याच्याकडे शून्यपणे पाहू लागली. तिचे पाय पकडून बाँडनं बर्थवरून खाली लोंबकळत सोडले. शेवटी तिला खाली उतरवून त्यानं तिला खालच्या बाकावर बसवली.

तातिआनाचा अवतार भयंकरच झाला होता. गुंगीच्या औषधाच्या प्रभावामुळे तिचे ओठ खाली ओघळले होते. डोळे प्यायल्यासारखे जड झाले होते. नजर धुंद दिसत होती. केस विस्कटलेले होते. टॉवेल ओला करून बाँडनं तिचं तोंड नीट पुसून काढलं. कंगव्यानं तिचे केस व्यवस्थित विंचरले.

लासाने स्टेशन आलं आणि गेलं. त्यानंतर तासाभरानं व्हालोरबेस हे फ्रेंच सरहद्दीवरलं स्टेशन आलं. पासपोर्ट आणि कस्टम्सचे अधिकारी उगीच आत यायला नकोत म्हणून तातिआनाला सोडून बाँड बाहेर कॉरिडॉरमधे जाऊन उभा राहिला. पण डब्यात चढलेले ते अधिकारी घाईघाईने त्याच्या अंगावरून, काही चौकशी न करताच कॉरिडॉरमधून ट्रेन कंडक्टरच्या कॅबिनकडे निघून गेले. त्याच्या कॅबिनमध्ये पाच मिनिटं घालवून ते बाहेर पडले आणि गाडीतून खाली उतरून निघून गेले. कूपेमधे परतून बाँडनं दार लावून घेतलं. तातिआनाला परत गुंगी आली होती. मनगटावर बांधलेल्या नॅशच्या घड्याळावर बाँडनं नजर टाकली. पहाटेचे साडेचार

वाजले होते. आणखी तासाभरानं दीजाँ स्टेशन येईल! त्याच्या मनात आलं. मग तो पुन्हा तातिआनाला जागं करण्याच्या उद्योगाला लागला.

बऱ्याच वेळानं अखेर तातिआनानं डोळे टक्क उघडले. तिच्या डोळ्यांमधल्या बाहुल्या आकुंचन पावल्या होत्या. "पुरे... पुरे झालं जेम्स. आता मला बरं वाटतंय." जड स्वरात ती म्हणाली. थकल्यागत तिनं डोळे परत मिटून घेतले. रुमाल काढून बाँडनं आपल्या चेहऱ्यावरला घाम टिपला. मग एक एक करून आपल्या सूटकेसेस त्यानं कॉरिडॉरच्या टोकाशी नेऊन ठेवल्या. आपली अ‍ॅटॅची केस, स्पेक्टर मशीनची पेटी असं आपलं सगळं सामान त्यानं दारापाशी नेऊन रचून ठेवलं. नंतर ट्रेन कंडक्टरच्या कॅबिनमधे जाऊन त्यानं त्याची गाठ घेतली आणि आपली बायको अचानक आजारी पडल्यामुळे आपण दीजाँ स्टेशनवर मधेच उतरणार असल्याचं त्याला सांगितलं. कंडक्टरच्या हातावर भरघोस रकमेची शेवटची टिप ठेवून त्याची मूठ दाबत तो त्याला म्हणाला, "तुम्हाला तसदी घ्यायची जरूर नाही. आमचं सामान मी अगोदरच डब्याच्या दारापाशी नेऊन ठेवलंय. कारण माझ्या बायकोला आवाज, गडबड व्हायला नको होती. तुम्हाला आणखी एक विनंती आहे. आमच्या बरोबर असलेला, लाल-सोनेरी केसांचा माझा मित्र डॉक्टर आहे. तो रात्रभर माझ्या बायकोच्या उशाशी जागत बसला होता. बिचाऱ्याला खूप जागरण झालंय. मी त्याला माझी बर्थ झोपायला दिलीय. माझ्या बायकोची शुश्रूषा आणि जागरण यानं तो भयंकर थकून गेला होता. त्याला अगदी गाढ झोप लागलीय. तेव्हा कृपा करून पॅरिस यायला दहा मिनिटं असेपर्यंत त्याला उठवू नका."

"ठीक आहे, माँसेयर, तुम्ही अजिबात काळजी करू नका." बाँडनं दिलेल्या नोटा खिशात कोंबत कंडक्टर तुडुंब प्रसन्न होत म्हणाला. त्याच्या गाडीवरल्या सबंध हयातीत इतक्या मोठ्या रकमेची चिरीमिरी त्याला आजपर्यंत कधी कुणी दिली नव्हती. बाँडचा पासपोर्ट आणि तिकिट त्यानं बाँडला परत दिलं.

गाडीचा वेग कमी होऊ लागला होता. दीजाँ स्टेशन आलं होतं. बाँड आपल्या कॅबिनमधे परतला. तातिआनाच्या गालावर चापट्या मारून, त्यानं तिला जागं केलं आणि आधार देऊन उभं केलं. मग नॅशच्या झाकलेल्या मृतदेहाकडे एक दृष्टीक्षेप टाकत तो तुच्छतेनं म्हणाला, "गुडबाय् फॉर एव्हर, ओल्ड मॅन!"

तातिआनाला सांभाळत, त्यानं तिला कूपेबाहेर काढलं आणि त्याचं दार लावून घेतलं. मग तिला चालवत तो तिला डब्याच्या दारापाशी घेऊन गेला.

दीजाँ स्टेशनच्या प्लॅटफॉर्मवर गाडी थांबली. बाँडनं डब्याचं दार उघडलं. निळ्या डगल्यातल्या एका पोर्टरनं पुढे होऊन त्यांचं सगळं सामान उतरवून घेतलं. बाँड खाली उतरला आणि आधार देऊन त्यानं तातिआनाला खाली उतरवून घेतलं. ओरिअंट एक्सप्रेसमधला प्रदीर्घ प्रवास संपवून अखेर ती दोघं प्लॅटफॉर्मच्या स्थिर,

अचल फरसबंदीवर उतरली होती. त्यानं त्यांना किती प्रसन्न आणि बरं वाटत होतं!

सूर्योदय व्हायला सुरुवात झाली होती. थंडगार हवेत एक अनोखी ऊब येऊ पाहात होती. अशा त्या सुरम्य वेळी ओरिअंट एक्सप्रेसमधले बहुतांश प्रवासी साखरझोपेत होते. थर्डक्लासमधल्या गर्दीत बसून रात्रभर 'ताठून' ज्यांना प्रवास करावा लागला होता असे काही प्रवासी मात्र फक्त त्या सुमाराला जागे होते. त्यांना एक रुबाबदार देखणा तरुण एका अत्यंत रुपसुंदर तरुणीला आधार देऊन प्लॅटफॉर्मवरून आपल्याबरोबर अत्यंत काळजीपूर्वक घेऊन जातो आहे– असं दृश्य बघायला मिळालं.

ते मजेदार दृश्य पाहून त्या शुभप्रहरी त्यांनी आपल्या मनाशी काय काय विचार केले असतील, काय रोमँटिक कल्पना केल्या असतील देव जाणे!

□

## *२८. अखेरची झटापट*

ती टॅक्सी रिट्झ हॉटेलच्या रुँ-कांबो प्रवेशद्वारापाशी येऊन थांबली. मनगटावर बांधलेल्या नॅशच्या घड्याळावर बाँडनं नजर टाकली. पावणेबारा वाजले होते. आपण अत्यंत वक्तशीर असायला हवं! त्याच्या मनात आलं. एखादा रशियन हेर संकेतस्थळावर ठरलेल्या वेळेच्या काही मिनिटं आधी किंवा काही मिनिटं उशिरा पोहोचला तर ती सांकेतिक भेट तात्काळ रद्द होते हे त्याला माहिती होतं. टॅक्सीचे पैसे देऊन रिट्झ हॉटेलच्या प्रवेशद्वारातून त्यानं आत प्रवेश केला आणि डावीकडे असलेल्या रिट्झ बारमधे तो गेला.

तिथं त्यानं डबल व्होडका-मार्टिनीची ऑर्डर दिली. बार टेंडरनं त्या मिश्र-पेयाचा ग्लास त्याच्यासमोर ठेवला तेव्हा तो उचलून त्यानं एका दमात अर्धा संपवला. ते मद्य पोटात जाताच त्याला एकदम खूप बरं आणि उल्हसित वाटायला लागलं. मागील चार दिवसांचा प्रवासाचा शीण आणि विशेषत: आदल्या रात्रीतला भयंकर ताण एका क्षणात कुठल्याकुठे पळून गेला. आता तो स्वत:च्या मर्जीचा मालक होता. आधीची कामगिरी ही त्याच्या खात्यातर्फे त्याच्यावर सोपवली गेलेली होती. आणि आता जे साहस तो करणार होता ते साहस म्हणजे त्याची पूर्ण वैयक्तिक नि खाजगी अशी कामगिरी होती. आधीच्या कामगिरीतली आपली सगळी कर्तव्यं त्यानं पार पाडली होती. ब्रिटिश वकिलातीमधल्या एका बेडरुममधे गुंगीत असलेल्या तातिआनाला झोपवण्यात आलं होतं. दक्झिम ब्यूरोच्या बाँब विनाशक पथकानं ते स्पेक्टर मशीन त्याच्यामधल्या बाँबसह निकामी करण्यासाठी नेलं होतं. पॅरिसमधला आपला मित्र रेने मॅथिस याची बाँडनं गाठ घेतली होती. आणि आपल्या आगामी

खाजगी कामगिरीबद्दल त्याच्याबरोबर बातचीत केली होती. रेने मॅथिस आता दक्झिम ब्यूरोचा प्रमुख होता. रुँ-कांबो प्रवेशद्वारावरल्या एका माणसाला त्यानं बाँडला कोणत्याही प्रकारचे प्रश्न न विचारता २०४ नंबरच्या खोलीची पास-किल्ली देण्याचा हुकुम दिला होता.

बाँडबरोबर त्याच्या खाजगी साहसात भाग घ्यायला मिळणार म्हणून रेने अतिशय खूष झाला होता.

''चेर् जेम्स.'' फ्रेंच भाषेतून 'डियर' म्हणत रेनेनं त्याला आश्वासन दिलं होतं, ''माझ्यावर अगदी पूर्ण भरवसा ठेव. तुझं हे गुप्त काम मी अगदी व्यवस्थित पार पाडेन. हे सगळं काय प्रकरण आहे याची माहिती मला नंतर सवडीनं सांग. माझी मदत तुला ठीक वेळेवर पोहोचेल. याबद्दल अगदी निश्चिंत रहा. लाँड्रीची दोन माणसं कपडे वाहून नेण्याची एक मोठी बास्केट घेऊन बरोबर सव्वा बारा वाजता रिट्झ हॉटेलच्या २०४ नंबरच्या खोलीमधे येतील. मी लाँड्री व्हॅनचा ड्रायव्हर म्हणून तसा पोशाख करून त्यांच्याबरोबर येईन. तू सांगशील तो 'माल' आम्ही त्या बास्केटमधे भरायचा आणि ती आमच्या गाडीतून ऑर्ली विमानतळावर घेऊन जायची, नि तिथे दुपारी दोन वाजता येणाऱ्या रॉयल एअरफोर्सच्या कॅनबेरा विमानाची वाट पाहात थांबायचं. ते आलं की ती बास्केट त्यातल्या लोकांच्या सुपूर्द करायची आणि फ्रान्समध्ये ज्या घाणेरड्या कपड्यांची धुलाई केली जाणार होती ती इंग्लंडमध्ये करायची आहे असा निरोप त्यांना द्यायचा, की आमचं काम संपलं! बरोबर ना?''

''अगदी बरोबर!'' बाँड समाधानानं उत्तरला होता.

फ्रान्समधल्या 'एफ' स्टेशनच्या प्रमुखानं 'एम्'शी फोन वरून बोलणं केलं होतं. इस्तंबूलमधल्या कामगिरीचा बाँडनं लिहून दिलेला छोटासा रिपोर्ट त्यानं 'एम्'ला पाठवला होता आणि एक कॅनबेरा विमान पॅरिसच्या 'आर्ली' विमानतळावर दुपारी दोनच्या सुमारास पाठवून द्यायला सांगितलं होतं. विमान कशासाठी हवं? असा प्रश्न एम्नं विचारल्यावर कशासाठी? हे आपल्याला माहिती नसल्याचं त्यानं 'एम्'ला सांगितलं होतं. बाँड फक्त ते स्पेक्टर यंत्र आणि ती रशियन पोरगी आपल्याकडे सुपूर्द करण्यापुरता आला होता आणि नंतर भक्कम ब्रेकफास्ट घेतल्यावर, दुपारी लंच नंतर आपण परत येऊ एवढंच सांगून तो वकिलातीतून बाहेर पडला असंही त्यानं 'एम'ला सांगितलं.

घड्याळावर दृष्टीक्षेप टाकत बाँडनं वेळ पाहिली आणि आपल्या ग्लासातलं मद्य संपवलं. त्याचे पैसे देऊन तो बारमधून बाहेर पडला. हॉटेल रिट्झमधल्या लॉजवर जाऊन त्या विशिष्ट द्वारपालाला तो भेटला. त्या माणसानं बाँडकडे तीक्ष्णपणे पाहिलं आणि काही न बोलता रुम नंबर २०४ ची पास-किल्ली बाँडला दिली. ती घेऊन बाँड लिफ्टकडे गेला. लिफ्टमधून तो तिसऱ्या मजल्यावर पोहोचला. लिफ्टमधून तो

बाहेर पडला तेव्हा त्याच्या पाठीमागे लिफ्टचा दरवाजा 'खण्ण्' असा छोटासा आवाज करत बंद झाला. तिसऱ्या मजल्यावरल्या पॅसेजमधून अगदी संथपणे चालत, खोल्यांच्या दारावरले नंबर बघत तो हळूहळू निघाला.

२०४ नंबरच्या खोलीपाशी येताच तो थांबला. कोटाच्या आत हात घालून, डाव्या बगलेखाली असलेल्या दास्तानातलं आपलं बेरेटा पिस्तुल त्यानं एकदा नेहमीच्या सवयीप्रमाणे चाचपडून पाहिलं. पण याखेपी ते त्यानं पँटवर बांधलेल्या कंबरपट्ट्यात खोचून ठेवलं होतं. त्याच्या लांबट सायलेन्सरचा उबदार स्पर्श त्याच्या पोटावर जाणवत होता. कंबरपट्ट्यात खोचून ठेवलेल्या पिस्तुलाच्या दस्त्याला स्पर्श करून ते नीट जागेवर आहे ना याची त्यानं खात्री करून घेतली.

मग डाव्या हातानं समोरचं दार त्यानं फक्त एकदाच ठोठावलं. "आत या." खोलीच्या आतून त्याला प्रत्युत्तर मिळालं. आतून आलेला आवाज एखाद्या म्हाताऱ्या बाईचा असावा तसा आणि थोडासा कापरा होता.

बाँडनं दारावरला हँडलचा पितळी गोळा पकडून फिरवला. त्याला कुलुप नव्हतं. डाव्या हातामधे असलेली पास-किल्ली त्यानं कोटाच्या खिशात टाकली. मग समोरचं दार त्यानं एका झटक्यात उघडलं आणि पटकन आत शिरत ते पुन्हा लावून घेतलं.

रिट्झ हॉटेलच्या लौकिकाला शोभेल अशीच ती खोली होती. खोलीतलं सगळं फर्निचर राजेशाही होतं. भिंती पांढऱ्याशुभ्र रंगानं रंगवलेल्या होत्या. पडदे आणि खुर्च्यांवरली कव्हर्स पांढऱ्या रंगाची होती नि त्यावर लाल गुलाबाच्या फुलांचं सुंदर डिझाइन होतं. जमिनीवरलं कार्पेट तांबड्या वाईनच्या रंगाचं होतं.

एका बैठ्या टेबलाच्याजवळ असलेल्या आरामखुर्चीत, खिडकीतून आत आलेल्या सूर्यप्रकाशाच्या कवडशात एक वृद्ध स्त्री विणकाम करत बसली होती. तिच्या हातामधल्या सुयांची सफाईदार हालचाल चालली होती आणि त्यांचा सूक्ष्म किणकिणाट होत होता. आपल्या डोळ्यांवर असलेल्या चष्म्याच्या बायफोकल काचांमधून ती बाँडकडे कुतूहलमिश्रित नजरेनं बघत होती. तिचे सगळे केस पांढरे झालेले असले तरी त्यांच्यावर एक तुकतुकी होती. आपल्या चेहऱ्यावर तिनं खूप पावडर लावलेली होती. तिचं एकूण व्यक्तिमत्त्व भारदस्त आणि खानदानी होतं.

"बोला, मॉंसेयर?" खोल घोगऱ्या स्वरात तिनं विचारलं.

कोटाखाली असलेलं आपलं पिस्तुल बाँडनं चाचपलं. त्याची दृष्टी सबंध खोलवरून फिरली आणि आरामखुर्चीत बसलेल्या त्या वृद्ध स्त्रीवर स्थिरावली.

आपल्या हातून चूक तर घडली नाही? चुकून आपण भलत्याच खोलीत तर शिरलो नाही? या म्हातारीची क्षमा मागून इथून बाहेर पडावं का? बाँडच्या मनात विचार आले. स्मेर्शसारख्या भयानक संघटनेशी हिचा काही संबंध तरी असेल?

एखादी उच्चकुलीन विधवा असावी तशी ही दिसते आहे. विणकाम करत बसलेली एक श्रीमंत खानदानी आजी असावी तशी. रिट्झ हॉटेलच्या रेस्टॉरंटमधे हिचं खास राखीव टेबल असावं. तिचा वेटरही ठराविक असावा. जेवण झाल्यावर ती दुपारची झोप घेत असेल. मग एखादी झोकदार लिमोसिन गाडी तिला रुँ द बेरी भागातल्या भारी हॉटेलात चहा पिण्याकरता घेऊन जात असेल. तिथे तिला तिची इतर श्रीमंत स्नेही मंडळी भेटत असतील...! छे:, ही रोझा क्लेब कशी असेल?... बाँडच्या मनात आलं. समोर खुर्चीत बसलेल्या त्या वृद्धेच्या अंगात काळ्या रंगाचा भारी कापडाचा झगा होता. त्याच्या बाह्यांवर आणि गळ्यावर नाजूक लेस लावलेली होती. गळ्यात चमचमणारी सोन्याची साखळी होती. पायांमधे शोभेची काळी बटणं लावलेले सुंदर बूट होते. तिचं एकूण व्यक्तिमत्त्वच अतिशय भारदस्त होतं. छे:! ही रोझा क्लेब असणं शक्यच नाही! आपल्याला चुकीचा खोली नंबर दिला गेलाय् बहुतेक. आपल्या खाकांमधे घाम फुटल्याची बाँडला जाणीव झाली. पण काही झालं तरी प्रसंग निभावून नेणं भागच होतं.

"माझं नाव बाँड आहे, जेम्स बाँड." तो म्हणाला.

"आणि माझं काऊंटेस मित्तरस्टेन. बोला, काय काम आहे माझ्याशी?" ती वृद्ध स्त्री म्हणाली. तिचे फ्रेंच उच्चार जरा जड आले. कदाचित ती जर्मन स्विस असावी. तिच्या हातातल्या सुयांची विणताना होणारी सूक्ष्म किणकिण चालूच होती.

"मला सांगायला खेद वाटतो की कॅप्टन नॅशना अपघात झालाय. त्यामुळे ते आज येणार नाहीत. म्हणून त्यांच्याऐवजी मी आलोय."

फिकट पिवळ्या काचांपलीकडले तिचे डोळे क्षणभर एकदम बारीक झाले का? ही बातमी ऐकून ती चमकली आहे का?

"मी कुणा कॅप्टन नॅशना ओळखत नाही. मी तुम्हाला सुद्धा ओळखत नाही. तरीपणा बसा, आणि तुमचं काय काम आहे हे सांगा." बैठ्या टेबलानजिक असलेल्या उंच पाठीच्या खुर्चीकडे डोकं हलवून निर्देश करत ती म्हणाली.

तिच्या बोलण्यात असं अगत्य होतं की तिला नकार देणं बाँडला शक्यच झालं नाही. पुढे जात तो त्या खुर्चीवर जाऊन बसला. तिच्यात आणि त्याच्यात अंदाजे सहा फुटांचं अंतर होतं.

त्याच्यासमोर असलेल्या बैठ्या टेबलावर खूप जुन्या धर्तीचा एक उभट टेलिफोन होता. त्याचा रिसीव्हर त्याला असलेल्या एका हुकावर लटकावलेला होता. टेबलावर तिच्या हाताशी येईल असं हस्तीदंताचं बहुधा कॉलबेलचं बटण होतं. टेबलावरल्या उभट टेलिफोनचा काळा 'माऊथपीस' जणू जांभई देत असल्यासारखा बाँडकडे तोंड करून पाहात होता.

बाँड काहीशा उन्मत्त नजरेनं त्या वृद्ध स्त्रीच्या चेहऱ्याचं निरीक्षण करू लागला.

जवळून पाहताना आता ती त्याला कुरूप वाटली. चापून बसवलेल्या दाट पांढऱ्या केसांखालच्या चेहऱ्यावर तिनं प्रमाणाबाहेर पावडर थापलेली होती. तिचे डोळे पिवळट घारे होते. ओठ लालसर आणि रबरासारखे बरबरीत. तिच्या ओठांवर मिशी असावी तशी बारीक लव होती. निकोटिनच्या प्रभावामुळे ती लव पिवळट पडल्यासारखी दिसत होती. निकोटिन? मग हिच्या सिगारेट्स कुठे आहेत? समोरच्या टेबलावर सिगारेटस्‌चं पाकिट किंवा ॲश ट्रे पण दिसत नव्हता. खोलीत सिगारेटच्या धुराचा वासही येत नव्हता...! बाँडचं अंतर्मन एकदम तल्लख बनलं. कोटाखालचं पिस्तुल त्यानं चाचपलं. तिच्या बाजूला असलेल्या विणकामाच्या छोट्या सुबक बास्केटकडे त्याची नजर गेली. ती विणत असलेल्या लोकरीचा बेज रंगाचा लोकरी गोळा तिच्यात होता. तिच्या हातातल्या विणकामाच्या सुयांकडे त्यानं पाहिलं. त्या सुयांमध्ये काहीतरी विचित्र दिसतंय का? सुयांची टोकं जाळल्यासारखी काळी आणि रंगहीन दिसत होती. विणायच्या सुयांची टोकं कुठे अशी काळपट दिसतात का? ती तर चांगली चकाकतात!... काहीतरी पाणी मुरतंय खास! बाँड आणखीनच सावध झाला.

"बोला ना मॉंसेयर, काय काम आहे तुमचं?" तिनं परत विचारलं.

तिच्या आवाजात आता थोडी कडवटपणाची धार आली आहे का? आपल्या चेहऱ्यावरले बदलते भाव तिनं टिपलेत का? बाँडच्या मनात आलं. त्यानं रुंद स्मित केलं.

त्याचे स्नायू आता अति तल्लख बनले होते. कोणत्याही हालचालीला, कोणत्याही चलाखीला तोंड देण्यासाठी त्याचं सावध शरीर अगदी हुशार झालं होतं.

समोर बसलेल्या त्या वृद्ध स्त्रीच्या बेडकासारख्या कुरुप चेहऱ्याकडे प्रसन्नपणे बघत तो म्हणाला, "आता नाटक पुरे झालं! त्याचा काही उपयोग व्हायचा नाही. तू रोझा क्लेब आहेस! स्मेर्शच्या ओतृद्येल-दोन या खात्याची प्रमुख. यातना देणारी, छळ करणारी एक खुनी स्त्री आहेस तू. मला आणि त्या रोमानोवा पोरीला ठार मारायचा तुझा कुटिल डाव होता. पण सुदैवानं मी तो उधळून लावला. अखेर आपली प्रत्यक्ष गाठ पडली हे फार बरं झालं. मला त्याबद्दल आनंद वाटतोय."

बाँडचं हे बोलणं ऐकून तिच्या डोळ्यांमधले भाव जरासुद्धा बदलले नाहीत. टेबलावरल्या हस्तीदंती बटणाकडे आपला डावा हात हळूहळू सरकवत अगदी शांत, नम्र स्वरात ती म्हणाली, "मॉंसेयर, तुम्ही काय बोलताय ते काही कळतच नाही. तुमचं डोकं बहुतेक ठिकाणावर नसावं. थांबा! नोकराला बोलावते आणि त्याला बाहेरचा रस्ता दाखवायला सांगते."

आपला जीव कशामुळे वाचला हे बाँडला समजलंच नाही. समोरच्या टेबलावर हस्तीदंताचं– घंटी वाजवायचं– 'बेल-पुश्' बटण आहे, पण त्याच्या वायर्स

बाजूच्या भिंतीवर किंवा खालच्या कार्पेटरखाली गेलेल्या दिसत नाहीत. मुळात त्या बटणाला वायर्सच जोडलेल्या नाहीत हे निमिषार्धात त्याच्या लक्षात आलं होतं त्यामुळे असेल कदाचित! किंवा त्यानं दार ठोठावलं होतं तेव्हा आतून त्याला इंग्लीश भाषेतून "आत या" (कम इन) असा प्रतिसाद मिळाला होता. त्या प्रतिसादात, आत असलेल्या व्यक्तीला जणू नेमकं कोण येणार आहे हे ठाऊक असावं, असा काहीतरी विचित्रपणा होता जो त्याच्या तात्काळ लक्षात आला होता त्यामुळेही असेल कदाचित! कशामुळेही असो पण समोरच्या वृद्ध स्त्रीची बोटं टेबलावरल्या त्या बटणाकडे सरकली त्या क्षणीच खुर्चीवरून उसळी मारत बाँडनं आपला देह एकदम बाजूला झोकून दिला होता!

खुर्चीतून तो खाली जमिनीवरल्या कार्पेटवर आदळला तेव्हाच खुर्चीवरलं रेशमी आवरण तड्तड् असा आवाज करत फाटत असल्याचा आवाज त्याला ऐकू आला आणि त्याच्या पाठोपाठ चिरफळ्या उडालेल्या खुर्चीच्या उंच पाठीच्या लाकडाच्या बारीक तुकड्यांचा पाऊस त्याच्या अंगावर उडाला. किती गोळ्या सुटल्या होत्या?

पलटी घेत बाँड सरळ झाला आणि कंबरेशी खोचलेलं आपलं पिस्तुल काढण्याचा प्रयत्न करू लागला. डोळ्यांच्या कोपऱ्यामधून, टेबलावरल्या त्या उभट आकाराच्या टेलिफोनच्या माऊथपीसमधून पिस्तुलातून निघतो तसा निळसर धूर बाहेर पडत असलेला त्यानं टिपला. किती गोळ्यांची फैर आपल्यावर झाडली गेली? त्याच्या मनात आलं. त्याच वेळी ती वृद्ध स्त्री, मुठीत घट्ट धरलेल्या सुयांची टोकं रोखत त्याच्या अंगावर एखाद्या चित्त्यासारखी धावून आली.

हातातल्या सुया उगारत त्याच्या पायांमधे त्या खुपसण्याकरता ती वाकली तत्पूर्वीच बाँडनं तिला एक जोरदार लाथ हाणली. त्या आघातानं ती बाजूला झिडपिडली. बाँड पटकन एका गुडघ्यावर झाला. तिनं सुया आपल्या पायांमधेच खुपसायचा प्रयत्न का केला? आणि त्या सुयांची टोकं काळपट का आहेत हे क्षणार्धात त्याच्या लक्षात आलं. त्याच्या टोकांना जहाल विष लावलेलं होतं! बहुधा कोणतंतरी जालीम जर्मन विष! त्याच्या अंगावरल्या कपड्यातून सुई आत घुसवून तिनं नुसता एक ओरखाडा काढला तरी पुरेसा होता!

बाँड पटकन उठून उभा राहिला. सुया परजत ती पुन्हा त्याच्या अंगावर आली. चपळाईनं तो तिच्यापासून लांब पळाला आणि कंबरपट्ट्यात खोचलेलं पिस्तुल काढायचा प्रयत्न करू लागला. पण पिस्तुलाला लावलेल्या सायलेन्सरचं नळकांडं पट्ट्यात अडकून बसलं होतं. ते काही केल्या निघेना! तेवढ्यात हवेत काहीतरी लखखकन् चमकलं आणि त्याच्या दिशेनं आलं. खाली वाकत बाँड भर्रकन बाजूला झाला. तिनं फेकलेली सुई त्याच्या मागे असलेल्या भिंतीवर आपटून 'किण्णऽऽ'

असा आवाज करून खाली पडली. ती भयंकर बया दातओठ खात पुन्हा त्याच्यावर धावून आली. तिच्या डोक्यावरला पांढऱ्या केसाचा विग तिरका होऊन बाजूला सरकला होता आणि त्याखालचे तिचे खरे केस दिसत होते.

तिच्या हातामधे अद्याप एक सुई होती. त्यामुळे नुसत्या हातांनी तिच्याशी लढण्याचा धोका बाँडला घेता येत नव्हता. विषारी सुईचं टोक त्याच्या हातात घुसण्याचा संभव होता. म्हणून इकडे तिकडे पहात त्या खोलीत असलेल्या एका मोठ्या लांबट टेबलाच्या पलीकडे जाऊन तो उभा राहिला.

धापा टाकत आणि रशियन भाषेत स्वत:शीच काहीतरी खुसफुसत रोझा क्लेब त्या टेबलाला वळसा घालून बाँडकडे येऊ लागली. हातातली सुई तिनं सुऱ्यासारखी वर उगारलेली होती. टेबलाच्या दुसऱ्या टोकाकडे जात, कमरपट्ट्यात अडकलेलं पिस्तुल ओढून काढण्याचा आकांती प्रयत्न करत, बाँड मागे मागे सरकू लागला. पण अडकलेलं पिस्तुल काही केल्या निघेना! अचानक त्याच्या पायांना पाठीमागे असलेल्या एका खुर्चीचा स्पर्श झाला. अडकलेल्या पिस्तुलाचा नाद सोडून खाली वाकून पट्कन त्यानं ती खुर्ची उचलली आणि तिचे पाय पुढे करत ढालीसारखी समोर धरली. खुर्चीचे पाय शिंगांसारखे रोखत बाँड टेबलाला वळसा घालून तिच्या दिशेनं सरकू लागला. ती बया छोट्या टेबलापाशी असलेल्या त्या फसव्या टेलिफोनपाशी उभी होती. तिनं तो पटकन उचलला आणि त्याचं तोंड बाँडकडे करत त्याच्यावर नेम धरला. टेबलावरल्या हस्तीदंती बटणाकडे तिचा हात सरकला. बाँडनं विद्युत्वेगानं समोर झेप टाकली आणि हातातली खुर्ची उंच उचलून रोझा क्लेबवर तिचा घाव घातला. टेलिफोनच्या माऊथपीसमधून उडालेल्या गोळ्या वरच्या छतावर आपटल्या. छताचे बारीक पोपडे उडाले आणि त्यांचा वर्षाव बाँडच्या डोक्यावर झाला.

हातातल्या खुर्चीच्या पाठीवर बळकट पकड घेत बाँडनं पुढे ढुशी दिली. एक अजब प्रकार घडला होता. चिमट्यात पकडावी तशी रोझा क्लेब खुर्चीच्या पायांमधे विचित्र तऱ्हेनं अडकली होती. खुर्चीचे दोन पाय तिच्या दोन्ही खांद्यांच्या बाजूंना, आणि दोन पाय तिच्या कंबरेभोवती घुसले होते. खुर्चीच्या चारही पायांमधे ती अशा प्रकारे फिट्ट अडकून बसली होती की तिला आता काही हालचालच करता येत नव्हती. वरून बसलेल्या खुर्चीच्या फटक्यानं ती हबकली होती आणि पाठीमागे असलेल्या भिंतीचा आधार घेऊ पाहात होती. जोर लावत बाँडनं तिला तशीच मागेमागे ढोसत नेली आणि मागच्या भिंतीशी जाम दाचून धरली. तिची पाठ आता भिंतीवर रेटली गेली होती. अडकलेली असली तरी तिच्या देहातला जोर बाँडला नेट लावून धरलेल्या खुर्चीतून कळत होता. गॉड! बया भलतीच दांडगट दिसते! त्याच्या मनात आलं. खुर्चीच्या बैठकीवरून ती आता बाँडवर थुंकू लागली. तिच्या डाव्या हातातल्या सुईचं टोक विंचवाच्या नांगीसारखं त्याला दंश करण्यासाठी वळवळत

होतं. बाँड किंचित मागे झाला. हातभर अंतरावर खुर्ची घट्ट धरून ठेवत, नेम धरून बुटाची एक सणसणीत लाथ त्यानं रोझा क्लेबच्या डाव्या मनगटावर हाणली. त्यासरशी तिच्या हातातली सुई निसटून उंच उडत त्याच्या पाठीमागे जाऊन पडली. खुर्चीच्या पाठीवर पकड घेत बाँड पुढे झाला. एकंदर स्थिती त्यानं नीट न्याहाळली. भिंतीला दाचलेल्या अवस्थेत ती ढालगज बाई खुर्चीच्या पायांमध्ये अगदी गच्च अडकून बसली होती. आणि त्याच्या रेट्यामुळे तिला अजिबात हालचाल करता येत नव्हती. त्या विचित्र पिंजऱ्यामधून तिची सुटका होणं शक्य नव्हतं! तिचं डोकं, हात आणि पाय तेवढे मोकळे होते पण तिचं बाकीचं शरीर भिंतीला ठोकून बसवावं तसं जाम अडकलेलं होतं!

शिव्या शाप द्यावेत त्याप्रमाणे रशियन भाषेतून ती आडदांड स्त्री आता काहीतरी खसखसल्यासारखं बोलत होती. खुर्चीच्या बैठकीवरून ती पुन्हा थुंकली. तिची थुंकी बाँडच्या गालावर उडाली. आपल्या कोटाच्या बाहीला त्यानं गाल पुसला आणि तिच्या खुनशी चेहऱ्याकडे बघत तो थंडपणे म्हणाला, "बास झालं रोझा! तुझा खेळ संपलाय आता! आणखी मिनिटभरात दक्षिम खात्याचे अधिकारी इथे येतील. त्यानंतर तासाभरानं तू लंडनमधे असशील. हॉटेलमधून बाहेर पडताना तू कुणाला दिसणार नाहीस. इंग्लंडला जातानाही तू कुणाच्या दृष्टीस पडणार नाहीस असा सगळा चोख बंदोबस्त केला गेलाय. तुझं नाव आता कायमचं पुसलं जाईल. आमच्या सीक्रेट फाईलमधला फक्त एक आकडा बनून राहशील तू यापुढे. आमच्या गुप्तचर खात्याचे लोक तुझी उलटतपासणी संपवतील तोपर्यंत तुला वेड लागेल आणि तुझी रवानगी वेड्याच्या इस्पितळात केली जाईल."

बाँडपासून काही फुटांवर असलेल्या त्या स्त्रीच्या चेहऱ्यावरले भाव आता बदलू लागले. तिच्या चेहऱ्यावरला रंग उडाला होता. आधी तो पांढरट आणि नंतर पिवळट दिसू लागला. ती एकदम फिकट दिसू लागली. पण भयाने नव्हे हे बाँडच्या ध्यानात आलं. तिचे पिवळेजर्द डोळे त्याच्यावर रोखलेले होते. त्या डोळ्यांमध्ये पराभव झाल्याचं कोणतंही चिन्ह दिसत नव्हतं.

तिचे बेढब ओलसर ओठ ताणले गेले. दात विचकून हसत घोगऱ्या स्वरात ती म्हणाली,

"अस्सं? मी वेड्यांच्या इस्पितळात असेन? पण तेव्हा तू कुठे असशील मिस्टर बाँड?"

"मी आपलं आयुष्य मजेत जगत मौजेनं दिवस घालवत असेन!" बाँड उत्तरला.

"मला तरी तसं वाटत नाही, इंग्लीश हेरा." ती म्हणाली, "मुळीच नाही."

तिचं बोलणं बाँडनं ऐकलं असेल नसेल तेवढ्यात पाठीमागून 'क्लिक्' असा

दाराच्या हँडलचा आवाज झाला आणि ते उघडलं गेलं. त्यापाठोपाठ कुणाचं तरी खळखळून हसणं ऐकू आलं. आणि मग आनंदानं उच्चारलेली काही वाक्यं! ते हसणं, ते आनंदी बोलणं बाँडच्या चांगल्याच परिचयाचं होतं. त्याचा परम फ्रेंच मित्र रेने मॅथिस आला होता. हसऱ्या स्वरात तो म्हणत होता,

''च्या मारी! जेम्स! पटावरली ही सत्तरावी चाल! आणि ती सुद्धा अखेरची! तू जिंकलेली! आमच्याच देशात चक्क एका इंग्लीशमनने डाव उलटवावा? आणि तो पण आमच्यादेखत? मी अगदी सगळं छान पाहिलं बरं का जेम्स! पण माझ्या देशबांधवांच्या दृष्टीनं मात्र ही नामुष्कीची गोष्ट आहे हं!'' आणि तो पुन्हा खळखळत हसत सुटला.

''ए बाबा! तुला काय हसायचं असेल ते नंतर हस.'' खांद्यावरून मागे वळून बघत बाँड म्हणाला, ''हिला अशी धरून ठेवावी लागल्यामुळे माझी बावखंडं भरून आलीयत. तेव्हा हिला ताब्यात घेण्याची आधी व्यवस्था कर. तिच्याशी तुझी ओळख करून देतो. तिचं नाव रोझा क्लेब आहे. तुला आवडेल अशी आहे ती. स्मेर्शमधे तिचा भलताच वट आहे. खून, हत्या वगैरे घडवून आणण्याचं काम तिच्याकडे असतं.''

मॅथिस बाँडजवळ आला. त्याच्या मागोमाग दणकट देहाचे दोन चांगले उंचपुरे 'लाँड्रीमन' आले. ते तिघं मोठ्या आदरानं तिच्या भयंकर चेहऱ्याकडे पाहू लागले.

''रोझा'' मॅथिस विचार करत म्हणाला, ''पण आता रोझा माल्हूर! वेल्! वेल्! अरे, काय रे तिची ही दशा केलीयस. अशा अवस्थेत फार अवघडत असेल तिला. त्रास होत असेल. तेव्हा आपण तिला जरा आराम द्यायची सोय करू. जा, रे! आपली कपड्यांची बास्केट घेऊन या. तिच्यात तिला छान हात पाय पसरून अगदी आरामात पडता येईल.''

तशी ते दोघं 'लाँड्रीमन' बाहेर गेले आणि एक भलीमोठी बांबूची बास्केट करकरता आवाज करत खोलीत घेऊन आले.

रोझा क्लेबची दृष्टी अजूनही बाँडवरच खिळलेली होती. शरीराचा भार एका बाजूला देत ती थोडी हलली. मॅथिस आणि बाँड हे दोघं तिच्याकडे बघत असताना– त्यांच्या नकळत तिनं शोभेची चकचकीत बटणं असलेल्या बुटांचं पाऊल अगदी हळूच उचललं आणि ते दुसऱ्या पायातल्या बुटाच्या पुढल्या भागावर ठेवत हळूच दाबलं. त्याबरोबर त्या बुटाच्या पुढल्या टोकाच्या तळातून अर्धा इंच लांबीचं चाकूचं एक अगदी छोटंसं पातं बाहेर आलं. विणकामाच्या सुयांप्रमाणेच त्या छोट्या, तीक्ष्ण पात्याच्या टोकावर काळपट निळसर झाक होती.

त्या दोघा लाँड्रीमननी ती भली मोठी बास्केट मॅथिसजवळ आणून खाली ठेवली.

"त्या खोड्यातून सोडवा तिला." मॅथिस त्यांना म्हणाला.

"आणि उचलून घाला त्या टोपलीत." रोझाकडे पाहून किंचित झुकून तिला अभिवादन करत तो म्हणाला, "तुम्हाला असं सन्मानानं घेऊन जाणं हा माझाही बहुमानच आहे."

खुर्चीच्या खोड्यातून रोझा क्लेबला सोडवण्यात आलं. तिचे दंड पकडून ते दोघं लाँड्रीमन तिला बास्केटकडे नेऊ लागले.

"अच्छा! रोझा बाय् बाय्." बाँड तिला म्हणाला.

रोझाच्या पिवळ्या घाऱ्या डोळ्यांमध्ये वेगळीच चमक आली.

"तुलाही कायमचा निरोप, मिस्टर बाँड." रोझा उत्तरली आणि–

बाँडजवळून जाताना अचानक तिने त्याला पातं बाहेर निघालेल्या बुटाची लाथ मारली.

आपल्या उजव्या पोटरीतून एक तीव्र वेदना निघाल्याची जाणीव बाँडला झाली आणि तो चमकून एकदम मागे सरला. रोझा क्लेबला धरून नेणाऱ्यांनी तिला एकदम मागे ओढलं.

मॅथिस हसला आणि म्हणाला, "अरे बाबा, जेम्स. स्मेर्श जाताजाता सुद्धा शेवटचा फटका देते याची तुला दखल घ्यायला हवी होती, आणि सावध रहायला हवं होतं."

रोझाच्या बुटातलं पातं परत आत गेलं होतं. आणि आता एखाद्या निर्जीव बोज्याप्रमाणे तिची गठडी वळून तिला त्या बास्केटमधे घुसवलं जात होतं.

तिला त्या बास्केटमधे कोंबल्यावर बास्केटचं झाकण नीट पक्कं लावलं गेलेलं मॅथिसनं पाहिलं. मग बाँडकडे वळत तो म्हणाला,

"दोस्त, छान काम केलंस. आणि त्यासाठी खूप कष्ट केलेस. मात्र तू खूप शिणल्यासारखा दिसतोयस. तेव्हा आता तुझ्या एम्बसीत जा आणि दुपारभर चांगली झोप काढ. कारण आजची संध्याकाळ आपल्याला जरा मौजमजेत घालवायची आहे. पॅरिसमधल्या एखाद्या उत्कृष्ट हॉटेलात मस्त डीनर घेऊ. आपल्या संगतीला मी एखादी गोड पोरगी बघतो. आजची रात्र मस्तीत घालवू, काय?"

पण बाँडनं त्याला काही उत्तर दिलं नाही. कारण त्याचं सबंध शरीर हळूहळू बधीर होत चाललं होतं. हीव भरावं तशी थंडी त्याला जाणवत होती. आपली उजवी भुवई बधीर झाल्यागत त्याला वाटलं. तिला स्पर्श करण्यासाठी त्यानं आपला उजवा हात वर नेला. पण त्याच्या बोटांना आता स्पर्शाची जाणीव देखील होत नव्हती. हाताची बोटं काकड्यांसारखी जाड झाली आहेत असा भास त्याला होऊ लागला. वर उचललेला हात जडशीळ झाल्यासारखा एकदम बद्कन खाली आला.

आता श्वास घ्यायला त्याला त्रास होऊ लागला. तोंड उघडून त्यानं एक दीर्घ

श्वास घेतला. पण आपला श्वासही जड आला आहे अशी भयंकर जाणीव त्याला झाली. तोंड आवळत त्यानं एकदम डोळे मिटले. एखादा दारुडा दारुची धुंदी लपवण्यासाठी मिटतो तसे! पुन्हा डोळे उघडण्याचा प्रयत्न त्यानं केला पण पापण्या विलक्षण जड झाल्या होत्या.

किलकिल्या झालेल्या डोळ्यांमधून– रोझाला जिच्यात कोंबण्यात आलं होतं ती बास्केट उचलून बाहेर नेली जात आहे असं त्याला दिसलं. शिशासारखे जड झालेले डोळे मोठ्या प्रयासानं उघडत त्यानं मॅथिसवर नजर केंद्रित करण्याचा प्रयत्न केला. ''मला... दुसरी पोरगी... नकोय, रेने.'' जडावलेल्या आवाजात तोतरत तो कसातरी म्हणाला. तेवढ्यानंही त्याला धाप लागली.

धापा टाकत श्वास घेण्यासाठी तो आता धडपडू लागला. पुन्हा एकदा आपला उजवा हात वर नेत, थंड पडत चाललेल्या आपल्या चेहऱ्याला स्पर्श करण्याचा निष्फळ प्रयत्न त्यानं केला. मॅथिस आपल्याकडे टक लावून विचित्र नजरेनं पाहतोय अशी अस्पष्टशी जाणीव त्याला झाली.

आपल्या गुडघ्यांमधलं बळ हळूहळू नाहीसं होत चाललं आहे अशी काहीतरी चमत्कारिक भावना त्याला जाणवू लागली. सगळी गात्रंच बधीर होऊ पाहात होती. पण त्या बधिरावस्थेतही तातिआनाची आकृती त्याच्या मन:चक्षूंसमोर क्षणार्ध आली आणि एकदम नाहीशी झाली. आपल्या तोंडातून काहीतरी शब्द उमटत आहेत असं त्याला अस्पष्टपणे जाणवलं आणि कमालीच्या जड आवाजात, घुसमटत चाललेल्या श्वासात तो कसाबसा उद्गारला, ''...कारण... मला... अगोदरच... अतिशय... सुंदर... पोरगी...मिळालीय.''

आपण काहीतरी बोललो, आपले ओठ तरी हलले ही शेवटली जाणीव होत असताना पायांमधलं बळ जाऊन, टाचांवर तो अगदी हळूहळू फिरला आणि एखादं झाड एकदम कोसळावं तसा खालच्या तांबड्या कार्पेटवर कोसळला.

□□□

जाहिरात टाकणे